AF833864

ಸುಬ್ರೊತೊ ಬಾಗ್ಚಿ

ಸುಬ್ರೊತೊ ಬಾಗ್ಚಿಯವರು ಭಾರತದ ಅತ್ಯಂತ ಮೆಚ್ಚುಗೆ ಪಡೆದ ಸಾಫ್ಟ್‌ವೇರ್ ಕಂಪನಿಗಳಲ್ಲೊಂದಾದ ಮೈಂಡ್‌ಟ್ರೀ ಕಂಪನಿಯ ಸಹಸಂಸ್ಥಾಪಕರು. 2016 ಜನವರಿಯಲ್ಲಿ ಕಂಪನಿಯ ಚೇರ್ಮನ್ ಪದವಿಯಿಂದ ನಿವೃತ್ತಿ ಹೊಂದಿದ ಅವರು ಈಗ ಒಡಿಶಾ ಸರ್ಕಾರದ ವಿನಂತಿಯ ಮೇರೆಗೆ ಒಡಿಶಾ ಕೌಶಲ್ಯ ಅಭಿವೃದ್ಧಿ ಪ್ರಾಧಿಕಾರದ ಚೇರ್ಮನ್‌ರಾಗಿ ಕಾರ್ಯ ನಿರ್ವಹಿಸುತ್ತಿದ್ದಾರೆ. ಅವರು ಬಲು ಬೇಡಿಕೆಯಲ್ಲಿರುವ ಬಿಸಿನೆಸ್ ಪುಸ್ತಕಗಳ ಪ್ರಖ್ಯಾತ ಲೇಖಕರು. "The High Performance Entrepreneur", "Go Kiss the World" ಮತ್ತು "The Professional" ಅವರ ಕೃತಿಗಳು. ತರುಣ ಪೀಳಿಗೆಗಾಗಿ ಬರೆದ ಅವರ ಬಿಸಿನೆಸ್ ಪುಸ್ತಕ, "MBA At 16" 2012 ರಲ್ಲಿ ಪ್ರಕಟವಾಯಿತು. ಸುಬ್ರೊತೊ ಬಾಗ್ಚಿಯವರ ಪುಸ್ತಕಗಳು ಹಿಂದಿ, ಮರಾಠಿ, ಮಲಯಾಳಂ, ತಮಿಳು, ಕನ್ನಡ, ಕೊರಿಯನ್ ಮತ್ತು ಚೈನೀಸ್ ಭಾಷೆಗಳಿಗೆ ಅನುವಾದಗೊಂಡಿವೆ. ಸುಬ್ರೊತೊ ಅವರ ಪತ್ನಿ ಸುಸ್ಮಿತಾ ಒಡಿಶಾ ಭಾಷೆಯ ಲೇಖಕಿ. ಬಾಗ್ಚಿ ದಂಪತಿಗಳಿಗೆ ನೇಹಾ ಮತ್ತು ನೀತಿ ಎಂಬ ಇಬ್ಬರು ಹೆಣ್ಣುಮಕ್ಕಳಿದ್ದಾರೆ.

ವಂದನಾ ಪಿ ಸಿ

ಹುಟ್ಟಿದ್ದು ದಾವಣಗೆರೆ. ಬಾಲ್ಯ ಕಳೆದದ್ದು, ಬೆಳೆದದ್ದು ಮತ್ತು ವಿದ್ಯಾಭ್ಯಾಸ ಉತ್ತರ ಕರ್ನಾಟಕದ ಹಲವು ಊರುಗಳಲ್ಲಿ. ದಾವಣಗೆರೆಯ ಬಿ.ಡಿ.ಟಿ.ಇಂಜಿನಿಯರಿಂಗ್ ಕಾಲೇಜಿನಲ್ಲಿ ಬಿ.ಇ. ಪದವಿ ಪಡೆದು, ಕೆಲಸಕ್ಕಾಗಿ ಬಂದದ್ದು ಬೆಂಗಳೂರಿಗೆ. ಐ.ಟಿ.ಐ.ನಲ್ಲಿ ಆರಂಭಿಸಿದ ವೃತ್ತಿ ಜೀವನ ಸಾಫ್ಟ್‌ವೇರ್‌ಗೆ ಹೊರಳಿತು. ಎಚ್.ಪಿ. (ಹ್ಯೂಲೆಟ್ ಪ್ಯಾಕರ್ಡ್)ನಲ್ಲಿ ಹತ್ತೊಂಭತ್ತು ವರ್ಷಗಳ ಕಾಲ ಕೆಲಸ ಮಾಡಿ, ಪ್ರೋಗ್ರಾಮ್ ಮ್ಯಾನೇಜರ್ ಆಗಿ ಕಾರ್ಯ ನಿರ್ವಹಿಸಿ, 2012 ರಲ್ಲಿ ಸ್ವಯಂ ನಿವೃತ್ತಿ. ಕೆಲವು ಲೇಖನಗಳು ಈ ಮೊದಲು ಪತ್ರಿಕೆಗಳಲ್ಲಿ ಪ್ರಕಟಗೊಂಡಿವೆ. ಪತಿ ಸತೀಶ್ ಮತ್ತು ಮಗ ನಿಶಾಂತ್ ವಸಿಷ್ಠನೊಂದಿಗೆ ಬೆಂಗಳೂರಿನಲ್ಲಿ ವಾಸ. ಇದು ಇವರ ಮೊದಲ ಪುಸ್ತಕ.

vandupat@gmail.com

ಐಹಿಕ ಬದುಕ ಕಟ್ಟಿಕೊಟ್ಟದ್ದಷ್ಟೇ ಅಲ್ಲ,
ಸಾಹಿತ್ಯ, ಆಧ್ಯಾತ್ಮಗಳೆಡೆಗೆ ತುಡಿತವ ಬೆಳೆಸಿ
ಮಹತೋಮಹೀಯರ ಸಂಗವ ದೊರಕಿಸಿ
ಪರಹಿತಚಿಂತನೆಯ ಭಾವವ ನಿಲಿಸಿ
ಅಕ್ಕರೆಯ ಗೂಡಲಿಟ್ಟು ಸಲಹಿದ
ತಾಯಿ ಪಾರ್ವತಮ್ಮ, ತಂದೆ ಚಂದ್ರಣ್ಣ ಅವರಿಗೆ
ಪ್ರೀತಿಯ ಕೃತಜ್ಞತೆಯಿಂದ

ನನ್ನ ಮಾತು

ಈ ಪುಸ್ತಕದ ಹಿಂದೆ ಇಬ್ಬರು ತಾಯಂದಿರಿದ್ದಾರೆ. ಮೊದಲನೆಯವರು, ಲೇಖಕ ಸುಬ್ರೊತೊ ಅವರ ತಾಯಿ. ತನ್ನ ಕುಂದು ಕೊರತೆಗಳ ಬಗ್ಗೆ ಎಂದೂ ಕೊರಗದೆ, ಜೀವನದ ಸವಾಲುಗಳನ್ನು ದಿಟ್ಟವಾಗಿ ಎದುರಿಸಿ, ಮಗ ತನಗಾಗಿ ಇರಲೆಂಬ ಸ್ವಾರ್ಥವಿಲ್ಲದೆ, ಜಗವನ್ನೇ ಚುಂಬಿಸಲು ಹೇಳಿದ ಆ ತಾಯಿ. ಇನ್ನೊಬ್ಬರು, ನನಗೆ ಈ ದಿನ ಅಲ್ಪ ಸ್ವಲ್ಪ ಕನ್ನಡ ಮತ್ತು ಇಂಗ್ಲೀಷು ಗೊತ್ತಿದ್ದರೆ, ಅದಕ್ಕೆ ಕಾರಣರಾದ ನನ್ನ ತಾಯಿ. ತಮ್ಮೆಲ್ಲ ಕೆಲಸಗಳ ಮಧ್ಯೆಯೂ, ನಮಗೆಲ್ಲ ಪಾಠ ಹೇಳಿಕೊಟ್ಟು, ಸೋಮೇಶ್ವರ ಶತಕ, ಸಂಚಿ ಹೊನ್ನಮ್ಮನ ಕವಿತೆಗಳನ್ನು ಅರ್ಥೈಸಿ ಹೇಳಿ, ಸಾಹಿತ್ಯದಲ್ಲಿ ಆಸಕ್ತಿ ಬೆಳೆಸಿ, ಶರಣರ ವಚನಗಳು, ದಾಸರ ಪದಗಳು, ಕುವೆಂಪುರವರ ಕವನಗಳು ಮತ್ತು ಮಂಕುತಿಮ್ಮನ ಕಗ್ಗ, ಇತ್ಯಾದಿಗಳ ರುಚಿ ತೋರಿಸಿದ ತಾಯಿ. 'ಮೈಸೂರು ಮಲ್ಲಿಗೆ'ಯ 'ಶ್ಯಾನುಭೋಗರ ಮಗಳು,...' ಹಾಡಿ ಮಲಗಿಸುತ್ತಿದ್ದ ತಾಯಿ, ಪಕ್ಕದಲ್ಲಿ ಕೂರಿಸಿಕೊಂಡು 'ಪ್ರಜಾವಾಣಿ'ಯ ಪದಬಂಧ ತುಂಬಲು ಕಲಿಸಿ ಪದಸಂಪತ್ತನ್ನು ಬೆಳೆಸಿದ ತಾಯಿ, ಇಂಗ್ಲೀಷಿನ ವ್ಯಾಕರಣದ ಭದ್ರ ಬುನಾದಿ ಹಾಕಿಕೊಟ್ಟ ತಾಯಿ, ಸ್ವತಃ ಕವಯತ್ರಿ ಮತ್ತು ಲೇಖಕಿಯಾಗಿರುವ ಇಂಥಾ ತಾಯಿಯಿಂದ ಈ ಅನುವಾದದ ಮೂಲದ್ರವ್ಯ ನನಗೆ ದೊರಕಿದೆ. ಈ ಇಬ್ಬರು ತಾಯಂದಿರಿಗೂ ಮತ್ತು ತಮ್ಮ ಮಕ್ಕಳನ್ನು ಜಗವ ಚುಂಬಿಸಲು ಸಿದ್ಧಗೊಳಿಸುವ ಎಲ್ಲ ತಾಯಂದಿರಿಗೂ ನನ್ನ ನಮನಗಳು.

'ಗೋ, ಕಿಸ್ ದ ವರ್ಲ್ಡ್' ನನಗೆ ಓದುವ ಖುಷಿ ಕೊಟ್ಟು ಆಪ್ತವೆನಿಸಿದ ಪುಸ್ತಕ. ಸುಬ್ರೊತೊ ಅವರ ಬಾಲ್ಯ ನನ್ನ ಬಾಲ್ಯದೊಂದಿಗೆ ಬಹುವಾಗಿ ತಾಳೆಯಾಗುವುದು ಆಪ್ತವಾಗಲು ಮೊದಲ ಕಾರಣವೇನೋ. ನಂತರ, ವೃತ್ತಿ ಜೀವನದ ಹಲವು ಆಯಾಮ ಗಳನ್ನು ನಿರೂಪಿಸಿರುವ ರೀತಿಯಿಂದಾಗಿ ಪುಸ್ತಕ ಇಷ್ಟವಾಗುತ್ತಾ ಹೋಗುತ್ತದೆ. ಸುಬ್ರೊತೊ ಬಾಗ್ಚಿ ಅವರ ವೃತ್ತಿ ಜೀವನಾನುಭವದ ಹರವಾದರೂ ಎಲ್ಲಿಂದ ಎಲ್ಲಿಗೆ? ಸರಕಾರೀ ಕಚೇರಿಯಲ್ಲಿ ಗುಮಾಸ್ತನಾಗುವುದರಿಂದ ಹಿಡಿದು, ಒಂದು ಸಾಫ್ಟ್‌ವೇರ್ ಕಂಪನಿಯನ್ನು ಹುಟ್ಟುಹಾಕಿ, ಅದನ್ನು ಇಷ್ಟು ಕಾಲ ಯಶಸ್ವಿಯಾಗಿ ನಡೆಸಿಕೊಂಡು

ಬರುವವರೆಗಿನ ಅವರ ಪಯಣದಲ್ಲಿ ಹಲವು ಕುತೂಹಲಕಾರಿ, ಸಾಹಸಭರಿತ ಮತ್ತು ಪಾಠ ಕಲಿಸುವ ಅನುಭವಗಳಿವೆ. ಆ ಅನುಭವಗಳನ್ನು ಅವರು ತಮ್ಮ ಸರಳ, ಸುಂದರ ಭಾಷೆಯಲ್ಲಿ ಕಟ್ಟಿಕೊಡುವ ರೀತಿ ಅನನ್ಯವಾಗಿದೆ. ಇಲ್ಲಿ ಮ್ಯಾನೇಜ್‌ಮೆಂಟ್‌ನ ಒಣ ಥಿಯರಿಗಳಿಲ್ಲ, ಯಾವುದೇ ಸಿದ್ಧ ಪ್ರಿಸ್ಕ್ರಿಪ್ಷನ್‌ಗಳಿಲ್ಲ. ಬದಲಾಗಿ, ಅವರ ಜೀವನ ಕಲಿಸಿದ ಪಾಠಗಳಿವೆ, ತಾವು ಮಾಡಿದ ತಪ್ಪು-ಒಪ್ಪುಗಳ ಪ್ರಾಮಾಣಿಕ ವಿಮರ್ಶೆಯಿದೆ, ಬಹು ಸೂಕ್ಷ್ಮವಾಗಿ ಮನಸ್ಸು ಬುದ್ಧಿಗಳೆರಡನ್ನೂ ಶ್ರೀಮಂತಗೊಳಿಸುವ ವಿಚಾರಗಳಿವೆ. ತರುಣ ವೃತ್ತಿಪರರಂತೂ ಕಲಿಯಬೇಕಾದದ್ದು ಬಹಳಷ್ಟಿದೆ.

ಅನುವಾದದ ಅವಧಿಯಲ್ಲಿ ಸುಬ್ರೊತೊ ಅವರನ್ನು ಒಂದೆರಡು ಬಾರಿ ಭೇಟಿ ಮಾಡಿ ಕೆಲವು ವಿಷಯಗಳನ್ನು ಚರ್ಚಿಸಿದ್ದೇನೆ. ಅವರ ಸರಳತೆ ಮತ್ತು ಸೌಜನ್ಯಗಳು ಮೆಚ್ಚುವಂಥವು. ಅವರೊಂದಿಗಿನ ಸಂವಾದ ಸ್ವಾರಸ್ಯಕರ. ತಮ್ಮ ಬಿಡುವಿಲ್ಲದ ಕಾರ್ಯಗಳ ಮಧ್ಯೆಯೂ ನನಗೆ ಸಮಯ ನೀಡಿ, ತಮ್ಮ ವಿಚಾರಗಳನ್ನು ಹಂಚಿಕೊಂಡದ್ದಕ್ಕಾಗಿ ಸುಬ್ರೊತೊ ಅವರಿಗೆ ನನ್ನ ವಂದನೆಗಳು.

ಅನುವಾದಕ್ಕೆ ಪ್ರೇರೇಪಿಸಿ, ಪ್ರೋತ್ಸಾಹಿಸಿದ ವಸುಧೇಂದ್ರ ಅವರಿಗೆ ಧನ್ಯವಾದಗಳು. ಅನುವಾದದ ಆರಂಭದಲ್ಲಿ ಭಾಷಾ ಪ್ರಯೋಗದ ಸೂಕ್ಷ್ಮತೆಗಳನ್ನು ತಿಳಿಸಿ, ಅವಶ್ಯ ಸಲಹೆಗಳನ್ನು ನೀಡಿ, ಕರಡನ್ನು ಪರಿಶೀಲಿಸಿ, ಓರೆ-ಕೋರೆಗಳನ್ನು ತಿದ್ದಿ, ಸುಂದರ ರೂಪ ಕೊಟ್ಟ ಎಂ.ಆರ್.ದತ್ತಾತ್ರಿ ಅವರಿಗೆ ನನ್ನ ಹೃತ್ಪೂರ್ವಕ ಕೃತಜ್ಞತೆಗಳು. ಆರಂಭದ ಅಧ್ಯಾಯಗಳನ್ನು ಓದಿ, ವಿಮರ್ಶಿಸಿ, ಬರವಣಿಗೆಯನ್ನು ಹದಗೊಳಿಸಿದ ನನ್ನ ತಂದೆ ಚಂದ್ರಣ್ಣ ಅವರಿಗೆ ಹಾಗೂ ನನ್ನ ಈ ಕೆಲಸದಲ್ಲಿ ಆಸಕ್ತಿ ವಹಿಸಿ, ಸಲಹೆಗಳನ್ನಿತ್ತ ಸ್ನೇಹಿತೆ ಕರುಣಾಗೂ ನನ್ನ ಧನ್ಯವಾದಗಳು. ನನ್ನ ಎಲ್ಲ ಕೆಲಸಗಳಿಗೆ ಒತ್ತಾಸೆಯಾಗಿರುವ ಪತಿ ಸತೀಶ್‌ರ ಸಹಾಯವನ್ನು ಪ್ರೀತಿಯಿಂದ ನೆನೆಯುತ್ತೇನೆ.

ಮೂಲಪುಸ್ತಕದ ಓದು ನನಗೆ ಕೊಟ್ಟ ಸಂತೋಷವನ್ನು ಈ ಪುಸ್ತಕ ನಿಮಗೆ ಕೊಟ್ಟಲ್ಲಿ ನನ್ನ ಈ ಪ್ರಯತ್ನ ಸಾರ್ಥಕ.

ವಂದನಾ ಪಿ ಸಿ

ಛಂದ ಪುಸ್ತಕ

ಓದಿ ಓದಿ ಮರುಳಾಗಿ!

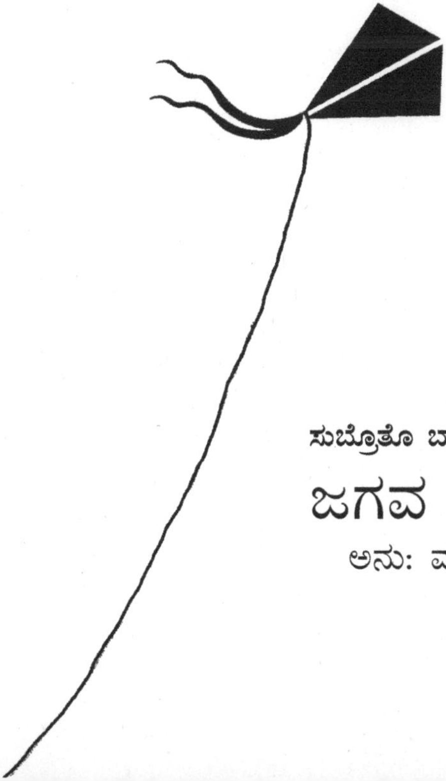

ಸುಬ್ರೊತೊ ಬಾಗ್ಚಿಯವರ ಆತ್ಮಕಥನ

ಜಗವ ಚುಂಬಿಸು

ಅನು: ವಂದನಾ ಪಿ ಸಿ

Jagava Chumbisu-
A book by Subroto Bagchi Translated by Vandana P C,
Published by Chanda Pustaka,
I-004, Mantri Paradise, Bannerughatta Road, Bangalore-560 076
ISBN: 978-81-964641-0-3

First published in English by Penguin Books India; 2008
ಮೊದಲ ಮುದ್ರಣ: 2012
ಎರಡನೆಯ ಮುದ್ರಣ: 2021

ಮುಖಪುಟ : ಅಪಾರ
ಬಾಗ್ಚಿ ಭಾವಚಿತ್ರ : ಎ.ಎನ್. ಮುಕುಂದ

ಪುಟಗಳು : 200 ಬೆಲೆ: ₹ 240
ಕಾಗದ: ಎನ್‌ಎಸ್ ಮ್ಯಾಪ್ಲಿತೊ 70 ಜಿಎಸ್ಎಂ, 1/8 ಡೆಮಿ

ಪ್ರತಿಗಳಿಗಾಗಿ ಸಂಪರ್ಕಿಸಿ:
ಛಂದ ಪುಸ್ತಕ
ಐ-004, ಮಂತ್ರಿ ಪ್ಯಾರಡೈಸ್
ಬನ್ನೇರುಘಟ್ಟ ರಸ್ತೆ
ಬೆಂಗಳೂರು - 560 076
ಸೆಲ್: 98444 22782
me@vasudhendra.com

ಮುದ್ರಣ:

ಟ್ರಿನಿಟಿ ಅಕಾಡೆಮಿ, ಕುಡ್ಲು ಗೇಟ್, ಹೊಸೂರು ರಸ್ತೆ, ಬೆಂಗಳೂರು

ಪ್ರಸ್ತಾವನೆ

ನನ್ನ ತಾಯಿ ಭುವನೇಶ್ವರದ ಆಸ್ಪತ್ರೆಯಲ್ಲಿದ್ದಳು. ಎರಡು ವಾರಗಳಿಂದ ರಾತ್ರಿಯಿಡೀ ಆಕೆಯ ಪಕ್ಕದಲ್ಲಿ ಕುಳಿತಿದ್ದ ನಾನು, ಆ ದಿನಗಳಲ್ಲಿ ಕೆಲಸ ಮಾಡುತ್ತಿದ್ದ ಅಮೆರಿಕೆಗೆ ಹಿಂತಿರುಗಲು ಹೊರಟು ನಿಂತಿದ್ದೆ. ಮಾರಣಾಂತಿಕವಾದ ಪಾರ್ಶ್ವವಾಯುವಿಗೆ ತುತ್ತಾಗಿದ್ದ ಆಕೆ ಇತ್ತ ಚೇತರಿಸಿಕೊಳ್ಳಲಾಗದ, ಅತ್ತ ಬದುಕೂ ಕೊನೆಗೊಳ್ಳದ ಸ್ಥಿತಿಯಲ್ಲಿದ್ದಳು. ನಾನಲ್ಲಿ ಉಳಿದುಕೊಳ್ಳುವುದರಿಂದ ಏನೂ ಪ್ರಯೋಜನವಿರಲಿಲ್ಲ. ಆಕೆಯ ಕೊನೆಯ ಮಗನಾದ ನಾನು ಕೆಲಸಕ್ಕೆ ಹಿಂದಿರುಗುವ ಯೋಚನೆಯಲ್ಲಿದ್ದೆ.

ವಿಮಾನ ನಿಲ್ದಾಣಕ್ಕೆ ಹೋಗುವ ಹಾದಿಯಲ್ಲಿ ಕೊನೆಯ ಬಾರಿಗೆ ಒಮ್ಮೆ ಆಸ್ಪತ್ರೆಗೆ ಹೋದೆ. ಸರ್ಕಾರೀ ಆಸ್ಪತ್ರೆಯಲ್ಲಿ ಮಧ್ಯಾಹ್ನದ ನೀರವ ಮೌನ ಹರಡಿತ್ತು. ಕಾಂಪೌಂಡಿನಲ್ಲಿ ಜಡವಾಗಿ ಬಿದ್ದುಕೊಂಡಿದ್ದ ಹಸುಗಳು ಮತ್ತು ಬೀದಿನಾಯಿಗಳನ್ನು ದಾಟಿ, ತಾಯಿಯ ಕೋಣೆಗೆ ಹೋದೆ. ಹಿಂದಿನ ರಾತ್ರಿಯಂತೆ ಶಾಂತವಾಗಿ, ನಿಶ್ಚಲಳಾಗಿ ಮಲಗಿದ್ದಳು. ನನ್ನ ಕರಗಳಲ್ಲಿ ಆಕೆಯ ಕೈಯನ್ನು ಹಿಡಿದುಕೊಂಡೆ. ಕೆಲನಿಮಿಷಗಳ ನಂತರ, ಮುಪ್ಪಿನಿಂದ ಸುಕ್ಕಾದರೂ ಇನ್ನೂ ಸುಂದರವಾಗಿದ್ದ ಆಕೆಯ ಹಣೆಯನ್ನು ಚುಂಬಿಸಲು ಬಗ್ಗುತ್ತಿದ್ದಂತೆ ಆಕೆ ಅಸ್ಪಷ್ಟ ದನಿಯಲ್ಲಿ ಕೇಳಿದಳು, 'ಚುಮು ಕ್ಯಾನೋ ಖಾಚ್ಛೊ?' – ನನ್ನನ್ನೇಕೆ ಚುಂಬಿಸುತ್ತಿರುವಿ?

'ಖಾಬೊನಾ ಕ್ಯಾನೋ?' – ಏಕೆ ಬೇಡ? ನಾನು ಕೇಳಿದೆ.

ಆಕೆ ಸರಾಗವಾಗಿ ಉತ್ತರಿಸಿದಳು, 'ಜಾವೋ, ಜಗತ್ ತಾ ಕೆ ಚುಮು ಖಾವೋ' – ಹೋಗು, ಜಗವ ಚುಂಬಿಸು.

ಅಂಧಳಾದ ನನ್ನ ತಾಯಿ ನನ್ನೊಂದಿಗೆ ನುಡಿದ ಆ ಕೊನೆಯ ಮಾತುಗಳು ಮುಂದೆ ನನ್ನ ಜೀವನವನ್ನು ರೂಪಿಸಿದ ಮೂಲತತ್ವಗಳಾದವು.

ಂ

ರಾತ್ರಿಯೆಲ್ಲಾ ಕೋಣೆಯಲ್ಲಿ ಎಚ್ಚರಿದ್ದು ಕಾಯುತ್ತಿದ್ದ ಸೀಮೆಎಣ್ಣೆಯ ಒಂಟಿ ದೀಪ ತನ್ನ ಗಾಜನ್ನು ಮಸಿಯಿಂದ ಕಪ್ಪಗಾಗಿಸಿತ್ತು. ಚಿಕ್ಕ ಸರ್ಕಾರೀ ಮನೆಯ ಆ

ಕೋಣೆಯ ಮಿಣುಕು ಬೆಳಕಿನಲ್ಲಿ ಹೆಂಚಿನ ಸೂರಿನ ಕೆಳಗೆ ಮಾಖನ್‌ಗೋಪಾಲ್ ಬಾಗ್ಚಿ ಮತ್ತು ಆತನ ನಾಲ್ಕು ಮಕ್ಕಳು ಮುದುರಿಕೊಂಡು ಕೂತಿದ್ದರು. ದೊಡ್ಡವನಿಗೆ ಹದಿನಾಲ್ಕು, ಎರಡನೆಯವ ಹದಿಮೂರು, ಇನ್ನುಳಿದವರು ಹನ್ನೆರಡು ಮತ್ತು ಮೂರು ವರ್ಷದ ಗಂಡು ಮಕ್ಕಳು. ಪಕ್ಕದ ಕೋಣೆಯಿಂದ ನರಳುವ ಸದ್ದು ಕೇಳುತ್ತಿತ್ತು. ಲಾವಣ್ಯಪ್ರಭಾ ಹೆರಿಗೆಯ ನೋವು ಬರುವ ಆ ದಿನದವರೆಗೂ ಗಂಡ, ಮಕ್ಕಳ ಹೊಟ್ಟೆ, ನೆತ್ತಿ ನೋಡಿಕೊಂಡು ಮನೆಯನ್ನು ನಿಭಾಯಿಸಿದ್ದಳು. ಮನೆಯ ಹೊರಗಿದ್ದ ಸಾರ್ವಜನಿಕ ಬಾವಿಯ ಆಚೆಗೆ ದಟ್ಟ ಕತ್ತಲೆ ಹರಡಿತ್ತು.

ಐದು ಸಾವಿರ ಜನಸಂಖ್ಯೆಯಿದ್ದ ಚಿಕ್ಕ ಊರು ಪಟ್ನಾಗರ್. ಮಳೆಗಾಲದಲ್ಲಿ ಪಕ್ಕದಲ್ಲಿದ್ದ ನದಿಯ ಸೇತುವೆ ಕುಸಿದು, ಹೊರಜಗತ್ತಿನ ಸಂಪರ್ಕವನ್ನೇ ಕಳೆದುಕೊಳ್ಳುತ್ತಿದ್ದ ಆ ಊರಿನಲ್ಲಿ ಆಸ್ಪತ್ರೆಯಿರಲಿಲ್ಲ. ಐದನೇ ಮಗುವನ್ನು ಎದುರು ನೋಡುತ್ತಿದ್ದ ತಹಶೀಲ್ದಾರನಿಗೆ ಆತಂಕ ಹೆಚ್ಚುತ್ತಿತ್ತು. ಪಟ್ನಾಗರ್‌ನಂಥಾ ಊರಿನಲ್ಲಿ ಮನೆಯಲ್ಲೇ ಹೆರಿಗೆಯಾಗುವುದು ಸಾಮಾನ್ಯವಾಗಿದ್ದರೂ ಈ ಸಲದ ಹೆರಿಗೆ ವೈದ್ಯರ ಸಹಾಯವಿಲ್ಲದೆ ಆಗುವ ಭರವಸೆಯಿರಲಿಲ್ಲ. ತುರ್ತು ಪರಿಸ್ಥಿತಿಗಳಲ್ಲಿ ಕುಟುಂಬಕ್ಕಿದ್ದ ಒಂದೇ ಆಶಾಕಿರಣ ವೆಂದರೆ, ಅರ್ಧ ಕಿಲೋಮೀಟರ್ ದೂರದಲ್ಲಿ ವಾಸಿಸುತ್ತಿದ್ದ ಡಾ.ಎಸ್.ಕೆ.ಮಿತ್ರಾ ಮತ್ತು ಆರೋಗ್ಯ ಕಾರ್ಯಕರ್ತೆಯಾಗಿದ್ದ ಅವರ ಪತ್ನಿ, ಮನೋರಮಾ. ಡಾಕ್ಟರನ್ನು ಕರೆತರಲು ಮಕ್ಕಳಲ್ಲೊಬ್ಬರನ್ನು ಕಳಿಸುವುದೋ ಅಥವಾ ತೊಂದರೆ ಕೊಡುವ ಮೊದಲು ಇನ್ನಷ್ಟು ಹೊತ್ತು ಕಾಯುವದೋ ಎಂಬ ಯೋಚನೆಯಲ್ಲಿದ್ದ ತಹಶೀಲ್ದಾರ್, ನರಳುವಿಕೆ ಹೆಚ್ಚುತ್ತಲೇ ಹೋದಾಗ ಕರೆಕಳುಹಿಸಲು ನಿರ್ಧರಿಸಿದ.

"ಹೋಗಿ ಮಿತ್ರಾರನ್ನು ಕರೆದುಕೊಂಡು ಬಾ", ತನ್ನ ದೊಡ್ಡ ಮಗನಿಗೆ ಹೇಳಿದ್ದ.

ಎರಡನೆಯ ಮಹಾಯುದ್ಧದ ನಂತರ ಅನೇಕ ವೈದ್ಯಕೀಯ ಉಪವೃತ್ತಿಗಳನ್ನು ಮಾನ್ಯತೆ ಮಾಡಿ, ಅವರಿಗೆ ಮರುತರಬೇತಿ ನೀಡಿ, ವೈದ್ಯರುಗಳಂತೆ ಸೇವೆ ಸಲ್ಲಿಸಲು ಅವಕಾಶ ನೀಡಲಾಗಿತ್ತು. ಅಂಥದೊಂದು ವೈದ್ಯಕೀಯ ಪರವಾನಗಿ ಪಡೆದಿದ್ದ ಕ್ಯಾಪ್ಟನ್ ಎಸ್.ಕೆ.ಮಿತ್ರಾ ಯುದ್ಧದ ನಂತರ ಬೋಲಂಗೀರ್‌ನ ರಾಜನ ಆಳ್ವಿಕೆಯಲ್ಲಿದ್ದ ಪಟ್ನಾಗರ್‌ನಲ್ಲಿ ಬಂದು ನೆಲೆಸಿದ್ದರು. ಮಹಾರಾಷ್ಟ್ರದಿಂದ ಆರೋಗ್ಯ ಕಾರ್ಯಕರ್ತೆಯಾಗಿ ಇಲ್ಲಿಗೆ ಬಂದಿದ್ದ ಕ್ರಿಶ್ಚಿಯನ್ ಮಹಿಳೆ ಮನೋರಮಾರೊಡನೆ ಆದ ಭೇಟಿ ಪ್ರೇಮಕ್ಕೆ ತಿರುಗಿ, ಮದುವೆಯಾಗಿತ್ತು. ಇಬ್ಬರೂ ಅಲ್ಲಿದ್ದ ಕೆಲವೇ ಮನೆಗಳಿಗೆ ತಮ್ಮ ಸೇವೆಯನ್ನು ಮುಂದುವರಿಸಿದ್ದರು. ಮನೋರಮಾ ಇಂಗ್ಲಿಷ್ ಮಾತಾಡುತ್ತಿದ್ದ ಒಬ್ಬಳೇ ಮಹಿಳೆ ಯಾದ್ದರಿಂದ, ತಹಶೀಲ್ದಾರನ ನಾಲ್ಕು ಮಕ್ಕಳಿಗೆ 'ಮೇಮ್‌ಸಾಹೇಬ್ ಮಾಶೀಮಾ' ಆಗಿದ್ದಳು. ಆ ಕುಟುಂಬಕ್ಕೆ ಅವರು ಬರೀ ಡಾಕ್ಟರಾಗಿರಲಿಲ್ಲ, ಮನೆಯವರಂತೆಯೇ ಇದ್ದರು. ಪಟ್ನಾಗರ್‌ನಂಥ ಚಿಕ್ಕ ಊರಿನಲ್ಲಿ ಎಲ್ಲರೂ ಒಬ್ಬರಿಗೊಬ್ಬರು ನೆಂಟರೇ. ಮಿತ್ರಾ ದಂಪತಿಗೆ ಅಲ್ಪ ಆದಾಯವಿದ್ದರೂ, ಇಂತಹ ತುರ್ತು ಕರೆಗಳಿಗೆ ದುಡ್ಡನ್ನೇನೂ ತೆಗೆದುಕೊಳ್ಳದೆ ಸದಾ ಸಹಾಯಕ್ಕಿರುತ್ತಿದ್ದರು.

ಕತ್ತಲಲ್ಲಿ ಓಡಿದ ಹುಡುಗನಿಗೆ ಮಿತ್ರಾ ಮಹಾಶಯರ ಮನೆ ಎಷ್ಟು ದೂರವೋ ಎನಿಸಿತ್ತು. ಮನೆ ತಲುಪಿ, ಉಸಿರುಗಟ್ಟಿಕೊಂಡು ವಿಷಯ ತಿಳಿಸಿದ ಹುಡುಗನೊಡನೆ ಡಾಕ್ಟರು ಹೊರಟರು. ಕಾಯುವುದನ್ನು ಬಿಟ್ಟು ಕುಟುಂಬಕ್ಕೆ ಇನ್ನೇನೂ ಮಾಡುವಂತಿರಲಿಲ್ಲ, ಆದರೂ ಡಾಕ್ಟರು ಬಂದದ್ದು ಇನ್ನೆಲ್ಲಾ ಸುಗಮವಾಗಲಿದೆಯೆಂಬ ನೆಮ್ಮದಿ ತಂದಿತ್ತು. ಡಾ.ಮಿತ್ರಾರವರು ಲಾವಣ್ಯಳ ಆರೈಕೆಗೆ ತೊಡಗಿದರೂ ನರಳುವಿಕೆಯೇನೂ ಕಡಿಮೆಯಾಗಲಿಲ್ಲ. ಸ್ವಲ್ಪ ಹೊತ್ತಿನಲ್ಲಿ ಹೊರ ಬಂದ ಡಾ.ಮಿತ್ರಾ ತಮ್ಮ ಪತ್ನಿಗೆ ಹೇಳಿ ಕಳುಹಿಸಲು ತಿಳಿಸಿದರು. ಅವರೊಬ್ಬರೇ ಪರಿಸ್ಥಿತಿಯನ್ನು ನಿಭಾಯಿಸುವುದು ಕಷ್ಟವಿತ್ತು.

ಹುಡುಗ ಮತ್ತೆ ಓಡಿದ್ದ. ಆಗಷ್ಟೇ ಮೆಲ್ಲನೆ ಹೊರಗೆ ಇಣುಕುತ್ತಿದ್ದ ಸೂರ್ಯ ಕತ್ತಲ ಆಗಸದಲ್ಲಿ ನಸು ಬೆಳಕು ಮೂಡಿಸಿದ್ದ. ಹುಡುಗ ಸ್ಥಳೀಯ ರೊಮಯ್ ಹೈಸ್ಕೂಲಿನಿಂದ ಫಸ್ಟ್ ಕ್ಲಾಸಿನಲ್ಲಿ ಮ್ಯಾಟ್ರಿಕ್ ಪಾಸಾಗಿದ್ದ. ಮಾತೃಭಾಷೆಯಲ್ಲಿ ಕಲಿತು ಫಸ್ಟ್ ಕ್ಲಾಸ್ ಪಡೆದ ಎರಡನೆಯ ವಿದ್ಯಾರ್ಥಿಯಾಗಿದ್ದು, ಕೆಲವೇ ದಿನಗಳಲ್ಲಿ ಕಟಕ್‌ನಲ್ಲಿದ್ದ ರಾವೆನ್‌ಶಾ ಕಾಲೇಜಿಗೆ ಸೇರಲು ಕಾಯುತ್ತಿದ್ದ. ಕಟಕ್‌ನ ಹಾದಿ ದೂರದ್ದಾಗಿತ್ತು. ಮೂರು ಗಂಟೆಗಳ ಬಸ್ ಪ್ರಯಾಣದಲ್ಲಿ ನಲವತ್ತು ಕಿಲೊಮೀಟರ್ ಕ್ರಮಿಸಿದರೆ ಸಿಗುತ್ತಿದ್ದುದು ಸಂಬಲ್‌ಪುರ. ಅಲ್ಲಿಂದ ರಾತ್ರಿಯ ಬಸ್ ಹಿಡಿದು ಮೀರಾಮಂಡಲಿ ಸ್ಟೇಷನ್ ತಲುಪಿದರೆ, ಅಲ್ಲಿ ದಿನಕ್ಕೊಮ್ಮೆ ಬರುತ್ತಿದ್ದ ತಾಲ್ಚರ್ ಪ್ಯಾಸೆಂಜರ್ ರೈಲು ಕಟಕ್‌ಗೆ ಕೊಂಡೊಯ್ಯುತ್ತಿತ್ತು. ಒಟ್ಟಾರೆ ಸುಮಾರು ಇಪ್ಪತ್ನಾಲ್ಕು ಗಂಟೆಗಳ ಪ್ರಯಾಣ. ಆದರೆ ಹುಡುಗನಿಗೆ ಸದ್ಯಕ್ಕೆ ಮೇಮ್‌ಸಾಹೇಬ್ ಮಾಶೀಮಾಳ ಮನೆ ಅದಕ್ಕಿಂತ ದೂರವೆನಿಸಿತ್ತು. ತನ್ನಿಂದ ಸಾಧ್ಯವಿದ್ದಷ್ಟು ವೇಗದಲ್ಲಿ ಓಡಿದ ಹುಡುಗ ಅನಂತವೆಂದು ಕಂಡ ಆ ದೂರವನ್ನು ಕ್ರಮಿಸಿ ಕೊನೆಗೂ ಆಕೆಯ ಮನೆ ತಲುಪಿದ್ದ.

ಮೇಮ್‌ಸಾಹೇಬ್ ಮಾಶೀಮಾ ಓಡುತ್ತಲೇ ಮನೆಗೆ ಧಾವಿಸಿದಳು. ವರಾಂಡದೊಳಗೆ ಕಾಲಿಡುತ್ತಿದ್ದಂತೆ ನರಳಾಟ ಇದ್ದಕ್ಕಿದ್ದಂತೆ ನಿಂತು ನವಜಾತ ಶಿಶುವಿನ ಅಳು ಮನೆಯನ್ನೆಲ್ಲಾ ತುಂಬಿತ್ತು.

ಹೊಂಬಣ್ಣದ ಸೂರ್ಯ ಪೂರ್ವದಲ್ಲಿ ಹೊರಹೊಮ್ಮಿ ಹೊಸ ದಿನವೊಂದರ ಉದಯವಾಗುತ್ತಿದ್ದ ಕ್ಷಣದಲ್ಲಿ ನಾನು ಜನಿಸಿದೆನೆಂದು ನನ್ನ ತಾಯಿ ಯಾವಾಗಲೂ ಹೇಳುತ್ತಿದ್ದಳು. ನನ್ನ ಜನನದ ನೆನಪು ಮನಸ್ಸಿಗೆ ಬಂದಾಗಲೆಲ್ಲ ಇದಿರು ನಿಲ್ಲುವ ಈ ಪ್ರತಿಮೆ ನನಗೆ ಅತೀವ ಮುದವನ್ನುಂಟುಮಾಡುತ್ತದೆ.

❍

ನನ್ನ ಬಾಲ್ಯದ ಮೊತ್ತ ಮೊದಲ ನೆನಪೆಂದರೆ ಮೂರು ವರ್ಷದವನಾಗಿದ್ದದ್ದು. ಅಲ್ಲಿಂದ ಇಲ್ಲಿಯವರೆಗೂ ನನ್ನ ಬೆಳವಣಿಗೆಯನ್ನು ಒಬ್ಬ ಛಾಯಾಗ್ರಾಹಕನ ಸೂಕ್ಷ್ಮತೆಯಿಂದ ಗಮನಿಸುತ್ತಾ ಬಂದಿದ್ದೇನೆ. ನಮ್ಮ ಜೀವನವನ್ನು ಗಮನಿಸುತ್ತಲೇ ಬದುಕಿದರೆ ಅದು ಆಕರ್ಷಕವಾಗುತ್ತದೆ. ನನ್ನ ಬಾಳಿನ ಘಟನೆಗಳಲ್ಲೊಂದು ಸುತ್ತು ಹಾಕಿದರೆ ಸ್ವಾರಸ್ಯಕರವಾದ ಮಾರ್ಗವೊಂದು ಗೋಚರವಾಗುತ್ತದೆ. ಅದರಲ್ಲಿ ಎರಡು

ತಿರುವುಗಳಿವೆ – ಒಂದು ನನ್ನ ಇಪ್ಪತ್ತನೇ ವಯಸ್ಸಿಗೆ ಕಾಲಿಟ್ಟಾಗ, ಇನ್ನೊಂದು ನಲವತ್ತರ ಆರಂಭದಲ್ಲಿ. ನನ್ನ ಸುತ್ತಲಿನ ಲೆಕ್ಕವಿಲ್ಲದಷ್ಟು ಜನ ಡಾಕ್ಟರುಗಳು, ವಕೀಲರು, ಅಧ್ಯಾಪಕರು ಮತ್ತು ಇಂಜಿನಿಯರುಗಳು ಮುಂತಾದ ವೃತ್ತಿಪರರ ಜೀವನಗಳನ್ನು ಗಮನಿಸಿದರೆ ಅವೇ ಸ್ಫುಟವಾದ ತಿರುವುಗಳನ್ನೇ ಕಾಣುತ್ತೇನೆ. ಪ್ರತಿಯೊಂದು ಜೀವನವನ್ನೂ ಮೂರು ಸ್ಪಷ್ಟ ಭಾಗಗಳನ್ನಾಗಿ ವಿಭಜಿಸಬಹುದು.

ಈ ಪುಸ್ತಕದ ಮೊದಲ ಭಾಗದಲ್ಲಿ ನನ್ನ ಬಾಲ್ಯದಲ್ಲಿ ಜೀವಿಸುವ ನೀವು ಬಹುಶಃ ಅದನ್ನು ಮೆಚ್ಚುತ್ತೀರೆಂದುಕೊಂಡಿದ್ದೇನೆ. ಮಗುವೊಂದರ ಮನಸ್ಸಿನಲ್ಲಿ ಅಚ್ಚೊತ್ತುವ ನೀತಿ ಮತ್ತು ಮೌಲ್ಯಗಳು, ಚಲನಶೀಲತೆ ತುಂಬುವ ಆತ್ಮವಿಶ್ವಾಸ, ಮಾರ್ಗದರ್ಶನವೆಂಬುದು ನಮ್ಮ ಜೀವನದ ಯಾವುದೇ ಹಂತದಲ್ಲೂ ತರಬಲ್ಲ ಮಾಂತ್ರಿಕ ಬದಲಾವಣೆಗಳು ಇವೆಲ್ಲವನ್ನೂ ಕಾಣುತ್ತೀರಿ. ನಾವೆಂದೂ ಮರೆಯಲಾಗದ ಬಾಲ್ಯದ ನಲಿವನ್ನು ಅನುಭವಿಸುತ್ತೀರಿ. ನನ್ನ ಬಾಲ್ಯ ನನಗೆ ಅತ್ಯಮೂಲ್ಯವಾದುದು. ಅದನ್ನು ಮರೆತರೆ ನನ್ನೊಳಗಿನ ಬಾಲಕ ಸತ್ತುಹೋಗುತ್ತಾನೆ.

ಎರಡನೆಯ ಭಾಗದಲ್ಲಿ ಒಬ್ಬ ವೃತ್ತಿಪರನ ರೂಪಿಸುವಿಕೆಯನ್ನು ಶೋಧಿಸುತ್ತಾ ಹೋಗುವಿರಿ. ಆ ವಯಸ್ಸಿನ ಎಲ್ಲರಂತೆ ಆತ ಕೂಡಾ ತಾನೊಬ್ಬ 'ವಿಶಿಷ್ಟ'ನಾಗಲು ಬಯಸುತ್ತಾನೆ. ಅದು ತನ್ನ ಏಳು ಬೀಳುಗಳೊಂದಿಗೆ ನಮಗೆಲ್ಲ ಪರಿಚಿತವಾದ ಹಂತ. ಹರೆಯದ ಹುಸಿ ರೋಮಾಂಚನಗಳಿಗೂ, ಉದ್ಯೋಗದಲ್ಲಿನ ಕಟುವಾಸ್ತವಕ್ಕೂ ಇರುವ ಕಂದಕವನ್ನು ತೆರೆದಿಡುವ ಹಂತ. ಆದರೆ ಒಂದಷ್ಟು ಯಥಾದೃಷ್ಟಿ ಮತ್ತು ಸರಿಯಾದ ಮನಃಸ್ಥಿತಿಯಿದ್ದಲ್ಲಿ ಆ ಕಂದಕಗಳನ್ನು ಮುಚ್ಚಲೂಬಹುದು. ನನ್ನ ವೃತ್ತಿಜೀವನವನ್ನು ಸರ್ಕಾರೀ ಕಚೇರಿಯಲ್ಲಿ ಗುಮಾಸ್ತನಾಗಿ ಪ್ರಾರಂಭಿಸಿದ ನಾನು, ಕೊನೆಗೆ ಉದ್ಯಮ ಬಂಡವಾಳ (Venture Funding) ಪಡೆದು ಷೇರುಪೇಟೆಯಲ್ಲಿ ನೋಂದಾಯಿತವಾದ ಮಾಹಿತಿ ತಂತ್ರಜ್ಞಾನ ಆಧಾರಿತ ಸೇವೆಗಳನ್ನು ನೀಡುವ ಮೊದಲ ಕಂಪನಿಯಾಗಿ ಮೈಂಡ್‌ಟ್ರೀಯನ್ನು ಇತರರೊಡಗೂಡಿ ಪ್ರಾರಂಭಿಸಿದೆ.

ನದಿ ತನ್ನ ಮೂಲದಲ್ಲಿದ್ದಾಗ ಅದು ಕಡಲನ್ನು ಸೇರಲು ಬಳಸುವ ಹಾದಿಯ ಕಲ್ಪನೆಯೂ ನಮಗಿರುವುದಿಲ್ಲ. ಆದಾಗ್ಯೂ, ನಾನು ಭೇಟಿ ಮಾಡುವ ಲೆಕ್ಕವಿಲ್ಲದಷ್ಟು ಜನ ತರುಣ ವೃತ್ತಿನಿರತರು ಸರಿಯಾದ ಸಂಸ್ಥೆ, ಸರಿಯಾದ ಕೆಲಸವನ್ನಾಯ್ದುಕೊಳ್ಳುವಲ್ಲಿ ಅದೆಷ್ಟು ಕಾತರತೆ ತೋರುತ್ತಾರೆ, ವೃತ್ತಿ ಜೀವನವನ್ನು ಅತಿಯಾಗಿ ಯೋಜಿಸುತ್ತಾರೆ. ಅವರು ಸಾಮಾನ್ಯವಾಗಿ ಕೇಳುವ ಪ್ರಶ್ನೆಯೆಂದರೆ, "ಈ ಕೆಲಸ ನನ್ನ ವೃತ್ತಿಜೀವನಕ್ಕೆ ಹೇಗೆ ಸಹಾಯವಾದೀತು?" ಆದರೆ ಅದನ್ನು ಕರಾರುವಾಕ್ಕಾಗಿ ಬಲ್ಲವರಾರು? ಪರಿಪೂರ್ಣವಾದ ಹಾದಿಯನ್ನು ಕೊರೆದುಕೊಳ್ಳುವ ತವಕದಲ್ಲಿ ಅನೇಕರು "ನಾನೇನಾಗುತ್ತೇನೋ..." ಎಂಬ ತಲ್ಲಣಕ್ಕೆ ಸಿಲುಕಿ, ಚಿಕ್ಕಪುಟ್ಟ ಕೆಲಸಗಳ ಪ್ರಾಮುಖ್ಯತೆಯನ್ನೇ ನಿರ್ಲಕ್ಷಿಸುತ್ತಾರೆ. ವೃತ್ತಿಜೀವನದ ಆರಂಭದದಲ್ಲಿ ನಾವು ಯಾವ ಉದ್ಯೋಗ ಮಾಡುತ್ತೇವೆಂಬುದು ನಿಜಕ್ಕೂ ಗೌಣವಾದುದು. ಆ ಕೆಲಸದ ಜೊತೆಗೆ ನಾವು ಬೆಳೆಸಿಕೊಳ್ಳುವ ನಮ್ಮ ಕಾಯಕ

ನೀತಿಗೆ (Work Ethic) ಮಹತ್ವವಿರುತ್ತದೆ. ನಿಮ್ಮ ಮೊದಲನೆಯ, ಎರಡನೆಯ ಮತ್ತು ಬಹುಶಃ ಮೂರನೆಯ ಉದ್ಯೋಗ ಕೂಡಾ ನಿಮ್ಮ ವೃತ್ತಿಜೀವನವನ್ನು ರೂಪಿಸಲಾರದು. ನೀವು ನಿಮ್ಮ ವೃತ್ತಿಗೆ ನೀಡುವ ಗೌರವ, ತಾಳ್ಮೆ, ಪ್ರೇಮ ಮತ್ತು ಕೃತಜ್ಞತೆಗಳು ಮಾತ್ರ ನಿಮ್ಮ ವೃತ್ತಿಜೀವನವನ್ನು ರೂಪಿಸಬಲ್ಲವು.

ಮೂರನೆಯ ಭಾಗದಲ್ಲಿ, ನನ್ನ ನಲವತ್ತರಲ್ಲಿ ಶುರುವಾಗಿ ಇನ್ನೂ ತೆರೆದುಕೊಳ್ಳುತ್ತಲೇ ನಡೆದಿರುವ ಯಾನದಲ್ಲಿ ನಿಮ್ಮನ್ನು ಕೊಂಡೊಯ್ಯುತ್ತೇನೆ. ನನ್ನ ಸೋಲು ಗೆಲುವುಗಳು ಮತ್ತು ನನ್ನ ಮುಂದಿದ್ದವರಿಂದ ನಾನು ಕಲಿತ ಪಾಠಗಳು ಇವೆಲ್ಲವನ್ನೂ ನಿಮ್ಮ ಮುಂದಿಡುತ್ತೇನೆ. ಒಬ್ಬ ಯಶಸ್ವೀ ವೃತ್ತಿಪರನಿಗೆ ನಲವತ್ತರ ವಯಸ್ಸಿನ ದಶಕ ನಿರ್ಣಾಯಕ ಘಟ್ಟವಿದ್ದಂತೆ. ಅಂತಿಮ ಶೃಂಗವನ್ನು ಜಯಿಸುವ ಪೂರ್ವತಯಾರಿಗೆ ನಡೆಸುವ ಆಕ್ರಮಣ ಶಿಬಿರವನ್ನು(Assault Camp) ಬಹುವಾಗಿ ಹೋಲುವ ಅವಧಿಯದು. ಅನೇಕ ಪ್ರಲೋಭನೆಗಳನ್ನು ಒಡ್ಡುತ್ತಲೇ, ಆಯ್ದವರನ್ನು ಮಾತ್ರ ಮೇಲೇರಿಸುತ್ತಾ, ಉಳಿದೆಲ್ಲ ಸ್ಪರ್ಧಿಗಳನ್ನು ನಿರ್ದಯವಾಗಿ ಅಳಿಸಿಹಾಕುವ ಕಾಲ. ಅದೇನೂ ಮಂದಗತಿಯ ಪ್ರಕ್ರಿಯೆಯಲ್ಲ, ಕಣ್ಣು ಮುಚ್ಚಿ ತೆರೆಯುವಷ್ಟರಲ್ಲಿ ಫಲಿತಾಂಶ ಥುತ್ತನೆ ಎದುರಿಗೆ ನಿಂತು ನಿಮ್ಮನ್ನು ದಿಟ್ಟಿಸುತ್ತದೆ. ಇಪ್ಪತ್ತರ ಹರೆಯದಲ್ಲಿದ್ದ ಆಯ್ಕೆಗಳನ್ನು ಮರುಪರಿಶೀಲಿಸುವ ಮತ್ತು ಬದುಕಿನ ಬಂಡಿಯನ್ನು ಹಿಂದಕ್ಕೋಡಿಸಬಲ್ಲ ಸ್ವಾತಂತ್ರ್ಯವನ್ನು ಜೀವನ ನಿಮಗಿಲ್ಲಿ ಕರುಣಿಸುವುದಿಲ್ಲ. ಬದುಕಿನ ಪಯಣದ ಈ ಹಂತದಲ್ಲಿ ಆಳವಾಗಿ ಆಲೋಚಿಸಿ ಎಚ್ಚರದಿಂದ ಹೆಜ್ಜೆಯಿಡದಿದ್ದಲ್ಲಿ ಶಿಖರಕ್ಕೇರುವ ಬದಲು ಪ್ರಪಾತವನ್ನು ಕಾಣಬೇಕಾದೀತು. ಎಷ್ಟೋ ಮಹತ್ಸಾಧಕರು ಈ ಹಂತದವರೆಗೂ ಬಂದು, ತಮ್ಮಿಚ್ಛೆಯ ವೃತ್ತಿಜೀವನವನ್ನು ತೊರೆದು ದೂರ ಸರಿದಿರುವುದನ್ನು ನಾನು ನೋಡಿದ್ದೇನೆ.

ನೀವು ಓದು ಪ್ರಾರಂಭಿಸುವ ಮೊದಲು ನಿಮಗೆ ಎರಡು ಸಂಗತಿಗಳನ್ನು ತಿಳಿಸಬೇಕು. ಈ ಕಥಾನಕದ ಅವಶ್ಯಕತೆಗಾಗಿ ಉದ್ದಕ್ಕೂ 'ನಾನು' ಎಂದೇ ನಿಮ್ಮೊಡನೆ ಮಾತಾಡಿದ್ದೇನೆ. ಆದರೆ ನನ್ನ ಜೀವನ 'ನಾನು, ನನ್ನದು'ಗಳ ಸುತ್ತ ಮಾತ್ರವೇ ಸುತ್ತಿಲ್ಲ. ಸುತ್ತಲಿನ ಜನ, ಅವರ ಪ್ರೀತಿ ವಿಶ್ವಾಸಗಳಿಲ್ಲದೆ ನಾನು ಒಂದು ದಿನವೂ ಇರಲಾರೆ. ಆದ್ದರಿಂದ, ಈ ನಿರೂಪಣೆಯಲ್ಲಿ 'ನಾನು' ಹೆಚ್ಚಾಗಿ ಬಳಕೆಯಾಗಿದ್ದರೂ, ಅದರಲ್ಲಿನ 'ನನ್ನ'ನ್ನು ಬದಿಗಿಟ್ಟು, ಕ್ರಮಿಸಿದ ಹಾದಿ ಮತ್ತು ಕಲಿತ ಪಾಠಗಳತ್ತ ಮಾತ್ರ ಗಮನವಿಡಿ. ಎರಡನೆಯದಾಗಿ, ನನ್ನ ಪತ್ನಿ ಸುಸ್ಮಿತಾಳ ಬಗ್ಗೆ ಬಿಟ್ಟು ಇನ್ನೆಲ್ಲ ಅನುಭವಗಳನ್ನೂ ಯಾವುದೇ ಮುಚ್ಚುಮರೆಯಿಲ್ಲದೆ, ನೇರವಾಗಿ ಇಲ್ಲಿ ಹಂಚಿಕೊಂಡಿದ್ದೇನೆ. ಸುಸ್ಮಿತಾ ನನ್ನೊಡನೆಯೇ ಬೆಳೆದವಳು, ನನ್ನ ವೃತ್ತಿಜೀವನದಲ್ಲೂ ಆಕೆಯ ಪ್ರಭಾವ ಸಾಕಷ್ಟಿದೆ. ಆಕೆ ಹದಿನೈದು ವರ್ಷದವಳಿದ್ದಾಗಿನಿಂದ ನನಗೆ ಒತ್ತಾಸೆಯಾಗಿ ನಿಲ್ಲದಿದ್ದರೆ, ನಾನಿಂದು ಎಲ್ಲಿರುತ್ತಿದ್ದೆನೋ? ಕಲ್ಪಿಸಿಕೊಳ್ಳುವುದೂ ಕಷ್ಟ. ಅಂದಿನಿಂದ ಇಂದಿನವರೆಗೂ ಗಿಬ್ರಲ್ಟಾರ್ ಬಂಡೆಯಂತೆ ಸುಸ್ಮಿತಾ ನನ್ನೊಡನಿದ್ದಾಳೆ. ಪ್ರೀತಿಪಾತ್ರರ ಬೆಂಬಲವಿಲ್ಲದೆ ಯಾರೂ

ಉನ್ನತ ಪದವಿಗೇರಲು ಸಾಧ್ಯವಿಲ್ಲ. ಆಕೆಯ ಇಚ್ಛೆಯನ್ನು ಗೌರವಿಸಿ ನಮ್ಮಿಬ್ಬರ ಮಧ್ಯದ ಖಾಸಗಿ ವಿಷಯಗಳನ್ನು ಈ ಪುಸ್ತಕದಲ್ಲಿ ಸೇರಿಸಿಲ್ಲ.

ನಿಮ್ಮ ಜೀವನ ನಿಮಗೆ ಮಾತ್ರ ದೊರೆತ ಒಂದು ಸುಂದರ ಕಾಣಿಕೆ. ಈ ವಿಶ್ವದಲ್ಲಿ ಬೇರೆ ಯಾರೂ ನೀವಾಗಲು ಸಾಧ್ಯವಿಲ್ಲ. ಹೀಗಾಗಿ, ನನ್ನ ಜೀವನದ ಕತೆಗೆ ತನ್ನಷ್ಟಕ್ಕೆ ಯಾವ ಮಹತ್ವವೂ ಇಲ್ಲ. ನೀವದರಿಂದ ಏನನ್ನು ತೆಗೆದುಕೊಳ್ಳುವಿರಿ ಎಂಬುದಷ್ಟೇ ಮುಖ್ಯ. ನಾನು ಕಲಿತ ಕೆಲವು ಪಾಠಗಳು ನಿಮ್ಮಲ್ಲಿ ಆಸಕ್ತಿ ಹುಟ್ಟಿಸಿ, ಪ್ರಯೋಜಕವೆನಿಸಬಹುದು. ಆದರೆ ಅವು ನಿಮ್ಮನ್ನು ಯಾವ ರೀತಿಯ ಚಿಂತನೆಗೆ ತೊಡಗಿಸಿ, ನಿಮ್ಮ ಜೀವನದ ಪಾಠಗಳಿಗೆ ದಾರಿ ತೋರಿಸುತ್ತವೆಂಬುದು ಮಾತ್ರ ಪ್ರಸ್ತುತವಾಗುತ್ತದೆ. ಅದಕ್ಕಿಂತ ಹೆಚ್ಚಿನ ಪ್ರಯೋಜನವೇನಿದೆ? ಬರೀ ಬದುಕು ನಡೆಸುವುದಕ್ಕಿಂತ ಆ ಬದುಕನ್ನು ಇದಿರಿಟ್ಟು ಅವಲೋಕಿಸಬಲ್ಲ ಪ್ರಕ್ರಿಯೆ ಇನ್ನೂ ಸುಂದರ!

ಭಾಗ 1

ಅಧ್ಯಾಯ 1

ಜಂಗಮಕ್ಕಳಿವಿಲ್ಲ

ಮೊದಲ ಮಾನವ ನಿರ್ಮಿತ ಉಪಗ್ರಹವಾದ ಸ್ಪೂಟ್ನಿಕ್ ಯಶಸ್ವಿಯಾಗಿ ಭೂಕಕ್ಷೆಯನ್ನು ಸೇರಿದ ಘಟನೆಯ ನಾಲ್ಕು ತಿಂಗಳ ಮೊದಲಷ್ಟೇ, ಒಡಿಶಾ ರಾಜ್ಯದ ಪಟ್ನಾಗರ್ ಎಂಬ ಊರಿನಲ್ಲಿ, 1957ರ ಮೇ ತಿಂಗಳಲ್ಲಿ ನಾನು ಜನಿಸಿದೆ. ಸ್ಪೂಟ್ನಿಕ್ ಭೂಕಕ್ಷೆಯನ್ನು ಸೇರುವುದರೊಂದಿಗೆ ಕಾಲ ದೇಶಗಳು ಸಂಕುಚಿತಗೊಳ್ಳುತ್ತವೆಂದು ಸಂಪರ್ಕ ವಿಜ್ಞಾನಿ ಮಾರ್ಷಲ್ ಮೆಕ್ಲುಹನ್ ಭವಿಷ್ಯ ನುಡಿದಿದ್ದರು. ಉಪಗ್ರಹ ತಂತ್ರಜ್ಞಾನದಿಂದ ಮುಂಬರುವ ದಶಕಗಳಲ್ಲಿ ಜಗತ್ತಿನ ಮೇಲಾಗುವ ವಿಶೇಷ ಪರಿಣಾಮವನ್ನು ಸೂಚಿಸಲು ಅವರು "ಜಾಗತಿಕ ಹಳ್ಳಿ" (Global Village) ಎಂಬ ಹೊಸ ಶಬ್ದವನ್ನೇ ಹುಟ್ಟುಹಾಕಿದರು. ಹದಿನೆಂಟು ಸಾವಿರ ಜನಸಂಖ್ಯೆಯುಳ್ಳ ಪಟ್ನಾಗರ್ ಇಪ್ಪತ್ತೊಂದನೇ ಶತಮಾನದಲ್ಲಿಯೂ ಯಾವುದೇ ರೀತಿ ಜಾಗತೀಕರಣಗೊಳ್ಳದೆ ಹಳ್ಳಿ ಮತ್ತು ಪಟ್ಟಣದ ನಡುವಿನ ಗಾತ್ರದ ಊರಾಗಿಯೇ ಉಳಿದಿದೆ. ನಿಜ ಹೇಳಬೇಕೆಂದರೆ ನನಗೆ ಆ ಊರಿನ ಸ್ಪಷ್ಟ ನೆನಪುಗಳೇನೂ ಇಲ್ಲ.

ಮೇಮ್‌ಸಾಹೇಬ್ ಮಾಶಿಮಾ ಬಂದವಳೇ ಕುದಿಯುವ ನೀರಿನಿಂದ ತೆಗೆದ ಹೊಸ ಬ್ಲೇಡ್ ಒಂದರಿಂದ ನನ್ನನ್ನೂ ನನ್ನ ತಾಯಿಯನ್ನೂ ಬೇರ್ಪಡಿಸಿದಳು. ಅದರೊಂದಿಗೆ ನನ್ನನ್ನು ನನ್ನದೇ ಆದ ಸ್ವತಂತ್ರ ಕಕ್ಷೆಯಲ್ಲಿ ತೊಡಗಿಸಿದಳು. ಮುಂದಿನ ದಿನಗಳಲ್ಲಿ ಮನೆಗೆಲಸಕ್ಕೆ ಸಹಾಯಕ್ಕಿದ್ದ ಹರಿಜನ ಹೆಂಗಸು ದಂಡೊಮಾ (ದಂಡೊನ ತಾಯಿ) ದಿನಕ್ಕೆರಡು ಬಾರಿ ಸಾಸಿವೆ ಎಣ್ಣೆಯಿಂದ ತಿಕ್ಕಿ ನಾನು ಬದುಕುಳಿಯುವಂತೆ ನೋಡಿಕೊಂಡಳು.

ನನ್ನ ತಂದೆಗೆ ಸರ್ಕಾರದಲ್ಲಿದ್ದ ಚಿಕ್ಕ ಹುದ್ದೆ ಪಟ್ನಾಗರ್‌ನಿಂದ ಎಲ್ಲೆಲ್ಲಿಗೆ ಕರೆದೊಯ್ಯಿತೋ ಅಲ್ಲಿಗೆಲ್ಲಾ ನಾವು ಸ್ಥಳ ಬದಲಿಸುತ್ತಾ ಹೋದೆವು. ನಾನು ಬೆಳೆದದ್ದು ಬುಡಕಟ್ಟು ಜಿಲ್ಲೆಗಳಾದ ಕೊರಾಪುಟ್ ಮತ್ತು ಕಿಯೊಂಜಾರ್‌ಗಳಲ್ಲಿ. ನನ್ನ ಪ್ರಾರಂಭಿಕ ನೆನಪುಗಳು ಕೊರಾಪುಟ್ ಜಿಲ್ಲೆಯ ಮೂರು ಜಾಗಗಳದ್ದು – ರಾಯಗಢ, ನವರಂಗಪುರ ಮತ್ತು ಕೊರಾಪುಟ್. ಅಲ್ಲಿ ನಾನು ಮೂರರಿಂದ ಎಂಟನೆಯ ವಯಸ್ಸಿನವರೆಗೂ ಕಳೆದೆ. ಮೊದಲ ಎರಡೂ ಈಗ ಜಿಲ್ಲೆಗಳಾಗಿವೆ. ಪ್ರತಿಯೊಂದು ಜಾಗದಲ್ಲೂ ನೀರು ಮತ್ತು ವಿದ್ಯುತ್ ಇಲ್ಲದ ಒಂದು ಸರ್ಕಾರೀ ಮನೆ ಇದ್ದ ನೆನಪಿದೆ. ಹಾಗೆಂದು ಅದು ಯಾವುದೇ ರೀತಿಯ ಕಷ್ಟಕರವಾದ ಜೀವನವಾಗಿರಲಿಲ್ಲ. ಕುತೂಹಲ ಮತ್ತು ತೃಪ್ತಿ ತುಂಬಿದ, ನಿಧಾನವಾಗಿ ಅರಳುತ್ತಾ ಹೋದ, ಈಗ ತಿರುಗಿ ನೋಡಿದರೆ, ಒಂದು ಅದ್ಭುತದಂತೆ ತೋರುವ ಸುಂದರವಾದ ಬಾಲ್ಯವಾಗಿತ್ತು! ನನ್ನ ಸುತ್ತಲ ಪ್ರಪಂಚ

ನನ್ನರಿವಿಗೆ ಬರುವ ಹೊತ್ತಿಗಾಗಲೇ ನನ್ನ ಮೂವರು ಅಣ್ಣಂದಿರು ಮನೆ ಬಿಟ್ಟಾಗಿತ್ತು. ಅವರ ಆಗಾಗಿನ ಭೇಟಿಗಳನ್ನು ಬಿಟ್ಟರೆ ಆ ಬಾಲ್ಯದಲ್ಲಿದ್ದದ್ದು ನಾವು ನಾಲ್ಕು ಜನ ಮಾತ್ರ – ನನ್ನ ತಂದೆ, ತಾಯಿ, ನಾಲ್ಕನೇ ಮಗನಾದ ಅರವಿಂದ ಮತ್ತು ನಾನು.

ರಾಯಗಢದ ಮನೆಯಲ್ಲೊಂದು ಎತ್ತರವಾದ ವರಾಂಡವಿತ್ತು. ಅದರ ಸಿಮೆಂಟಿನ ಗೋಡೆ ದೊಡ್ಡದಾಗಿದ್ದು ನಮಗೆ ಡ್ರಾಯಿಂಗ್ ಬೋರ್ಡಿನಂತಾಗಿತ್ತು. ತಿಂಗಳ ಕಿರಾಣಿಯ ಭಾಗವಾಗಿದ್ದ ಚಾಕ್‌ಪೀಸ್‌ಗಳಿಗೇನೂ ಕೊರತೆ ಇರಲಿಲ್ಲ. 1950ರ ದಶಕದ ಕೊನೆಯ ಭಾಗದಲ್ಲಿ ಭಾರತದಲ್ಲಿದ್ದ ಒಂದು ಸಾಮಾನ್ಯ ಸಂಗತಿಯೆಂದರೆ, ದೈನಂದಿನ ಉಪಯೋಗೀ ವಸ್ತುಗಳಾದ ಅಕ್ಕಿ, ಸಕ್ಕರೆ, ಗೋಧಿ, ಸೀಮೆಎಣ್ಣೆ ಮುಂತಾದವುಗಳ ಮೇಲಿದ್ದ ಸರ್ಕಾರದ ಪಡಿತರ ವ್ಯವಸ್ಥೆ ಮತ್ತು ಅದರ ಪರಿಣಾಮವಾಗಿ ಮನೆಯಲ್ಲಿ ಮಧ್ಯಮ ವರ್ಗದ ಕುಟುಂಬಗಳ ತಾಯಂದಿರ ಪಡಿತರ ವ್ಯವಸ್ಥೆ!! ಇಡೀ ದಿನ ನಾನು, ನನ್ನ ಅಣ್ಣ ಚಿತ್ರ ಬರೆಯುತ್ತಾ ಕಾಲ ಕಳೆಯುತ್ತಿದ್ದೆವು. ಅವು ಹೆಚ್ಚಾಗಿ ರೈಲ್ವೇ ಹಳಿಯ ಮೇಲೆ ನಿಂತಿದ್ದ ಉಗಿಬಂಡಿಯದಾಗಿರುತ್ತಿದ್ದವು.

ಮನೆಯಲ್ಲಿ ನೀರಿನ ವ್ಯವಸ್ಥೆ ಇಲ್ಲದ್ದರಿಂದ, ಸ್ನಾನಕ್ಕಾಗಿ ನನ್ನನ್ನು ಹತ್ತಿರದ ಸಾರ್ವಜನಿಕ ಕೊಳಾಯಿಗೆ ಕರೆದೊಯ್ಯುತ್ತಿದ್ದರು. ನಾನು ಮೈಕೈ ತುಂಬಿಕೊಂಡ ಮಗುವಾಗಿದ್ದರಿಂದ, ಅಲ್ಲಿ ನೀರಿಗಾಗಿ ಬಂದು ಹರಟೆ ಹೊಡೆಯುತ್ತಾ ನಿಂತಿರುತ್ತಿದ್ದ ಹೆಂಗೆಳೆಯರಿಗೆಲ್ಲಾ ಆಕರ್ಷಣೆಯಾಗಿದ್ದೆ. ಒಮ್ಮೆ ತರುಣಿಯೊಬ್ಬಳು ನನ್ನನ್ನು ಎತ್ತಿಕೊಳ್ಳಲು ಬಂದಾಗ, ಅದೇಕೋ ಗೊತ್ತಿಲ್ಲ, ನನಗೆ ಕೋಪ ಬಂದಿತ್ತು. ನಾನು ಆಕೆಯ ಕೈಯಿಂದ ನುಣುಚಿಕೊಂಡು ಪುಟ್ಟ ಕೈಗಳಿಂದ ಮಣ್ಣು ತೆಗೆದು ಆಕೆಯೆಡೆಗೆ ಎರಚಿ ಸೀರೆಯನ್ನೆಲ್ಲಾ ಕೊಳೆ ಮಾಡಿದ್ದೆ. ಅವಳ ಚಕಿತಗೊಂಡ ಮುಖ ನನ್ನ ಮನಸ್ಸಿನ ಪಟಲದಲ್ಲಿನ್ನೂ ಹಾಗೇ ಇದೆ. ಆ ನೆನಪು ಈಗಲೂ ನೋವನ್ನು ಕೊಡುತ್ತದೆ. ಈಗೇನಾದರೂ ಆಕೆಯನ್ನು ಮತ್ತೆ ನೋಡುವುದು ಸಾಧ್ಯವಾದರೆ, ಹೂಗಳನ್ನು ಕೊಟ್ಟು ಕ್ಷಮೆ ಯಾಚಿಸಿಯೇನು! ರಾಯಗಢದ ನನ್ನ ಇನ್ನೊಂದು ನೆನಪೆಂದರೆ, ಕಬ್ಬಿನ ಜಲ್ಲೆಗಳಿಂದ ತುಂಬಿದ ಟ್ರೇಲರ್‌ಗಳನ್ನು ಎಳೆದುಕೊಂಡು ಜಿಲ್ಲೆಯಲ್ಲಿದ್ದ ಒಂದೇ ಸಕ್ಕರೆ ಕಾರ್ಖಾನೆಗೆ ಹೋಗುತ್ತಿದ್ದ ಟ್ರ್ಯಾಕ್ಟರ್‌ಗಳು ಮತ್ತು ಹಿಂದಿನಿಂದ ಕಬ್ಬು ಎಳೆದುಕೊಳ್ಳಲು ಅದರ ಹಿಂದೆ ಓಡುತ್ತಿದ್ದ ಮಕ್ಕಳು. ಯಾರೂ ನೋಡದೇ ಇದ್ದಾಗ ನಾನೂ, ನನ್ನ ಅಣ್ಣನೂ ಈ ಅಕ್ರಮ ಕೆಲಸದಲ್ಲಿ ಭಾಗಿಯಾಗುತ್ತಿದ್ದೆವು.

ರಾಯಗಢದಿಂದ ನಾವು ನವರಂಗಪುರಕ್ಕೆ ಹೋದೆವು. ಅಕ್ಷರಶಃ 'ಒಂಭತ್ತು ಬಣ್ಣಗಳ ಊರು' ಎಂಬ ಅರ್ಥವಿರುವ ಆ ಊರು ನನ್ನಲ್ಲೆಬ್ಬಿಸುವ ನೆನಪೆಂದರೆ, ಧೂಳು ತುಂಬಿದ ಉದ್ದನೆಯ ರಸ್ತೆ ಮತ್ತು ಆ ರಸ್ತೆಯಲ್ಲಿ ದಿನಾ ಸಂಜೆ ತೂರಾಡುತ್ತಾ, ಸರ್ಕಾರದ ಪಾನನಿರೋಧ ನೀತಿಯನ್ನು ಬೈಯುತ್ತಾ ಬರುತ್ತಿದ್ದ ಒಬ್ಬ ಕುಡುಕನದು! ತಾನು ಕುಡಿಯುತ್ತಲೇ ಇರುವೆನೆಂದು ಘೋಷಿಸುತ್ತಾ ಆತ ಹೇಳುತ್ತಿದ್ದ, 'ಮು ಪೀಯಿಬೆ, ಅಹುರಿ ಮಾದಾ ಪೀಯಿಬೆ, ಗಾಂಧಿ ಬುಡ್ಡ ಕಹಿಚಿ, ತು ಪೀ, ಅಹುರಿ ಮಾದಾ ಪೀ.'

(ನಾನು ಕುಡಿತೀನಿ, ಇನ್ನೂ ಜಾಸ್ತಿ ಕುಡಿತೀನಿ, ಗಾಂಧಿ ತಾತ ನನಗೆ ಹೇಳಿದಾನೆ, ನೀನು ಕುಡಿ, ಇನ್ನೂ ಜಾಸ್ತಿ ಕುಡಿ ಅಂತ!)

ಅಲ್ಲಿನ ಸ್ಥಳೀಯರಾದ ಕೊಂಡ, ಭುಯಾಃ ಮತ್ತು ಡೊಂಬ ಜನಾಂಗದವರೆಲ್ಲ ಸರ್ಕಾರವೆಂಬುದರ ಅರಿವೇ ಇಲ್ಲದೆ, ಎಷ್ಟೋ ಕಾಲದಿಂದ ಪರಸ್ಪರ ಶಾಂತಿ, ಸೌಹಾರ್ದತೆಯಿಂದ ಬಾಳಿಕೊಂಡು ಬಂದವರು. ಇದ್ದಕಿದ್ದಂತೆ ಅವರಿಗೆ ಸರ್ಕಾರ ತಾವು ಬೆಳೆದ ಅಕ್ಕಿಯಿಂದ ಮದ್ಯ ತಯಾರಿಸಬಾರದು, ಮತ್ತು ಅದನ್ನು ಕುಡಿಯಬಾರದೆಂದು ಹೇಳತೊಡಗಿತ್ತು. ನಾಗರೀಕತೆಯು ಸ್ವಾತಂತ್ರ್ಯದೊಂದಿಗೆ ನಡೆಸುತ್ತಿದ್ದ ಘರ್ಷಣೆಯ ಮೊದಲ ವಿರೋಧಿಯಾಗಿ ಆ ಮುದುಕ ನನ್ನ ನಾಲ್ಕನೇ ವಯಸ್ಸಿನ ಮನಃಪಟಲದಲ್ಲಿ ಅಚ್ಚೊತ್ತಿದ್ದಾನೆ.

ರಾಯಗಢದಿಂದ ನವರಂಗಪುರ, ಅಲ್ಲಿಂದ ಕೊರಾಪುಟ್... ಅದೊಂದು ಮೋಹಕ ಪ್ರಯಾಣವಾಗಿತ್ತು! ಚಿಕ್ಕ ಹುಡುಗನಾದ ನನ್ನಲ್ಲಿ ಕೊರಾಪುಟ್ ಕಾಲಾತೀತ ಭಾವಗಳನ್ನು ಮೂಡಿಸಿತ್ತು. ಹೊರ ಜಗತ್ತಿನ ಪರದೆಯ ಮೇಲೆ ಮನೋಹರವಾದ ಅರಣ್ಯಗಳು, ಸುತ್ತಲ ಬೆಟ್ಟಗಳಿಂದ ಗುಂಪು-ಗುಂಪಾಗಿ ಇಳಿದು ಬರುತ್ತಿದ್ದ ಶಾಂತಿಪ್ರಿಯರಾದ ಪಾರಜ ಆದಿವಾಸಿಗಳು, ಇವೆಲ್ಲದರ ಸುಂದರ ಚಿತ್ರಗಳಿದ್ದವು. ಅವರು ಕಾಡಿನ ಪದಾರ್ಥಗಳನ್ನು ಮಾರಲು ಅಥವಾ ವಿನಿಮಯ ಮಾಡಿಕೊಳ್ಳಲು ಬರುತ್ತಿದ್ದರು. ಅದರಲ್ಲಿ ಸೌದೆ, ಕೆಲವು ಥರದ ಮೊಟ್ಟೆಗಳು, ಕಾಡು ಹಣ್ಣುಗಳು, ಗೆದ್ದಲಿನ ಮೇಲೆ ಬೆಳೆದ ಚಿಕ್ಕ ಕಾಡಣಬೆಗಳು ಮತ್ತು ಎಳೆ ಬಿದಿರುಗಳಲ್ಲದೆ, ಒಮ್ಮೊಮ್ಮೆ ಕೋಳಿಗಳೂ ಇರುತ್ತಿದ್ದವು. ಅವುಗಳನ್ನು ಭಾನುವಾರದ ಸಂತೆಯಲ್ಲಿ ಮಾರಿ ಅಕ್ಕಿ, ಉಪ್ಪು, ಸೀಮೆಎಣ್ಣೆ ಮುಂತಾದುವನ್ನು ಕೊಂಡು ಹೋಗುತ್ತಿದ್ದರು. ಮಳೆಯ ಕಾಡಿನ ಶುಭ್ರತೆಯಿಂದ ಹೊಳೆಯುವ ಚರ್ಮವುಳ್ಳ ಪಾರಜ ಹೆಂಗಸರು ಬಣ್ಣ ಬಣ್ಣದ ಬಟ್ಟೆಗಳನ್ನು ಧರಿಸುತ್ತಿದ್ದರು. ಸೌಂದರ್ಯವನ್ನು ಹೆಚ್ಚಿಸಿಕೊಳ್ಳಲು ಮತ್ತು ಕೆಟ್ಟ ಶಕ್ತಿಗಳಿಂದ ರಕ್ಷಿಸಿಕೊಳ್ಳಲು ಹಾಕಿಸಿಕೊಂಡ ಹಚ್ಚೆ ಮೈ ಮೇಲಿರುತ್ತಿತ್ತು. ಮಕ್ಕಳು ಯಾವಾಗಲೂ ಬರಿ ಮೈಯಲ್ಲೇ! ಡೊಳ್ಳು ಹೊಟ್ಟೆ ಮತ್ತು ಸಂತಸ ತುಂಬಿದ ಮುಖದ ಅವರು ನಾಚಿಕೆಭರಿತ ಕುತೂಹಲದಿಂದ ಅಮ್ಮಂದಿರಿಗೆ ಅಂಟಿಕೊಂಡಿರುತ್ತಿದ್ದರು. ಯಾವಾಗಲಾದರೊಮ್ಮೆ ಜೊತೆಗೆ ಚೆನ್ನಾಗಿ ಸಾಕಿದ ನಾಯಿಗಳಿರುತ್ತಿದ್ದವು. ಇವುಗಳಿಗೆ ಎಚ್ಚರದ ಕಣ್ಣುಗಳೂ, ಕಾಡಿನ ನಾಯಿಗಳಿಗಿರುವ ಸಹಜವಾದೊಂದು ದರ್ಪವೂ ಇದ್ದವು. ಸಂಜೆ ಅವರೆಲ್ಲಾ ಕುಡಿದು, ಗುಂಪಿನಲ್ಲಿ ಹಾಡುತ್ತಾ, ಕುಣಿಯುತ್ತಾ, ಹೆಂಗಸರು, ಗಂಡಸರು ಒಬ್ಬರನ್ನೊಬ್ಬರು ಛೇಡಿಸುತ್ತಾ ತಮ್ಮ ಕಾಡಿನ ಮನೆಗಳಿಗೆ ಹಿಂದಿರುಗುವುದು ಸಾಮಾನ್ಯವಾಗಿ ಕಾಣಸಿಗುತ್ತಿದ್ದ ದೃಶ್ಯ.

ಕೊರಾಪುಟ್‌ನಲ್ಲಿ ಬೆಟ್ಟದ ತಪ್ಪಲಿನಲ್ಲಿದ್ದ ನಮ್ಮ ಮನೆಯ ಸುತ್ತ ದೊಡ್ಡ ಕಪ್ಪು ಬಂಡೆಗಳು, ಮಾವಿನ ಮರಗಳು, ಬಿದಿರಿನ ಮೆಳೆಗಳು, ಕಾಡು ಗುಲಾಬಿ ಮತ್ತಿತರ ಗಿಡಮರಗಳು ಹೇರಳವಾಗಿದ್ದವು. ನಮ್ಮ ಅರ್ಧ ಸಮಯ ಮರಗಳ ಮೇಲೆ

ಕಳೆಯುತ್ತಿತ್ತು! ಪ್ರತಿ ಮಳೆಯಾದ ಮೇಲೂ ಕಂಡು ಮಾಯವಾಗುವ ಚಿಕ್ಕ ಚಿಕ್ಕ ಝರಿ, ಹಳ್ಳಗಳಿಗೆ ಅಣೆಕಟ್ಟು ಕಟ್ಟುವುದೊಂದು ಕೆಲಸ. ಮನೆಯಲ್ಲಿದ್ದಾಗ ಇರುವೆಗಳ ಸಾಲು ಕೊನೆಗೆ ಎಲ್ಲಿಗೆ ಹೋಗುತ್ತದೆಂದು ಕಂಡುಹಿಡಿಯಲು ಗಂಟೆಗಟ್ಟಲೆ ಕಳೆಯುತ್ತಿದ್ದೆ. ಈಗಲೂ ನನಗೆ ಅವುಗಳ ಕೊನೆಯಿಲ್ಲದ ಕಾರ್ಯಶೀಲತೆ ಆಕರ್ಷಣೆಯಾಗಿಯೇ ಉಳಿದಿದೆ. ಕೊರಾಪುಟ್‌ನಂಥ ಜಾಗಗಳಲ್ಲಿ ಮಕ್ಕಳಿಗೆ ಆಡಲು ಉದ್ಯಾನಗಳಾಗಲೀ, ವಾಚನಾಲಯಗಳಾಗಲೀ ಇರಲಿಲ್ಲ. ಸಿನೆಮಾಮಂದಿರಗಳಂತೂ ಮೊದಲೇ ಇಲ್ಲ. ಎಂದಾದರೊಂದು ಸಂಜೆಯ ಹೊತ್ತಿಗೆ ಸಂಚಾರಿ ಸಿನೆಮಾ ಪರದೆ ಮತ್ತು ಪ್ರೊಜೆಕ್ಟರ್‌ಗಳನ್ನು ಒಯ್ಯುತ್ತಿದ್ದ ಸರ್ಕಾರಿ ಜೀಪೊಂದು ಕಂಡರೆ ಅಲ್ಲಿದ್ದ ಮಕ್ಕಳಿಗೆಲ್ಲಾ ಮಿಂಚು ಹರಿದಂತೆ ರೋಮಾಂಚನ! ಜೀಪಿನವರು ಪ್ರೊಜೆಕ್ಟರ್ ಸಿದ್ಧಗೊಳಿಸುತ್ತಿದ್ದಂತೆ ಮನೆಗೆ ಓಡಿ, ಎಲ್ಲರಿಗೂ ವಿಷಯ ತಿಳಿಸಿ, ಗೋಣಿ ಚೀಲ, ಹಳೆಯ ಹೊದಿಕೆ ಅಥವಾ ಕೈಗೆ ಸಿಕ್ಕ ಇನ್ನೇನನ್ನೋ ತಂದು ನೆಲದ ಮೇಲೆ ತಮಗೆ ಬೇಕಾದ ಜಾಗ ಹಿಡಿದುಕೊಳ್ಳುವ ಪ್ರಯತ್ನದಲ್ಲಿರುತ್ತಿದ್ದರು! ಅದು ಕೊರಾಪುಟ್‌ನ ಜನರಿಗೆ ಹೊರಗೊಂದು ದೊಡ್ಡ ಜಗತ್ತಿದೆ ಎಂದು ತೋರಿಸುವ ಸಾರ್ವಜನಿಕ ಸಂಪರ್ಕ ಇಲಾಖೆಯ ಪ್ರಯತ್ನದ ಒಂದು ಭಾಗವಾಗಿತ್ತು. ಮೊದಲಿಗೆ ಸಣ್ಣಗೆ ಸರ್ಕಾರೀ ಪ್ರಚಾರವುಳ್ಳ ನ್ಯೂಸ್‌ರೀಲೊಂದನ್ನು ತೋರಿಸುತ್ತಿದ್ದರು. ನಂತರ ದೇಶಭಕ್ತಿಯೋ, ಸಮಾಜಸುಧಾರಣೆಯೋ ಅಥವಾ ಏನಾದರೊಂದು ನೀತಿವಸ್ತುವನ್ನು ಹೊಂದಿದ ಚಲನಚಿತ್ರ. ಬೇಗ ಬಂದು ಮುಂದೆ ಜಾಗ ಹಿಡಿಯಲಾರದವರು, ಪರದೆಯ ಹಿಂದೆ ಕೂತು ಚಿತ್ರ ತಿರುಗುಮುರುಗಾದರೂ ಸರಿ, ಹತ್ತಿರದಿಂದ ನೋಡಬೇಕೆನ್ನುತ್ತಿದ್ದರು. ಪ್ರಚಲಿತ ಕತೆಯೊಂದರ ಪ್ರಕಾರ, ಪಾರಜರನ್ನು ಒಲಿಸಿಕೊಳ್ಳಲು ಸರ್ಕಾರ ಮೊದಲ ಬಾರಿಗೆ ಈ ಸಂಚಾರಿ ಸಿನೆಮಾವನ್ನು ಬೆಟ್ಟಕ್ಕೆ ತಂದು ತೋರಿಸುವ ಪ್ರಯತ್ನ ಮಾಡಿದ ಸಂದರ್ಭದಲ್ಲಿ, ಚಿತ್ರ ಶುರುವಾದಾಕ್ಷಣ ಅವರು ಸರ್ಕಾರ ಭೂತಗಳನ್ನು ತಂದು ಬಿಡುತ್ತಿದೆ ಎಂದು ಜೀವಭಯದಿಂದ ಓಡಿ ಹೋದದ್ದಲ್ಲದೇ, ತಂದವರ ಮೇಲೆ ಕಲ್ಲುಗಳನ್ನೂ ಎಸೆದಿದ್ದರಂತೆ!!

ಹೀಗೆ 1964ರವರೆಗೆ, ಅಂದರೆ ಏಳನೇ ವಯಸ್ಸಿನವರೆಗೂ ನನ್ನ ಜೀವನ ಶಾಂತವಾಗಿ ಸಾಗಿತ್ತು. ಆಗ ಬಂತು ಮುಂದಿನ ಪಯಣದ ಆಜ್ಞೆ! ನಾವೆಲ್ಲಾ ಪ್ರೀತಿಯಿಂದ ದಾದಾಮೋನಿ ಅಂತ ಕರೆಯುತ್ತಿದ್ದ ಹಿರಿಯಣ್ಣ ದೇವಿಪ್ರಸಾದನಿಗೆ ಅರ್ಥಶಾಸ್ತ್ರದಲ್ಲಿ ಎಂ.ಎ. ಮುಗಿಸಿದ ಬಳಿಕ ವಾಣಿ ವಿಹಾರ ವಿಶ್ವವಿದ್ಯಾಲಯದಲ್ಲಿ ಶಿಕ್ಷಕನ ಕೆಲಸ ಸಿಕ್ಕಿತ್ತು. ಅದರೊಂದಿಗೇ ಅವನು ಸಿವಿಲ್ ಸರ್ವೀಸ್ ಪರೀಕ್ಷೆಗೆ ತಯಾರಿ ಮಾಡುವವನಿದ್ದ. ದಾದಾಮೋನಿ ಪ್ರತಿಷ್ಠಿತವಾದ ಐ.ಎ.ಎಸ್ ಕೆಲಸಕ್ಕೆ ಸೇರಬೇಕೆಂಬುದು ನನ್ನ ತಂದೆಯ ಕನಸಾಗಿತ್ತು. ಅವನ ಯೋಗಕ್ಷೇಮ ನೋಡಿಕೊಳ್ಳಲು ತಾಯಿಯೂ ಅವನೊಂದಿಗೆ ಹೋಗುವವರಿದ್ದರು ಮತ್ತು ಅವರೊಂದಿಗೆ ಬಾಲದಂತೆ ನಾನೂ! ಅರವಿಂದ ತಂದೆಯ ಜೊತೆಯೇ ಉಳಿದು ಕೊರಾಪುಟ್‌ನಲ್ಲಿ ವಿದ್ಯಾಭ್ಯಾಸ ಮುಂದುವರಿಸಲಿದ್ದ. ಅವನು ಜಿಲ್ಲಾ ಸರ್ಕಾರೀ ಶಾಲೆಯಲ್ಲಿ ಆರನೇ ತರಗತಿ ಕಲಿಯುತ್ತಿದ್ದ. ಹತ್ತಿರ ಯಾವುದೂ

ಪ್ರಾಥಮಿಕ ಶಾಲೆ ಇಲ್ಲದ್ದರಿಂದ, ನಾನು ಶಾಲೆಗೆ ಹೋಗುತ್ತಿರಲಿಲ್ಲ. ನನ್ನ ಕಲಿಯುವಿಕೆ ಮನೆಯಲ್ಲೇ ನಡೆದಿತ್ತು.

ಅಲ್ಲಿಗೆ ಹೊರಡುವ ವಿಚಾರದಿಂದ ನಾನಂತೂ ತುಂಬಾ ಸಂಭ್ರಮ ಪಟ್ಟೆ. ಎಲ್ಲಕ್ಕಿಂತ ಹೆಚ್ಚಾಗಿ, ಭುವನೇಶ್ವರದಂಥ ದೊಡ್ಡ ಶಹರಕ್ಕೆ ಹೋಗುವುದು, ಅದೂ ರೈಲಿನಲ್ಲಿ! ಎಂಬುದೇ ನನ್ನನ್ನು ಪುಳಕಿತನನ್ನಾಗಿಸಿತ್ತು. ಹೇಳಿ ಕೇಳಿ ರಾಜ್ಯದ ರಾಜಧಾನಿ! ಅದರಲ್ಲೂ ಭುವನೇಶ್ವರದಲ್ಲಿ ಸಾರ್ವಜನಿಕರ ನಗರ ಸಂಚಾರಕ್ಕಾಗಿ ಎರಡು ಬಸ್‌ಗಳು ಇದ್ದವು. ಮಹಾನಗರವೆನ್ನಲಿಕ್ಕೆ ಅದೊಂದೇ ಸಾಕಾಗಿತ್ತು.

ಕೊನೆಗೂ ಆ ದಿನ ಬಂತು. ತಾಯಿ ಮತ್ತು ನಾನು ಮೊದಲು ಬಸ್, ನಂತರ ರೈಲು ಹಿಡಿದು ಭುವನೇಶ್ವರ ತಲುಪಿದೆವು. ನಾನು ಮೂಕವಿಸ್ಮಿತನಾಗಿದ್ದೆ. ಚೆನ್ನಾದ ರಸ್ತೆಗಳು, ವಿದ್ಯುತ್ ಇದ್ದ ಮನೆಗಳು, ಇಡೀ ವಿಶ್ವವಿದ್ಯಾಲಯಕ್ಕೇ ನೀರು ಒದಗಿಸುತ್ತಿದ್ದ ಎತ್ತರವಾದ ಟ್ಯಾಂಕ್, ಭವ್ಯವಾದ ಗ್ರಂಥಾಲಯ, ಸಿಹಿ ತಿಂಡಿ ಮತ್ತಿತರ ತಿನಿಸುಗಳನ್ನು ಮಾರುತ್ತಿದ್ದ ಚಿಕ್ಕ ಅಂಗಡಿಗಳು, ಬಾಟಲಿಯಲ್ಲಿ ಸಿಗುತ್ತಿದ್ದ ಬಣ್ಣದ ತಂಪು ಪಾನೀಯಗಳು... ಓಹ್! ಅದೊಂದು ಮಾಯಾನಗರಿಯಾಗಿತ್ತು! ಬಣ್ಣದ ಸೋಡಾ ಬಾಟಲುಗಳನ್ನು ಎಂದೂ ಕಾಣದ ಒಬ್ಬ ಹುಡುಗನ ಸ್ಥಿತಿಯನ್ನು ಕಲ್ಪಿಸಿಕೊಳ್ಳಿ!

ಭುವನೇಶ್ವರಕ್ಕೆ ಬಂದದ್ದು ನನಗೆ ಒಳ್ಳೆಯದಾಯಿತು. ಅಲ್ಲಿಗೆ ಹೋದ ಕೆಲವು ದಿನಗಳ ನಂತರ ವಿಶ್ವವಿದ್ಯಾಲಯದ ಆವರಣದಲ್ಲಿದ್ದ ಪ್ರಾಥಮಿಕ ಶಾಲೆಗೆ ನನ್ನನ್ನು ಕರೆದೊಯ್ದರು. ಶಾಲೆಯವರು ಕೆಲವು ಔಪಚಾರಿಕ ಪ್ರಶ್ನೆಗಳನ್ನು ಕೇಳಿ ನಾನು ಶಾಲೆಗೆ ಸೇರಲು ಅರ್ಹನಾಗಿದ್ದೇನೆಂದು ತೀರ್ಮಾನಿಸಿ, ಐದನೇ ಕ್ಲಾಸಿಗೆ ಹೋಗಲು ತಿಳಿಸಿದರು. ಅದು ನನಗೆ ಶಾಲೆಯ ಮೊದಲ ಅನುಭವ. ನಮ್ಮ ಮೂವರ ಜೀವನವೂ ಚೆನ್ನಾದ ಒಂದು ದಿನಚರಿಗೊಳಪಟ್ಟಿತು. ನನಗೆ ಶಾಲೆ, ದಾದಾಮೋನಿಗೆ ವಿಶ್ವವಿದ್ಯಾಲಯ, ಒಬ್ಬ ಐ.ಎ.ಎಸ್ ತಯಾರಿಯಲ್ಲಿರುವವನಿಗೆ ಬೇಕಾದ ಪುಷ್ಟಿಕರ ಆಹಾರವನ್ನೊದಗಿಸುವ ಕೆಲಸ ತಾಯಿಗೆ.

ಒಂದು ವರ್ಷವಾಯ್ತು. ದಾದಾಮೋನಿ ಐ.ಎ.ಎಸ್. ಪದವಿ ಪಡೆಯುವಲ್ಲಿ ಯಶಸ್ವಿಯಾಗಿದ್ದ, ಬಂದ ಕೆಲಸ ಮುಗಿದು ನಾವು ವಾಪಸಾಗುವ ಸಮಯ ಬಂದಿತ್ತು. ತಂದೆಗೆ ವರ್ಗವಾಗಿದ್ದ ಬಾಲಾಸೋರ್ ಎಂಬ ಪಶ್ಚಿಮ ಬಂಗಾಳದ ಅಂಚಿನ ಜಿಲ್ಲೆಗೆ ನಾವು ಮರಳಿದೆವು. ಕೊರಾಪುಟ್‌ನಲ್ಲಿ ತಂದೆ ಕೆಲಸ ಮಾಡುತ್ತಿದ್ದುದು ಜಿಲ್ಲಾ ಉದ್ಯೋಗಾಧಿಕಾರಿ ಎಂದು. ಇಲ್ಲಿಯೂ ಅದೇ ಮುಂದುವರಿಯಿತು. ನನಗೆ ಹೊಸ ಶಾಲೆಗಿಂತ ಈ ಊರು ಹೆಚ್ಚಿನ ಸಂಭ್ರಮ ಕೊಟ್ಟಿತ್ತು. ಕೊರಾಪುಟ್ ಅಥವಾ ಭುವನೇಶ್ವರಕ್ಕಿಂತ ಭಿನ್ನವಾಗಿದ್ದ ಊರು ಬಾಲಾಸೋರ್. ಕರಾವಳಿ ಗಡಿ ಜಿಲ್ಲೆಯಾದ ಅದು ಹಸಿರಿನಿಂದ ತುಂಬಿತ್ತು. ಅಲ್ಲಲ್ಲಿ ಕೊಳಗಳು, ನೇರಳೆ ಮತ್ತಿತರ ದೊಡ್ಡ ಹಣ್ಣು ತುಂಬಿದ ಮರಗಳು. ಆದರೆ ಕೆಲವೇ ತಿಂಗಳುಗಳಲ್ಲಿ ತಂದೆಗೆ ಮತ್ತೆ ವರ್ಗವಾಯ್ತು. ಈ ಸಾರಿ ಕಿಯೊಂಜಾರ್ ಎಂಬಲ್ಲಿ ಕಂದಾಯ ಇಲಾಖೆಯ 'ರಜಾ ಮೀಸಲು

ಅಧಿಕಾರಿ'ಯಾಗಿ ನೇಮಿಸಲ್ಪಟ್ಟರು. ರಜಾ ಮೀಸಲು ಅಧಿಕಾರಿ ಎಂದರೆ ದೀರ್ಘ ಕಾಲದ ರಜೆ ಹೋಗುವ ಜನಗಳ ಸ್ಥಾನವನ್ನು ತುಂಬುವುದು. ಯಾವ ಕೆಲಸ ಮತ್ತು ಹೇಗೆ ನಿರ್ವಹಿಸುವುದು ಎನ್ನುವುದನ್ನು ಮೊದಲೇ ತಿಳಿಯುವ ಸಾಧ್ಯತೆಯಿರಲಿಲ್ಲ.

ಆ ಜೀಪ್ ಪ್ರಯಾಣ ನನಗಿನ್ನೂ ಸ್ಪಷ್ಟವಾಗಿ ನೆನಪಿದೆ. ಮುಂದೆ ಚಾಲಕ, ಮಧ್ಯೆ ತಂದೆ, ಕೊನೆಯಲ್ಲಿ ತಾಯಿ. ನಾವಿಬ್ಬರೂ ಸೋದರರು ಹಿಂದಿನ ಸೀಟಿನಲ್ಲಿ. ಇಬ್ಬರಿಗೂ ಸೀಟಿನ ತುದಿಯಲ್ಲಿ ಕೂತು ಯಾವುದೇ ಅಡೆತಡೆಗಳಿಲ್ಲದೆ ಉದ್ದಕ್ಕೆ ಹಾದು ಬರುತ್ತಿದ್ದ ರಸ್ತೆಯನ್ನು ನೋಡುವ ಅವಕಾಶ. ಆ ರಸ್ತೆ ನಮ್ಮ ಮುಂದೆ ಅದೆಲ್ಲೋ ದಿಗಂತದಿಂದ ಮೂಡಿ, ಹಿಂದಿನವರೆಗೆ ರಭಸವಾಗಿ ಓಡಿ ಬರುತ್ತಿದ್ದಂತೆ ಭಾಸವಾಗುತ್ತಿತ್ತು. ರಸ್ತೆ ಜೀಪಿನ ಕೆಳಗೆ ಚಲಿಸುತ್ತಿದೆಯೋ ಅಥವಾ ಜೀಪು ರಸ್ತೆಯ ಮೇಲೋ ಎಂಬ ಅನುಮಾನ ಹುಟ್ಟಿಸುವಂತಿತ್ತು.

ಕಿಯೊಂಜಾರ್ ಮೊದಲಿಗೆ ರಾಜಸಂಸ್ಥಾನವಾಗಿದ್ದು, ಅನೇಕ ಪುರಾತನ ಜನಾಂಗಗಳಾದ ಬತೂಡಿ, ಭುಯಃ, ಗೊಂಡ, ಹೋ, ಕೊಲ್ಹ, ಜುಅಂಗ, ಮುಂಡ ಮತ್ತು ಸಂತಾಲ್ ಇವುಗಳಿಗೆ ವಾಸಸ್ಥಾನವಾಗಿತ್ತು. 38 ಸಾವಿರ ಮಿಲಿಯನ್ ಹಳೆಯದಾದ, ಜಗತ್ತಿನ ಅತೀ ಪುರಾತನವಾದ ಬಂಡೆಗಳು ಅಲ್ಲಿನ ಅಸಾನ್ಪಟ್ ಎಂಬಲ್ಲಿ ನೂರು ಚದರ ಕಿಲೋಮೀಟರ್‌ಗೂ ಹೆಚ್ಚಿನ ವಿಸ್ತೀರ್ಣದಲ್ಲಿ ಹರಡಿವೆ. ಸೀತಾಬಿಂಜ್‌ನ ಗುಹೆಗಳಲ್ಲಿ ಐದನೇ ಶತಮಾನಕ್ಕೆ ಸೇರಿದ ಭಿತ್ತಿಚಿತ್ರಗಳಿವೆ.

ಸ್ಥಳೀಯವಾಗಿ ಇದನ್ನು ಕೆಂಡೂಜಾರ್ ಎಂದು ಕರೆಯುತ್ತಾರೆ. ಕೆಂಡೂ ಎಂಬುದು ಕಾಡುಮರವೊಂದರ ಹೆಸರು. ಅದರ ಎಲೆಗಳನ್ನು ಬೀಡಿ ಕಟ್ಟಲು ಉಪಯೋಗಿಸು ತ್ತಾರೆ. ಜಾರ್ ಎಂದರೆ, ಭೂಮಿಯಿಂದ ಚಿಮ್ಮಿದ ತೊರೆ ಎಂದರ್ಥ. ಬಹುಶಃ ಕೆಂಡೂ ಮರದ ಕೆಳಗಿನಿಂದ ಚಿಮ್ಮಿದ ತೊರೆಯೊಂದರಿಂದ ಈ ಹೆಸರು ಬಂದಿರಬೇಕು. ಜಿಲ್ಲಾಸ್ಥಳಕ್ಕೆ ಕಿಯೊಂಜಾರ್ ಘರ್ ಅಂದರೆ, ಕಿಯೊಂಜಾರ್ ಕೋಟೆ ಎನ್ನುತ್ತಿದ್ದರು. ನಾನು ಕೋಟೆಯನ್ನೇನೂ ನೋಡಲಿಲ್ಲ. ಯಾವುದೋ ಕಾಲದಲ್ಲಿ ರಾಜನೊಬ್ಬ ಅಲ್ಲಿ ಇದ್ದಿರಬೇಕು. ಅಲ್ಲಿಯ ಜಿಲ್ಲಾ ಹೈಸ್ಕೂಲ್ ನಿಜವಾದ ದೊಡ್ಡ ಕಟ್ಟಡವಾಗಿತ್ತು. ಅಲ್ಲಿ ಆಳಿದ ಕೊನೆಯ ರಾಜನ ಹೆಸರಿಂದ ಅದಕ್ಕೆ 'ಧನುರ್ಜಯ ನಾರಾಯಣ ಹೈಸ್ಕೂಲ್' ಎಂಬ ಹೆಸರಿತ್ತು.

ನಾನು ಧನುರ್ಜಯ ನಾರಾಯಣ ಹೈಸ್ಕೂಲಿನಲ್ಲಿ ನಾಲ್ಕು ವರ್ಷ ಕಳೆದೆ. ಆ ನಾಲ್ಕು ವರ್ಷಗಳಲ್ಲಿ, ಅಂದರೆ ತಂದೆಗೆ ವರ್ಗವಾಗುವುದಕ್ಕೂ, ದಾದಾಮೋನಿ ಅಲ್ಲಿಗೆ ಪ್ರೊಬೇಶನರಿ(ತರಬೇತಿಯಲ್ಲಿರುವ) ಐಎಎಸ್ ಅಧಿಕಾರಿಯಾಗಿ ಬರುವುದಕ್ಕೂ ಮಧ್ಯೆ ನಾಲ್ಕು ಮನೆಗಳನ್ನು ಬದಲಾಯಿಸಿದ್ದೆವು. ಸುದೈವದಿಂದ, ತಂದೆ ನಿವೃತ್ತರಾಗುವ ಹೊತ್ತಿಗೆ ದಾದಾಮೋನಿ ಅಲ್ಲಿಗೆ ಉಪವಿಭಾಗಾಧಿಕಾರಿಯಾಗಿ ಬಂದಿದ್ದ. ನನ್ನ ಒಂಭತ್ತನೇ ತರಗತಿ ಮುಗಿಯುವ ಹೊತ್ತಿಗೆ ಆತನಿಗೆ ಮತ್ತೆ ರಾಜ್ಯದ ದಕ್ಷಿಣದಲ್ಲಿರುವ ಕರಾವಳಿ ಜಿಲ್ಲೆಯಾದ ಚತ್ರಪುರಕ್ಕೆ ವರ್ಗವಾಯ್ತು. ನಾವೂ ಅವನೊಂದಿಗೆ ಹೋದೆವು. ಅಲ್ಲಿ ಒಂದು ವರ್ಷ

ಶಾಲೆಗೆ ಹೋದೆ, ಆದರೆ ನನಗೆ ಆ ಶಾಲೆ ಇಷ್ಟವಾಗಲಿಲ್ಲ. ಅದಲ್ಲದೇ, ನನ್ನ ಬಾಲ್ಯದಲ್ಲಿ ಶುರುವಾದ ಶ್ವಾಸನಾಳದ ಸೋಂಕು ಅಲ್ಲಿ ಪೂರ್ಣಪ್ರಮಾಣದ ಅಸ್ತಮಾಕ್ಕೆ ತಿರುಗಿತು. ಆಗಾಗ್ಗೆ ಆಸ್ಪತ್ರೆ ಸೇರಬೇಕಾಯ್ತು. ಇತ್ತ ಶಾಲೆಯೂ ಇಷ್ಟವಾಗಲಿಲ್ಲ, ಅತ್ತ ವಾತಾವರಣ ದಲ್ಲಿದ್ದ ತೇವಾಂಶದಿಂದಾಗಿ ಆರೋಗ್ಯವೂ ಹದಗೆಟ್ಟಿತ್ತು. ಹೀಗಾಗಿ, ನಾನೊಬ್ಬನೇ ಮತ್ತೆ ಕಿಯೊಂಜಾರ್‌ಗೆ ಹೋಗಿದ್ದು, ಹೈಸ್ಕೂಲಿನ ಕೊನೆಯ ವರ್ಷವನ್ನು ಮುಗಿಸಿ ಬರಬೇಕೆಂದು ಮನೆಯವರೆಲ್ಲ ನಿರ್ಧರಿಸಿದರು. ಅಲ್ಲಿ ಒಂದು ವರ್ಷ ಕಳೆದು ಭುವನೇಶ್ವರಕ್ಕೆ ಹೋದ ನಾನು ರಾಜ್ಯಶಾಸ್ತ್ರ ದಲ್ಲಿ ಪದವಿ ಪಡೆದು ವೃತ್ತಿಜೀವನವನ್ನಾರಂಭಿಸಿದೆ.

ಎಂಟು ವರುಷಗಳಲ್ಲಿ ಐದು ಶಾಲೆಗಳನ್ನು ಬದಲಿಸಿದ್ದು 'ಸ್ಥಳಾಂತರ'ಕ್ಕೂ ನನಗೂ ಒಂದು ವಿಶೇಷ ಬೆಸುಗೆಯನ್ನೇ ಬೆಸೆಯಿತು ಎನ್ನಬಹುದು. ಹಾಗೆ ನೋಡಿದರೆ ಅದು ನಮ್ಮ ವಂಶದಲ್ಲೇ ಇದೆ. ನನ್ನ ಅಜ್ಜ ಪಶ್ಚಿಮ ಬಂಗಾಳದಿಂದ ಬಿಹಾರಕ್ಕೆ ಹೋದರು. ತಂದೆ ಅಲ್ಲಿಂದ ಒಡಿಶಾಕ್ಕೆ ಕೆಲಸ ಹುಡುಕಿಕೊಂಡು ಹೋದರು. ನಾನು ನನ್ನ ಪದವಿಯ ನಂತರ ಕೆಲಸಕ್ಕಾಗಿ ದೆಹಲಿಗೆ ಹೋದೆ, ಅಲ್ಲಿಂದ ಕೊಲ್ಕತ್ತಾ, ಬೆಂಗಳೂರು, ಕ್ಯಾಲಿಫೋರ್ನಿಯದ ಸ್ಯಾನ್ ಹೊಸೆ, ವಾಪಸ್ ಬೆಂಗಳೂರಿಗೆ, ಮತ್ತೆ ನ್ಯೂಜರ್ಸಿ, ಅಲ್ಲಿಂದ ಮತ್ತೆ ಬೆಂಗಳೂರಿಗೆ! 2008ರ ಹೊತ್ತಿಗೆ ನನ್ನ ಮದುವೆಯಾಗಿ ಇಪ್ಪತ್ತೆಂಟು ವರ್ಷಗಳಾಗಿದ್ದವು, ನಾನು ನನ್ನ ಪತ್ನಿ ಸುಸ್ಮಿತಾ ಹದಿನಾಲ್ಕು ಮನೆಗಳನ್ನು ಬದಲಿಸಿದ್ದೆವು!

ಸ್ಥಳಾಂತರವೆಂಬುದು ನನ್ನ ಜೀವನದಲ್ಲಿ ಬರೀ ಭೌತಿಕ ಸ್ತರದಲ್ಲಿಲ್ಲ; ನಾನು ಯಾವಾಗಲೂ ನನ್ನ 'ನೆಮ್ಮದಿಯ ವಲಯ' (Comfort Zone)ವನ್ನು ಮೀರಿ ಹೋಗಿ ಕೆಲಸ ಮಾಡುವ ಪ್ರಯತ್ನ ಮಾಡಿದ್ದೇನೆ. ಎಂಜಿನಿಯರಿಂಗ್ ಓದಲಿಲ್ಲ, ಮ್ಯಾನೇಜ್‌ಮೆಂಟ್ ಪದವಿ ಪಡೆಯಲಿಲ್ಲ, ಆದರೂ ಜೀವನದ ಬಹುಭಾಗವನ್ನು ಮಾಹಿತಿ ತಂತ್ರಜ್ಞಾನದ ಕ್ಷೇತ್ರದಲ್ಲಿ ಕಳೆದಿದ್ದೇನೆ, ಖಾಸಗಿ ವಲಯದಲ್ಲಿ ಕೆಲಸ ಮಾಡಿದ್ದೇನೆ. ಅಂತರರಾಷ್ಟ್ರೀಯ ಹುದ್ದೆಗಳನ್ನು ನಿರ್ವಹಿಸಿದ್ದೇನೆ, ಕೊನೆಗೆ ಒಂದು ಚಿಕ್ಕ ಕಲ್ಪನೆಯಿಂದ ಶುರುವಾಗಿ IPO (Initial Public Offer) ವರೆಗೂ ಹೋದ ಉದ್ಯಮವೊಂದನ್ನು ಆರಂಭಿಸಿದ್ದೇನೆ.

ನನ್ನಂತೆ ಎಲ್ಲರಿಗೂ ಈ ಸುತ್ತಾಟದ ಗೀಳು ಇರಬೇಕೆಂದೇನೂ ಇಲ್ಲ. ಆದರೆ ಸ್ಥಳಾಂತರವು ಎಷ್ಟೋ ಸಾರಿ ಪ್ರಗತಿಯ ಕೀಲಿಕೈಯಾಗಿರುತ್ತದೆಂದು ತಿಳಿಯುವುದು ಮತ್ತು ಅದರೊಡನೆ ಒಂದು ಸಹಜಸೌಖ್ಯವನ್ನು ಬೆಳೆಸಿಕೊಳ್ಳುವುದು ಬಹುಮುಖ್ಯ. ನನ್ನ ಬಾಲ್ಯದ ಅನುಭವಗಳು ಈ ಸ್ಥಳಾಂತರದೊಂದಿಗೆ ಸುಲಭವಾಗಿ ಹೊಂದಿಕೊಳ್ಳಲು ಸಹಕಾರಿಯಾದವು. ಹಳ್ಳದಲ್ಲಿನ ನೀರು ಜಡವಾಗಿರುತ್ತದೆ, ಅದೇ ಹರಿಯಲಾರಂಭಿಸಿದೊಡನೆ ಚೈತನ್ಯವನ್ನು ಪಡೆದುಕೊಳ್ಳುತ್ತದೆ. ಇಡೀ ವಿಶ್ವವೇ ಸದಾ ಚಲನೆಯಲ್ಲಿದೆ. ಬ್ರಹ್ಮಾಂಡದ ಆಗುಹೋಗುಗಳಲ್ಲಿ ಒಂದು ಕ್ಷಣದ ಜಡತ್ವವನ್ನು ಕಲ್ಪಿಸಿಕೊಳ್ಳಲೂ ಸಾಧ್ಯವಿಲ್ಲ. ವೃತ್ತಿಪರರು ಎಷ್ಟೋ ಜನ ಸ್ಥಳದ ಬದಲಾವಣೆ ಎಂದರೇ ಭಯಪಡುತ್ತಾರೆ. ಆದರೆ ವೃತ್ತಿಯಲ್ಲಿ ಮಾತ್ರ ಬಹಳ ಬೇಗ ಪ್ರಗತಿ ಹೊಂದಬೇಕೆಂದು ಬಯಸುತ್ತಾರೆ.

ನೀವು ಸ್ಥಳ ಬದಲಿಸುತ್ತಾ ಹೋದಂತೆಲ್ಲ ಸುಲಭವಾಗಿ ಸ್ನೇಹಿತರನ್ನು ಸಂಪಾದಿಸುತ್ತೀರಿ. ಅಪರಿಚಿತರಿಂದ ನಿಮ್ಮ ನಿರೀಕ್ಷೆಗಳು ಕಡಿಮೆ ಇರುತ್ತವೆ. ಆದ್ದರಿಂದ ಜೀವನದ ಏರಿಳಿತಗಳಿಂದ ಬೆರಗಾಗುತ್ತೀರಲ್ಲದೆ ಹತಾಶರಾಗುವುದಿಲ್ಲ.

ನಿಮ್ಮ ಸುತ್ತಲ ಆಹಾರ, ಸ್ಥಳಗಳು, ಸಂಪ್ರದಾಯಗಳು, ಎಲ್ಲವನ್ನೂ ಒಂದು ಕುತೂಹಲದಿಂದ ಅನ್ವೇಷಿಸಿರಿ. ಹೊಸ ರೀತಿನೀತಿಗಳು ನಿಮ್ಮನ್ನು ಸೆಳೆಯಲಾರಂಭಿಸುತ್ತವೆ.

ದಿನದಿಂದ ದಿನಕ್ಕೆ, ಬರೀ ಇಂದಿಗಾಗಿ, ನೀವೇನಾಗಿರುವಿರೋ ಆ ಸಾಮರ್ಥ್ಯದ ಮೇಲೆ ಬದುಕುವುದನ್ನು ಕಲಿಯುತ್ತೀರಿ.

ಉಳಿವಿಗಾಗಿ ಕೌಶಲ್ಯಗಳನ್ನು ಬೆಳೆಸಿಕೊಳ್ಳುತ್ತೀರಿ.

ಅಪರಿಚಿತರನ್ನು ನಂಬುತ್ತೀರಿ, ಹಾಗಾಗಿ ಅವರೂ ನಿಮ್ಮನ್ನು ನಂಬುತ್ತಾರೆ.

ಒದಗಬಹುದಾದ ಆಪತ್ತುಗಳನ್ನು ಗ್ರಹಿಸುವ ಒಳ ಅರಿವನ್ನು ಬೆಳೆಸಿಕೊಳ್ಳುತ್ತೀರಿ – ಯಾವಾಗ ಬಾರ್ ಬಿಟ್ಟು ಹೊರಡಬೇಕೆಂದು ತಿಳಿಯುವ ಹಾಗೆ!

ಹೇಳಲು ಸಾಕಷ್ಟು ಕಥೆಗಳುಳ್ಳ ನೀವೊಬ್ಬ ಸ್ವಾರಸ್ಯಕರವಾದ ವ್ಯಕ್ತಿಯಾಗುತ್ತೀರಿ.

ಕೊನೆಗೆ ಮುನ್ನಡೆಯುವುದನ್ನು ಕಲಿಯುತ್ತೀರಿ.

ಅಧ್ಯಾಯ 2

ನಂಬಿ ಕತ್ತಲ ಕಳೆದು

ಅಜ್ಜ-ಅಜ್ಜಿಯ ಆರು ಮಕ್ಕಳಲ್ಲಿ ನನ್ನ ತಾಯಿ ನಾಲ್ಕನೆಯವಳು. ಆಕೆಯ ತಂದೆ ಪಬ್ನಾದಲ್ಲಿ ವಕೀಲರಾಗಿದ್ದರು. ಪಬ್ನಾ ಈಗ ಬಾಂಗ್ಲಾದೇಶದಲ್ಲಿದೆ. ಅವರು ನಿಜಕ್ಕೂ ವಕೀಲರಾಗಿದ್ದರೋ ಅಥವಾ ವಕೀಲನೊಬ್ಬನಿಗೆ ಚೇಲಾ ಆಗಿದ್ದರೋ ಎಂದು ಮೂರನೆಯ ಅಣ್ಣ ಅಮಿತಾವ ಯಾವಾಗಲೂ ತಾಯಿಯನ್ನು ತಮಾಷೆ ಮಾಡುತ್ತಿದ್ದ. ಆದರೆ ಇಂಥಾ ವಾದಗಳಿಗೆಲ್ಲಾ ತಾಯಿ ಸಿಕ್ಕಿಕೊಳ್ಳುತ್ತಲೇ ಇರಲಿಲ್ಲ. ಆಕೆಯ ಪ್ರಕಾರ ಅವರು ವಕೀಲರೇ ಆಗಿದ್ದರು. ನಮಗದನ್ನು ಖಚಿತಪಡಿಸಿಕೊಳ್ಳುವ ಯಾವ ಮಾರ್ಗವೂ ಇರಲಿಲ್ಲ.

1916 ರಲ್ಲಿ ನನ್ನ ತಾಯಿ ಹುಟ್ಟಿದಾಗ ಅಜ್ಜಿ ಆಕೆಗೆ "ಅನ್ನಾ ಕಾಳಿ" ಎಂದು ಕರೆದಿದ್ದರು. ಇದು "ಅರ್ ನಾ ಕಾಳಿ" ಅಂದರೆ ದಯವಿಟ್ಟು ಇನ್ನು ಹೆಣ್ಣು ಬೇಡ ತಾಯೀ" ಎಂಬರ್ಥದಲ್ಲಿತ್ತು. ಹಿಂದೂ ಸಂಸ್ಕೃತಿಯಲ್ಲಿ ಗಂಡು ಮಗುವನ್ನು ಕೃಷ್ಣನ ರೂಪ ಎಂದುಕೊಳ್ಳುವ ಹಾಗೆ, ಹೆಣ್ಣು ಮಗುವನ್ನು ದೇವಿಯ ವಿವಿಧ ರೂಪಗಳಿಗೆ ಹೋಲಿಸುತ್ತಾರೆ. ಅದರಲ್ಲಿ ಕಾಳಿ ರೂಪವೂ ಒಂದು. ಅನೇಕರ ಮನದಲ್ಲಿ ಕಾಳಿಯ ಭೀಕರ ರೂಪದ ಮೂರ್ತಿಯೇ ಇದ್ದರೂ ಬಂಗಾಳದಲ್ಲಿ ಮಾತ್ರ ಕಾಳಿಯನ್ನು ಶಾಂತ ಮೂರ್ತಿ ಹಾಗು ಪ್ರೇಮಮಯಿ ಎಂದೇ ನೋಡುತ್ತಾರೆ. ಅಷ್ಟೊತ್ತಿಗಾಗಲೇ ಸಾಕಷ್ಟು ಹೆಣ್ಣು ಮಕ್ಕಳನ್ನು ಪಡೆದಿದ್ದ ನನ್ನಜ್ಜಿ, ಈ ಮಗಳ ಹೆಸರಲ್ಲೇ ಇನ್ನು ಹೆಣ್ಣು ಮಕ್ಕಳು ಸಾಕೆನ್ನುವ ಪ್ರಾರ್ಥನೆಯನ್ನು ಸೇರಿಸಿದ್ದಳು.

ನನ್ನ ತಾಯಿ ನಾಲ್ಕು ವರ್ಷದವಳಿದ್ದಾಗ ಒಮ್ಮೆ ಮನೆಯ ಮುಂದೆ ಕುದುರೆ ಗಾಡಿಯೊಂದು ಬಂದು ನಿಂತಿತು. ಅದರಿಂದ ಕೆಲವರು ಅವಳ ತಂದೆಯನ್ನು ಎತ್ತಿಕೊಂಡು ಬಂದರು. ಕೋರ್ಟ್‌ರೂಮಿನಲ್ಲಿ ಅವರು ಕುಸಿದು ಬಿದ್ದರಂತೆ. ಮಿದುಳು ಜ್ವರದ ತೊಂದರೆಯಿದ್ದ ಅವರು ಕೆಲವೇ ದಿನಗಳಲ್ಲಿ ತೀರಿಕೊಂಡರು. ನಂತರ ಇದ್ದ ಆಸ್ತಿಯನ್ನೆಲ್ಲ ಸಂಬಂಧಿಕರು ಕಬಳಿಸಿದರು. ಅಂದಿನ ಸಂಪ್ರದಾಯದಂತೆ ಅಜ್ಜಿ ತಲೆ ಬೋಳಿಸಿಕೊಂಡು ಜಗತ್ತಿಗೆ ನಾನಿನ್ನು ಬದುಕಿಯೂ ಸತ್ತಂತೆ ಎಂದು ತೋರಿಸಿದ್ದಳು. ಆಗಿನ್ನೂ ಹುಡುಗತನವನ್ನು ದಾಟಿದ್ದ ಆಕೆಯ ದೊಡ್ಡ ಮಗ ಏಳು ಜನರ ದೊಡ್ಡ ಸಂಸಾರಕ್ಕೆ ಹೆಗಲು ಕೊಡಬೇಕಾಯ್ತು.

ಆಗಿನ ಕಾಲದ ವಿಧವೆಯರು ತಲೆ ಬೋಳಿಸಿಕೊಂಡು ಬಿಳಿ ಸೀರೆಯುಟ್ಟು ಎಲ್ಲಾ ಶುಭ ಸಂದರ್ಭಗಳಿಂದ ದೂರವಿರಬೇಕಿತ್ತು. ಅವರನ್ನು ಅಪಶಕುನವೆಂದೇ ಭಾವಿಸುತ್ತಿದ್ದರು. ಮಾಂಸಾಹಾರ ಸೇವನೆ ಮಾಡುವಂತಿರಲಿಲ್ಲ. ಈರುಳ್ಳಿ ಬೆಳ್ಳುಳ್ಳಿಗಳೂ

ದೈಹಿಕ ಬಯಕೆಗಳನ್ನುಂಟು ಮಾಡುವವೆಂಬ ಕಾರಣಕ್ಕೆ ನಿಷಿದ್ಧವಾಗಿದ್ದವು. ಕಠಿಣ ವ್ರತಗಳನ್ನು ಪಾಲಿಸುತ್ತಾ ವಿಧವೆಯರು ಬೆಂಡಾಗಿ ಹೋಗುತ್ತಿದ್ದರು. ಆದರೆ, ಆರು ಮಕ್ಕಳನ್ನು ಬೆಳೆಸುವ ಜವಾಬ್ದಾರಿಯಿದ್ದ ಪ್ರಫುಲ್ಲ ದೇವಿ(ನನ್ನ ಅಜ್ಜಿ) ಹಾಗೆ ಮಾಡುವಂತಿರಲಿಲ್ಲ. ಬೆಂಗಾಲಿ ಕುಟುಂಬದ ಮುಖ್ಯ ಆಹಾರವೆಂದರೆ ಮೀನು. ಅಜ್ಜಿ ತಾನು ತಿನ್ನದಿದ್ದರೂ ಮಕ್ಕಳಿಗಾಗಿ ಅದನ್ನು ಬೇಯಿಸಲೇಬೇಕಿತ್ತು. ಒಮ್ಮೆ ಮನೆಗೆ ಬಂದ ಆಕೆಯ ತಾಯಿ, ಮಗಳು ಮೀನು ಬೇಯಿಸುತ್ತಿದ್ದುದನ್ನು ನೋಡಿ ದಿಗ್ಭ್ರಾಂತರಾದರು. ಅವರಿಗೆ ವಿಧವೆ ಮಗಳ ಈ ಕಾರ್ಯ ದೊಡ್ಡ ಲೋಪದಂತೆ ಕಂಡಿತ್ತು. ಅದನ್ನು ನಿಲ್ಲಿಸುವಂತೆ ಕೂಗಾಡಿದರು. ಆರು ಮಕ್ಕಳ ಹೊಟ್ಟೆ ತುಂಬಿಸಬೇಕಾದ ತಾನು ಅದನ್ನು ನಿಲ್ಲಿಸುವುದು ಸಾಧ್ಯವಿಲ್ಲವೆಂಬುದು ಅಜ್ಜಿಯ ವಾದ. ಆದರೆ ಇದ್ಯಾವುದನ್ನೂ ಒಪ್ಪಲು ಅವಳ ತಾಯಿ ಸಿದ್ಧರಿರಲಿಲ್ಲ. ಕಿರಿಸ್ತಾನಳಾಗುತ್ತಿದ್ದೀ ಎಂದೆಲ್ಲಾ ದೂಷಿಸಿದ ಅವರು, ಮಗಳು ಪಕ್ಕಾ ಬ್ರಾಹ್ಮಣ ವಿಧವೆಯಂತೆ ಜೀವಿಸದೆ ಸಂಪ್ರದಾಯ ವಿರೋಧಿಯಾಗಿ ವರ್ತಿಸಿದರೆ, ತಾನು ಅವಳ ಮನೆಗೆ ಬರುವುದೇ ಇಲ್ಲವೆಂದು ಹೆದರಿಸಿದರು. ಅಜ್ಜಿ ಪ್ರಫುಲ್ಲ ದೇವಿಯ ನಿಲುವು ಖಚಿತವಾಗಿತ್ತು. ಮನೆಗೆ ಬರುವುದೂ ಬಿಡುವುದೂ ತಾಯಿಗೆ ಬಿಟ್ಟ ಆಯ್ಕೆ, ತಾನು ಮಾತ್ರ ಮಕ್ಕಳಿಗೆ ಯಾವುದು ಸರಿಯೋ ಅದನ್ನು ಮಾಡುವವಳೇ ಎಂದರು ದೃಢವಾಗಿ. ಮುಂದೆಂದೂ ಆಕೆಯ ತಾಯಿ ಮಗಳನ್ನು ನೋಡಲು ಬರಲೇ ಇಲ್ಲ!

ಮುಂದೆ ಅಜ್ಜಿ ಪಬ್ನಾವನ್ನು ಬಿಟ್ಟು ಪಶ್ಚಿಮ ಬಂಗಾಳದ ಮುರ್ಶಿದಾಬಾದ್ ಜಿಲ್ಲೆಯ ಬೆಹ್‌ರಾಮ್‌ಪುರ ಎಂಬ ಊರಿಗೆ ಬಂದು ನೆಲೆಸಿದಳು. 1930 ರ ಬಂಗಾಳ ದಲ್ಲಿ ಮಹಿಳೆಯರ ಬದುಕು ಸುಖಕರವಾಗೇನೂ ಇರಲಿಲ್ಲ. ಆಕೆಯ ದೊಡ್ಡ ಮಗ ಸಂಸಾರ ನಿರ್ವಹಿಸಲು ಆಗಷ್ಟೇ ಗುಮಾಸ್ತೆಯ ಕೆಲಸಕ್ಕೆ ಸೇರಿಕೊಂಡಿದ್ದ. ಮನೆಯ ದೊಡ್ಡ ಮಗನಾಗಿ ಮನೆಯವರೆಲ್ಲರ ರಕ್ಷಣೆಯ ಭಾರ ಹೊತ್ತಿದ್ದ ಆತನಿಗೆ, ತಂಗಿಯರು ವಿದ್ಯಾಭ್ಯಾಸ ಮುಂದುವರಿಸುವುದು ಇಷ್ಟವಿರಲಿಲ್ಲ. ಅವರ ರಕ್ಷಣೆಯ ದೃಷ್ಟಿಯಿಂದ ಹಾಗೆ ಯೋಚಿಸಿದ್ದನೇ ಹೊರತು ಯಾವುದೇ ಸಂಪ್ರದಾಯಕ್ಕೆ ಬದ್ಧನಾಗಿಯಲ್ಲ. ಆದರೆ, ಅಜ್ಜಿ ಹುಡುಗಿಯರು ಓದು ಮುಂದುವರಿಸಲೇಬೇಕೆಂದು ಹಟ ಹಿಡಿದಳು. ಹೀಗಾಗಿ ನನ್ನ ತಾಯಿ ಹೈಸ್ಕೂಲ್ ಶಿಕ್ಷಣ ಮುಗಿಸುವಂತಾಯ್ತು. ಆಕೆ ಸಾಹಿತ್ಯ, ಸಂಗೀತ ಮತ್ತು ದೇಶಭಕ್ತಿಗಳನ್ನು ಗಾಢವಾಗಿ ಮೈಗೂಡಿಸಿಕೊಂಡೇ ಬೆಳೆದಳು. ಶಾಲೆಯಲ್ಲಿರುವಾಗಲೇ ಮಹಾತ್ಮಾ ಗಾಂಧಿಯ ಬೋಧನೆಯಂತೆ ಸ್ವಾವಲಂಬನೆಯ ಪ್ರತೀಕವಾದ ಚರಕ ನೂಲಲು ಕಲಿತಳು. ಸುಭಾಷ್‌ಚಂದ್ರ ಬೋಸ್‌ರು ಬ್ರಿಟಿಷರ ವಿರುದ್ಧ ಶಸ್ತ್ರಸಜ್ಜಿತ ಹೋರಾಟಕ್ಕೆ ಕರೆ ಕೊಟ್ಟು ಕಾಂಗ್ರೆಸ್ಸಿನಿಂದ ಹೊರಬಂದಾಗ, ಅವರಿಗೆ ಹಾರ ಹಾಕುವ ಸದವಕಾಶ ಆಕೆಗೆ ಸಿಕ್ಕಿತ್ತು! ಬಂಗಾಲದ ಸಾಂಪ್ರದಾಯಿಕ ಮಧ್ಯಮ ವರ್ಗದಲ್ಲಿ ಬೆಳೆದು ಬಂದ ರೀತಿ, ಆಕೆಯ ಜೀವನಕ್ಕೊಂದು ವಿಶಿಷ್ಟವಾದ ಆಧ್ಯಾತ್ಮದ ಮೆರುಗನ್ನು ಕೊಟ್ಟಿತ್ತು. ಆಕೆಯೊಬ್ಬ ಸುಂದರ ಹೆಂಗಸಾಗಿದ್ದಳು; ಹೊರಗೆ ಚೆಲುವು, ಒಳಗೆ ಉಕ್ಕಿನ ಮನೋಬಲ!

ನನ್ನ ತಾಯಿ ಮತ್ತು ತಂದೆ ಇಬ್ಬರ ಕುಟುಂಬವನ್ನೂ ಬಲ್ಲವರೊಬ್ಬರು ಇವರ ಮದುವೆಯ ಪ್ರಸ್ತಾಪವನ್ನು ತಂದರು. ಈ ಪ್ರಸ್ತಾಪವು ಮೊಯಿತ್ರಾ ಕುಟುಂಬಕ್ಕೆ (ತಾಯಿಯದು) ಬಹಳ ಆಕರ್ಷಕವಾಗಿತ್ತು. ಬಾಗ್ಚಿಗಳು ಅವರಿಗಿಂತ ಸ್ವಲ್ಪ ಸ್ಥಿತಿವಂತರು. ನನ್ನ ತಂದೆಗೆ ಒಡಿಶಾದ ಧೇನ್‌ಕನಲ್‌ನ ರಾಜನ ಬಳಿ ಕೆಲಸವಿತ್ತು. ಅವರು ಬ್ರಿಟಿಷರಂತೆ ಇಂಗ್ಲಿಷ್ ಮಾತನಾಡುತ್ತಿದ್ದರು. ಅಲ್ಲದೇ ನೋಡಲೂ ಆಕರ್ಷಕವಾಗಿದ್ದರು! ಮೊಯಿತ್ರಾ ಮನೆಯಲ್ಲಿ ಜೀವನದ ಬಂಡಿ ಬಹುಕಷ್ಟದಿಂದ ಸಾಗುತ್ತಿತ್ತು. ನನ್ನ ತಾಯಿ ಮದುವೆಯ ವಯಸ್ಸಿಗೆ ಬರುವ ಹೊತ್ತಿಗೆ, ಇನ್ನೊಬ್ಬ ಅಣ್ಣ ಗುಮಾಸ್ತೆ ಕೆಲಸಕ್ಕೆ ಸೇರಿದ್ದ. ಅಕ್ಕ ಆಗ ತಾನೇ ಶಿಕ್ಷಕಿಯಾಗಿದ್ದಳು. ಸ್ವಂತ ಮನೆಯಿರಲಿಲ್ಲ. ಸಾಲ ಮಾಡಿಲ್ಲದಿದ್ದರೂ ಹೇಳಿಕೊಳ್ಳುವಂತಹ ಸಿರಿಯೇನೂ ಇರಲಿಲ್ಲ. ಇಂಥಾ ಸಂದರ್ಭದಲ್ಲಿ ಈ ಮದುವೆಯ ಪ್ರಸ್ತಾಪವು ಅವರಿಗೆ ದೇವಲೋಕದಿಂದ ಬಂದಂತಿತ್ತು. ಒಂದು ಶುಭದಿನದಂದು ತಂದೆ ತಮ್ಮ ಕೆಲವೇ ನೆಂಟರೊಂದಿಗೆ ಬಂದು ಮದುವೆಯಾಗಿ ಹೆಂಡತಿಯನ್ನು ತಮ್ಮ ಸ್ವಂತ ಊರಾದ ಸೆರೈಕೆಲ್ಲಾಕ್ಕೆ (ಈಗಿನ ಜಾರ್ಖಂಡ್) ಕರೆದೊಯ್ದರು. ಅಲ್ಲಿಂದ ಅವರಿಬ್ಬರೂ ತಂದೆಯ ಉದ್ಯೋಗವಿದ್ದ ಧೇನ್‌ಕನಲ್‌ಗೆ ಬಂದರು. ಒಬ್ಬ ನವವಧುವಿಗಿರುವ ಆಶಾವಾದವೊಂದನ್ನೇ ಹೊತ್ತು, ಗುರುತಿನವರು ಯಾರೂ ಇಲ್ಲದ, ಭಾಷೆ ತಿಳಿಯದ ಅಪರಿಚಿತ ನಾಡಿಗೆ ಬಂದಿಳಿದಿದ್ದಳು ನನ್ನ ತಾಯಿ. ಆದರೆ ಆ ಆಶಾವಾದದ ಗುಳ್ಳೆ ಸದ್ಯದಲ್ಲೇ ಒಡೆಯಲಿತ್ತು ಎಂಬುದರ ಕಲ್ಪನೆಯೂ ಆಕೆಗಿರಲಿಲ್ಲ. ಬೇರಾವ ದೈಹಿಕ ತೊಂದರೆ ಇಲ್ಲದಿದ್ದರೂ ಆಕೆಯ ಗಂಡ ಆಗಾಗ್ಗೆ ಮ್ಯಾನಿಕ್ ಡಿಪ್ರೆಸೀವ್ ಸೈಕೊಸಿಸ್ ಎಂಬ ಮನೋರೋಗದಿಂದ ಬಳಲುತ್ತಿದ್ದ.

ಭಾರತದಂತಹ ದೇಶದಲ್ಲಿ ಪ್ರತಿ ಐವರಲ್ಲಿ ಒಬ್ಬರಾದರೂ ಮಾನಸಿಕ ಖಾಯಿಲೆಯಿಂದ ತಾತ್ಕಾಲಿಕವಾಗಿಯೋ ಅಥವಾ ಶಾಶ್ವತವಾಗಿಯೋ ಬಳಲುತ್ತಾರೆ. ಹೆಚ್ಚಾಗಿ ಅದು ಆನುವಂಶಿಕವಾದದ್ದು. ಇದು ಖಿನ್ನತೆ, ದ್ವಂದ್ವ ವ್ಯಕ್ತಿತ್ವ, ಬೈಪೊಲಾರಿಟಿ ಮತ್ತು ಗೀಳುರೋಗ ಮುಂತಾದ ರೂಪಗಳಲ್ಲಿ ಕಾಣಿಸಿಕೊಳ್ಳುತ್ತದೆ. ಇವುಗಳಲ್ಲಿ ಹೆಚ್ಚಿನವನ್ನು ಔಷಧೋಪಚಾರ, ಮನೆಯವರ ಬೆಂಬಲ ಮತ್ತು ರೋಗಿಯ ಮನೋಬಲ, ಇವೆಲ್ಲವುಗಳಿಂದ ಸುಧಾರಿಸಬಹುದು. ಮಿದುಳಿನಲ್ಲಾಗುವ ರಾಸಾಯನಿಕ ಬದಲಾವಣೆ, ಅಸಮತೋಲನಗಳಿಂದಾಗಿ ಮಿದುಳು ಸರಿಯಾಗಿ ಕೆಲಸ ಮಾಡದೆ ಉಂಟಾಗುವ ಇವು ನಿಜವಾಗಿಯೂ ದೈಹಿಕ ಖಾಯಿಲೆಗಳು. ಆದರೆ ಮಾನಸಿಕ ವ್ಯಾಧಿಯೆಂಬ ಸಾಮಾಜಿಕ ಕಳಂಕ ಇದಕ್ಕೆ ತಟ್ಟಿದೆ. ಸರಿಯಾದ ತರಬೇತಿ ಹೊಂದಿದ ವೈದ್ಯರುಗಳ ಕೊರತೆಯ ಜೊತೆಗೆ, ಜನರಲ್ಲಿನ ಅಜ್ಞಾನ ಮತ್ತು ವಿದ್ಯಾಭ್ಯಾಸದ ಕೊರತೆಗಳೂ ಸೇರಿ ಪರಿಸ್ಥಿತಿ ಇನ್ನೂ ಹದಗೆಟ್ಟಿದೆ. ಈಗಲೂ ಭಾರತದಲ್ಲಿ 10 ಲಕ್ಷ ಜನರಿಗೊಬ್ಬ ಮನೋವೈದ್ಯರಿದ್ದಾರೆ. 1940 ರ ಸ್ಥಿತಿಯನ್ನಂತೂ ಕೇಳುವುದೇ ಬೇಡ.

ಗಂಡನ ಖಾಯಿಲೆಯ ಅರಿವಾಗುವುದರ ಹೊತ್ತಿಗಾಗಲೇ ಆಕೆ ಒಂದರ ಮೇಲೊಂದು– ಮೊದಲನೆಯದು 1942 ರಲ್ಲಿ, ನಂತರ ಎರಡು ವರ್ಷಗಳಿಗೊಂದರಂತೆ,

ಒಟ್ಟು ಮೂರು ಗಂಡು ಮಕ್ಕಳನ್ನು ಹೆತ್ತಿದ್ದಳು. ಮದುವೆಗೆ ಮುನ್ನ ಗಂಡನ ಖಾಯಿಲೆಯ ವಿಷಯವನ್ನು ಯಾರೂ ಆಕೆಗೆ ತಿಳಿಸಿರಲಿಲ್ಲ. ಈಗಲೂ ಅನೇಕ ಕುಟುಂಬಗಳಲ್ಲಿ ಇಂಥಾ ವಿಷಯಗಳನ್ನು ಮುಚ್ಚಿಡುತ್ತಾರೆ. "ನೀನು ಕೇಳಲಿಲ್ಲ ನಾನು ಹೇಳಲಿಲ್ಲ" ಅನ್ನುವ ಸಮಾಜ ಇದು. ತೀವ್ರ ಮಾನಸಿಕ ಖಾಯಿಲೆಯಿಂದ ಬಳಲುತ್ತಿರುವ ಎಷ್ಟೋ ಜನರ ಮದುವೆಯನ್ನು ವಿಷಯ ಮುಚ್ಚಿಟ್ಟೇ ಮಾಡಲಾಗುತ್ತದೆ. ಮದುವೆಯಾದರೆ ಈ ತೊಂದರೆಗಳೆಲ್ಲ ನಿವಾರಣೆಯಾಗುತ್ತವೆಂಬ ನಂಬಿಕೆ ಜನರಿಗೆ. ಲಾವಣ್ಯಪ್ರಭಾಳಿಗೆ (ನನ್ನ ತಾಯಿ) ತವರಿನ ಹಾದಿ ಮುಚ್ಚಿಹೋಗಿತ್ತು. ಮೂರು ಗಂಡುಮಕ್ಕಳನ್ನು ಕಟ್ಟಿಕೊಂಡು, ತಿರುಗಿ ಅಣ್ಣಂದಿರ ಬಳಿಗೆ ಹೋಗುವುದು ಸಾಧ್ಯವೇ ಇರಲಿಲ್ಲ. ಅವರ ಜೀವನವೇ ಕಷ್ಟದಲ್ಲಿ ಸಾಗಿತ್ತು. ಗಂಡನ ಮನೆಯವರ ಸಹಾನುಭೂತಿ ಆಕೆಗಿದ್ದರೂ ಅವರವರ ಜೀವನ ನಿರ್ವಹಣೆಯ ಭಾರ ಅವರಿಗಿತ್ತು. ತಂದೆಯ ಉನ್ಮಾದ, ಖಿನ್ನತೆಗಳು ಹತ್ತು ವರ್ಷಕ್ಕೊಮ್ಮೆ ಕಾಣಿಸಿಕೊಳ್ಳುತ್ತಿದ್ದರೂ ಬಂದಾಗ ಅದು ತೀವ್ರ ಸ್ವರೂಪದಲ್ಲಿರುತ್ತಿತ್ತು. ರಾಂಚಿಯ ಮಾನಸಿಕ ಕೇಂದ್ರಕ್ಕೆ ಕರೆದೊಯ್ದು ವಿದ್ಯುತ್ ಷಾಕ್ ಚಿಕಿತ್ಸೆ ಕೊಡಿಸಬೇಕಾಗುತ್ತಿತ್ತು. ಪ್ರತೀ ಬಾರಿಯೂ ತಿರುಗಿ ಬಂದು ಮತ್ತೆ ಕುಟುಂಬ ನಿರ್ವಹಣೆಯ ಭಾರವನ್ನು ಅವರು ಹೊರಬೇಕಿತ್ತು.

ಸಹಜವಾಗಿ ಮಿತಭಾಷಿಯಾಗಿದ್ದ ತಂದೆ ಉನ್ಮಾದದ ಸಮಯದಲ್ಲಿ ಅತೀ ವಾಚಾಳಿಯೂ ಹಟಮಾರಿಯೂ ಆಗುತ್ತಿದ್ದರು. ವಿಚಿತ್ರವಾಗಿ ವರ್ತಿಸುತ್ತಾ ಬೇರೆಯವರು ತಾವು ಹೇಳಿದಂತೆಯೇ ಕೇಳಬೇಕೆಂದು ಒತ್ತಾಯಿಸುತ್ತಿದ್ದರು. ಎಂದೂ ಇರದ ಜಗಳಗಂಟತನ, ಸಿಡುಕುಗಳೆಲ್ಲಾ ಆಗ ಕಾಣಿಸಿಕೊಳ್ಳುತ್ತಿದ್ದವು. ವಯಸ್ಸಾದಂತೆ ಉನ್ಮಾದದ ಪುನರಾವರ್ತನೆ ಹೆಚ್ಚಾಗತೊಡಗಿತು.

ನನಗೆ ಎಂಟು ವರ್ಷವಾಗಿದ್ದಾಗ ಒಮ್ಮೆ ತಂದೆಗೆ ಖಾಯಿಲೆ ಮರುಕಳಿಸಿತ್ತು. ದೂರದಲ್ಲಿದ್ದ ಅಣ್ಣಂದಿರಿಗೆ ತಾಯಿ ತಂತಿ ಕಳಿಸಿ, ತಂದೆಯನ್ನು ಆಸ್ಪತ್ರೆಗೆ ಸೇರಿಸಲು ಬರುವಂತೆ ತಿಳಿಸಿದ್ದಳು. ನನಗೆ ಅಲ್ಲಿಯವರೆಗೂ ಈ ಖಾಯಿಲೆಯ ವಿಷಯ ತಿಳಿದೇ ಇರಲಿಲ್ಲ. ನಾನು ತಂದೆಯನ್ನು ಬಹು ಪ್ರೀತಿಯ, ನನ್ನನ್ನು ಅತೀ ಮುದ್ದುಗರೆಯುತ್ತಿದ್ದ ವ್ಯಕ್ತಿಯನ್ನಾಗಿ ಮಾತ್ರ ಅವರೆಗೆ ಕಂಡಿದ್ದೆ. ನನ್ನನ್ನವರು ಏನೋ ವಿಶೇಷ ಸಾಮರ್ಥ್ಯವುಳ್ಳ ಒಬ್ಬ ಬಾಲ ಪ್ರತಿಭೆಯೆಂದೇ ನೋಡುತ್ತಿದ್ದರು. ಎಲ್ಲರಿಗೂ ಹಾಗೇ ಹೇಳುತ್ತಿದ್ದರು ಕೂಡಾ! ತಂದೆಯನ್ನು ಆಸ್ಪತ್ರೆಗೆ ಕಳಿಸುವಾಗ ನನ್ನನ್ನು ಪಕ್ಕಕ್ಕೆ ಕರೆದು ತಾಯಿ ಹೇಳಿದ್ದಳು, "ನಮಗೆಲ್ಲರಿಗೂ ದೇಹಕ್ಕೆ ಖಾಯಿಲೆ ಬರುವ ಹಾಗೆ, ಕೆಲವರಿಗೆ ಒಮ್ಮೊಮ್ಮೆ ಮಾನಸಿಕ ಖಾಯಿಲೆ ಬರುತ್ತದೆ ಅಷ್ಟೆ. ಇದೊಂದು ರೀತಿಯ ಅನಾರೋಗ್ಯ. ನಿನ್ನ ತಂದೆ ಮತ್ತೆ ಸಂಪೂರ್ಣ ಸರಿಯಾಗುತ್ತಾರೆ. ಅವರನ್ನೀಗ ನಾವು ಚಿಕಿತ್ಸೆಗೆ ಕಳಿಸಬೇಕು. ಸ್ವಲ್ಪ ಕಾಲಾವಕಾಶ ಕೊಡಬೇಕು. ನೀನು ಅವರಿಗೆ ಈಗ ಏನೂ ತೊಂದರೆ ಕೊಡಬೇಡ". ತಾಯಿ ಹೇಳಿದಂತೆ ಎಲ್ಲವೂ ನಡೆಯಿತು. ಚಿಕಿತ್ಸೆಯ ನಂತರ ತಿರುಗಿ ಬಂದ ತಂದೆ ನನಗೆ ಮತ್ತೆ ಮೊದಲಿನಂತೆಯೇ ಕಂಡರು!

ಖಾಯಿಲೆಯ ವಿಷಯ ತಿಳಿದ ಆ ಸಂಕಟದ ಕ್ಷಣದಲ್ಲಿ ತಾಯಿ ಎದೆಗೆಡದೆ ಪರಿಸ್ಥಿತಿಯನ್ನು ಸಮರ್ಥವಾಗಿ ನಿಭಾಯಿಸಿದ್ದಳು. ಸನ್ನಿವೇಶದೊಂದಿಗೆ ರಾಜಿ ಮಾಡಿ ಕೊಳ್ಳದೆ ಆಕೆ ಕಂಗೆಟ್ಟು ಕುಸಿದಿದ್ದರೆ ನಮ್ಮ ಗತಿ ಏನಾಗುತ್ತಿತ್ತೆಂದು ನಾನು ಎಷ್ಟೋ ಬಾರಿ ಯೋಚಿಸಿದ್ದೇನೆ. ಸತ್ಯವನ್ನೊಪ್ಪಿಕೊಳ್ಳದ ಮನಸ್ಥಿತಿಗೆ ಕುಟುಂಬವನ್ನು ದೂಡಿದ್ದರೆ ನಾವಿಂದು ಎಲ್ಲಿರುತ್ತಿದ್ದೆವು? ಅರವತ್ತು ವರ್ಷಗಳ ನಂತರ ಈಗಲೂ ಎಷ್ಟೋ ಸಂಸಾರಗಳಲ್ಲಿ ಇಂಥಾ ತೊಂದರೆಗೊಳಗಾದವರು ಖಾಯಿಲೆಯನ್ನು ಗುಟ್ಟಾಗಿಟ್ಟು, ತಜ್ಞ ವೈದ್ಯಕೀಯ ನೆರವು ಪಡೆಯದೆ ಹೋಗುತ್ತಾರೆ. ಒಂದು ನಕಾರಾತ್ಮಕ, ಹತಾಶ ಭಾವದಲ್ಲಿ ಜೀವಿಸುತ್ತಾರೆಂಬುದು ಸತ್ಯ ಹಾಗೂ ಸೋಜಿಗದ ವಿಷಯ.

ಲಾವಣ್ಯಪ್ರಭಾ ಹಾಗೆ ಧೈರ್ಯ ಕಳೆದುಕೊಳ್ಳುವ ಅಥವಾ ತನ್ನ ಪರಿಸ್ಥಿತಿಗೆ ಇನ್ನೊಬ್ಬರನ್ನು ದೂರುವ ಹೆಂಗಸಾಗಿರಲಿಲ್ಲ. ಎಂದೂ ತನ್ನ ಆರಂಭಿಕ ದಿನಗಳನ್ನು ನೆನೆದು ತಂದೆಯೊಂದಿಗೆ ದೂರಿಕೊಂಡು ಮಾತಾಡಿದ್ದನ್ನೇ ನಾನು ನೋಡಿಲ್ಲ. ಒಬ್ಬ ಗಂಡನಾಗಿ ಸಂಸಾರ ಹೊರೆಯುತ್ತಿದ್ದವನಿಗೆ ಕೊಡಬೇಕಾದ ಎಲ್ಲ ಮರ್ಯಾದೆಯನ್ನೂ ಆತನಿಗೆ ಕೊಡುತ್ತಿದ್ದಳು. ತಂದೆ, ತಾಯಿಯರ ಸ್ವಭಾವಗಳು ಬೇರೆ ಬೇರೆಯೇ ಇದ್ದವು. ಆದರೂ ಕೆಲವು ಸಮಾನ ಮೌಲ್ಯಗಳ ಬೆಸುಗೆಯೊಂದು ಅವರಿಬ್ಬರ ಮಧ್ಯೆ ಇತ್ತು. ವಿದ್ಯೆಗೆ ಹೆಚ್ಚಿನ ಮಹತ್ವ, ಕಷ್ಟಪಟ್ಟು ದುಡಿಯುವುದು, ಪ್ರಾಮಾಣಿಕತೆ ಮತ್ತು ಸರಳತೆಗಳು ಇಬ್ಬರ ಮನೋಧರ್ಮದಲ್ಲೂ ಹಾಸುಹೊಕ್ಕಾಗಿದ್ದವು. ಭಾರತದ ಗವರ್ನರ್ ಜನರಲ್ ಬಿಟ್ಟರೆ ಇವರೇ ಏನೋ ಎಂಬಂತೆ ಸರ್ಕಾರದ ಕೆಲಸ ಮಾಡುತ್ತಿದ್ದ ತಂದೆಗೆ ನನ್ನ ತಾಯಿ ಎಂದೂ ಅಡ್ಡಿ ಬರುತ್ತಿರಲಿಲ್ಲ. ತಂದೆಯ ನಿರೀಕ್ಷೆಗಳೋ ತೀರಾ ಕಡಿಮೆಯಿದ್ದವು. ನಿರಂತರವಾಗಿ ಬೇಕಿದ್ದ ಒಳ್ಳೆಯ ಚಹಾ ಮತ್ತು ಒಂದು ಪ್ಯಾಕ್ ಸಿಗರೇಟು, ಅಷ್ಟೇ ಅವರ ಅವಶ್ಯಕತೆಗಳು. ತಾಯಿ ಏನು ಮಾಡಿ ಕೊಟ್ಟರೂ ತೃಪ್ತಿಯಿಂದ ತಿನ್ನುತ್ತಿದ್ದರು. ಅವರೆಂದೂ ಮದ್ಯವನ್ನು ಮುಟ್ಟಲಿಲ್ಲ. ಕಚೇರಿ ಬಿಟ್ಟರೆ ಬೇರೆ ಜನರೊಡನೆ ಹೆಚ್ಚಾಗಿ ಬೆರೆಯುತ್ತಿರಲಿಲ್ಲ. ತಿಂಗಳ ಕೊನೆಯಲ್ಲಿ ತಾಯಿಗೆ ತಂದು ಕೊಡುತ್ತಿದ್ದುದು ಅತ್ಯಲ್ಪ ಹಣ. ಆದರೆ ಮನೆಯ ಖರ್ಚು ಅದನ್ನೆಂದೂ ಮೀರಲಿಲ್ಲವೆಂಬುದು ತಾಯಿಯ ಹೆಮ್ಮೆಯಾಗಿತ್ತು. ಆಕೆ ಗಂಡನೊಂದಿಗೆ ಊರಿಂದೂರಿಗೆ ಕಷ್ಟದ ಪ್ರಯಾಣ ಕೈಗೊಳ್ಳಲು ಸದಾ ಸಿದ್ಧವಾಗಿರುತ್ತಿದ್ದಳು. ಕೆಲವೊಮ್ಮೆ ರಾತ್ರಿಯಲ್ಲಿ, ದೂರದ ಊರುಗಳಿಗೆ ಸಹಾ ಗೊಣಗದೆ ಹೊರಡುತ್ತಿದ್ದಳು.

ಧೇನ್‌ಕನಲ್ ಜಿಲ್ಲೆಯಲ್ಲಿ ಮ್ಯಾಜಿಸ್ಟ್ರೇಟರಾಗಿದ್ದ ನನ್ನ ತಂದೆ, ಸೈಕಲ್ ಮೇಲೆ ಊರೂರು ತಿರುಗುತ್ತಿದ್ದರು. ಎಷ್ಟೋ ಬಾರಿ ದಿನಗಟ್ಟಲೆ ಮನೆಯಿಂದ ಹೊರಗಿರಬೇಕಿತ್ತು. ಭಾರತದ ಹೆಚ್ಚಿನ ಪ್ರದೇಶಗಳಲ್ಲಿ ವಿದ್ಯುತ್, ದೂರವಾಣಿ, ವಾಹನ ಸೌಲಭ್ಯಗಳಿಲ್ಲದ ದಿನಗಳವು. ಇಂಥಾ ಸಂದರ್ಭಗಳಲ್ಲಿ ತಾಯಿಯೊಬ್ಬಳೇ ಮನೆ ಮತ್ತು ಮೂರು ಮಕ್ಕಳನ್ನು ನೋಡಿಕೊಂಡು ಇರಬೇಕಿತ್ತು. ಪಜರಂಗ್‌ನಲ್ಲಿ ಒಂದು ರಾತ್ರಿ ಮಕ್ಕಳೊಡನೆ ಮಲಗಿದ್ದಾಗ ಕರಡಿಗಳ ಗುಂಪೊಂದು ಮನೆಯ ಬಳಿ ಬಂದು ಕಿಟಕಿಯನ್ನು ಮುರಿಯುವ

ಪ್ರಯತ್ನ ನಡೆಸಿದ್ದವು. ಮಕ್ಕಳನ್ನು ಎದೆಗವಚಿಕೊಂಡ ತಾಯಿಗೆ ಪ್ರಾರ್ಥನೆಯೊಂದೇ ದಿಕ್ಕಾಗಿತ್ತು. ಹಲವು ಸಲ ಇನ್ನೇನು ಕಿಟಕಿ ಮುರಿದೇ ಹೋಯ್ತು ಅನ್ನುವಂತಿತ್ತು... ಕೊನೆಗೆ ತಾಯಿಯ ಪ್ರಾರ್ಥನೆಯೇ ಗೆದ್ದಿತ್ತು! ಕರಡಿಗಳು ಹೊರಟು ಹೋಗಿದ್ದವು.

ಊರಿಂದೂರಿಗೆ ಸಂಸಾರ ಸಾಗಿಸುವಾಗ ಅದಕ್ಕಾಗಿ ಸರ್ಕಾರಿ ಜೀಪೊಂದು ಇರುತಿತ್ತು. ಅದಕ್ಕೆ ಸೇರಿಸಿದ ಟ್ರಾಲಿಗೆ ಮನೆ ಸಾಮಾನನ್ನು ತುಂಬಲಾಗುತ್ತಿತ್ತು. ಸೇರಬೇಕಾದ ಊರಿಗೆ ತಲುಪಿದೊಡನೆ ತಾಯಿ ನಮ್ಮನ್ನು ಮೂರು ಇಟ್ಟಿಗೆಗಳನ್ನು ತರಲು ಕಳಿಸುತ್ತಿದ್ದಳು. ಅಷ್ಟರಲ್ಲಿ ಅವಳೊಂದಿಷ್ಟು ಮಣ್ಣು ತೆಗೆದುಕೊಂಡು ನೀರಿನಲ್ಲಿ ಕಲೆಸಿಟ್ಟು, ಇಟ್ಟಿಗೆ ತಂದ ಕೂಡಲೇ ಅದಕ್ಕೆ ಮಣ್ಣು ಮೆತ್ತಿ, ಒಲೆ ತಯಾರಿಸುತ್ತಿದ್ದಳು. ಕೆಲವೇ ಕ್ಷಣಗಳಲ್ಲಿ ಮೂರು ಇಟ್ಟಿಗೆಗಳು ಮತ್ತು ಒಂದಷ್ಟು ಮಣ್ಣು ಸೇರಿ ಸುಂದರವಾದ ಒಲೆ ತಯಾರಾಗುತ್ತಿತ್ತು! ಮನೆಯಲ್ಲಿ ಒಲೆ ಹೊತ್ತಿ ಚಹಾದ ತಯಾರಿಕೆಯೊಂದಿಗೆ ನಮ್ಮ ಹೊಟ್ಟೆ ತುಂಬಿಸುವ ಕಾರ್ಯ ಶುರುವಾಗುತ್ತಿತ್ತು. ಆ ಒಲೆ ಮತ್ತೆ ಅಲ್ಲಿಂದ ಹೊರಡುವವರೆಗೂ ಬಾಳಿಕೆ ಬರುತ್ತಿತ್ತು. ಅದರ ಬಗ್ಗೆ ಅವಳಿಗೆ ತುಂಬಾ ಹೆಮ್ಮೆ! ಹೊಸ ಜಾಗದಲ್ಲಿ ಆಕೆ ಬೇಗನೆ ಸ್ನೇಹವನ್ನು ಸಂಪಾದಿಸುತ್ತಿದ್ದಳು. ಕಾಡು ಹರಟೆಗೆ ಹೋಗದಿದ್ದರೂ ಸಹಾಯಕ್ಕಾಗಿ ಸದಾ ಮುಂದಾಗುತ್ತಿದ್ದಳು. ಅವಳ ಸಲಹೆ ಕೇಳಿಕೊಂಡು ನೆರೆಹೊರೆಯವರು ಬರುತ್ತಿದ್ದುದಲ್ಲದೆ, ತಿಂಡಿ ಅಡಿಗೆಯ ವಿನಿಮಯಗಳೂ ನಡೆಯುತ್ತಿದ್ದವು.

ಸರ್ಕಾರಿ ಕೆಲಸಗಳಲ್ಲಿ ವರ್ಗಾವಣೆ ಮಾಡುವಾಗ ಆ ಊರಲ್ಲಿ ಮನೆಗಳಿವೆಯೇ, ಒಳ್ಳೆ ಶಾಲೆ ಇದೆಯೇ ಅಥವಾ ಹೋಗಲಿ ಪ್ರಾಥಮಿಕ ವೈದ್ಯಕೀಯ ಸೌಲಭ್ಯಗಳಾದರೂ ಇವೆಯೇ ಎಂದು ಯಾರೂ ನೋಡುವುದಿಲ್ಲ. ಸರಿಯಾದ ಊರಿಗೆ ವರ್ಗ ಮಾಡಿಸಿ ಕೊಳ್ಳಲು ಅಥವಾ ಸರಿಯಿಲ್ಲದ ಹುದ್ದೆಗೆ ಹೋಗದೆ ಇರಲು ಜನ ಎಷ್ಟೆಲ್ಲ ಕಸರತ್ತು ನಡೆಸುತ್ತಾರೆಂಬುದನ್ನು ನೋಡಿದಾಗ ನನಗೆ ನನ್ನ ತಂದೆ ತಾಯಿಯರು ವಿಚಿತ್ರ ಜೀವಿಗಳಂತೆ ಕಾಣಿಸುತ್ತಾರೆ. ಅವರೆಂದೂ ವರ್ಗಾವಣೆಯನ್ನು ಪ್ರಶ್ನಿಸಿದವರೇ ಅಲ್ಲ. ಎಲ್ಲಿಗೆ ಹೊರಡು ಅಂದರೆ ಅಲ್ಲಿಗೆ ಹೊರಟು ನಿಲ್ಲುವವರು. ನನ್ನ ತಂದೆಗೆ ವರ್ಗವಾಗಿದ್ದ ಅಥಾಮಲ್ಲಿಕ್‌ನಲ್ಲಿ ಖಾಲಿ ಇದ್ದ ಒಂದೇ ಸರ್ಕಾರಿ ವಸತಿ ಇದ್ದದ್ದು ಶವಾಗಾರದ ಪಕ್ಕದಲ್ಲಿ! ಶವಗಳನ್ನು ತರುತ್ತಿದ್ದ ಭೀಕರ ದೃಶ್ಯವಲ್ಲದೇ ಪರೀಕ್ಷೆಯ ನಂತರ ಕತ್ತರಿಸಿ ಎಸೆದ ದೇಹದ ಭಾಗಗಳು ಚಲ್ಲಾಪಿಲ್ಲಿಯಾಗಿದ್ದುದೂ ಕಾಣುತ್ತಿದ್ದವು. ಹಿತ್ತಲಲ್ಲಿ ಗಿಡ ನೆಡಲು ತಾಯಿ ನೆಲ ಅಗೆಯುವಾಗ ಎಷ್ಟೋ ಬಾರಿ ಆಕೆಗೆ ಮನುಷ್ಯನ ಮೂಳೆಗಳೂ ಸಿಕ್ಕಿದ್ದುಂಟು. ತನ್ನ ಮೂರು ಗಂಡು ಮಕ್ಕಳು ಶವ ಬಂದಾಗಲೆಲ್ಲ ಎಣೆಯಿಲ್ಲದ ಉತ್ಸಾಹದಿಂದ ಕಿಟಕಿಯಲ್ಲಿ ಬಗ್ಗಿ ಬಗ್ಗಿ ನೋಡುತ್ತಿದ್ದುದು ಆಕೆಗೆ ಭಯ ಹುಟ್ಟಿಸುತ್ತಿತ್ತು! ಅಂಥ ಸಂದರ್ಭಗಳಲ್ಲಿ ದೇವರಲ್ಲಿ ಬೇಡಿಕೊಳ್ಳುವುದೊಂದೇ ಆಕೆಗಿದ್ದ ದಾರಿ. ಕಾಲಕ್ರಮೇಣ ಒಂದು ಮೋಜಿನ ಸಂಗತಿ ನಡೆಯತೊಡಗಿತು. ಶವ ಬರುವ ದಿನ ಬೆಳಗಿನ ಪ್ರಾರ್ಥನೆಯಲ್ಲಿ ಆಕೆಗೆ ಏನೋ ಒಂದು ವಿಚಿತ್ರ, ಅತಿಮಾನುಷವೆನ್ನಬಹುದಾದ

ಅನುಭೂತಿ ಉಂಟಾಗುತ್ತಿತ್ತು. ಅದರ ಸುಳಿವಿನಿಂದ ಆಕೆ ಮಕ್ಕಳನ್ನೆಲ್ಲಾ ಮನೆಯಲ್ಲಿ ಕೂಡಿಹಾಕುತ್ತಿದ್ದಳು. ಅದೇ ಮಧ್ಯಾಹ್ನ ಶವ ಬಂದ ಸೂಚನೆಯಾಗಿ ಶವಾಗಾರದಲ್ಲಿ ಸದ್ದುಗಳು ಕೇಳಿಬರುತ್ತಿದ್ದವು. ಅತಿಮಾನುಷ ಸಂಗತಿಗಳು ನಡೆದಾಗ, ಜನರಿಗೆ ದೈವಶ್ರದ್ಧೆ ಬಲವಾಗುತ್ತದೆ. ಹಾಗೇ ನನ್ನ ತಾಯಿಗೂ ಎದುರಾದ ಪ್ರತಿ ಕಷ್ಟದ ಜೊತೆಗೆ ದೈವದಲ್ಲಿದ್ದ ನಂಬಿಕೆಯೂ ಗಟ್ಟಿಯಾಗುತ್ತಲೇ ಹೋಯಿತು.

ನಾನು 4–5 ವರ್ಷದವನಿದ್ದಾಗ ತಾಯಿಯ ಕಣ್ಣಿನ ದೃಷ್ಟಿ ಕುಂದುತ್ತಿರುವುದು ಗೊತ್ತಾಗತೊಡಗಿತು. ಹಳೆಯ ಬಟ್ಟೆಗಳನ್ನು ಹೊಲಿಯುವಾಗ ಸೂಜಿಗೆ ದಾರ ಪೋಣಿಸಲು ನನ್ನ ಸಹಾಯ ಕೇಳುತ್ತಿದ್ದಳು. ಕಣ್ಣಿನ ಪೊರೆಯಿಂದಾಗಿ ನಾನು ಹುಟ್ಟುವ ಮೊದಲೇ ದೃಷ್ಟಿಮಾಂದ್ಯತೆ ಶುರುವಾಗಿತ್ತು. ಪೊರೆ ಬಲಿಯುವವರೆಗೂ ತೆಗೆಯುವಂತಿರಲಿಲ್ಲ. ಆ ದಿನಗಳಲ್ಲಿ ಅದೊಂದು ಪ್ರಯಾಸದ ಶಸ್ತ್ರಚಿಕಿತ್ಸೆ. ದೊಡ್ಡ ಊರಿನಲ್ಲಿದ್ದ ಆಸ್ಪತ್ರೆಯಲ್ಲೇ ಮಾಡಬೇಕಿತ್ತಲ್ಲದೆ, ನಂತರ ವಾರಗಟ್ಟಲೆ ಎಚ್ಚರಿಕೆಯಿಂದ ನೋಡಿಕೊಳ್ಳಬೇಕಿತ್ತು. ಒಂದು ಕಣ್ಣಿನ ಪೊರೆ ಪೂರ್ತಿ ಬಲಿಯಲು ಆಕೆ ದಶಕಗಳೇ ಕಾದಿದ್ದಳು. ಅದಾದ ಹಲವು ತಿಂಗಳುಗಳ ನಂತರ ಇನ್ನೊಂದು ಕಣ್ಣಿನದೂ ಬಲಿತಿತ್ತು.

ಮಂದ ದೃಷ್ಟಿಯಿಂದಾಗಿ ಸರಿಯಾಗಿ ಓದಲಾಗುತ್ತಿರಲಿಲ್ಲ. ದಿನಪತ್ರಿಕೆಯನ್ನು ಓದಲು ನನಗೆ ಹೇಳುತ್ತಿದ್ದಳು. ಆಗ ಭಾರತ–ಪಾಕಿಸ್ತಾನ ಯುದ್ಧ ನಡೆದಿತ್ತು. ಆಕೆಗೆ ಅದರ ಪ್ರತಿಯೊಂದು ವಿವರಗಳನ್ನೂ ತಿಳಿಯುವ ಕಾತರ. ಎಂಟು ವರ್ಷದವನಾದ ನನಗೆ ವೈರಿಗಳನ್ನು ನೆಲಸಮ ಮಾಡುವ ಭಾರತದ ಟ್ಯಾಂಕರ್‌ಗಳು, ಶತ್ರುವಿಮಾನಗಳನ್ನು ಹೊಡೆದುರುಳಿಸುವ ನಮ್ಮ ಫೈಟರ್‌ಗಳು ಅಥವಾ ರೈಲ್ವೆ ಸೇತುವೆಗಳನ್ನು ಧ್ವಂಸಗೊಳಿಸಿ, ಅವರ ಸರಬರಾಜನ್ನು ಕತ್ತರಿಸಿದ ಬಾಂಬರ್‌ಗಳು ಮುಂತಾದ ಕಥೆಗಳನ್ನು ಜೋರಾಗಿ ಓದುವುದೆಂದರೆ ಭಾರೀ ಉತ್ಸಾಹ!! ಆಕೆ ಕಣ್ಣು ಮುಚ್ಚಿ ಕೇಳಿಸಿಕೊಳ್ಳುವಳು. ಮಧ್ಯೆ ಮಧ್ಯೆ ಸತ್ತ ನಮ್ಮ ಸೈನಿಕರಿಗಾಗಿ ಅಳುವಳು, ಅವರ ಧೈರ್ಯಕ್ಕೆ ಮೆಚ್ಚುಗೆ ಸೂಸುವಳು.

ತಂದೆ ಸರ್ಕಾರಿ ಕೆಲಸದಿಂದ ನಿವೃತ್ತಿ ಹೊಂದಿದಾಗ ದಾದಾಮೋನಿ ಮನೆಯ ಜವಾಬ್ದಾರಿ ವಹಿಸಿಕೊಂಡ. ಆಗಲೇ ನಾವು ಮನೆಯಲ್ಲಿ ಕೆಲವು ಸೌಕರ್ಯಗಳನ್ನು ಕಂಡಿದ್ದು. ಜೀವನದಲ್ಲಿ ಮೊದಲ ಬಾರಿಗೆ ನನಗೆ ಮಲಗಲಿಕ್ಕೊಂದು ಮರದ ಮಂಚ ಬಂತು. ನನಗೆ ಮತ್ತು ಅರವಿಂದನಿಗೆ ಓದಲಿಕ್ಕೊಂದು ಮೇಜು, ಎರಡು ಕುರ್ಚಿಗಳು, ಒಳಮನೆಗೊಂದು ಸೋಫಾ ಇವೆಲ್ಲವೂ ಬಂದವು. ಎರಡನೆ ಅಣ್ಣ ಶಾಂತಿಸ್ವರೂಪ್ ವಾಯುದಳದ ಕ್ಯಾಂಟೀನ್‌ನಿಂದ ಒಂದು ಟ್ರಾನ್ಸಿಸ್ಟರ್ ರೇಡಿಯೋ ಕೊಂಡು ತಂದಿದ್ದ. ಇದರ ಮಧ್ಯೆ ಮನೆಗೆ ದೊಡ್ಡ ಸೊಸೆ ಬಂದಳು. ಅದೇ ಸಮಯಕ್ಕೆ ತಾಯಿಯ ಕಣ್ಣಿನ ಶಸ್ತ್ರಚಿಕಿತ್ಸೆಗೆಂದು ಜಮ್‌ಶೆಡ್‌ಪುರದಲ್ಲಿ ಟಾಟಾ ಸ್ಟೀಲ್‌ನವರು ನಡೆಸುತ್ತಿದ್ದ ಕಣ್ಣಿನ ಆಸ್ಪತ್ರೆಗೆ ಕರೆದೊಯ್ದರು. ಆವಳಿಂದ ನಾನು ಅಷ್ಟು ಕಾಲ ದೂರವಿದ್ದದ್ದು ಅದೇ ಮೊದಲ ಬಾರಿ. ಆದರೆ ಅವಳು ಮತ್ತೆ ನೋಡುವಂತಾಗುತ್ತಾಳೆನ್ನುವ ಕಾರಣಕ್ಕೆ ಅಗಲಿಕೆ ಸಹನೀಯವಾಗಿತ್ತು. ವಾರಗಳ ನಂತರ ತಿರುಗಿ ಬಂದಾಗ ನನ್ನನ್ನು ನೋಡಿ

ಆಕೆ ಉದ್ಗರಿಸಿದ್ದು ಹೀಗೆ– "ಓಹ್! ನೀನದೆಷ್ಟು ಬೆಳ್ಳಗಿದ್ದೀಯ!!" ಆಕೆ ಯಾವಾಗಲೂ ಮಬ್ಬು ದೃಷ್ಟಿಯಿಂದಲೇ ನನ್ನನ್ನು ನೋಡಿದ್ದಳು. ಈಗಲೂ ನನಗೆ ಅವಳ ಆ ಉದ್ಗಾರ ನೆನಪಾದರೆ, ನಾಚಿಕೆಯಿಂದ ಮುಖ ಕೆಂಪೇರುತ್ತದೆ!! ಇದುವರೆಗೂ ಯಾವುದೇ ಹೆಣ್ಣು ನನಗೆ ಅದಕ್ಕಿಂತ ಹೆಚ್ಚಿನ ಹೊಗಳಿಕೆಯನ್ನು ಕೊಟ್ಟಿಲ್ಲ!!

ತಾಯಿಯ ಇನ್ನೊಂದು ಕಣ್ಣಿನ ಪೊರೆ ಬಲಿತಾಗ ಹತ್ತಿರದ ಊರಿನಲ್ಲಿದ್ದ ಕಣ್ಣಿನ ಚಿಕಿತ್ಸಾ ಶಿಬಿರಕ್ಕೆ ಕರೆದೊಯ್ದರು. ನಾನು ಮನೆಯಲ್ಲಿ ಒಬ್ಬನೇ ಇದ್ದು, ಆಕೆ ಬೇಗ ಹಿಂತಿರುಗಲೆಂದು ಆಶಿಸುತ್ತಿದ್ದೆ. ಚಿಕಿತ್ಸೆಯ ನಂತರ ಹಲವು ದಿನಗಳ ಕಾಲ ಆಕೆ ಸುಧಾರಿಸಿಕೊಳ್ಳಬೇಕಾಯಿತು. ಆಪರೇಶನ್ನಿನ ಸಮಯದಲ್ಲಿ ವೈದ್ಯರು ಆಕೆಯ ಒಂದು ಕಣ್ಣಿನಲ್ಲಿ ಚಿಕ್ಕ ಕಲೆಯೊಂದನ್ನು ಗುರುತಿಸಿದ್ದರು. ಅದೇನೂ ಅಪಾಯಕಾರಿಯಲ್ಲವೆಂದು ಅಷ್ಟಾಗಿ ಗಮನ ಕೊಟ್ಟಿರಲಿಲ್ಲ. ವಾಸ್ತವದಲ್ಲಿ ಅದೊಂದು ಅಲ್ಸರ್ ಆಗಿದ್ದು, ಆಪರೇಶನ್ನಿನ ನಂತರ ಮನೆಯಲ್ಲಿದ್ದಾಗ ಒಡೆದುಕೊಂಡಿತು. ಕಣ್ಣಿನ ಬ್ಯಾಂಡೇಜ್ ತೆಗೆದು ದೃಷ್ಟಿ ಪರೀಕ್ಷೆ ಮಾಡಲು ಹೇಳಿದಾಗ ತಾಯಿ, ನಾವಿಬ್ಬರೂ ನೆಟ್ಟು ಬೆಳೆಸಿ, ಬಗೆ ಬಗೆಯ ಬಣ್ಣದ ಹೂವುಗಳು ಅರಳಿ ನಿಂತಿದ್ದ ಗಿಡಗಳ ಬಳಿಗೆ ನಡೆದಳು. ಆಕೆಯ ಎರಡೂ ಕಣ್ಣುಗಳು ದೃಷ್ಟಿ ಕಳೆದುಕೊಂಡಿವೆಯೆಂಬ ಕಟುಸತ್ಯ ನಮಗಾಗ ಗೊತ್ತಾಯಿತು.

ಆಕೆ ಕಣ್ಣಿಲ್ಲದ ಜಗತ್ತಿಗೀಗ ಹೊಂದಿಕೊಳ್ಳತೊಡಗಿದಳು. ಮೊದಲು ತನ್ನ ಕೆಲಸಗಳನ್ನು ತಾನೇ ಮಾಡಿಕೊಳ್ಳುವುದನ್ನು ಕಲಿಯಬೇಕಿತ್ತು. ನಿಧಾನವಾಗಿಯಾದರೂ ಅದನ್ನು ಚೆನ್ನಾಗಿ ರೂಢಿಸಿಕೊಂಡಳು. ತಲೆ ಬಾಚಿಕೊಳ್ಳುವುದು, ಸ್ನಾನ ಮಾಡುವುದು, ಬಟ್ಟೆ ಬದಲಾಯಿಸಿಕೊಳ್ಳುವುದು ಮತ್ತು ತನ್ನ ಕೋಣೆಯನ್ನು ಸ್ವಚ್ಛ ಮಾಡಿಕೊಳ್ಳುವುದು– ಇವೆಲ್ಲವನ್ನೂ ಕಲಿತಿದ್ದಲ್ಲದೆ, ಅಡಿಗೆಮನೆಗೂ ಕಾಲಿಟ್ಟಳು. ಅಲ್ಲಿ ತರಕಾರಿ ಹೆಚ್ಚುವುದು, ಹಿಟ್ಟು ನಾದುವುದು ಮುಂತಾದ ಕೆಲಸಗಳನ್ನು ಮಾಡುತ್ತಿದ್ದಳು. ತನ್ನ ಕುರುಡು ಸರಿಪಡಿಸಲಾಗದ್ದು ಎಂದು ಅರಿವಾದಾಗ ತನಗಾಗಿ ಬೇಡಿಕೊಳ್ಳುವುದನ್ನೇ ಆಕೆ ಬಿಟ್ಟುಬಿಟ್ಟಳು. ಮೊದಲಿಗಿಂತ ತೀವ್ರವಾಗಿ ಪ್ರಾರ್ಥಿಸುತ್ತಿದ್ದಳಾದರೂ ಅದು ಇಡೀ ವಿಶ್ವಕ್ಕಾಗಿ ನಡೆಸುವ ಪ್ರಾರ್ಥನೆಯಾಗಿತ್ತು.

ಎಷ್ಟೋ ವರ್ಷಗಳ ನಂತರ ನಾನು ಮತ್ತು ಸುಸ್ಮಿತಾ ಮನೆ ಮಾಡಿದಾಗ ತಾಯಿ ನಮ್ಮೊಡನೆ ಬಂದಿದ್ದಳು. ಆಫೀಸಿನ ಕೆಲಸ ಮುಗಿಸಿ ಬಂದು, ಸಂಜೆ ಚಹಾ ಕುಡಿಯುವ ಸಮಯವನ್ನು ಅವಳೊಡನೆ ಕಳೆಯುತ್ತಿದ್ದೆ. ನಾನು ಸುಸ್ಮಿತಾಳೊಡನೆ ದಿನದಲ್ಲಿ ನಡೆದ ಘಟನೆಗಳ ಬಗ್ಗೆ ಮಾತಾಡುತ್ತಿದ್ದರೆ, ಆಕೆ ಆಸಕ್ತಿಯಿಂದ ಕೇಳುತ್ತಿದ್ದಳು. ಅವಳ ಜಗತ್ತಿಗಿಂತ ಬೇರೆಯೇ ಆದ ಇನ್ನೊಂದು ಜಗತ್ತನ್ನೂ ತಿಳಿದುಕೊಳ್ಳುವ ಸಾಮರ್ಥ್ಯ ಅವಳಲ್ಲಿತ್ತು. ಕುರುಡುತನ ಮತ್ತು ಆಕೆಗಿದ್ದ ಬರಿಯ ಹೈಸ್ಕೂಲ್ ಶಿಕ್ಷಣ ಇವೆರಡೂ ಒಂದು ಥರದಲ್ಲಿ ಎರಡು ಜಗತ್ತುಗಳ ಮಧ್ಯೆ ಇದ್ದ ತಡೆಗೋಡೆಗಳಂತಿದ್ದವು. ಆದರೆ ಆಕೆ ಅವುಗಳನ್ನು ಪ್ರಯಾಸವಿಲ್ಲದೇ ದಾಟಬಲ್ಲವಳಾಗಿದ್ದಳು.

ಜಗತ್ತಿನೊಡನೆ ಹೊಂದಿಕೊಂಡು, ಬಾಂಧವ್ಯಗಳನ್ನು ಬೆಳೆಸಿಕೊಳ್ಳಲು ಬೇಕಾದದ್ದು ನಾವೆಷ್ಟು ಕಲಿತಿದ್ದೇವೆ ಅನ್ನುವುದಲ್ಲ ಎಂಬುದು ಈಗ ನನಗೆ ಗೊತ್ತಾಗಿದೆ. ಮಾನವನ ಅಂತಸ್ಸತ್ವ ಅಪಾರವಾಗಿದೆ. ನಿಜವಾಗಿ ಬೇಕಾದದ್ದು ಎಲ್ಲರನ್ನೂ ಒಳಗೊಳ್ಳುವ ವಿಶಾಲ ಮನೋಭಾವವೇ ಹೊರತು ಬುದ್ಧಿಶಕ್ತಿಯಲ್ಲ. ಆಕೆ ಈ ವಿಶ್ವದಲ್ಲಿ ಎಲ್ಲವೂ ತನ್ನದು, ಎಲ್ಲರೂ ತನ್ನವರೆಂಬಂತೆ ಜೀವಂತಿಕೆಯ ಪ್ರತೀಕವಾಗಿ ಬಾಳಿದಳು.

ಒಮ್ಮೆ ಚಹಾದ ಸಮಯದಲ್ಲಿ ಹೇಳಿದಳು, "ಜೀವಂತ ಹಾಗೂ ಜಡ ವಸ್ತುಗಳೆಂಬ ಭೇದವೇ ಈ ಜಗತ್ತಿನಲ್ಲಿ ಇಲ್ಲ." ಮುಂದುವರಿದು, "ಶಬ್ದವೇ ಬ್ರಹ್ಮ" ಎಂದಿದ್ದಳು. ನನಗರ್ಥವಾಗಲಿಲ್ಲವೆಂದು ಗ್ರಹಿಸಿ, ಊಟದ ಮೇಜಿನ ಮೇಲೆ ಎರಡು ಸಾರಿ ಕುಟ್ಟಿ "ಶಬ್ದ ಎಲ್ಲಿಂದ ಬರುತ್ತಿದೆ ? ಬರೀ ನನ್ನ ಕೈಯಿಂದಲೇ ? ಇಲ್ಲ, ಈ ಮೇಜು ನನ್ನ ಕೈ ಬಡಿತಕ್ಕೆ ಸ್ಪಂದಿಸಿದ್ದರಿಂದ. ಬೇರೆ ಯಾವುದೇ ಮೈಯ ಮೇಲೆ ಬಡಿದರೆ ಅದರಿಂದ ಹೊರಡುವ ಶಬ್ದವೇ ಬೇರೆಯಾಗಿರುತ್ತದೆ. ಪ್ರತಿಯೊಂದಕ್ಕೂ ಬೇರೆ ಬೇರೆ ಶಬ್ದಗಳಿರುತ್ತವೆ. ಜಡವೆಂದು ಕಾಣುವ ಈ ಜಗತ್ತು ನಿನ್ನೊಡನೆ ಮಾತಾಡುವ ರೀತಿ ಅದು. ಇದೆಲ್ಲದರಲ್ಲೂ ಬ್ರಹ್ಮವಿದೆ. ನೀನು ತಟ್ಟಲು ಸಿದ್ಧನಿದ್ದರೆ ಜಡ ಕೂಡಾ ತಪ್ಪದೆ ಸ್ಪಂದಿಸೀತು. ಶಬ್ದವಿರುವೆಡೆಯೆಲ್ಲಾ ಬ್ರಹ್ಮವಿದೆ. ಜೀವ, ಜಡ ಎಂಬುವ ವ್ಯತ್ಯಾಸಗಳೆಲ್ಲಾ ನಮ್ಮ ಗ್ರಹಿಕೆಗೆ ಸೇರಿದವು. ನಿಜವಾಗಿ ಎಲ್ಲವೂ ಜೀವಂತವೇ."

ದೃಷ್ಟಿಯಿಲ್ಲದ ಕಣ್ಣುಗಳಿಂದ ಆಕೆ ಏನನ್ನೆಲ್ಲ ಅನುಭವಿಸಿರಬಹುದು? ಆಕೆಯ ಕಣ್ಣುಗಳಲ್ಲಿ ಗಾಢ ಕತ್ತಲೆ ತುಂಬಿತ್ತೆ? ಒಮ್ಮೆ ಹೇಳಿದ್ದಳು, "ಇಲ್ಲ, ನನಗೆ ಬರೀ ಬೆಳಕು ಮಾತ್ರ ಕಾಣುತ್ತದೆ, ಅದೊಂದು ಅನಂತವಾದ ಬೆಳಕು!"

ನಮ್ಮ ದೃಷ್ಟಿಯ ಹರವು ಕಣ್ಣುಗಳ ನೋಟದ ಶಕ್ತಿಗಷ್ಟೇ ಸೀಮಿತವಾಗಿಲ್ಲ. ಅನಂತವಾದ ಈ ವಿಶ್ವವನ್ನು ಒಳದೃಷ್ಟಿಯಿಂದ ಗ್ರಹಿಸುವ ಮನಸ್ಸಿದ್ದಲ್ಲಿ, ಅದು ನಮ್ಮ ಅಸ್ತಿತ್ವವನ್ನೇ ಬೆಳಗೀತು.

ಅಧ್ಯಾಯ 3

ಕ್ಲೇಶದಲ್ಲೊಂದು ಕೃಪಾಕಿರಣ

ನನ್ನ ತಂದೆಯ ಜನನ 1910ರಲ್ಲಿ ಅವಿಭಜಿತ ಬಂಗಾಳದಲ್ಲಾಯಿತು. ಡಾ.ಜೋಗೇಶ್‌ಚಂದ್ರ ಬಾಗ್ಚಿ ಮತ್ತು ಗಂಗಾ ತಾರಿಣಿ ದೇವಿ ದಂಪತಿಗೆ ಬದುಕುಳಿದ ಒಂಭತ್ತು ಮಕ್ಕಳಲ್ಲಿ ನನ್ನ ತಂದೆ ಎರಡನೆಯವರು. ನಾಲ್ಕು ಮಕ್ಕಳು ಚಿಕ್ಕಂದಿನಲ್ಲೇ ತೀರಿಕೊಂಡಿದ್ದರು. ತಂದೆಯ ಜೀವನದ ಪ್ರಾರಂಭಿಕ ದಿನಗಳು ಮೂರು ಸ್ಥಳಗಳಲ್ಲಿ ಹಂಚಿಹೋಗಿದ್ದವು. ಒಂದು ನನ್ನ ಅಜ್ಜ ರಾಜನ ಬಳಿ ಕೆಲಸಕ್ಕಿದ್ದ ಸೆರೈಕಲ್ಲ, ಇನ್ನೊಂದು ಬಂಗಾಲದ ಹಳ್ಳಿಯಾದ ಘೋಡಾದಹ (ಇಲ್ಲಿ ಪಿತ್ರಾರ್ಜಿತವಾಗಿ ಬಂದ ಅಪಾರವಾದ ಜಮೀನಿತ್ತು) ಮತ್ತು ಮೂರನೆಯದು ಕೊಲ್ಕತ್ತ. ಕೊಲ್ಕತ್ತಕ್ಕೆ ಅವರನ್ನು ಎಂಜಿನಿಯರಿಂಗ್ ಕಲಿಯಲಿಕ್ಕೆಂದು ಕಳಿಸಲಾಗಿತ್ತು. ಆದರೆ ಅವರದನ್ನು ಪೂರ್ತಿ ಮಾಡಲಿಲ್ಲ.

ಡಾ.ಜೋಗೇಶ್ ಬಾಗ್ಚಿ ಆಕಸ್ಮಿಕವಾಗಿ ಸೆರೈಕಲ್ಲಕ್ಕೆ ಬಂದವರು. ಕೊಲ್ಕತ್ತದ ಮೆಡಿಕಲ್ ಕಾಲೇಜಿನಲ್ಲಿ ಓದು ಮುಗಿಸಿದ ಅವರಿಗೆ ಎಲ್ಲೂ ಕೆಲಸ ಸಿಗಲಿಲ್ಲ. ಇಪ್ಪತ್ತನೇ ಶತಮಾನದ ಆರಂಭದಲ್ಲಿ ವೈದ್ಯ ವೃತ್ತಿ ಬಹುತೇಕವಾಗಿ ಬ್ರಿಟಿಷರಿಗೇ ಮೀಸಲಾಗಿತ್ತು. ಕೆಲಸದ ಹುಡುಕಾಟ ಕೈ ಬಿಟ್ಟ ಅವರು ಕೊಲ್ಕತ್ತದ ಸಿಯಲ್ಡಾ ರೈಲ್ವೆ ಸ್ಟೇಶನ್ನಿನ ಬಳಿ ಇದ್ದ ಬೈಠಕ್ ಖಾನಾ ರಸ್ತೆಯಲ್ಲಿ, ತಮ್ಮದೇ ಸ್ವಂತ ಕ್ಲಿನಿಕ್ ಪ್ರಾರಂಭಿಸಿದರು. ಸೆರೈಕಲ್ಲದ ರಾಜನ ಕುಟುಂಬದ ಅನೇಕರು ಅವರ ಬಳಿ ರೋಗಿಗಳಾಗಿ ಬರುತ್ತಿದ್ದರು. ಡಾಕ್ಟರ್‌ನ ಕೈಗುಣವನ್ನು ಬಹುವಾಗಿ ಮೆಚ್ಚಿದ ಅವರು, ಸೆರೈಕಲ್ಲಕ್ಕೆ ಬರುವಂತೆ ಅವರನ್ನು ಒತ್ತಾಯಿಸುತ್ತಲೇ ಇದ್ದರು. ಕೊನೆಗೊಮ್ಮೆ ಅಲ್ಲಿಯ ರಾಜನೇ ಆಗಿನ ಬಂಗಾಳ–ನಾಗಪುರ ರೈಲಿನಲ್ಲಿ ತನ್ನ ಖಾಸಗಿ ಕಾರನ್ನು ಕಳುಹಿಸಿಕೊಟ್ಟು, ಸೆರೈಕಲ್ಲಕ್ಕೆ ಬರುವಂತೆ ಆಹ್ವಾನಿಸಿದಾಗ ಜೋಗೇಶ್ ಬಾಗ್ಚಿಗೆ ಇಲ್ಲ ಎನ್ನಲಾಗಲಿಲ್ಲ. ಪ್ರತಿಭಾವಂತರನ್ನು ಸೆಳೆದುಕೊಳ್ಳುವ ಆ ಚತುರ ಉಪಾಯ ಈಗಿನ ದಿನಗಳಲ್ಲಿ ಕೂಡ ಮೆಚ್ಚಬೇಕಾದ ತಂತ್ರಕೌಶಲ್ಯ ಎನ್ನಬಹುದು.

ಸೆರೈಕಲ್ಲಕ್ಕೆ ಭೇಟಿ ಇತ್ತ ಡಾ.ಜೋಗೇಶ್ ಬಾಗ್ಚಿ ಅಲ್ಲಿಯೇ ಬಂದು ನೆಲೆಸಲು ರಾಜನಿಗೆ ಕೆಲವು ಷರತ್ತುಗಳನ್ನು ವಿಧಿಸಿದರು. ಮೂವತ್ತು ಹಾಸಿಗೆಗಳುಳ್ಳ ಒಂದು ಆಸ್ಪತ್ರೆ ಸ್ಥಾಪಿಸಬೇಕು, ಅದಕ್ಕೆ ಸದಾ ವಿದ್ಯುತ್ ಪೂರೈಕೆ ಇರಬೇಕು, ಶಸ್ತ್ರಕ್ರಿಯೆಗೆ ಕೊಠಡಿಯಿರಬೇಕು, ಮಹಿಳೆಯರಿಗಾಗಿ ಪ್ರತ್ಯೇಕ ವಾರ್ಡುಗಳು ಮತ್ತು ತರಬೇತಿ ಹೊಂದಿದ ಮಹಿಳಾ ದಾದಿಯರಿರಬೇಕು... ಇತ್ಯಾದಿ ಇತ್ಯಾದಿ. ಇಂಥಾ ಷರತ್ತುಗಳು ರಾಜನನ್ನು ಈ ಪ್ರಸ್ತಾಪದಿಂದ ಹಿಂದೆ ಸರಿಯುವಂತೆ ಮಾಡುತ್ತವೆಂದು ಅವರು

ಭಾವಿಸಿದ್ದರು. ಕೆಲವು ತಿಂಗಳುಗಳ ನಂತರ ರಾಜ ಹೇಳಿಕಳುಹಿಸಿದ್ದ. ಡಾ.ಬಾಗ್ಚಿಯ ಇಷ್ಟದಂತೆಯೇ ಆತ ಎಲ್ಲ ವ್ಯವಸ್ಥೆಯನ್ನೂ ಮಾಡಿದ್ದ. ವಿದ್ಯುತ್ತಿನ ಪೂರೈಕೆ ಸದಾ ಇರುವಂತೆ ಒಂದು ವಿದ್ಯುತ್ ಉತ್ಪಾದನಾ ಘಟಕವನ್ನೂ ಸ್ಥಾಪಿಸಿದ್ದ! ಆ ಪ್ರದೇಶದಲ್ಲಿಯೇ ಅದು ಮೊಟ್ಟಮೊದಲನೆಯದಾಗಿತ್ತು. ಹೀಗೆ ನನ್ನಜ್ಜ ಸದ್ದು-ಗದ್ದಲವಿಲ್ಲದ ಚಿಕ್ಕ ಊರು ಸೆರೈಕಲ್ಲಕ್ಕೆ ಬಂದು ನೆಲೆಸುವಂತಾಯ್ತು. ಇಂದಿಗೂ ಅಲ್ಲಿಗೆ ಸಮೀಪದ ದೊಡ್ಡ ಊರೆಂದರೆ ಉಕ್ಕಿನ ಖ್ಯಾತಿಯ ಜಮಶೇಡ್‌ಪುರ.

ಸೆರೈಕಲ್ಲನ್ನು ಚರಿತ್ರೆ ಮರೆತರೂ ಬ್ರಿಟಿಷರು ಮರೆಯಲಿಲ್ಲ. ಅದನ್ನು ಬ್ರಿಟಿಷ್ ಚಕ್ರಾಧಿಪತ್ಯದ ಅಧೀನ ಸಂಸ್ಥಾನವನ್ನಾಗಿ ಮಾಡಿದ್ದರು. ಅಲ್ಲಿನ ರಾಜನ ಪ್ರಜೆಗಳೆಲ್ಲ ಹೆಚ್ಚಾಗಿ ಸ್ಥಳೀಯ ಆದಿವಾಸಿಗಳಾಗಿದ್ದರು. ಸಂತಾಲರು, ಕೋಲರು, ಹೋ ಜನಾಂಗ ಮುಂತಾದ ಹಲವು ಪಂಗಡಗಳಿದ್ದವು. ರಾಜ ಮತ್ತವನ ಪ್ರಜೆಗಳ ಆರೋಗ್ಯದ ಜವಾಬ್ದಾರಿ ಹೊತ್ತು ಬಂದಿಳಿದ ತರುಣ ಬಾಗ್ಚಿಗೆ, ಅಲ್ಲಿಯ ಜೈಲನ್ನು ನೋಡಿಕೊಳ್ಳುವ ಕೆಲಸವೂ ಸೇರಿತ್ತು. ಅದು ಅಂದಿನ ಕಾನೂನಾಗಿತ್ತು. ಈಗಲೂ ಜಿಲ್ಲೆಯ ವೈದ್ಯಾಧಿಕಾರಿಯೇ ಜೈಲನ್ನು ನೋಡಿಕೊಳ್ಳುವುದು, ಪೊಲೀಸರಲ್ಲ. ಇದಲ್ಲದೆ, ಅಲ್ಲಿಯ ಇಂಗ್ಲಿಷ್ ದೊರೆಗಳನ್ನೂ ಆಗಾಗ್ಗೆ ನೋಡಬೇಕಿತ್ತು. ಡಾ.ಬಾಗ್ಚಿ ಇದೆಲ್ಲದಕ್ಕೂ ಒಪ್ಪಿದರು. ಇಡೀ ಸೆರೈಕಲ್ಲದಲ್ಲಿ ಇಂಗ್ಲಿಷ್ ಮಾತಾಡಬಲ್ಲವರು ಅವರೊಬ್ಬರೇ ಆದ್ದರಿಂದ ತರುಣ ವೈದ್ಯನಿಂದ ಅದನ್ನು ನಿರೀಕ್ಷಿಸುವುದು ರಾಜನಿಗೆ ಸಹಜವೇ ಆಗಿತ್ತು.

ನನ್ನ ಅಜ್ಜ ಅವರ ಮನೆತನದಲ್ಲಿ ಇದುವರೆಗೆ ಆಗಿ ಹೋದ ಒಬ್ಬರೇ ವೈದ್ಯರು. ಸೆರೈಕಲ್ಲದಲ್ಲೇ ಬದುಕಿ, ಸೇವೆ ಸಲ್ಲಿಸಿ, ಅಲ್ಲಿಯೇ ತೀರಿಕೊಂಡರು. ನನ್ನ ತಾಯಿ ಮದುವೆಯಾಗಿ ಆ ಮನೆಗೆ ಬರುವಷ್ಟರಲ್ಲಿ ಅಜ್ಜ, ಅಜ್ಜಿ ಇಬ್ಬರೂ ಕಾಲವಾಗಿದ್ದರು. ಕೆಲ ವಂಶಜರು ಮಾತ್ರ ಅಲ್ಲೇ ಉಳಿದಿದ್ದರು.

ನನಗೆ ನೆನಪಿರುವಂತೆ ಸೆರೈಕಲ್ಲ ಧೂಳುಮಯವಾದ ಚಿಕ್ಕ ಊರಾಗಿತ್ತು. ಅಲ್ಲೊಂದು ಬಸ್ ನಿಲ್ದಾಣ, ನ್ಯಾಯಾಲಯವಿದ್ದ ಚಿಕ್ಕ ಕಟ್ಟಡ, ಪೊಲೀಸ್ ಸ್ಟೇಶನ್ ಮತ್ತು ಕೆಲವು ಕಿರಾಣಿ ಅಂಗಡಿಗಳು ಇದ್ದ ನೆನಪಿದೆ. ಅರಮನೆ ಇತ್ತಂತೆ, ನಾನೆಂದೂ ಅದನ್ನು ನೋಡಲಿಲ್ಲ. ಖಾರ್ಕೈ ಎಂಬ ಹೆಸರಿನ ಚಿಕ್ಕ ನದಿಯೊಂದು ಈ ಊರನ್ನು ಸುತ್ತಿಕೊಂಡು ಹರಿಯುತ್ತಿತ್ತು. ನಾನು ಕೆಲವೊಮ್ಮೆ ಸಂಬಂಧಿಯೊಬ್ಬನೊಡನೆ ಅದರಲ್ಲಿ ಸ್ನಾನಕ್ಕಾಗಿ ಹೋಗಿದ್ದೂ ಉಂಟು. ನನ್ನ ಚಿಕ್ಕಮ್ಮಂದಿರು ಆ ನದಿ ಪ್ರತಿ ವರ್ಷ ಒಬ್ಬನನ್ನು ಬಲಿ ತೆಗೆದುಕೊಳ್ಳುತ್ತದೆಂದು ಕತೆಗಳನ್ನು ಹೇಳುತ್ತಿದ್ದರು. ನಂಬಿಕೆಯೊಂದರ ಪ್ರಕಾರ, ಒಂದು ವರ್ಷ ರಾಜನ ಸಹೋದರನೇ ನದಿಗೆ ಬಲಿಯಾಗಿದ್ದನಂತೆ. ಅಪಾಯದ ರೋಚಕತೆ ತುಂಬಿದ್ದ ಈ ಕತೆಗಳೇ ನಮ್ಮಲ್ಲಿ ಇನ್ನಷ್ಟು ನದಿ ಸ್ನಾನದ ಹುರುಪನ್ನು ಹೆಚ್ಚಿಸುತ್ತಿದ್ದವು. ನಿಷೇಧಿಸಿದಷ್ಟೂ ನಮ್ಮ ನೀರಿನ ಪ್ರೀತಿ ಬೆಳೆಯುತ್ತಲೇ ಹೋಯಿತು.

1975ರಲ್ಲಿ ಹದಿನೆಂಟು ವರ್ಷದ ನಾನು ಎರಡು ದಿನಗಳ ಮಟ್ಟಿಗೆ ಸೆರೈಕಲ್ಲಕ್ಕೆ ಹೋಗಿದ್ದೆ. ನನ್ನ ಒಬ್ಬ ಚಿಕ್ಕಪ್ಪ ಅಲ್ಲಿ ವಕೀಲರಾಗಿದ್ದರು. ಅಜ್ಜನ ಅಷ್ಟು ಜನ ಮಕ್ಕಳಲ್ಲಿ,

ಊರಿನಲ್ಲಿ ಉಳಿದದ್ದು ಅವರೊಬ್ಬರೇ. ವಾಪಸ್ ಬರುವ ದಿನ ಅವರು ನನ್ನನ್ನು ಬೀಳ್ಕೊಡಲು ಬಸ್ ನಿಲ್ದಾಣದವರೆಗೂ ಬಂದಿದ್ದರು. ಇಂಥಾ ಚಿಕ್ಕ ಊರುಗಳಲ್ಲಿ ಬಸ್ ನಿಲ್ದಾಣವೆಂದರೆ, ಜನರು ಸಂಧಿಸುವ ಜಾಗ. ದಿನ ನಿತ್ಯದ ಬರು–ಹೋಗುವಿಕೆಗಳೂ ಕೂಡಾ ಒಂದು ವಿಶೇಷವೇ. ಇನ್ನೇನು ಬಸ್ ಹತ್ತುವಷ್ಟರಲ್ಲಿ ಕೋಲೂರುತ್ತಾ ಬಂದ ಮುಪ್ಪಿನವನೊಬ್ಬ ನಾನ್ಯಾರೆಂದು ಚಿಕ್ಕಪ್ಪನನ್ನು ಕೇಳಿದ. ಚಿಕ್ಕಪ್ಪ, 'ಬುಡಾ ಡಾಕ್ಟರ್ ಎರ್ ನಾತಿ ಎತ' (ಡಾಕ್ಟರ್ ಅಜ್ಜನ ಮೊಮ್ಮಗ) ಎಂದರು. ಮನದಲ್ಲೇ ಏನೋ ಗುಣಾಕಾರ ಹಾಕಿದ ಮುದುಕ ಮತ್ತೆ, 'ಎತ ಹಾಬುರ್ ಚಾ' (ಇವನು ಹಾಬುನ ಮಗನೇ?) ಎಂದ. ನಾನು ಹಾಬುನ ಮಗನೆಂದು ಆತ ಸರಿಯಾಗಿ ಗುರುತಿಸಿದ್ದ. ಹಾಬು ನನ್ನ ತಂದೆಯ ಮುದ್ದಿನ ಹೆಸರು. ಸಮಯ ನಿಧಾನವಾಗಿ ಸರಿಯುವ ಇಂಥಾ ಜಾಗಗಳಲ್ಲಿ ಮಾತ್ರ ಸಂಬಂಧಗಳ ಬಗ್ಗೆ ಜನ ಆಸಕ್ತಿ ವಹಿಸುತ್ತಾರೆ!

ಡಾಕ್ಟರ್ ಅಜ್ಜ ತನ್ನ ಇಬ್ಬರು ಹೆಣ್ಣುಮಕ್ಕಳನ್ನು ಚಿಕ್ಕ ವಯಸ್ಸಿನಲ್ಲೇ ಮದುವೆ ಮಾಡಿಕೊಟ್ಟಿದ್ದ. ಹಿರಿಯ ಮಗ ವಿನೋದ್ ಗೋಪಾಲ್‌ನನ್ನು ಕೊಲ್ಕತ್ತದ ಕಾರ್ಮಿಚೇಲ್ ಕಾಲೇಜಿನಲ್ಲಿ ವೈದ್ಯಕೀಯ ಶಿಕ್ಷಣ ಕಲಿಯಲು ಕಳಿಸಿದ್ದ. ಕಟಕ್‌ನ ರಾವೆನ್‌ಶಾ ಕಾಲೇಜಿನಲ್ಲಿ ವಿಜ್ಞಾನದ ಇಂಟರ್‌ಮೀಡಿಯಟ್ ಮುಗಿಸಿದ ಮಾಖನ್‌ಗೋಪಾಲ್(ನನ್ನ ತಂದೆ)ನನ್ನು ಶೀಬ್‌ಪುರದ ಬೆಂಗಾಲ್ ಎಂಜಿನಿಯರಿಂಗ್ ಕಾಲೇಜಿಗೆ ಕಳಿಸಲಾಗಿತ್ತು. ಇನ್ನೂ ಮೂರು ಗಂಡು ಮಕ್ಕಳು ಶಾಲೆಯಲ್ಲಿ ಕಲಿಯುತ್ತಿದ್ದರು. ಕೊನೆಯದಿನ್ನೂ ಅಂಬೆಗಾಲಿಡುತ್ತಿತ್ತು! ಹೀಗಿರುವಾಗಲೇ ಅನಿರೀಕ್ಷಿತವಾಗಿ ಅಜ್ಜ ತೀರಿಹೋದ. ವಿನೋದ್‌ಗೋಪಾಲ್ ಮತ್ತು ಮಾಖನ್‌ಗೋಪಾಲ್‌ರಿಗೆ ಅಲ್ಲಿಯ ರಾಜನಿಂದ ಕರೆ ಹೋಗಿತ್ತು. ಹಿಂತಿರುಗಿ ಬಂದು ತಮ್ಮ ತಮ್ಮಂದಿರನ್ನು ನೋಡಿಕೊಳ್ಳುವಂತೆ ರಾಜ ಹೇಳಿಕಳಿಸಿದ್ದ. ವಿನೋದ್ ಗೋಪಾಲನಿಗೆ ರಾಜ್ಯಸರ್ಕಾರದಲ್ಲಿ ಕೆಲಸ ಸಿಕ್ಕಿತು. ನನ್ನ ತಂದೆ ಸೆರೈಕಲ್‌ನ ರಾಜನ ಶಿಫಾರಸು ಪತ್ರದೊಂದಿಗೆ ಧೇನ್‌ಕನಲ್ ರಾಜನ ಬಳಿಗೆ ಹೋದರು. ಸೆರೈಕಲ್‌ನ ರಾಜ ತನ್ನ ಮಗಳನ್ನು ಧೇನ್‌ಕನಲ್‌ನ ರಾಜಕುಮಾರನೊಂದಿಗೆ ಮದುವೆ ಮಾಡಿದ್ದ. ಧೇನ್‌ಕನಲ್ ಸೆರೈಕಲ್ಲದಷ್ಟೇ ಚಿಕ್ಕದಾದ ಒಡಿಶಾದ ಮತ್ತೊಂದು ಸಂಸ್ಥಾನವಾಗಿತ್ತು. ಪತ್ರದೊಂದಿಗೆ ಬಂದಿದ್ದ ತಂದೆಯನ್ನು ಯುದ್ಧಸಂಬಂಧಿ ವ್ಯವಹಾರಗಳಲ್ಲಿ ರಾಜ್ಯದ ಸಹಕಾರ್ಯದರ್ಶಿಯಾಗಿ ನೇಮಿಸಿಕೊಳ್ಳಲಾಯಿತು.

ಬ್ರಿಟಿಷ್ ಸಾಮ್ರಾಜ್ಯ ನಡೆಸುತ್ತಿದ್ದ ಜಾಗತಿಕ ಮಹಾಯುದ್ಧದ ಬಿಸಿ ಧೇನ್‌ಕನಲ್‌ನೇನೂ ತಟ್ಟಿರಲಿಲ್ಲ. ಆದರೂ ಸಂಸ್ಥಾನ ರಾಜ್ಯವಾದುದರಿಂದ ಲಂಡನ್ನಿನಿಂದ ಕಾಲ ಕಾಲಕ್ಕೆ ಯುದ್ಧದ ವರದಿಗಳು ಬಂದು ತಲುಪುತ್ತಿದ್ದವು. ಯುದ್ಧದ ಆಗು ಹೋಗುಗಳ ವಿಷಯ ತನ್ನ ಎಲ್ಲಾ ಪ್ರಜೆಗಳಿಗೆ ತಲುಪಬೇಕೆಂಬ ಇಚ್ಛೆ ಇಂಗ್ಲೆಂಡಿನ ರಾಣಿಯದಾಗಿತ್ತು. ಬರುತ್ತಿದ್ದ ವರದಿಗಳನ್ನು ಅರ್ಥ ಮಾಡಿಕೊಂಡು, ರಾಜನಿಗೆ ಎಲ್ಲ ವಿಷಯವೂ ತಿಳಿದಿರುವಂತೆ ನೋಡಿಕೊಳ್ಳುವುದು ತಂದೆಯ ಕೆಲಸಗಳಲ್ಲಿ ಒಂದಾಗಿತ್ತು. ಅಜ್ಜ ತನ್ನ ಇಬ್ಬರು ಹಿರಿಯ ಮಕ್ಕಳಿಗೆ ಜೀವನದ ಎಲ್ಲ ಸೌಲಭ್ಯಗಳೂ ಸಿಗುವಂತೆ

ಕಾಳಜಿ ವಹಿಸಿದ್ದರು. ಚಿನ್ನದ ನಾಣ್ಯಗಳ ಶುಲ್ಕ ಕೊಟ್ಟು, ಒಬ್ಬ ಬ್ರಿಟಿಷನಿಂದ ಮಕ್ಕಳಿಗೆ ಮನೆಪಾಠವನ್ನೂ ಹೇಳಿಸಿದ್ದರು. ಲಂಡನ್ನಿನಲ್ಲಿ ಶಾಲಾಭ್ಯಾಸ ಮುಗಿಸಿದವರಿಗೆ ಇರುವಷ್ಟೇ ಇಂಗ್ಲಿಷ್ ಮೇಲಿನ ಹಿಡಿತ ಅವರ ಮಕ್ಕಳಿಗಿರಬೇಕೆಂಬುದು ಅಜ್ಜನ ಇಚ್ಛೆಯಾಗಿತ್ತು. ಹಲವು ವರ್ಷಗಳ ನಂತರ ಸರಿಯಾದ ಶಾಲೆಗಳಿಲ್ಲದ ಚಿಕ್ಕ ಊರುಗಳಿಗೆ ತಂದೆಗೆ ವರ್ಗವಾದಾಗ ಅವರೇ ನಮಗೆ ಇಂಗ್ಲಿಷ್ ಹೇಳಿಕೊಟ್ಟಿದ್ದರು. ನಮ್ಮನ್ನೂ ಲಂಡನ್ನಿನ ಶಾಲಾಭ್ಯಾಸದವರಿಗಿಂತ ಕಡಿಮೆಯಿಲ್ಲದಂತೆ ಮಾಡುವುದೇ ತಂದೆಯ ಜೀವನದ ಮುಖ್ಯ ಗುರಿಯಾಗಿತ್ತು. ಹೀಗಾಗಿ, ಹಳ್ಳಿಗಳಲ್ಲಿ ಓದಿದರೂ ಜೀವನದ ಅವಕಾಶಗಳಿಂದ ವಂಚಿತರಾದಂತೆ ನಮಗೆ ಅನ್ನಿಸಲಿಲ್ಲ. ನಾವೆಂದೂ ಪಟ್ಟಣದ ಅನುಕೂಲತೆಗಳು ದೊರೆಯಲಿಲ್ಲವೆಂದು ಗೊಣಗಲೇ ಇಲ್ಲ. ಬ್ರಿಟಿಷರಂತೆಯೇ ನಮಗೂ ಇಂಗ್ಲಿಷ್ ಓದಲು, ಬರೆಯಲು, ಮಾತನಾಡಲು ಬರುತ್ತಿತ್ತಲ್ಲ, ಇನ್ನೇನು ಬೇಕು?!

ತಂದೆಯ ಜವಾಬ್ದಾರಿಗಳಲ್ಲಿ ಕಾನೂನು ವ್ಯವಸ್ಥೆ ಕಾಪಾಡುವುದು, ಕಂದಾಯ ವಸೂಲಿ ಮುಂತಾದವೂ ಸೇರಿದ್ದವು. ಅದಲ್ಲದೆ ಒಮ್ಮೊಮ್ಮೆ ರಾಜಕುಮಾರಿ ತನ್ನ ನಾಯಿಗಳು ರೆಕ್ಸ್ ಮತ್ತು ರೆಜೀನ ಸೇರಿದಂತೆ ಇತರೆ ಪರಿವಾರದೊಂದಿಗೆ ಕೊಲ್ಕತ್ತಕ್ಕೆ ಹೊರಟರೆ, ಅವರೊಂದಿಗೆ ತಂದೆಯೂ ಹೋಗಬೇಕಿತ್ತು.

ಕೆಲಸದ ಮೇಲೆ ಹೋಗುವಾಗ ಹಲವಾರು ಮೈಲಿಗಳು ಸೈಕಲ್ ತುಳಿದೇ ಹೋಗಬೇಕಿತ್ತು. ಒಮ್ಮೊಮ್ಮೆ ಆನೆಯೂ ಅವರ ಪ್ರಯಾಣದ ಅಧಿಕೃತ ವಾಹನವಾಗುತ್ತಿತ್ತು! ಒಟ್ಟಿನಲ್ಲಿ ತಮ್ಮ ಕರ್ತವ್ಯಗಳನ್ನು ಅವರು ಸಾಕಷ್ಟು ಸಮರ್ಪಕವಾಗಿ ನಿರ್ವಹಿಸಿರಬೇಕು. ಏಕೆಂದರೆ, ರಾಜನ ಆಡಳಿತ ಇರುವವರೆಗೂ ಅಲ್ಲಿ ಸೇವೆ ಸಲ್ಲಿಸಿದ ಅವರು, ನಂತರ ಒಡಿಶಾ ರಾಜ್ಯದ ನಾಗರಿಕ ಸೇವೆಯ ಭಾಗವಾದರು.

1948ರಲ್ಲಿ ಧೇನ್‌ಕನಲ್ ಒಡಿಶಾ ರಾಜ್ಯದೊಂದಿಗೆ ವಿಲೀನವಾಯಿತು. ಆ ಕಾರ್ಯವನ್ನು ನಿರ್ವಹಿಸಿದ ಇಂಡಿಯನ್ ಸಿವಿಲ್ ಸರ್ವೀಸ್ ಅಧಿಕಾರಿಯೊಬ್ಬ ತಂದೆಗೆ ಬಿಹಾರಕ್ಕೆ ವಾಪಸಾಗಲು ಸೂಚಿಸಿದ. 'ನೀನೊಬ್ಬ ಬಿಹಾರಿ, ಆದ್ದರಿಂದ ಬಿಹಾರಕ್ಕೆ ಹಿಂತಿರುಗು' ಎಂದ. ತಂದೆ ಅದನ್ನು ನಿರಾಕರಿಸಿದರು. ಒಡಿಶಾ ಅವರ ಕಾರ್ಯಕ್ಷೇತ್ರವಾಗಿತ್ತು. ಇಲ್ಲೇ ಮಕ್ಕಳನ್ನು ಬೆಳೆಸಬೇಕೆಂಬುದು ಅವರ ಅಪೇಕ್ಷೆಯಾಗಿತ್ತು. ಕುಪಿತನಾದ ಅಧಿಕಾರಿ ಅವರನ್ನು ಚಿಕ್ಕ ಸ್ಥಳವೊಂದಕ್ಕೆ ವರ್ಗಾಯಿಸಿದ್ದಲ್ಲದೆ, ಎರಡು ಹಿಂಬಡ್ತಿಯನ್ನೂ ಮಾಡಿದ. ಮೊದಲನೆ ದರ್ಜೆ ಮ್ಯಾಜಿಸ್ಟ್ರೇಟರಾಗಿದ್ದ ಅವರು ಒಬ್ಬ ಸಾಮಾನ್ಯ ತಹಶೀಲ್ದಾರನ ಹುದ್ದೆಗೆ ತಳ್ಳಲ್ಪಟ್ಟರು. ಈಗ ಅವರಿಗೆ ಎರಡನೆ ದರ್ಜೆ ಮ್ಯಾಜಿಸ್ಟ್ರೇಟರ ಅಧಿಕಾರ ಮಾತ್ರವಿತ್ತು. ಆಗಿನ ದಿನಗಳಲ್ಲಿ ಕಾರ್ಯಾಂಗ ಮತ್ತು ನ್ಯಾಯಾಂಗಗಳು ಬೇರೆಯಾಗಿರಲಿಲ್ಲ. ಮ್ಯಾಜಿಸ್ಟ್ರೇಟರ ದರ್ಜೆಯನ್ನಾಧರಿಸಿ ಅವರ ತೀರ್ಪಿನ ಪರಿಧಿಯಲ್ಲಿ ಬರುತ್ತಿದ್ದ ಅಪರಾಧಗಳೂ ಬೇರೆಯೇ ಆಗಿರುತ್ತಿದ್ದವು.

ಕೆಲವು ವರ್ಷಗಳ ನಂತರ ದಾದಾಮೋನಿ ರಾವೆನ್‌ಶಾ ಕಾಲೇಜಿನ ಅತ್ಯುತ್ತಮ ವಿದ್ಯಾರ್ಥಿಯೆಂಬ ಮನ್ನಣೆಗೆ ಪಾತ್ರನಾದ. ಆ ಮನ್ನಣೆಗೆ ನೀಡಲಾಗುತ್ತಿದ್ದ

ಬಹುಮಾನವನ್ನು ಸ್ಥಾಪಿಸಿದವರು ತಂದೆಯನ್ನು ಹಿಂಬಡ್ತಿಗೊಳಿಸಿದ ಅಧಿಕಾರಿಯ ಮನೆತನದವರಾಗಿದ್ದರು!

ನನ್ನ ತಂದೆಗೆ ಆ ಅಧಿಕಾರಿಯ ಮೇಲೆ ಸ್ವಲ್ಪವೂ ದ್ವೇಷವಿರಲಿಲ್ಲ. ಏಕೆಂದರೆ, ತಮ್ಮ ಮಕ್ಕಳನ್ನು ಅಲ್ಲಿಯೇ ಕಾಲೇಜಿಗೆ ಕಳಿಸಬೇಕೆಂಬ ಹಿರಿಯ ಉದ್ದೇಶದಿಂದ ಅವರು ಒಡಿಶಾದಲ್ಲೇ ಉಳಿಯಲು ನಿರ್ಧರಿಸಿದ್ದರು. ಅದು ಅವರ ಪ್ರಜ್ಞಾಪೂರ್ವಕ ಆಯ್ಕೆಯಾಗಿತ್ತು. ತಾವು ಪದವಿ ಪಡೆದ ರಾವೆನ್‌ಶಾ ಕಾಲೇಜಿನಲ್ಲೇ ಮಕ್ಕಳೂ ಪದವೀಧರ ರಾಗಬೇಕೆಂಬುದು ಅವರ ಬಯಕೆ. ಹಿಂಬಡ್ತಿ ಅವರ ಸೇವಾ ಹಿರಿತನವನ್ನು ಶಾಶ್ವತವಾಗಿ ಹಾನಿಗೊಳಿಸಿದರೂ ತಮಗಿದ್ದ ಗುರಿಯ ಮುಂದೆ ತಾವು ತೆರಬೇಕಾದ ಬೆಲೆ ತೀರಾ ಕ್ಷುಲ್ಲಕವೆನಿಸಿತ್ತು. ದಾದಾಮೋನಿ ಅತ್ಯುತ್ತಮ ವಿದ್ಯಾರ್ಥಿಯಾಗಿ ಆಯ್ಕೆಯಾದಾಗಲಂತೂ ತಂದೆಗೆ ತಮಗಾದ ಎಲ್ಲ ಅನ್ಯಾಯಕ್ಕೂ ಪರಿಹಾರ ಸಿಕ್ಕಂತಾಗಿತ್ತು!

ಮಾಖನ್ ಗೋಪಾಲ್ ಬಾಗ್ಚಿಯವರು ತಮ್ಮ ಮಕ್ಕಳು ನೇರ ನಡೆಯ ಪ್ರಾಮಾಣಿಕರು ಮತ್ತು ಯಾವುದೇ ಭಯ, ಪಕ್ಷಪಾತಗಳಿಲ್ಲದೆ ತಮ್ಮ ನಿಲುವಿಗೆ ಬದ್ಧರಾಗಬಲ್ಲ ವ್ಯಕ್ತಿಗಳಾಗಿ ಬೆಳೆಯಬೇಕೆಂದು ಬಯಸಿದರು. ಮಹತ್ವಾಕಾಂಕ್ಷೆಗಿಂತ ಮೊದಲು, ಗುರಿ ಸಾಧಿಸುವ ಛಲ ಬೆಳೆಸಿಕೊಳ್ಳುವುದು ಅವರಿಗೆ ಮುಖ್ಯವಾಗಿತ್ತು. ನಾವು ಜೀವನದ ಅಲ್ಪತೆಗಳನ್ನು ಮೀರಿ ಮುನ್ನಡೆಯಬೇಕೆಂದು ಅವರು ಆಶಿಸಿದರು.

ಪ್ರತಿಯೊಬ್ಬರೂ ತಮ್ಮ ಜೀವನದಲ್ಲಿ ಕಹಿ ಪ್ರಸಂಗಗಳನ್ನು ಎದುರಿಸಬೇಕಾಗುತ್ತದೆ. ಅದೇನೂ ಹಿತಕರವಾದ ಅನುಭವವಲ್ಲ. ಮುಳ್ಳು ಎಂದಾದರೂ ಹಿತ ಕೊಡಲಿಕ್ಕೆಂದು ಚುಚ್ಚುವುದುಂಟೇ?! ಆ ನೋವಿನ ಕ್ಷಣಗಳಲ್ಲಿ ಹೆಚ್ಚು ಬಾರಿ ನಮ್ಮನ್ನು ಕಾಡುವುದು 'ಇದು ನನಗೇ ಏಕಾಗಬೇಕಿತ್ತು' ಎನ್ನುವ ಪ್ರಶ್ನೆ. ಆದ ನೋವಿಗಿಂತ ಹೆಚ್ಚಿನ ದುಃಖವನ್ನುಂಟು ಮಾಡುವುದು ಈ ಭಾವನೆಯೇ. ವಿಶ್ವದ ವಿರಾಟ್ ಕಾರ್ಯಯೋಜನೆಗಳಲ್ಲಿ ನಮ್ಮ ನೋವು ಎಷ್ಟು ಅಮುಖ್ಯವೋ ಆ ಪ್ರಶ್ನೆ ಕೂಡಾ ಅಷ್ಟೇ ಅಪ್ರಸ್ತುತ. ಒಂದಲ್ಲ ಒಂದು ದಿನ ಇದು ನಮ್ಮ ಅರಿವಿಗೆ ಬರಲೇಬೇಕು. ಆದರೆ ನಮ್ಮ ನೋವಿನ ಭಾರವನ್ನು ಭವಿಷ್ಯಕ್ಕೂ ಹೊತ್ತೊಯ್ಯುವುದರಲ್ಲಿ ಯಾವ ಅರ್ಥವೂ ಇಲ್ಲ. ಇದು ಎಷ್ಟೋ ಜನರ ತಿಳಿವಿಗೆ ಬರುವುದೇ ಇಲ್ಲ. ಮುಳ್ಳು ತುಳಿದೊಡನೆ ಆ ಮುಳ್ಳನ್ನು ಬೈಯುವುದರಲ್ಲೇ ತೊಡಗಿದರೆ, ನೋವು ನಮ್ಮನ್ನು ಬಿಟ್ಟು ಹೋಗುವುದೇ ಇಲ್ಲ. ಕೆಲವೊಮ್ಮೆ ಕಾಲ ಕಳೆದಂತೆ ಇನ್ನೂ ಹೆಚ್ಚುತ್ತಲೇ ಹೋಗುತ್ತದೆ. ಆ ಕಹಿ ನಮ್ಮೊಳಗನ್ನೆಲ್ಲಾ ಆಕ್ರಮಿಸಿಕೊಂಡು– ಮುಂದೆ ನಮ್ಮ ಜೀವನವನ್ನು ನೋಡುವ ರೀತಿ ಮತ್ತು ಅಲ್ಲಿನ ಅನುಭವಗಳನ್ನೂ ನಿಯಂತ್ರಿಸತೊಡಗುತ್ತದೆ. ಜೀವನದಲ್ಲಿ ನೋವಿನಿಂದ ತಪ್ಪಿಸಿಕೊಳ್ಳಲು ಸಾಧ್ಯವೇ ಇಲ್ಲ. ಆದರೆ ಅದರಿಂದ ಪಾಠ ಕಲಿತು ಮುಂದೆ ಸಾಗಬಹುದಾದ್ದು ಮಾತ್ರ ನಮ್ಮ ಕೈಯಲ್ಲಿದೆ.

ಅಧ್ಯಾಯ 4

ದಾರಿ ತೋರುವಾತನೇ ಗುರು

'ದಾದಾಮೋನಿ' ಎಂದರೆ ಬಂಗಾಲಿ ಭಾಷೆಯಲ್ಲಿ ಅಕ್ಷರಶಃ 'ಸಹೋದರರಲ್ಲೇ ಅಮೂಲ್ಯ ರತ್ನ' ಎಂದರ್ಥ. ನಾನು ಮತ್ತು ನನ್ನ ತಾಯಿ ವಾಣಿ ವಿಹಾರಕ್ಕೆ ದಾದಾಮೋನಿಯೊಂದಿಗೆ ಹೋದಾಗ, ನನಗೆ ಅವನ ಮಾರ್ಗದರ್ಶನದ ಭಾಗ್ಯ ಲಭಿಸಿತು. ನಮ್ಮಿಬ್ಬರ ಮಧ್ಯೆ ಇದ್ದ ಹದಿನಾಲ್ಕು ವರ್ಷಗಳ ಅಂತರದಿಂದಾಗಿ ಅವನು ನನಗೆ ಹಿರಿಯಣ್ಣನಷ್ಟೇ ಅಲ್ಲ, ತಂದೆಯಂತೆಯೂ ಇದ್ದ. ವಾಣಿ ವಿಹಾರದ ಆವರಣದಲ್ಲಿದ್ದ ಶಾಲೆಗೆ ನನ್ನನ್ನು ಸೇರಿಸಲು ಕಾಯುತ್ತಿದ್ದಾಗ, ನನಗೆ ಮಾಡಲು ಬೇರೇನೂ ಕೆಲಸವಿರಲಿಲ್ಲ. ಕೆಲವೊಮ್ಮೆ ಮನೆಯಿಂದ ಹೊರಬಿದ್ದು ವಿಶ್ವವಿದ್ಯಾಲಯದ ಮೊಗಸಾಲೆ, ತರಗತಿಯ ಕೊಠಡಿಗಳು– ಇವನ್ನೆಲ್ಲಾ ಸುತ್ತಿ ಬರುತ್ತಿದ್ದೆ. ನನಗವು ಬಹು ಆಕರ್ಷಣೆಯ ತಾಣಗಳಾಗಿದ್ದವು. ಕಣ್ಣಲ್ಲಿ ಭವಿಷ್ಯದ ನಿರೀಕ್ಷೆ, ಕೈಯಲ್ಲಿ ದಪ್ಪ ಪುಸ್ತಕಗಳನ್ನು ಹೊತ್ತು ಓಡಾಡುತ್ತಿದ್ದ ತರುಣ, ತರುಣಿಯರು, ಗುಂಪಿನಲ್ಲಿ ಏನನ್ನೋ ನಗುಮೊಗದಿಂದ ಚರ್ಚಿಸುತ್ತಾ ಓಡಾಡುತ್ತಿದ್ದ, ಪಾಂಡಿತ್ಯದ ಕಳೆ ಹೊಂದಿದ ಪ್ರಾಧ್ಯಾಪಕರುಗಳು ಮತ್ತು ಅಲ್ಲಿಯ ಸುಂದರವಾದ ಗ್ರಂಥಾಲಯ– ಇವೆಲ್ಲವೂ ನನ್ನನ್ನು ಮರುಳು ಮಾಡಿದ್ದವು. ಕೆಲವೊಮ್ಮೆ ನಾನು ತರಗತಿಗಳ ಹೊರಗೆ ನಿಂತು ಪಾಠಗಳನ್ನು ಕದ್ದು ಕೇಳಿಸಿಕೊಳ್ಳುತ್ತಿದ್ದೆ.

ಹೀಗೇ ಒಮ್ಮೆ ಒಂದು ತರಗತಿಯಲ್ಲಿ ಇಣುಕುತ್ತಿದ್ದಾಗ ದಾದಾಮೋನಿ ಪಾಠ ಮಾಡುತ್ತಿದ್ದುದು ಕಂಡಿತು. ಅವನೂ ನನ್ನನ್ನು ನೋಡಿದ. ನಾನು ಅಲ್ಲಿಂದ ಓಡಿದೆ. ಆ ದಿನ ಸಂಜೆ ಅವನು ಮನೆಗೆ ಬಂದಾಗ ನನ್ನನ್ನು ಬೈಯಲಿಲ್ಲ. ಬದಲಾಗಿ 'ಅಲ್ಲೇನು ಮಾಡುತ್ತಿದ್ದೆ?' ಎಂದು ಕೇಳಿದ. ನಾನು ಸಂಕೋಚದಿಂದ, 'ಪಾಠ ಕೇಳಿಸಿಕೊಳ್ಳುತ್ತಿದ್ದೆ' ಎಂದೆ.

'ನಾನೇನು ಪಾಠ ಮಾಡುತ್ತಿದ್ದೆ?'

'ನೀನು ಅದೇನೋ ಬೇಡಿಕೆ ಮತ್ತು ಪೂರೈಕೆ ಅಂತ ಮಾತಾಡುತ್ತಿದ್ದೆ.'

'ಅದರ ಬಗ್ಗೆ ಏನು ಹೇಳುತ್ತಿದ್ದೆ?'

'ಒಬ್ಬನೇ ಕೊಳ್ಳುವವನು, ಒಬ್ಬನೇ ಮಾರುವವನು ಇದ್ದಾಗ ಪದಾರ್ಥದ ಬೆಲೆ ನಿಗದಿಗೊಳಿಸುವುದು ಕಷ್ಟ ಅಂತ ಹೇಳುತ್ತಿದ್ದೆ.'

ಅವನು ಮೆಚ್ಚಿಕೊಂಡ! ಬೇಡಿಕೆ ಪೂರೈಕೆಗಳ ನಿಯಮಗಳನ್ನು ವಿವರವಾಗಿ ತಿಳಿ ಹೇಳಿದ. ಮಾರುಕಟ್ಟೆ ಹೇಗೆ ಕೆಲಸ ಮಾಡುತ್ತದೆ, ಬೆಲೆಗಳು ಹೇಗೆ ನಿಗದಿಯಾಗುತ್ತವೆ ಹಾಗೂ ಬೇಡಿಕೆ ಪೂರೈಕೆಗಳ ಮಧ್ಯೆ ಇರುವ ಸಂಬಂಧವೇನು– ಎಲ್ಲವನ್ನೂ ವಿವರಿಸಿದ. ನನ್ನ ಕುತೂಹಲವನ್ನು ಗಂಭೀರವಾಗಿ ಪರಿಗಣಿಸಿದ ಆತ ಆಗಾಗ್ಗೆ ಹಣ, ಬ್ಯಾಂಕಿಂಗ್

ಮತ್ತು ಆರ್ಥಿಕ ಕ್ಷೇತ್ರಗಳ ಬಗ್ಗೆ ಕಲಿಸುತ್ತಿದ್ದ. ಯಾವುದೇ ಪದಾರ್ಥ ಅಥವಾ ಸೇವೆಯ ಪರಿಮಿತ ಪ್ರಯೋಜನದ (Marginal Utility) ನಿಯಮಗಳನ್ನು ಹೇಳಿಕೊಟ್ಟ – "ನಿನಗೆ ಕಿತ್ತಳೆ ಹಣ್ಣನ್ನು ತಿನ್ನಲಿಕ್ಕೆ ಇಷ್ಟ ಅಂತಿಟ್ಟುಕೋ. ಒಂದಾದ ಮೇಲೊಂದು ತಿನ್ನುತ್ತಾ ಹೋಗುತ್ತೀಯ. ಮೊದಲನೆಯದನ್ನು ತಿಂದಾಗ ಸಂತೋಷ ಪಡುತ್ತೀಯ, ಎರಡನೆಯದರಿಂದ ಬಹುಶಃ ಇನ್ನೂ ಹೆಚ್ಚು. ಮೂರನೆಯದಕ್ಕೂ ಸಂತೋಷವಿದ್ದೀತು. ಆದರೆ ಒಂದು ಹಂತದ ನಂತರ ತಿನ್ನುವ ಪ್ರತೀ ಹೆಚ್ಚಿನ ಹಣ್ಣು ಅದೇ ಸಂತೋಷವನ್ನು ನಿನಗೆ ಕೊಡುವುದಿಲ್ಲ. ಸಂತೋಷದ ಮಟ್ಟ ಕಡಿಮೆಯಾಗುತ್ತಾ ಹೋಗುತ್ತದೆ. ಹಾಗೇ ಇನ್ನೂ ತಿನ್ನುತ್ತಾ ಹೋಗು ಅಂತ ನಾನು ಒತ್ತಾಯ ಮಾಡಿದರೆ ನಿನಗೆ ವಾಕರಿಕೆಯೂ ಬರಬಹುದು. ಇದಕ್ಕೇ 'ಕ್ಷೀಣಿಸುವ ಪ್ರಯೋಜನ' (Diminishing Utility) ಅನ್ನುತ್ತಾರೆ." ನಾನು ತಲೆಯಾಡಿಸಿದೆ. ನನಗದು ಚೆನ್ನಾಗಿ ಅರ್ಥವಾಗಿತ್ತು. ಏಕೆಂದರೆ ಕೆಲವು ದಿನಗಳ ಹಿಂದಷ್ಟೇ ಅತಿಯಾಗಿ ಸಿಹಿ ತಿಂದು ವಾಕರಿಕೆ ಬರಿಸಿಕೊಂಡಿದ್ದೆ. ಮುಂದಿನ ದಿನಗಳಲ್ಲಿ ಅವನು ಆಲ್‌ಫ್ರೆಡ್ ಮಾರ್ಷಲ್ ಮತ್ತು ಆಡಮ್ ಸ್ಮಿತ್‌ರಂಥಾ ಅರ್ಥಶಾಸ್ತ್ರಜ್ಞರ ಬಗ್ಗೆ ಹೇಳಿದ. ಇಂಥ ಪ್ರತಿಯೊಂದು ಪಾಠವೂ ನನ್ನ ತಿಳುವಳಿಕೆಯ ಮಟ್ಟವನ್ನು ಹೆಚ್ಚಿಸುತ್ತಾ ಹೋದವು.

ವಿಶ್ವವಿದ್ಯಾಲಯದಲ್ಲಿ ಚಾನ್ಸೆಲರ್ ಕಪ್ ಚರ್ಚಾಸ್ಪರ್ಧೆ ಶುರುವಾಗುವುದರಲ್ಲಿತ್ತು. ವಿವಿಧ ಕಾಲೇಜುಗಳಿಂದ ಅತ್ಯುತ್ತಮ ಚರ್ಚಾಪಟುಗಳು ಸ್ಪರ್ಧಿಸಲು ಬಂದಿದ್ದರು. ಚರ್ಚೆಗಳನ್ನು ಕೇಳಲು ನನ್ನನ್ನು ಕರೆದೊಯ್ಯುವುದಾಗಿ ದಾದಾಮೋನಿ ಹೇಳಿದ. ಆದರೆ ಸದ್ದು ಮಾಡದೆ ಹಿಂದೆ ಕೂತಿರಬೇಕೆಂಬ ಷರತ್ತಿನೊಂದಿಗೆ! ಆ ತರುಣ ತರುಣಿಯರೆಲ್ಲಾ ವೇದಿಕೆಗೆ ಬಂದು ಅತ್ಯುತ್ಸಾಹದಿಂದ ವಿಷಯವನ್ನು ಚರ್ಚಿಸುವುದನ್ನು ಕೇಳಿ ನಾನು ಮಂತ್ರಮುಗ್ಧನಾಗಿದ್ದೆ. ಚರ್ಚೆಯ ಬಹು ಭಾಗ ನನಗೆ ಅರ್ಥವಾಗದಿದ್ದರೂ ಒಟ್ಟಾರೆ ಆ ಪ್ರಕ್ರಿಯೆ ಸಮ್ಮೋಹಕವಾಗಿತ್ತು. ನಾನೂ ಒಂದು ದಿನ ಇಂಥವನ್ನೆಲ್ಲಾ ಮಾಡಬೇಕೆಂದು ನನಗೆ ನಾನೇ ಹೇಳಿಕೊಂಡೆ.

ದಾದಾಮೋನಿಯ ಐ.ಎ.ಎಸ್. ಕೆಲಸ ಕಿಯೊಂಝಾರ್‌ನಲ್ಲಿ ಪ್ರಾರಂಭವಾಗಿತ್ತು. ಹಳ್ಳಿಗಳಲ್ಲಿ ಭೂವಿವಾದವನ್ನು ಬಗೆಹರಿಸುವುದರಿಂದ ಹಿಡಿದು, ಮುಷ್ಕರದ ಸಮಯದಲ್ಲಿ ಸೆಕ್ಷನ್ 144ನ್ನು ಜಾರಿಗೊಳಿಸುವುದರವರೆಗೆ ಜಿಲ್ಲಾಡಳಿತದ ಹಲವು ವಿಷಯಗಳ ಬಗ್ಗೆ ಅಲ್ಲಿ ಅವನಿಗೆ ತರಬೇತಿ ಕೊಡಲಾಯಿತು. ನನ್ನನ್ನು ಚಿಕ್ಕ ಹುಡುಗನೆಂದು ಅವನು ಎಂದೂ ಉದಾಸೀನ ಮಾಡುತ್ತಿರಲಿಲ್ಲ. ಇಂಡಿಯನ್ ಪೀನಲ್ ಕೋಡ್, ಕ್ರಿಮಿನಲ್ ಪ್ರೊಸೀಜರ್ ಕೋಡ್, ಕಾರ್ಯಾಂಗ, ನ್ಯಾಯಾಂಗ ಮತ್ತು ಶಾಸಕಾಂಗಗಳ ಮಧ್ಯೆ ಅಧಿಕಾರದ ವಿತರಣೆ, ತಳಮಟ್ಟದಿಂದ ಕೆಲಸ ಮಾಡುವ ಪಂಚಾಯತ್ ವ್ಯವಸ್ಥೆಯಂಥಾ ಸಂಸ್ಥೆಗಳು, ಕಂದಾಯ ನಿರ್ವಹಣೆಯಲ್ಲಿನ ಜಟಿಲತೆಗಳು, ಅಭಿವೃದ್ಧಿಯಲ್ಲಿನ ತೊಡಕುಗಳು... ಹೀಗೆ ಹತ್ತು ಹಲವು ವಿಷಯಗಳ ಬಗ್ಗೆ ನಾನೇನೋ ಅವನ ಬಳಿ ತರಬೇತಿಗೆ ಇದ್ದೇನೇನೋ ಎಂಬಂತೆ ನನ್ನೊಡನೆ ಮಾತುಕತೆ ನಡೆಸುತ್ತಿದ್ದ!

ಕಿಯೊಂಝಾರ್‌ನಲ್ಲಿ ಕಬ್ಬಿಣದ ಅದಿರಿನ ನಿಕ್ಷೇಪಗಳಿದ್ದವು. ಇವು ಜಗತ್ತಿನ ಅತಿ ಶ್ರೀಮಂತ ನಿಕ್ಷೇಪಗಳಲ್ಲೊಂದಾಗಿದ್ದವು. ಶೀತಲಯುದ್ಧದ ಸಮಯದಲ್ಲಿ ಪೂರ್ವ ಯೂರೋಪಿನಿಂದ, ಗಣಿ ತೋಡುವ ಯಂತ್ರಗಳನ್ನು ತರಿಸಿ, ಅನೇಕ ದೇಶಗಳಿಗೆ ಅದಿರನ್ನು ರಫ್ತು ಮಾಡಲಾಗುತ್ತಿತ್ತು. ಡಾಯಿಟರಿ ಎಂಬ ಗಣಿಯನ್ನು ನೋಡಲು ಹಂಗೇರಿಯ ರಾಯಭಾರಿಯೊಬ್ಬ ಬಂದಿದ್ದ. ಡಾಯಿಟರಿ ದಾದಾಮೋನಿಯ ಉಪವಿಭಾಗಕ್ಕೆ ಸೇರಿದ್ದರಿಂದ, ರಾಯಭಾರಿಯನ್ನು ಉಪಚರಿಸುವ ಕೆಲಸ ಅವನದಾಗಿತ್ತು. ಆತನನ್ನು ನೋಡಲು ನನ್ನನ್ನೂ ಕರೆದುಕೊಂಡು ಹೋಗಿದ್ದ. ಕಿಯೊಂಝಾರ್‌ನಿಂದ ಡಾಯಿಟರಿಗೆ ಹೋಗುವಾಗ ಸರ್ಕಾರಿ ಜೀಪಿನಲ್ಲಿ ನಾನು ದಾದಾಮೋನಿಯ ಪಕ್ಕ ಕುಳಿತಿದ್ದೆ. ರಾಯಭಾರಿಯೊಬ್ಬ ಹೇಗೆ ತನ್ನ ದೇಶವನ್ನು ಪ್ರತಿನಿಧಿಸುತ್ತಾನೆ, ಅವನೊಂದಿಗೆ ನಡೆದುಕೊಳ್ಳಬೇಕಾದ ಶಿಷ್ಟಾಚಾರಗಳೇನು ಎಂದೆಲ್ಲಾ ಆತ ನನಗೆ ವಿವರಿಸಿದ. ಆತನೊಂದಿಗೆ ಮಾತಾಡುವಾಗ 'ಯುವರ್ ಎಕ್ಸಲೆನ್ಸಿ' ಎಂದೇ ಮಾತಾಡಬೇಕೆಂದು ಹೇಳಿಕೊಟ್ಟ. ತಿಳಿದಿದ್ದನ್ನೆಲ್ಲ ರಾಯಭಾರಿಯೆದುರು ಪ್ರದರ್ಶಿಸುವ ತವಕ ನನಗೆ! ನಾನು ಚಿಕ್ಕ ಹುಡುಗನಾದರೂ 'ಯುವರ್ ಎಕ್ಸಲೆನ್ಸಿ' ಎನ್ನುವುದು ಗೊತ್ತಿದೆಯೆಂದು ತೋರಿಸಿಕೊಳ್ಳುವ ಉತ್ಸುಕತೆ! ರಾಯಭಾರಿ ನನ್ನನ್ನು ಏನಾದರೂ ಪ್ರಶ್ನೆ ಕೇಳುವುದನ್ನೇ ಕಾತುರದಿಂದ ಕಾಯುತ್ತಿದ್ದೆ. ಕೊನೆಗೂ ಆತ, 'ನಿನ್ನ ಹೆಸರೇನು?' ಎಂದು ಕೇಳಿದ್ದ. ನಾನಾಗ, 'ಯುವರ್ ಎಕ್ಸಲೆನ್ಸಿ, ನನ್ನ ಹೆಸರು ಸುಬ್ರೊತೊ ಬಾಗ್ಚಿ' ಎಂದಿದ್ದೆ! ನಿನ್ನ ಹೆಸರೇನು ಅನ್ನುವ ಒಂದು ಸಾಮಾನ್ಯ ಪ್ರಶ್ನೆಗೂ ನಾನು 'ಯುವರ್ ಎಕ್ಸಲೆನ್ಸಿ' ಸೇರಿಸಿ ಉತ್ತರಿಸಿದ್ದನ್ನು ಕೇಳಿ ಆತ ಕೊಂಚ ಕಕ್ಕಾಬಿಕ್ಕಿಯಾಗಿದ್ದ! ಆ ಕಣ್ಣುಗಳಲ್ಲಿ ತೋರಿದ ಗೊಂದಲ ನನಗಿನ್ನೂ ನೆನಪಿದೆ!!

ಜಿಲ್ಲಾಡಳಿತಕ್ಕೆ ಸಂಬಂಧಿಸಿದ ಮತ್ತು ರಾಜಮರ್ಯಾದೆಯ ವಿಷಯಗಳನ್ನು ಹೇಳಿಕೊಟ್ಟಿದ್ದಲ್ಲದೆ, ರವೀಂದ್ರನಾಥ ಟ್ಯಾಗೋರರ ಸರ್ವಕಾಲಕ್ಕೂ ಸಲ್ಲುವ "Where the Mind Is Without Fear" ಕವಿತೆಯನ್ನೂ ದಾದಾಮೋನಿ ನನಗೆ ಹೇಳಿಕೊಟ್ಟಿದ್ದ. ನನಗದರಿಂದ ಬಹಳ ಅನುಕೂಲವಾಯ್ತು. ನಾನು ಆಗಾಗ ಶಾಲೆಗಳನ್ನು ಬದಲಿಸುತ್ತಿದ್ದೆ. ಹೊಸ ಶಾಲೆಗಳಲ್ಲಿ ಇಂಗ್ಲಿಷ್ ಕವಿತೆ ಹೇಳುತ್ತಾನೆಂಬ ಕಾರಣಕ್ಕೇ ಉಪಾಧ್ಯಾಯರುಗಳು ಮತ್ತು ಜೊತೆಗಾರರು ನನ್ನನ್ನು ಬಹಳ ಬೇಗ ಒಪ್ಪಿಕೊಳ್ಳುತ್ತಿದ್ದರು. ಇಂಗ್ಲಿಷ್ ಮಾತಾಡಲು ಬರದಿದ್ದ ಅವರಿಗೆಲ್ಲಾ ಇದು ಸ್ವಲ್ಪ ಹೆಚ್ಚುಗಾರಿಕೆಯ ವಿಷಯವೇ ಆಗಿತ್ತು.

ಶಾಂತಿಸ್ವರೂಪ್ ನನ್ನ ಎರಡನೆಯ ಅಣ್ಣ. ನನ್ನ ತಾಯಿ ತೀರಿಕೊಳ್ಳುವ ಕೆಲ ವರ್ಷಗಳ ಮೊದಲು, ಆತ ಅಕಾಲಿಕವಾಗಿ ತೀರಿಕೊಂಡ. ನನ್ನ ತಂದೆಗೆ ವಿನ್‌ಸ್ಟನ್ ಚರ್ಚಿಲ್ ಬಗ್ಗೆ ಬಹಳ ಹೆಮ್ಮೆ ಮತ್ತು ಪ್ರೀತಿಯಿತ್ತು. ಅದರ ಗುರುತಾಗಿ ಶಾಂತಿಸ್ವರೂಪ್‌ನನ್ನು ಮನೆಯಲ್ಲಿ ವಿನ್‌ಸ್ಟನ್ ಎಂದು ಕರೆಯುತ್ತಿದ್ದರು. ವಿನ್‌ಸ್ಟನ್ ಹೈಸ್ಕೂಲಿನಲ್ಲಿ ತುಂಬಾ ಒಳ್ಳೆಯ ಅಂಕಗಳನ್ನು ಪಡೆದು ಪಾಸು ಮಾಡಿದ. ರಾಯಗಢ, ನವರಂಗಪುರ ಮತ್ತು ಕೊರಾಪುಟ್‌ನಂಥಾ ಜಾಗಗಳಲ್ಲಿ ಕಾಲೇಜು ಇರಲಿಲ್ಲ. ನನ್ನ ತಂದೆಗೆ ಇಬ್ಬರು ಮಕ್ಕಳ

ಕಾಲೇಜು ಮತ್ತು ಹಾಸ್ಟೆಲ್ ಖರ್ಚನ್ನು ಒಟ್ಟಿಗೇ ಭರಿಸುವ ಶಕ್ತಿ ಇಲ್ಲದ್ದರಿಂದ, ಅವನನ್ನು ಹೈಸ್ಕೂಲಿನ ನಂತರ ವಾಯುದಳ ಸೇರಲು ಕಳಿಸಿದರು. ಅದು ತುಂಬಾ ಖೇದದ ವಿಷಯ. ಏಕೆಂದರೆ ವಿನ್‌ಸ್ಟನ್ ನಮ್ಮ ಐದು ಜನರಲ್ಲಿ ಎಲ್ಲರಿಗಿಂತ ಬುದ್ಧಿವಂತನಾಗಿದ್ದ. ಆತ ವಾಯುದಳದಲ್ಲಿ ವೈಮಾನಿಕ ಸಿಬ್ಬಂದಿಯಾಗಿ ಸೇರಿಕೊಂಡ. ವಾರ್ಷಿಕ ರಜೆಗಳಲ್ಲಿ ಮನೆಗೆ ಬರುತ್ತಿದ್ದ. ಅದು ನಮಗೆಲ್ಲಾ ಸಂಭ್ರಮದ ಸಮಯವಾಗಿರುತ್ತಿತ್ತು. ಅವನಿಂದಾಗಿ ಒಳ್ಳೇ ಊಟ ಸಿಗುತ್ತಿತ್ತಲ್ಲದೆ, ಆತ ಎಲ್ಲರಿಗೂ ತರುತ್ತಿದ್ದ ಚಿಕ್ಕ ಚಿಕ್ಕ ಉಡುಗೊರೆಗಳು ಸಡಗರ ತರುತ್ತಿದ್ದವು. ತಾಯಿಯ ತೋಟಕ್ಕಾಗಿ ಕಾಸ್ಮಾಸ್, ಜಿನ್ನಿಯಾ ಮತ್ತು ಪೆಟೂನಿಯ ಹೂವಿನ ಬೀಜಗಳನ್ನೂ ತರುತ್ತಿದ್ದ. ಸೇನೆಯಲ್ಲಿದ್ದ ಆತ ಶತ್ರುಗಳನ್ನು ಕೊಲ್ಲುತ್ತಾನೆಂದೇ ನಾನು ಯಾವಾಗಲೂ ಭಾವಿಸಿದ್ದೆ. ಶತ್ರುಗಳು ಯಾರೆಂದು ನನಗೆ ಗೊತ್ತಿರಲಿಲ್ಲ. ಆದರೂ ಅವನು ಬಂದಾಗಲೆಲ್ಲ ಅವನನ್ನಪ್ಪಿಕೊಂಡು, ಎಷ್ಟು ಜನ ಶತ್ರುಗಳನ್ನು ಕೊಂದೆ ಎಂದು ಕೇಳುತ್ತಿದ್ದೆ. ಅವನೂ ಪ್ರತೀ ಸಾರಿಯೂ ಒಂದೊಂದು ಕತೆ ಕಟ್ಟಿ ಹೇಳುತ್ತಿದ್ದ. ನಂಬಲಿಕ್ಕಾಗದ ಸಂಖ್ಯೆಗಳಿದ್ದರೂ, ಅಂತೂ ಒಂದಷ್ಟು ಜನರನ್ನು ಕೊಲ್ಲುತ್ತಿದ್ದಾನಲ್ಲ! ಎಂದು ನನಗೆ ಖುಷಿಯಾಗುತ್ತಿತ್ತು. ನನಗೆ ಯುದ್ಧದ ಕಥೆಗಳನ್ನು ಹೇಳುವ ಬದಲು, ನನ್ನ ಮುಖ ಕಾಣುವಷ್ಟು ಹೊಳೆಯುವಂತೆ ಶೂಗಳನ್ನು ಉಜ್ಜುವುದು ಹೇಗೆ? ಎಂದು ಕಲಿಸುವುದಕ್ಕೇ ಆತ ಒತ್ತು ಕೊಡುತ್ತಿದ್ದ. ಈಗ ವಿನ್‌ಸ್ಟನ್ ಇಲ್ಲ. ನಾವೆಲ್ಲರೂ ವಯಸ್ಕರಾಗಿದ್ದೇವೆ. ಆದರೂ ನಾನು ಎಷ್ಟು ಚೆನ್ನಾಗಿ ಹೊಳೆಯುವಂತೆ ಶೂ ಪಾಲಿಷ್ ಮಾಡಬಲ್ಲೆ ಎಂಬುದರ ಬಗ್ಗೆ ನನಗೆ ಹೆಮ್ಮೆಯಿದೆ!

ನನಗೆ ನೆನಪಿರುವಂತೆ ಅವನು ವರ್ಷಕೊಮ್ಮೆ ಮಾತ್ರ ಬರುತ್ತಿದ್ದ. ಪ್ರತಿ ರಜದಲ್ಲೂ ಏನಾದರೊಂದು ಹೊಸದನ್ನು ನನಗೆ ಕಲಿಸುತ್ತಿದ್ದ. ಆತ ಸಾರ್ಜೆಂಟ್ ಹುದ್ದೆಯಿಂದ ಜೆಸಿಒ (Junior Commissioned Officer) ಹುದ್ದೆಗೇರಿದಾಗ ನಾವೆಲ್ಲಾ ಬಹಳ ಖುಷಿ ಪಟ್ಟಿದ್ದೆವು. ಇದರಿಂದ ಆತನ ಸ್ಥಾನಮಾನಗಳು ಮತ್ತು ಅದರ ಜೊತೆಗೇ ಸಿಗುತ್ತಿದ್ದ ಭತ್ಯೆಗಳೂ ಹೆಚ್ಚಿದ್ದವು. ಈಗವನು ವಾರ್ಷಿಕ ರಜೆಗೆ ಮನೆಗೆ ಬರುವಾಗ ರೈಲಿನಲ್ಲಿ ಎರಡನೆ ದರ್ಜೆಯ ಬದಲು, ಮೊದಲನೆ ದರ್ಜೆಯ ಬೋಗಿಯಲ್ಲಿ ಪ್ರಯಾಣಿಸಬಹುದಿತ್ತು. ಮೊದಲ ಬಾರಿಗೆ ಪ್ರಥಮ ದರ್ಜೆ ಬೋಗಿಯಲ್ಲಿ ಪಯಣಿಸಿ ಬಂದಾಗ ಅಣ್ಣ ನನ್ನ ತಲೆ ತಟ್ಟಿ ಹೇಳಿದ್ದ, "ಯಾರಾದರೂ ಮೊದಲ ದರ್ಜೆ ಕೆಲಸ ಮಾಡಬೇಕೆಂದಿದ್ದರೆ, ಅವರಿಗೆ ಮೊದಲ ದರ್ಜೆ ಟಿಕೆಟ್ ಕೊಡಬೇಕು." ನಾನು ಬೆರಗಿನಿಂದ ಕಣ್ಣರಳಿಸಿ ಹೂಂ ಎಂದೆ. ಈಗಲೂ ನಾನು ಕಂಡಂತೆ, ಉನ್ನತ ಹುದ್ದೆಯಲ್ಲಿರುವವರಿಗೇ ಮತ್ತಷ್ಟು ಸೌಲಭ್ಯಗಳನ್ನು ಒದಗಿಸಲು ಸಂಸ್ಥೆಗಳು ಹೆಣಗಾಡುತ್ತವೆ. ಅದೇ ಕಾಳಜಿ ಕಷ್ಟಪಟ್ಟು ದುಡಿಯುವ ಕೆಳವರ್ಗದ ನೌಕರರ ಬಗ್ಗೆ ಇರುವುದಿಲ್ಲ. ಅದನ್ನು ಕಂಡಾಗಲೆಲ್ಲ ನನಗೆ ವಿನ್‌ಸ್ಟನ್‌ನ ಆ ಮಾತು ನೆನಪಾಗುತ್ತದೆ. ಹಾಗೇ ಅವನಿಗೆ ಮೊದಲ ದರ್ಜೆ ಪ್ರಯಾಣಕ್ಕೆ ಟಿಕೆಟ್ ಸಿಕ್ಕಾಗ ನಮ್ಮ ಕುಟುಂಬಕ್ಕಾದ ಹೆಮ್ಮೆಯೂ ನೆನಪಾಗುತ್ತದೆ. ಅವನು ಮೊದಲ ದರ್ಜೆಯ ಕೆಲಸವನ್ನೇ ಮಾಡಿದ ಎಂಬ ಭರವಸೆ ನನಗಿದೆ.

ವಿನ್‌ಸ್ಟನ್‌ನ ಭೇಟಿಯ ಸವಿನೆನಪುಗಳು ನನ್ನಲ್ಲಿದ್ದರೂ ಅವುಗಳೊಡನೆ ಸದಾ ಒಂದು ವಿದಾಯದ ಭಾವ ಬೆಸೆದುಕೊಂಡಿದೆ. ನನ್ನ ಪ್ರಜ್ಞೆಯಲ್ಲಿ ಅವನೊಬ್ಬ ಅತಿಥಿಯಂತೆಯೇ ಉಳಿದುಬಿಟ್ಟಿದ್ದಾನೆ. ಬೇರೆ ಅಣ್ಣಂದಿರಾದ ದಾದಾಮೋನಿ ಮತ್ತು ಅಮಿತಾವನಷ್ಟು ಆಳವಾಗಿ ನನ್ನೊಳಗೆ ಸೇರಿಲ್ಲ.

ನನ್ನ ಮೂರನೆಯ ಅಣ್ಣ ಅಮಿತಾವ ನನಗಿಂತ ಹನ್ನೊಂದು ವರ್ಷ ದೊಡ್ಡವನು. ಊರಿಗೆ ಸಮೀಪದಲ್ಲಿದ್ದ ನಗರದಲ್ಲಿ ಕಾಲೇಜು ವ್ಯಾಸಂಗ ಮುಗಿಸಿದ. ಊರಿಗೆ ಸಮೀಪದಲ್ಲೇ ಇದ್ದುದರಿಂದ ಶಾಂತಿಸ್ವರೂಪನಿಗಿಂತ ಹೆಚ್ಚು ಬಾರಿ ಮನೆಗೆ ಬರುತ್ತಿದ್ದ. ಅಮಿತಾವನ ಮುದ್ದಿನ ಹೆಸರು ಬುಲ್‌ಬುಲ್. ಮೂರು ವರ್ಷದವನಿದ್ದ ನನ್ನ ಬಾಯಲ್ಲಿ ಅದು ಬುಡ್‌ಬುಲ್ ಎಂದಾಗಿತ್ತು. ದೊಡ್ಡವನಾದ ಮೇಲೂ ಹಾಗೇ ಮುಂದುವರೆಸಿದ್ದೇನೆ!

ದಾದಾಮೋನಿ ಮತ್ತು ಅಮಿತಾವ ಇವರಿಬ್ಬರ ವ್ಯಕ್ತಿತ್ವಗಳಲ್ಲಿ ಬಹಳಷ್ಟು ವ್ಯತ್ಯಾಸವಿತ್ತು. ಆದರೆ ಇಬ್ಬರೂ ಒಂದೊಂದು ವಿಧದಲ್ಲಿ ನನಗೆ ಮಾದರಿಯಾದರು. ದಾದಾಮೋನಿ ಮಧ್ಯಮ ಮಾರ್ಗದಲ್ಲೇ ಕ್ರಮಿಸಿ ಅತಿಶಯವಾದುದನ್ನು ಸಾಧಿಸಿದರೆ, ಅಮಿತಾವನ ಜೀವನ ವೈಪರೀತ್ಯಗಳದ್ದಾಗಿತ್ತು. ಹುಟ್ಟಿನಿಂದ ಬಂಡಾಯ ಪ್ರವೃತ್ತಿಯಿದ್ದ ಅಮಿತಾವ ಪ್ರತಿಯೊಂದು ಹೆಜ್ಜೆಯಲ್ಲೂ ವ್ಯವಸ್ಥೆಯನ್ನು ಪ್ರಶ್ನಿಸುತ್ತಿದ್ದ. ಯಾವುದಕ್ಕೂ ರಾಜಿ ಮಾಡಿಕೊಳ್ಳದೆ ತನಗೆ ಸರಿ ಕಂಡಂತೆಯೇ ಜೀವನ ನಡೆಸಿದ.

ಆತ ಐದನೇ ತರಗತಿಯಲ್ಲಿದ್ದಾಗ ಉಪಾಧ್ಯಾಯರನ್ನು ಕಂಡರೆ ಇಷ್ಟವಿಲ್ಲವೆಂದು ನಪಾಸಾಗಿದ್ದ! ಚಿಕ್ಕವನಿದ್ದಾಗ ಒಮ್ಮೆ ಮನೆ ಬಿಟ್ಟು ಓಡಿ ಹೋಗಿದ್ದ. ಕಾಲೇಜಿನಲ್ಲಿದ್ದಾಗ ವಿದ್ಯಾರ್ಥಿ ನಾಯಕನಾಗಿ ವ್ಯವಸ್ಥಾ ವಿರೋಧಿ ಚಟುವಟಿಕೆಗಳಲ್ಲಿ ತೊಡಗಿಸಿಕೊಂಡಿದ್ದ. ಅದರಿಂದಾಗಿ ಆತನನ್ನು ಕಾಲೇಜಿನಿಂದ ಹೊರಹಾಕಲಾಗಿತ್ತು. ನನ್ನ ತಂದೆ ರಾಜಕೀಯ, ರಾಜಕಾರಣಿಗಳು ಎಲ್ಲವನ್ನೂ ದ್ವೇಷಿಸುತ್ತಿದ್ದವರು. ಅದರಲ್ಲೂ ಅತ್ಯಲ್ಪ ಆದಾಯದಲ್ಲಿ ಜೀವಿಸುತ್ತಿದ್ದ ಅವರಿಗೆ, ಅಮಿತಾವನ ಈ ಚಟುವಟಿಕೆಗಳು ಸ್ವಲ್ಪವೂ ಹಿಡಿಸುತ್ತಿರಲಿಲ್ಲ. ವಿದ್ಯಾರ್ಥಿ ರಾಜಕೀಯ ನಿಲ್ಲಿಸದಿದ್ದರೆ ಆರ್ಥಿಕ ಸಹಾಯವನ್ನು ನಿಲ್ಲಿಸಿಬಿಡುವುದಾಗಿ ಹೆದರಿಸಿದರು. ಇದಾವುದಕ್ಕೂ ಅಮಿತಾವ ಬಗ್ಗಲಿಲ್ಲ. ತಾನು ತುಳಿಯಬೇಕಾದ ಹಾದಿಯನ್ನು ತಾನೇ ನಿರ್ಧರಿಸುವುದು ಬಹು ಮುಖ್ಯವಾಗಿತ್ತು ಅವನಿಗೆ. ತನ್ನ ಆರ್ಥಿಕ ಹೊಣೆಯನ್ನು ತಾನೇ ಹೊರುವುದಾಗಿ ತಿಳಿಸಿದ! ವಿದ್ಯಾರ್ಥಿ ಯೂನಿಯನ್ನಿನ ಮುಖಂಡನಾದಾಗ ಒಮ್ಮೆ ಬಹುಕಾಲದ ಮುಷ್ಕರ ನಡೆಸಿ, ಇಡೀ ರಾಜ್ಯವನ್ನೇ ಸ್ಥಗಿತಗೊಳಿಸಿದ್ದ. ಆ ಸಮಯದಲ್ಲಿ ಪೊಲೀಸರು ಬಹಳ ಹತ್ತಿರದಿಂದ ಅವನೆಡೆಗೆ ಗುಂಡು ಹಾರಿಸಿದ್ದರು. ಅದೃಷ್ಟವಶಾತ್ ಪಾರಾಗಿದ್ದ. ಉದ್ದಕ್ಕೂ ನನ್ನ ತಂದೆಯ ವಿರೋಧವಿದ್ದರೂ ಸ್ವಲ್ಪವೂ ವಿಚಲಿತನಾಗಿರಲಿಲ್ಲ. ಕೊನೆಗೆ ಇಬ್ಬರೂ ತಮ್ಮ ಭಿನ್ನಾಭಿಪ್ರಾಯಗಳೊಂದಿಗೆ ಸಹಬಾಳ್ವೆ ನಡೆಸುವುದನ್ನು ಒಪ್ಪಿಕೊಂಡಂತಿತ್ತು. ಕಾಲಾನಂತರ ಮನೆ ನಿರ್ವಹಣೆಯ ಭಾರ ಆತನ ಮೇಲೂ ಬಿತ್ತು. ಆಗ ರಾಜಕೀಯವನ್ನು ಸ್ವಲ್ಪ

ಹಿಂದಕ್ಕೆ ತಳ್ಳಿ, ತನ್ನ ವೃತ್ತಿಯ ಆಯ್ಕೆಯತ್ತ ಗಮನ ಹರಿಸಿದ್ದ. ವಕೀಲನಾಗಿ ಕೆಲಸ ಪ್ರಾರಂಭಿಸಿ ಕೆಲವು ಕಾಲ ಹೆಣಗಾಡಿದರೂ ನಂತರ ಯಶಸ್ವಿಯಾಗಿದ್ದ. ಆದರೆ ಸಕ್ರಿಯ ರಾಜಕಾರಣಕ್ಕಿಳಿಯಬೇಕೆಂಬ ಆಸೆ ಅವನನ್ನು ಬಿಡಲೇ ಇಲ್ಲ. ಅದು ನೆರವೇರದೆ ಕುಡಿತಕ್ಕೆ ಶರಣಾದ ಆತನ ಸ್ಥಿತಿ ಶೋಚನೀಯವಾಗಿತ್ತು. ಇದ್ದಕ್ಕಿದ್ದಂತೆ ಒಂದು ದಿನ ಕುಡಿತ, ರಾಜಕೀಯ, ವಕೀಲಿ ವೃತ್ತಿ ಎಲ್ಲವನ್ನೂ ಬಿಟ್ಟು, ಮನೆ ಮತ್ತಿಬ್ಬರು ಮಕ್ಕಳನ್ನು ತೊರೆದು, ದೇವರನ್ನು ಹುಡುಕಿಕೊಂಡು ಹೊರಟು ನಿಂತ. ಹೀಗೇ ಪೂರ್ತಿ ಹನ್ನೆರಡು ವರ್ಷಗಳನ್ನು ಸನ್ಯಾಸಿಯಾಗಿ ಕಳೆದ ಆತ, ತನ್ನ ಎರಡನೆಯ ಮಗ ಅಪಘಾತದಲ್ಲಿ ದುರಂತ ಸಾವನ್ನಪ್ಪಿದಾಗ ಕೆಲ ಕಾಲ ಮನೆಗೆ ಹಿಂತಿರುಗಿದ್ದ.

ಅಮಿತಾವನ ವ್ಯಕ್ತಿತ್ವದಲ್ಲೊಂದು ಮೋಡಿಯಿತ್ತು. ಯಾವುದೇ ವಿಷಯದಲ್ಲೂ ಜನರನ್ನು ಸೆಳೆಯಬಲ್ಲ ಮಾತುಗಾರಿಕೆಯಿತ್ತು. ಜಗತ್ತಿನ ಆಗುಹೋಗುಗಳಿರಲಿ, ಮನುಕುಲದ ಭವಿಷ್ಯವಿರಲಿ, ಇತಿಹಾಸ, ಧರ್ಮ... ಯಾವುದರ ಬಗ್ಗೆಯಾದರೂ ಅದ್ಭುತವಾಗಿ ಮಾತನಾಡುತ್ತಿದ್ದ. ಅದೆಲ್ಲಕ್ಕಿಂತ ಹೆಚ್ಚಾಗಿ ಸಾಮಾನ್ಯ ಜನರೊಡನೆ ತೀರಾ ಸಹಜವಾಗಿ ಬೆರೆಯಬಲ್ಲ ಗುಣವಿತ್ತು. ಎಲ್ಲರೊಡನೆ ಒಂದಾಗಿ, ಪ್ರೀತಿ ಹಂಚಿ ಬಾಳುವ ಸಹೃದಯತೆಯಿತ್ತು. ತನಗಿಂತ ಹೆಚ್ಚಾಗಿ ಪರರಿಗಾಗಿ ಬದುಕುತ್ತಿದ್ದ. ಹಾಸ್ಟೆಲಿನಲ್ಲಿದ್ದಾಗ, ಚಳಿಗಾಲಕ್ಕೊಮ್ಮೆ ನನ್ನ ತಾಯಿ ಸ್ವೆಟರನ್ನೋ, ಕಂಬಳಿಯನ್ನೋ ಕೊಟ್ಟು ಕಳಿಸಿದರೆ, ತಪ್ಪದೆ ಅದನ್ನು ಒಬ್ಬ ಬಡವನಿಗೆ ಕೊಟ್ಟೇ ಮನೆಗೆ ಹಿಂತಿರುಗುತ್ತಿದ್ದ. ಆತನ ಸುತ್ತಲಿನವರೂ ಅವನನ್ನು ಅಷ್ಟೇ ಪ್ರೀತಿಸುತ್ತಿದ್ದರು. ರಿಕ್ಷಾ ಚಾಲಕರು, ಚಿಕ್ಕ ಪುಟ್ಟ ಅಂಗಡಿಯವರು, ಪೋಲೀಸರು, ವಿದ್ಯಾರ್ಥಿಗಳು, ಅಧ್ಯಾಪಕರು, ಅಧಿಕಾರಿಗಳು ಮತ್ತು ರಾಜಕಾರಣಿಗಳೂ ಸೇರಿದಂತೆ ಎಲ್ಲರೂ ಅವನಿಗಾಗಿ ಏನನ್ನಾದರೂ ಮಾಡಲು ಸಿದ್ಧವಿರುತ್ತಿದ್ದರು. ಸಾರ್ವಜನಿಕ ಸಭೆಗಳಲ್ಲಿ ಆತ ಮಾತನಾಡುತ್ತಿದ್ದರೆ ಕೇಳುಗರಲ್ಲಿ ಮಿಂಚಿನ ಸಂಚಲನ ಉಂಟಾಗುತ್ತಿತ್ತು. ಕಡು ಬಡವರೂ ಅವನಲ್ಲಿ ತಮ್ಮ ಸಮಸ್ಯೆಗಳನ್ನು ತರುತ್ತಿದ್ದರು. ಬರವಿರಲಿ, ನೆರೆಯಿರಲಿ ಅಥವಾ ಇನ್ಯಾವುದೇ ಆಪತ್ತಿರಲಿ, ಆತ ಸದಾ ಅವರೊಂದಿಗೆ ಇರುತ್ತಿದ್ದ. ಜನರೂ ಹಾಗೆಯೇ ಸ್ಪಂದಿಸುತ್ತಿದ್ದರು. ಎಲ್ಲಿ ಹೋದರೂ ಆತನ ಅನ್ನ, ಸೂರು ಮತ್ತಿತರ ಅವಶ್ಯಕತೆಗಳನ್ನು ಪೂರೈಸುತ್ತಿದ್ದರು.

ಆತ ಮನಸ್ಸು ಮಾಡಿದ್ದರೆ ಲೌಕಿಕವಾಗಿ ಅತ್ಯಂತ ಯಶಸ್ವಿಯಾಗಬಹುದಿತ್ತು. ಆದರೆ ಪ್ರತೀ ಬಾರಿಯೂ ಅಧಿಕಾರ, ಸ್ಥಾನಮಾನದತ್ತ ಓಟದಿಂದ ಆತ ಹಿಂದೆ ಸರಿಯುತ್ತಿದ್ದ. ಸನ್ಯಾಸಿಯಾಗಲು ಅಮಿತಾವ ವಕೀಲಿ ವೃತ್ತಿ ತೊರೆದಾಗ ಎಲ್ಲರೂ ಸಂಸಾರದ ಭವಿಷ್ಯದ ಬಗ್ಗೆ ಕಳವಳಗೊಂಡಿದ್ದರು. ಆತನಿಗೆ ಮಾತ್ರ ಅದರ ಯೋಚನೆಯೇ ಇರಲಿಲ್ಲ. ತನ್ನ ಮೇಲೇನಾದರೂ ಟ್ರಕ್ ಹರಿದು ತಾನು ಮೃತ ಪಟ್ಟಿದ್ದರೆ, ಸಂಸಾರದ ಗತಿ ಏನಾಗುತ್ತಿತ್ತೋ ಅದೇ ಈಗಲೂ ಆಗುವುದು ಎಂಬುದು ಅವನ ಯೋಚನಾಸರಣಿಯಾಗಿತ್ತು. ಹಲವರು ಆತನನ್ನು ಪಲಾಯನವಾದಿ ಎಂದರೆ, ಇನ್ನು ಕೆಲವರು ಆತನ ಬೇಜವಾಬ್ದಾರಿಯ ಬಗ್ಗೆ ಸಿಟ್ಟಾದರು. ಕೆಲವರು ಆತನ ನಿರ್ಧಾರದಿಂದ ಆಶ್ಚರ್ಯಚಕಿತರಾಗಿದ್ದರೆ, ಮತ್ತಿತರರು

ಆತನೊಬ್ಬ ನಿಜಕ್ಕೂ ಸತ್ಯಾನ್ವೇಷಣೆಯ ಹಾದಿಯಲ್ಲಿರುವ ಮಹಾತ್ಮನೆಂದರು. ಆತ ಮಾತ್ರ ಇದ್ಯಾವುದರ ಕಡೆಗೂ ಲಕ್ಷ್ಯ ಕೊಡದೇ ಸುಮ್ಮನೆ ಹೊರಟುಹೋಗಿದ್ದ.

ಭಾರತ ದೇಶ ಸನ್ಯಾಸಿಗಳನ್ನು ಉಪವಾಸ ಕೆಡಹುವುದಿಲ್ಲ. ಹನ್ನೆರಡು ವರ್ಷಗಳ ಕಾಲ ಅಮಿತಾವ ಊರೂರು ಸುತ್ತಿದ. ಕೆಲವೊಮ್ಮೆ ಪುರಿಯಲ್ಲಿ ಕಾಣಿಸಿಕೊಂಡರೆ, ಮತ್ತೊಮ್ಮೆ ಕಪಿಲಾ ಪರ್ವತದ ತುತ್ತತುದಿಯಲ್ಲಿರುತ್ತಿದ್ದ. ಒಮ್ಮೊಮ್ಮೆ ವೈಷ್ಣವ ಪಂಥದವರೊಂದಿಗೆ ತಿರುಗಾಡುತ್ತಿದ್ದ. ಒಟ್ಟಿನಲ್ಲಿ ಜೀವನ ಸಾಗಿತ್ತು.

ಅಮಿತಾವನ ಎರಡನೆಯ ಮಗ ಅಪಘಾತಕ್ಕೀಡಾಗಿ ಸುಧಾರಿಸಿಕೊಳ್ಳುತ್ತಿದ್ದಾಗಲೇ ಜಾಂಡೀಸ್ ಖಾಯಿಲೆಯೂ ಸೇರಿಕೊಂಡು ನಿಶ್ಯಕ್ತನಾಗಿದ್ದ. ಆಗೊಮ್ಮೆ ಆಯ ತಪ್ಪಿ ಬಿದ್ದವನು ಮೇಲೇಳದೆ ಸಾವನ್ನಪ್ಪಿದ್ದ. ತುಂಬು ಹರೆಯದಲ್ಲಿದ್ದ ಮಗ ತೀರಿಕೊಂಡಾಗ ಕೊನೆಯ ಕರ್ಮಗಳನ್ನು ನಡೆಸಲಿಕ್ಕೆಂದು ಅಮಿತಾವ ಹಿಂತಿರುಗಿ ಬಂದಿದ್ದ. ವಿದ್ಯಾರ್ಥಿ ದೆಸೆಯಲ್ಲಿ ವಾರಸುದಾರರಿಲ್ಲದ ಎಷ್ಟೋ ಅನಾಥ ಹೆಣಗಳಿಗೆ ಅಂತ್ಯಸಂಸ್ಕಾರ ಕಾಣಿಸಿದ್ದ ಆತ, ಈಗ ತನ್ನ ಮಗನ ಅಂತ್ಯಸಂಸ್ಕಾರಕ್ಕೆಂದು ತಿರುಗಿ ಬಂದಿದ್ದ.

ನಾವು ಸ್ಮಶಾನ ತಲುಪಿದಾಗ ಮಧ್ಯರಾತ್ರಿಯಾಗಿತ್ತು. ಅಲ್ಲಿ ಆರು ಹೆಣಗಳು ಅರ್ಧಂಬರ್ಧ ಸುಟ್ಟ ಸ್ಥಿತಿಯಲ್ಲಿದ್ದವು. ಸಂಬಂಧಪಟ್ಟವರೆಲ್ಲಾ ಹೊರಟುಹೋಗಿದ್ದರು. ಮಳೆ ಸುರಿಯುತ್ತಿತ್ತು. ಮಳೆ, ಗಾಳಿಯಿಂದಾಗಿ ಬೆಂಕಿ ಸರಿಯಾಗಿ ಉರಿಯದೆ, ಹೆಣಗಳು ಸುಡುವುದು ಕಷ್ಟವಾಗಿತ್ತು. ಅರೆ ಬೆಂದ ಹೆಣಗಳ ವಾಸನೆ, ಬೆಂಕಿ, ಮಳೆ ಎಲ್ಲವೂ ಸೇರಿ ಅಲ್ಲಿ ನಿಲ್ಲುವುದೊಂದು ಶಿಕ್ಷೆಯಾಗಿತ್ತು. ಸ್ಮಶಾನದಲ್ಲಿ ಹೆಣ ಸುಡುವ ಕೆಲಸಕ್ಕಿದ್ದ ಜನರು ಕೈಯಲ್ಲಿದ್ದ ಕೋಲಿನಿಂದ ಹೆಣಗಳನ್ನು ತಿರುಗಿಸುತ್ತಾ ಸರಿಯಾಗಿ ಉರಿಯಲು ಅನುವು ಮಾಡುತ್ತಿದ್ದರು. ಬೆಳಗಿನಿಂದ ದುಡಿದು ದಣಿದಿದ್ದ ಅವರೂ ಕೊನೆಗೆ ಈ ಹೋರಾಟವನ್ನು ಕೈಬಿಟ್ಟು ಮನೆಗೆ ಹಿಂತಿರುಗತೊಡಗಿದರು.

ಅಮಿತಾವ ಅಲ್ಲಿಂದ ಹೊರಡಲಿಲ್ಲ. ಮಗನ ಚಿತೆಯ ಪಕ್ಕದಲ್ಲೇ ನಿಂತು ಹೆಣವನ್ನು ತಿರುಗಿಸುತ್ತಾ, ತಳ್ಳುತ್ತಾ ಸುಡುವ ಪ್ರಯತ್ನದಲ್ಲಿದ್ದ. ಒಂದು ಕಾಲದಲ್ಲಿ ಅವನ ತೊಡೆಯ ಮೇಲೆ ಮಗುವಾಗಿ ಆಡಿದ್ದ ಆ ಶರೀರ ಈಗ ಅವನ ಕಣ್ಣೆದುರೇ ಬೂದಿಯಾಗುತ್ತಿತ್ತು. ಕೋಲಿನಿಂದ ದೇಹವನ್ನು ಆಚೀಚೆ ತಿರುಗಿಸುತ್ತಾ ನಿಂತಿದ್ದ ಅಮಿತಾವ ಆ ಜೀವವನ್ನು ಎಲ್ಲಿಂದ ಬಂದಿತ್ತೋ ಅಲ್ಲಿಗೆ ಮರಳಲು ಬೇಡಿಕೊಳ್ಳುತ್ತಿದ್ದಾನೆಯೋ ಎಂಬಂತೆ ಕಾಣುತ್ತಿದ್ದ. ಉದ್ದನೆಯ ಕೂದಲು, ಗಡ್ಡ ಬಿಟ್ಟಿದ್ದ ಮುಖ ನಿರ್ಲಿಪ್ತವಾಗಿತ್ತು. ಆತ ಅಳಲಿಲ್ಲ.

ದಾದಾಮೋನಿಯ ಮಾರ್ಗದರ್ಶನ ನನ್ನ ವ್ಯಕ್ತಿತ್ವವನ್ನು ರೂಪಿಸುವಲ್ಲಿ ಮಹತ್ತರ ಪ್ರಭಾವ ಬೀರಿತು. ಹಾಗೇ ಬಹುಶಃ ನನ್ನ ಅದೃಷ್ಟವನ್ನೂ ನಿರ್ಣಯಿಸಿತು. ಕಲಿಯುವಿಕೆ ನಮಗೆ ಜ್ಞಾನವನ್ನು ಕೊಟ್ಟರೆ, ಸರಿಯಾದ ಮಾರ್ಗದರ್ಶನ ಆ ಜ್ಞಾನವನ್ನು ಹೊರ ಜಗತ್ತಿನಲ್ಲಿ ಬಳಸುವುದನ್ನು ಕಲಿಸುತ್ತದೆ. ಬದುಕುವ ಕೌಶಲ್ಯವನ್ನು ಕಟ್ಟಿ ಕೊಡುವುದಲ್ಲದೆ, ನಮ್ಮ ದೃಷ್ಟಿಕೋನವನ್ನೂ ರೂಪಿಸುತ್ತದೆ. ಅಗಾಧವಾದ ಆತ್ಮವಿಶ್ವಾಸವನ್ನು ಬೆಳೆಸುತ್ತದೆ.

ಒಂದು ಮಗುವಿಗಾಗಲೀ ಅಥವಾ ಇದೀಗ ವೃತ್ತಿಯಲ್ಲಿ ಕಾಲಿಟ್ಟಿರುವ ಒಬ್ಬ ವೃತ್ತಿನಿರತನಿಗಾಗಲೀ ಮಾರ್ಗದರ್ಶನ ಮಾಡುವ ರೀತಿ ಒಂದೇ ಆಗಿದೆ. ಯಾರೋ ಬಳಿ ಬಂದು 'ನೀನು ಮಾಡಬಲ್ಲೆ' ಎಂದು ಕಿವಿಯಲ್ಲಿ ಪಿಸುಗುಟ್ಟಿದಂತೆ! ಅದೊಂದು ಮಾಂತ್ರಿಕ ಅನುಭವ. ಅಲ್ಲಿಂದಲೇ ಕನಸುಗಳು ಹುಟ್ಟುವುದು. ನಿಲುಕದು ಎನಿಸುವ ತೀರಗಳಿಗೆ ಸೇತುವೆಗಳನ್ನು ಕಟ್ಟಲಾರಂಭಿಸುವುದು!

ಜೀವನದಲ್ಲಿ ಮಹತ್ವಾಕಾಂಕ್ಷೆ ಇಟ್ಟುಕೊಳ್ಳುವುದು ಮತ್ತು ಅದನ್ನು ಸಾಧಿಸುವುದು ಎಷ್ಟು ಮುಖ್ಯವೆಂಬುದನ್ನು ನಾನು ದಾದಾಮೋನಿಯಿಂದ ಕಲಿತೆ. ನಮ್ಮ ಸಾಧನೆಗಳಿಂದ ಇನ್ನೊಬ್ಬರಿಗೂ ಪ್ರಯೋಜನವಾದರೆ ಮಾತ್ರ ಅವು ಸಾರ್ಥಕ ಎಂಬುದನ್ನು ಅಮಿತಾವನಿಂದ ಕಲಿತೆ. ನನ್ನದು ಮತ್ತು ಪರರದು ಎಂಬುದರ ಮಧ್ಯೆ ಇರುವುದು ತೆಳುವಾದ ಗೆರೆ ಮಾತ್ರ. ಅದೂ ಅಖಂಡವಾಗಿಲ್ಲ, ತೂತುಗಳುಳ್ಳ ಗೆರೆಯಾಗಿದೆ. ಅದರಲ್ಲಿರುವ ತೂತುಗಳು ಮಾತ್ರ ಸತ್ಯ. ಮಧ್ಯೆ ಮಧ್ಯೆ ತೋರುವ ಗೆರೆಗಳು ನಮ್ಮ ಮನಸ್ಸಿನ ಭ್ರಮೆಯಷ್ಟೇ. ಆಳವಾಗಿ ನೋಡಿದರೆ, ವಿಶ್ವದಲ್ಲಿ ಎಲ್ಲವೂ ಒಂದಕ್ಕೊಂದು ಹೊಂದಿಕೊಂಡಿದೆ. ಆದರೆ ಅದನ್ನು ಜಾಗೃತವಲ್ಲದ ಮನಸ್ಸು ಗ್ರಹಿಸಲಾರದು. ನಮ್ಮ ವೃತ್ತಿಯ ಯಶಸ್ಸಿನ ಮೆಟ್ಟಿಲುಗಳು ಕೊನೆಗೆ ನಮ್ಮನ್ನು ಈ ಅರಿವಿನ ತುತ್ತತುದಿಗೆ ಕೊಂಡೊಯ್ಯಬೇಕು. ಏಕೆಂದರೆ, ನನ್ನದು ಮತ್ತು ಪರರದು ಎಂಬ ಭೇದವೇ ಸುಳ್ಳು ಎನ್ನುವ ಎಚ್ಚರ ಮೂಡದ ಹೊರತು 'ಮಹಾನ್' ಸಾಧಿಸದು.

ಬಾಲ್ಯದಿಂದಲೂ ನಮ್ಮ ಕುಟುಂಬದ ಮೌಲ್ಯಗಳು ನನ್ನ ಮೇಲೆ ಅತ್ಯುತ್ತಮ ಪ್ರಭಾವವನ್ನು ಬೀರಿವೆ. ಅದಕ್ಕಾಗಿ ನಾನು ಅದೃಷ್ಟಶಾಲಿಯೆಂದು ಭಾವಿಸುತ್ತೇನೆ.

ಇಂತಹ ಮಾರ್ಗದರ್ಶಿಗಳು ಯಾವುದೋ ರೂಪದಲ್ಲಿ ನಮ್ಮ ಸುತ್ತಮುತ್ತಲೂ ಯಾವಾಗಲೂ ಇರುತ್ತಾರೆ. ಸೋದರಿಕೆಯಲ್ಲಿರಬಹುದು, ಸ್ನೇಹಿತರಾಗಿರಬಹುದು, ಉಪಾಧ್ಯಾಯ ವರ್ಗದಲ್ಲಿರಬಹುದು ಅಥವಾ ಜತೆಯ ಕೆಲಸಗಾರರೂ ಆಗಿರಬಹುದು. ಆಚೀಚೆ ನೋಡುವಷ್ಟೂ ವ್ಯವಧಾನವಿಲ್ಲದೆ ಬದುಕು ಸಾಗಿದರೆ ಮತ್ತೊಬ್ಬರಿಂದ ಸ್ವೀಕರಿಸುವ ಶಕ್ತಿಯನ್ನೇ ನಾವು ಕಳೆದುಕೊಳ್ಳುತ್ತೇವೆ. ಇನ್ನೊಬ್ಬರಿಂದ ಏನನ್ನಾದರೂ ಸ್ವೀಕರಿಸಲು ನಮ್ಮಲ್ಲಿ ನಿರಹಂಕಾರವಿರಬೇಕು. ಅದು ನಮ್ಮನ್ನು ಖಾಲಿಯಾಗಿಸುತ್ತದೆ. ನಾವು ಖಾಲಿಯಿದ್ದಾಗ ಮಾತ್ರ ಹೊರಗಿನಿಂದ ಏನನ್ನಾದರೂ ಪಡೆಯಲು ಸಾಧ್ಯ. ಹಾಗೇ ಪಡೆದದ್ದಕ್ಕೆ ಪ್ರತಿಯಾಗಿ ಕೊಟ್ಟಷ್ಟೂ ಪಡೆಯುವ ಶಕ್ತಿ ಹಿಗ್ಗುತ್ತದೆ.

ಅಧ್ಯಾಯ 5

ಗುರುತು ಮೂಡಿಸುವ ಹೆಜ್ಜೆಗಳು

ನನ್ನ ಶಾಲಾ ದಿನಗಳು ಸದಾ ಹೊಸದನ್ನು ಹುಡುಕುವ ಹುಮ್ಮಸ್ಸು ಮತ್ತು ಕೌತುಕಗಳಿಂದ ಕೂಡಿದ್ದು, ಆಹ್ಲಾದಕರವಾಗಿದ್ದವು.

ಶಾಲೆಯ ನೆನಪುಗಳಲ್ಲಿ ಪ್ರಧಾನವಾದವು ಕಿಯೊಂಝಾರ್‌ನ ದಿನಗಳು. ಆರನೇ ಕ್ಲಾಸಿನ ಅರ್ಧ ವರ್ಷ ಕಳೆದಾಗ ನಾನು ಡಿ.ಎನ್. ಹೈಸ್ಕೂಲಿಗೆ ಬಂದೆ. ಅಲ್ಲಿಯ ವಾತಾವರಣ ನನ್ನನ್ನು ಬೆರಗುಗೊಳಿಸಿತ್ತು. ತರಗತಿಯ ಮಕ್ಕಳೆಲ್ಲ ಕೂರುತ್ತಿದ್ದುದು ನೆಲಕ್ಕೆ ಹಾಸಿದ, ಅಲ್ಲಲ್ಲಿ ಹರಿದಿದ್ದ ಜಮಖಾನೆಯ ಮೇಲೆ. ಶಾಲೆಯ ಹಿಂಭಾಗದಲ್ಲಿ ಅಮಾರಿ ಗಿಡಗಳು ಹೇರಳವಾಗಿ ಬೆಳೆದಿದ್ದವು. ಉಪಾಧ್ಯಾಯರುಗಳು ಅದರಿಂದ ಮುರಿದ ಉದ್ದನೆಯ, ಭಯ ಹುಟ್ಟಿಸುವ ಬೆತ್ತವನ್ನು ಹಿಡಿದು ನಮ್ಮ ಪುಟ್ಟ ತಲೆಯ ಮೇಲೆ ಆಡಿಸುತ್ತಾ ಓಡಾಡುತ್ತಿದ್ದರು. ಎತ್ತರದಲ್ಲಿದ್ದ ಹಂಚಿನ ಸೂರಿನೊಳಗೆ ಗುಬ್ಬಚ್ಚಿಗಳು ಮರಿ ಮಾಡಿಕೊಂಡಿದ್ದವು. ಆಗೊಮ್ಮೆ, ಈಗೊಮ್ಮೆ ಆ ಮೊಟ್ಟೆಗಳು ಯಾರ ತಲೆಯ ಮೇಲಾದರೂ ಬಿದ್ದು ಗಲಿಬಿಲಿ ಮಿಶ್ರಿತ ಸಂಭ್ರಮವನ್ನುಂಟು ಮಾಡುತ್ತಿದ್ದವು! ಎಷ್ಟೋ ಸಾರಿ ಗೂಡಿನಿಂದ ಹೊರಹಾಕಲ್ಪಟ್ಟ ಗುಬ್ಬಚ್ಚಿ ಮರಿಗಳು ಮಕ್ಕಳ ಚೀಲಗಳಲ್ಲಿ ಕಾಣಬರುತ್ತಿದ್ದುದು ಸಾಮಾನ್ಯವಾಗಿತ್ತು! ನಾನು ಅಲ್ಲಿಗೆ ಹೋಗುವಷ್ಟರಲ್ಲಿ ಶೈಕ್ಷಣಿಕ ವರ್ಷ ಶುರುವಾಗಿ ಹಲವು ತಿಂಗಳುಗಳೇ ಕಳೆದದ್ದರಿಂದ, ಮಕ್ಕಳು ತರಗತಿಯಲ್ಲಿ ಕೂರುವ ವ್ಯವಸ್ಥೆ ಆಗಲೇ ನಿರ್ಧಾರಿತವಾಗಿತ್ತು. ಕುಳ್ಳರು ಹಾಗೂ ಬುದ್ಧಿವಂತ ಹುಡುಗರು ಮುಂದಿನ ಸಾಲಿನಲ್ಲಿದ್ದರು. ತರಗತಿಯಲ್ಲಿ ಒಂದೆರಡು ವರ್ಷ ನಪಾಸಾಗಿ ಉಳಿದಿದ್ದ ದೊಡ್ಡ ಹುಡುಗರು ಹಿಂದಿನ ಎರಡು ಬೆಂಚುಗಳಲ್ಲಿ. ನನಗೆ ಕೂರಲು ಜಾಗ ಸಿಕ್ಕಿದ್ದು ಇವರೊಡನೆ. ಅವರು ನನಗೆ ಹಸಿರು ಹಾವನ್ನು ಹಿಡಿಯಲು ಕಲಿಸಿಕೊಟ್ಟರು. ನಿರಪಾಯಕಾರಿಯಾದ ಇವನ್ನು ನಮ್ಮ ಜೇಬಿನಲ್ಲಿಟ್ಟುಕೊಂಡು ಬೇರೆಯವರನ್ನು ಹೆದರಿಸುತ್ತಿದ್ದೆವು. ಕೆಲವೊಮ್ಮೆ ಗುಟ್ಟಾಗಿ ವಿಜ್ಞಾನ ಪ್ರಯೋಗಶಾಲೆಗೆ ನುಸುಳಿ, ಅಲ್ಲಿದ್ದ ಮನುಷ್ಯನ ಅಸ್ಥಿಪಂಜರವನ್ನು ನೋಡುವ ಸಾಹಸ ಮಾಡುತ್ತಿದ್ದೆವು. ನಮಗೆ ಪ್ರಯೋಗಶಾಲೆಯಲ್ಲಿ ಅಚ್ಚರಿ ಹುಟ್ಟಿಸುತ್ತಿದ್ದ ವಸ್ತು ಅದೊಂದೇ! ಎಂಟನೆಯ ಮತ್ತು ಅದಕ್ಕಿಂತ ಮುಂದಿನ ತರಗತಿಯವರು ಮಾತ್ರ ಅದನ್ನು ಅಭ್ಯಸಿಸಬಹುದಿತ್ತು. ನಾನು ಎಂಟನೇ ತರಗತಿಗೆ ಬರುವ ಹೊತ್ತಿಗೆ ಆ ಮನುಷ್ಯನಲ್ಲಿ ಆಸಕ್ತಿಯನ್ನು ಕಳೆದುಕೊಂಡುಬಿಟ್ಟಿದ್ದೆ! ಅದಕ್ಕಿಂತ ಹೆಚ್ಚಿನ ಆಕರ್ಷಣೆಯುಳ್ಳ ಸಂಗತಿಗಳು ನನ್ನನ್ನು ಆವರಿಸಿದ್ದವು.

ಶಾಲಾ ಶಿಕ್ಷಣ ಉಚಿತವಾಗಿದ್ದು, ಮಧ್ಯಾಹ್ನ ಊಟದ ಹೆಸರಿನಲ್ಲಿ ಕೊಡುತ್ತಿದ್ದ ಉಪಾಹಾರಕ್ಕಾಗಿ ಮಾತ್ರ ಪ್ರತಿಯೊಬ್ಬರೂ ತಿಂಗಳಿಗೆ ಎರಡು ರೂಪಾಯಿ ಕೊಡಬೇಕಿತ್ತು. ನಡುಹಗಲಿನಲ್ಲಿ ಬರುತ್ತಿದ್ದ ಉಪಹಾರದ ಪರಿಮಳ ಮೂಗಿಗೆ ಬಡಿದೊಡನೆ, ನಮ್ಮ ಗಮನವೆಲ್ಲ ಅತ್ತ ಕಡೆಯೇ! ಶಾಲೆಯಲ್ಲಿ ಎಲ್ಲಕ್ಕಿಂತ ಹೆಚ್ಚಿನ ಸಂಭ್ರಮದ ವಿಷಯವೆಂದರೆ ಅದೇ! ಕರಿದ ಆಲೂಗೆಡ್ಡೆ ಚಿಪ್ಸ್ ಅಥವಾ ಖಾರಾ ಮಂಡಕ್ಕಿ ಮುಂತಾದ ತಿಂಡಿಗಳಲ್ಲದೆ ಸ್ವಾತಂತ್ರ್ಯ ದಿನ, ಗಣರಾಜ್ಯೋತ್ಸವದಂಥಾ ವಿಶೇಷ ದಿನಗಳಲ್ಲಿ ಸಿಹಿತಿಂಡಿಯೂ ಸಿಗುತ್ತಿತ್ತು.

ತಾಯಿ, ತಂದೆ, ಅರವಿಂದ ಮತ್ತು ನಾನು ದಾದಾಮೋನಿಯ ಜೊತೆ ಅವನ ವಿಶಾಲವಾದ ಹಳೆಯ ಸರ್ಕಾರೀ ಬಂಗಲೆಯಲ್ಲಿ ವಾಸಿಸುತ್ತಿದ್ದೆವು. ನಮ್ಮ ಬಂಗಲೆಯ ಹಿಂದೆ ಹರಿಜನರು ವಾಸಿಸುತ್ತಿದ್ದ ಹಳ್ಳಿಯಿತ್ತು. ಶಾಲೆಯಲ್ಲಿದ್ದ ನನ್ನ ಕೆಲವು ಗೆಳೆಯರು ಆ ಹಳ್ಳಿಯಿಂದ ಬರುತ್ತಿದ್ದರು. ನಮ್ಮ ಮನೆಯಲ್ಲಿ ಅಸ್ಪೃಶ್ಯತೆಯ ಆಚರಣೆಯಿರಲಿಲ್ಲವಾದ್ದರಿಂದ, ನಾನು ಅವರ ಮನೆಗಳಲ್ಲಿ ಆಟವಾಡುತ್ತಾ ತುಂಬಾ ಸಮಯ ಕಳೆಯುತ್ತಿದ್ದೆ. ಒಮ್ಮೆ ಬೆಟ್ಟದಿಂದ ಕೆಳಗೆ ಬಂದಿದ್ದ ಕರಡಿಯನ್ನು ಬೆನ್ನಟ್ಟಿಕೊಂಡು ಹಳ್ಳಿಯ ಜನರೆಲ್ಲ ಹೊರಟಿದ್ದಾರೆಂಬ ಸುದ್ದಿ ಕಿವಿಗೆ ಬಿದ್ದೊಡನೆ, ಮನೆಯಲ್ಲಿ ಯಾರಿಗೂ ತಿಳಿಸದೆ ಅವರನ್ನು ಸೇರಲು ಓಡಿಹೋಗಿದ್ದೆ. ಬೆಟ್ಟಕ್ಕೂ ಹಳ್ಳಿಗೂ ಮಧ್ಯೆ ಇದ್ದ ಭತ್ತದ ಗದ್ದೆಗಳಲ್ಲಿ ಮೈಲುಗಟ್ಟಲೆ ಓಡಿದ ಮೇಲೆ ಹಳ್ಳಿಯವರು ಕಣ್ಣಿಗೆ ಬಿದ್ದರು. ಕರಡಿಯನ್ನು ಬೆನ್ನಟ್ಟುವುದು ನನಗೊಂದು ಹೊಸ ಅನುಭವವಾಗಿತ್ತು. ಕೈಯಲ್ಲಿ ಕೋಲು, ಕುಡುಗೋಲು ಮತ್ತು ಈಟಿಗಳನ್ನು ಹಿಡಿದು ನೂರಾರು ಗಂಡಸರು, ಹುಡುಗರು ಕರಡಿಯ ಹಿಂದೆ ಓಡುತ್ತಿದ್ದರು. ಆ ಕರಡಿಗೆ ಗೊಂದಲವಾಗಿ ದಿಕ್ಕುತಪ್ಪಿ ಓಡುತ್ತಿತ್ತು. ಹಾಗೊಮ್ಮೆ ಕರಡಿ ನಿಂತು ಹಳ್ಳಿಗರಿಗೆ ಮುಖ ಮಾಡಿದರೆ, ಅವರು ವಿರುದ್ಧ ದಿಕ್ಕಿನಲ್ಲಿ ಓಡಲಾರಂಭಿಸುತ್ತಿದ್ದರು. ಕರಡಿ ಮತ್ತೆ ತಿರುಗಿ ಓಡುತ್ತಿತ್ತು, ಆಗ ಅವರದನ್ನು ಬೆನ್ನಟ್ಟುತ್ತಿದ್ದರು! ಹೀಗೇ ಬಹಳ ಹೊತ್ತಿನವರೆಗೆ ನಡೆದು ಕೊನೆಗೊಮ್ಮೆ ಬಳಲಿದ ಕರಡಿ ಕೆಳಗೆ ಬಿದ್ದಾಗ ಜನರೆಲ್ಲ ಅದರ ಮೇಲೆರಗಿ, ಬಡಪಾಯಿಯನ್ನು ಕೊಂದು ಅದರ ಕೂದಲು ಕೀಳಲಾರಂಭಿಸಿದರು. ಕರಡಿಯ ಕೂದಲನ್ನು ವಿಪರೀತ ಜ್ವರದಿಂದ ಬಳಲುವ ರೋಗಿಯ ಕತ್ತಿಗೆ ಕಟ್ಟಿದರೆ, ಜ್ವರ ಇಳಿಯುತ್ತದೆಂಬ ನಂಬಿಕೆ ಜನರಲ್ಲಿತ್ತು. ನಾನೂ ಕೆಲವು ಕೂದಲುಗಳನ್ನು ಕಿತ್ತುಕೊಂಡು ಮನೆಗೆ ಹೊರಟೆ. ನನ್ನ ಈ ಘನ ಕಾರ್ಯಕ್ಕೆ ಮನೆಯಲ್ಲಿ ವೀರೋಚಿತ ಸ್ವಾಗತ ಸಿಗುವುದೆಂಬ ನಿರೀಕ್ಷೆಯಲ್ಲಿದ್ದ ನನಗೆ, ಬೆತ್ತದ ರುಚಿ ಕಾದಿತ್ತು. ಮನೆಪಾಠದ ಮಧ್ಯೆ ಯಾರಿಗೂ ಹೇಳದೆ ಕೇಳದೆ ಹಲವು ಗಂಟೆಗಳು ತಪ್ಪಿಸಿಕೊಂಡಿದ್ದಕ್ಕಾಗಿ ಸರಿಯಾಗಿ ಹೊಡೆತ ಬಿದ್ದಿತ್ತು. ಕರಡಿಯ ಕೂದಲು ಮನೆಯಲ್ಲಿದ್ದ ಬಿಸಿಯನ್ನೇನೂ ಇಳಿಸಲಿಲ್ಲ. ಛೇ! ಹೋಗಬಾರದಿತ್ತು ಎಂದು ನನ್ನನ್ನು ನಾನೇ ಹಳಿದುಕೊಂಡೆ.

ಕರಡಿ ಬೇಟೆಯ ಅಪವಾದವೊಂದನ್ನು ಬಿಟ್ಟರೆ, ಸಾಮಾನ್ಯವಾಗಿ ನನ್ನ ಹವ್ಯಾಸಗಳು ರಚನಾತ್ಮಕವಾಗಿಯೇ ಇದ್ದವು. ಶಾಲೆಯ ಜಿಮ್ನಾಸ್ಟಿಕ್ಸ್ ತಂಡದಲ್ಲಿದ್ದೆ.

ಗಾತ್ರದಲ್ಲಿ ಚಿಕ್ಕವನಾಗಿದ್ದರಿಂದ ಮಾನವ ಪಿರಮಿಡ್‌ನ ಮೇಲೆ ತುತ್ತ ತುದಿಯಲ್ಲಿ ನಿಲ್ಲುವ ಅವಕಾಶ ಸದಾ ನನಗೇ ಸಿಗುತ್ತಿತ್ತು. ಅಲ್ಲಿ ನಿಂತು ಆ ವ್ಯೂಹದ ಪರವಾಗಿ ಸೆಲ್ಯೂಟ್ ಹೊಡೆಯುತ್ತಿದ್ದುದು ನಾನೇ. ಮನೆಯಲ್ಲಿ ಕೋಳಿ ಸಾಕಣಿಕೆಗೆ ಅವಕಾಶ ಮಾಡಿಕೊಟ್ಟರೆ, ಮನೆಗೆ ಬೇಕಾದ ಮೊಟ್ಟೆಗಳನ್ನು ಒದಗಿಸುವುದಾಗಿ ತಾಯಿಯೊಂದಿಗೆ ಒಪ್ಪಂದ ಮಾಡಿಕೊಂಡು, ಒಂದು ಹುಂಜ ಮತ್ತು ಕೆಲವು ಕೋಳಿಗಳನ್ನು ಕೊಂಡುಕೊಂಡು ಬಂದಿದ್ದೆ. ಓದಿನಲ್ಲಿಯೂ ಮುಂದಿರುತ್ತಿದ್ದುದಲ್ಲದೆ ಎಲ್ಲಾ ಚರ್ಚಾಸ್ಪರ್ಧೆ ಮತ್ತು ಪ್ರಬಂಧ ಸ್ಪರ್ಧೆಗಳಲ್ಲಿ ಭಾಗವಹಿಸುತ್ತಿದ್ದೆ. ಎಂಟನೇ ಕ್ಲಾಸಿನಲ್ಲಿದ್ದಾಗ ಎನ್‌ಸಿಸಿಗೆ ಸೇರಿ, ಮುಂದೆ ಇದರಲ್ಲಿ ಹೆಚ್ಚಿನ ಶ್ರದ್ಧೆಯಿಂದ ತೊಡಗಿಸಿಕೊಂಡು ಕಾಲೇಜಿನಲ್ಲಿಯೂ ಮುಂದುವರೆಸಿದೆ.

ಹೆಚ್ಚಿನ ಶಿಕ್ಷಣಕ್ಕಾಗಿ ವಿಜ್ಞಾನ ಅಥವಾ ಕಲಾವಿಭಾಗವನ್ನು ಆರಿಸುವ ಸಮಯ ಬಂದಾಗ ನಾನು ಕಲೆಯನ್ನು ಆರಿಸಿಕೊಂಡೆ. ನನ್ನ ಅಣ್ಣ ಅರವಿಂದ ಅದನ್ನು ಆರಿಸಿಕೊಂಡಿದ್ದೇ ನನ್ನ ಆಯ್ಕೆಗೂ ಕಾರಣವಾಗಿತ್ತು. ಈಗ ಯೋಚಿಸಿದರೆ, ಅದು ಸರಿಯಾದ ನಿರ್ಧಾರವಾಗಿರಲಿಲ್ಲ ಎನಿಸುತ್ತದೆ. ನನಗೇನಾದರೂ ಪುನರಾಯ್ಕೆಯ ಅವಕಾಶವಿದ್ದಿದ್ದರೆ, ವಿಜ್ಞಾನವನ್ನು ಆರಿಸಿಕೊಂಡು ವೈದ್ಯಕೀಯ ಓದುತ್ತಿದ್ದೇನೋ. ನಾನು ಬಹುಶಃ ಒಳ್ಳೆಯ ಡಾಕ್ಟರ್ ಆಗಿರುತ್ತಿದ್ದೆ.

ಹೈಸ್ಕೂಲ್ ಮುಗಿಸಿದ ನಂತರ ಭುವನೇಶ್ವರಕ್ಕೆ ಬಂದು ಬಿ.ಜೆ.ಬಿ. ಕಾಲೇಜಿನ ರಾಜ್ಯಶಾಸ್ತ್ರ ವಿಭಾಗದಲ್ಲಿ ಪದವಿ ತರಗತಿಗೆ ಸೇರಿದೆ. ದಾದಾಮೋನಿಗೆ ಭುವನೇಶ್ವರದಲ್ಲಿ ಕೆಲಸವಿದ್ದುದರಿಂದ ಅವನ ಮನೆಯಲ್ಲಿ ಇದ್ದು ಓದು ಮುಂದುವರಿಸುವುದು ನನ್ನ ಯೋಜನೆಯಾಗಿತ್ತು. ಈಗ ನೆನೆಸಿಕೊಂಡರೆ, 1972 ಮತ್ತು 1976 ರ ಮಧ್ಯದ ವರುಷಗಳು ನನ್ನ ಹದಿಹರೆಯದ ಸುವರ್ಣ ಸಮಯವಾಗಿತ್ತೆನಿಸುತ್ತದೆ. ಕಿಯೊಂಝಾರ್‌ನ ಹಳ್ಳಿಗಾಡಿನ ದಿನಗಳು ಮುಗಿದು ಮತ್ತೆ ನಾನು ರಾಜಧಾನಿಗೆ ಬಂದಿದ್ದೆ. ಕಾಲೇಜಿನಲ್ಲಿ ಕಲಿಕೆಯ ವಾತಾವರಣ ಉತ್ತಮವಾಗಿತ್ತು. ನಾನು ಬಹುವಾಗಿ ಮೆಚ್ಚುತ್ತಿದ್ದ ಶಿಕ್ಷಕರುಗಳು ಮತ್ತು ಕಲಿಯುತ್ತಿದ್ದ ವಿಷಯಗಳ ಹೊಸತನದಿಂದಾಗಿ ಅವುಗಳಲ್ಲಿ ಮುಳುಗಿಹೋಗಿದ್ದೆ. ಬಾಲ್ಯದಲ್ಲಿ ಚಾನ್ಸೆಲರ್ ಕಪ್ ಚರ್ಚಾಸ್ಪರ್ಧೆಯಿಂದ ಮೊಳಕೆಯೊಡೆದ ಚರ್ಚೆಯ ಆಸಕ್ತಿ ಹವ್ಯಾಸವಾಗಿ ಬೆಳೆದು, ಕಾಲೇಜಿನಲ್ಲಿ ಮತ್ತಷ್ಟು ಬಲಗೊಂಡು, ಅದಕ್ಕಾಗಿ ಇದ್ದ ಚಾನ್ಸೆಲರ್ ಕಪ್ಪನ್ನು ಗೆಲ್ಲುವುದರೊಂದಿಗೆ ವರ್ತುಲ ಪೂರ್ಣಗೊಂಡಂತಾಗಿತ್ತು. ಎನ್‌ಸಿಸಿಯಿಂದ ಆಗ್ರಾದಲ್ಲಿದ್ದ ವಾಯುದಳದ ಪ್ಯಾರಾ ಟ್ರೈನಿಂಗ್ ಶಾಲೆಯಲ್ಲಿ ಎರಡು ತಿಂಗಳ ತರಬೇತಿಗಾಗಿ ಆಯ್ಕೆಯಾಗಿದ್ದೆ. ಅಲ್ಲಿ ಜಾಗತಿಕ ಮಹಾಯುದ್ಧದ ಸಮಯದ ಒಂದು ವಿಮಾನದಲ್ಲಿ (Child Packet Aircraft) ಐದು ಸಾರಿ ಪ್ಯಾರಾಚೂಟ್‌ನಿಂದ ಹೊರ ಜಿಗಿಯಬೇಕಿತ್ತು. ಇದರಲ್ಲಿ ಉತ್ತೀರ್ಣನಾಗಿ ಪರಿಣತಿ ಹೊಂದಿದ ಪ್ಯಾರಾಟ್ರೂಪರ್ ಎಂದು ಗುರುತಿಸಲ್ಪಟ್ಟೆ. ಈ ಪ್ಯಾರಾಟ್ರೂಪಿಂಗ್ ತರಬೇತಿ ನನ್ನ ಬಹುಕಾಲದ ಅಸ್ತಮಾ ಖಾಯಿಲೆಯನ್ನು ಗುಣ ಮಾಡಿ ಹೊಸ ಆಶಾಕಿರಣವನ್ನು ತಂದಿತ್ತು.

1975 ರ ಜನವರಿಯಲ್ಲಿ ನವದೆಹಲಿಯಲ್ಲಿ ನಡೆಯುವ ಗಣರಾಜ್ಯ ದಿನದ ಪೆರೇಡ್‌ಗಾಗಿ ಆಯ್ಕೆಯಾದ ರಾಜ್ಯ ಎನ್‌ಸಿಸಿ ತಂಡದಲ್ಲಿ ನಾನೂ ಒಬ್ಬನಾಗಿದ್ದೆ. ದೇಶದ ರಾಜಧಾನಿಯನ್ನು ಕಾಣುವ ಅವಕಾಶ ಒದಗಿದ ಸಂಭ್ರಮ ನನಗೆ. ಜೊತೆಗೆ 'ಭಾರತದ ಅತ್ಯುತ್ತಮ ಕೆಡೆಟ್' ಸ್ಪರ್ಧೆಯಲ್ಲಿ ಭಾಗವಹಿಸುವ ಅವಕಾಶವೂ ಇದ್ದದ್ದು ಆ ಸಂಭ್ರಮವನ್ನು ಇನ್ನೂ ಹೆಚ್ಚಿಸಿತ್ತು. ಪ್ರತಿ ರಾಜ್ಯದಿಂದ ಬಂದಿದ್ದ ಅತ್ಯುತ್ತಮ ಕೆಡೆಟ್‌ಗಳು ರಾಷ್ಟ್ರ ಮಟ್ಟದ ಪ್ರಶಸ್ತಿಗಾಗಿ ಸ್ಪರ್ಧಿಸಬೇಕಿತ್ತು. ಆಯಾ ರಾಜ್ಯದ ಅತ್ಯುತ್ತಮ ಕೆಡೆಟ್‌ಗಳಾದ್ದರಿಂದ ಸಹಜವಾಗಿ ಎಲ್ಲರೂ ಮೂಲಭೂತ ಕೌಶಲ್ಯಗಳಾದ ಕವಾಯತು, ಶಿಸ್ತು, ಸಮಯಪಾಲನೆ ಮುಂತಾದುವುಗಳಲ್ಲಿ ಸಮನಾದ ಪರಿಣತಿಯನ್ನು ಹೊಂದಿದವರಾಗಿದ್ದರು. ಕೊನೆಯ ಆಯ್ಕೆಗೆ ಎರಡು ಸುತ್ತಿನ ಸಂದರ್ಶನಗಳಿದ್ದವು. ಮೊದಲನೆಯದು, ಹಿರಿಯ ರಕ್ಷಣಾ ಅಧಿಕಾರಿಗಳ ಸಮಿತಿಯೊಂದಿಗೆ. ಮೊದಲ ಸುತ್ತಿನಲ್ಲಿ ಆಯ್ಕೆಯಾದ ನಾಲ್ಕು ಅಭ್ಯರ್ಥಿಗಳು ನಂತರ ಎನ್‌ಸಿಸಿಯ ಡೈರೆಕ್ಟರ್ ಜನರಲ್‌ರ ಮುಂದೆ ಹಾಜರಾಗಬೇಕಿತ್ತು. ಅವರು ವರ್ಷದ ಅತ್ಯುತ್ತಮ ಅಭ್ಯರ್ಥಿಯನ್ನು ಆಯ್ಕೆ ಮಾಡುತ್ತಿದ್ದರು. ವಿಜೇತನಿಗೆ ಹಲವು ಗೌರವಗಳು ಕಾದಿದ್ದವು. ಪ್ರಧಾನಮಂತ್ರಿಗಳ ಅಧಿಕೃತ ನಿವಾಸದ ಉಪಾಹಾರ ಸಮಾರಂಭದಲ್ಲಿ ಭಾಗವಹಿಸುವುದು ಮತ್ತು ಅವರಿಂದ ಪಾರಿತೋಷಕವನ್ನು ಸ್ವೀಕರಿಸುವುದಿತ್ತು. ಅಲ್ಲದೆ, ಅಭ್ಯರ್ಥಿಯ ಗೌರವಾರ್ಥವಾಗಿ ಗಂಧದ ಕೋಲನ್ನು ನೀಡುತ್ತಿದ್ದರು. ಕೊನೆಗೆ ಭಾರತದ ರಾಷ್ಟ್ರಪತಿಗಳೊಂದಿಗೆ ವಿಧ್ಯುಕ್ತವಾದ ಭೇಟಿಯಿತ್ತು. ಒಟ್ಟಾರೆ ಅದೊಂದು ಕನಸಿನ ಲೋಕದ ಪಯಣ!

ಎಲ್ಲ ಸ್ಪರ್ಧಾಳುಗಳೂ ಸಾಲಿನಲ್ಲಿ ಬಂದು ನಿಲ್ಲುವ ಒಂದು ಗಂಟೆಯ ಮೊದಲ ವರೆಗೂ ಅಭ್ಯರ್ಥಿಗಳಿಗೆ, ತಾವು ತಮ್ಮ ರಾಜ್ಯದ ಅತ್ಯುತ್ತಮ ಅಭ್ಯರ್ಥಿ ಹೌದೋ ಅಲ್ಲವೋ ಎಂಬುದು ಗೊತ್ತಿರುತ್ತಿರಲಿಲ್ಲ. ಆಗಷ್ಟೇ ಅವರಿಗೆ ಅದನ್ನು ತಿಳಿಸುವುದು ವಾಡಿಕೆ. ಅಲ್ಲಿಯವರೆಗೂ, ತಾವು ದೆಹಲಿಗೆ ಬರುವ ಮೊದಲು ರಾಜ್ಯಮಟ್ಟದ ಸ್ಪರ್ಧೆಯಲ್ಲಿ ಭಾಗವಹಿಸಿದ್ದೇವೆ ಎಂಬುದಷ್ಟೇ ಅವರಿಗೆ ತಿಳಿದಿರುತ್ತಿತ್ತು. ಒಬ್ಬ ಅಧಿಕಾರಿ ಬಂದು ನನಗೆ ಸಮವಸ್ತ್ರ ತೊಟ್ಟು ಆಯ್ಕೆ ಸಮಿತಿಯ ಮುಂದೆ ಹದಿನೈದು ನಿಮಿಷಗಳಲ್ಲಿ ಹಾಜರಾಗಬೇಕೆಂದು ತಿಳಿಸಿದಾಗ, ಸಂತೋಷದೊಂದಿಗೇ ಕೊಂಚ ಆತಂಕವೂ ಆಗಿತ್ತು. ಸ್ಪರ್ಧಾಳುಗಳೆಲ್ಲ ಕವಾಯತು ಮುಗಿಸಿದ ಮೇಲೆ, ಆಯ್ದ ಅಭ್ಯರ್ಥಿಗಳನ್ನು ಮೂರು ಜನರ ಆಯ್ಕೆ ಸಮಿತಿ ಇದ್ದ ಒಂದು ಟೆಂಟ್‌ನೊಳಗೆ ಕರೆಯಲಾಯಿತು. ಅಲ್ಲಿದ್ದ ಅಧಿಕಾರಿಗಳು ಸೈನ್ಯಕ್ಕೆ ಅಭ್ಯರ್ಥಿಗಳನ್ನು ಆಯ್ಕೆ ಮಾಡಿ ಅನುಭವವಿದ್ದವರು. ಭಾರತೀಯ ಮಿಲಿಟರಿ ಅಕಾಡೆಮಿಗೆ ಸೇರಲಿಚ್ಛಿಸುವ ಅಭ್ಯರ್ಥಿಗಳ ಸಂದರ್ಶನದ ಹಾಗೆಯೇ ಇದೂ ಇತ್ತು. ನನ್ನ ಸರದಿ ಬಂದಾಗ ನಾನು ಸೈನಿಕನ ನಡಿಗೆಯಲ್ಲಿ ಒಳಹೋಗಿ, ಸೆಲ್ಯೂಟ್ ಮಾಡಿ ಕುರ್ಚಿಯಲ್ಲಿ ಕುಳಿತೆ. ಸಮಿತಿಯ ಅಧ್ಯಕ್ಷರಾಗಿದ್ದವರು ಒಬ್ಬ ಕರ್ನಲ್, ಮೊದಲ ಪ್ರಶ್ನೆ ಕೇಳಿದರು – "ಡೀಗೋ ಗಾರ್ಸಿಯಾ ಬಗ್ಗೆ ನಿನಗೇನು ಗೊತ್ತು?"

ಅದು 1975 ರ ಇಸವಿ. ನಾಲ್ಕು ವರ್ಷಗಳ ಮೊದಲು ಬಾಂಗ್ಲಾ ದೇಶ ಸ್ಥಾಪನೆಗಾಗಿ ಮುಕ್ತಿವಾಹಿನಿ ಬಂಡಾಯಗಾರರು ಹೋರಾಟ ನಡೆಸಿದ್ದ ಕಾಲ. ಭಾರತೀಯ ಸೈನ್ಯ ಪೂರ್ವ ಪಾಕಿಸ್ತಾನದಲ್ಲಿ ಬೀಡು ಬಿಟ್ಟು, ಅವರಿಗೆ ಸಹಾಯಹಸ್ತ ನೀಡಿತ್ತು. ಅಪಾರ ಸಂಖ್ಯೆಯಲ್ಲಿ ಬಾಂಗ್ಲಾ ನಿರಾಶ್ರಿತರು ಭಾರತದೊಳಕ್ಕೆ ನುಗ್ಗಿದ್ದರಿಂದ ಉಂಟಾದ ಭಾರೀ ಪ್ರಮಾಣದ ಮಾನವೀಯ ಬಿಕ್ಕಟ್ಟನ್ನು ಪರಿಹರಿಸಲು ಸೈನ್ಯ ಮುಂದಾಗಿತ್ತು. ಭಾರತವನ್ನು ತಡೆಯಲು ಪಾಕಿಸ್ತಾನದ ಮಿತ್ರ ದೇಶವಾದ ಅಮೆರಿಕ, ತನ್ನ ಪ್ರಸಿದ್ಧವಾದ ಏಳನೇ ನೌಕಾ ತುಕಡಿಯನ್ನು ಹಿಂದೂ ಮಹಾಸಾಗರಕ್ಕೆ ಕಳುಹಿಸಿತ್ತು. ಬಲಗಳನ್ನು ಸರಿದೂಗಿಸುವ ಇನ್ನೊಂದು ಪ್ರಯತ್ನವಾಗಿ ಅಮೆರಿಕ ಹಿಂದೂ ಮಹಾಸಾಗರದ ದ್ವೀಪವಾದ ಡೀಗೋ ಗಾರ್ಸಿಯಾದಲ್ಲಿ ತನ್ನ ಸೈನ್ಯ ಬಲವನ್ನು ಗಣನೀಯವಾಗಿ ಹೆಚ್ಚಿಸಿ, ಕ್ಷಿಪ್ರ ಹಾಗೂ ತೀವ್ರ ದಾಳಿ ನಡೆಸಬಲ್ಲ ನೌಕಾಪಡೆಯನ್ನು ತಂದಿರಿಸಿತ್ತು. ಭಾರತ–ಅಮೆರಿಕದ ದ್ವಿಪಕ್ಷೀಯ ಸಂಬಂಧಕ್ಕೆ ಅದೊಂದು ನಿರಂತರ ತೊಡಕಾಗಿತ್ತು.

ಆಯ್ಕೆ ಸಮಿತಿಯವರು ಪ್ರಚಲಿತ ವಿದ್ಯಮಾನಗಳ ಬಗೆಗಿನ ನನ್ನ ಜ್ಞಾನವನ್ನು ಪರೀಕ್ಷಿಸುತ್ತಿದ್ದರು. ಡೀಗೋ ಗಾರ್ಸಿಯಾ ಬಗ್ಗೆ ನನಗೆ ತಿಳಿದ ಎಲ್ಲ ವಿಷಯವನ್ನೂ ನಾನು ಸಮಿತಿಯ ಮುಂದೆ ಹೇಳಿದೆ – ಚಾಗೋಸ್ ದ್ವೀಪ ಸಮೂಹದಲ್ಲಿದ್ದ ಅತಿ ದೊಡ್ಡ ದ್ವೀಪ ಡೀಗೋ ಗಾರ್ಸಿಯಾ. ಬ್ರಿಟಿಷರು ಅದನ್ನು ಅಮೆರಿಕನ್ನರಿಗೆ ವರ್ಗಾಯಿಸಿದ್ದರು. ಅದರ ಇತಿಹಾಸವನ್ನೆಲ್ಲ ವಿವರಿಸಿದೆ. ಸೈನ್ಯಕ್ಕೆ ಹೇಗೆ ಅದೊಂದು ಆಯಕಟ್ಟಿನ ಸ್ಥಳವಾಗಿದೆ, ಕನ್ಯಾಕುಮಾರಿಯಿಂದ ಅದರ ದೂರವೇನು, ಅಲ್ಲಿಯ ರನ್‌ವೇನ ಉದ್ದವೆಷ್ಟು ಮತ್ತು ಅದನ್ನು 12,000 ಅಡಿಗಳಿಗೆ ವಿಸ್ತರಿಸಲು ಇರುವ ಯೋಜನೆ; ಅಲ್ಲಿರುವ ಬಿ–52 ಬಾಂಬರ್‌ಗಳ ಸಂಖ್ಯೆಯೆಷ್ಟು, ದೂರ ವ್ಯಾಪ್ತಿಯುಳ್ಳ ಒಂದು ಬಿ–52 ಬಾಂಬರ್‌ಗೆ ಅಲ್ಲಿಂದ ಹೊರಟು ದೆಹಲಿ ತಲುಪಿ, ಇಂಧನ ತುಂಬಿಸದೇ ಮತ್ತೆ ತಿರುಗಿ ಹೋಗಲು ಬೇಕಾಗುವ ಸಮಯವೆಷ್ಟು... ಹೀಗೇ ಡೀಗೋ ಗಾರ್ಸಿಯಾ ಬಗ್ಗೆ ನನಗೆ ತಿಳಿದಿದ್ದ ಸಾಕಷ್ಟು ವಿಷಯಗಳನ್ನು ಸಮಿತಿಗೆ ವಿವರವಾಗಿ ತಿಳಿಸಿದೆ.

ಸಮಿತಿ ಮತ್ತೆ ಯಾವ ಪ್ರಶ್ನೆಯನ್ನೂ ಕೇಳಲಿಲ್ಲ. ಚಿಕ್ಕ ಹುಡುಗನಿದ್ದಾಗಿನಿಂದ ವರುಷಗಳ ಕಾಲ ಪ್ರತಿದಿನ ಬೆಳಿಗ್ಗೆ ತಂದೆಯೆದುರು ಮೊದಲು ವೃತ್ತಪತ್ರಿಕೆಯ ಮುಖಪುಟ ನಂತರ ಸಂಪಾದಕೀಯವನ್ನು ಓದುತ್ತಿದ್ದ ನನ್ನ ಅಭ್ಯಾಸ ಈಗ ಫಲ ಕೊಟ್ಟಿತ್ತು! ನಾನು ಡೈರೆಕ್ಟರ್ ಜನರಲ್‌ನ ಎದುರು ಹಾಜರಾಗಲು ಆಯ್ಕೆಯಾದ ನಾಲ್ಕು ಜನರಲ್ಲಿ ಒಬ್ಬನಾಗಿದ್ದೆ. ಮರುದಿನ ಇದ್ದ ಆ ಭೇಟಿಯಲ್ಲಿ ಆತ ಅತ್ಯುತ್ತಮರಲ್ಲೇ ಶ್ರೇಷ್ಠನನ್ನು ಆಯ್ಕೆ ಮಾಡುವವನಿದ್ದ. ನಾಲ್ಕೂ ಜನರನ್ನು ಒಟ್ಟಿಗೇ ಅನೌಪಚಾರಿಕವಾಗಿ ಭೇಟಿ ಮಾಡಿ ಅದನ್ನು ನಿರ್ಧರಿಸಬೇಕಿತ್ತು. ಆ ಭೇಟಿಯೇನೋ ಸರಳವಾಗಿತ್ತಾದರೂ, ಫಲಿತಾಂಶವೇನೆಂಬುದು ತಿಳಿಯುವಂತಿರಲಿಲ್ಲ. ಕೊನೆಗೂ ಗಣರಾಜ್ಯ ದಿನದ ಹಿಂದಿನ ದಿನ ಅಂತಿಮವಾಗಿ ಆಯ್ಕೆಯಾದ ದೇಶದ ಅತ್ಯುತ್ತಮ ಎನ್‌ಸಿಸಿ ಕೆಡೆಟ್ ನಾನೇ ಎಂಬುದು ತಿಳಿದುಬಂದಿತು.

ನನ್ನ ಸಾಧನೆಗಳ ಬಗ್ಗೆ ಕೊಚ್ಚಿಕೊಳ್ಳಲು ಇದನ್ನು ನಾನು ವರ್ಣಿಸುತ್ತಿಲ್ಲ. ಪ್ರಥಮ ಭೇಟಿಯಲ್ಲಿ ನೀವು ಯಾರಲ್ಲಾದರೂ ಮೂಡಿಸುವ ಛಾಪು, ನಿಮ್ಮ ಬಗ್ಗೆ ಅವರಲ್ಲಿ ಮುದ್ರೆಯೊತ್ತುವ ನೆನಪುಗಳನ್ನು ಸೃಷ್ಟಿಸುವುದು ಎಷ್ಟು ಮುಖ್ಯ ಎನ್ನುವುದಕ್ಕೆ ಒತ್ತುಕೊಡುವುದಷ್ಟೇ ನನ್ನ ಉದ್ದೇಶ. ಎಷ್ಟೋ ಜನರನ್ನು ನಾವು ಭೇಟಿಯಾಗುತ್ತೇವೆ. ನಮ್ಮನ್ನು ನೆನಪಿನಲ್ಲಿಟ್ಟುಕೊಳ್ಳಲು ಅವರಿಗೆ ವಿಶೇಷ ಕಾರಣಗಳೇನೂ ಇರುವುದಿಲ್ಲ. ನಾವು ಏನು ಹೇಳುತ್ತೇವೆ ಅಥವಾ ಏನು ಮಾಡುತ್ತೇವೆ ಎಂಬುದರಲ್ಲಿ ಕೂಡಾ ಅವರಿಗೆ ಆಸಕ್ತಿಯಿರುವುದಿಲ್ಲ. ನಮ್ಮ ಜಗತ್ತಿನಲ್ಲಿ ಈಗ ಮಾಹಿತಿಯ ಹೊರೆ ಹೆಚ್ಚಾಗಿ, ಗಮನದ ಕೊರತೆಯಾಗಿದೆ. ಎಷ್ಟೋ ಬಾರಿ ನಾವು ಭೇಟಿಯಾಗುವ ಜನರು ನಮ್ಮನ್ನು ನೋಡುತ್ತಿದ್ದರೂ, ಬೇರೇನೋ ಯೋಚಿಸುತ್ತಿರುತ್ತಾರೆ. ಹೀಗಿದ್ದಾಗ ಇಂಥಾ ಪ್ರತಿಯೊಂದು ಸಂದರ್ಭಕ್ಕೂ ನಮ್ಮ ಸಂಪೂರ್ಣ ತಯಾರಿ ಇರಬೇಕಷ್ಟೇ ಅಲ್ಲ, ಥಟ್ಟನೆ ಜನರ ಗಮನವನ್ನು ಸೆಳೆಯಬಲ್ಲ ಚಾಣಾಕ್ಷತೆ ಬೇಕಾಗುತ್ತದೆ. ಕೆಲಸದ ಸಂದರ್ಶನ ವಿರಬಹುದು, ಯಾವುದೋ ವಿಷಯ ಪ್ರತಿಪಾದನೆ ಮಾಡುವಲ್ಲಿರಬಹುದು ಅಥವಾ ಸಭೆಯಲ್ಲಿರಬಹುದು, ನಮ್ಮ ಪ್ರಭಾವವನ್ನು ಬೀರಲು ಕೆಲವೇ ಕ್ಷಣಗಳ ಅವಕಾಶದ ಕಿಂಡಿ ನಮ್ಮೆದುರು ತೆರೆಯುತ್ತದೆ. ದುರಾದೃಷ್ಟವೆಂದರೆ, ನಮ್ಮಲ್ಲಿ ಅನೇಕರು ಅದನ್ನು ತಪ್ಪಿಸಿಕೊಂಡು ಬಿಡುತ್ತೇವೆ. ಡೀಗೋ ಗಾರ್ಸಿಯಾದ ಬಗೆಗಿನ ಆ ಪ್ರಶ್ನೆ ನನ್ನ ಪ್ರಭಾವ ಬೀರುವ ಆ ಅವಕಾಶವನ್ನು ತೆರೆದಿಟ್ಟಿತು. ಅದನ್ನು ನನ್ನ ಜೀವನದ 'ಡೀಗೋ ಗಾರ್ಸಿಯಾ' ಕ್ಷಣ ಎಂದು ಕರೆಯುತ್ತೇನೆ!

ಅಧ್ಯಾಯ 6

ಹರಿಚಿತ್ತ ಸತ್ಯ

ಗಣರಾಜ್ಯೋತ್ಸವದ ಪೆರೇಡ್ ಮುಗಿಸಿಕೊಂಡು ದೆಹಲಿಯಿಂದ ಭುವನೇಶ್ವರಕ್ಕೆ ಹಿಂತಿರುಗಿದಾಗ, ನಾನಲ್ಲಿ ಸ್ವಲ್ಪಮಟ್ಟಿನ ಖ್ಯಾತಿ ಗಳಿಸಿದ್ದೆ. ಮತ್ತಷ್ಟು ಮನ್ನಣೆಗಳು ಮತ್ತು ಬಹುಮಾನಗಳು ಕಾದಿದ್ದವು. ಆ ವರ್ಷದ ಸ್ವಾತಂತ್ರ್ಯ ದಿನದಂದು ರಾಜ್ಯದ ಮುಖ್ಯಮಂತ್ರಿಗಳು ನನ್ನನ್ನು ಸನ್ಮಾನಿಸಿದರೆ, ರಾಜ್ಯಪಾಲರು ತಮ್ಮ ಮನೆಗೆ ಆಹ್ವಾನಿಸಿದರು. ಹದಿನೆಂಟರ ಹರೆಯದಲ್ಲಿದ್ದ ನನ್ನ ಆತ್ಮವಿಶ್ವಾಸವು ಅಹಂಕಾರದ ಅಂಚನ್ನು ಮುಟ್ಟಿತ್ತು. ಕೆಲವು ಕಾಲ ಇಡೀ ಜಗತ್ತೇ ನನ್ನ ಆಟದ ಮೈದಾನವೆನಿಸುತ್ತಿತ್ತು. ತಾರುಣ್ಯದಲ್ಲಿ ಅಲ್ಪಸ್ವಲ್ಪ ಯಶಸ್ಸು ಕಂಡ ಮನುಷ್ಯ ತಾನು ಅಜೇಯನೆಂದು ಭಾವಿಸಿಬಿಡುತ್ತಾನೆ. ಆದರೆ ಅದು ಸಧ್ಯದಲ್ಲೇ ಬದಲಾಗುವುದರಲ್ಲಿತ್ತು.

1929 ರಲ್ಲಿ ಹೊರತಂದ ತನ್ನ 'The World, The Flesh and The Devil' ಎಂಬ ಪುಸ್ತಕದಲ್ಲಿ ಜೆ.ಡಿ.ಬರ್ನಾಲ್, "ನಮಗೆಲ್ಲ ಎರಡು ಭವಿಷ್ಯಗಳಿವೆ, ಒಂದು ನಾವು ಬಯಸುವ ಭವಿಷ್ಯ, ಇನ್ನೊಂದು ವಿಧಿನಿಯಮದ ಭವಿಷ್ಯ. ಮಾನವನ ಬುದ್ಧಿ ಇವೆರಡನ್ನೂ ಬೇರ್ಪಡಿಸುವುದನ್ನು ಕಲಿತೇ ಇಲ್ಲ"- ಎಂದು ಬರೆಯುತ್ತಾನೆ. ಈ ಪದಗಳಲ್ಲಿರುವ ಕಸುವನ್ನು ನಾನು ಬಹಳ ನಿಕಟವಾಗಿ ಅನುಭವಿಸಿದ್ದೇನೆ.

ನನ್ನ ಬೆಳವಣಿಗೆಯ ಹೆಚ್ಚು ಕಾಲ ನಾನು ದಾದಾಮೋನಿಯ ಪೋಷಣೆಯಲ್ಲಿ ಕಳೆದೆ. ಆಗಿನ ಮಧ್ಯಮ ವರ್ಗದ ಕುಟುಂಬಗಳಿಗೆ ನಾಗರಿಕ ಸೇವೆಗೆ ಅಧಿಕಾರಿಗಳನ್ನು ಕೊಡುವುದರಲ್ಲೊಂದು ಹೆಮ್ಮೆಯಿತ್ತು, ಜಾಣ ವಿದ್ಯಾರ್ಥಿಗಳು ಇರುವುದೇ ರಾಷ್ಟ್ರದ ಸೇವೆಗಾಗಿ ಎಂಬಂತೆ. ಸ್ವಾತಂತ್ರ್ಯಕ್ಕೆ ಮುನ್ನ ಬ್ರಿಟಿಷ್ ಚಕ್ರಾಧಿಪತ್ಯದಲ್ಲಿ ಐಸಿಎಸ್ ಕೆಲಸಕ್ಕೆ ಸೇರುವುದು ಹೆಮ್ಮೆಯಾಗಿದ್ದ ಹಾಗೆ. ನಾಗರಿಕ ಸೇವೆಯನ್ನು ಬಿಟ್ಟರೆ, ಇದ್ದ ಇನ್ನೊಂದು ಆಯ್ಕೆಯೆಂದರೆ, ಭಾರತೀಯ ಸೇನೆಯನ್ನು ಸೇರುವುದು. ಎನ್‌ಸಿಸಿಯಲ್ಲಿ ಅತ್ಯುತ್ತಮ ಕೆಡೆಟ್ ಆಗಿದ್ದ ನಾನು, ಸುಲಭವಾಗಿ ಸೈನ್ಯವನ್ನು ಸೇರಬಹುದಿತ್ತು. ಈಗಲೂ ನನಗೆ ಸಮವಸ್ತ್ರ ಧರಿಸುವ ಉದ್ಯೋಗಗಳೆಂದರೆ ಏನೋ ಒಂದು ಆಕರ್ಷಣೆ. ಆದರೆ, ನನಗೆ ಅದರಲ್ಲಿ ಆಳವಾದ ಆಸಕ್ತಿಯಿಲ್ಲವೆಂಬ ಅರಿವೂ ಇತ್ತು. ಕಾಲೇಜು ಮುಗಿಯುವ ಹೊತ್ತಿಗೆ ಸೈನ್ಯ ನನ್ನ ಕಾರ್ಯಕ್ಷೇತ್ರವಲ್ಲವೆಂದು ನಿರ್ಧರಿಸಿದ್ದೆ. ಅಷ್ಟರಲ್ಲಿ ನನಗೆ ಶೈಕ್ಷಣಿಕ ಸಂಶೋಧನೆ ಮತ್ತು ಅಂತರ್‌ರಾಷ್ಟ್ರೀಯ ಸಂಬಂಧಗಳ ಅಧ್ಯಯನದಲ್ಲಿ ಆಸಕ್ತಿ ಬೆಳೆದಿತ್ತು.

ದೆಹಲಿಯ ಜವಾಹರಲಾಲ್ ನೆಹರೂ ವಿಶ್ವವಿದ್ಯಾಲಯದಲ್ಲಿ(ಜೆ.ಎನ್.ಯು.) ಸ್ನಾತಕೋತ್ತರ ವ್ಯಾಸಂಗ ಮಾಡುವ ಅವಕಾಶವನ್ನು ಬಳಸಿಕೊಂಡು, ಭುವನೇಶ್ವರದಿಂದ

ಬಿಡುಗಡೆ ಹೊಂದಬೇಕು ಎನಿಸಿತ್ತು. ಸದಾ ಗಿರಕಿ ಹೊಡೆಯುವ ಕಕ್ಷೆಯನ್ನು ಬಿಟ್ಟು, ಬೇರೆಯೇ ಪಯಣ ಆರಂಭಿಸುವ ಬಯಕೆ ಆಗಾಗ್ಗೆ ಎಲ್ಲರಿಗೂ ಮೂಡುವುದು ಸಹಜ. ಜೆ.ಎನ್.ಯು. ಸೇರಿಕೊಳ್ಳುವುದರಿಂದ ಎರಡು ಸಾಧ್ಯತೆಗಳು ನನ್ನೆದುರು ತೆರೆಯುತ್ತಿದ್ದವು – ಒಂದು, ಶಿಕ್ಷಕನಾಗುವುದು. ಇನ್ನೊಂದು, ಆಗಿನ ವಿದ್ಯಾವಂತರ ಪದ್ಧತಿಯಂತೆ ನಾಗರಿಕ ಸೇವೆಯನ್ನು ಆರಿಸಿಕೊಳ್ಳುವುದು.

ಪದವಿ ಪಡೆದ ಎರಡು ತಿಂಗಳಲ್ಲಿ ಎಲ್ಲವೂ ಶಾಶ್ವತವಾಗಿ ಬದಲಾಗಿತ್ತು. ಜೆ.ಎನ್.ಯು.ನಲ್ಲಿ ಎರಡು ವರ್ಷ ಹಾಸ್ಟೆಲಿನಲ್ಲಿದ್ದು ಓದುವಷ್ಟು ಆರ್ಥಿಕ ಶಕ್ತಿ ನನ್ನಲ್ಲಿಲ್ಲವೆಂಬ ಸತ್ಯ ಹೊಳೆದಿತ್ತು. ನನಗಾಗ ವರ್ಷಕ್ಕೆ ಸಾವಿರದಿನ್ನೂರು ರೂಪಾಯಿಗಳ ನ್ಯಾಷನಲ್ ಮೆರಿಟ್ ಸ್ಕಾಲರ್‌ಶಿಪ್ ಸಿಗುತ್ತಿತ್ತು. ಆರು ತಿಂಗಳಿಗೊಮ್ಮೆ ಎರಡು ಕಂತುಗಳಲ್ಲಿ ಸಿಗುತ್ತಿದ್ದ ಸ್ಕಾಲರ್‌ಶಿಪ್ ಬಿಟ್ಟರೆ, ಬೇರಾವ ಹಣದ ಸಹಾಯವೂ ಇರಲಿಲ್ಲ. ಈ ಮೊತ್ತ ಜೆ.ಎನ್.ಯು.ನ ವಿದ್ಯಾಭ್ಯಾಸದ ಅರ್ಧ ಖರ್ಚನ್ನು ಭರಿಸುವಷ್ಟಿತ್ತು. ಕಲಾವಿಭಾಗದ ವ್ಯಾಸಂಗಕ್ಕೆ ಬ್ಯಾಂಕುಗಳು ಸಾಲ ಕೊಡುತ್ತಿರಲಿಲ್ಲ. ನನ್ನ ಕುಟುಂಬಕ್ಕೆ ಹೊರೆಯಾಗುವುದು ನನಗೆ ಬೇಡವಾಗಿತ್ತು. ಭುವನೇಶ್ವರದಲ್ಲಿ ಇದ್ದು ಓದುವುದೊಂದೇ ನನಗಿದ್ದ ದಾರಿ. ದಾದಾಮೋನಿ ಐ.ಎ.ಎಸ್. ಕೆಲಸದಲ್ಲಿ ಇದ್ದನೇನೋ ನಿಜ. ಆದರೆ, ಆಗಲೇ ಆತ ಕುಟುಂಬದ ಹೊಣೆಯನ್ನು ಬಹುಕಾಲ ಹೊತ್ತಿದ್ದ. ನನ್ನ ವಿದ್ಯಾಭ್ಯಾಸಕ್ಕಾಗಿ ಮತ್ತೆ ಆತನಿಂದ ಹಣಸಹಾಯ ನಿರೀಕ್ಷಿಸುವುದು ಸರಿಯೆನಿಸಲಿಲ್ಲ. ವಾಯುದಳದಲ್ಲಿ ಜೆಸಿಓ ಆಗಿದ್ದ ಶಾಂತಿಸ್ವರೂಪನ ಹೆಗಲ ಮೇಲೆ ತನ್ನದೇ ಸಂಸಾರದ ಭಾರವಿತ್ತು. ತಂದೆಗೆ ಬರುತ್ತಿದ್ದ ಪಿಂಚಣಿ ಹಣ ತೀರಾ ಕಡಿಮೆ. ಆಗಷ್ಟೇ ವಕೀಲಿ ವೃತ್ತಿಯನ್ನು ಪುನರಾರಂಭಿಸಿ ಅನಿಶ್ಚಿತ ಆದಾಯದಲ್ಲಿ ಅಮಿತಾವನಿದ್ದ. ದಾದಾಮೋನಿ ಭುವನೇಶ್ವರದಿಂದ ದೂರವಿದ್ದದ್ದರಿಂದ, ಅಮಿತಾವ ತಾನಾಗಿ ನಮ್ಮನ್ನು ನೋಡಿಕೊಳ್ಳುವ ಹೊಣೆ ಹೊತ್ತಿದ್ದ. ಅರವಿಂದ ನನ್ನೊಡನೆಯೇ ಪದವಿ ಮುಗಿಸಿ ಭಾರತೀಯ ಸೇನೆಯನ್ನು ಸೇರಲು ಹೊರಟಿದ್ದ.

ಎಲ್ಲವನ್ನೂ ಆಳವಾಗಿ ಆಲೋಚಿಸಿ ಕೊನೆಗೆ ಭುವನೇಶ್ವರದ ಉತ್ಕಲ್ ವಿಶ್ವವಿದ್ಯಾಲಯವನ್ನು ಸೇರಲು ರಾಜಿಯಾದೆ. ರಾಜ್ಯಶಾಸ್ತ್ರದಲ್ಲಿ ಸ್ನಾತಕೋತ್ತರ ಪದವಿಗೆ ಸೇರಿಕೊಂಡು, ಸರಿಯಾಗಿ ಎರಡು ತಿಂಗಳುಗಳ ಕಾಲ ತರಗತಿಗೆ ಹಾಜರಾದೆ. ಅಲ್ಲಿಯ ಶಿಕ್ಷಕರಾಗಲೀ ಪಠ್ಯಕ್ರಮವಾಗಲೀ ನನ್ನಲ್ಲಿ ಕಿಂಚಿತ್ತೂ ಆಸಕ್ತಿಯನ್ನು ಹುಟ್ಟಿಸಲಿಲ್ಲ. ಪದವಿಗೆ ಓದಿದ ವಿಷಯಗಳೇ ಪುನರಾವರ್ತನೆಯಾದಂತೆನಿಸಿತು. ಐ.ಎ.ಎಸ್. ಪರೀಕ್ಷೆಗೆ ಕೂರಲು ವಯಸ್ಸಿನ ಅರ್ಹತೆ ಸಿಗುವವರೆಗೂ ಇಲ್ಲಿ ಎರಡು ವರ್ಷಗಳನ್ನು ಕಳೆಯುವ, ಯೋಚನೆಯೇ ದಿಗಿಲು ಹುಟ್ಟಿಸಿತು. ಪ್ರತಿ ದಿನವನ್ನೂ ಪ್ರಯಾಸದಿಂದ ಎಳೆಯಬೇಕಿತ್ತು. ಹತ್ತೊಂಭತ್ತನೇ ವಯಸ್ಸಿಗೆ ಕವಲುದಾರಿಯಲ್ಲಿ ಬಂದು ನಿಂತಿದ್ದೆ. ಆದರೆ ಸರಿಯಾದ ಹಾದಿ ಕಂಡುಕೊಳ್ಳುವ ಭರವಸೆ ಒಳಗಿತ್ತು.

ಆಗ ನನ್ನನ್ನು ಬಲವಾಗಿ ಆವರಿಸಿದ್ದು, ಕೆಲಸ ಹುಡುಕುವ ಯೋಚನೆ. ಆ ದಿನಗಳ ಒಡಿಶಾದಲ್ಲಿ ಉದ್ಯೋಗವೆಂದರೆ ಸರ್ಕಾರೀ ಉದ್ಯೋಗ ಮಾತ್ರ ಎಂಬಂತಿತ್ತು.

ಕೈಗಾರಿಕೆಗಳು ತೀರಾ ಕಡಿಮೆಯಿದ್ದವು. ಖಾಸಗಿ ಕ್ಷೇತ್ರದ ಕೆಲಸಗಳಂತೂ ಇರಲೇ ಇಲ್ಲ. ನನ್ನ ಸ್ನೇಹಿತ ಪ್ರಿಯದರ್ಶಿ ಮಹಾಪಾತ್ರನ ತಂದೆ ನರೇಂದ್ರ ಮಹಾಪಾತ್ರರನ್ನು ಭೇಟಿಯಾಗಲು ನಿರ್ಧರಿಸಿದೆ. ಅವರು ಸ್ಥಳೀಯ ಸಚಿವಾಲಯದಲ್ಲಿ ಸಹಕಾರ್ಯದರ್ಶಿಯಾಗಿದ್ದರು. ಕೈಗಾರಿಕಾ ಇಲಾಖೆಯಲ್ಲಿದ್ದ ಅವರೊಡನೆ ಮಾತನಾಡಿದರೆ ಏನಾದರೂ ಮಾರ್ಗ ಹೊಳೆಯಬಹುದೆನಿಸಿತು. ತಾಳ್ಮೆಯಿಂದ ನನ್ನ ಮಾತನ್ನು ಆಲಿಸಿದ ಅವರು, ಸದ್ಯದಲ್ಲಿ ಕೆಳದರ್ಜೆಯ ಗುಮಾಸ್ತೆ ಕೆಲಸಗಳು ಮಾತ್ರ ಖಾಲಿ ಇದ್ದು, ನಾನು ಬೇಕಿದ್ದರೆ ಪ್ರವೇಶ ಪರೀಕ್ಷೆಗೆ ಹಾಜರಾಗಬಹುದೆಂದು ತಿಳಿಸಿದರು. ಇವು ತಾತ್ಕಾಲಿಕ ಕೆಲಸಗಳಾಗಿದ್ದು, ತಿಂಗಳಿಗೆ ಮುನ್ನೂರಾ ಐದು ರೂಪಾಯಿ ಸಂಬಳವಿತ್ತು. ಸಂಜೆ ಹೊತ್ತು ಕಾನೂನು ತರಗತಿಗಳಿಗೆ ಹಾಜರಾಗಲು ಸಮಯ ಸಿಗುತ್ತಿತ್ತು. ಮಾರನೆಯ ದಿನ ಪರೀಕ್ಷೆ ಬರೆದೆ. ಸಂದರ್ಶನಕ್ಕೆ ಕರೆ ಬಂತು. ಒಡಿಶಾ ಸರ್ಕಾರದ ಕೈಗಾರಿಕಾ ಇಲಾಖೆಯ ಸಣ್ಣ ಉದ್ಯಮಗಳ ವಿಭಾಗದಲ್ಲಿ ಕೆಳ ದರ್ಜೆಯ ಗುಮಾಸ್ತನ ಕೆಲಸಕ್ಕೆ ಆಯ್ಕೆಯಾದೆ. ಕಚೇರಿಯಲ್ಲಿ ಚಹಾ ತಂದುಕೊಡುತ್ತಿದ್ದ ಮತ್ತು ಮೇಜಿನಿಂದ ಮೇಜಿಗೆ ಕಡತಗಳನ್ನು ಸಾಗಿಸುತ್ತಿದ್ದ ಜವಾನನೊಬ್ಬನೇ ದರ್ಜೆಯಲ್ಲಿ ನನಗಿಂತ ಕೆಳಗಿದ್ದದ್ದು. ಆದರೆ, ಅದಕ್ಕೆಲ್ಲ ನಾನು ತಲೆ ಕೆಡಿಸಿಕೊಳ್ಳಲಿಲ್ಲ. ತಂದೆ, ತಾಯಿ, ಅಮಿತಾವ ಮತ್ತವನ ಸಂಸಾರ, ಅರವಿಂದ ಮತ್ತು ನಾನು ಒಟ್ಟಾಗಿ ಬದುಕುತ್ತಿದ್ದ ಮನೆಯ ಬಾಡಿಗೆ ಮುನ್ನೂರು ರೂಪಾಯಿಗೆ ನನಗೆ ಸಿಗಲಿದ್ದ ಸಂಬಳ ಸಾಕಾಗಿತ್ತು. ವಿಶ್ವವಿದ್ಯಾಲಯದಲ್ಲಿ ಸಮಯ ಹಾಳು ಮಾಡುವುದಕ್ಕಿಂತ ಇದು ಲೇಸೆನಿಸಿತು.

ಮಂತ್ರಿಗಳು, ಅಧಿಕಾರಿಗಳಿರುವ ಸಚಿವಾಲಯ ಭುವನೇಶ್ವರದ ಭವ್ಯ ಕಟ್ಟಡವಾಗಿದೆ. ಪಕ್ಕದಲ್ಲಿರುವ ವಿಧಾನಸಭಾ ಕಟ್ಟಡ ಕೂಡ ಇದರಷ್ಟು ಗಮನ ಸೆಳೆಯು ವಂತಿಲ್ಲ. ಇದರಷ್ಟೇ ಭವ್ಯವೆನ್ನಬಹುದಾದ ಮತ್ತೊಂದು ಕಟ್ಟಡವೆಂದರೆ, ಬ್ರಿಟಿಷರ ಕಾಲದಲ್ಲಿ ಕೆಂಪು ಇಟ್ಟಿಗೆಗಳಿಂದ ಕಟ್ಟಿದ ಉಚ್ಚನ್ಯಾಯಾಲಯ. ಅದು ಕಟಕ್‌ನಲ್ಲಿದೆ. ವಾಸ್ತುಶಿಲ್ಪದಲ್ಲಿ ತನ್ನನ್ನು ಮೀರಿಸುವ ಬೇರಾವುದೇ ಕಟ್ಟಡವಿಲ್ಲದ ಸಚಿವಾಲಯ ಬಿಳೀ ಬಣ್ಣದ್ದಾಗಿದ್ದು, ಎದ್ದು ಕಾಣುವ ಎತ್ತರದ ಮಹಾದ್ವಾರವನ್ನು ಹೊಂದಿದೆ. ದ್ವಾರದಲ್ಲಿರುವ ಪಹರೆಯವರು, ಸುತ್ತಲಿರುವ ವಿಶಾಲವಾದ ಕೈತೋಟ, ಮೇಲೆ ಹೆಮ್ಮೆಯಿಂದ ಹಾರುತ್ತಿರುವ ತ್ರಿವರ್ಣ ಧ್ವಜ – ಎಲ್ಲವೂ ಕಟ್ಟಡದ ಭವ್ಯತೆಯನ್ನು ಇನ್ನಷ್ಟು ಹೆಚ್ಚಿಸಿ, ರಾಜ್ಯಕ್ಕೆ ಇನ್ನೂ ಬಹುಕಾಲ ಭವ್ಯ ಭವಿಷ್ಯವಿದೆ ಎಂದು ಸಾರುವಂತಿವೆ. ಇಂಥಾ ಕಟ್ಟಡದಲ್ಲಿ 1 ನವೆಂಬರ್, 1976 ರಂದು ನನ್ನ ವೃತ್ತಿಜೀವನವನ್ನು ಪ್ರಾರಂಭಿಸಿದೆ.

ಕಿರಿಯ ಗುಮಾಸ್ತನಾಗಿದ್ದ ನನಗೆ, ಅಲ್ಲಿದ್ದ ಎಂಟು ತಿಂಗಳು ಅಂಥಾ ಕೆಲಸವೇನೂ ಇರಲಿಲ್ಲ. ಆದರೆ, ಬೇರೆಯೇ ಆದ ಒಂದು ಜಗತ್ತಿನ ದರ್ಶನವಾಯಿತು. ಕುಂತಿಯಾ ಬಾಬು ಎಂಬೊಬ್ಬ ಹಿರಿಯ ಗುಮಾಸ್ತನ ಬಳಿ ಆತನ ಅಪ್ರೆಂಟಿಸ್ ಸಹಾಯಕನಾಗಿ ನೇಮಿಸಲ್ಪಟ್ಟಿದ್ದೆ. ಕುಂತಿಯಾ ಬಾಬು ಒಬ್ಬ ಧರ್ಮಪ್ರಜ್ಞೆಯುಳ್ಳ ಮನುಷ್ಯನಾಗಿದ್ದ. ಬಿಳಿ ಧೋತರ, ಶುಭ್ರವಾದ ಉದ್ದನೆಯ ಬಿಳಿ ಅಂಗಿ ಮತ್ತು ಸಾಧಾರಣವಾದ ಚಪ್ಪಲಿಗಳನ್ನು

ಧರಿಸುತ್ತಿದ್ದ. ವಯಸ್ಸು ಮತ್ತು ಸೇವಾ ಹಿರಿತನವನ್ನು ಗಮನಿಸದೆ, ಎಲ್ಲ ಗುಮಾಸ್ತರನ್ನೂ 'ಬಾಬು' ಎಂದು ಸೇರಿಸಿಯೇ ಕರೆಯಲಾಗುತ್ತಿತ್ತು. ಹಾಗೇ ನನ್ನ ಹೆಸರಿನ ಮುಂದೂ 'ಬಾಬು' ಸೇರಿಕೊಂಡಿತು. 'ಬಾಗ್ಚಿ ಬಾಬು' ಈಗ ವ್ಯವಸ್ಥೆಯ ಭಾಗವಾಗಿದ್ದ.

ಕುಂತಿಯಾ ಬಾಬು ಸರ್ಕಾರೀ ಕಚೇರಿಗಳಲ್ಲಿ ಗುಮಾಸ್ತನಿಗೆ ತುಂಬಾ ಮುಖ್ಯವಾಗಿ ಬೇಕಾದ ವಿಷಯವೊಂದನ್ನು ನನಗೆ ಹೇಳಿಕೊಟ್ಟ. ಅದೆಂದರೆ, ಹೊಸ ಕಡತವೊಂದನ್ನು ಪ್ರಾರಂಭಿಸುವುದು. ಯಾವುದೇ ಪತ್ರ ಬಂದೊಡನೆ ಅದಕ್ಕಾಗಿ ಇದ್ದ 'ಸ್ವೀಕೃತಿ ಮತ್ತು ರವಾನೆ' ವಿಭಾಗದಲ್ಲಿ ಅದರ ದಾಖಲೆಯಾಗಬೇಕಿತ್ತು. ನಂತರ ಆ ಪತ್ರ, ವಿಷಯಕ್ಕೆ ಸಂಬಂಧಿಸಿದ ಗುಮಾಸ್ತನ ಕೈ ಸೇರುತ್ತಿತ್ತು. ಆತನ ಮೊದಲ ಕೆಲಸವೆಂದರೆ, ಅದರ ಗೌರವಾರ್ಥವಾಗಿ ಒಂದು ಕಡತವನ್ನು ಪ್ರಾರಂಭಿಸಿ, ಅದಕ್ಕೆ ಜೀವ ಕೊಡುವುದು. ಕಡತ ಪ್ರಾರಂಭಿಸುವುದು ಎಂದರೆ, ಕಂದು ಬಣ್ಣದ ಕಡತದ ಹೊದಿಕೆಯೊಂದನ್ನು ತೆಗೆದುಕೊಂಡು, ಅದರೊಳಗೆ ಪತ್ರವನ್ನು ಕಟ್ಟುನೂಲಿನಿಂದ ಸೇರಿಸಿ ಅದಕ್ಕೆ "Draft For Approval" ಎಂದು ಬರೆದ ಹಾಳೆಯೊಂದನ್ನು ಅಂಟಿಸುವುದು. ಇದಕ್ಕೆ ಡಿಎಫ್ಎ ಹಾಳೆ (DFA Sheet) ಎಂದು ಹೆಸರು. ಸರ್ಕಾರದಲ್ಲಿ ಈ ಥರದ ಸಂಕ್ಷಿಪ್ತ ರೂಪಗಳಿಗಿರುವ ಅಧಿಕೃತತೆ, ಅವುಗಳ ಹಿಗ್ಗಿಸಿದ ರೂಪದಲ್ಲಿರುವುದಿಲ್ಲ. ಡಿಎಫ್ಎ ಹಾಳೆಯ ಮೇಲೆ ಪತ್ರಕ್ಕೆ ಉತ್ತರವನ್ನು ಬರೆದು, ಗುಮಾಸ್ತನು ತನ್ನ ಮೇಲಿನವರಿಗೆ ಕಳಿಸುತ್ತಾನೆ. ಕಡತ ಒಂದೊಂದು ಹಂತದಲ್ಲಿ ಮೇಲೆ ಚಲಿಸುವಾಗಲೂ ಆಯಾ ಹಂತದ ಅಧಿಕಾರಿಗಳು ಉತ್ತರವನ್ನು ಒಪ್ಪಿಯೋ, ತಿರಸ್ಕರಿಸಿಯೋ ಶರಾ ಬರೆಯುತ್ತಾರೆ. ಕೆಲವೊಮ್ಮೆ ಕೊನೆಯ ನಿರ್ಧಾರವನ್ನು ತಿಳಿಸುತ್ತಾರೆ. ಆಗ ಅಲ್ಲಿಂದ ಕೊನೆಯ ಆದೇಶ ಹೊರಡುತ್ತದೆ.

ಈ ಭೂಮಿಯ ಮೇಲೆ ಪ್ರತಿ ಆತ್ಮಕ್ಕೂ ಒಂದು ದೇಹವಿದ್ದಂತೆ, ಸರ್ಕಾರದಲ್ಲಿ ಪ್ರತಿ ಪತ್ರಕ್ಕೂ ಒಂದು ಕಡತವಿರಬೇಕು ಮತ್ತು ಆ ಕಡತಕ್ಕೊಂದು ಸಂಖ್ಯೆ ಇರಬೇಕು. ಕುಂತಿಯಾ ಬಾಬು ಕಡತಗಳನ್ನು ತನ್ನ ಮಕ್ಕಳಂತೆ ಕಾಣುತ್ತಿದ್ದ. ಆತನ ಮಕ್ಕಳು ಹಳ್ಳಿಯಲ್ಲಿದ್ದ ಕಾರಣ, ಬರೀ ರಜೆಯ ದಿನಗಳಲ್ಲಿ ಮಾತ್ರ ಅವನಿಗೆ ಕಾಣಸಿಗುತ್ತಿದ್ದರು. ಕುಂತಿಯಾ ಬಾಬುವಿನ ಮೇಲಧಿಕಾರಿ, ಬಡಾ ಬಾಬು ಅಥವಾ ವಿಭಾಗದ ಮುಖ್ಯ ಗುಮಾಸ್ತ ಪಾಂಡಾ ಬಾಬು ಎಂಬುವವರಿದ್ದರು. ವಿನೋದಪರನಾಗಿದ್ದು ತನ್ನ ಕೆಲಸ, ಸ್ಥಾನಗಳನ್ನು ಬಹಳವಾಗಿ ಇಷ್ಟಪಡುತ್ತಿದ್ದ ಆತನ ಬಳಿ ಕುಂತಿಯಾ ಬಾಬು ಥರದ ಒಟ್ಟು ಹನ್ನೆರಡು ಜನ ಗುಮಾಸ್ತರಿದ್ದರು.

ಕೈಗಾರಿಕಾ ಇಲಾಖೆಯಲ್ಲಿ ಈ ಥರದ ಬಡಾ ಬಾಬುಗಳ ಮೂರು ತಂಡವಿತ್ತು. ಪ್ರತಿಯೊಂದು ತಂಡಕ್ಕೂ ಒಬ್ಬ ಮುಖ್ಯ ಗುಮಾಸ್ತ ಮತ್ತು ಒಬ್ಬ ಜವಾನನಿರುತ್ತಿದ್ದರು. ಸಣ್ಣ ಕೈಗಾರಿಕೆಗಳನ್ನು ನೋಡಿಕೊಳ್ಳುತ್ತಿದ್ದ, ನಮ್ಮ ತಂಡದಲ್ಲಿ ಪಾಂಡಾ ಎನ್ನುವ ಹೆಸರಿನ ಎತ್ತರವಾದ ಆಳಿನ ಜವಾನನಿದ್ದ. ಏಕತಾನತೆಯಿಂದ ಕೂಡಿದ ತನ್ನ ಕೆಲಸವನ್ನು ಆತ ಯಾವ ಆಸಕ್ತಿಯೂ ಇಲ್ಲದೆ, ಆದರೆ ಗೊಣಗದೆ ಮಾಡುತ್ತಿದ್ದ. ಯಾವತ್ತೂ ಬರಿ ಕಾಲಿನಲ್ಲಿ, ಶೂನ್ಯದೃಷ್ಟಿ ಬೀರುತ್ತಾ ಅತ್ತಿಂದಿತ್ತ ಓಡಾಡುತ್ತಿರುತ್ತಿದ್ದ. ನಮ್ಮ ವಿಭಾಗದಲ್ಲಿ

ಬಹಳ ಜನ ಮಧ್ಯವಯಸ್ಕ ಗುಮಾಸ್ತರಿದ್ದರು. ಸದಾ ರಾಜಕೀಯ, ಆಟ ಮತ್ತಿತರ ಬಿರುಸಾದ ಚರ್ಚೆಯಲ್ಲಿ ತೊಡಗಿರುತ್ತಿದ್ದ ಅವರಿಂದಾಗಿ ಅಲ್ಲಿನ ವಾತಾವರಣ ಆಸಕ್ತಿದಾಯಕವಾಗಿದ್ದರೂ ಕೆಲವೊಮ್ಮೆ ಅನುತ್ಪಾದಕವೂ ಆಗಿರುತ್ತಿತ್ತು. ನಾನು ಕೆಲಸಕ್ಕೆ ಸೇರಿಕೊಂಡಾಗ ಅವರು ನನ್ನನ್ನು ತಮ್ಮ ಗುಂಪಿನಲ್ಲಿ ಒಬ್ಬನನ್ನಾಗಿಸಿಕೊಂಡರು. ಒಮ್ಮೊಮ್ಮೆ ತಮ್ಮ ವಾದಗಳಲ್ಲಿ ಯಾವುದೇ ಒಪ್ಪಂದಕ್ಕೆ ಬರದೇ ಹೋದಾಗ, ನನ್ನನ್ನು ಮಧ್ಯಸ್ತಿಕೆಗೆ ಕರೆಯುತ್ತಿದ್ದರು. ಚರ್ಚೆ ಮುಗಿದು, ವಾದ ಬಗೆಹರಿದು ಒಪ್ಪಂದ ಏರ್ಪಟ್ಟಾಗ ಸಿಬ್ಬಂದಿಗಾಗಿ ಇದ್ದ ಕ್ಯಾಂಟೀನಿಗೆ ಹೋಗಿ ಚಹಾ, ತಿಂಡಿ ಮತ್ತು ಸಿಗರೇಟು ಸೇವಿಸುವುದು ವಾಡಿಕೆಯಾಗಿತ್ತು. ಅಂದರೆ, ನನ್ನ ಆಗಿನ ಒಡನಾಟವೆಲ್ಲಾ ನನಗಿಂತ ಎರಡು ಪಟ್ಟು ವಯಸ್ಸಿನವರ ಜೊತೆ ಇತ್ತು. ಅವರು ನನಗೆ ಚಹಾ, ತಿಂಡಿ ಮತ್ತು ಸಿಗರೇಟನ್ನೋ ಅಥವಾ ಪಾನನ್ನೋ ಕೊಡಿಸುತ್ತಿದ್ದರು. ಒಂದು ದಿನ ಹೀಗೊಂದು ರಾಜೀಪ್ರಸಂಗದ ನಂತರ ಕ್ಯಾಂಟೀನಿನಿಂದ ಹಿಂತಿರುಗುವಾಗ ಇನ್ನೊಂದು ಗುಂಪು ನನ್ನನ್ನು ತಮ್ಮೆಡೆಗೆ ಸೆಳೆದುಕೊಂಡಿತ್ತು.

ಒಂದು ದಿನ, ನಮ್ಮ ಜವಾನ ಪಾಂಡಾ ನನ್ನ ಕೈ ಹಿಡಿದುಕೊಂಡು ತನ್ನನ್ನು ಹಿಂಬಾಲಿಸುವಂತೆ ಪಿಸುಗುಟ್ಟಿದ. ಸಚಿವಾಲಯದ ಕಟ್ಟಡದಲ್ಲಿ ಎತ್ತರದ ಛಾವಣಿಯುಳ್ಳ ನಾಲ್ಕು ಮಹಡಿಗಳಿದ್ದು, ಅದರ ಮೇಲೆ ವಿಶಾಲವಾದ ಸೂರಿತ್ತು. ನನಗೆ ಗೊತ್ತಿದ್ದಂತೆ ಅಲ್ಲಿಗೆ ಯಾರೂ ಹೋಗುತ್ತಿರಲಿಲ್ಲ. ನನ್ನನ್ನು ಮೇಲ್ಗಡೆಯ ಮಹಡಿಗೆ ಕರೆದೊಯ್ದ ಪಾಂಡಾ ಅಲ್ಲೊಂದು ಬಾಗಿಲನ್ನು ತೆರೆದ. ಇತರೇ ಜವಾನರಿದ್ದ ದೊಡ್ಡ ಗುಂಪೊಂದು ಅಲ್ಲಿ ವೃತ್ತಾಕಾರವಾಗಿ ಕುಳಿತಿದ್ದು ಕಾಣಿಸಿತು. ಅಲ್ಲಿಗೆ ಪ್ರವೇಶ ಮೀಸಲು ಆಹ್ವಾನಿತರಿಗೆ ಮಾತ್ರ ಎಂಬುದು ಎದ್ದು ಕಾಣುವಂತಿತ್ತು. ನಮ್ಮನ್ನು ತಲೆಯೆತ್ತಿ ನೋಡಿದರೂ ಯಾರೂ ವಿಶೇಷ ಗಮನವನ್ನೇನೂ ಹರಿಸಿದಂತೆ ಕಾಣಲಿಲ್ಲ. ಪರಸ್ಪರ ಪರಿಚಯಗಳೂ ನಡೆಯಲಿಲ್ಲ. ನಮ್ಮಿಬ್ಬರಿಗೆ ಸ್ಥಳ ಮಾಡಿಕೊಟ್ಟು ಸರಿದು ಕುಳಿತರು ಅಷ್ಟೇ. ಅದೊಂದು ಹಶೀಶ್ ಸೇದುವವರ ಗುಂಪಾಗಿತ್ತು. ಹಶೀಶ್ ತುಂಬಿದ ಚಿಲುಮೆಯೊಂದು ಒಬ್ಬರ ಕೈಯಿಂದೊಬ್ಬರಿಗೆ ಸಾಗುತ್ತಿತ್ತು. ಪ್ರತಿಯೊಬ್ಬರೂ ಉದ್ದನೆಯ ದಮ್ ಎಳೆದುಕೊಂಡು ಮೌನವಾಗಿ ಮುಂದಕ್ಕೆ ಕಳಿಸುತ್ತಿದ್ದರು. ನನಗದನ್ನು ಸೇದುವ ಅಭ್ಯಾಸವಿಲ್ಲದಿದ್ದರೂ ನನ್ನನ್ನು ಕರೆತಂದಿದ್ದ ಪಾಂಡಾನಿಗೆ ಬೇಸರ ಮಾಡಿಸುವಂತಿರಲಿಲ್ಲ. ಅದಕ್ಕಾಗಿ ಚಿಲುಮೆ ನನ್ನ ಕೈಗೆ ಬಂದಾಗ, ಅವರೆಲ್ಲರ ವಿಶ್ವಾಸಕ್ಕೆ ಪ್ರತಿಯಾಗಿ ನಾನೂ ಒಂದು ದಮ್ ಎಳೆದುಕೊಂಡೆ. ನಾನು ಈ ಕ್ಲಬ್ಬಿಗೆ ಮತ್ತೆ ಹಿಂತಿರುಗಲಿಲ್ಲವಾದರೂ ದೊಡ್ಡ ದೊಡ್ಡ ಕಚೇರಿಗಳಲ್ಲಿ ಈ ಸಮುದಾಯದ ಶಕ್ತಿ ಎಷ್ಟಿರುತ್ತದೆಂದು ನನಗೆ ಆಮೇಲೆ ತಿಳಿಯಿತು. ಆಡಳಿತ ವರ್ಗಕ್ಕೆ ಇವರ ಪಾತ್ರದ ಬಗ್ಗೆ ತಿಳಿದಿರುವುದೂ ಇಲ್ಲ. ಕೆಲಸಗಾರರೆಂದರೆ, ನಮ್ಮ ದೃಷ್ಟಿಯಲ್ಲಿ ಕೆಲಸದ ಒಂದು ಘಟಕವಷ್ಟೇ. ಆದರೆ ನಿಜವಾಗಿಯೂ ಅವರು ಜೇನ್ನೊಣವಿದ್ದಂತೆ. ಜೇನ್ನೊಣಗಳು ಜೇನುಗೂಡಿಗೆ ಕೆಲಸಕ್ಕಾಗಿ ಹೋಗುವುದಿಲ್ಲ, ಅವು ಅಲ್ಲಿಯೇ ಜೀವಿಸುತ್ತವೆ.

ನಾನು ಅಲ್ಲಿ ಹಂಗಾಮಿ ಗುಮಾಸ್ತ ಎಂದು ಎಲ್ಲರಿಗೂ ಗೊತ್ತಿದ್ದರಿಂದ, ನನಗೆ ಮಹತ್ವದ ಕೆಲಸದ ಭಾರವನ್ನೇನೂ ಹೊರೆಸಲಿಲ್ಲ. ಮೇಲಾಗಿ ನಾನು ಸಂಜೆಯ ಕಾನೂನು ಕಾಲೇಜಿನ ಮೂಲಕ ಅಂತರ್‌ರಾಜ್ಯ ಚರ್ಚಾಸ್ಪರ್ಧೆಗಳಲ್ಲಿ ವಿಶ್ವವಿದ್ಯಾಲಯವನ್ನು ಪ್ರತಿನಿಧಿಸುತ್ತಿದ್ದೆ. ಶೈಕ್ಷಣಿಕವಾಗಲಿ, ಆಟೋಟಗಳದ್ದೇ ಇರಲಿ, ರಾಷ್ಟ್ರ ಮಟ್ಟದ ಸ್ಪರ್ಧೆಗಳಲ್ಲಿ ಭಾಗವಹಿಸುವ ಸರ್ಕಾರೀ ನೌಕರರಿಗೆ ಅಪರಿಮಿತ ರಜೆಗಳ ಸೌಲಭ್ಯವಿದೆ. ಹಾಗಾಗಿ ನನಗೆ ವಾರಗಟ್ಟಲೆ ಗೈರುಹಾಜರಿಗೆ ವಿಶೇಷ ಅನುಮತಿ ಸಿಕ್ಕುತ್ತಿತ್ತು. ಕೆಲಸಕ್ಕೆ ಹಾಜರಾದ ದಿನಗಳಲ್ಲೂ ಕುಂತಿಯಾ ಬಾಬು ನನ್ನನ್ನೇನೂ ಹೆಚ್ಚಾಗಿ ಕೇಳುತ್ತಿರಲಿಲ್ಲ. ಅದು ಬಹುಶಃ ಉದ್ಯೋಗಕ್ಕೆ ಸೇರಿದ ಹೊಸದರಲ್ಲಿ ನಾನು ಮಾಡಿದ ಒಂದು ಕೆಲಸದಿಂದಾಗಿರಬಹುದು. ರಾಜ್ಯಾಡಳಿತ ನಡೆಸುತ್ತಿದ್ದ ಹತ್ತು ಹನ್ನೆರಡು ಹಿರಿಯ ಐ.ಎ.ಎಸ್. ಅಧಿಕಾರಿಗಳಲ್ಲಿ ಒಬ್ಬರಾದ ಕೈಗಾರಿಕಾ ಇಲಾಖೆಯ ಕಾರ್ಯದರ್ಶಿಗೆ ಒಮ್ಮೆ ಅಷ್ಟೇನೂ ಮುಖ್ಯವಲ್ಲದ ಒಂದು ಕಾರ್ಯಕ್ರಮಕ್ಕೆ ಬಂದ ಆಹ್ವಾನವನ್ನು ನಿರಾಕರಿಸಬೇಕಿತ್ತು. ಆ ಪತ್ರದ ಮೊದಲ ಪ್ರತಿ ತಯಾರಿಸಬೇಕೆಂಬ ಆದೇಶ ಕಾರ್ಯದರ್ಶಿಯಿಂದ ಸಹಕಾರ್ಯದರ್ಶಿಗೆ, ಅವರಿಂದ ಅಧೀನ ಕಾರ್ಯದರ್ಶಿಗೆ... ಹೀಗೇ ಸಾಗಿ, ಕೊನೆಗೆ ಕುಂತಿಯಾ ಬಾಬುವಿಗೆ ಬಂದು ತಲುಪಿತ್ತು. ಆತ ಅನುಮೋದನೆಗಾಗಿ ಪತ್ರವನ್ನು ತಯಾರಿಸಲು ನನಗೆ ಹೇಳಿದ. ಅದು ಮೇಲಧಿಕಾರಿಗಳ ಒಪ್ಪಿಗೆ ಪಡೆದು, ಕೊನೆಗೆ ಟೈಪಿಸ್ಟ್ ಕಡೆಯಿಂದ ಅಂತಿಮ ಪತ್ರ ತಯಾರಾಗಿ ಕಾರ್ಯದರ್ಶಿಯ ಸಹಿಯಾಗಬೇಕಿತ್ತು.

ನಾನು ಶ್ರದ್ಧೆಯಿಂದ ಹಸ್ತಪ್ರತಿ ತಯಾರಿಸಿ ಕುಂತಿಯಾ ಬಾಬುವಿಗೆ ಕೊಟ್ಟೆ. ಅದನ್ನಾತ ಪಾಂಡಾ ಬಾಬುವಿಗೆ ಕಳಿಸಿದ. ಸ್ವಲ್ಪ ಹೊತ್ತಿನ ನಂತರ ಅವರಿಬ್ಬರೂ ನನ್ನ ಪತ್ರದ ಮೇಲೆ ಬಗ್ಗಿ ಯಾವುದೋ ಅಶುಭದ ಸೂಚನೆಯನ್ನು ಕಂಡವರಂತೆ ನೋಡುತ್ತಿದ್ದುದು ಕಾಣಿಸಿತು. ನಾನೇನೋ ದೊಡ್ಡ ತಪ್ಪು ಮಾಡಿದ್ದೇನೆಂದುಕೊಂಡೆ. ಅಷ್ಟರಲ್ಲಿ ನನ್ನನ್ನು ಕರೆದ ಅವರು ವಿಚಿತ್ರ ಭಯದಿಂದ ಕೂಡಿದ ಮುಜುಗರದ ದನಿಯಲ್ಲಿ ಪತ್ರದ ಮೊದಲನೆ ವಾಕ್ಯದ ಅರ್ಥವೇನೆಂದು ಕೇಳಿದರು. "Due to pressing preoccupations, I will not be able to join you on this very happy occasion" – 'ಕೆಲವು ತುರ್ತಾದ, ಮೊದಲೇ ಒಪ್ಪಿಕೊಂಡ ಕೆಲಸಗಳಿರುವುದರಿಂದ, ಈ ಶುಭಸಂದರ್ಭಕ್ಕೆ ಹಾಜರಾಗಲು ಸಾಧ್ಯವಾಗುತ್ತಿಲ್ಲ' ಎಂದು ಬರೆದಿದ್ದೆ.

ಅವರಿಬ್ಬರಿಗೂ 'Pressing preoccupations' ಎಂಬುದರ ಅರ್ಥ ಹೊಳೆದಿರಲಿಲ್ಲ. ನನ್ನಿಂದ ಅರ್ಥ ತಿಳಿದುಕೊಂಡ ಅವರು ಆ ಶಬ್ದಗಳನ್ನು ಕೈಬಿಟ್ಟು ಅದೇ ಅರ್ಥ ಬರುವ ಬೇರೆ ಶಬ್ದವನ್ನು ಸೇರಿಸಿದರು. ಹಾಗೇ ಅವರಿಬ್ಬರ ಮಧ್ಯೆ ಒಂದು ಒಪ್ಪಂದ ಏರ್ಪಟ್ಟಿತೆಂದು ಕಾಣುತ್ತದೆ. ನನಗೆ ನಿಜವಾದ ಕೆಲಸವನ್ನು ಕೊಟ್ಟು, ತಮಗೇ ಇನ್ನಷ್ಟು ಕೆಲಸ ತಂದುಕೊಳ್ಳುವ ಬದಲು, ಚಿಕ್ಕ ಪುಟ್ಟ, ಹೊಸ ತೊಡಕು ಹುಟ್ಟಿಸದ ಕೆಲಸಗಳಲ್ಲಿ ನನ್ನನ್ನು ತೊಡಗಿಸಬೇಕೆಂದು ಬಹುಶಃ ಅವರು ನಿರ್ಧರಿಸಿದ್ದರು. ಅದರ ಫಲವಾಗಿ ನಾನು ಮನಸ್ಸಿಗೆ ಬಂದಾಗ ಕಚೇರಿಗೆ ಹೋಗಿ ಬಂದು ಮಾಡುತ್ತಿದ್ದೆ.

ಕಚೇರಿಯಲ್ಲಿದ್ದಾಗಲೂ ಚಿಕ್ಕ ಪುಟ್ಟ ಕೆಲಸಗಳನ್ನು ಮಾಡಿಕೊಂಡು, ಗುಮಾಸ್ತರು ಪ್ರಪಂಚದ ಬಗ್ಗೆ ನಡೆಸುತ್ತಿದ್ದ ವಾದಗಳಲ್ಲಿ ಮಧ್ಯಸ್ತಿಕೆ ವಹಿಸುತ್ತಾ ಕಾಲ ಕಳೆಯುತ್ತಿದ್ದೆ. ಇದರೊಡನೆ ಗುಮಾಸ್ತರ ಮನೆಗಳಿಗೆ ಊಟಕ್ಕೆ ಹೋಗುವುದು, ನೌಕರರ ವಿಹಾರಗಳಲ್ಲಿ ಭಾಗಿಯಾಗುವುದು ಮುಂತಾದವೂ ಇದ್ದವು. ಕೊನೆಗೊಮ್ಮೆ 1976 ರಲ್ಲಿ ನಡೆದ ಐತಿಹಾಸಿಕ ರಾಷ್ಟ್ರೀಯ ಚುನಾವಣೆಯಲ್ಲಿ ಚುನಾವಣಾಧಿಕಾರಿಯಾಗಿಯೂ ಕರ್ತವ್ಯ ನಿರ್ವಹಿಸಿದೆ. ಆಗಿನ್ನೂ ನನಗೇ ಮತ ಹಾಕುವ ವಯಸ್ಸಾಗಿರಲಿಲ್ಲ! ಇವೆಲ್ಲವುಗಳ ಮಧ್ಯದಲ್ಲಿ ನನ್ನ ದಿನಗಳು, ತಿಂಗಳುಗಳನ್ನು ಸದ್ಯದಲ್ಲೇ ನಾನು ಬೇರೆಲ್ಲೋ ಹೋಗಲಿದ್ದೇನೆ ಎಂಬ ಆಶಾಭಾವನೆಯನ್ನು ತುಂಬುವುದರಲ್ಲಿ ಕಳೆಯುತ್ತಿದ್ದೆ. ಆದರೆ, ಎಲ್ಲಿಗೆ ಹೋಗುವುದೆಂಬುದು ನನಗೇ ಸ್ಪಷ್ಟವಿರಲಿಲ್ಲ.

ಸಣ್ಣ ಕೈಗಾರಿಕಾ ವಿಭಾಗದ ಆಚೆಗಿದ್ದ ದೊಡ್ಡ ಹಾಲ್‌ನಲ್ಲಿ ಆಡಳಿತ ವಿಭಾಗವಿತ್ತು. ಈ ವಿಭಾಗಗಳ ನಡುವೆ ಗೋಡೆಯಿಲ್ಲದ್ದರಿಂದ, ಎರಡೂ ಕಡೆಯ ಗುಮಾಸ್ತರುಗಳ ಮಧ್ಯೆ ಉತ್ತಮ ಸ್ನೇಹ ಬೆಳೆದಿತ್ತು. ಪ್ರತಿಯೊಂದು ವಿಭಾಗದ ಮುಖ್ಯ ಗುಮಾಸ್ತನ ಮೇಜಿನ ಮೇಲೆ ಇಂಟರ್‌ಕಾಮ್ ಫೋನ್ ಇರುತ್ತಿತ್ತು. ಆದರೆ, ಹೊರಗಿನ ಸಂಪರ್ಕವುಳ್ಳ ಫೋನ್ ಮಾತ್ರ ಆಡಳಿತ ವಿಭಾಗದ ಮುಖ್ಯ ಗುಮಾಸ್ತನ ಮೇಜಿನ ಮೇಲಿತ್ತು. ರಮಾಕಾಂತ ಪಟ್ನಾಯಕನೆಂಬ ಹೆಸರಿನ ಆತ ಕರ್ತವ್ಯನಿಷ್ಠ, ಕ್ರಿಯಾಶೀಲನಾದ ವ್ಯಕ್ತಿಯಾಗಿದ್ದ. ನನಗೆ ಸುಸ್ಮಿತಾಳಿಂದ ಒಮ್ಮೊಮ್ಮೆ ಬರುತ್ತಿದ್ದ ಕರೆಗಳಿಗಾಗಿ ನಾನು ಆತನ ಜಾಗಕ್ಕೆ ಹೋಗುವುದಿತ್ತು. ವಾಡಿಕೆಯಂತೆ ಫೋನ್ ಕರೆ ಮುಗಿದ ಮೇಲೆ, ಅಲ್ಲಿದ್ದ ನೌಕರರೊಂದಿಗೆ ಒಂದಷ್ಟು ಕುಶಲೋಪರಿ ಮಾತುಕತೆ ನಡೆಸಿ, ನನ್ನ ಜಾಗಕ್ಕೆ ಹಿಂತಿರುಗುತ್ತಿದ್ದೆ.

ಆಡಳಿತ ವಿಭಾಗದಲ್ಲಿದ್ದ ಹಿರಿಯ ಗುಮಾಸ್ತನೊಬ್ಬ ಇಡೀ ವಿಭಾಗದಲ್ಲೇ ಅತ್ಯಂತ ದಕ್ಷ ಮತ್ತು ಶ್ರಮಜೀವಿ ಎಂದು ಹೆಸರಾಗಿದ್ದನಲ್ಲದೆ, ಸಮಯಪ್ರಜ್ಞೆ ಉಳ್ಳವನು ಮತ್ತು ಸದಾ ಸಂತೋಷಿಯಾದ ವ್ಯಕ್ತಿಯೂ ಆಗಿದ್ದ. ಆತನ ಪ್ರಸನ್ನತೆ ಸುತ್ತಲಿನವರಿಗೂ ಹರಡುತ್ತಿತ್ತು. ತನ್ನ ನಗುಮುಖ ಮತ್ತು ಉತ್ಸಾಹಭರಿತ ನಡತೆಯಿಂದಾಗಿ ನೌಕರರಲ್ಲಿ ಜನಪ್ರಿಯನಾಗಿದ್ದ. ಒಮ್ಮೆ ಆತನ ಮುಖ ಮ್ಲಾನವಾಗಿದ್ದನ್ನು ಗಮನಿಸಿ, ವಿಷಯವೇನೆಂದು ವಿಚಾರಿಸಲು ಬಳಿಗೆ ಹೋದೆ. ತನ್ನ ನಡತೆಯಲ್ಲಿನ ಬದಲಾವಣೆ ನನ್ನ ಗಮನಕ್ಕೆ ಬಂದದ್ದು ಆತನಿಗೆ ತುಂಬಾ ಮುಜುಗರವನ್ನುಂಟು ಮಾಡಿತು. ತಕ್ಷಣ ಸಾವರಿಸಿಕೊಂಡ ಆತ, ನನ್ನ ಪ್ರಶ್ನೆಯಿಂದ ನುಣುಚಿಕೊಳ್ಳುವ ಪ್ರಯತ್ನದಲ್ಲಿದ್ದ. ನಾನು ಒತ್ತಾಯಿಸಿದಾಗ ತಾನು ವಾರದಿಂದ ಎದುರಿಸುತ್ತಿದ್ದ ತೊಂದರೆಗಳ ಬಗ್ಗೆ ಹೇಳಿದ – ಆತನ ಹೆಂಡತಿ ಕ್ಯಾನ್ಸರ್ ಚಿಕಿತ್ಸೆಗಾಗಿ ಕಟಕ್‌ನ ಆಸ್ಪತ್ರೆಯಲ್ಲಿದ್ದಳು. ಮನೆಯಲ್ಲಿ ಆತನೇ ಮಕ್ಕಳನ್ನು ನೋಡಿಕೊಂಡು, ಅಡಿಗೆ ಮಾಡಿಟ್ಟು ಕೆಲಸಕ್ಕೆ ಬರುತ್ತಿದ್ದ. ದಿನದ ಕೆಲಸ ಮುಗಿದ ಬಳಿಕ ಹೆಂಡತಿಯನ್ನು ನೋಡಿಕೊಳ್ಳಲು ಕಟಕ್‌ಗೆ ಹೋಗಬೇಕಿತ್ತು.

"ಇದಿಷ್ಟೇ ಆಗಿದ್ದರೆ, ಅದೊಂದು ದೊಡ್ಡ ಸಮಸ್ಯೆಯಾಗಿರಲಿಲ್ಲ ಬಾಗ್ಚಿ ಬಾಬು. ನನ್ನ ಮಕ್ಕಳ ಪರೀಕ್ಷೆ ನಡೆಯುತ್ತಿರುವುದರಿಂದ, ಅವರ ಓದನ್ನೂ ಗಮನಿಸಬೇಕಾಗಿದೆ. ಅದೆಲ್ಲವನ್ನೂ ಕೂಡಾ ನಾನು ನಿಭಾಯಿಸಬಲ್ಲೆ. ಆದರೆ, ಹಳ್ಳಿಯಲ್ಲಿರುವ ನನ್ನ ವಯಸ್ಸಾದ ತಾಯಿಯೂ ಇದೇ ಸಮಯದಲ್ಲಿ ಇಲ್ಲಿಗೆ ಬರುವವಳಿದ್ದಾಳೆ. ಆಕೆ ಮಾನಸಿಕವಾಗಿ ಅಸ್ವಸ್ಥಳು ಬೇರೆ" ಎಂದ.

ನಾನು ಅವಾಕ್ಕಾಗಿ ಆತನನ್ನೇ ನೋಡುತ್ತಾ ನಿಂತೆ. ಹೇಗೆ ಪ್ರತಿಕ್ರಿಯಿಸಬೇಕೆಂದೂ ತಿಳಿಯದಾಗಿತ್ತು. ಆತನ ಸಮಸ್ಯೆಗೆ ಯಾವುದೇ ಪರಿಹಾರವಿಲ್ಲದ ನನ್ನ ಬಳಿ ಅದನ್ನು ಪ್ರಸ್ತಾಪಿಸಿದ್ದು ಆತನಿಗೆ ಮುಜುಗರ ತಂದಿತ್ತಾದರೂ, ಎದೆಯ ಭಾರವನ್ನು ಹೊರಹಾಕಿದ ಸಮಾಧಾನವೂ ಇತ್ತು. ಮತ್ತೆ ತನ್ನ ಕೆಲಸದತ್ತ ಗಮನ ಹರಿಸಿದ್ದ. ನಾನು ನನ್ನ ಮೇಜಿಗೆ ಹಿಂತಿರುಗಿ ಕುರ್ಚಿಯಲ್ಲಿ ಕುಸಿದು ಕುಳಿತೆ.

ಯಾರೋ ಹೇಳಿದ ನೆನಪು – "ಬಹುಜನರು ಜೀವನಕ್ಕೆ ಕೊಡುವುದಕ್ಕಿಂತ ಹೆಚ್ಚಾಗಿ, ಅದರಿಂದ ಪಡೆಯುತ್ತಾರೆ. ಎಲ್ಲೋ ಕೆಲವರು ಮಾತ್ರ ತಾವು ಪಡೆದದ್ದಕ್ಕೆ ಮಿಗಿಲಾಗಿ, ಜೀವನವನ್ನು ಸಮೃದ್ಧಿಗೊಳಿಸುತ್ತಾರೆ. ಇಂಥವರಿಂದಲೇ ಜಗತ್ತು ನಡೆಯುತ್ತಿರುವುದು."

ಒಂದು ವರ್ಷ ಕಳೆಯುವಷ್ಟರಲ್ಲಿ ಕಾಲ ನೂಕುವುದು ಕಷ್ಟವಾಗತೊಡಗಿತು. ನನ್ನ ಸ್ನೇಹಿತರೆಲ್ಲ ನಿಖರವಾದ ಗುರಿಯೆಡೆಗೆ ನಿಶ್ಚಿತವಾದ ಮಾರ್ಗದಲ್ಲಿದ್ದರು. ನಾನು ಮಾತ್ರ ಅಪರಿಚಿತವಾದ ನಿಲ್ದಾಣದಲ್ಲಿ ರೈಲಿನಿಂದ ಹಾರಿಕೊಂಡಿದ್ದೆ. ಮುಂದೆ ಹೋಗುವುದೆಲ್ಲಿಗೆ, ಮುಂದಿನ ರೈಲು ಬರುವುದೆಂದು... ಏನೂ ತಿಳಿಯದ ಅನಿಶ್ಚಿತ ಸ್ಥಿತಿಯಲ್ಲಿದ್ದೆ. ಒಂಟಿತನ ಕಾಡುತ್ತಿತ್ತು. ಬದಲಾವಣೆಯ ಅಂಚಿಗೆ ಬಂದು ನಿಂತಿದ್ದೇನೆಂಬ ಭಾವನೆ ಬಲವಾಗಿತ್ತು. ಕಾಲ ಕಳೆಯಲು ಕಾನೂನು ಕಲಿಯುತ್ತಿದ್ದೆ. ಭುವನೇಶ್ವರದಲ್ಲಿ ಕಾನೂನು ಪದವಿಗೆ ಸೇರಲು ಯಾವುದೇ ವಿದ್ಯಾರ್ಹತೆಯೂ ಬೇಕಿರಲಿಲ್ಲ. ಸಿವಿಲ್ ಸರ್ವೀಸ್ ಪರೀಕ್ಷೆಗೆ ಕೂತುಕೊಳ್ಳಲು ಕಾಯಬೇಕಿದ್ದ ಎರಡು ವರ್ಷಗಳನ್ನು ಸಚಿವಾಲಯದ ಗುಮಾಸ್ತೆ ಕೆಲಸದಲ್ಲಿ ಕಳೆಯುವುದು ಕೊನೆಯಿಲ್ಲದ ಸುರಂಗದಲ್ಲಿದ್ದಂತಿತ್ತು. ನನಗೆ ತಕ್ಕನಾದ ಕೆಲಸವಿರಲಿಲ್ಲ. ಸಿವಿಲ್ ಸರ್ವೀಸ್‌ಗಾಗಿ ಕಾಯುವ ಎರಡು ವರ್ಷಗಳು ಬೇರೊಬ್ಬರಿಗೆ ಭಾರವಾಗಲೂ ಮನಸ್ಸಿರಲಿಲ್ಲ. ಆದ್ದರಿಂದ ಬದಲಿ ವೃತ್ತಿಗಾಗಿ ಎದುರು ನೋಡುತ್ತಿದ್ದೆ. ಹೇಗೂ ಸಿವಿಲ್ ಸರ್ವೀಸ್ ಕೆಲಸದ ಬಗ್ಗೆ ವಿಶೇಷ ಒಲವೇನೂ ಇರಲಿಲ್ಲ. ನನ್ನ ಅರ್ಹತೆಗೆ ಸ್ವಲ್ಪವಾದರೂ ಹೊಂದಬಲ್ಲ ಎಲ್ಲ ಕೆಲಸಗಳಿಗೂ ಅರ್ಜಿ ಹಾಕುತ್ತಿದ್ದೆ. ಒಮ್ಮೆ ಡಿಸಿಎಮ್ ಕಂಪನಿಯವರು ಮ್ಯಾನೇಜ್‌ಮೆಂಟ್ ಟ್ರೇನಿ ಹುದ್ದೆಗೆ ಕರೆದಿದ್ದ ಜಾಹೀರಾತೊಂದನ್ನು ನೋಡಿದೆ. ನನ್ನ ರಾಜ್ಯಶಾಸ್ತ್ರದ ಪದವಿಯನ್ನು ಪರಿಗಣಿಸುತ್ತಾರೋ ಇಲ್ಲವೋ ಎಂಬುದು ಖಚಿತವಿರಲಿಲ್ಲ. ಆದರೂ ಅರ್ಜಿ ಹಾಕಿದೆ. ಕೆಲದಿನಗಳಲ್ಲಿ ಕರೆ ಬಂದಿತು. ಮೊದಲ ಸುತ್ತಿನ ಲಿಖಿತ ಪರೀಕ್ಷೆಯ ನಂತರ ಗೋಷ್ಠಿ ಚರ್ಚೆ ಮತ್ತು ಪ್ರಾದೇಶಿಕ ಮಟ್ಟದ ಸಂದರ್ಶನಗಳಿದ್ದವು. ಅದರಲ್ಲಿ ಆಯ್ಕೆಯಾಗಿ ಕೊನೆಯ ಸುತ್ತಿನ ಅರ್ಹತೆ

ಪಡೆದೆ. ಡಿಸಿಎಮ್ ಕಂಪನಿಯ ಮುಖ್ಯಸ್ಥರಾದ ಕರ್ನಲ್ ಕುಚ್ಚಲ್ ಎಂಬುವರಿಗೆ ನನ್ನ ಸ್ವವಿವರ ಪತ್ರ(ಬಯೋಡೇಟಾ)ದಲ್ಲಿದ್ದ ಅತ್ಯುತ್ತಮ ಎನ್‌ಸಿಸಿ ಕೆಡೆಟ್ ಎಂಬ ಸಂಗತಿ ಆಕರ್ಷಿಸಿರಬೇಕು. ಅದರಿಂದಾಗಿ ನನ್ನ ಹಾದಿ ಸುಗಮವಾಯಿತೆನಿಸುತ್ತದೆ. ಪ್ರಾದೇಶಿಕ ಮಟ್ಟದ ಸಂದರ್ಶನದಲ್ಲಿ ಆಯ್ಕೆಯಾದ ನಂತರ ರಾಷ್ಟ್ರ ಮಟ್ಟದ ಸಂದರ್ಶನಕ್ಕಾಗಿ ದೆಹಲಿಗೆ ಹೋಗಬೇಕಿತ್ತು.

ಸ್ನೇಹಿತ ಅನುಪ್ ಮೊಹಪಾತ್ರ ತನ್ನಲ್ಲಿದ್ದ ಒಳ್ಳೆಯದೊಂದು ಶರ್ಟ್, ಟೈ ಮತ್ತು ಜಾಕೆಟ್ ಕೊಟ್ಟ. ಕಂಪನಿಯವರು ಭುವನೇಶ್ವರದಿಂದ ದೆಹಲಿಗೆ ಪ್ರಯಾಣಿಸಲು ಮೊದಲನೆ ದರ್ಜೆಯ ರೈಲು ಟಿಕೆಟ್ ಕೊಟ್ಟಿದ್ದರು. ಉನ್ನತ ನಿರೀಕ್ಷೆಗಳನ್ನಿಟ್ಟುಕೊಂಡು ದೆಹಲಿಗೆ ಹೋಗುವ ಉತ್ಕಲ್ ಎಕ್ಸ್‌ಪ್ರೆಸ್ಸನ್ನೇರಿದೆ. ಎರಡು ದಿನಗಳ ದೀರ್ಘ ಪ್ರಯಾಣದಲ್ಲಿ ಮೊದಲ ದರ್ಜೆಯ ಡಬ್ಬಿಯಲ್ಲಿ ಕುಳಿತು ರೈಲು ಹಿಂದಿಕ್ಕಿ ಸಾಗುತ್ತಿದ್ದ ಜಗತ್ತನ್ನೇ ಗಮನಿಸುತ್ತಾ ಕುಳಿತಿದ್ದೆ. ಮಧ್ಯಪ್ರದೇಶದ ಹಸಿರು ಕಾಡುಗಳನ್ನು ಸುತ್ತಿಕೊಂಡು, ಚಂಬಲ್ ಕಣಿವೆಯ ಕೊಳ್ಳಗಳಲ್ಲಿ ಹಾದು, ಉತ್ತರ ಪ್ರದೇಶದ ವಿಶಾಲ, ಫಲವತ್ತಾದ ಗದ್ದೆಗಳು ಮತ್ತು ಚಾರಿತ್ರಿಕ ನಗರಿ ಆಗ್ರಾವನ್ನು ದಾಟಿ, ರೈಲು ಕೊನೆಗೆ ದಕ್ಷಿಣ ದೆಹಲಿಯ ಹಜರತ್ ನಿಜಾಮುದ್ದೀನ್ ರೈಲ್ವೆ ನಿಲ್ದಾಣವನ್ನು ತಲುಪಿತು. ಪ್ರಯಾಣದುದ್ದಕ್ಕೂ, ನಾನು ಕೊನೆಗೆ ಎಲ್ಲಿಗೆ ಸೇರಬೇಕಾದವನೋ ಅಲ್ಲಿಗೇ ರೈಲು ನನ್ನನ್ನು ಕರೆದೊಯ್ಯುತ್ತಿದೆಯೆಂಬ ಭಾವನೆ ಗಾಢವಾಗಿತ್ತು.

ಡಿಸಿಎಮ್ ಕಂಪನಿಯ ಕಾರ್ಪೊರೇಟ್ ಆಫೀಸಿನ ಭವ್ಯವಾದ ಬೋರ್ಡ್ ರೂಮಿನಲ್ಲಿ ಸಂದರ್ಶನವಿತ್ತು. ಮೇಲ್ಮಟ್ಟದ ವ್ಯವಸ್ಥಾಪಕರೆಲ್ಲರೂ ಅಲ್ಲಿದ್ದರು. ಸ್ಥಾಪಕ ಲಾಲಾ ಶ್ರೀರಾಮ್‌ನ ಉತ್ತರಾಧಿಕಾರಿಗಳೂ, ವ್ಯವಸ್ಥಾಪಕ ನಿರ್ದೇಶಕರುಗಳೂ ಆದ ಡಾ. ಭರತ್‌ರಾಮ್ ಮತ್ತು ಡಾ. ಚರತ್‌ರಾಮ್‌ರನ್ನೂ ಸೇರಿದಂತೆ ಹದಿನೆಂಟು ಜನ ಸಂದರ್ಶಕರು ಅಭ್ಯರ್ಥಿಗಳನ್ನು ಕಠಿಣವಾದ ಪರೀಕ್ಷೆಗೊಳಪಡಿಸಿದರು. ಉಪ ವ್ಯವಸ್ಥಾಪಕ ನಿರ್ದೇಶಕರಾದ ಡಾ. ಬನ್ಸಿಧರ್ ಮತ್ತು ಆಗಲೇ ದಂತಕಥೆಯಾಗಿದ್ದ ಡಾ. ಧರ್ಮವೀರರವರೂ ಸಮಿತಿಯಲ್ಲಿದ್ದರು. ಡಾ. ಧರ್ಮವೀರರು ಪಶ್ಚಿಮ ಬಂಗಾಳದ ರಾಜ್ಯಪಾಲರಾಗಿದ್ದಾಗ ಅಜೊಯ್ ಮುಖರ್ಜಿ ಎಂಬ ಅಲ್ಲಿಯ ಮುಖ್ಯಮಂತ್ರಿಯನ್ನು ವಜಾ ಮಾಡಿದ್ದವರು.

"ಭಿನ್ನಾಭಿಪ್ರಾಯದಲ್ಲಿರುವ ಸಾಮರ್ಥ್ಯ"ದ ಬಗೆಗಿನ ಸಂಭಾಷಣೆಯೊಂದಿಗೆ, ನನ್ನ ಸಂದರ್ಶನ ಆರಂಭವಾಯ್ತು. ಅಲ್ಲಿಂದ ಭಗವದ್ಗೀತೆಯ ಕರ್ಮ ಸಿದ್ಧಾಂತಕ್ಕೆ ಹೊರಳಿ, ಹೆಗೆಲ್ಲನ ತತ್ವ ಮೀಮಾಂಸೆಯಲ್ಲಿ ಕೊನೆಗೊಂಡಿತ್ತು. ನಾನು ತುಂಬು ಭರವಸೆಯಿಂದ ಲೀಲಾಜಾಲವಾಗಿ ಉತ್ತರಿಸತೊಡಗಿದ್ದೆ.

ಭುವನೇಶ್ವರಕ್ಕೆ ಹಿಂತಿರುಗಿದ ಕೆಲವು ದಿನಗಳಲ್ಲೇ ಮ್ಯಾನೇಜ್‌ಮೆಂಟ್ ಟ್ರೇನಿ ಹುದ್ದೆಗೆ ಸೇರಿಕೊಳ್ಳಲು ಆಯ್ಕೆಯಾದ ಪತ್ರ ಪೋಸ್ಟ್‌ನಲ್ಲಿ ನನ್ನ ಕೈ ಸೇರಿತು. ಅದೊಂದು ನಿಜಕ್ಕೂ ಮಹಾನ್ ಸಾಧನೆಯ ಸಂಗತಿಯೇ. ಡಿಸಿಎಮ್ ಗುಂಪಿನವರು ನಡೆಸುತ್ತಿದ್ದ

ಮ್ಯಾನೇಜ್‌ಮೆಂಟ್ ಟ್ರೇನಿ ಯೋಜನೆಗಳು ದೇಶದಲ್ಲೇ ಬಹು ಅಪೇಕ್ಷಿತವಾಗಿದ್ದವು. ಒಳ್ಳೆಯ ಸಂಬಳವಿತ್ತು. ಆರಂಭದ ಸಂಬಳವೇ ನನ್ನ ಗುಮಾಸ್ತೆ ಹುದ್ದೆಯಲ್ಲಿದ್ದ ಸಂಬಳದ ಮೂರರಷ್ಟಿತ್ತು. ಶಾಲಾದಿನಗಳಲ್ಲಿ ತಂದೆ ಕೊಟ್ಟಿದ್ದ ಟ್ರಂಕ್‌ನೊಂದಿಗೆ, ಅಮಿತಾವ ಹೊಂದಿಸಿದ ಕೆಲವು ನೂರು ರುಪಾಯಿಗಳು, ಒಂದು ಜೊತೆ ಸಾಮಾನ್ಯವಾದ ಬಟ್ಟೆ ಮತ್ತು ಹಾಸಿಗೆ ಕಟ್ಟು ಹೊತ್ತು, ಕೆಲಸಕ್ಕೆ ಸೇರಿಕೊಳ್ಳಲು ದೆಹಲಿಯ ರೈಲನ್ನೇರಿದೆ. ಡಿಸಿಎಮ್ ಗುಂಪಿನಲ್ಲೇ ತೀರಾ ಹಳೆಯ ಜವಳಿ ಕಾರ್ಖಾನೆಯಾದ 'ಡೆಲ್ಲಿ ಕ್ಲಾತ್ ಮಿಲ್ಸ್'ಗೆ ನನ್ನನ್ನು ನಿಯೋಜಿಸಲಾಗಿತ್ತು. ಹಳೆ ಮತ್ತು ಹೊಸ ದೆಹಲಿಯ ಮಧ್ಯದಲ್ಲಿದ್ದ ಕೊಳಕು ಪ್ರದೇಶ ಬಾರಾ ಹಿಂದು ರಾವ್ ಎಂಬಲ್ಲಿದ್ದ ಮಿಲ್‌ನ ಮುಂದಿನ ರಸ್ತೆ ಒಂದು ತುದಿಯಲ್ಲಿ ಬಾರಾ ಹಿಂದು ರಾವ್‌ನಿಂದ ಶುರುವಾಗಿ ಕಿಶನ್‌ಗಂಜ್‌ಅನ್ನು ಸೇರುತ್ತಿತ್ತು. ಅಲ್ಲಿ ಮಿಲ್‌ನ ಅನೇಕ ಕೆಲಸಗಾರರು ಕೆಳದರ್ಜೆಯ, ಶಿಥಿಲವಾದ ಮನೆಗಳಲ್ಲಿ ಜೀವಿಸುತ್ತಿದ್ದರು. ರಸ್ತೆಯಲ್ಲಿ ಓಡಾಡುವ ಜನರು ಕುದುರೆಗಾಡಿಗಳು, ತಳ್ಳುಬಂಡಿಗಳು, ಹಂಗಾಮಿ ಚಹಾ ಅಂಗಡಿಗಳು ಮತ್ತು ಅಲ್ಲಲ್ಲಿ ಧರಣಿ ಕೂತಿದ್ದ ಜನಗಳು ಇವೆಲ್ಲದರೊಡನೆ ಹೋರಾಡಬೇಕಿತ್ತು. ಕೆಲಸದ ಪಾಳಿ ಬದಲಾಗುವ ಸಮಯದಲ್ಲಿ ಸಾವಿರಾರು ಕೆಲಸಗಾರರು ಒಳ–ಹೊರಗೆ ಸಾಗುತ್ತಿದ್ದರು. ಅವರಲ್ಲನೇಕರು ಧರಿಸುತ್ತಿದ್ದುದು ಉದ್ದನೆಯ ಗೆರೆಗಳುಳ್ಳ ಒಳಚಡ್ಡಿ, ಮೇಲೆ ಇತ್ತ ಅಂಗಿಯೂ ಅಲ್ಲದ, ಅತ್ತ ಒಳಅಂಗಿಯೂ ಅಲ್ಲದ ಫತುವಾ ಎಂಬ ದಿರಿಸು. ಅದಕ್ಕೊಂದು ಮುಂದುಗಡೆ ಜೇಬು. ಜೇಬಿನಲ್ಲಿ ಹಾಜರಿ ಚೀಟಿ, ಚಿಲ್ಲರೆ ಕಾಸು ಮತ್ತು ಜಗಿಯುವ ತಂಬಾಕು. ವಾತಾವರಣದಲ್ಲೆಲ್ಲಾ ವಾಹನಗಳ ಹೊಗೆ, ಕುದುರೆ ಲದ್ದಿ ಮತ್ತು ಹಸುವಿನ ಸಗಣಿ, ಬೀಡಿ ಹೊಗೆ ಮತ್ತು ಕಮ್ಯೂನಿಸಮ್ಮಿನ ವಾಸನೆ ತುಂಬಿರುತ್ತಿತ್ತು. ಸುಖದ ಸುಪ್ಪತ್ತಿಗೆಯಲ್ಲಿ ಬೆಳೆದು ಆಫೀಸಿನ ಶ್ರೇಣೀಕೃತ ಮ್ಯಾನೇಜ್‌ಮೆಂಟ್ ಕೆಲಸವನ್ನು ಮಾತ್ರ ಬಯಸುವ ಎಮ್.ಬಿ.ಎ., ಪದವೀಧರನೊಬ್ಬ ಅಲ್ಲಿ ಒಂದು ನೋಟ ಹರಿಸಿದರೂ ಸಾಕು, ಆತ ಅಲ್ಲಿಂದ ಓಡುವಂತೆ ಮಾಡುತ್ತಿತ್ತು ಆ ವಾತಾವರಣ. ಆದರೆ, ನಾನೇನೂ ಎಮ್.ಬಿ.ಎ., ತಳಿಯಂತೆ ಪಳಗಿರಲಿಲ್ಲ. ತೀರಾ ಅನಾಕರ್ಷಕ ಪರಿಸರದಲ್ಲೂ ನೆಮ್ಮದಿಯಿಂದಿರುವಂತೆ, ಭುವನೇಶ್ವರದ ಸಚಿವಾಲಯ ನನ್ನನ್ನು ಸಿದ್ಧಗೊಳಿಸಿತ್ತು. ಮುಂದಿನ ಐದು ವರ್ಷಗಳ ಕಾಲ 'ಡೆಲ್ಲಿ ಕ್ಲಾತ್ ಮಿಲ್ಸ್'ನಲ್ಲಿದ್ದ ನನ್ನ ಕೆಲಸದ ಸ್ಥಳ, ಸಂದರ್ಶನ ನಡೆದ ವೈಭೋಗದ ಬೋರ್ಡ್ ರೂಮಿನೊಡನೆ ಯಾವ ರೀತಿಯಲ್ಲೂ ಹೋಲುತ್ತಿರಲಿಲ್ಲ. ಆದರೆ, ಹೆಗೆಲ್ಲನ ತತ್ವ ಸಿದ್ಧಾಂತದ ಬಗ್ಗೆ ನಡೆದ ಚರ್ಚೆಗೆ ಒಂದು ಸಂಕೀರ್ಣ ರೀತಿಯಲ್ಲಿ ಸಂಬಂಧಿಸಿದಂತಿತ್ತು.

ನನ್ನ ತರಬೇತಿ ಶುರುವಾದದ್ದು "ಟೈಮ್ ಆಫೀಸ್"ನಲ್ಲಿ. ಸೈರನ್ ಮೊಳಗುತ್ತಿದ್ದಂತೆ, ಮಿಲ್‌ನ ಗೇಟಿನಲ್ಲಿ ಸಾವಿರಾರು ಕೆಲಸಗಾರರು – ಬರಿಕಾಲಿನಲ್ಲಿದ್ದವರು, ಅರೆಬರೆ ಬಟ್ಟೆ ಧರಿಸಿದವರು– ಎಲ್ಲರೂ ಹಾಜರಿ ಚೀಟಿಗಳನ್ನು ಕೈಯಲ್ಲಿ ಹಿಡಿದು ಮುನ್ನುಗ್ಗುತ್ತಿದ್ದರು. ಅವರ ಬಳಿ ಬೀಡಿ ವಾಸನೆಯ ಜೊತೆಗೆ, ಹಿಂದಿನ ದಿನದ ಕೆಲಸ ಮತ್ತು ಕೊಳಚೆ

ಪ್ರದೇಶಗಳಲ್ಲಿ ಆಹಾರ, ನಿದ್ದೆಗಾಗಿ ನಡೆಯುವ ಹೋರಾಟದ ಬೆವರಿನ ವಾಸನೆಯೂ ಸೇರಿರುತ್ತಿತ್ತು. ತಮ್ಮ ಹಾಜರಿ ಚೀಟಿಗಳನ್ನು ದಪ್ಪ ಗಾಜಿನ ಕನ್ನಡಕವನ್ನು ಮೂಗಿಗೇರಿಸಿದ ಗುಮಾಸ್ತರುಗಳ ಮುಂದೆ ತಳ್ಳುತ್ತಿದ್ದರು. ಮಸಿ ಹತ್ತಿ ಕಪ್ಪಾದ, ಭರ್‍ರನೆ ತಿರುಗುತ್ತಿದ್ದ ಫ್ಯಾನುಗಳ ಕೆಳಗೆ ಕುಳಿತ ಗುಮಾಸ್ತರುಗಳು, ದೊಡ್ಡ ಹಾಜರಿ ಪುಸ್ತಕದಲ್ಲಿ ಕೆಲಸಗಾರರ ಇನ್ನೊಂದು ದಿನದ ಹೋರಾಟವನ್ನು ಗುರುತು ಮಾಡಿಕೊಳ್ಳುತ್ತಿದ್ದರು.

"ಟೈಮ್ ಆಫೀಸ್"ನ ಕೆಲಸ ನಿರ್ವಹಣೆಯನ್ನು ತಿಳಿದ ಮೇಲೆ ನನ್ನನ್ನು "ಪೇ ಆಫೀಸ್"ಗೆ ಹಾಕಿದರು. ಅಲ್ಲಿ ಸಂಬಳವನ್ನು ಲೆಕ್ಕ ಹಾಕುವ ಕೆಲಸ ನಡೆಯುತ್ತಿತ್ತು. ನಂತರದ ತರಬೇತಿಗಾಗಿ ಶಾಪ್ ಫ್ಲೋರಿಗೆ ಹೋದೆ. ಅಲ್ಲಿ ಹತ್ತಿಯ ಪಿಂಡಿಗಳಿಂದ ನೂಲಿನ ಎಳೆ ತಯಾರಾಗಿ, ಅವುಗಳಿಂದ ಬಟ್ಟೆ ನೇಯಲ್ಪಟ್ಟು, ಬಟ್ಟೆಯ ಮೇಲೆ ಬಣ್ಣ ಹಾಕುವುದು, ಪ್ರಿಂಟ್ ಹಾಕುವುದು ನಡೆಯುತ್ತಿತ್ತು. ಹೀಗೆ ತಯಾರಾದ ಬಟ್ಟೆಗಳನ್ನು ಮೀಟರುಗಟ್ಟಲೆ ಕತ್ತರಿಸಿ, ಮೂಟೆಗಳಲ್ಲಿ ತುಂಬಿ, ನೂರಾರು ಉದ್ದಿಷ್ಟ ಸ್ಥಳಗಳಿಗೆ ಕಳಿಸುತ್ತಿದ್ದರು. ಕೊನೆಗೊಮ್ಮೆ, ಅವು ನಿಯಾನ್ ಫಲಕಗಳಿಂದ ಹೊಳೆಯುವ ರಿಟೇಲ್ ಮಳಿಗೆಗಳನ್ನು ಸೇರಿ, ದೇಶದೆಲ್ಲೆಡೆ ಧರಿಸಲ್ಪಡುತ್ತಿದ್ದವು. ಒಂದಿಡೀ ವರ್ಷ ಕಾರ್ಖಾನೆಯ ಎಲ್ಲ ವಿಭಾಗಗಳಲ್ಲಿ ತರಬೇತಿ ಪಡೆದೆ. ಕಾರ್ಖಾನೆಯ ಹೊರಗಡೆ ಹವಾನಿಯಂತ್ರಿತ ಕಚೇರಿಗಳಲ್ಲಿದ್ದ ಮಾರ್ಕೆಟಿಂಗ್ ವಿಭಾಗದಲ್ಲಿ ಬೇಡಿಕೆಪತ್ರಗಳು ತಯಾರಾಗುತ್ತಿದ್ದವು. ಬೇಡಿಕೆಯ ವಿಷಯವಾಗಿ ಸಂಪೂರ್ಣ ತಿಳಿದುಕೊಂಡು, ಕೊನೆಗೆ ನಿಜವಾದ ಮಾರಾಟ ಹೇಗೆ ನಡೆಯುತ್ತದೆಂದು ತಿಳಿಯಲು, ಚಾಂದನಿ ಚೌಕದ ಗಲ್ಲಿಗಳಿಗೂ ಭೇಟಿ ಕೊಟ್ಟೆ. ಅಲ್ಲಿ ಸಗಟು ಮತ್ತು ಚಿಲ್ಲರೆ ಮಾರಾಟಗಾರರು ಒಬ್ಬರಿಗೊಬ್ಬರು ವಂಚಿಸುತ್ತಿದ್ದರು, ಚೌಕಾಸಿ ನಡೆಯುತ್ತಿತ್ತು, ಅದರ ಜೊತೆಗೇ ನಗುತ್ತಲೇ ಕೆಲಸವನ್ನೂ ಮಾಡುತ್ತಿದ್ದರು. ಮಧ್ಯೆ ಮಧ್ಯೆ ಬಿಸಿ ಸಮೋಸಾ ಮತ್ತು ಮಟ್ಟಿ(ಉತ್ತರ ಭಾರತದ ಒಂದು ತಿಂಡಿ) ತಿನ್ನುವುದು, ಸೋಡಾ ಕುಡಿಯುವುದು ಎಲ್ಲವೂ ನಡೆಯುತ್ತಿತ್ತು.

ಕೆಲಸ ಶುರುವಾದ ಕೆಲವು ತಿಂಗಳಲ್ಲಿ ಸಂಬಳ ಮತ್ತೆ ಹೆಚ್ಚಾಯಿತು. ಈಗ ನನಗೆ ತಿಂಗಳಿಗೆ ಸಾವಿರದ ಎಂಟು ನೂರು ರೂಪಾಯಿ ಬರುತ್ತಿತ್ತು. ಇದು ನನ್ನ ಸರ್ಕಾರೀ ಸಂಬಳದ ಆರು ಪಟ್ಟಿತ್ತು. ನನ್ನ ಮಿತ್ರರೆಲ್ಲರೂ ಇನ್ನೂ ಕಾಲೇಜಿನಲ್ಲಿ ಕಲಿಯುತ್ತಿದ್ದರು. ನಾನಾಗಲೇ ಮನೆಗೆ ತಪ್ಪದೆ ಪ್ರತಿ ತಿಂಗಳೂ ಹಣ ಕಳುಹಿಸುತ್ತಿದ್ದೆ. ಮನಿ ಆರ್ಡರನ್ನು ನನ್ನ ತಾಯಿಯ ಹೆಸರಿಗೆ ಕಳಿಸುತ್ತಿದ್ದೆ. ಪ್ರತಿ ಬಾರಿಯೂ ಆಕೆ ಸಹಿ ಹಾಕಿದ ರಸೀದಿ ತಿರುಗಿ ಬಂದಾಗ, ಅವಳ ಸ್ಥಿರವಾದ ಸಹಿಯನ್ನು ನೋಡಿ ಅಚ್ಚರಿಯಾಗುತ್ತಿತ್ತು. ಸಹಿಯ ಸ್ಥಿರತೆ ನೋಡಿದರೆ ಆಕೆ ದೃಷ್ಟಿ ಇಲ್ಲದವಳೆಂದು ಹೇಳಲು ಸಾಧ್ಯವೇ ಇರಲಿಲ್ಲ.

ನಾನು ಸಚಿವಾಲಯದಲ್ಲಿ ಕಳೆದ ದಿನಗಳಿಗೂ, ಈಗ ಮೈಂಡ್‌ಟ್ರೀನಲ್ಲಿ ಕಳೆಯುತ್ತಿರುವ ದಿನಗಳಿಗೂ ಸಾಮ್ಯವಿದೆಯೇ? ಅಲ್ಲಿಯ ಕೆಲಸಕ್ಕೂ, ಈಗಿನ ನನ್ನ ಕೆಲಸಕ್ಕೂ ಏನಾದರೂ ಹೋಲಿಕೆ ಇದೆಯೇ? ಹೋಗಲಿ, ವೃತ್ತಿಯ ಈ ಹಂತದಲ್ಲಿ ನಾನು ಬದುಕುತ್ತಿರುವ, ಕೆಲಸ ಮಾಡುತ್ತಿರುವ ಜಗತ್ತಿಗೂ, 1977 ರಲ್ಲಿ ದೆಹಲಿಯ

ಕಿಶನ್‌ಗಂಜ್‌ನಲ್ಲಿದ್ದ ದೃಶ್ಯಗಳು, ವಾಸನೆಗಳು, ಶಬ್ದಗಳು ಇವೆಲ್ಲಕ್ಕೂ ಕಿಂಚಿತ್ತಾದರೂ, ದೂರದ ತಾಳೆಯಾದರೂ ಉಂಟೇ?

ನಮ್ಮ ಬದುಕು ನದಿಯಿದ್ದಂತೆ – ಸಂಗಮವನ್ನು ನೋಡಿ, ಅದರ ಮೂಲವನ್ನು ತಿಳಿಯುವುದು ಅಸಾಧ್ಯ. ನದಿಯೊಂದು ಎಂದಾದರೂ ತನ್ನ ದೀರ್ಘ ಪಯಣದ ಬಗೆಗಾಗಲೀ, ಸಂಗಮದಲ್ಲಿ ಕೊನೆಗೊಳ್ಳುವ ಅದರ ಅಂತ್ಯದ ವಿಷಯಕ್ಕಾಗಲೀ ಗೊಣಗಿದ್ದುಂಟೇ? ಎಂದಿಗೂ ಇಲ್ಲ. ಎಲ್ಲೋ ಒಂದು ಕಡೆ ತನ್ನ ಪಯಣವನ್ನು ಆರಂಭಿಸಿ, ನಿರಂತರವಾಗಿ ಹರಿಯುತ್ತಾ, ಹಾದಿಯಲ್ಲಿ ತೆಕ್ಕೆಗೆ ಬಂದವರ ಬದುಕನ್ನು ಹಸಿರಾಗಿಸುತ್ತಾ ಸಾಗುವುದರಲ್ಲೇ ಅದರ ಸಾರ್ಥಕತೆ.

ಅಧ್ಯಾಯ 7

ಹಂತಕನೇ ನೀ ಹತನಾಗು

ವರ್ಷವೊಂದನ್ನು ತರಬೇತಿಯಲ್ಲಿ ಕಳೆದ ನಂತರ, ಮ್ಯಾನೇಜ್‌ಮೆಂಟ್ ಟ್ರೇನಿಗಳನ್ನು ವಿಶೇಷ ಕರ್ತವ್ಯಾಧಿಕಾರಿ ಎಂದು ನೇಮಿಸುತ್ತಿದ್ದರು. ಈ ಹುದ್ದೆಯಲ್ಲಿ ನಿತ್ಯದ ಕೆಲಸಗಳನ್ನು ವಹಿಸಿಕೊಂಡು ಒಬ್ಬ ಹಿರಿಯ ಮ್ಯಾನೇಜರ್‌ನ ಬಳಿ ಅಪ್ರೆಂಟಿಸ್ ಆಗಿ ಕೆಲಸ ಮಾಡಬೇಕಿತ್ತು. ಡೆಲ್ಲಿ ಕ್ಲಾತ್ ಮಿಲ್ಸ್‌ನ ಕಾರ್ಯದರ್ಶಿಯಾಗಿದ್ದ ಮಹೇಶ್ ಚಂದ್ ಬಹ್ರಿಯ ಬಳಿ ನನ್ನ ಅಪ್ರೆಂಟಿಸ್ ಕೆಲಸ ಪ್ರಾರಂಭಿಸಿದೆ.

ಮೊದಲ ದಿನ ಆತನ ಕಚೇರಿಯಲ್ಲಿ ಕಾಲಿಟ್ಟಾಗ, ನನಗೆ ಕೊಂಚ ಆತಂಕ ಮಿಶ್ರಿತ ವಿಶ್ವಾಸದ ಸ್ವಾಗತ ಸಿಕ್ಕಿತ್ತು.

'ಸನ್ನಿ ಬಾಯ್', ತನ್ನ ವಿಶಿಷ್ಟವಾದ ಕಪ್ಪು ಕನ್ನಡಕವನ್ನು ಸರಿಪಡಿಸಿಕೊಳ್ಳುತ್ತಾ, ಹರವಾದ ಎದೆಯನ್ನು ಉಬ್ಬಿಸಿ ಮಹೇಶ್ ಚಂದ್ ಹೇಳಿದ, 'ಜೀವನದಲ್ಲಿ ನನ್ನ ಸೂತ್ರವೆಂದರೆ – ಹಂತಕನೇ ನೀ ಹತನಾಗು (Killer, Get Killed)'.

ಬಹ್ರಿ ಬದುಕಿನಲ್ಲಿ ಕಷ್ಟಪಟ್ಟು ಮೇಲೆ ಬಂದ ಸಮರ್ಥ ವ್ಯಕ್ತಿ. ಟೆಕ್ಸ್‌ಟೈಲ್ ಇಂಜಿನಿಯರನಾಗಿ ವೃತ್ತಿ ಜೀವನ ಆರಂಭಿಸಿದ್ದ ಆತ ಕಾರ್ಖಾನೆಯ ಶಾಪ್ ಫ್ಲೋರಿನಲ್ಲಿ ಒಮ್ಮೆ ತಿರುಗಚ್ಚು (Spindle) ಸೀದಾ ಕಣ್ಣಿಗೆ ಹೊಕ್ಕು ಒಂದು ಕಣ್ಣನ್ನು ಕಳೆದುಕೊಂಡಿದ್ದ. ಅಪಘಾತದ ನಂತರ ಆತನನ್ನು ಆಡಳಿತಸಂಬಂಧಿ ಕೆಲಸಗಳಿಗೆ ನೇಮಿಸಲಾಗಿತ್ತು. ವ್ಯವಹಾರಕ್ಕೆ ಸಂಬಂಧಿಸಿದ ಹಲವು ವಿಧದ ಕಾರ್ಯಗಳನ್ನು ಆತ ನಿರ್ವಹಿಸುತ್ತಿದ್ದ. ಬುದ್ಧಿವಂತನೂ, ದಕ್ಷನೂ ಆಗಿದ್ದರೂ ಸ್ವಲ್ಪಮಟ್ಟಿನ ಅಭದ್ರತೆ ಆತನನ್ನು ಕಾಡುತ್ತಿತ್ತು. ನನ್ನನ್ನು ಅಲ್ಲಿ ಕೆಲಸಕ್ಕೆ ನೇಮಿಸಿರುವುದೇ ಆತನ ಸ್ಥಾನವನ್ನು ಕಿತ್ತುಕೊಳ್ಳುವುದಕ್ಕಾಗಿ ಎಂದು ಯಾರೋ ಆತನಿಗೆ ಹೇಳಿದ್ದರು. ಮೊದಲ ಭೇಟಿಯಲ್ಲಿ ನನ್ನನ್ನು ಆತ ಪ್ರತಿಸ್ಪರ್ಧಿಯಂತೆ ಕಂಡದ್ದು ಈ ಹೇಳಿಕೆಯ ಹಿನ್ನೆಲೆಯಲ್ಲಿ.

ಆದರೆ, ನಾನವನನ್ನು ಮೆಚ್ಚಿಕೊಂಡೆ. ಆತನ ಸುತ್ತ ಒಂದು ಪ್ರಭೆಯಿತ್ತು. ಅಲ್ಲಗಳೆಯಲಾಗದ ಸಾಮರ್ಥ್ಯ ಮತ್ತು ಮೋಹಕ ವ್ಯಕ್ತಿತ್ವವುಳ್ಳವನಾಗಿದ್ದ. ಎಲ್ಲಕ್ಕಿಂತ ಹೆಚ್ಚಾಗಿ ವಾಹನ ಚಾಲಕ, ಜವಾನ ಮತ್ತು ಕೂಲಿಗಳು ಮುಂತಾದ ಸಣ್ಣವರ್ಗದ ಜನರನ್ನೂ ಗೌರವ ಮತ್ತು ಮೈತ್ರಿಯಿಂದ ಕಾಣುತ್ತಿದ್ದ. ನಿರಕ್ಷರಿ ಕಾರ್ಮಿಕರೊಡನೆ ಅವರದೇ ಭಾಷೆಯಲ್ಲಿ ಮಾತಾಡುತ್ತಾ, ವಿನೋದವಾಡುತ್ತಾ ಇರುತ್ತಿದ್ದ. ಬೇಕೆಂದಾಗ ತರಾಟೆಗೆ ತೆಗೆದುಕೊಳ್ಳುವುದೂ ಇತ್ತು. ಪ್ರತಿಯೊಬ್ಬ ಕೆಲಸಗಾರನ ಕೌಟುಂಬಿಕ ಹಿನ್ನೆಲೆಯೂ ಆತನಿಗೆ ಗೊತ್ತಿರುತ್ತಿತ್ತು. ಸರ್ಕಾರೀ ನಿಯಮಗಳ ಬಗ್ಗೆ ಆತನಿಗಿದ್ದ ಆಳವಾದ ಜ್ಞಾನಕ್ಕಾಗಿ ಸರ್ಕಾರೀ ಅಧಿಕಾರಿಗಳೂ ಆತನನ್ನು ಗೌರವಿಸುತ್ತಿದ್ದರು. ಆತನಿಗೆ

ಮಕ್ಕಳಿರಲಿಲ್ಲ. ನಾನು ತಂದೆಯಿಂದ ದೂರವಿದ್ದೆ. ಹೀಗಾಗಿ ಆತ ನನ್ನನ್ನು "ಸನ್ನಿ ಬಾಯ್" ಎಂದು ಕರೆದಾಗೆಲ್ಲಾ ನನಗದು ಆಪ್ಯಾಯಮಾನವಾಗಿರುತ್ತಿತ್ತು. ಜೊತೆಯಲ್ಲಿ ಕೆಲಸ ಪ್ರಾರಂಭಿಸಿದ ಕೆಲವೇ ವಾರಗಳಲ್ಲಿ, ನಮ್ಮಿಬ್ಬರಲ್ಲಿ ಪರಸ್ಪರ ವಿಶ್ವಾಸವು ಬೆಳೆದು ನನ್ನ ಬರವಿನಿಂದಾದ ಅಭದ್ರತೆಯು ಆತನಲ್ಲಿ ಕಡಿಮೆಯಾಯಿತು. ಹಾಗೆಯೇ ಮೊದಲ ದಿನ ಆತ ತೋರಿದ ಮುಸುಕಿನೊಳಗಿನ ಬೆದರಿಕೆಯನ್ನು ನಾನೂ ನಿರ್ಲಕ್ಷಿಸಿದೆ.

ಪ್ರತಿ ಮುಂಜಾನೆ 9 ಗಂಟೆಯ ಸಾಮಾನ್ಯ ಪಾಳಿಯ ಸೈರನ್ ಕೂಗುವ ಮೊದಲೇ ನಾನು ವಾಹನಗಳ ಪಾರ್ಕಿಂಗ್ ಸ್ಥಳದಲ್ಲಿರುತ್ತಿದ್ದೆ. ನನ್ನ ಹೊಚ್ಚ ಹೊಸ ಯೆಜ್ಡಿ ಬೈಕನ್ನೇ ಮಿಗ್–21 ಯುದ್ಧವಿಮಾನವೆಂಬಂತೆ ಓಡಿಸಿಕೊಂಡು ಹೋಗಿ ನೋಡಿದರೆ ಮಹೇಶ್ ಬಪ್ರಿ ನನಗಿಂತ ಮೊದಲೇ ಅಲ್ಲಿರುತ್ತಿದ್ದ. ದೊಡ್ಡ ದೇಹದ ಆತ ತನ್ನ ಉಡುಪು ಸಾಧಾರಣವಾಗಿ ಕಾಣುವಂತೆ ಎಚ್ಚರಿಕೆ ವಹಿಸಿ ಒಳಗೆ ಸಿಕ್ಕಿಸದ ಅರ್ಧ ತೋಳಿನ ಅಂಗಿ ಧರಿಸಿರುತ್ತಿದ್ದ.

ಮಹೇಶ್ ಬಪ್ರಿ ಎಂದೂ ಒಂಟಿಯಾಗಿರುತ್ತಿರಲಿಲ್ಲ. ಬೆಳಗಿನ ಸಮಯದಲ್ಲೂ ಒಂದಷ್ಟು ಜನ ಆತನನ್ನು ಸುತ್ತುವರಿದಿರುತ್ತಿದ್ದರು. ನೇಯ್ಗೆ ವಿಭಾಗಕ್ಕೆ ಹೊರಟಿದ್ದ ಒಬ್ಬ ಕೆಲಸಗಾರನೋ, ತೆರಿಗೆ ಅಧಿಕಾರಿಯೋ, ಸೆಕ್ಯುರಿಟಿಯವನೋ ಅಥವಾ ಮಾರಾಟ ವಿಭಾಗದ ಸಹೋದ್ಯೋಗಿಯೋ, ಯಾರೋ ಒಬ್ಬರಿರುತ್ತಿದ್ದರು. ಎಲ್ಲರೂ ಹೇಗೆ ಆತನೆಡೆಗೆ ಆಕರ್ಷಿತರಾಗುತ್ತಾರೆಂಬುದೇ ನನಗೊಂದು ಸೋಜಿಗದ ವಿಷಯವಾಗಿತ್ತು! ಅವರೆಲ್ಲಾ ಲೋಕಾಭಿರಾಮವಾಗಿ ಹರಟುತ್ತಾ ಆತನೊಡನೆ ಕಳೆಯುತ್ತಿದ್ದ ಐದು–ಹತ್ತು ನಿಮಿಷಗಳಲ್ಲಿಯೇ ಆತ ಅವರಿಗೆ ಏನನ್ನೋ ವಿವರಿಸುತ್ತಿದ್ದ. ಯಾವುದೇ ಸಮಯದಲ್ಲೂ ಕಾರ್ಖಾನೆಯಲ್ಲಿ ನಡೆಯುತ್ತಿದ್ದ ಎಲ್ಲ ವಿಷಯಗಳೂ ಮಹೇಶ್ ಬಪ್ರಿಗೆ ಗೊತ್ತಿರುತ್ತಿದ್ದವು.

ನನ್ನ ಕಲ್ಪನೆಯ ಮಿಗ್–21 ಅನ್ನು ಪಾರ್ಕಿಂಗ್‌ನಲ್ಲಿ ನಿಲ್ಲಿಸಿ 'ಯುದ್ಧ ಹೆಲ್ಮೆಟ್'ನ್ನು ತೆಗೆದ ನಂತರ ಆತನೂ ನಾನೂ ಕಾರ್ಖಾನೆಯನ್ನು ಒಂದು ಸುತ್ತು ಹಾಕುತ್ತಿದ್ದೆವು. ನಮ್ಮ ಈ ಸುತ್ತಾಟ ಕಾರ್ಖಾನೆಯ ಒಂದು ತುದಿಯಿಂದ ಶುರುವಾಗುತ್ತಿತ್ತು. ಹಲವು ಕಿಲೋಮೀಟರುಗಳಷ್ಟು ವ್ಯಾಪಿಸಿದ್ದ, ವಿಶಾಲವಾದ ಹೊಗೆ ಮೆತ್ತಿದ ಕಾರ್ಖಾನೆಯ ಎರಡು ತುದಿಗಳಲ್ಲಿ, ಒಂದು ಕಡೆ ಹತ್ತಿಯ ಮಳಿಗೆಯಿದ್ದರೆ, ಇನ್ನೊಂದು ಕಡೆ ಕಲ್ಲಿದ್ದಲ ಅಂಗಣವಿತ್ತು. ಹತ್ತಿಯನ್ನು ನೂಲಾಗಿಸಿ, ನೂಲಿನಿಂದ ಬಟ್ಟೆ ನೇಯ್ದು, ಬಟ್ಟೆಗೆ ಬಣ್ಣ ಹಾಕಿ, ಚಿತ್ತಾರಗಳನ್ನು ಮುದ್ರಿಸಿ, ಅಳತೆಗೆ ಕತ್ತರಿಸಿ, ಮೂಟೆ ಕಟ್ಟಿ ಉಗ್ರಾಣದಲ್ಲಿ ಶೇಖರಿಸುವವವರೆಗಿನ ಸರ್ವ ಕಾರ್ಯಗಳೂ ಈ ಎರಡು ತುದಿಗಳ ಮಧ್ಯೆ ಹರಡಿದ್ದ ವಿಸ್ತಾರವಾದ ಶಾಪ್ ಫ್ಲೋರಿನಲ್ಲಿ ಜರುಗುತ್ತಿದ್ದವು. ಉಗ್ರಾಣ ಮತ್ತು ಕಲ್ಲಿದ್ದಲ ಅಂಗಣಗಳೆರಡೂ ಮಹೇಶ್ ಬಪ್ರಿಯ ಸುಪರ್ದಿಗೆ ಸೇರಿದ್ದವು. ದೆಹಲಿಯ ವಿದ್ಯುತ್ ನಿಗಮದ ಅನಿಶ್ಚಿತ ವಿದ್ಯುತ್ ಪೂರೈಕೆಯ ಮೇಲೆ ಕಾರ್ಖಾನೆ ಭರವಸೆ ಇಡುವಂತಿರಲಿಲ್ಲ. ಅಲ್ಲಿನ ಕೆಲವು ಚಟುವಟಿಕೆಗಳಿಗೆ ಬೇಕಾದ ಉಗಿ ಮತ್ತು ವಿದ್ಯುತ್ತನ್ನು ಉತ್ಪಾದಿಸಲು ಕಲ್ಲಿದ್ದಲು ಬೇಕಿತ್ತು. ಕಲ್ಲಿದ್ದಲನ್ನು ಪೂರೈಸುವಲ್ಲಿ ಸರ್ಕಾರದ ಮೂರು

ಸಂಸ್ಥೆಗಳು ಒಟ್ಟಿಗೆ ಕೆಲಸ ಮಾಡಬೇಕಿತ್ತು – ಕಲ್ಲಿದ್ದಲನ್ನು ಅಗೆದು ತೆಗೆಯುತ್ತಿದ್ದ ಕೋಲ್ ಇಂಡಿಯಾ ಸಂಸ್ಥೆ, ಅದನ್ನು ಸಾಗಿಸಲು ರೈಲ್ವೇ ಕೋಚ್‌ಗಳನ್ನು ಗೊತ್ತುಪಡಿಸುತ್ತಿದ್ದ ರೈಲ್ವೇ ನಿಗಮ ಮತ್ತು ಗಾಡಿಯಲ್ಲಿ ಬಂದ ಕಲ್ಲಿದ್ದಲನ್ನು ಕಾರ್ಖಾನೆಗೆ ತಂದು ತಲುಪಿಸಬೇಕಿದ್ದ ಪ್ರಾದೇಶಿಕ ರೈಲ್ವೇ ಇಲಾಖೆ. ಈ ಮೂರೂ ಒಂದುಗೂಡಿ ಕೆಲಸ ನಿರ್ವಹಿಸುವುದು ಬಹು ಕಷ್ಟದ ವಿಷಯವಾದ್ದರಿಂದ, ಪೂರೈಕೆ ಸಮರ್ಪಕವಾಗಿರುತ್ತಿರಲಿಲ್ಲ. ಸಮಯಕ್ಕೆ ಸರಿಯಾಗಿ ಕಲ್ಲಿದ್ದಲು ಪೂರೈಕೆಯಾಗದಿದ್ದಲ್ಲಿ ಹತ್ತಿ ನಿಷ್ಪ್ರಯೋಜಕವಾಗುತ್ತಿತ್ತು. ಕಲ್ಲಿದ್ದಲ ಅಂಗಣ ಯಾವಾಗಲೂ ತುಂಬಿರುವಂತೆ ನೋಡಿಕೊಳ್ಳುವುದು ಮಹೇಶ್ ಬಹ್ರಿಯ ಜವಾಬ್ದಾರಿಯಾಗಿತ್ತು. ಹತ್ತಿಯ ಮಳಿಗೆಯ ಮೇಲ್ವಿಚಾರಣೆ ಆತನದಲ್ಲದಿದ್ದರೂ ಅಲ್ಲಿದ್ದ ಹತ್ತಿಯ ಪ್ರಮಾಣ ಕಲ್ಲಿದ್ದಲ ಅವಶ್ಯಕತೆಯನ್ನು ನಿರ್ಧರಿಸುತ್ತಿತ್ತು. ಯಾವುದೇ ಸಮಯದಲ್ಲೂ ಬಹ್ರಿಗೆ ಮಾರಾಟ ವಿಭಾಗ ಕೊಟ್ಟ ಸಿದ್ಧ ಸರಕಿನ ಅಂದಾಜು ಎಷ್ಟು ಮತ್ತು ಮಳಿಗೆಯಲ್ಲಿರುವ ಹತ್ತಿಯ ದಾಸ್ತಾನು ಎಷ್ಟು ಎಂಬುದರ ಮಾಹಿತಿಯೊಂದಿಗೆ, ಅದಕ್ಕೆ ತನ್ನವರು ಹೊಂದಿಸಬೇಕಾದ ಕಲ್ಲಿದ್ದಲ ಪ್ರಮಾಣದ ಲೆಕ್ಕಾಚಾರವೂ ಇರುತ್ತಿತ್ತು. ಆತ ತನ್ನ ಮೇಜಿಗೆ ಬರುತ್ತಿದ್ದ ವರದಿಗಳನ್ನು ನೋಡಿಯೇ ಇವನ್ನೆಲ್ಲ ತಿಳಿಯಬಹುದಿತ್ತು. ದಿನಾಲೂ ಕಾರ್ಖಾನೆಯನ್ನು ಸುತ್ತು ಹಾಕುವ ಅವಶ್ಯಕತೆಯಿರಲಿಲ್ಲ. ಆದರೆ ಆತ ಖುದ್ದಾಗಿ ವಿಷಯ ಸಂಗ್ರಹಿಸಲು ಬಯಸುತ್ತಿದ್ದ.

ನಮ್ಮ ಒಂದು ಗಂಟೆಯ ಕಾಲ್ನಡಿಗೆ ಸಂಚಾರದಲ್ಲಿ ಮಹೇಶ್ ಬಹ್ರಿ ಉದ್ದಕ್ಕೂ ಜನರ ವಂದನೆಗಳನ್ನು ಸ್ವೀಕರಿಸುತ್ತಿದ್ದ. ಕೆಲವರೊಡನೆ ಒಂದೆರಡು ಮಾತನ್ನಾಡಿದರೆ, ಇನ್ನು ಕೆಲವರ ಬಳಿ ನಗೆ ಚಟಾಕಿ ಹಾರಿಸುತ್ತಾ, ಮತ್ತಿತರರೊಡನೆ ಗುರುಗುಟ್ಟುತ್ತಿದ್ದ ಮಾತ್ರ. ಸ್ವಲ್ಪ ಪ್ರಾಮುಖ್ಯತೆಯುಳ್ಳ ವ್ಯಕ್ತಿಗಳು ಕಂಡರೆ, ಅವರ ವಿಷಯವನ್ನೆಲ್ಲಾ ನನಗೆ ವಿವರವಾಗಿ ತಿಳಿಸಿ ಅವರಿಂದ ಏನನ್ನು ನಿರೀಕ್ಷಿಸಬಹುದೆಂದೂ ತಿಳಿಸುತ್ತಿದ್ದ. ಬಲಶಾಲಿಯಾದ ಕರಡಿಯೊಂದು ಕಾಡಿನ ಹಾದಿಯಲ್ಲಿ ತನ್ನ ಮರಿಗೆ ಬೋಧಿಸುತ್ತಾ ಹೋಗುವಂತೆ ಆತ ನನ್ನೊಡನಿದ್ದ!

ಎಲ್ಲ ದೊಡ್ಡವರಿಗಿರುವಂತೆ ಮಹೇಶ್ ಬಹ್ರಿಗೂ ಒಂದು ದೌರ್ಬಲ್ಯವಿತ್ತು. ಅವನ ಬಳಿ ಕೆಲಸ ಮಾಡುತ್ತಿದ್ದ ಒಬ್ಬ ವಿಭಾಗೀಯ ಮುಖ್ಯಸ್ಥನ ಬಗ್ಗೆ ಆತನಿಗೆ ವಿಶೇಷವಾದ ಒಲವಿತ್ತು. ಆ ಮುಖ್ಯಸ್ಥ ಅದನ್ನು ದುರುಪಯೋಗಪಡಿಸಿಕೊಳ್ಳುತ್ತಿದ್ದ. ಅವನ ಬಳಿ ಇದ್ದ ಸಹಾಯಕರ ತಂಡದಲ್ಲಿ ಎಲ್ಲರೂ ಅತ್ಯಂತ ಅಶಿಸ್ತಿನವರಾಗಿದ್ದರು. ವಿಚಿತ್ರವೆಂದರೆ, ಬಹ್ರಿ ತನ್ನ ಕಣ್ಣೆದುರೇ ನಡೆಯುತ್ತಿದ್ದ ಇವನ್ನೆಲ್ಲ ಸಹಿಸಿ ಸುಮ್ಮನಿರುತ್ತಿದ್ದ. ಬಹ್ರಿಯ ಮೆಚ್ಚಿನ ಮುಖ್ಯಸ್ಥ ಕಷ್ಟಪಟ್ಟು ದುಡಿಯುವ ಬದಲು ಅಲ್ಲಿಲ್ಲಿ ಅಡ್ಡಾಡುತ್ತಾ, ಬಹ್ರಿಯ ಚಿಕ್ಕ ಪುಟ್ಟ ಕೆಲಸಗಳನ್ನು ಮಾಡಿಕೊಂಡು, ಕೆಲವೊಮ್ಮೆ ಅವನೆದುರು ಸುಮ್ಮನೇ ಕುಳಿತು ಕಾಲ ಕಳೆಯುತ್ತಿದ್ದ. ವಿಧಿಯಾಟವೆಂಬಂತೆ, ಆ ಗುಂಪನ್ನು ನನ್ನ ಮೇಲ್ವಿಚಾರಣೆಗೆ ವಹಿಸಿದರು. ಬಹ್ರಿಯ ಕೆಳಗೆ ನೇರವಾಗಿ ಕೆಲಸ ಮಾಡುವ ಅಭ್ಯಾಸವಿದ್ದ ಆ ಮುಖ್ಯಸ್ಥ, ನಾನು ಹೆಸರಿಗೆ ಮಾತ್ರ ಅವನ ಅಧಿಕಾರಿಯಾಗಿ, ಅವನನ್ನೇ ಓಲೈಸುತ್ತಾ ಇರುವೆನೆಂದು

ಭಾವಿಸಿದ್ದ. ನನ್ನ ಕೈ ಕೆಳಗೆ ಕೆಲಸ ಮಾಡುವವನೊಬ್ಬ ನನ್ನ ಮೇಲಧಿಕಾರಿಯ ಸುತ್ತ ಸದಾ ತಿರುಗುವುದೇ ತನ್ನ ಪ್ರಮುಖ ಕೆಲಸ ಎಂಬಂತೆ ಇರುವುದು ನನಗೆ ಎಳ್ಳಷ್ಟೂ ಹಿಡಿಸುವುದಿಲ್ಲವೆಂದು ಆತ ತಿಳಿದಿರಲಿಲ್ಲ. ಅವನ ಆಟ ನಡೆಯದೇ ಹೋದಾಗ ನಮ್ಮಿಬ್ಬರ ಮಧ್ಯೆ ಘರ್ಷಣೆ ಬೆಳೆಯತೊಡಗಿತು. ಒಮ್ಮೆ ನನ್ನ ಸಮ್ಮುಖದಲ್ಲೇ ಆತ ಒಬ್ಬ ಸಂದರ್ಶಕನೆದುರು ಕಂಪನಿಯ ವ್ಯವಸ್ಥಾಪಕ ವರ್ಗದ ಬಗ್ಗೆ ಹೀಗಳೆದು ಮಾತಾಡಿದಾಗ, ಪರಿಸ್ಥಿತಿ ವಿಕೋಪಕ್ಕೆ ಹೋಯಿತು. ಆತ ನನಗಿಂತ ಹಿರಿಯನೂ, ನನ್ನ ಅಧಿಕಾರಿಯ ಮೆಚ್ಚಿನವನೂ ಆದ ಮಾತ್ರಕ್ಕೆ ನಾನದನ್ನು ಮೂಕವಾಗಿ ಸಹಿಸಲು ಸಿದ್ಧನಿರಲಿಲ್ಲ. ಆತ ನನ್ನ ಕ್ಷಮಾಪಣೆ ಕೇಳಬೇಕೆಂದೂ ಇಲ್ಲವಾದರೆ ಆತನನ್ನು ನಮ್ಮ ವಿಭಾಗದಿಂದ ಶಾಪ್ ಫ್ಲೋರಿಗೆ ವರ್ಗಾಯಿಸಬೇಕೆಂದೂ ನಾನು ಪಟ್ಟು ಹಿಡಿದೆ. ಇಕ್ಕಟ್ಟಿಗೆ ಸಿಲುಕಿದ ಮಹೇಶ್ ಬಕ್ಷಿ ವಿಷಯವನ್ನು ತನ್ನ ಮೇಲಧಿಕಾರಿಗೆ ಒಪ್ಪಿಸಿದ. ನನ್ನ ನಿಲುವಿಗೆ ಬದ್ಧನಾಗಿದ್ದ ನಾನು ವಿಷಯ ತಾರ್ಕಿಕ ಕೊನೆ ಮುಟ್ಟುವವರೆಗೂ ಸುಮ್ಮನಿರುವಂತಿರಲಿಲ್ಲ. ಆತನನ್ನು ಇಪ್ಪತ್ನಾಲ್ಕು ಗಂಟೆಗಳೊಳಗೆ ವರ್ಗಾಯಿಸದಿದ್ದರೆ, ರಾಜೀನಾಮೆ ಕೊಡುವುದಾಗಿ ಮೇಲಧಿಕಾರಿಗಳಿಗೆ ತಿಳಿಸಿದೆ. ಅದರಂತೆ ಇಪ್ಪತ್ನಾಲ್ಕು ಗಂಟೆಗಳ ನಂತರ ರಾಜೀನಾಮೆ ಸಲ್ಲಿಸಿದೆ.

ನಿರುದ್ಯೋಗದ ಕತ್ತಿ ತಲೆಯ ಮೇಲೆ ತೂಗತೊಡಗಿತು. ಅಮಿತಾವನಿಗೆ ನಡೆದದ್ದನ್ನೆಲ್ಲಾ ತಿಳಿಸಿದೆ. ಅಮಿತಾವ ತಾನೇ ಇನ್ನೂ ವೃತ್ತಿಜೀವನದಲ್ಲಿ ನೆಲೆಗೊಂಡಿರಲಿಲ್ಲ, ನೆಚ್ಚುವ ಸಂಪಾದನೆಯಿರಲಿಲ್ಲ. ಆದರೂ ನನಗೆ ಹೇಳಿದ್ದ, "ಸಂತೋಷವಾಗಿ ಬಿಟ್ಟು ಬಾ".

ಜೀವನ ಕೆಲವೊಮ್ಮೆ ನಿಮಗೆ ಖಾಲಿ ಚೆಕ್ಕನ್ನು ಕರುಣಿಸುತ್ತದೆ. ಆದರೆ, ಅದನ್ನು ತಕ್ಷಣ ನಗದುಗೊಳಿಸಿಕೊಳ್ಳದೇ ಇರುವುದೇ ಜಾಣತನ. ನಾನು ಭುವನೇಶ್ವರಕ್ಕೆ ಹಿಂತಿರುಗುವ ಬದಲು ಅಲ್ಲಿಯೇ ಇದ್ದು ಕಾರ್ಖಾನೆಯವರ ಪ್ರತಿಕ್ರಿಯೆಗಾಗಿ ಕಾದೆ. ಮರುದಿನ ಬೆಳಿಗ್ಗೆ ನನ್ನ ಮೇಜಿನ ಮೇಲಿದ್ದ ಫೋನು ರಿಂಗಣಿಸಿತು. ಹೊಸ ಕಾರ್ಯಕಾರೀ ನಿರ್ದೇಶಕರ ಕೊಠಡಿಗೆ ಬರುವಂತೆ ಕರೆ ಬಂದಿತ್ತು.

ಅಧ್ಯಾಯ 8

ಗುರು ಕ್ರೂರನಾದಾಗ

ಡಿಸಿಎಮ್ ಗುಂಪಿನವರು ತಮ್ಮ ವ್ಯವಹಾರಗಳನ್ನು ವಿವಿಧ ಕ್ಷೇತ್ರಗಳಿಗೆ ವಿಸ್ತರಿಸಿದ್ದರು. ರೇಯಾನ್ ಬಟ್ಟೆ ತಯಾರಿಕೆ, ರಾಸಾಯನಿಕಗಳು, ಕಂಪ್ಯೂಟರ್, ಎರಕದಚ್ಚುಗಳ ತಯಾರಿಕೆ ಮತ್ತು ಆಟೋಮೊಬೈಲ್ ಅಲ್ಲದೆ ಇನ್ನೂ ಹಲವಾರು ಉದ್ಯಮಗಳಿದ್ದವು. ಇದರೊಂದಿಗೆ 'ಶ್ರೀರಾಮ್ ಗ್ರೂಪ್' ಹೆಸರಿನಲ್ಲಿ ವಿದ್ಯುತ್ ಉಪಕರಣಗಳು ಮತ್ತು ಶೈತ್ಯೀಕರಣಕ್ಕೆ ಸಂಬಂಧಿಸಿದ ಸಾಕಷ್ಟು ವ್ಯವಹಾರಗಳಿದ್ದವು. ಡಿಸಿಎಮ್ ಗುಂಪಿನ ಸಂಸ್ಥೆಗಳನ್ನು ಪ್ರಾರಂಭಿಸಿದವರು ದಿವಂಗತ ಲಾಲಾ ಶ್ರೀರಾಮ್ ಎಂಬ ಉದ್ಯಮಿ. ಅವರ ನಂತರ, ಪುತ್ರರುಗಳಾದ ಡಾ.ಭರತ್‌ರಾಮ್ ಮತ್ತು ಡಾ.ಚರತ್‌ರಾಮ್ ಗುಂಪಿನ ವ್ಯವಹಾರಗಳನ್ನು ತಮ್ಮಿಬ್ಬರ ಮಧ್ಯೆ ನಿರ್ದಿಷ್ಟ ಜವಾಬ್ದಾರಿಗಳೊಂದಿಗೆ ಹಂಚಿಕೊಂಡರು. ಅವರಿಬ್ಬರ ವ್ಯಕ್ತಿತ್ವಗಳು ಸಂಪೂರ್ಣ ಭಿನ್ನವಾಗಿದ್ದು, ನಾಯಕತ್ವದ ಶೈಲಿಯಲ್ಲೂ ಅಗಾಧ ಅಂತರವಿತ್ತು. ಜವಳಿ ಉದ್ಯಮಗಳು ಡಾ.ಭರತ್‌ರಾಮ್‌ರೊಂದಿಗಿದ್ದವು. ಅವರಲ್ಲಿದ್ದ ಅನೇಕ ಗಿರಣಿಗಳಲ್ಲಿ ಒಂದಾದ ಡೆಲ್ಲಿ ಕ್ಲಾತ್ ಮಿಲ್ಸ್ ಲಾಲಾ ಶ್ರೀರಾಮ್ ಪ್ರಾರಂಭಿಸಿದ್ದ ಮಾತೃ ಸಂಸ್ಥೆ. ಕಾಲಾಂತರದಲ್ಲಿ, ಅದರ ಪರಿಸ್ಥಿತಿ ಹದಗೆಡುತ್ತಾ ಹೋಗಿ, ಅಧೋಗತಿಯನ್ನು ತಲುಪಿತ್ತು. ನಾನು 1977 ರಲ್ಲಿ ಕೆಲಸಕ್ಕೆ ಸೇರಿದಾಗ ಅಲ್ಲಿ ಎಚ್.ಎನ್. ಚತುರ್ವೇದಿಯೆಂಬ ತರುಣ ಹಾಗೂ ದಕ್ಷರಾದ ಜನರಲ್ ಮ್ಯಾನೇಜರ್ ಇದ್ದರು. ಪರಿಸ್ಥಿತಿಯನ್ನು ಸುಧಾರಿಸುವ ಅವರ ಎಲ್ಲ ಪ್ರಯತ್ನಗಳೂ ನಿಷ್ಫಲವಾಗಿದ್ದವು. ನಾನಲ್ಲಿದ್ದ ಎರಡನೇ ವರ್ಷದಲ್ಲಿ ಮಾಲೀಕರು ಬೃಹಸ್ಪತಿ ದೇವ್ ಪಾಠಕ್ ಎಂಬುವವರನ್ನು ಚತುರ್ವೇದಿಯವರ ಜಾಗಕ್ಕೆ ತರಲು ನಿರ್ಧರಿಸಿದರು. ಪಾಠಕ್‌ರವರು ಲಾಲಾ ಶ್ರೀರಾಮ್‌ರ ಕಾಲದಿಂದ ಕಂಪನಿಯಲ್ಲಿದ್ದು, ತಮ್ಮ ಸಾಮರ್ಥ್ಯದಿಂದ ಮಾಲೀಕರ ಕುಟುಂಬದ ಎಲ್ಲರ ನಂಬಿಕೆಯನ್ನು ಗಳಿಸಿದವರು. ಅವರೀಗ ರೇಯಾನ್ ವ್ಯವಹಾರವನ್ನು ನೋಡಿಕೊಳ್ಳುತ್ತಿದ್ದರು. ಹಿಂದೊಮ್ಮೆ ಡೆಲ್ಲಿ ಕ್ಲಾತ್ ಮಿಲ್ಸ್‌ಅನ್ನು ಸಮರ್ಥವಾಗಿ ನಡೆಸಿದ ಖ್ಯಾತಿಯಿದ್ದ ಅವರಿಂದ ಪರಿಸ್ಥಿತಿ ಸುಧಾರಿಸಬಹುದೆಂಬ ನಿರೀಕ್ಷೆ ಮಾಲೀಕರಿಗಿತ್ತು.

ಒಂದೆಡೆ ಆಶಾವಾದ, ಮತ್ತೊಂದೆಡೆ ಭಯ ತುಂಬಿದ್ದ ವಾತಾವರಣದಲ್ಲಿ ಬೃಹಸ್ಪತಿ ದೇವ್ ಪಾಠಕ್ ಬಂದಿಳಿದಿದ್ದರು. ಸುಧಾರಣೆಯ ಆಶೆಯ ಜೊತೆಗೇ, ಎಣಿಸಿದಂತೆ ಎಲ್ಲವೂ ನಡೆಯದಿದ್ದರೆ ಮುಂದೇನು ಗತಿ ಎಂಬ ಭಯ ಎಲ್ಲರನ್ನೂ ಕಾಡುತ್ತಿತ್ತು. ಪಾಠಕ್‌ನನ್ನು ಗೌರವದಿಂದ ಎಲ್ಲರೂ ಪಾಠಕ್‌ಜಿ ಎಂದೇ ಸಂಬೋಧಿಸುತ್ತಿದ್ದರು. ಕೆಲವು ಸಿನಿಕರು 'ಪಾವ್ ಚೂ (ಕಾಲು ನೆಕ್ಕಿಸಿಕೊಳ್ಳುವ) ಪಾಠಕ್' ಎಂತಲೂ ಕರೆಯುತ್ತಿದ್ದರು.

ಕಾರ್ಖಾನೆಯ ಆವರಣದಲ್ಲಿ ಅಡ್ಡಾಡುವಾಗ ಎದುರಿಗೆ ಸಿಕ್ಕವರೆಲ್ಲ ಬಗ್ಗಿ, ತನ್ನ ಕಾಲು ಮುಟ್ಟಲೆಂಬ ಭಟ್ಟಂಗಿತನದ ನಿರೀಕ್ಷೆಗಳು ಆತನಿಗಿದ್ದುದರಿಂದ ಹಾಗೆನ್ನುತ್ತಿದ್ದರು. ಆತ ಕೆಲವೇ ಆಪ್ತರ ಮಾತು ಕೇಳುತ್ತಾನೆಂತಲೂ, ಮಹಾ ಮುಂಗೋಪಿಯೆಂದೂ ಹೆಸರಾಗಿದ್ದ. ಸಿಗರೇಟು ಸೇದುವುದು ಮತ್ತು ಮದ್ಯ ಸೇವನೆ ಕಂಡರೆ ಆತನಿಗಾಗುತ್ತಿರಲಿಲ್ಲ. ಇನ್ನೂ ಕೆಲವರು ಹೇಳುತ್ತಿದ್ದಂತೆ, ಪಂಜಾಬಿ ಮ್ಯಾನೇಜರ್‌ಗಳನ್ನೂ ಆತ ದ್ವೇಷಿಸುತ್ತಿದ್ದ. ಮಹೇಶ್ ಚಂದ್ ಬಕ್ರಿ ಸಿಗರೇಟು ಸೇದುತ್ತಿದ್ದ, ಏಕಾಂತದಲ್ಲಿ ಮದ್ಯವನ್ನು ಸವಿಯುತ್ತಿದ್ದುದನ್ನು ಎಂದೂ ಮುಚ್ಚಿಟ್ಟವನಲ್ಲ ಮತ್ತು ಆತ ಪಂಜಾಬಿಯಾಗಿದ್ದ.

ಮುಖದ ಮೇಲೆ ಕಪ್ಪು ಚುಕ್ಕಿಗಳುಳ್ಳ, ಸಣ್ಣ ಗಾತ್ರದವನಾದ ಪಾಠಕ್ ವಯಸ್ಸಾಗಿದ್ದರೂ ಶಕ್ತಿವಂತನಾಗಿದ್ದ. ಧಾರ್ಮಿಕ ಸರ್ವಾಧಿಕಾರಿಯಂತೆ ತನ್ನ ವ್ಯವಹಾರಗಳನ್ನು ನಡೆಸುತ್ತಿದ್ದ. ಒಮ್ಮೆ ರಾಜಸ್ತಾನದ ಕೋಟಾದಲ್ಲಿದ್ದ ರೇಯಾನ್ ಕಾರ್ಖಾನೆಯನ್ನು ನೋಡಲು ನಾವಿಬ್ಬರೂ ಒಟ್ಟಿಗೆ ಹೊರಟಿದ್ದೆವು. ದಾರಿಯಲ್ಲಿ ಬೆಕ್ಕೊಂದು ಅಡ್ಡ ಬಂದಿತೆಂದು, ಕಾರಿನ ಚಾಲಕ ತಕ್ಷಣ ಬ್ರೇಕ್ ಹಾಕಿದ. ಇದನ್ನೊಂದು ಅಪಶಕುನವೆಂದು ಭಾವಿಸುವ ಎಲ್ಲಾ ಚಾಲಕರೂ ಸಾಮಾನ್ಯವಾಗಿ ಇಂಥಾ ಸಂದರ್ಭಗಳಲ್ಲಿ ವಾಹನವನ್ನು ನಿಲ್ಲಿಸಿ, ಒಂದಷ್ಟು ದೂರ ಹಿಂದೆ ಹೋಗಿ, ಮತ್ತೆ ಹೊರಡುತ್ತಾರೆ. ಇದರಿಂದ ಅಪಶಕುನ ಹರಿಯುತ್ತದೆಂದು ಅವರ ನಂಬಿಕೆ. ಅಂದೂ ಚಾಲಕ ಹಾಗೇ ಮಾಡಿದಾಗ ಪಾಠಕ್ ಅವನಿಗೆ ಎಚ್ಚರಿಸಿದ, "ಕಾರನ್ನು ನಿಲ್ಲಿಸಬೇಡ. ಇಂದು ತಾನ್ಯಾರ ದಾರಿಗೆ ಅಡ್ಡವಾದೆ ಎಂದು ಬೇಕಿದ್ದರೆ ಆ ಬೆಕ್ಕು ಚಿಂತಿಸಲಿ". ಕೋಟಾದಲ್ಲಿದ್ದಾಗ ತನ್ನ ಮನೆಯಲ್ಲಿರಲು ನನ್ನನ್ನು ಆಹ್ವಾನಿಸಿದ್ದ.

ನನ್ನ ಬಾಸ್‌ನ ಚೇಲಾಗೆ ಮಣಿಯದೆ ಡಿಸಿಎಮ್ ಬಿಡಲು ನಿರ್ಧರಿಸಿದ್ದ ನಾನು ಈಗ ಬೃಹಸ್ಪತಿ ದೇವ್ ಪಾಠಕ್‌ನ ಎದುರು ಕುಳಿತಿದ್ದೆ. ಆತ ನನಗಿಂತ ಮೂರು ಪಟ್ಟು ವಯಸ್ಸಿನಲ್ಲಿ ದೊಡ್ಡವನು ಮತ್ತು ಅತ್ಯುನ್ನತ ಅಧಿಕಾರದಲ್ಲಿದ್ದವನಾಗಿದ್ದ. ನನ್ನ ಅಹವಾಲನ್ನೆಲ್ಲ ಆಲಿಸಿದ ನಂತರ ಆತ ಕೇಳಿದ್ದು ಇಷ್ಟೇ, 'ದೊಡ್ಡ ಬಂಡೆಯ ಕೆಳಗೆ ಬೀಜವೊಂದು ಮೊಳಕೆಯೊಡೆಯುವುದನ್ನು ಎಂದಾದರೂ ನೋಡಿದ್ದೀಯಾ?'

'ನೋಡಿದ್ದೇನೆ ಸರ್'

'ಬೀಜವು ಬಂಡೆಯ ಕೆಳಗಿರುವಾಗ ಯಾರ ಶಕ್ತಿ ಹೆಚ್ಚು? ಯಾರ ಕೈ ಮೇಲಾಗಿರುತ್ತದೆ?'

'ಬಂಡೆಯದು ಸರ್'

'ಸರಿಯಾಗಿ ಹೇಳಿದೆ. ಶಕ್ತಿಯ ತಕ್ಕಡಿ ಬಂಡೆಯ ಕಡೆಗೇ ವಾಲುತ್ತದೆ. ಬಂಡೆಯು ಸಸಿಯನ್ನು ಹೊಸಕಿಹಾಕಿಬಿಡಬಲ್ಲುದು. ಸಸಿ ಎಂದೂ ಬಂಡೆಯೊಂದಿಗೆ ಘರ್ಷಣೆಗಿಳಿಯುವುದಿಲ್ಲ, ತನ್ನತನವನ್ನು ಸಾಧಿಸಹೊರಡುವುದಿಲ್ಲ. ಅದು ಮೆತ್ತಗೆ ಬಂಡೆಯನ್ನು ಬಳಸಿಕೊಂಡೇ ಅದರ ಪಕ್ಕದಲ್ಲಿ ಬೆಳೆಯುತ್ತಾ ಹೋಗುತ್ತದೆ. ಒಂದು ದಿನ ಅದೇ ಸಸಿ ಹೆಮ್ಮರವಾಗಿ ಬೆಳೆದು ನಿಲ್ಲುತ್ತದೆ. ಆಗ ಬಂಡೆಯ ಸ್ಥಾನವೇನು?'

ನಾನು ಮೌನವಾಗಿದ್ದೆ.

'ಅದು ಎಂದಿಗೂ ಮರದ ಕಾಲ ಕೆಳಗೆ ಬಿದ್ದಿರುತ್ತದೆ'

ಸಂದೇಶ ಸ್ಪಷ್ಟವಾಗಿತ್ತು. ಸಸಿಯಾಗಿದ್ದ ನಾನು ಬಂಡೆಯೊಡನೆ ಕದನಕ್ಕಿಳಿದಿದ್ದೆ. ಪಾಠಕ್ ಅದನ್ನು ಸುತ್ತುವರಿದು ಬೆಳೆಯುವಂತೆ ನನಗೆ ಸೂಚಿಸುತ್ತಿದ್ದ. ರಾಜೀನಾಮೆ ಹಿಂತೆಗೆದುಕೊಂಡೆ. ತಪ್ಪಿತಸ್ಥ ಮನುಷ್ಯನ ಬಳಿ ಹೋಗಿ ಆತನನ್ನು ತಬ್ಬಿಕೊಂಡೆ.

○

ಪಾಠಕ್‌ನ ಮುಂದಾಳತ್ವ ಕಾರ್ಖಾನೆಯ ಸ್ಥಿತಿಗತಿಗಳಲ್ಲಿ ಮಾಂತ್ರಿಕವಾದ ಬದಲಾವಣೆಯನ್ನೇನೂ ತರಲಿಲ್ಲ. ಕೆಲಸಗಾರರು, ವ್ಯವಸ್ಥಾಪಕರು ಮತ್ತು ಇತರ ಸಿಬ್ಬಂದಿ ಮತ್ತಷ್ಟು ರಾಜಕೀಯ ನಡೆಸತೊಡಗಿದರು. ಗೊಡ್ಡುಹರಟೆ, ಗುಲ್ಲು-ವದಂತಿಗಳು, ಚಾಡಿಕೋರತನ ಇವೆಲ್ಲಾ ಹುಳುಗಳಂತೆ ವೃದ್ಧಿಸಿ ಹಬ್ಬತೊಡಗಿದವು. ಅದೇ ಸಮಯಕ್ಕೆ ದೆಹಲಿಯ ಜವಳಿ ಗಿರಣಿಗಳ ಕಾರ್ಮಿಕರ ಒಕ್ಕೂಟವು ವೇತನವನ್ನು ಪರಿಷ್ಕರಿಸುವಂತೆ ಒತ್ತಾಯಿಸಿ, ಮುಷ್ಕರಕ್ಕೆ ಕರೆ ಕೊಟ್ಟಿತು. ಆಗಲೇ ಸಂಕಷ್ಟದಲ್ಲಿದ್ದ ಡೆಲ್ಲಿ ಕ್ಲಾತ್ ಮಿಲ್ಸ್‌ನ ಆಡಳಿತ ವರ್ಗ ಕಾರ್ಮಿಕರೊಡನೆ ಮುಖಾಮುಖಿಯಾಯಿತು. ಎಲ್ಲ ಮಾತುಕತೆಗಳು ಮುರಿದು ಬಿದ್ದು, ಆರು ಸಾವಿರ ಕೆಲಸಗಾರರು ಮುಷ್ಕರಕ್ಕಿಳಿದರು. ಕಾರ್ಖಾನೆಯಲ್ಲಿ ಲಾಕ್‌ಔಟ್ ಘೋಷಿಸುವುದನ್ನು ನೋಡುವುದು ನನಗೊಂದು ವಿಚಿತ್ರವಾದ ಅನುಭವ. ಒಬ್ಬರ ಮೇಲೊಬ್ಬರು ಕತ್ತಿ ಮಸೆಯುತ್ತಿದ್ದ ಕಾರ್ಮಿಕರು ಮತ್ತು ಆಡಳಿತವರ್ಗದ ಮಧ್ಯೆ ಯಾವುದೇ ಒಪ್ಪಂದ ಏರ್ಪಡದೆ, ಬಿಕ್ಕಟ್ಟು ಉಂಟಾಗಿತ್ತು. ಸರದಿಯ ಮೇಲೆ ಕಾರ್ಮಿಕರು ಮುಖ್ಯದ್ವಾರದ ಮುಂದೆ ಪ್ರತಿಭಟನೆಗೆ ಕುಳಿತರು. ದಿನಗಳುರುಳಿ ವಾರಗಳಾಗುತ್ತಿದ್ದಂತೆ, ಮುಷ್ಕರ ಆರು ತಿಂಗಳವರೆಗೂ ವಿಸ್ತರಿಸುವುದು ಸ್ಪಷ್ಟವಾಗಿ ಗೋಚರಿಸತೊಡಗಿತು. ಬಟ್ಟೆಯ ಸಾವಿರಾರು ಮೂಟೆಗಳು ಕಾರ್ಖಾನೆಯಲ್ಲಿ ಶೇಖರವಾಗಿದ್ದರೂ, ಮಾಡಿಕೊಂಡ ರಫ್ತು ಒಪ್ಪಂದಗಳನ್ನು ಪೂರೈಸಲಾಗದ ಮತ್ತು ಇಲ್ಲಿಯ ಮಾರಾಟದ ಕರಾರುಗಳನ್ನೂ ನಿರ್ವಹಿಸಲಾಗದ ಪರಿಸ್ಥಿತಿಯಿತ್ತು. ಪರಿಣಾಮವಾಗಿ, ಹಣದ ಮುಗ್ಗಟ್ಟು ಎದುರಾಯಿತು. ಸಿದ್ಧ ಸರಕುಗಳನ್ನು ಹೊರಗೆ ಸಾಗಿಸಲು ಕೋರ್ಟ್ ಅನುಮತಿ ಇದ್ದರೂ, ಮುಖ್ಯದ್ವಾರದಲ್ಲಿದ್ದ ಪ್ರತಿಭಟನಾಕಾರರ ಮುಂದೆ ಹೊರಗೆ ಸಾಗಿಸುವುದು ಸುಲಭವಿರಲಿಲ್ಲ.

ಸರಕು ತುಂಬಿದ ಲಾರಿಗಳನ್ನು ಕಲ್ಲಿದ್ದಲ ಅಂಗಣಕ್ಕೆ ಸಾಗಿಸಿ, ಅಲ್ಲಿಂದ ರಾತ್ರಿ ಹಿಂದಿನ ಗೇಟಿನಿಂದ ಹೊರಗೆ ಸಾಗಿಸಬಹುದೆಂದು ಮಹೇಶ್ ಬಕ್ರಿ ಸಲಹೆ ಕೊಟ್ಟಿದ್ದ. ಯಾವ ಕೆಲಸಗಾರನೂ ಅಲ್ಲಿಗೆ ಹೋಗುವ ಸಾಧ್ಯತೆಯಿರಲಿಲ್ಲ. ಕತ್ತಲಿನಲ್ಲಿ ಸರಕು ಹೊರ ಸಾಗಿಸುವ ಕೆಲಸದ ಮೇಲ್ವಿಚಾರಣೆಯನ್ನು ನನಗೆ ವಹಿಸಲಾಯಿತು. ಸಿದ್ಧ ಸರಕಿದ್ದ ಮಳಿಗೆ ಕಲ್ಲಿದ್ದಲ ಅಂಗಣದಿಂದ ಬಹಳ ದೂರದಲ್ಲಿತ್ತು. ಬಟ್ಟೆಯ ಮೂಟೆಗಳನ್ನು ಸಾಗಿಸಲು ಬಹಳ ದೈಹಿಕ ಶ್ರಮ ಬೇಕಿದ್ದರಿಂದ, ಒಂದು ರಾತ್ರಿಯ ನಂತರವೂ ಒಂದೆರಡು ಚಿಕ್ಕ ಟ್ರಕ್‌ನಷ್ಟು ಮಾತ್ರ ಸಾಗಿಸುವುದು ಸಾಧ್ಯವಾಯಿತು. ಆ ಯೋಜನೆಯನ್ನು ಕೈಬಿಟ್ಟೆವು.

ಇಪ್ಪತ್ತಕ್ಕಿಂತಲೂ ಹೆಚ್ಚು ಟ್ರಕ್‌ನಷ್ಟು ಸಿದ್ಧ ಸರಕಿನ ದಾಸ್ತಾನು ಒಳಗೇ ಉಳಿದಿತ್ತು.

ಈಗುಳಿದಿದ್ದ ಒಂದೇ ದಾರಿ ಎಂದರೆ, ಧರಣಿ ಕುಳಿತಿದ್ದ ಕಾರ್ಮಿಕರಿಗೆ ಏನಾಗುತ್ತಿದೆಯೆಂದು ತಿಳಿಯುವ ಮೊದಲೇ ಮುಂದಿನ ಗೇಟಿನಿಂದ ಲಾರಿಗಳನ್ನು ನುಗ್ಗಿಸಿ ಸರಕನ್ನು ಸಾಗಿಸಿಬಿಡುವುದು. ಕಾರ್ಮಿಕರ ವಸತಿಗಳು ಕಾರ್ಖಾನೆಯಿಂದ ಅನತಿ ದೂರದಲ್ಲಿದ್ದವು. ಗೇಟಿನಲ್ಲಿ ಕೂತವರಿಗೆ ಏನಾಗುತ್ತಿದೆಯೆಂದು ತಿಳಿದೊಡನೇ ಅವರು ಮನೆಗಳಿಗೆ ಓಡಿ ಇನ್ನುಳಿದ ಕೆಲಸಗಾರರನ್ನೂ, ಮಡದಿ ಮಕ್ಕಳನ್ನೂ ಕರೆತಂದು ಟ್ರಕ್‌ಗಳು ಹೊರಹೋಗದಂತೆ ದಿಗ್ಬಂಧನ ಹಾಕುವ ಸಾಧ್ಯತೆಗಳಿದ್ದವು. ಅದು ಹಿಂಸೆಗೂ ತಿರುಗಬಹುದಿತ್ತು. ಪೊಲೀಸರು ಒಂದು ಷರತ್ತಿನೊಂದಿಗೆ ನಮ್ಮೊಡನೆ ಸಹಕರಿಸಲು ಸಿದ್ಧರಿದ್ದರು. ನಮಗೆ ಒಂದು ಗಂಟೆ ಮಾತ್ರ ರಕ್ಷಣೆ ಒದಗಿಸುವುದು ಮತ್ತು ಯಾವುದೇ ಅಹಿತಕರ ಸಂದರ್ಭದಲ್ಲೂ ಮುಷ್ಕರನಿರತ ಕಾರ್ಮಿಕರ ಮೇಲೆ ಬಲ ಪ್ರಯೋಗ ಮಾಡದಿರುವುದು ಅವರ ನಿಲುವಾಗಿತ್ತು.

ಮಹೇಶ್ ಬಪ್ರಿ ಈ ಅಪಾಯಕರ ಸಾಹಸಕ್ಕೆ ಕೈ ಹಾಕಲು ಸಿದ್ಧನಿದ್ದ. ಆದರೆ, ಈ ಕಾರ್ಯಾಚರಣೆಯ ಪ್ರತಿಯೊಂದು ಹೆಜ್ಜೆಯನ್ನೂ ಎಚ್ಚರದಿಂದ, ಯಾವುದೇ ತಪ್ಪಿಗೆ ಆಸ್ಪದವಿಲ್ಲದಂತೆ ಯೋಜಿಸಲು ಪೂರ್ವಭಾವಿಯಾಗಿ ಕಾರ್ಖಾನೆಯ ಸ್ಥಳ ಪರಿಶೀಲನೆ ಮಾಡುವ ಅಗತ್ಯವಿತ್ತು. ನಮ್ಮ ಗುರಿ ಸಾಧಿಸಲು ಇದ್ದ ಒಂದೇ ಅವಕಾಶವನ್ನು ಕಳೆದುಕೊಳ್ಳಲು ನಾವು ಸಿದ್ಧರಿರಲಿಲ್ಲ. ಬಪ್ರಿಯನ್ನು ಎಲ್ಲ ಕಾರ್ಮಿಕರೂ ಗುರುತಿಸುತ್ತಿದ್ದುದ್ದರಿಂದ ಆತ ಕಾರ್ಖಾನೆಯ ಬಳಿ ಸುಳಿಯುವಂತಿರಲಿಲ್ಲ. ನಾನು ಸೆಕ್ಯುರಿಟಿ ಅಧಿಕಾರಿಯ ವಸ್ತ್ರದಲ್ಲಿ ಅಲ್ಲಿಗೆ ಹೋಗಲು ಮುಂದಾದೆ. ಸೆಕ್ಯುರಿಟಿ ಸಿಬ್ಬಂದಿಗೆ ಕಾನೂನಿನ ಸಂಪೂರ್ಣ ರಕ್ಷಣೆಯಿತ್ತು. ಅದೊಂದು ಅತೀ ಸಾಹಸದ ಮತ್ತು ಕೊಂಚ ಬಾಲಿಶವೆನ್ನಬಹುದಾದ ಯೋಜನೆಯಾಗಿತ್ತು. ನಮ್ಮ ತಂತ್ರವೇನಾದರೂ ವಿಫಲವಾದಲ್ಲಿ, ನಾನು ಅಪರಾಧಿಯ ಸ್ಥಾನದಲ್ಲಿ ನಿಂತು, ನಂತರ ಏನು ಬೇಕಿದ್ದರೂ ಆಗಬಹುದಿತ್ತು. ಮಹೇಶ್ ಬಪ್ರಿ ಕೊಂಚ ಯೋಚಿಸಿ ನನಗೆ ಮುಂದುವರಿಯಲು ಒಪ್ಪಿಗೆ ಕೊಟ್ಟ.

ಮರುದಿನ, ಅಧಿಕೃತ ವಾಹನದಂತೆ ಕಾಣುತ್ತಿದ್ದ ಕಾರೊಂದು ಕಾರ್ಖಾನೆಯ ಮುಖ್ಯಗೇಟಿನ ಮುಂದೆ ಬಂದಿತ್ತು. ಅದರೊಳಗೆ ಖಾಕಿ ಸಮವಸ್ತ್ರ ತೊಟ್ಟು, ತಂಪುಕನ್ನಡಕ ಕಣ್ಣಿಗೇರಿಸಿ, ಮುಖದ ಮೇಲೆ ಬರುವಂತೆ ಟೋಪಿ ಧರಿಸಿದ್ದ ನಾನಿದ್ದೆ. ಅಲ್ಲಿದ್ದ ಧರಣಿನಿರತರು ತಾತ್ಸಾರದಿಂದೊಮ್ಮೆ ಕಾರಿನ ಕಡೆ ನೋಡಿ ಮತ್ತೆ ತಮ್ಮ ಇಸ್ಪೀಟ್ ಆಟದಲ್ಲಿ ನಿರತರಾದರು.

ನಿಗದಿಗೊಳಿಸಿದ ದಿನ ಬಂದಿತ್ತು; ದೆಹಲಿ ಪೋಲೀಸರ ರಕ್ಷಣೆಯಲ್ಲಿ ಇಪ್ಪತ್ತು ಟ್ರಕ್‌ಗಳು ಕಾರ್ಖಾನೆಯ ಒಳಬಂದಿದ್ದವು. ನಮಗೆ ಪೊಲೀಸರ ಒಂದು ಗಂಟೆಯ ರಕ್ಷಣೆ ಕಾರ್ಖಾನೆಯ ಆವರಣದೊಳಗೆ ಮಾತ್ರವಿತ್ತು. ಸರಕು ತುಂಬಿದ ವಾಹನಗಳು ಹೊರಗೆ ಹೊರಡುತ್ತಿದ್ದಂತೆ ರಕ್ಷಣೆ ದೊರೆಯುವಂತಿರಲಿಲ್ಲ. ಅಪಾಯಕ್ಕೆ ಆಡಳಿತವರ್ಗ ಸಿದ್ಧವಿರಬೇಕಿತ್ತು. ಇನ್ನೊಂದು ಕಾರ್ಖಾನೆಯಲ್ಲಿ ಮುಷ್ಕರ ನಡೆಸುತ್ತಿದ್ದ ಕಾರ್ಮಿಕರು

ಹೀಗೇ ಹೊರಟಿದ್ದ ವಾಹನಗಳಲ್ಲಿ ಕೊನೆಯದರ ಮೇಲೆ ಬಿದ್ದು ಅದಕ್ಕೆ ಬೆಂಕಿ ಹಚ್ಚಿದ ಪ್ರಕರಣಗಳಿದ್ದವು. ನಮ್ಮಲ್ಲೂ ಕೊನೆಯ ಟ್ರಕ್‌ನ ಮೇಲೆರಗಿ ಗಲಭೆ ನಡೆಸುವ ಸಾಧ್ಯತೆಗಳು ದಟ್ಟವಾಗಿದ್ದವು. ಈಗ ಅದರ ವಿಷಯವಾಗಿ ಚಿಂತಿಸಲು ಸಮಯವಿರಲಿಲ್ಲ. ಕಾಲ ಅದನ್ನು ಮೀರಿಹೋಗಿತ್ತು. ಆದರೆ, ಟ್ರಕ್ ಚಾಲಕರಿಗೆ ಮಾತ್ರ ಅದು ಭಯ ಹುಟ್ಟಿಸುವ ವಿಷಯವೇ. ವಾಹನಗಳ ಸಾಲಿನ ಕೊನೆಯವರಾಗಲು ಯಾರು ತಾನೇ ಸಿದ್ಧರಾದಾರು? ಕೊನೆಯ ಟ್ರಕ್‌ನಲ್ಲಿ ನಾನು ಬರುತ್ತೇನೆ, ಅದೂ ಚಾಲಕನ ಪಕ್ಕದಲ್ಲಿ ಕ್ಯಾಬಿನ್‌ನೊಳಗೆ ಕುಳಿತಲ್ಲ, ಟ್ರಕ್‌ನ ಹಿಂಭಾಗದಲ್ಲಿರುತ್ತೇನೆಂದು ಅವರಿಗೆ ಭರವಸೆ ಕೊಟ್ಟೆ. ಅವರಲ್ಲಿ ಹರ್ಷೋದ್ಗಾರವೆದ್ದಿತು. ತಮ್ಮ ಸಹಾಯಕ ಕೆಲವೊಮ್ಮೆ ಹಿಂಭಾಗದಲ್ಲಿ ಸರಕಿನ ಜೊತೆ ಕೂತು ಬರುವ ಹಾಗೆ ಬಾಗ್ಚಿ ಸಾಬ್ ತಮ್ಮ ಟ್ರಕ್‌ನಲ್ಲಿ ಬರುವುದು ಅವರಿಗೆ ಉತ್ಸಾಹದ ವಿಷಯವಾಗಿತ್ತು. ಈಗ ಕೊನೆಯವರಾಗಲು ಎಲ್ಲರೂ ಪೈಪೋಟಿ ನಡೆಸಿದ್ದರು.

ಮುಷ್ಕರದಲ್ಲಿದ್ದವರಿಗೆ ಗುಂಪುಗೂಡಿ ಪ್ರತಿಕ್ರಿಯಿಸಲೂ ಸಮಯವಿಲ್ಲದಂತೆ, ಕಾರ್ಯಾಚರಣೆ ಪೂರ್ಣಗೊಂಡಿತ್ತು. ಟ್ರಕ್‌ಗಳೆಲ್ಲಾ ಹೊರಹೋಗಿದ್ದವು. ಸರಕು ತುಂಬಿದ ಲಾರಿಯ ಹಿಂಭಾಗದಲ್ಲಿ ಕುಳಿತು ದೆಹಲಿಯ ರಸ್ತೆಗಳಲ್ಲಿ ಪ್ರಯಾಣಿಸುವ ಸುಯೋಗ ನನಗೆ ಸಿಕ್ಕಿದ್ದು ಅದೇ ಮೊದಲು, ಅದೇ ಕೊನೆ!

ಇಪ್ಪತ್ತೆರಡು ವರ್ಷದ ಮ್ಯಾನೇಜ್‌ಮೆಂಟ್ ಟ್ರೇನಿಯೊಬ್ಬನನ್ನು ನಂಬಿ ಯಶಸ್ಸಿನ ಖಚಿತತೆಯೂ ಇಲ್ಲದ, ಅಪಾಯದ ಕಾರ್ಯಾಚರಣೆಯೊಂದನ್ನು ಆತನಿಗೆ ಒಪ್ಪಿಸುವುದರಲ್ಲೇ ಮಹೇಶ್ ಬಹ್ರಿಯ ದೊಡ್ಡತನವಿದ್ದದ್ದು. ಜೀವನದಲ್ಲಿ ಅಪಾಯಗಳಿಗೆ ತಲೆಯೊಡ್ಡುವುದನ್ನು ಮತ್ತು ಫಲಿತಾಂಶದ ಬಗ್ಗೆ ಹೆಚ್ಚು ತಲೆಕೆಡಿಸಿಕೊಳ್ಳದೆ, ಪ್ರಯೋಗಗಳನ್ನು ನಡೆಸುವ ಸ್ವಾತಂತ್ರ್ಯವನ್ನು ಜನರಿಗೆ ಕೊಡುವುದನ್ನು ಆತ ನನಗೆ ಕಲಿಸಿದ.

ನಿರಂತರವೆಂದು ತೋರಿದ ಸಂಪು ಕೊನೆಗೂ ಮುಕ್ತಾಯವಾಗಿ, ಕಾರ್ಖಾನೆ ಪುನರಾರಂಭಗೊಂಡಾಗ ಸಮಸ್ಯೆಗಳ ಸರಮಾಲೆಯೇ ನಮ್ಮೆದುರಿತ್ತು. ಹೊಸ ಹತ್ತಿಯ ಪೂರೈಕೆಯಿಲ್ಲದ್ದೊಂದು ತೊಂದರೆಯಾದರೆ, ಮಾರಾಟವಾಗದೇ ಉಳಿದಿದ್ದ ಬಟ್ಟೆಯ ಭಾರೀ ದಾಸ್ತಾನು ಅನೇಕ ಕಡೆಗಳಲ್ಲಿ ಹಾಗೇ ಉಳಿದಿತ್ತು. ಮುಷ್ಕರವನ್ನು ತಮ್ಮ ಅನುಕೂಲಕ್ಕೆ ಉಪಯೋಗಿಸಿಕೊಂಡ ವಿತರಕರು, ತಮ್ಮ ವಾಗ್ದಾನಗಳಿಗೆ ವಿರುದ್ಧವಾಗಿ ಬಟ್ಟೆಗಳನ್ನು ತೆಗೆದುಕೊಳ್ಳದೆ ಹಾಗೇ ಬಿಟ್ಟಿದ್ದರು. ಅವುಗಳನ್ನು ಹಿಂಪಡೆದು, ಇದ್ದ ಸರಕನ್ನೆಲ್ಲಾ ಮಾರಿ ಕೆಲಸಕ್ಕೆ ಬೇಕಾದ ಬಂಡವಾಳವನ್ನು ಹುಟ್ಟಿಸಿಕೊಳ್ಳಬೇಕಿತ್ತು. ತುರ್ತಾಗಿ ಮಾಡಬೇಕಿದ್ದ ಕೆಲವು ಕೆಲಸಗಳಿದ್ದವು. ಕೊಲ್ಕತ್ತದಲ್ಲಿ ಲಾರಿಗಟ್ಟಲೆ ಇದ್ದ ಬಟ್ಟೆಯ ಮೂಟೆಗಳನ್ನು ದೆಹಲಿಯ ಕಾರ್ಖಾನೆಗೆ ಸಾಗಿಸುವ ಕೆಲಸವನ್ನು ಬಹ್ರಿಗೆ ವಹಿಸಿದರು. ದುರಾದೃಷ್ಟವಶಾತ್, ನಮಗೆ ಬೇಕಾದಷ್ಟು ಟ್ರಕ್‌ಗಳಿರಲಿಲ್ಲ. ಕೊಲ್ಕತ್ತ ಮಾರ್ಗದಲ್ಲಿ ಸಾಗಣೆ ನಡೆಸುತ್ತಿದ್ದ ಖಾಸಗಿಯವನೊಬ್ಬ ಅತಿಯಾದ ಬೆಲೆ ತೆರುವಂತೆ

ತಗಾದೆ ತೆಗೆದ. ಆತನೊಂದಿಗೆ ನಮ್ಮ ಎಂದಿನ ಒಪ್ಪಂದವಿತ್ತಾದರೂ, ಆ ಬೆಲೆಗಳು ಸರಕನ್ನು ಕಾರ್ಖಾನೆಯಿಂದ ಹೊರಗೆ ಸಾಗಿಸುವುದಕ್ಕೇ ಹೊರತು, ಹಿಂತಿರುಗಿ ತರಲಿಕ್ಕಲ್ಲ ಎಂದು ವಾದಿಸಿ ಹೆಚ್ಚಿನ ಬೆಲೆಗಾಗಿ ಪಟ್ಟು ಹಿಡಿದ. ಸಂಧಾನಕ್ಕಾಗಿ ಹೋಗಿದ್ದ ಬಹ್ರಿ ಹೆಚ್ಚಿನ ಬೆಲೆ ಕೊಡಲು ಒಪ್ಪಿಕೊಂಡು ಬಂದಿದ್ದ. ಸರಕುಗಳನ್ನು ಮರಳಿ ತರಲಾಯಿತು. ಟ್ರಾನ್ಸ್‌ಪೋರ್ಟ್ ಕಂಪನಿಯವರು ತಮ್ಮ ಟ್ರಕ್‌ಗಳಲ್ಲಿ ಸರಕನ್ನು ಸಾಗಿಸಲು ಹೆಚ್ಚಿನ ಬೆಲೆ ತೆಗೆದುಕೊಂಡು, ರೈಲಿನಲ್ಲಿ ಸಾಗಾಣಿಕೆ ಮಾಡಿದರೆಂದು ಗಾಳಿಸುದ್ದಿ ಹಬ್ಬಿತು. ಗಾಳಿಸುದ್ದಿಗಳಲ್ಲಿ ಎಷ್ಟು ಸತ್ಯಾಂಶವಿತ್ತೋ ತಿಳಿಯದು, ಆದರೆ, ಪಾಠಕ್‌ಗೆ ಬಹ್ರಿಯನ್ನು ಅಪರಾಧಿ ಕಟಕಟೆಯಲ್ಲಿ ನಿಲ್ಲಿಸಲು ಇದೇ ಸುಸಮಯವಾಗಿತ್ತು. ಬಹ್ರಿಯ ಸಹಾಯಕನಾದ ನಾನು ಬಹ್ರಿ ತನ್ನ ಅಧಿಕಾರವನ್ನು ದುರುಪಯೋಗಪಡಿಸಿಕೊಂಡು ಟ್ರಾನ್ಸ್‌ಪೋರ್ಟ್ ಕಂಪನಿಯವರೊಂದಿಗೆ ಶಾಮೀಲಾಗಿದ್ದನೆಂದು ಸಾಕ್ಷಿ ನೀಡಬೇಕೆಂದು ಪಾಠಕ್ ಬಯಸಿದ್ದ. ತಾನು ಬಹ್ರಿಯ ವಿರುದ್ಧ ಮಾಡಲಿದ್ದ ಆಪಾದನೆಯನ್ನು ನನಗೆ ಓದಿ ಹೇಳಿದ ಪಾಠಕ್, ಅದಕ್ಕೆ ನನ್ನ ಸಹಮತಿ ಬೇಕೆಂದು ಕೇಳಿದ. ಅವನೊಂದಿಗೆ ಕೊಂಚವೇ ಸಹಕರಿಸಿದರೂ ನನ್ನ ಬಾಸ್‌ನ ಕೆಲಸ ನನ್ನದಾಗಬಹುದಿತ್ತು.

ನಾನಾತನ ಕಣ್ಣಲ್ಲಿ ಕಣ್ಣಿಟ್ಟು ಹೇಳಿದೆ, "ಹೆಚ್ಚೆಂದರೆ ಸಮಾಲೋಚನೆ ನಡೆಸುವಲ್ಲಿ ತೆಗೆದುಕೊಂಡ ಕೆಲವು ನಿರ್ಣಯಗಳು ತಪ್ಪಾಗಿರಬಹುದು. ಆದರೆ ಮಹೇಶ್ ಬಹ್ರಿಯ ಪ್ರಾಮಾಣಿಕತೆಯ ಬಗ್ಗೆ ನನಗೆ ಕಿಂಚಿತ್ ಅನುಮಾನವೂ ಇಲ್ಲ. ಆತನ ಚಾರಿತ್ರ್ಯ ಪ್ರಶ್ನಾತೀತವಾದದ್ದು." ಪಾಠಕ್‌ನ ಕಣ್ಣುಗಳು ನನಗೆ, "ನೀನೊಬ್ಬ ದ್ರೋಹಿ, ಅಪರಾಧಿಯ ಪರ ವಹಿಸಿದ್ದೀಯ" ಎಂದು ಹೇಳುತ್ತಿದ್ದವು.

ಬಹ್ರಿಯನ್ನು ಕೆಲಸದಿಂದ ತೆಗೆಯಲಾಯಿತು. ನನ್ನನ್ನು ಮಾರ್ಕೆಟಿಂಗ್ ವಿಭಾಗಕ್ಕೆ ವರ್ಗಾಯಿಸಿದರು. ಅಲ್ಲಿನ ನನ್ನ ಹೊಸ ಕೋಣೆಗೆ ಕಿಟಕಿಗಳಿರಲಿಲ್ಲ. ಕೋಣೆಯ ಹೊರಗೆ ಮೂವರು ಗುಮಾಸ್ತರು ಯಾವುದೋ ಅಮುಖ್ಯವಾದ ಕೆಲಸಗಳನ್ನು ಮಾಡುತ್ತಾ ಕುಳಿತಿರುತ್ತಿದ್ದರು. ಅಲ್ಲಿಗೆ ಯಾರೂ ಬರುತ್ತಿರಲಿಲ್ಲ. ನನ್ನ ಮೇಜಿನ ಮೇಲಿದ್ದ ಫೋನ್ ಒಮ್ಮೆಯೂ ರಿಂಗಣಿಸಲಿಲ್ಲ. ಊಟದ ಸಮಯದಲ್ಲಿ ಎಕನಾಮಿಕ್ ಟೈಮ್ಸ್ ಪತ್ರಿಕೆಯನ್ನು ಮೊದಲಿಂದ ಕೊನೆಯವರೆಗೂ ಓದುತ್ತಾ ಕುಳಿತಿರುತ್ತಿದ್ದೆ. ಅದೇ ವರ್ಷ ನನ್ನ ಮತ್ತು ಸುಸ್ಮಿತಾಳ ಮದುವೆಯಾಗಿತ್ತು. ಆಕೆಯಿನ್ನೂ ವಿಶ್ವವಿದ್ಯಾಲಯದಲ್ಲಿ ಸ್ನಾತಕೋತ್ತರ ಪದವಿಯಲ್ಲಿದ್ದಳು. ನಮ್ಮ ಜೀವನ ಅತ್ಯಲ್ಪ ವರಮಾನದಲ್ಲಿ ಸಾಗಿತ್ತು. ಕೆಲಸದಲ್ಲಿದ್ದ ತೊಂದರೆಗಳು ಸಾಲವೆಂಬಂತೆ, ಟೈಫಾಯಿಡ್‌ನಿಂದಾಗಿ ಮೇಲಿಂದ ಮೇಲೆ ಎರಡು ಬಾರಿ ಆಸ್ಪತ್ರೆ ಸೇರಿದ್ದೆ. ಎಲ್ಲಕ್ಕೂ ಮಿಗಿಲಾಗಿ ಡಾಕ್ಟರುಗಳು ನನ್ನ ಎಡಗಣ್ಣಿನಲ್ಲಿ ಅಪರೂಪವಾದ ಐರಿಸೈಟಿಸ್ ಎಂಬ ತೊಂದರೆಯಿದೆಯೆಂದು ಪತ್ತೆ ಹಚ್ಚಿದ್ದರು. ಅದರಿಂದ ನನ್ನ ದೃಷ್ಟಿ 6/60ಕ್ಕಿಳಿದಿತ್ತು. ಕಣ್ಣುಗಳಿಗೆ ಸ್ಟೆರಾಯಿಡ್ ಇಂಜೆಕ್ಷನ್ ಕೊಡುತ್ತಿದ್ದರು. ದೀರ್ಘಕಾಲದ ಅನಾರೋಗ್ಯ ಮತ್ತು ಆಸ್ಪತ್ರೆವಾಸದಿಂದಾಗಿ, ಇದ್ದ ರಜೆಯೆಲ್ಲವನ್ನೂ ಮುಗಿಸಿದ್ದೆ. ವೇತನರಹಿತ ರಜೆಯಾಗದೇ ಇರಲು ವಿಶೇಷ ರಜೆಯನ್ನು ಮಂಜೂರು ಮಾಡಬಲ್ಲ

ಅಧಿಕಾರ ಪಾಠಕ್‌ಗೆ ಮಾತ್ರವಿತ್ತು. ಕಣ್ಣಿನಲ್ಲಿ ಬ್ಯಾಂಡೇಜ್ ಇಟ್ಟುಕೊಂಡು ಆತನನ್ನು ಭೇಟಿ ಮಾಡಲು ಹೋದೆ. ತನ್ನ ಕೋಟಾದ ಮನೆಯಲ್ಲಿ ನನಗೆ ಆತಿಥ್ಯ ನೀಡಿದ, ನನ್ನ ರಾಜೀನಾಮೆ ವಾಪಸ್ ಪಡೆಯುವಂತೆ ಬುದ್ಧಿ ಹೇಳಿದ ಪಾಠಕ್, ಈಗ ನನ್ನನ್ನೊಂದು ಕ್ರಿಮಿಯಂತೆ ಕಂಡು, ನನ್ನ ಕಣ್ಣಿನ ಚಿಕಿತ್ಸೆಯ ಜವಾಬ್ದಾರಿ ಕಂಪನಿಯದಲ್ಲವೆಂದು ಹೇಳಿಕಳುಹಿಸಿದ. ಆ ತಿಂಗಳಿನ ಸಂಬಳ ಸಿಗಲಿಲ್ಲ.

ನನಗಿದ್ದ ಆದರ, ಮನ್ನಣೆಗಳ ಸ್ಥಾನದಿಂದ ಜರ್ರನೆ ಕೆಳಗೆ ಕುಸಿದಿದ್ದೆನಷ್ಟೇ ಅಲ್ಲ, ಯಾರಿಗೂ ಬೇಡವಾದ ಒಂಟಿತನದ ಶಿಕ್ಷೆಯನ್ನೂ ಅನುಭವಿಸುತ್ತಿದ್ದೆ. ನನ್ನ ಕಾಲ ಮುಗಿಯಿತೆಂಬಂತೆ ಎಲ್ಲರೂ ನನ್ನನ್ನು ನೋಡುತ್ತಿದ್ದರು. ಮಹೇಶ್ ಬಕ್ರಿಯ ನಿರ್ಗಮನದೊಂದಿಗೆ ನಾನು ಗುರುಗ್ರಹದ ಕರಾಳದೃಷ್ಟಿಯ ಬಿರುಗಾಳಿಗೆ ಸಿಲುಕಿದ್ದೆ. ಒಂದು ಕಾಲದಲ್ಲಿ ನನ್ನ ಮೇಲೆ ಮೆಚ್ಚಿಗೆ ಹರಿಸುತ್ತಿದ್ದ ಜನಗಳೆಲ್ಲಾ ಈಗ ನನ್ನನ್ನು ಕನಿಕರದಿಂದ ಕಾಣತೊಡಗಿದ್ದರು.

○

ರಾಯಲ್ ಡಚ್ ಶೆಲ್ ಕಂಪನಿಯಲ್ಲಿ ತನ್ನ ವೃತ್ತಿಯನ್ನಾರಂಭಿಸಿದ ಆರಿ ಡಿ ಘೂಶ್ ಎಂಬಾತನನ್ನು ನಮ್ಮ ಕಾಲದ ಒಬ್ಬ ಹೆಸರಾಂತ ಮ್ಯಾನೇಜ್‌ಮೆಂಟ್ ಚಿಂತಕ ಎನ್ನಬಹುದು. ಆತ ಮತ್ತವನ ಸಹೋದ್ಯೋಗಿಗಳ ಬಹಳ ವರ್ಷಗಳ ಪ್ರಯತ್ನದ ಫಲವಾಗಿ ಸಿನ್ಯಾರಿಯೋ ಪ್ಲಾನಿಂಗ್ (ಘಟನಾವಳಿಗಳ ಯೋಜಿಸುವಿಕೆ) ಎಂಬ ಪರಿಕಲ್ಪನೆ ಹೊರಬಂದಿತು. ಈಗ ಪ್ರಸಿದ್ಧವಾಗಿರುವ ಈ ಸಾಧನವನ್ನು ಅನೇಕ ದೊಡ್ಡ ಸಂಸ್ಥೆಗಳು, ಸೈನ್ಯ ಮತ್ತು ಅಭಿವೃದ್ಧಿ ತಂತ್ರವನ್ನು ರೂಪಿಸುವವರು ಬಳಸುತ್ತಾರೆ. 'ದ ಫಿಫ್ತ್ ಡಿಸಿಪ್ಲಿನ್' ಮತ್ತು 'ಪ್ರೆಸೆನ್ಸ್' ಪುಸ್ತಕಗಳ ಲೇಖಕ ಪೀಟರ್ ಸೆಂಗೆಯ ಪ್ರಕಾರ ಆರಿ ಡಿ ಘೂಶ್ 'ಕಲಿಯುವ ಸಂಸ್ಥೆ" ಎಂಬ ಪರಿಕಲ್ಪನೆಯ ಜನಕನೂ ಆಗಿದ್ದಾನೆ. 'ದ ಲಿವಿಂಗ್ ಕಂಪನಿ' ಎಂಬ ತನ್ನ ಪುಸ್ತಕದಲ್ಲಿ ಆರಿ ಡಿ ಘೂಶ್ ಸಂಸ್ಥೆಗಳನ್ನು ಸಜೀವವಾದವೆಂದು ಕರೆಯುತ್ತಾನೆ. ಜ್ಞಾಪಕ ಶಕ್ತಿ ಯಾವುದೇ ಜೀವಿಯ ಲಕ್ಷಣ. ಇದರಿಂದ ನಾವು ನೆನಪುಗಳನ್ನು ಕಟ್ಟುತ್ತೇವೆ. ಆದರೆ, ನಾವು ಬರೀ ಭೂತಕಾಲದ ನೆನಪುಗಳನ್ನು ಕಟ್ಟುವದರಲ್ಲಿ ಮಾತ್ರವಲ್ಲ, ಭವಿಷ್ಯದ ನೆನಪುಗಳನ್ನು ಕಟ್ಟುವಲ್ಲಿಯೂ ಶಕ್ತರು ಎಂಬುದು ಬಹಳ ಜನರಿಗೆ ಅರ್ಥವಾಗದ ವಿಷಯ. ಇದೊಂದು ಹೊಸ ಪರಿಕಲ್ಪನೆ. ಹಲವು ಆಯ್ಕೆಗಳ ಮಧ್ಯೆ ಒಂದನ್ನು ಆರಿಸಿಕೊಳ್ಳುವ ಸಂದರ್ಭದಲ್ಲಿ, ಮನುಷ್ಯನ ಬುದ್ಧಿ ತನ್ನ ಅಭ್ಯಾಸ ಬಲದಂತೆ ಪರಿಚಿತವಾದದ್ದನ್ನೇ ಆಯ್ದುಕೊಳ್ಳುತ್ತದೆ. ಅಪರಿಚಿತವೆನಿಸುವ ಸನ್ನಿವೇಶಗಳು ಜೀವನದಲ್ಲಿ ಎದುರಾದಾಗ, ಒಂದು ಆಯ್ಕೆ ಎಲ್ಲಿಂದಲೋ ಧುತ್ತೆಂದು ಬಂದು ನಿಮ್ಮೆದುರು ನಿಲ್ಲುತ್ತದೆ. ಅಂಥಾ ಆಯ್ಕೆಗಳು ಹೊಮ್ಮುವುದು ಭವಿಷ್ಯದ ನೆನಪುಗಳಿಂದ. ಒಂದು ವಿಧದಲ್ಲಿ ನಾನು ಡಿಸಿಎಮ್‌ಅನ್ನು ಹಿಂದೆ ಸರಿಸಿ ಮುನ್ನಡೆಯುತ್ತಿದ್ದರೂ ಬೇರೆ ಹಲವು ವಿಧಗಳಲ್ಲಿ ಅದನ್ನು ನನ್ನೊಡನೆ ಕೊಂಡೊಯ್ಯುತ್ತಿದ್ದೆ. ಇದೆಲ್ಲದರ ಮಧ್ಯೆ, ನನ್ನ ಜೀವನದಲ್ಲಿ ಮಹತ್ತರ ಬದಲಾವಣೆಯನ್ನು ತರಲಿದ್ದ ಆ ಕ್ಷಣ ಸನಿಹದಲ್ಲೇ ಕಾಯುತ್ತಿತ್ತು.

ಭಾಗ 2

ಅಧ್ಯಾಯ 9

ಗೂಡಿನಿಂದ ಬಾನಿಗೆ

1981ರ ಬೇಸಿಗೆ ಕಳೆಯುವಷ್ಟರಲ್ಲಿ ನಾನು ಡಿಸಿಎಮ್ ಬಿಡಬೇಕೆಂಬುದು ಸ್ಪಷ್ಟವಾಗಿತ್ತು. ದುರಾದೃಷ್ಟವಶಾತ್, ಅಲ್ಲಿ ಕಳೆದ ಐದು ವರ್ಷಗಳ ಕಾರ್ಖಾನೆಯ ಆಡಳಿತದ ಅನುಭವವು ಹೊರಗಿನ ನೌಕರಿ ಮಾರುಕಟ್ಟೆಯಲ್ಲಿ ಅಂಥಾ ಉಪಯೋಗಕಾರಿಯೇನೂ ಆಗಿರಲಿಲ್ಲ. ಪತ್ರಿಕೆಗಳಲ್ಲಿ ಬರುತ್ತಿದ್ದ ಹೆಚ್ಚಿನ ನೌಕರಿಯ ಅವಕಾಶಗಳು ಮಾರ್ಕೆಟಿಂಗ್ ಅಥವಾ ಹಣಕಾಸು ಕ್ಷೇತ್ರದಲ್ಲಿರುತ್ತಿದ್ದವು. ನನ್ನ ಅನುಭವ ಇವೆರಡಕ್ಕೂ ಹೊಂದುತ್ತಿರಲಿಲ್ಲ. ಎಂದಾದರೊಮ್ಮೆ ಬರುತ್ತಿದ್ದ ಆಡಳಿತಾಧಿಕಾರಿಯ ಕೆಲಸಕ್ಕೆ ನಲವತ್ತು ವರ್ಷದವರು ಬೇಕೆಂದು ಕೇಳಿರುತ್ತಿದ್ದರು, ನನಗಿನ್ನೂ ಇಪ್ಪತ್ತನಾಲ್ಕು ಆಗಿರಲಿಲ್ಲ.

ಸಂಸ್ಥೆಯಲ್ಲಿದ್ದ ನನ್ನ ಮಾರ್ಗದರ್ಶಿಯೊಬ್ಬ ಡಿಸಿಎಮ್‌ನ ಕಂಪ್ಯೂಟರ್ ವಿಭಾಗಕ್ಕೆ ವರ್ಗಾಯಿಸಿಕೊಳ್ಳುವಂತೆ ನನಗೆ ಸೂಚಿಸಿದ. ಅಲ್ಲಿ ಮೈಕ್ರೊಪ್ರೊಸೆಸರ್ ಆಧಾರಿತ ಕಂಪ್ಯೂಟರ್‌ಗಳ ತಯಾರಿಕೆ ನಡೆಯುತ್ತಿತ್ತು. ಅದು ಹೇಳಿದಷ್ಟು ಸುಲಭವಿರಲಿಲ್ಲ. ಡಿಸಿಎಮ್‌ನ ಪ್ರತಿ ವಿಭಾಗದ ಮಧ್ಯೆ ಭದ್ರವಾದ ಗೋಡೆಗಳಿದ್ದವು. ಒಬ್ಬ ಗಾಡ್‌ಫಾದರ್ ಇಲ್ಲದೆ ಅವುಗಳನ್ನು ದಾಟುವುದು ಸಾಧ್ಯವೇ ಇರಲಿಲ್ಲ. ಅದೇ ಹೊತ್ತಿನಲ್ಲಿ ಅನಿಲ್ ಡಾಂಗ್‌ನನ್ನು ಕಾಣುವಂತೆ ಯಾರೋ ಸಲಹೆ ಕೊಟ್ಟರು. ಎಕ್ಸ್‌ಪೋರ್ಟ್ ಮ್ಯಾನೇಜರ್ ಆಗಿದ್ದ ಅನಿಲ್ ಗುರು ಗ್ರಹದ ಕಕ್ಷೆಯ ಹೊರಗಿದ್ದದ್ದರಿಂದ, ಆತ ಸಹಾಯ ಮಾಡುವ ಸಾಧ್ಯತೆಯಿತ್ತು. ಸ್ವತಃ ಮ್ಯಾನೇಜ್‌ಮೆಂಟ್ ಟ್ರೇನಿಯಾಗಿದ್ದ ಅನಿಲ್ ನನ್ನ ಮಾತುಗಳನ್ನು ಸಹಾನುಭೂತಿಯಿಂದ ಕೇಳಿಸಿಕೊಂಡ. ಡಿಸಿಎಮ್‌ನ ಒಳಗಡೆ ಬೇರೆ ವಿಭಾಗಕ್ಕೆ ವರ್ಗಾವಣೆಗೆ ಪ್ರಯತ್ನಿಸುವುದು ವ್ಯರ್ಥವೆಂದು ಆತನ ಎಣಿಕೆಯಾಗಿತ್ತು. ಬದಲಾಗಿ, ಎಚ್‌ಸಿಎಲ್ ಎಂಬ ಹೊಸದಾಗಿ ಪ್ರಾರಂಭವಾದ ಕಂಪನಿಯಲ್ಲಿ ಕೆಲಸ ನೋಡುವಂತೆ ಸೂಚಿಸಿದ. ಅದರ ಸ್ಥಾಪಕರು ಆತನಿಗೆ ಪರಿಚಿತರಾಗಿದ್ದರು. ಅಲ್ಲಿಯ ಮಾನವ ಸಂಪನ್ಮೂಲ ಅಧಿಕಾರಿ ಜಾರ್ಜ್ ಕೋರೆತ್ ಎಂಬಾತನಿಗೆ ಪರಿಚಯಪತ್ರ ಕೊಡಲು ಅನಿಲ್ ತಯಾರಿದ್ದ.

ಕೋರೆತ್‌ನನ್ನು ಭೇಟಿಯಾದಾಗ ಆತ ನನಗೆ ಮುಖ್ಯವಾಗಿ ಎರಡು ಸಂಗತಿಗಳನ್ನು ತಿಳಿಸಿದ: ಒಂದು, ಆಗ ಎಚ್‌ಸಿಎಲ್‌ನಲ್ಲಿ ತೆರವಾಗಿದ್ದವೆಂದರೆ ಆರಂಭಿಕ ಹಂತದ ಮಾರಾಟಗಾರರ ಹುದ್ದೆಗಳು ಮಾತ್ರ. ಎರಡು, ನಿಗದಿತವಾಗಿ ಸಿಗುವ ತಿಂಗಳ ಸಂಬಳ ನನಗೆ ಆಗ ಡಿಸಿಎಮ್‌ನಲ್ಲಿ ಸಿಗುತ್ತಿದ್ದ ಸಂಬಳದ ಶೇ.40 ರಷ್ಟು ಕಡಿಮೆ ಇತ್ತು. ಪ್ರತಿ ಮಾರಾಟದ ಮೇಲೆ ಇಂತಿಷ್ಟೆಂದು ಕಮಿಷನ್ ಸಿಗುವ ಸಾಧ್ಯತೆಯಿದ್ದರೂ, ಅದು ನಿರ್ದಿಷ್ಟವಾದ ಮೊತ್ತವಿರಲಿಲ್ಲ ಮತ್ತು ಒಂದು ವರ್ಷದ ವರೆಗೂ ನನ್ನ

ಸಂಪಾದನೆಯ ಕಮಿಷನ್ ಹಣ ಎಷ್ಟೆಂದು ತಿಳಿಯುವಂತಿರಲಿಲ್ಲ. ಅದರರ್ಥ, ಈ ಕೆಲಸದಲ್ಲಿ ಕಡೇ ಪಕ್ಷ ಒಂದು ವರ್ಷ ನಾನು ಮತ್ತು ಸುಸ್ಮಿತಾ ತೀವ್ರ ಹಣಕಾಸಿನ ಮುಗ್ಗಟ್ಟನ್ನು ಎದುರಿಸಬೇಕಿತ್ತು. ಅವಳಿನ್ನೂ ಕಾಲೇಜಿನಲ್ಲಿ ಕಲಿಯುತ್ತಿದ್ದಳು. ಅಲ್ಲದೆ, ಒಮ್ಮೊಮ್ಮೆ ಮನೆಗೂ ಹಣ ಕಳುಹಿಸಬೇಕಿತ್ತು.

ಈ ಸಂದಿಗ್ಧತೆಗೆ ಇದ್ದ ಮೂರನೇ ಆಯಾಮವೆಂದರೆ, ನಾನು ನಿತ್ಯ ಪ್ರಯಾಣಿಸಬೇಕಿದ್ದ ಹಾದಿ ಈಗಿನದರ ನಾಲ್ಕರಷ್ಟಿದ್ದು ಇಂಧನದ ವೆಚ್ಚವೂ ಹೆಚ್ಚುತ್ತಿತ್ತು.ಆದರೂ ಕಪ್ಪುಮೋಡದಂಚಿನಲ್ಲಿ ಬೆಳ್ಳಿರೇಖೆಗಳೂ ಇದ್ದವು. ಮಾರಾಟಗಾರನ ಕೆಲಸಕ್ಕೆ ಬದಲಿಸುವುದರಿಂದ ಹೊಸ ಕೌಶಲಗಳನ್ನು ಕಲಿಯಬಹುದಿತ್ತು. ಎಲ್ಲಕ್ಕಿಂತ ಹೆಚ್ಚಾಗಿ, ಈಗಿನ ಮಸಿ ಮೆತ್ತಿ ಕೊಳೆಯುತ್ತಿದ್ದ, ನನ್ನನ್ನಾಗಲೇ ಅಪರಾಧಿ ಸ್ಥಾನದಲ್ಲಿ ಕೂರಿಸಿದ್ದ ರಾಜಕೀಯಪೂರಿತ ವ್ಯವಸ್ಥೆಯಿಂದ ದೂರವಾದ ಹೊಸ ಜೀವನ ಸಿಗುವಂತಿತ್ತು. ನನ್ನದೇ ಬೈಕಿನಲ್ಲಿ ಸಾಕಷ್ಟು ಮಾರಾಟಕರೆಗಳನ್ನು ಮಾಡಿದರೆ, ಕಂಪನಿ ತುಂಬಿಕೊಡುತ್ತಿದ್ದ ಮೈಲಿಭತ್ಯೆಯಲ್ಲಿ ಹೆಚ್ಚಿನ ಪ್ರಯಾಣ ವೆಚ್ಚವನ್ನೂ ಭರಿಸಬಹುದಿತ್ತು.

ನಿಜವಾದ ಪ್ರಶ್ನೆಯಿದ್ದದ್ದು, ಶೇ.40 ರಷ್ಟು ಸಂಬಳದ ಕಡಿತವನ್ನು ತೆಗೆದುಕೊಳ್ಳಲು ನಾನು ತಯಾರಿದ್ದೇನೇ ಎಂಬುದು.

ಕೆಲವು ಬಾರಿ ಸಂದಿಗ್ಧದ ಕ್ಷಣಗಳಲ್ಲಿ ಮಿಂಚಿನಂತೆ ಮೂಡುವ ಹೊಳಹೊಂದು ನಮ್ಮ ನಿರ್ಧಾರಕ್ಕೆ ಮಾಡುವಷ್ಟು ಸಹಾಯವನ್ನು, ಗಂಟೆಗಟ್ಟಲೆ ನಡೆಸುವ ವ್ಯರ್ಥ ತರ್ಕವು ಮಾಡುವುದಿಲ್ಲ. ಮಾಯೆಯೋ ಎಂಬಂತೆ ಆಯ್ಕೆಗಳು ನಮ್ಮೆದುರು ಸ್ಪಷ್ಟವಾಗಿ ತೆರೆದುಕೊಳ್ಳಲಾರಂಭಿಸುತ್ತವೆ. ಕನ್ನಾಟ್ ಸರ್ಕಸ್‌ನಲ್ಲಿ ಒಂದು ಸಂಜೆ ನಡೆಯುತ್ತಿದ್ದಾಗ ಸ್ವಲ್ಪ ವಿಶಿಷ್ಟವೆನಿಸುವ ಮುಖಪುಟದ ಪುಸ್ತಕವೊಂದು ಕಣ್ಣಿಗೆ ಬಿತ್ತು. ಅದರ ಮೇಲೆ ಹಕ್ಕಿಯೊಂದು ರೆಕ್ಕೆಗಳನ್ನು ಪೂರ್ತಿ ಹರಡಿಕೊಂಡು ಹಾರುತ್ತಿದ್ದ ಚಿತ್ರವಿತ್ತು. ಅದು ರಿಚರ್ಡ್ ಬಾಕ್ ಎಂಬಾತನ "ಜೊನಾಥನ್ ಲಿವಿಂಗ್‌ಸ್ಟನ್ ಸೀಗಲ್" ಪುಸ್ತಕ. ತಕ್ಷಣವೇ ಪುಸ್ತಕ ಕೊಂಡ ನಾನು ಮನೆಗೆ ಬಂದೊಡನೆ ಓದಲಾರಂಭಿಸಿದೆ. ಮುಗಿಸುವವರೆಗೂ ಕೆಳಗಿಡಲಾಗಲಿಲ್ಲ. ಬದುಕೆಂದರೆ, ಸಂಪಾದನೆಗಾಗಿಯೇ ಜೀವಿಸುವುದಲ್ಲ; ದೂರದ, ಕಂಡರಿಯದ ದಿಗಂತಕ್ಕೆ ಹಾರುವ ಧೈರ್ಯವನ್ನು ಬೆಳೆಸಿಕೊಳ್ಳುವುದು– ಎಂಬುದನ್ನು ಪುಸ್ತಕದ ನಾಯಕ ಜೊನಾಥನ್ ಲಿವಿಂಗ್‌ಸ್ಟನ್ ಸೀಗಲ್ ನನಗೆ ಕಲಿಸಿದ್ದ. ಸುಸ್ಮಿತಾಳೂ ಪುಸ್ತಕ ಓದಿದಳು, ನಾವು ತೆಗೆದುಕೊಳ್ಳಬೇಕಾದ ನಿರ್ಧಾರ ಇದ್ದಕ್ಕಿದ್ದಂತೆ ಸ್ಪಷ್ಟವಾಗಿತ್ತು – ಭವಿಷ್ಯದೆಡೆಗೆ ಚಿಮ್ಮಲು ಬಯಸಿದ ನಾವು ಸದ್ಯದ ನಷ್ಟವನ್ನೆದುರಿಸಲು ಸಿದ್ಧವಿದ್ದೆವು, ತೋರಲಿದ್ದ ಹಣದ ಮುಗ್ಗಟ್ಟು ಗೌಣವೆನಿಸಿತ್ತು. ನನ್ನ ಕೆಲಸದಲ್ಲಿ ಯಶಸ್ವಿಯಾದರೆ, ಮಾರಾಟದಿಂದ ಬರುವ ಕಮೀಷನ್ನಿನಲ್ಲಿ ನಷ್ಟವನ್ನು ತುಂಬಿಕೊಳ್ಳಬಹುದು. ಆಗದಿದ್ದರೆ? ಚಿಂತೆಯಿಲ್ಲ, ಮುಂದೆ ನೋಡಿಕೊಂಡರಾಯಿತು. ಹೇಗೂ ಸುಸ್ಮಿತಾ ಇನ್ನೊಂದು ವರ್ಷದಲ್ಲಿ ಓದು ಮುಗಿಸಿ ನೌಕರಿ ಹಿಡಿಯಬಹುದಿತ್ತು.

ಡಿಸಿಎಮ್‌ಗೆ ರಾಜೀನಾಮೆ ಸಲ್ಲಿಸಿದೆ. ಸದ್ದಿಲ್ಲದೆ ಅದು ಸ್ವೀಕೃತವಾಯಿತು. ನನ್ನ ಸಿಬ್ಬಂದಿ ಪ್ರೀತಿಯಿಂದ, ಆಪ್ತವಾಗಿ ಬೀಳ್ಕೊಟ್ಟರು. ಹತ್ತೊಂಭತ್ತನೆಯ ಶತಮಾನದಲ್ಲಿ ಆರಂಭವಾದ ಸಂಸ್ಥೆಯನ್ನು ದಾಟಿ, ಇಪ್ಪತ್ತೊಂದನೆಯ ಶತಮಾನಕ್ಕೆ ಹೆಜ್ಜೆಯೂರಲಿದ್ದ ಸಂಸ್ಥೆಗೆ ಅಡಿಯಿಟ್ಟಿದ್ದೆ. 1981 ರ ಜುಲೈ 1 ರಂದು ನವದೆಹಲಿಯ ನೆಹರೂ ಮಾರ್ಗದಲ್ಲಿರುವ ಎಚ್‌ಸಿಎಲ್ ಕಚೇರಿಯಲ್ಲಿ ಕೆಲಸಕ್ಕೆ ರಿಪೋರ್ಟ್ ಮಾಡಿಕೊಂಡೆ. ಅಲ್ಲಿ ಮೊಟ್ಟಮೊದಲು ನನಗೆ ಹೊಳೆದ ವಾಸ್ತವವೆಂದರೆ, ನನಗೆ ಕಂಪ್ಯೂಟರ್ ಬಗ್ಗೆಯಾಗಲೀ ಮಾರುವುದರ ಬಗ್ಗೆಯಾಗಲೀ ಏನೇನೂ ಗೊತ್ತಿರಲಿಲ್ಲ.

❍

ಜೊನಾಥನ್ ಲಿವಿಂಗ್‌ಸ್ಟನ್ ಸೀಗಲ್‌ನ ಆರಂಭಿಕ ಹಾರಾಟಗಳು ಹೇಗೆ ಪ್ರಯಾಸಕರವಾಗಿದ್ದವೋ ಹಾಗೆಯೇ ಎಚ್‌ಸಿಎಲ್‌ನಲ್ಲಿ ನನ್ನ ಮೊದಲ ದಿನಗಳು ಕೂಡಾ ಇರಸುಮುರಸಿನವಾಗಿದ್ದವು. ಹಾರುತ್ತಾ ಮೇಲಕ್ಕೇರಿ, ಆಗಸದಲ್ಲಿ ತೇಲುತ್ತಾ, ನೆಲದೆಡೆಗೆ ಧುಮುಕಿ ಮತ್ತೆ ಉಷ್ಣವಾಯುಬುಗ್ಗೆಗಳನ್ನು (Thermals) ಹಿಡಿದು ಸರ್ರೆಂದು ಎತ್ತರಕ್ಕೇರುವುದನ್ನು ಜೊನಥಾನ್ ಕಲಿತದ್ದು ಕೂಡಾ ಹಲವು ಕಾಲದ ಪ್ರಯತ್ನದ ನಂತರವಷ್ಟೇ. ಮನೆಮನೆ ತಿರುಗಿ ಮಾರಾಟ ಮಾಡುವ ಸೇಲ್ಸ್‌ಮ್ಯಾನ್‌ನ ಜೀವನಕ್ಕೆ ಹೊಂದಿಕೊಳ್ಳಲು ನನಗೂ ಸ್ವಲ್ಪ ಸಮಯ ಹಿಡಿಯಿತು. ಒಮ್ಮೆ ಹೊಂದಿಕೊಂಡ ಮೇಲೆ ಹಿಂತಿರುಗಿ ನೋಡುವ ಪ್ರಶ್ನೆಯೇ ಇರಲಿಲ್ಲ. ಮುಂದಿನ ಮೂರು ದಶಕಗಳ ಕಾಲ ನಿತ್ಯ ಬದಲಾವಣೆಯಲ್ಲಿದ್ದ ಕಂಪ್ಯೂಟರ್ ಮತ್ತು ತಂತ್ರಜ್ಞಾನದ ಜಗತ್ತು ನನ್ನನ್ನು ಆಕರ್ಷಿಸಿ ಸೆಳೆದುಕೊಂಡಿತ್ತು. ಇದಕ್ಕೆಲ್ಲಾ ನಾನು ಧನ್ಯವಾದ ಹೇಳಬೇಕಾದದ್ದು ಒಂದೇ ವ್ಯಕ್ತಿಗೆ – ಬೃಹಸ್ಪತಿ ದೇವ್ ಪಾಠಕ್.

ಎಚ್‌ಸಿಎಲ್‌ನಲ್ಲಿ ನನ್ನ ಮೇಲಧಿಕಾರಿಯಾಗಿದ್ದ ಆರ್.ಕೆ.ಗುಪ್ತಾರಿಂದ ಮಾರಾಟದ ಮೂಲವಿದ್ಯೆಯನ್ನು ಕಲಿತೆ. ಪ್ರತಿ ಮುಂಜಾನೆ ನನಗವರು ಸಂಭಾವ್ಯ ಗ್ರಾಹಕರ ಪಟ್ಟಿಯನ್ನು ಕೊಡುತ್ತಿದ್ದರು. ನಾನು ಇಡೀ ದಿನ ಕಚೇರಿಯಿಂದ ಕಚೇರಿಗೆ ಅಲೆದು, ಎರಡು ಫ್ಲಾಪಿ ಡ್ರೈವ್‌ಗಳುಳ್ಳ 64 ಕೆಬಿ ಮೆಮೊರಿಯ ಕಂಪ್ಯೂಟರ್, ಒಂದು ಮಾನಿಟರ್ ಮತ್ತು ಡಾಟ್ ಮ್ಯಾಟ್ರಿಕ್ಸ್ ಪ್ರಿಂಟರ್ ಇವಿಷ್ಟನ್ನು ನಾಲ್ಕು ಲಕ್ಷ ರೂಗಳಿಗೆ ಕೊಳ್ಳಲು ಜನರ ಮನವೊಲಿಸುವ ಪ್ರಯತ್ನ ಮಾಡುತ್ತಿದ್ದೆ! ಮೊದಲ ಬಾರಿ ಕಂಪ್ಯೂಟರ್ ಬಳಸುವ ಸಾಧ್ಯತೆಗಳಿದ್ದ ಸಗಟು ವ್ಯವಹಾರವುಳ್ಳವರು ಅಥವಾ ಚಿಕ್ಕಪ್ರಮಾಣದ ಫ್ಯಾಕ್ಟರಿಯ ಮಾಲೀಕರು ಮುಂತಾದವರಿಗೆ ಅನಾಮಧೇಯ ಕರೆಗಳನ್ನು ಕೊಡುತ್ತಿದ್ದೆ. ಹೆಚ್ಚಾಗಿ ಸರಕಾರೀ ಇಲಾಖೆಗಳಿಗೆ, ಒಮ್ಮೊಮ್ಮೆ ಮಧ್ಯಮ ಪ್ರಮಾಣದ ಉದ್ಯಮಗಳಿಗೆ ಮಾರಾಟದ ಕರೆಗಳಿರುತ್ತಿದ್ದವು.

ನಾನು ಎಚ್‌ಸಿಎಲ್‌ನಲ್ಲಿ ಸ್ವಲ್ಪ ಕಾಲ ಮಾತ್ರವಿದ್ದೆ. ಅಲ್ಲಿನ ಅನೌಪಚಾರಿಕ ವಾತಾವರಣ ನನಗಿಷ್ಟವಾಯಿತಾದರೂ ಕಂಪನಿಗಿರಬೇಕಾದಷ್ಟು ಗ್ರಾಹಕಗಮನ ಇರಲಿಲ್ಲ ವೆನಿಸಿತು. ನಮ್ಮ ಗ್ರಾಹಕರು ಮೊದಲ ಬಾರಿಗೆ ಕಂಪ್ಯೂಟರ್ ಬಳಸುತ್ತಿದ್ದುದರಿಂದ,

ಅವರಿಗೆ ನಮ್ಮ ದೈನಂದಿನ ಸಹಾಯ ಬಹಳ ಅವಶ್ಯವಿತ್ತು. ಆದರೆ, ಮಾರುವುದರಲ್ಲಿದ್ದ ಮಹದುತ್ಸಾಹವನ್ನು ಕಂಪನಿ ಗ್ರಾಹಕ ಸೇವೆಗೆ ತೋರಿಸದೆ ಇದ್ದದ್ದು ನನಗೆ ನಿರಾಶೆ ಯನ್ನುಂಟುಮಾಡಿತ್ತು. ಹೀಗೆ ಬೇಸತ್ತ ಸುಮಾರು ಹನ್ನೆರಡು ಜನ ಎಚ್‌ಸಿಎಲ್ ಬಿಟ್ಟು ಬೆಂಗಳೂರಿನಲ್ಲಿದ್ದ ಪಿಎಸ್‌ಐ ಡೇಟಾ ಸಿಸ್ಟಮ್ಸ್ ಎಂಬ ಸಂಸ್ಥೆಯನ್ನು ಸೇರಿದೆವು. ಹೊಸದಾಗಿ ಪ್ರಾರಂಭವಾಗಿದ್ದ ಆ ಕಂಪನಿ, ಹಲವು ವರ್ಷ ಸಣ್ಣದಾಗೇ ಕಾರ್ಯನಿರ್ವಹಿಸುತ್ತಿತ್ತು. ಈಗ ಹೆಚ್ಚಿನ ಬಂಡವಾಳ ಹರಿದುಬಂದದ್ದರಿಂದ ತನ್ನ ಚಟುವಟಿಕೆಗಳನ್ನು ಚುರುಕುಗೊಳಿಸಿ ಹೊಸ ಪ್ರತಿಭೆಗಳನ್ನು ಕೆಲಸಕ್ಕೆ ತೆಗೆದುಕೊಳ್ಳುವ ಉತ್ಸಾಹದಲ್ಲಿತ್ತು.

ಪಿಎಸ್‌ಐನಲ್ಲಿದ್ದ ಅವಧಿಯಲ್ಲಿ ನಾನು ದೆಹಲಿ, ಜೈಪುರ, ಉದಯಪುರ, ಲಖನೌ ಮತ್ತು ರಾಯ್‌ಬರೇಲಿಯಂಥಾ ಸ್ಥಳಗಳಲ್ಲಿ ಕಂಪ್ಯೂಟರ್‌ಗಳನ್ನು ಮಾರಿದೆ. ಅನೇಕ ಧೂಳುಮಯ ಚಿಕ್ಕ ಚಿಕ್ಕ ಊರುಗಳನ್ನು ನನ್ನ ಬೈಕಿನಲ್ಲಿ, ರೈಲು, ಬಸ್ಸುಗಳಲ್ಲಿ, ಇಡೀ ದಿನ ರಿಕ್ಷಾ ಮಾಡಿಕೊಂಡು ಸುತ್ತಿದೆ. ನನಗಲ್ಲಿ ಒಳ್ಳೆಯ ತರಬೇತಿ ಸಿಕ್ಕಿತು. ಮ್ಯಾನೇಜ್‌ಮೆಂಟ್ ವೃತ್ತಿಯಲ್ಲಿ ಉನ್ನತ ಸ್ಥಾನಕ್ಕೆ ಏರಬಯಸುವವರಿಗೆ ಸೇಲ್ಸ್ ಕೆಲಸ ಬಹಳ ಮುಖ್ಯವಾದದ್ದು. ಪಿಎಸ್‌ಐನಲ್ಲಿದ್ದ 'ಸಂಶೋಧನೆ ಮತ್ತು ಅಭಿವೃದ್ಧಿ' (R&D - Research and Development) ಸಾಮರ್ಥ್ಯದಿಂದಾಗಿ ಅದು ಕಲಿಕೆಗೆ ಅತ್ಯುತ್ತಮ ಸ್ಥಳವಾಗಿತ್ತು. ಈ ಕಂಪನಿ ಸ್ಟ್ಯಾನ್‌ಫೋರ್ಡ್ ಪದವೀಧರರಾದ ವಿನಯ್ ದೇಶಪಾಂಡೆ ಮತ್ತು ಡಾ.ವಿ.ಕೆ.ರವೀಂದ್ರನ್ ಎಂಬುವವರಿಂದ ಸ್ಥಾಪಿತವಾಗಿತ್ತು. ಭಾರತದಲ್ಲಿ 'ಸಂಶೋಧನೆ ಮತ್ತು ಅಭಿವೃದ್ಧಿ' ಸಾಮರ್ಥ್ಯವನ್ನು ಖಾಸಗಿ ಕ್ಷೇತ್ರದಲ್ಲಿ ಬೆಳೆಸುವ ಅವಶ್ಯಕತೆ ಮತ್ತು ಸಾಧ್ಯತೆ ಎರಡೂ ಇದೆಯೆಂದು ಅವರಿಬ್ಬರೂ ನಂಬಿದ್ದರು. ಆಗ ಭಾರತ ನೌಕಾದಳ ಡಿಜಿಟಲ್ ಕಂಪನಿಯ ಪಿಡಿಪಿ/11 ತಂತ್ರಜ್ಞಾನದಿಂದ ತಯಾರಿಸಿದ ಮೂರನೆಯ ತಲೆಮಾರಿನ ಕ್ಷಿಪಣಿ ನಿಯಂತ್ರಣ (Missile Control System) ವ್ಯವಸ್ಥೆಯನ್ನು ತನ್ನ ಹಡಗುಗಳಲ್ಲಿ ಅಳವಡಿಸಿತ್ತು. ಭಾರತ ಮತ್ತು ರಶಿಯಾದ ನಡುವೆ ರಾಜಕೀಯವಾಗಿ ಅನ್ಯೋನ್ಯ ಸಂಬಂಧವಿದ್ದುದರಿಂದ, ಶೀತಲಸಮರದ ಸಮಯದಲ್ಲಿ ಅಮೆರಿಕಾ ಸರ್ಕಾರ ತಂತ್ರಜ್ಞಾನ ರಫ್ತನ್ನು ನಿಯಂತ್ರಿಸುತ್ತಿತ್ತು. ಅಮೆರಿಕದ ಈ ಅವಲಂಬನೆಯನ್ನು ತಪ್ಪಿಸಬಯಸಿದ ವಿದ್ಯುನ್ಮಾನ ಇಲಾಖೆಯಲ್ಲಿದ್ದ ಕೆಲವು ವಿಜ್ಞಾನಿಗಳು ಪಿಎಸ್‌ಐಗೆ ದೇಶೀಯವಾಗಿ ಪಿಡಿಪಿ/11 ತಂತ್ರಜ್ಞಾನವನ್ನು ಅಭಿವೃದ್ಧಿಪಡಿಸುವ ಹೊಣೆಯನ್ನು ಹೊರಿಸಿದ್ದರು. ಅವರಿಗೆ ಕಂಪನಿಯ ಆರ್&ಡಿ ಸಾಮರ್ಥ್ಯದ ಅರಿವಿತ್ತು. ಇದರಿಂದಾಗಿ ಪಿಎಸ್‌ಐ ಕಂಪನಿ ಯಲ್ಲಿ ಹೊಸ ಶ್ರೇಣಿಯ ಕಂಪ್ಯೂಟರ್‌ಗಳು ತಯಾರಾದವು. ಆದರೆ, ಅತ್ಯುತ್ತಮ ಆರ್&ಡಿ ಸಾಮರ್ಥ್ಯವಿದ್ದಾಗ್ಯೂ ಕಂಪನಿ ತನ್ನ ಹೊಸ ಶ್ರೇಣಿಯ ಕಂಪ್ಯೂಟರ್‌ಗಳಲ್ಲಿ ವ್ಯಾವಹಾರಿಕವಾಗಿ ಯಶಸ್ಸನ್ನು ಕಾಣಲಿಲ್ಲ. ಮುಂದೊಮ್ಮೆ ತನ್ನ ಉದ್ಯೋಗಿಗಳಿಗೆ ಸಂಬಳ ಕೊಡಲಾರದ ಸ್ಥಿತಿ ತಲುಪಿತು. ಮಹಿಂದ್ರಾ ಗುಂಪಿನವರು ಆರಂಭಿಸಿದ್ದ ಎಮ್‌ಎಮ್‌ಸಿ ಡಿಜಿಟಲ್ ಸಿಸ್ಟಮ್ಸ್ ಕಂಪ್ಯೂಟರ್ ಕಂಪನಿಯು ಪಿಎಸ್‌ಐನ

ಸೇಲ್ಸ್ ಮತ್ತು ಮಾರ್ಕೆಟಿಂಗ್‌ನ ಮುಖ್ಯಸ್ಥರಾದ ಸತ್ರಜಿತ್ ಮುಜುಮ್‌ದಾರ್‌ರನ್ನು ತನ್ನಲ್ಲಿ ಉದ್ಯೋಗಕ್ಕೆ ಸೇರಿಸಿಕೊಂಡಿತು. ಅವರು ನನ್ನನ್ನು ತಮ್ಮೊಂದಿಗೆ ಪ್ರಾಡಕ್ಟ್ ಮ್ಯಾನೇಜರ್ ಆಗಿ ಬರುವಂತೆ ಕರೆದರು. ಇದರಿಂದ ನನ್ನ ಕೆಲಸ ಶುದ್ಧ ಸೇಲ್ಸ್ ಚಟುವಟಿಕೆಗಳಿಂದ ಮಾರ್ಕೆಟಿಂಗ್‌ಗೆ ಬದಲಾಗುತ್ತಿತ್ತು. ನಾನು ಸೇಲ್ಸ್ ಕೆಲಸದಲ್ಲಿ ಯಶಸ್ವಿಯಾಗಿದ್ದರೂ ನನ್ನ ಚಿಂತನಾಕ್ರಮ ಪ್ರಾಡಕ್ಟ್ ಮ್ಯಾನೇಜ್‌ಮೆಂಟ್ ಕೆಲಸಕ್ಕೆ ಹೆಚ್ಚು ಹೊಂದುತ್ತಿತ್ತು. ಅದಲ್ಲದೆ, ಸದಾ ಹೊರಮುಖವಾದ ಸೇಲ್ಸ್ ಕೆಲಸದ ಹೊರತಾದ, ಕಂಪನಿಯ ಒಬ್ಬ ಹಿರಿಯ ಎಕ್ಸಿಕ್ಯುಟಿವ್‌ರೊಂದಿಗೆ ಕಾರ್ಪೊರೇಟ್‌ನ ಒಳಗಿದ್ದು ಕಾರ್ಯ ನಿಭಾಯಿಸುವ ಅನುಭವ ನನಗೆ ಬೇಕಾಗಿತ್ತು. ಆದರೆ, ನಾನು ಸೇರಿಕೊಂಡ ಒಂದೇ ವರ್ಷದಲ್ಲಿ ಎಮ್‌ಎಮ್‌ಸಿ ಕಂಪನಿ ಮುಚ್ಚಿತು. ಆಡಳಿತ ವರ್ಗ ಕಂಪನಿಗೆ ಬೇಕಾದ ಹಣಹೂಡಿಕೆಯನ್ನು ಸರಿಯಾಗಿ ಅಂದಾಜು ಮಾಡದೆ ಹಣದ ಬಿಕ್ಕಟ್ಟಿಗೆ ಸಿಲುಕಿತ್ತು. ಜೊತೆಗೆ, ಕಂಪನಿಯ ಹಿರಿಯ ವ್ಯವಸ್ಥಾಪಕ ವರ್ಗದವರೆಲ್ಲ ಮಹಿಂದ್ರಾ ಗುಂಪಿನ ಜವಳಿ ಯಂತ್ರ ತಯಾರಿಕಾ ಘಟಕದಿಂದ ಬಂದವರಾಗಿದ್ದರು. ಮಾಹಿತಿ ತಂತ್ರಜ್ಞಾನ ವ್ಯವಹಾರದಲ್ಲಿನ ಗೊಂದಲಮಯವಾದ ವ್ಯವಸ್ಥೆಯ ನಾಡಿಮಿಡಿತ ಗಳು ಅವರಿಗೆ ಅರ್ಥವಾಗುವಂತಿರಲಿಲ್ಲ.

❍

ನನ್ನ ವೃತ್ತಿಜೀವನದ ಪ್ರಾರಂಭದಲ್ಲಿ ಎಚ್‌ಸಿಎಲ್, ಪಿಎಸ್‌ಐ ಮತ್ತು ಎಮ್‌ಎಮ್‌ಸಿಯಲ್ಲಿ ಕಳೆದ ದಿನಗಳು ನನಗೆ ಸೇಲ್ಸ್ ಮತ್ತು ಮಾರ್ಕೆಟಿಂಗ್‌ನಲ್ಲಿ ಒಳ್ಳೆಯ ಅನುಭವವನ್ನು ತಂದುಕೊಟ್ಟವು. ಬಹುವರ್ಷಗಳ ನಂತರ ನಾನು ವಹಿಸಿಕೊಂಡ ಅಂತರ್‌ರಾಷ್ಟ್ರೀಯ ವ್ಯವಹಾರಗಳಿಗೆ ಈ ಅನುಭವ ಭದ್ರಬುನಾದಿಯಾಗಿತ್ತು. ನಿಮ್ಮ ಸಾಮರ್ಥ್ಯ, ಯೋಗ್ಯತೆಗಳೇನೆಂಬುದನ್ನು ನಿಮಗೆ ಸೇಲ್ಸ್ ಕೆಲಸ ತಿಳಿಸಿಕೊಡುವ ಹಾಗೆ, ಇನ್ಯಾವ ಕೆಲಸವೂ ತಿಳಿಸಲಾರದು. ಕಾರಣವಿಷ್ಟೆ: ಇಲ್ಲಿ ಫಲಿತಾಂಶ ಎರಡರಲ್ಲಿ ಒಂದೇ ಆಗಿರುತ್ತದೆ. ಒಂದೋ ನೀವು ಮಾರಿರುತ್ತೀರಿ ಅಥವಾ ಮಾರಿರುವುದಿಲ್ಲ. ಈ ವೃತ್ತಿಯಲ್ಲಿ ಇನ್ನೊಬ್ಬರ ಮಾತನ್ನು ಗಮನವಿಟ್ಟು ಕೇಳುವಷ್ಟು ಬೇರಾವ ವೃತ್ತಿಯಲ್ಲೂ ಕೇಳುವುದಿಲ್ಲ. ಒಬ್ಬ ಮಾರಾಟಗಾರ ಬರೀ ತನ್ನ ಮನಸ್ಸಿನಿಂದಲ್ಲ, ಇಡೀ ಜೀವಾಳದಿಂದ ಆಲಿಸಬೇಕಾಗುತ್ತದೆ. ಇನ್ನೊಬ್ಬರ ಶರೀರದ ಭಾಷೆ ಮತ್ತು ಭಾವನೆಗಳನ್ನು ಓದುವುದನ್ನು ಕಲಿಯುತ್ತೀರಿ. ಗ್ರಾಹಕನೊಬ್ಬ ತಿಳಿಸುವ ಆತನ ಅವಶ್ಯಕತೆಗಳನ್ನು ಬಾಯ್ಬಿಟ್ಟು ಹೇಳದ ಆತನ ಕಳವಳಗಳಿಂದ ಬೇರ್ಪಡಿಸುವುದನ್ನು ಕಲಿಯುತ್ತೀರಿ. ಗಮನವಿಟ್ಟು ಆಲಿಸಿದಾಗ ಮಾತ್ರ ಹೊರನೋಟಕ್ಕೆ ಕಾಣುವ ಮೇಲ್ಪದರದ ಕೆಳಗೇನಿದೆ ಎಂಬುದು ನಿಮಗೆ ವೇದ್ಯವಾದೀತು. ನಿಮ್ಮ ಉತ್ಪನ್ನವನ್ನು ಗ್ರಾಹಕನೊಬ್ಬನ ಬಳಿ ಒಯ್ದಾಗ, ಆತ ತನಗೆ ಬೇಕಾದುದನ್ನು ನಿಮಗೆ ತಿಳಿಸುವುದು ಹಿಮಗುಡ್ಡೆಯ ಹಾಗೆ, ಬರೀ ಹತ್ತರಲ್ಲಿ ಒಂದು ಭಾಗ ಮಾತ್ರವಾಗಿರುತ್ತದೆ. ಅದರ ಕೆಳಗೆ ಅಡಗಿಕೊಂಡಿರುವ ಇನ್ನು ಒಂಭತ್ತು ಭಾಗವನ್ನು ಒಳ್ಳೆಯ ಮಾರಾಟಗಾರನಾದವನು ಅರ್ಥ ಮಾಡಿಕೊಂಡು ಪೂರೈಸಬೇಕಾಗುತ್ತದೆ.

ಮಾರಾಟದಲ್ಲಿ ಹಲವು ಬಗೆಯ ಜನರೊಂದಿಗೆ ವ್ಯವಹರಿಸುವುದನ್ನು ಕಲಿಯುತ್ತೇವೆ. ಯಾವ ಇಬ್ಬರು ಗ್ರಾಹಕರಾಗಲೀ ಅಥವಾ ಅವರಿಗೆ ಮಾರಬೇಕಾದ ವಿಧಾನಗಳಾಗಲೀ ಒಂದೇ ತೆರನಾಗಿರುವುದಿಲ್ಲ. ಒಂದು ದಿನ ನನ್ನ ಮಾರುವಿಕೆ ಲಖನೌನ 'ರೈಲ್ವೆ ಡಿಸೈನ್ ಅಂಡ್ ಸ್ಟ್ಯಾಂಡರ್ಡ್ಸ್' ಸಂಸ್ಥೆಯ ಹೆಚ್ಚಿನ ತಿಳುವಳಿಕೆಯುಳ್ಳ ಸಂಶೋಧನಾ ನಿರ್ದೇಶಕನೊಬ್ಬನ ಬಳಿ ಇರಬಹುದು. ಮರುದಿನ, ಸ್ವಲ್ಪಮಟ್ಟಿನ ವಿದ್ಯೆಯುಳ್ಳ ಪಶ್ಚಿಮ ದೆಹಲಿಯ ಚಿಕ್ಕ ಫ್ಯಾಕ್ಟರಿಯ ಮಾಲೀಕನೋ ಅಥವಾ ಉದಯ ಪುರದ ಒಬ್ಬ ಚಾರ್ಟರ್ಡ್ ಅಕೌಂಟೆಂಟನೋ ಆಗಿರಬಹುದು. ಒಬ್ಬ ಗ್ರಾಹಕ ಇನ್ನೊಬ್ಬನಿಗಿಂತ ಸಂಪೂರ್ಣ ಭಿನ್ನವಾಗಿರುತ್ತಾನೆ.

ಒಬ್ಬನೇ ಗ್ರಾಹಕನನ್ನು ಮಾರಾಟದ ಪೂರ್ಣಾವಧಿ ಮುಗಿಯುವಷ್ಟರಲ್ಲಿ ಹಲವಾರು ಬಾರಿ ಭೇಟಿಯಾದಾಗ, ಆತ ಒಂದೊಂದು ಬಾರಿಯೂ ಒಂದೊಂದು ಮನಸ್ಥಿತಿಯಲ್ಲಿರುತ್ತಾನೆ. ನಿಮ್ಮ ಭೇಟಿ ಮೊದಲನೆಯದೋ, ಕೊನೆಯ ಸುತ್ತಿನ ಮಾತುಕತೆಯದೋ ಅಥವಾ ದೊಡ್ಡದಾದ ಬಹುವರ್ಷಗಳ ಒಪ್ಪಂದದಲ್ಲಿ ನಡೆಯುವ ಪ್ರಾಯೋಗಿಕ ಪರೀಕ್ಷೆ ಠುಸ್ಸೆಂದ ನಂತರದ್ದೋ ಎಂಬುದನ್ನು ಅವಲಂಬಿಸಿ ಆತನ ವರ್ತನೆಯಲ್ಲಿ ಬಹಳಷ್ಟು ವ್ಯತ್ಯಾಸವಿರುತ್ತದೆ.

ಮಾರಾಟದ ಮತ್ತು ಸಂಧಾನದ ನೈಪುಣ್ಯಗಳು ಒಂದಕ್ಕೊಂದು ಹೊಂದಿಕೊಂಡಿವೆ. ಸಂಧಾನವಿಲ್ಲದೆ ನಡೆಸುವ ಮಾರಾಟವೆಂದರೆ ಪ್ರೇಮವಿಲ್ಲದ ಪ್ರಣಯಪ್ರಸಂಗವಿದ್ದಂತೆ. ಮಾರಾಟದೊಂದಿಗೆ ಕಲಿಯುವ ಸಂಧಾನ ನೈಪುಣ್ಯತೆ, ಯಾವುದೇ ವೃತ್ತಿಯಲ್ಲಿಯೂ ಮೇಲಕ್ಕೆ ಹೋದಂತೆ ಮುಖ್ಯವಾಗಿ ಬೇಕಾದದ್ದು: ಜೀವನದಲ್ಲಿ ನಿಮ್ಮ ಬಾಸ್‌ನೊಂದಿಗೆ, ಮಕ್ಕಳೊಂದಿಗೆ, ಸಹೋದ್ಯೋಗಿಗಳೊಂದಿಗೆ ಮತ್ತು ಕೆಲವೊಮ್ಮೆ ಸಂಪೂರ್ಣ ಅಪರಿಚಿತ ರೊಂದಿಗೂ ಸಂಧಾನ ನಡೆಸಬೇಕಾಗುತ್ತದೆ. ಜೀವನವೆಂದರೇ ನಿರಂತರವಾದ ಸಂಧಾನ ವಾಗಿದೆ; ಆದರೆ, ಮಾರಾಟ ವೃತ್ತಿ ಮಾತ್ರ ನಿಮಗದರ ಸೂಕ್ಷ್ಮತೆಗಳನ್ನು ಕಲಿಸಿಕೊಡುತ್ತದೆ.

ಒಬ್ಬ ಮಾರಾಟಗಾರ ತಿರಸ್ಕಾರವನ್ನು ಬದುಕಿನ ಭಾಗವಾಗಿ ಸ್ವೀಕರಿಸಲು ಕಲಿಯುತ್ತಾನೆ. ಕೆಲವೊಮ್ಮೆ ಗ್ರಾಹಕರು ನೇರವಾಗಿಯೇ ತೆಗಳುತ್ತಾರೆ. ಆದರೆ, ಒಳ್ಳೆಯ ಮಾರಾಟಗಾರ 'ಬೇಡ' ಎಂಬುದರ ಅರ್ಥ 'ಈಗ ಬೇಡ' ಎಂದು ಮಾತ್ರ ಎಂಬುದನ್ನು ತಿಳಿದಿರುತ್ತಾನೆ.

ಒಬ್ಬ ಮಾರಾಟಗಾರನಿಗೆ ತನ್ನ ಸಂಸ್ಥೆಯ ನಿಜವಾದ ಸಾಮರ್ಥ್ಯಗಳೇನೆಂದು ತಿಳಿದಿರುತ್ತದೆ. ಸಂಸ್ಥೆಯ ಉತ್ಪನ್ನಗಳು ಮತ್ತು ಸೇವೆಯ ಬಗೆಗಿನ ನೇರ ಅನುಭವವಿರುತ್ತದೆ. ಸಂಸ್ಥೆಯ ಗ್ರಾಹಕಸೇವಾ ವಿಭಾಗದ ತನ್ನ ಸಹೋದ್ಯೋಗಿಗಳು ಎಷ್ಟು ಸಮರ್ಥವಾಗಿ ಕಾರ್ಯನಿರ್ವಹಿಸುತ್ತಾರೆ ಮತ್ತು ಗ್ರಾಹಕರನ್ನು ಎಷ್ಟು ದಕ್ಷತೆಯಿಂದ ಬೆಂಬಲಿಸುತ್ತಾರೆ ಎಂಬ ವಿಷಯವೂ ಚೆನ್ನಾಗಿ ತಿಳಿದಿರುತ್ತದೆ. ಒಂದು ಶ್ರೇಷ್ಠ ಸಂಸ್ಥೆಯು ಒಬ್ಬ ಹೆಮ್ಮೆಯ ಮಾರಾಟಗಾರನನ್ನು ತಯಾರು ಮಾಡುತ್ತದೆ. ಮಾರಾಟಗಾರನೊಬ್ಬನ ಒಳ ಹೊಕ್ಕು

ನೋಡಿ ಆತ ತನ್ನ ಸಂಸ್ಥೆಯ ಬಗ್ಗೆ ಗೌರವ ಹೊಂದಿದ್ದಾನೆಂದು ತಿಳಿಯಬಲ್ಲಿರಾದರೆ ಆ ಸಂಸ್ಥೆ ಉತ್ತಮವಾದುದೆಂದೂ ವ್ಯವಹರಿಸಲು ತಕ್ಕುದೆಂದೂ ತಿಳಿಯಬಹುದು.

ಜನರ ಸಂಪರ್ಕವನ್ನು ಬೆಳೆಸಿಕೊಳ್ಳುವುದು, ತಕ್ಷಣದ ಅವಶ್ಯಕತೆ ಇಲ್ಲದಿದ್ದರೂ ಜನರೊಡನೆ ಸ್ನೇಹವಿಟ್ಟುಕೊಳ್ಳುವುದು ಎಷ್ಟು ಮಹತ್ವದ್ದೆಂಬುದು ಮಾರಾಟದಲ್ಲಿ ನಿಜವಾಗಿ ನಿಮ್ಮರಿವಿಗೆ ಬರುತ್ತದೆ. ಯಾವುದೇ ಉತ್ತಮ ಮಾರಾಟಗಾರನು ತನ್ನ ರೊಲೊಡೆಕ್ಸ್‌ಗೆ (ವ್ಯವಹಾರ ಸಂಪರ್ಕಗಳನ್ನು ಇಟ್ಟುಕೊಳ್ಳುವ ಸಾಧನ) ಎಷ್ಟರ ಮಟ್ಟಿಗೆ ಬೆಲೆ ಕೊಡುತ್ತಾನೆಂದು ಮತ್ತು ತನ್ನ ಪರಿಚಿತರೊಂದಿಗೆ ಸಂಪರ್ಕದಲ್ಲಿರಲು ಆತ ಏನೆಲ್ಲಾ ಮಾಡುತ್ತಾನೆಂದು ನಿಮಗೆ ಹೇಳಬಲ್ಲ.

ಪ್ರತಿಯೊಬ್ಬ ಗ್ರಾಹಕನೂ ತನಗೇನಾದರೂ ಉಪಕಾರ ಬಯಸುವ ಲಂಚಕೋರನೇ ಆಗಿರುವುದಿಲ್ಲವೆಂದು ಮಾರುವಾಗ ನಿಮಗೆ ತಿಳಿಯುತ್ತದೆ. ಹಾಗೆ ನೋಡಿದರೆ, ಎಷ್ಟೋ ಬಾರಿ ತನ್ನ ಉದ್ದೇಶವನ್ನು ಸಾಧಿಸಲು ಮಾರುವವನೇ ಮೊದಲು ಅಪ್ರಾಮಾಣಿಕ ಹಾದಿ ಹಿಡಿಯುತ್ತಾನೆ. ಒಬ್ಬ ಅಪ್ರಾಮಾಣಿಕ ಗ್ರಾಹಕ ನಿಮ್ಮ ಮೌನಸಮ್ಮತಿಯ ಸಂಜ್ಞೆಗಳಿಗಾಗಿ ಕಾಯುತ್ತಾನೆ. ಆದರೆ ನೀವದಕ್ಕೆ ಸಹಕರಿಸದಿದ್ದರೂ, ಅವನ ಕೈ ಬೆಚ್ಚಗಾಗಿಸದಿದ್ದರೂ ನಿಮ್ಮೊಡನೆ ವ್ಯವಹಾರ ನಡೆಸಲು ಸಿದ್ಧನಿರುತ್ತಾನೆ.

ಸಾಂಪ್ರದಾಯಿಕವಾಗಿ ಸಂಸ್ಥೆಯ ಮಾನವ ಸಂಪನ್ಮೂಲ, ಹಣಕಾಸು, ಉತ್ಪನ್ನಗಳು ಮತ್ತು ಮಾಹಿತಿಯನ್ನು ನಿರ್ವಹಿಸುವುದು ಸಿಇಓನ ಜವಾಬ್ದಾರಿ. ಈಗಿನ ಪೀಳಿಗೆಯ ಸಿಇಓಗಳು ಇವೆಲ್ಲದರೊಂದಿಗೆ ಸಂಕೀರ್ಣತೆಯನ್ನು ನಿಭಾಯಿಸುವುದನ್ನೂ ಕಲಿಯಬೇಕು ಮತ್ತು ಸಂಸ್ಥೆಗೆ ಅತಿ ಹೆಚ್ಚಿನ ವ್ಯವಹಾರವನ್ನು ತರಬಲ್ಲ ಸರ್ವೋತ್ಕೃಷ್ಟ ವ್ಯವಹಾರಕುಶಲಿಯಾಗಿರಬೇಕು. ಒಬ್ಬ ಸಿಇಓ ಉತ್ತಮ ಮಾರಾಟಗಾರನಾದರೆ, ಇಡೀ ಸಂಸ್ಥೆಯೇ ಆತನನ್ನು ಅನುಕರಿಸುತ್ತದೆ. ಇದಕ್ಕಾಗಿ ತರಬೇತಿಗೊಳಿಸಲು ನಿಮ್ಮ ವೃತ್ತಿ ಜೀವನದ ಆರಂಭದಲ್ಲಿ ನೀವು ಪರಿಶ್ರಮವಹಿಸಿ ಮಾಡುವ ಉತ್ತಮವಾದ, ಘನವಾದ ಕೆಲಸಕ್ಕಿಂತ ಮಿಗಿಲಾದದ್ದು ಇನ್ನೊಂದಿಲ್ಲ.

○

ಕಂಪ್ಯೂಟರ್ ಉದ್ಯಮದಲ್ಲಿ ಕಳೆದ ನನ್ನ ಆರಂಭಿಕ ದಿನಗಳಲ್ಲಿ ನಾನು ಮಾರುವುದನ್ನು ಮಾತ್ರ ಕಲಿಯಲಿಲ್ಲ. ತಮ್ಮದೇ ಆದ ಭಿನ್ನ ರೀತಿಗಳಲ್ಲಿ ಆಗಷ್ಟೇ ಚಿಗುರುತ್ತಿದ್ದ ಉದ್ಯಮಕ್ಕೆ ಅಡಿಪಾಯ ಹಾಕುತ್ತಿದ್ದ, ಹಲವು ಪ್ರತಿಭಾವಂತರನ್ನು ಭೇಟಿಯಾಗುವ ಭಾಗ್ಯವೂ ನನ್ನದಾಗಿತ್ತು. ಭಾರತದಲ್ಲಿ ದೀರ್ಘ ಕಾಲ ನಡೆದ ಕಂಪ್ಯೂಟರ್ ಪತ್ರಿಕೆ 'ಡೇಟಾಕ್ವೆಸ್ಟ್' ಅನ್ನು ಪ್ರಾರಂಭಿಸಿದ ಪ್ರದೀಪ್ ಗುಪ್ತಾ ಅವರಲ್ಲೊಬ್ಬರು. ಪತ್ರಿಕೆಗೆ ಲೇಖನ ಕಳುಹಿಸುವಂತೆ ಆಗಾಗ್ಗೆ ಅವರು ನನ್ನನ್ನು ಕೇಳುತ್ತಿದ್ದರು. ನಂತರದ ದಿನಗಳಲ್ಲಿ ಆ ಪತ್ರಿಕೆ 'ಎ ಲಿಟ್ಲ್ ಬಿಯಾಂಡ್' ಎಂಬ ಅಂಕಣವನ್ನು ಬರೆಯುವ ಅವಕಾಶವನ್ನು ನನಗೆ ನೀಡಿತು. ಇದರಿಂದಾಗಿ ಉದ್ಯಮದಲ್ಲಿ ನನಗೆ ದಿಢೀರ್ ಮನ್ನಣೆ ದೊರಕಿತ್ತು. ಕ್ರಮೇಣ ಅದೇ ಪತ್ರಿಕೆಯಲ್ಲಿ ಎರಡು ಅಂಕಣಗಳನ್ನು ಬರೆಯತೊಡಗಿದೆ.

ಅದು ಮುಂದೆ ಇತರ ದಿನಪತ್ರಿಕೆಗಳು ಮತ್ತು ನಿಯತಕಾಲಿಕಗಳಲ್ಲಿ ಬರೆಯಲು ಹಾದಿಯಾಯಿತು.

ನನ್ನ ದೈನಂದಿನ ಕೆಲಸದಲ್ಲೂ ಬರೆಯುವುದರ ಮಹತ್ವವನ್ನು ಮನಗಾಣತೊಡಗಿದೆ. ದೊಡ್ಡ ಸಂಸ್ಥೆಗಳಲ್ಲಿ ಪರಿಣಾಮಕಾರಿ ಮುಖ್ಯಸ್ಥನಾಗಲು ಸಂವಹನ ಕೌಶಲ ಬಹಳ ಮುಖ್ಯವಾದುದು. ಉತ್ತಮ ಬರವಣಿಗೆ ಇದ್ದವರು ತಮ್ಮ ವಿಚಾರಗಳನ್ನು ಚೆನ್ನಾಗಿ ಸಂಯೋಜಿಸಬಲ್ಲರು, ಇದರಿಂದ ಅವರ ಚಿಂತನೆಯೂ ಹೆಚ್ಚುತ್ತದೆ. ತಮ್ಮ ಕೆಲಸ ಮಾಡುತ್ತಲೇ ಆ ವಿಷಯವನ್ನು ಬರೆದು ತಿಳಿಸಬಲ್ಲ ನಾಯಕರು ಸಂಸ್ಥೆಯ ಕಲಿಯುವಿಕೆಗೆ ಸಹಾಯಕರಾಗುತ್ತಾರೆ. ಸಂಸ್ಥೆಯೊಳಗಿನ ವಿವಿಧ ತಂಡಗಳ ಮಧ್ಯೆ ಹೊಂದಾಣಿಕೆ ತರುವುದಲ್ಲದೆ, ಹೊರಗಿನ ಜಗತ್ತಿನೊಂದಿಗೂ ಸಂಪರ್ಕ ಕಲ್ಪಿಸುತ್ತಾರೆ. ಬರವಣಿಗೆಯ ರುಚಿ ಇದ್ದಲ್ಲಿ ನಮ್ಮ ಅಭಿಪ್ರಾಯಗಳನ್ನು ಕ್ರೋಢೀಕರಿಸಿಕೊಳ್ಳಬಹುದಲ್ಲದೆ, ಇತರರಿಗೂ ಪರಿಣಾಮಕಾರಿಯಾಗಿ ಪಸರಿಸಬಹುದು. ಬರವಣಿಗೆ ಕೂಡಾ ಆಟದಂತೆ, ಬಹಳ ಕಾಲ ಕೃಷಿ ಮಾಡಿ ಪರಿಣತಿ ಗಳಿಸಿದಲ್ಲಿ ಅದೊಂದು ತೃಪ್ತಿ ತರಬಲ್ಲ ವೃತ್ತಿಯಾಗಬಲ್ಲುದು. ಇಂದಿಗೂ, ಕೆಲಸದ ಹೊರತಾಗಿ ನನ್ನ ಪ್ರೀತಿಯ ಹವ್ಯಾಸವೆಂದರೆ ಬರವಣಿಗೆ.

ನಮ್ಮೆಲ್ಲರಲ್ಲೂ ಹಾಡುವುದೋ, ಚಿತ್ರಕಲೆಯೋ, ಶಿಲ್ಪಕಲೆ ಅಥವಾ ಬರವಣಿಗೆ ಹೀಗೆ ಏನಾದರೊಂದು ಪ್ರತಿಭೆ ಇದ್ದೇ ಇರುತ್ತದೆ. ಅದನ್ನು ಪಾಲಿಸಿ, ಪೋಷಿಸಿ, ಪ್ರೀತಿಸಿದಲ್ಲಿ ಜೀವನ ಮತ್ತಷ್ಟು ಸಮೃದ್ಧವಾದೀತು. ಆದರೆ, ನಮ್ಮಲ್ಲಿ ಎಷ್ಟೋ ಜನರು ಸಮಯದ ಕೊರತೆಯನ್ನೇ ನೆಪವಾಗಿಸಿ ಕೆಲಸವನ್ನು ಬಿಟ್ಟು ಬೇರೆ ಆಯಾಮಗಳೇ ಇಲ್ಲದಂತೆ ಬದುಕುತ್ತಾರೆ. ನಮ್ಮ ಪ್ರತಿಭೆಗಾಗಿ ಸ್ವಲ್ಪ ಸಮಯವನ್ನು ಮೀಸಲಿಟ್ಟರೆ, ಅದು ನಮ್ಮನ್ನು ಪೋಷಿಸಿ, ಬದುಕನ್ನು ಪೂರ್ಣಗೊಳಿಸಿ, ಕಾಲಾಂತರದಲ್ಲಿ ನಮಗೊಂದು ಸುಂದರ ಕಾಣಿಕೆಯಾಗುವುದು.

ಅಧ್ಯಾಯ 10

ಸೋಲು ಕದ ತಟ್ಟಿದಾಗ

ಭಾರತದಲ್ಲಿ ಕಂಪ್ಯೂಟರ್ ಉದ್ಯಮದ ಆರಂಭಿಕ ದಿನಗಳು ಈಗಿನಷ್ಟು ರಣವೇಗದಿಂದ ಕೂಡಿರಲಿಲ್ಲ. 1980 ರಲ್ಲಿ ಸಾಫ್ಟ್‌ವೇರ್ ಉದ್ಯಮದ ಅಸ್ತಿತ್ವವೇ ಇರಲಿಲ್ಲ. ಅಮೂರ್ತ ಪರಿಕಲ್ಪನೆಯಾಗಿದ್ದ ಸಾಫ್ಟ್‌ವೇರ್ ಬಗ್ಗೆ ಜನರಿಗೆ ವಿವರಿಸುವುದೂ ಕಷ್ಟವಿತ್ತು. ಟಾಟಾ ಕನ್ಸಲ್ಟೆನ್ಸಿ ಸರ್ವೀಸಸ್ ಒಂದೇ ಆಗ ಸಾಫ್ಟ್‌ವೇರ್ ಸೇವೆಗಳ ವ್ಯವಹಾರ ನಡೆಸುತ್ತಿದ್ದ ಗಮನಾರ್ಹ ಸಂಸ್ಥೆ. ಈ ಕ್ಷೇತ್ರದಲ್ಲಿ ಇಂದು ದಿಗ್ಗಜರಾಗಿರುವ ವಿಪ್ರೋ, ಎಚ್‌ಸಿಎಲ್‌ನಂಥಾ ಕಂಪನಿಗಳು ಕೂಡಾ ಸಾಫ್ಟ್‌ವೇರ್ ರಫ್ತಿನಿಂದ ಡಾಲರ್ ಗಳಿಸಲು ಮಾತ್ರ ಕೆಲ ಸೇವೆಗಳನ್ನು ನೀಡುತ್ತಿದ್ದವು. ಅದನ್ನು ಉಪಯೋಗಿಸಿ ಚಿಪ್‌ಗಳು ಮತ್ತಿತರ ಬಿಡಿ ಭಾಗಗಳನ್ನು ಆಮದು ಮಾಡಿಕೊಂಡು, ಕಂಪ್ಯೂಟರ್ ಜೋಡಿಸಿ ಭಾರತದಲ್ಲಿ ಮಾರುವ ಉದ್ದೇಶವಷ್ಟೇ ಅವರಿಗಿದ್ದದ್ದು. ನಿಜಾರ್ಥದಲ್ಲಿ ಸಾಫ್ಟ್‌ವೇರ್ ಅವರ ಮುಖ್ಯ ವ್ಯವಹಾರವಾಗಿರಲಿಲ್ಲ.

1985 ರ ಹೊತ್ತಿಗೆ ಎಮ್‌ಎಮ್‌ಸಿ ತನ್ನ ಕಂಪ್ಯೂಟರ್ ವ್ಯವಹಾರವನ್ನು ಮುಚ್ಚಲು ನಿರ್ಧರಿಸಿದಾಗ, ನನ್ನ ವೃತ್ತಿಜೀವನ ಮತ್ತೆ ಕವಲುದಾರಿಗೆ ಬಂದು ನಿಂತಿತ್ತು. ದೇಶದಲ್ಲಿ ವಾರ್ಷಿಕವಾಗಿ ಮಾರಾಟವಾಗುತ್ತಿದ್ದ ಕಂಪ್ಯೂಟರ್‌ಗಳ ಸಂಖ್ಯೆ ಸಾವಿರದ ಗಡಿಯನ್ನು ದಾಟುತ್ತಿರಲಿಲ್ಲವೇನೋ ನಿಜ. ಆದರೆ, ಎಮ್‌ಎಮ್‌ಸಿಯ ಕಲ್ಪನೆಗೆ ಬಾರದ ಸಂಗತಿಯೆಂದರೆ, ರಾಜೀವ್ ಗಾಂಧಿ ಪ್ರಧಾನಿಯಾಗುವುದರೊಂದಿಗೆ ಮುಂದಿನ ಎರಡು ವರ್ಷಗಳಲ್ಲಿ ಕಂಪ್ಯೂಟರ್ ಉದ್ಯಮ ಕಾಣಲಿದ್ದ ಅಸಾಧಾರಣ ಬೆಳವಣಿಗೆ. ಕೆಲವೊಮ್ಮೆ ಯಶಸ್ಸು ಎಷ್ಟು ಸಮೀಪ ಬಂದು ನಿಂತಿರುತ್ತದೆಂದರೆ ಅದು ಸತ್ಯವೆಂದೇ ತೋರುವುದಿಲ್ಲ.

ಇದೇ ಸಮಯದ ಸುಮಾರಿಗೇ ನನಗೆ ಸ್ವಂತ ಉದ್ಯಮ ನಡೆಸುವ ಮೊದಲ ಅನುಭವವು ಲಭ್ಯವಾಗಿದ್ದು. ಎಮ್‌ಎಮ್‌ಸಿಯಲ್ಲಿ ನನ್ನ ಬಾಸ್ ಆಗಿದ್ದ ಸತ್ರಜಿತ್ ಮಜುಮ್‌ದಾರ್ ಮತ್ತು ಅವರ ಸ್ನೇಹಿತ, ಮೊದಲು ಐಬಿಎಮ್‌ನಲ್ಲಿದ್ದು ಈಗ ಫಾರ್ಮಾಸ್ಯುಟಿಕಲ್ ಕಂಪನಿಯಲ್ಲಿ ಕೆಲಸ ಮಾಡುತ್ತಿದ್ದ ಸುಜಿತ್ ಬೋಸ್, ಇಬ್ಬರೂ ಸೇರಿ ತಮ್ಮದೇ ಹೊಸ ವ್ಯವಹಾರ ಆರಂಭಿಸುವುದರಲ್ಲಿದ್ದರು. ಅವರೊಂದಿಗೆ ಕೈಜೋಡಿಸಲು ನನ್ನನ್ನೂ ಆಹ್ವಾನಿಸಿದರು. ಅವರಿಬ್ಬರ ಸ್ವಭಾವಗಳಲ್ಲಿ ಬಹಳ ಭಿನ್ನತೆಯಿತ್ತು. ಸತ್ರಜಿತ್ ಕಾರ್ಪೊರೇಟ್ ಜಗತ್ತಿನಲ್ಲಿ ಪಳಗಿದ ನಿಷ್ಣಾತನಾದರೆ, ಸುಜಿತ್ ಬುದ್ಧಿಜೀವಿ ಮನುಷ್ಯ. ಆದರೆ, ಕಾರ್ಪೊರೇಟ್ ವಲಯಕ್ಕೆ ಮಾಹಿತಿ ತಂತ್ರಜ್ಞಾನ ತರಬೇತಿ ನೀಡಲು ಇದು ಸರಿಯಾದ ಕಾಲ ಎಂಬುದು ಮಾತ್ರ ಇಬ್ಬರಿಗೂ ಇದ್ದ ಸಮಾನ ನಂಬಿಕೆಯಾಗಿತ್ತು.

ಇಂಥಾ ಸಂಸ್ಥೆಗಳಿಗೆ ಅಪಾರವಾದ ಬೇಡಿಕೆಯಿತ್ತು, ಪ್ರತಿಸ್ಪರ್ಧಿಗಳೂ ಇರಲಿಲ್ಲ. ಈ ಕ್ಷೇತ್ರದಲ್ಲಿದ್ದ ಅತಿ ದೊಡ್ಡ ಸಂಸ್ಥೆ ಎನ್ಐಐಟಿ ಕೂಡಾ ವ್ಯಕ್ತಿಗತವಾದ ತರಬೇತಿ ಕೊಡುತ್ತಿತ್ತೇ ಹೊರತು ಕಂಪನಿಗಳಿಗಲ್ಲ. ನನಗೆ ಓದು, ಬರಹ ಮತ್ತು ಪಾಠ ಹೇಳುವುದರಲ್ಲಿ ಸಹಜವಾದ ನೈಪುಣ್ಯವಿತ್ತು. ನನಗಿಂತ ಬಹಳ ಹಿರಿಯರು ಮತ್ತು ಅನುಭವಸ್ಥರಾದವರು ನನ್ನನ್ನು ಆಹ್ವಾನಿಸಿದ್ದು ಹೆಮ್ಮೆಯ ವಿಷಯವಾಗಿತ್ತು. ಇಪ್ಪತ್ತೆಂಟರ ವಯಸ್ಸಿನಲ್ಲಿ ಸ್ವಂತ ವ್ಯವಹಾರ ಆರಂಭಿಸಿ ನನಗೆ ನಾನೇ ಒಡೆಯನಾಗುವ ಅವಕಾಶ ತಪ್ಪಿಸಿಕೊಳ್ಳಲಾರದಷ್ಟು ಆಕರ್ಷಕವಾಗಿತ್ತು.

ಸುಸ್ಮಿತಾ ಇದನ್ನು ಹೇಗೆ ಬೆಂಬಲಿಸಿದಳೋ ಗೊತ್ತಿಲ್ಲ. ನಮ್ಮ ಬಳಿ ಉಳಿತಾಯವಿರಲಿಲ್ಲ, ಬಾಡಿಗೆ ಮನೆಯಲ್ಲಿ ವಾಸ, ದೊಡ್ಡ ಮಗಳು ನೇಹಾ ಮೂರು ವರ್ಷದವಳು, ನಮ್ಮ ಸಂಸ್ಥೆ ಪ್ರಾಜೆಕ್ಟ್.21 ಶುರುವಾದ ಕೆಲವೇ ದಿನಗಳಲ್ಲಿ, ಚಿಕ್ಕವಳು ನೀತಿ ಹುಟ್ಟಿದಳು. ಮಜುಮ್‌ದಾರ್ ಮತ್ತು ಸುಜಿತ್ ಇಬ್ಬರೂ ಸೇರಿ ಇಪ್ಪತ್ತು ಸಾವಿರ ರೂಪಾಯಿ ತೊಡಗಿಸಿದರು. ನನ್ನ ಭಾಗದ ಬಂಡವಾಳವನ್ನು ಪ್ರತಿ ತಿಂಗಳ ಸಂಬಳದಲ್ಲಿ ಹೊಂದಿಸಲು ಒಪ್ಪಿದೆವು. ಎಲ್ಲರೂ ಮಾಮಾ ಎಂದೇ ಕರೆಯುತ್ತಿದ್ದ ಸತ್ರಜಿತ್‌ನ ಬಂಧುವೊಬ್ಬರು ಕೊಲ್ಕತ್ತದ ಲೋವರ್ ಸರ್ಕುಲರ್ ರಸ್ತೆಯ ಜೀರ್ಣವಾದ ಕಟ್ಟಡವೊಂದರಲ್ಲಿ ರಟ್ಟಿನ ಕೊಳವೆಗಳನ್ನು ತಯಾರಿಸುವ ಘಟಕವನ್ನಿಟ್ಟುಕೊಂಡಿದ್ದರು. ಸತ್ರಜಿತ್ ನಡೆಸಬೇಕೆಂದಿದ್ದ ವ್ಯವಹಾರದ ಬಗ್ಗೆ ಅವರಿಗೆ ವಿಶ್ವಾಸಕ್ಕಿಂತ ಕುತೂಹಲವೇ ಹೆಚ್ಚಿತ್ತು. ಮೊದಲೇ ಹಣ ಕೊಟ್ಟರೆ ತಮ್ಮ ಎರಡು ಕೋಣೆಯ ಫ್ಯಾಕ್ಟರಿಯನ್ನು ಹತ್ತು ಚದರಡಿಯಷ್ಟು ವಿಸ್ತರಿಸುವುದಾಗಿ ಒಪ್ಪಿದರು. ಸಮಯಕ್ಕೆ ಸರಿಯಾಗಿ ಹಣ ಕೊಡುವುದಾದರೆ ಅವರ ಫೋನನ್ನೂ ಉಪಯೋಗಿಸಬಹುದಿತ್ತು. ಅವರ ಕೆಲಸಗಾರರಿಗೆ ಚಹಾ ಒದಗಿಸುತ್ತಿದ್ದ ಮಹಿಳೆಯನ್ನೇ ನಾವೂ ಚಹಾಕ್ಕಾಗಿ ಕೇಳಬಹುದು, ಆದರೆ ನಮ್ಮ ಖಾತೆ ಬೇರೆ ಇರಬೇಕೆಂಬ ಷರತ್ತು! ಇದಕ್ಕಿಂತ ಹೆಚ್ಚಿನ ಸಾಮರ್ಥ್ಯವಿಲ್ಲದ ನಮಗೆ ಇದೊಂದು ಅದ್ಭುತವಾದ ಏರ್ಪಾಡೆನಿಸಿತ್ತು. ನಮ್ಮ ಬಳಿ ಆಧಾರವಾಗಿಡಲು ಯಾವ ಸ್ವತ್ತೂ ಇಲ್ಲದ ಕಾರಣ, ಹೆಚ್ಚಿನ ಬ್ಯಾಂಕುಗಳು ನಮಗೆ ಸಾಲ ಕೊಡುವುದಿರಲಿ, ವ್ಯವಹಾರ ನಡೆಸಲು ಬೇಕಾದ ಚಾಲ್ತಿ ಖಾತೆ ತೆಗೆಯುವುದಕ್ಕೂ ಒಪ್ಪಿರಲಿಲ್ಲ.

1985ರ ಏಪ್ರಿಲ್ 1 ರಂದು ಪ್ರಾಜೆಕ್ಟ್.21 ತನ್ನ ವ್ಯವಹಾರವನ್ನು ಪ್ರಾರಂಭಿಸಿತು. ಕೆಲವು ತಿಂಗಳುಗಳ ಹೋರಾಟದ ನಂತರ ಬಂದದ್ದು ಮೊದಲ ಡೆಸ್ಕ್‌ಟಾಪ್ ಕಂಪ್ಯೂಟರ್. ತರಬೇತಿಗೆ ಬೇಕಾದ ಪಠ್ಯವಸ್ತುವನ್ನು ಸಿದ್ಧಗೊಳಿಸುವುದು ನನ್ನ ಜವಾಬ್ದಾರಿ. ಅದಲ್ಲದೆ, ಪೂರ್ವ ಭಾರತದ ಕಡೆಯ ವ್ಯವಹಾರವನ್ನು ನೋಡಿಕೊಳ್ಳಬೇಕಿತ್ತು. ಇದರಲ್ಲಿ ನನ್ನ ಜೊತೆಯಾಗಿ ಐಐಎಮ್(ಅಹಮದಾಬಾದ್)ನ ಪದವೀಧರನಾದ ಸುರೇನ್ ರಸ್ಸೈಲಿ, ಕೇರಳದಲ್ಲಿ ಬಿ.ಕಾಮ್., ಪದವಿ ಪಡೆದು ರಾಜಸ್ಥಾನದ ಹಳ್ಳಿಗಳಲ್ಲಿ ಕಂಪ್ಯೂಟರ್ ಸಾಕ್ಷರತೆ ಹರಡಲು ಪ್ರಯತ್ನಿಸುತ್ತಿದ್ದ ಅಜಿತ್ ಮಾಧವನ್ ಮತ್ತು ಎಮ್‌ಎಮ್‌ಸಿಯಲ್ಲಿ ನನ್ನ ಸಹೋದ್ಯೋಗಿಯಾಗಿದ್ದ ನರೇನ್ ಮುಖರ್ಜಿ ಇವರುಗಳಿದ್ದರು. ಸತ್ರಜಿತ್

ಮಜುಮ್‌ದಾರ್ ಎಮ್‌ಎಮ್‌ಸಿಯಲ್ಲಿ ತಮ್ಮೊಡನಿದ್ದ ಗೌತಮ್ ರಾಜ್‌ಖೋವಾ ಜೊತೆ ದೆಹಲಿಯಲ್ಲಿ ಕಾರ್ಯ ಆರಂಭಿಸಿದ್ದರು. ಪಿಎಸ್‌ಐನಲ್ಲಿ ನನ್ನ ಜತೆಯಿದ್ದ ರಾಕೇಶ್ ಮದನ್ ಬೆಂಗಳೂರಿನಲ್ಲಿ ಕಚೇರಿ ಆರಂಭಿಸಿದರೆ, ಇನ್ನೊಬ್ಬ ಐಐಎಮ್ ಪದವೀಧರ ರವಿ ಮಾಧವನ್ ಮುಂಬೈ ಶಾಖೆಯನ್ನು ಪ್ರಾರಂಭಿಸಿದ. ಒಟ್ಟಾರೆ ನಾವು ಹನ್ನೆರಡು ಜನರಿದ್ದೆವು. ಕೆಲಸಗಳ ಹಂಚಿಕೆಯಲ್ಲಿ ಭೇದವಿರಲಿಲ್ಲ. ಹೊಸ ಗ್ರಾಹಕರನ್ನು ಹುಡುಕುವುದು, ಹಣ ಸಂಗ್ರಹಣೆ, ಬ್ಯಾಂಕ್‌ನ ಓಡಾಟ, ಒಂದೆಡೆಯಿಂದ ಇನ್ನೊಂದೆಡೆಗೆ ಕಂಪ್ಯೂಟರ್‌ಗಳ ಸಾಗಣೆ, ಪಠ್ಯಸಾಮಗ್ರಿಗಳ ಜೋಡಣೆ... ಹೀಗೆ ಎಲ್ಲ ಕೆಲಸಕ್ಕೂ ಎಲ್ಲರೂ ಕೈ ಹಾಕುತ್ತಿದ್ದೆವು. ಪ್ರಾಜೆಕ್ಟ್.21 ತನ್ನ ಉತ್ತಮ ಕೆಲಸದಿಂದಾಗಿ, ಎಲ್ಲರ ಗಮನ ಸೆಳೆದು, ವ್ಯವಹಾರ ಜೋರಾಗಿ ನಡೆಯತೊಡಗಿತು. ಮಧ್ಯಪ್ರದೇಶದ ಕಲ್ಲಿದ್ದಲ ಗಣಿಯಲ್ಲಿ ಕೆಲಸ ಮಾಡುವ ಕೋಲ್ ಇಂಡಿಯಾದ ಉದ್ಯೋಗಿಗಳು, ತ್ರಿಪುರಾದ ತೈಲಭೂಮಿಗಳಲ್ಲಿ ದುಡಿಯುವ ಓಎನ್‌ಜಿಸಿಯ ಕೆಲಸಗಾರರು ಮತ್ತು ಸ್ಟೀಲ್ ಉದ್ಯಮದಲ್ಲಿ ಹೆಸರಾದ ಮೆಕಾನ್ ಸಂಸ್ಥೆಗೆ ತರಬೇತಿ ಕೊಟ್ಟೆವು. ಟಾಟಾ ಸ್ಟೀಲ್, ಕ್ಲೋರೈಡ್ ಇಂಡಿಯಾದ ಉನ್ನತ ಅಧಿಕಾರಿಗಳು ನಮ್ಮ ನಿಯಮಿತ ಗ್ರಾಹಕರಾಗಿದ್ದರು.

❍

ಯಾವುದೇ ಹೊಸದಾದ ಸಂಸ್ಥೆ ತನ್ನ ಆರಂಭಿಕ ದಿನಗಳಲ್ಲಿರುವಂತೆ ಪ್ರಾಜೆಕ್ಟ್.21 ಗೂ ಸಹ ಒಮ್ಮೆ ಅತಿಯಾದ ಕೆಲಸವಿದ್ದರೆ, ಇನ್ನೊಮ್ಮೆ ಕೆಲಸವೇ ಇಲ್ಲದ ಸ್ಥಿತಿ. ಹಣದ ಹರಿವು ನಿರಂತರ ಸಮಸ್ಯೆಯಾಗಿತ್ತು. ಸ್ಥಿರವಾದ ಆದಾಯ ತರುವಂತಹ ಅವಕಾಶಗಳನ್ನು ಹುಡುಕದೆ, ಭವಿಷ್ಯದ ಯೋಜನೆ ಸಾಧ್ಯವಿರಲಿಲ್ಲ. ಅಂಥದೊಂದು ಅವಕಾಶ ಕೈಗೆಟುಕುವಂತಿತ್ತು. ವಿಪ್ರೋ ಕಂಪನಿ ಸದ್ಯದಲ್ಲೇ ಹೊರತರಲಿದ್ದ ಪರ್ಸನಲ್ ಕಂಪ್ಯೂಟರ್ 'Little Genius' ನ ಬಗ್ಗೆ ತರಬೇತಿ ನೀಡಬೇಕಿತ್ತು. ಡೆಸ್ಕ್‌ಟಾಪ್ ಕಂಪ್ಯೂಟರ್‌ಗಳು ಭಾರತದಲ್ಲಿ ಇನ್ನೂ ಪರಿಚಿತವಾಗಿರಲಿಲ್ಲ. ಇವು ಬಹಳ ದುಬಾರಿಯಾಗಿದ್ದು, ನಿಜಾರ್ಥದಲ್ಲಿ ಪರ್ಸನಲ್ (ವೈಯಕ್ತಿಕ) ಆಗಿರಲಿಲ್ಲ. ಹೀಗಾಗಿ, ವಿಪ್ರೋ 'Little Genius' ನ್ನು ಇಲಾಖೆಯ ಮಟ್ಟದ ಯಂತ್ರಗಳೆಂದು ಹೊರತರುತ್ತಿತ್ತು. ಆದ್ದರಿಂದ, ದೊಡ್ಡ ಸಂಸ್ಥೆಗಳಲ್ಲಿನ ಬಳಕೆದಾರರನ್ನು ಅದರ ಉಪಯೋಗಕ್ಕಾಗಿ ತರಬೇತುಗೊಳಿಸುವ ಅವಶ್ಯಕತೆಯಿತ್ತು. ಮಾರಾಟವಾದ ಪ್ರತಿ ಕಂಪ್ಯೂಟರ್‌ಗೆ ಇಬ್ಬರನ್ನು, ಮೂರು ದಿನಗಳ ಕಾಲ ತರಬೇತುಗೊಳಿಸುವ ಕೆಲಸವನ್ನು ಹೊರಗುತ್ತಿಗೆ ನೀಡಲು ವಿಪ್ರೋ ನಿರ್ಧರಿಸಿತ್ತು. ದೇಶಾದ್ಯಂತ ಇದನ್ನು ನಿರ್ವಹಿಸಬಲ್ಲ ಕನ್ಸಲ್ಟೆಂಟ್‌ಗಳು ಬೇಕಿದ್ದರು.

ಪ್ರಾಜೆಕ್ಟ್.21 ಅಂತಿಮ ಸುತ್ತಿಗೆ ಆಯ್ಕೆಯಾದ ಅಭ್ಯರ್ಥಿಗಳ ಪಟ್ಟಿಯಲ್ಲಿದ್ದು, ಕೊನೆಯದಾಗಿ ವಿಪ್ರೋಗೆ ಒಂದು ಪ್ರೆಸೆಂಟೇಷನ್ ಕೊಡಬೇಕಿತ್ತು, ಅದಕ್ಕಾಗಿ ನಾನು ಬೆಂಗಳೂರಿಗೆ ಹೋದೆ. ಅದು ಅಶೋಕ್ ಸೂಟಾರ ಜೊತೆ ನನ್ನ ಮೊದಲ ಭೇಟಿ. ಆ ಪ್ರೆಸೆಂಟೇಷನ್ನಿನ ನಂತರ ನನ್ನನ್ಯಾಕೆ ವಿಪ್ರೋಗೆ ಸೇರಿಸಿಕೊಳ್ಳಬಾರದೆಂದು ಅಶೋಕ್

ಕೇಳಿದ್ದರೆಂದು ವಿಪ್ರೋದ ಉಪಾಧ್ಯಕ್ಷರಾಗಿದ್ದ ಅನಲ್ ಜೈನ್ ನಂತರ ನನಗೆ ತಿಳಿಸಿದರು. ವಿಧಿ ಮುಂದೊಮ್ಮೆ ನಮ್ಮ ಹಾದಿಗಳನ್ನು ಒಂದಕ್ಕೊಂದು ಹಾಯುವಂತೆ ಮಾಡಲಿದೆ ಎಂಬುದನ್ನು ಅಂದು ಅಶೋಕ್ ಹೇಗೆ ಊಹಿಸಲು ಸಾಧ್ಯ?!

ಆ ಪ್ರಾಜೆಕ್ಟ್ ನಮಗೆ ಸಿಕ್ಕಿತು. ವಿಪ್ರೋದ ಪರವಾಗಿ ದೇಶದೆಲ್ಲೆಡೆ ತರಬೇತಿ ಕಾರ್ಯಕ್ರಮಗಳನ್ನು ನಡೆಸಿದೆವು. ಸ್ವಲ್ಪ ಕಾಲಕ್ಕಾದರೂ ಒಂದಷ್ಟು ಆರ್ಥಿಕ ನೆಮ್ಮದಿ ದೊರಕಿತು. ಆದರೆ, ಮೂರು ವರ್ಷ ಕಳೆಯುವಷ್ಟರಲ್ಲಿ ಕಂಪನಿ ಕಟ್ಟಲು ಬೇಕಾದ ಎರಡು ಮುಖ್ಯ ಸಂಗತಿಗಳು ನಮ್ಮಲ್ಲಿಲ್ಲ ಎಂಬುದರ ಅರಿವಾಗತೊಡಗಿತು. ಒಂದು, ನಮ್ಮ ಬಳಿ ಬಂಡವಾಳ ಕಡಿಮೆಯಿತ್ತು. ಅದಕ್ಕಿಂತ ಮುಖ್ಯವಾಗಿ, ಕಂಪನಿ ಹೇಗಿರಬೇಕೆಂಬ ದೂರದೃಷ್ಟಿಯ ಬಗ್ಗೆ ಎಲ್ಲ ಸಂಸ್ಥಾಪಕರಲ್ಲಿ ಸಹಮತವಿರಲಿಲ್ಲ. ದಿನನಿತ್ಯದ ಕೆಲಸಗಳಿಗೆ ಬೇಕಾದ ಹಣದ ವ್ಯವಸ್ಥೆಯಿರಲಿಲ್ಲ. ಬೆಳವಣಿಗೆಯಲ್ಲಿರುವ ಚಿಕ್ಕ ಕಂಪನಿಗಳು ಹೊಯ್ದಾಡುವ ಹಣದ ಹರಿವಿನೊಂದಿಗೆ ಕಾರ್ಯ ನಿರ್ವಹಿಸಲು ಸಾಧ್ಯವಿಲ್ಲ, ಗಟ್ಟಿಯಾದ ಬಂಡವಾಳ ಬೇಕಾಗುತ್ತದೆ. ಸಂಸ್ಥೆಯನ್ನು ಬೆಳವಣಿಗೆಯ ಹಾದಿಗೆ ಕೊಂಡೊಯ್ಯಲು ನಾವು ಮೂವರೂ ಪ್ರತ್ಯೇಕ ವಿಷಯಗಳತ್ತ ಗಮನ ಹರಿಸಿದ್ದೆವು. ಸತ್ರಜಿತ್‌ಗೆ ಸ್ವಂತ ವ್ಯವಹಾರ ನಡೆಸುವಲ್ಲಿ ಆಸಕ್ತಿಯಿದ್ದರೂ, ತರಬೇತಿಯ ಬಗ್ಗೆ ಆತನಿಗೆ ಭ್ರಮನಿರಸನವಾಗಿತ್ತು. ರಶಿಯಾದಲ್ಲಿ ಹಾರ್ಡ್‌ವೇರ್ ಮಾರಾಟದ ವ್ಯಾಪಾರ ಮಾಡುವಲ್ಲಿ ಹೆಚ್ಚಿನ ಲಾಭವಿದೆ ಮತ್ತು ತಕ್ಷಣದ ಆರ್ಥಿಕ ಭದ್ರತೆ ಸಿಗಬಲ್ಲುದು ಎಂದಾತ ಯೋಚಿಸುತ್ತಿದ್ದ. ಸುಜಿತ್ ಬೋಸ್‌ಗೆ ಪ್ರಾಜೆಕ್ಟ್.21 ಗಂಭೀರವಾದದ್ದೇ ಆದರೂ, ಅದೊಂದು ಹವ್ಯಾಸ ಮಾತ್ರವಾಗಿತ್ತು. ಆರಂಭಿಕ ಹಂತದ ಕಂಪನಿಯನ್ನು, ಅದೆಷ್ಟೇ ಗಾಢ ಆಸಕ್ತಿಯದಾದರೂ, ಹವ್ಯಾಸವೆಂದು ಪರಿಗಣಿಸುವುದು ಸರಿಯಲ್ಲ. ಅವು ಮಕ್ಕಳಿದ್ದಂತೆ; ಶೈಶವ ಹಂತದಲ್ಲಿ ನಮ್ಮ ಸಂಪೂರ್ಣ ಗಮನ ನೀಡಬೇಕು. ಇದೆಲ್ಲದರ ಮಧ್ಯೆ, ಒಂದು ಪ್ರಕಾಶನ ಸಂಸ್ಥೆಯೊಡಗೂಡಿ ಸುಜಿತ್ ಸಾಫ್ಟ್‌ವೇರ್ ಕಂಪನಿಯೊಂದನ್ನು ಪ್ರಾರಂಭಿಸಿದ್ದ. ಅದು ಆತನ ಮೊದಲ ಆದ್ಯತೆಯಾಗಿತ್ತು. ನಮ್ಮ ದೈನಂದಿನ ಕಾರ್ಯಕ್ಕೆ ಬೇಕಾದ ಬಂಡವಾಳದ ತೊಂದರೆಯನ್ನು ಪರಿಹರಿಸಲು ಆತ ಡೇಟಾ ಪ್ರೊಸೆಸಿಂಗ್ ಕಂಪನಿಯೊಂದರ ಜೊತೆ ಷೇರು ಒಪ್ಪಂದ ಮಾಡಿಕೊಂಡಿದ್ದ. ಈ ಒಪ್ಪಂದಕ್ಕನುಗುಣವಾಗಿ ಆ ಕಂಪನಿಯ ಇಬ್ಬರು ನಿರ್ದೇಶಕರು ನಮ್ಮ ಆಡಳಿತ ಮಂಡಳಿಯ ಭಾಗವಾದರು. ಪ್ರಾಜೆಕ್ಟ್.21 ನ ಗ್ರಾಹಕರಿಂದ ತಮ್ಮ ಡೇಟಾ ಪ್ರೊಸೆಸಿಂಗ್ ವ್ಯವಹಾರಕ್ಕೇನಾದರೂ ಸಹಾಯವಾದೀತೋ ಎಂಬ ನಿರೀಕ್ಷೆಯಲ್ಲಿ ಅವರಿದ್ದರು. ಅದಾಗದಿದ್ದಾಗ ಪ್ರಾಜೆಕ್ಟ್.21 ನಲ್ಲಿ ಅವರ ಆಸಕ್ತಿ ಬತ್ತಿಹೋಗಿತ್ತು. ಭಿನ್ನಾಭಿಪ್ರಾಯಗಳು ತಲೆದೋರಿದವು, ಕೈಯಲ್ಲಿ ಹಣವಿಲ್ಲದಾಗ ಪರಿಸ್ಥಿತಿ ಎಲ್ಲರಿಗೂ ಕಠಿಣವೆನಿಸಿತ್ತು. ವಯಸ್ಸಿನಲ್ಲಿ ಚಿಕ್ಕವನೂ, ಅನನುಭವಿಯೂ ಆದ ನಾನು ನಿರ್ವಾಹವಿಲ್ಲದೆ ಇದೆಲ್ಲದರ ಮಧ್ಯೆ ಸಿಲುಕಿಕೊಂಡಿದ್ದೆ.

ವ್ಯವಹಾರ ನಡೆಸುವ ರೀತಿ ಇದಲ್ಲವೆಂಬುದು ಅರ್ಥವಾಗಿ, ಉದ್ಯಮದಲ್ಲಿ ನಿಯತ ಉದ್ಯೋಗಕ್ಕೆ ಮರಳಲು ನಿರ್ಧರಿಸಿದೆ. ಪ್ರಾಜೆಕ್ಟ್.21 ನ ಭವಿಷ್ಯ ಅನಿಶ್ಚಿತ ವಾಗಿದ್ದರಿಂದ, ನನ್ನೊಡನೆ ಕೆಲಸ ಮಾಡುತ್ತಿದ್ದ ತಂಡವನ್ನು ನಡುನೀರಿನಲ್ಲಿ ಬಿಟ್ಟು ಹೋಗಲು ಮನಸ್ಸಾಗಲಿಲ್ಲ. ನನ್ನ ಬಹುಕಾಲದ ಮಾರ್ಗದರ್ಶಿಯಾದ ಅಮಿತ್ ದತ್ತ ಗುಪ್ತಾ ಜೊತೆ ಮಾತನಾಡಿದೆ. ಅವರಿಗೆ ಎನ್‌ಐಐಟಿಯ ಸ್ಥಾಪಕ ರಾಜೇಂದ್ರ ಪವಾರ್ ಪರಿಚಿತರಿದ್ದರು. ರಾಜೇಂದ್ರರ ಜೊತೆ ಮಾತುಕತೆಯಾದ ನಂತರ ಕೊಲ್ಕತ್ತದ ನನ್ನ ಇಡೀ ತಂಡವನ್ನು ಎನ್‌ಐಐಟಿಗೆ ಸೇರಿಸಿಕೊಳ್ಳಲು ಅವರು ಒಪ್ಪಿದ್ದರು. ಮೊದಲ ದರ್ಜೆಯ ಸಿದ್ಧ ತಂಡವೊಂದು ಸಿಗುತ್ತಿದ್ದುದು ಎನ್‌ಐಐಟಿಗೂ ಸದವಕಾಶವೆನಿಸಿತ್ತು. ತಂಡಕ್ಕೆ ವಿದಾಯ ಹೇಳಿ ನನ್ನ ಅದೃಷ್ಟವನ್ನರಸಿಕೊಂಡು ಹೊರಟೆ.

ಒಮ್ಮೊಮ್ಮೆ ಬಾಡಿಗೆ ಕೊಡಲೂ ಹಣವಿರದ ದಿನಗಳು ಒಂದೆಡೆಯಾದರೆ, ಇನ್ನೊಂದೆಡೆ ನನ್ನ ಗ್ರಾಹಕರ ಮುಖದಲ್ಲಿ ತೋರುತ್ತಿದ್ದ ಸಂತಸ, ಇವೆರಡರ ಮಧ್ಯೆ ಪ್ರಾಜೆಕ್ಟ್.21ನಲ್ಲಿ ಕಳೆದ ಮೂರು ವರ್ಷಗಳು ನನಗೆ ಬಹಳ ಖುಷಿ ಕೊಟ್ಟಿದ್ದವು. ಕಂಪನಿ ಬೆಳೆಯಲಿಲ್ಲವಾದರೂ ಸ್ವತಂತ್ರವಾಗಿ ಉದ್ಯಮ ನಡೆಸಿದ ಸಂಭ್ರಮ ತಲೆಗೇರಿತ್ತು. ಸ್ವಂತ ಉದ್ಯಮದ ಮೊದಲ ಹೆಜ್ಜೆ ಇಡಿಸಿದ ಅನುಭವ ಆರಂಭಿಕ ಕಂಪನಿಗಳನ್ನು ನಡೆಸುವಾಗ ಎಡವುವುದೆಲ್ಲಿ ಎಂದು ತೋರಿಸಿತ್ತಲ್ಲದೆ, ಯಶಸ್ವಿ ಉದ್ಯಮಿಯಾಗಲು ಬೇಕಾದದ್ದೇನೆಂದು ತಿಳಿಯಲೂ ಸಹಾಯ ಮಾಡಿತ್ತು. ಕನ್ಸಲ್ಟಿಂಗ್ ಸೇವೆಯೆಂಬುದು ಒಂದು ಅಮೂರ್ತ ಪರಿಕಲ್ಪನೆ. ಅದನ್ನು ಗ್ರಾಹಕರಿಗೆ ಮಾರುವುದು ಮತ್ತು ಕಾರ್ಯಗತಗೊಳಿಸುವುದು ಅಷ್ಟು ಸುಲಭದ್ದಲ್ಲ. ವಿಷಯ ಜ್ಞಾನ ಮತ್ತು ನೈಪುಣ್ಯಕ್ಕಿಂತ ಹೆಚ್ಚಿನ ಒಂದಂಶ ಬೇಕಾಗುತ್ತದೆ. ಈ ಅನುಭವದಿಂದ ನಾನದನ್ನು ಕಲಿತಿದ್ದೆ. ಪ್ರಾಜೆಕ್ಟ್.21 ನನ್ನ ತಲೆಯಲ್ಲಿ ಬಿತ್ತಿದ ಬೀಜ ಸರಿಯಾಗಿ ಒಂದು ದಶಕದ ನಂತರ, ಸಮಯ ಸಂದರ್ಭಗಳು ಪಕ್ವವಾದಾಗ ಮೊಳಕೆ ಯೊಡೆಯುವುದಿತ್ತು. ಅಲ್ಲಿಯವರೆಗೆ ನಾನು ಕಲಿಯುವುದು ಇನ್ನೂ ಬಹಳವಿತ್ತು.

ಅಧ್ಯಾಯ 11

ಮನಸಿನಾಟವ ಗೆಲಿದು

ಜಗತ್ತಿನೆಲ್ಲೆಡೆ ಹೊಸದಾಗಿ ಆರಂಭವಾಗುವ ಹೆಚ್ಚಿನ ಕಂಪನಿಗಳು ಒಂದು ವರ್ಷದೊಳಗಾಗಿ ವಿಫಲವಾಗುತ್ತವೆ. ಈ ವೈಫಲ್ಯ ಎಂದಿಗೂ ಆರ್ಥಿಕ ಕಾರಣಗಳಿಂದ ಆಗಿರುವುದಿಲ್ಲ. ಸ್ಥಾಪಕರಲ್ಲಿನ ಭಿನ್ನಾಭಿಪ್ರಾಯಗಳಿಂದಾಗಿ ಅವರು ವಿಮುಖರಾಗಿ ಕಂಪನಿಗಳು ಮುಚ್ಚುತ್ತವೆ. ಗ್ರಾಹಕರನ್ನು ಗಳಿಸುವ ದೃಷ್ಟಿಯಿಂದ ಪ್ರಾಜೆಕ್ಟ್.21 ಮೂರು ವರ್ಷಗಳ ಕಾಲ ಸಾಕಷ್ಟು ಯಶಸ್ವಿಯಾಗಿತ್ತೆಂದೇ ಹೇಳಬೇಕು. ಅದನ್ನು ನಾವು ಮುಂದುವರಿಸಿಕೊಂಡು ಹೋಗಲಾಗದುದು ದುರದೃಷ್ಟಕರ. ಸ್ಥಾಪಕರು ಬೇರೆಯಾಗುವಾಗ ಅಲ್ಲಿ ಯಾವತ್ತೂ ಸ್ವಲ್ಪ ಮಟ್ಟಿನ ಪರಸ್ಪರ ದೂಷಣೆ, ಸಂಬಂಧಗಳ ಕೆಡುವಿಕೆ ಮತ್ತು ವಿಷಾದ ಇದ್ದದ್ದೇ. ಹಾಗೆಂದು ಹೊಂದಾಣಿಕೆಯಿಲ್ಲದ ವ್ಯವಸ್ಥೆಗೆ ಅಂಟಿಕೊಳ್ಳುವುದೂ ಸಹ ಆರೋಗ್ಯಕರವಲ್ಲ. ಅದನ್ನು ಗುರುತಿಸುವುದು ಬಹು ಮುಖ್ಯ.

1988 ರಲ್ಲಿ ಪ್ರಾಜೆಕ್ಟ್.21 ಬಿಟ್ಟ ನಂತರ ಮತ್ತೆ ಕೆಲಸ ಹುಡುಕಲಾರಂಭಿಸಿದೆ. ವೃತ್ತಿಯಲ್ಲಿ ಹೆಚ್ಚು ವರ್ಷ ಕಳೆದಂತೆಲ್ಲಾ ನೀವು, ನಿಮ್ಮ ಆಯ್ಕೆಯ ಸಂಸ್ಥೆ ಮತ್ತು ಅಲ್ಲಿ ಲಭ್ಯವಿರುವ ಹುದ್ದೆ– ಇವೆಲ್ಲವುಗಳ ಮಧ್ಯೆ ಹೊಂದಾಣಿಕೆಯಾಗುವುದು ಕಷ್ಟ ಎಂಬುದು ವೃತ್ತಿಜೀವನದ ಸತ್ಯ. ಒಂದೆರಡು ಸಂಸ್ಥೆಗಳೊಂದಿಗಿನ ಸಂದರ್ಶನದಲ್ಲಿ ನನಗೆ ಇದು ಸ್ಪಷ್ಟವಾಗತೊಡಗಿತು. ಕೆಲಸದ ಹುಡುಕಾಟ ನನ್ನನ್ನು ಬೆಂಗಳೂರಿಗೆ ಕರೆತಂದಿತು. ವಿಪ್ರೋನಲ್ಲಿದ್ದ ಅನಲ್ ಜೈನ್‌ರಿಗೆ ಒಂದು ಸೌಜನ್ಯದ ಕರೆ ಮಾಡಿದೆ. ಅವರಿಗೆ ನಾನು ಕೆಲಸ ಹುಡುಕುವುದು ಗೊತ್ತಾದೊಡನೆ, ವಿಪ್ರೋ ಸೇರುವುದನ್ನು ಪರಿಗಣಿಸುವಂತೆ ಸೂಚಿಸಿದರು. ಹೀಗೇ ಮಾತುಕತೆಯಾಡುತ್ತಿದ್ದಂತೆ, ಏನು ನಡೆಯುತ್ತಿದೆ ಎಂದು ಅರಿವಾಗುವ ಮೊದಲೇ ಅವರು 'ವಿಪ್ರೋ ಇನ್‌ಫರ್ಮೇಷನ್ ಟೆಕ್ನಾಲಜಿ'ಯ ಅಧ್ಯಕ್ಷ ಅಶೋಕ್ ಸೂಟಾ ಮತ್ತು "ವಿಪ್ರೋ ಕಾರ್ಪೋರೇಷನ್'ನ ಚೇರ್‌ಮನ್ ಅಜೀಮ್ ಪ್ರೇಮ್‌ಜಿಯವರೊಂದಿಗೆ ಭೇಟಿಯನ್ನೇರ್ಪಡಿಸಿದ್ದರು. ಮುಂದಿನ ಇಪ್ಪತ್ನಾಲ್ಕು ಗಂಟೆಗಳಲ್ಲಿ ಕೆಲಸದ ಆಯ್ಕೆಪತ್ರ ನನ್ನ ಕೈಯಲ್ಲಿತ್ತು. ಕೆಲಸ ಆಕರ್ಷಕವಾಗೇನೂ ಇರಲಿಲ್ಲ. ಸ್ವಂತ ಉದ್ಯಮ ನಡೆಸಿದ ಗೆಲುವಿನ ಮತ್ತಿನ ಮುಂದೆ ಇದು ನೀರಸವಾಗಿತ್ತೆಂದೇ ಹೇಳಬಹುದು.

ವಿಪ್ರೋಗೆ ಬಹಳ ಒಳ್ಳೆಯ ಕಂಪನಿಯೆಂಬ ಹೆಸರಿತ್ತು. ದಕ್ಷ ವ್ಯಕ್ತಿಗಳು ಅದರ ಮುಂಚೂಣಿಯಲ್ಲಿದ್ದರು. ಅಲ್ಲಿನ ಬಹಳಷ್ಟು ಮ್ಯಾನೇಜರ್‌ಗಳು ಅಲ್ಲಿಯೇ ಕೆಲಸ ಪ್ರಾರಂಭಿಸಿ, ಪಳಗಿ ಮೇಲೆ ಬಂದವರಾಗಿದ್ದರು. ಮಿನಿ ಕಂಪ್ಯೂಟರ್ ತಯಾರಿಕಾ ಕಂಪನಿಯೆಂದೇ ಹೆಸರಾದ ವಿಪ್ರೋ ದೊಡ್ಡ ಪ್ರಮಾಣದ

ಉದ್ಯಮಗಳಿಗೆ ಕಂಪ್ಯೂಟರನ್ನು ತಯಾರಿಸಿ ಕೊಡುವುದರ ಜೊತೆಗೆ ಪ್ರತಿಯೊಬ್ಬರ ಅವಶ್ಯಕತೆಗನುಗುಣವಾಗಿ ತತ್ರಾಂಶಗಳನ್ನೂ ತಯಾರಿಸಿ ಕೊಡುತ್ತಿತ್ತು. ಅದು ಪರ್ಸನಲ್ ಕಂಪ್ಯೂಟರ್ ವ್ಯವಹಾರಕ್ಕಿಳಿದಾಗ, ಅಲ್ಲಿಯ ಬಿಡಿ ಭಾಗಗಳನ್ನು ಪೂರೈಸುವ ವಿಭಾಗಕ್ಕಾಗಲೀ, ತಯಾರಿಕಾ ಘಟಕಕ್ಕಾಗಲೀ ಅಥವಾ ಮಾರಾಟ ನಡೆಸುವ ಸೇಲ್ಸ್ ಪ್ರತಿನಿಧಿಗಳಿಗಾಗಲೀ ಈ ವ್ಯವಹಾರದ ಪ್ರಮಾಣವೇನು, ಅದರಿಂದ ಆಗಬಹುದಾದ ಸಮಸ್ಯೆಗಳೇನು ಎಂಬುದರ ಕಿಂಚಿತ್ ಜ್ಞಾನವೂ ಇರಲಿಲ್ಲ. ಮಿನಿ ಕಂಪ್ಯೂಟರ್‌ಗಳಲ್ಲಿ ಲಾಭಾಂಶ ಹೆಚ್ಚಿದ್ದು, ಅವುಗಳ ಮಾರಾಟದ ಸಂಖ್ಯೆ ನೂರರಲ್ಲಿತ್ತು; ಪಿಸಿಗಳು ಕಡಿಮೆ ಲಾಭಾಂಶದ ಉತ್ಪನ್ನಗಳಾಗಿದ್ದು ಖರ್ಚನ್ನು ಗಿಟ್ಟಿಸಲೂ ಸಾವಿರದ ಸಂಖ್ಯೆಯಲ್ಲಿ ಮಾರಬೇಕಿತ್ತು. ಈ ಪ್ರಮಾಣದ ಜೊತೆಗೆ ಬೇಕಾದದ್ದು ಇವುಗಳ ತಯಾರಿಕೆಯಲ್ಲಿ ವೇಗ ಮತ್ತು ಸಂದರ್ಭಕ್ಕೆ ತಕ್ಕಂತೆ ಬದಲಾವಣೆಗಳನ್ನು ಸೇರಿಸಬಲ್ಲ ಸಾಮರ್ಥ್ಯ. ಆದರೆ, ನಮ್ಮ ನಿರ್ಬಂಧಿತ ಆರ್ಥಿಕತೆಯಲ್ಲಿ ಅದು ಸಾಧ್ಯವಿರಲಿಲ್ಲ (1988 ರಲ್ಲಿ ಭಾರತದ ಆರ್ಥಿಕ ಉದಾರೀಕರಣ ಇನ್ನೂ ಕೆಲವು ವರ್ಷಗಳ ದೂರದಲ್ಲಿತ್ತು). ಫ್ಯಾಕ್ಟರಿ ಮತ್ತು ಸೇಲ್ಸ್‌ನವರ ಮಧ್ಯೆ ಕೊಂಡಿಯಂತಿದ್ದು, ಬೆಳೆಯುತ್ತಿದ್ದ ಪೂರೈಕಾ ಸಮಸ್ಯೆಗಳನ್ನು ನಿರ್ವಹಿಸುವ ಒಬ್ಬರು ವಿಪ್ರೋಗೆ ಬೇಕಿತ್ತು. ಮೂಲತಃ ಅದು ಮಾರಾಟ ಸಂಘಟನೆಯ (Sales Co-ordination) ಕೆಲಸ. ಮಾರುಕಟ್ಟೆಯಲ್ಲಿದ್ದ ಸೇಲ್ಸ್ ಪ್ರತಿನಿಧಿಗಳಿಗೆ ಫ್ಯಾಕ್ಟರಿಯವರಲ್ಲಿ ಅಲ್ಪ ಕೂಡಾ ವಿಶ್ವಾಸವಿರಲಿಲ್ಲ ಮತ್ತು ಆಗುತ್ತಿದ್ದ ತಪ್ಪುಗಳಿಗೆಲ್ಲಾ ಫ್ಯಾಕ್ಟರಿಯವರು ಸೇಲ್ಸ್‌ನವರನ್ನು ದೂಷಿಸುತ್ತಿದ್ದರು. ಇಂಥಾ ಗೊಂದಲಮಯ ವಾತಾವರಣದಲ್ಲಿ ವ್ಯವಸ್ಥೆಯನ್ನು ತರುವುದು ನನ್ನ ಕೆಲಸದ ಮುಖ್ಯ ಭಾಗವಾಗಿದ್ದು, ಎಲ್ಲರೊಡನೆ ಹೆಚ್ಚಿನ ಸಂವಹನ ನಡೆಸುವ ಮತ್ತು ಮನವೊಲಿಸುವ ಅವಶ್ಯಕತೆಯಿತ್ತು. ಈ ಎರಡು ಗುಂಪುಗಳ ಮಧ್ಯೆ ಇದ್ದ ನಿಜವಾದ ಸಮಸ್ಯೆಗಳೇನೆಂದು ನನಗೆ ಗೊತ್ತಿರಲಿಲ್ಲ. ಆದರೆ, ಅದರ ಬಗ್ಗೆ ನಾನು ಹೆಚ್ಚಾಗಿ ಚಿಂತಿಸಲಿಲ್ಲ. ನನಗೆ ದೀರ್ಘಕಾಲದ ಉದ್ಯೋಗ ಒದಗಿಸಬಲ್ಲ ಸುಸ್ಥಿರವಾದ ಸಂಸ್ಥೆಯೊಂದು ಬೇಕಿತ್ತು. ಸಂಸ್ಥೆಯ ಅಧಿಕಾರ ಶ್ರೇಣಿಯಲ್ಲಿ ನನ್ನನ್ನು ಎಲ್ಲಿಡುತ್ತಾರೆಂಬುದೂ ನನಗೆ ಮುಖ್ಯವಾಗಿರಲಿಲ್ಲ. ನೀವು ಉತ್ಕೃಷ್ಟ ಕೆಲಸವನ್ನು ಮಾಡಬಲ್ಲಿರಾದರೆ, ನಿಮ್ಮ ಅಧಿಕಾರ ದರ್ಜೆಗೆ ದೀರ್ಘಾವಧಿಯ ಮಹತ್ವವಿರುವುದಿಲ್ಲ ಎಂಬುದು ನನ್ನ ದೃಢವಾದ ನಂಬಿಕೆ.

1988ರ ಮಾರ್ಚ್ 1 ರಂದು ಬೆಂಗಳೂರಿನ 88, ಎಮ್.ಜಿ ರಸ್ತೆಯಲ್ಲಿರುವ ವಿಪ್ರೋದ ಪ್ರಧಾನ ಕಚೇರಿಯಲ್ಲಿ ಕಾರ್ಪೊರೇಟ್ ಸೇಲ್ಸ್‌ನ ಉಪಾಧ್ಯಕ್ಷರಾಗಿದ್ದ ಬಿ.ವಿ.ವೆಂಕಟೇಶ್ ಎಂಬುವರ ಬಳಿ ಕೆಲಸಕ್ಕೆ ಹಾಜರಾದೆ. ಅವರು ಅಶೋಕ್ ಸೂಟಾರ ಕೆಳಗಿನ ಅಧಿಕಾರಿಯಾಗಿದ್ದರು. 'ಕಸ್ಟಮರ್ ರಿಲೇಷನ್ ಮತ್ತು ಸೇಲ್ಸ್ ಸಪೋರ್ಟ್' ಮ್ಯಾನೇಜರ್ ಆಗಿ ನನ್ನ ಜೀವನ ಪ್ರಾರಂಭವಾಗಿತ್ತು. ಮುಂದಿನ ಹತ್ತು ವರುಷಗಳ ಕಾಲ ವಿಪ್ರೋ ನನ್ನ ನೆಲೆಯಾಗಲಿತ್ತು.

ತನ್ನದೇ ಆದ ನಿರ್ದಿಷ್ಟ ಸಂಸ್ಕೃತಿಯನ್ನು ಬೆಳೆಸಿಕೊಂಡು ಪ್ರೌಢಾವಸ್ಥೆ ತಲುಪಿರುವ ದೊಡ್ಡ ಸಂಸ್ಥೆಯನ್ನು ಮಧ್ಯದಲ್ಲಿ ಸೇರಿಕೊಳ್ಳುವ ಯಾರಿಗೇ ಆಗಲಿ, ಒಂದು ಥರದ ಅನಿಶ್ಚಿತತೆ ಕಾಡುತ್ತದೆ. ಆ ವ್ಯಕ್ತಿ ಹೊಸ ಪರಿಸರದಲ್ಲಿ ಯಶಸ್ವಿಯಾಗುವುದರಲ್ಲಿ ಸಂಸ್ಥೆಯ ಹಿರಿಯ ವ್ಯವಸ್ಥಾಪಕ ವರ್ಗದವರ ಪಾತ್ರ ಅತಿ ಮುಖ್ಯವಾದದ್ದು. ಅವರು ತಮ್ಮನ್ನು ಹೊಸಬರೊಂದಿಗೆ ಮಿತಿಮೀರಿ ತೊಡಗಿಸಿಕೊಳ್ಳಬೇಕು. ಬಂದವರು ಮೇಲ್ಮಟ್ಟದ ಸಾಧಕರಿದ್ದರಂತೂ ಅಪಾಯದ ಸಾಧ್ಯತೆಗಳೇ ಹೆಚ್ಚು. ಅದಕ್ಕಾಗೇ ಅತ್ಯಂತ ಸಮರ್ಥರನ್ನು ತಂದು ಸಂಸ್ಥೆಯ ಬಹು ಮುಖ್ಯ ಜಾಗಗಳಲ್ಲಿ ಕೂರಿಸಿದಾಗ, ಕೆಲವು ಸಮಯದ ನಂತರ ಅವರು ಉತ್ತಮವಾಗಿ ಕೆಲಸ ನಿರ್ವಹಿಸುವಲ್ಲಿ ವಿಫಲರಾಗುವುದನ್ನು ನೀವು ನೋಡಿರುತ್ತೀರಿ. ಅದು ಯಾಕೆಂದು ಯಾರಿಗೂ ಗೊತ್ತಿಲ್ಲ. ಸಂಸ್ಥೆಗೊಬ್ಬ ಹೊಸ ಸಿಇಓ ಬಂದಾಗ ಆತ ಎದುರಿಸುವ ಸವಾಲುಗಳ ಬಗ್ಗೆ ಸಾಕಷ್ಟು ಚರ್ಚೆಯಾಗುತ್ತದೆ. ಆದರೆ, ಸಾವಿರಾರು ಜನ ಮಧ್ಯಮ ಹಂತದ ಮ್ಯಾನೇಜರ್‌ಗಳು ಹೊಸ ಸಂಸ್ಥೆಗಳನ್ನು ಸೇರುತ್ತಲೇ ಇರುತ್ತಾರೆ. ಬದಲಾವಣೆಗೆ ಹೊಂದಿಕೊಂಡು ಯಶಸ್ವಿಯಾಗಲು ಗಮನಾರ್ಹ ಹೋರಾಟ ನಡೆಸುತ್ತಲೇ ಇರುತ್ತಾರೆ. ಕೆಲವು ಬಾರಿ ಹೊಸ ಅಭ್ಯರ್ಥಿಗಳೇ ಸಮಸ್ಯೆಯನ್ನೂ ತಮ್ಮೊಡನೆ ತಂದಿರುತ್ತಾರೆ. ವೃತ್ತಿಜೀವನದ ಮಧ್ಯದಲ್ಲಿ ಕೆಲಸ ಬದಲಾಯಿಸುವವರು ಏನನ್ನು ಬಯಸುತ್ತಾರೆಂದು ನಾನು ಕೇಳಿ ಬಲ್ಲೆ. ಅವರಿಗೆ ಬೇಕಾದ್ದು ಸಂಸ್ಥೆಯ ಕಾರ್ಯತಂತ್ರದ ಮೇಲೆ ಪ್ರಭಾವ ಬೀರಬಲ್ಲ ಕೆಲಸ ಮತ್ತು ಸಾಧ್ಯವಾದಷ್ಟೂ ಸಿಇಓಗೆ ಸಮೀಪವಿರುವ, ದೊಡ್ಡ ಕಿಟಕಿಯುಳ್ಳ, ಮೂಲೆಯ ಕೋಣೆ. ಸಂಸ್ಥೆಯ ಅಧಿಕಾರ ಶ್ರೇಣಿಯನ್ನು ಅತಿ ಸೂಕ್ಷ್ಮವಾಗಿ ಪರಿಶೀಲಿಸುತ್ತಾ, ತಮ್ಮ ಕೆಲಸದ ಸ್ವರೂಪವನ್ನು ಕರಾರುವಾಕ್ಕಾಗಿ ತಿಳಿಸಬೇಕೆಂದು ಅತಿಯಾಗಿ ಹಿಂಜುತ್ತಾರೆ. 'ಸಿಇಓನನ್ನು ಮಧ್ಯರಾತ್ರಿ ಎಚ್ಚರವಾಗಿ ಇಡುವಂಥಾ ಕಷ್ಟಕರ ಸವಾಲುಗಳನ್ನು ನಿರ್ವಹಿಸಬಲ್ಲ, ಕಠಿಣ, ಅನಾಕರ್ಷಕವಾದ, ಆಯಕಟ್ಟಿನಲ್ಲಿರುವ ಮತ್ತು ಯಾರೂ ನಿರ್ವಹಿಸಲು ಒಲ್ಲದ ಕಾರ್ಯವನ್ನು ನನಗೆ ಕೊಡಿ' ಎಂದು ಯಾರೂ ಕೇಳುವುದಿಲ್ಲ. 'ನನಗದರಲ್ಲೇನು ಒಳಿತಿದೆ' ಎಂದು ನೋಡುವ ಬದಲು 'ಸಂಸ್ಥೆ ಎದುರಿಸುತ್ತಿರುವ ಸಮಸ್ಯೆಗಳೇನು, ಅದನ್ನು ನಾನು ಹೇಗೆ ನಿವಾರಿಸಬಲ್ಲೆ' ಎಂಬ ದೃಷ್ಟಿಕೋನದಿಂದ ನೋಡಿದರೆ, ನಿಮ್ಮ ವೃತ್ತಿಜೀವನದ ಚಿತ್ರವೇ ಬದಲಾದೀತು. ನನ್ನ ಹೊಸ ಕೆಲಸವನ್ನು ತೆರೆದ ಮನಸ್ಸಿನಿಂದ ಅಪ್ಪಿಕೊಂಡು, ಅದರೊಂದಿಗೆ ಬಂದ ಬದಲಾವಣೆಗಳನ್ನೂ ಒಪ್ಪಿಕೊಂಡದ್ದರಿಂದಲೇ, ಹೊಸ ನೆಲದಲ್ಲಿ ಬಹಳ ಬೇಗ ಬೇರೂರಲು ನನಗೆ ಸಾಧ್ಯವಾಯಿತು.

ನಾನು ಬೆಂಗಳೂರಿನ ಪ್ರಧಾನ ಕಚೇರಿಯಲ್ಲಿದ್ದೆ. ಆದರೆ ನನ್ನ ನಿಜವಾದ ಕಾರ್ಯರಂಗವಿದ್ದದ್ದು ಮೈಸೂರಿನ ಫ್ಯಾಕ್ಟರಿಯಲ್ಲಿ. ಕಂಪನಿಯ ವಿದ್ಯಮಾನಗಳನ್ನು ಅರ್ಥ ಮಾಡಿಕೊಳ್ಳಲು ಪ್ರಧಾನ ಕಚೇರಿಯಲ್ಲಿ ಸ್ವಲ್ಪ ಸಮಯ ಕಳೆದ ನಂತರ, ಮೈಸೂರಿಗೆ ನನ್ನ ಪ್ರಯಾಣ ಶುರುವಾಗಿತ್ತು. ಇಡೀ ದಿನ, ರಾತ್ರಿಗಳನ್ನೂ ಫ್ಯಾಕ್ಟರಿಯಲ್ಲಿ ಕಳೆಯುತ್ತಿದ್ದೆ. ಅಲ್ಲಿಯ ದೃಶ್ಯಾವಳಿಗಳು, ಶಬ್ದಗಳು ನನಗೆ ಡಿಸಿಎಮ್‌ನ ನೆನಪು

ತರುತ್ತಿದ್ದವು. ಒಂದೇ ವ್ಯತ್ಯಾಸವೆಂದರೆ, ಬಟ್ಟೆ ಮೂಟೆಗಳ ಬದಲಾಗಿ ಇಲ್ಲಿ ಕಂಪ್ಯೂಟರ್‌ಗಳಿದ್ದವು. ಸೇಲ್ಸ್ ತಂಡದ ಜೊತೆ ಮಾತುಕತೆಯಾಡುತ್ತಿದ್ದ ಸೇಲ್ಸ್ ಕೋಆರ್ಡಿನೇಷನ್ ಮ್ಯಾನೇಜರ್ ಮತ್ತು ಆತನ ಹನ್ನೆರಡು ಜನ ಸಹಾಯಕರ ಕೆಲಸ ಎಷ್ಟು ಕಿರಿಕಿರಿಯಿಂದ ಕೂಡಿತ್ತೆಂದು ಕಣ್ಣಾರೆ ಕಂಡೆ. ನಾನು ತುರ್ತಾಗಿ ಮಾಡಬೇಕಿದ್ದ ಕೆಲಸಗಳು ಬಹಳವಿದ್ದವು – ಸೇಲ್ಸ್ ಸಂಘಟನಾ ತಂಡ ಮಾಡುತ್ತಿದ್ದ ಕೆಲಸಗಳು ಫೀಲ್ಡ್‌ನಲ್ಲಿದ್ದ ತಂಡಕ್ಕೆ ಪಾರದರ್ಶಕವಾಗುವಂತೆ ನೋಡಿಕೊಳ್ಳುವುದು, ಫ್ಯಾಕ್ಟರಿಯವರು ಮತ್ತು ಫೀಲ್ಡ್‌ನವರು ಸಹಭಾಗಿತ್ವದಲ್ಲಿ ಕೆಲಸ ಮಾಡುವಂಥ ಸಂಪ್ರದಾಯವನ್ನು ಹುಟ್ಟು ಹಾಕುವುದು, ಫ್ಯಾಕ್ಟರಿಯವರು ಫೀಲ್ಡ್‌ನವರಿಗೆ ಸ್ಪಂದಿಸಲು ತೆಗೆದುಕೊಳ್ಳುತ್ತಿದ್ದ ಸಮಯವನ್ನು ಕಡಿತಗೊಳಿಸುವುದು ಮತ್ತು ಸಂಘಟನಾ ತಂಡಕ್ಕೆ ತಮ್ಮ ಕೆಲಸದ ಬಗ್ಗೆ ಹೆಮ್ಮೆ ಮೂಡುವಂತೆ ಮಾಡುವುದು. ಆರು ತಿಂಗಳುಗಳ ಕಾಲ ಎಲ್ಲರೊಡನೆ ಬೆರೆತು ಕೆಲಸ ಮಾಡಿದಾಗ ಪರಿಸ್ಥಿತಿ ಸುಧಾರಿಸತೊಡಗಿತು. ಪಾರದರ್ಶಕತೆ ಹೆಚ್ಚಿತಲ್ಲದೆ, ಎರಡು ತಂಡಗಳ ಮಧ್ಯೆ ಸಂವಹನದ ಗುಣಮಟ್ಟ ಉತ್ತಮಗೊಂಡು, ಅಪ್ರಿಯಸತ್ಯವನ್ನು ಹಿಂಜರಿಕೆಯಿಲ್ಲದೆ ಹೊರಹಾಕುವಷ್ಟು ಆತ್ಮವಿಶ್ವಾಸ ತಂಡದಲ್ಲಿ ಬೆಳೆದಿತ್ತು. ಫ್ಯಾಕ್ಟರಿಯ ತೀರಾ ಕೆಳದರ್ಜೆಯ ಕೆಲಸಗಾರನಿಗೂ ಉತ್ತಮ ಸರಕುಗಳನ್ನು ಸಣ್ಣ ಪ್ರಮಾಣದಲ್ಲಿ ಮಾರುಕಟ್ಟೆಗೆ ಕಳಿಸುವ ಅಧಿಕಾರವನ್ನು ನೀಡಿ, ಆತನ ಕೆಲಸವನ್ನು ಎಲ್ಲರೆದುರು ಗುರುತಿಸಿದೆವು. ಸೇಲ್ಸ್ ತಂಡ ಹೇಗೆ ಕೆಲಸ ಮಾಡುತ್ತದೆಂದು ತಿಳಿಯಲು ಮತ್ತು ಗ್ರಾಹಕರನ್ನು ಭೇಟಿಯಾಗಲು ಫ್ಯಾಕ್ಟರಿಯಲ್ಲಿ ಕೆಲಸ ಮಾಡುತ್ತಿದ್ದ ಜನರನ್ನು ಫೀಲ್ಡ್ ಕಚೇರಿಗಳಿಗೆ ಕಳಿಸಿದೆವು. ಸ್ವಲ್ಪ ಸಮಯದ ನಂತರ ನಾನು ತಂಡದ ರಚನೆಯಲ್ಲಿ ಕೆಲವು ಬದಲಾವಣೆಗಳನ್ನು ಮಾಡಿ, ಹೊಸಬರನ್ನು ಕರೆತಂದು ಅವರಿಗೆ ಜವಾಬ್ದಾರಿ ಹೊರಿಸಿದೆ. ಪ್ರಾಜೆಕ್ಟ್ 21 ನಲ್ಲಿದ್ದಾಗಿನ, ಸಿಇಓಗಳೊಡನೆ ಸಮಾಲೋಚಿಸುವ, ತಂತ್ರಜ್ಞಾನದಿಂದ ಬೆರಗಾದ ಜನರಿಗೆ ಅದನ್ನು ವಿವರಿಸಿ ಒಲಿಸಿಕೊಳ್ಳುವ ಮತ್ತು 'ಡೇಟಾಕ್ವೆಸ್ಟ್'ನ ಪುಟಗಳಲ್ಲಿ ಪ್ರತಿ ತಿಂಗಳೂ ಕಾಣಿಸಿಕೊಳ್ಳುವಂಥಾ ಗ್ಲಾಮರ್‌ಮಯ ಕೆಲಸಕ್ಕೂ ನನ್ನ ಈಗಿನ ಕೆಲಸಕ್ಕೂ ಗಾವುದ ಅಂತರವಿತ್ತು.

ವಿಪ್ರೋದಲ್ಲಿದ್ದ ನನ್ನ ಬಾಸ್ ಬಿ.ವಿ.ವೆಂಕಟೇಶ್‌ಗೆ ನಾನು ತರಬೇತಿ ಸಂಸ್ಥೆಯಿಂದ ಬಂದವನು ಹಾಗೂ ಅದರಲ್ಲಿ ಉತ್ಸುಕತೆಯುಳ್ಳವನು ಎಂದು ಗೊತ್ತಿತ್ತು. ನನ್ನ ಸೇಲ್ಸ್ ಸಂಘಟನಾ ಕೆಲಸದೊಂದಿಗೆ ತಾಂತ್ರಿಕ ತರಬೇತಿಯನ್ನೂ ನೋಡಿಕೊಳ್ಳುವಂತೆ ಅವರು ನನಗೆ ಸೂಚಿಸಿದರು. ರಂಜನ್ ಆಚಾರ್ಯ ಎಂಬ ಅತ್ಯಂತ ಸಮರ್ಥ ಮ್ಯಾನೇಜರೊಬ್ಬರು ಅದನ್ನಾಗಲೇ ನೋಡಿಕೊಳ್ಳುತ್ತಿದ್ದರು. ನನ್ನಿಂದ ಅದಕ್ಕೆ ಇನ್ನಾವ ಹೆಚ್ಚಿನ ಪ್ರಯೋಜನವಾಗಬಹುದೆಂದು ನನಗಾಗಲೀ, ರಂಜನ್‌ಗಾಗಲೀ ಖಚಿತವಿರಲಿಲ್ಲ. ಆದರೆ ಒಟ್ಟಿಗೆ ಕೆಲಸ ಮಾಡತೊಡಗಿದಾಗ, ನನ್ನಿಂದ ಪ್ರಯೋಜನ ಪಡೆಯುವ ಹಾದಿಯೊಂದನ್ನು ಹುಡುಕಿದೆವು. ಎಲ್ಲ ಪ್ರಮುಖ ಗ್ರಾಹಕ ಭೇಟಿಗಳನ್ನು ನಾನು ನಿರ್ವಹಿಸಬೇಕಿತ್ತು. ನಿಧಾನವಾಗಿ ಲೀಡರ್‌ಶಿಪ್ ಡೆವಲಪ್‌ಮೆಂಟ್‌ನಂಥಾ ವಿಷಯಗಳಲ್ಲಿ

ತರಬೇತಿಯ ಹೊಸ ಅವಕಾಶಗಳನ್ನು ಹುಡುಕಲಾರಂಭಿಸಿದೆ. ಸ್ವಲ್ಪ ದಿನಗಳಲ್ಲೇ, ನೆರವೇರಿಸಲಾಗದಷ್ಟು ಕೆಲಸ ನನ್ನ ಕೈಯಲ್ಲಿತ್ತು ಅಥವಾ ನಾನು ಹಾಗೆಂದುಕೊಂಡಿದ್ದೆ.

ವಿಪ್ರೋದ ಚೇರ್ಮನ್‌ರಾದ ಅಜ಼ೀಮ್ ಪ್ರೇಮ್‌ಜಿಯವರ ಸ್ವರೂಪ ಯಾರಾದರೂ ಮತ್ತೊಮ್ಮೆ ಕಣ್ಣು ಹೊರಳಿಸಿ ನೋಡುವಂಥಾದ್ದು. ಚೈತನ್ಯದ ನಡಿಗೆಯಲ್ಲಿ ಎದ್ದು ತೋರುವ ಆತ್ಮ ವಿಶ್ವಾಸ, ಮಹತ್ವಾಕಾಂಕ್ಷೆಯನ್ನು ಸೂಸುವ ಕಣ್ಣುಗಳಲ್ಲಿ ಕೊಂಚ ಚಡಪಡಿಕೆ. ಯಾವುದೇ ಆಡಂಬರವಿಲ್ಲದ, ಅತ್ಯಂತ ವರ್ಚಸ್ವಿ ವ್ಯಕ್ತಿ. ಒಂದು ದಿನ, ಇದ್ದಕ್ಕಿದ್ದಂತೆ ನನ್ನ ಡೆಸ್ಕ್‌ಗೆ ಸಹಜವಾಗಿ ಕುಶಲ ವಿಚಾರಿಸಲು ಬಂದರು. ಕೆಲವೇ ಕ್ಷಣಗಳಲ್ಲಿ ನಾವಿಬ್ಬರೂ ಕಾನ್ಫರೆನ್ಸ್ ರೂಮಿನೊಳಗೆ ಸೇರಿಕೊಂಡು ದಿನೇ ದಿನೇ ಹದಗೆಡುತ್ತಿದ್ದ, ಕಂಪನಿಗೆ ಬರಬೇಕಾದ ಬಾಕಿ ಹಣದ ವಿಷಯವನ್ನು ಚರ್ಚಿಸುತ್ತಿದ್ದೆವು. 'ನಿನ್ನ ಕೆಲಸದ ಹೊರೆ ಎಷ್ಟಿದೆ', ಅವರು ನನ್ನನ್ನು ಕೇಳಿದರು. 'ನನ್ನ ಶೇ.40 ರಷ್ಟು ಸಮಯವನ್ನು ಮಾರಾಟ ಸಂಘಟನೆಯಲ್ಲಿ, ಇನ್ನು ಶೇ.40ನ್ನು ತರಬೇತಿಯಲ್ಲಿ ಹಾಗೂ ಉಳಿದ ಶೇ.20ರಷ್ಟನ್ನು ಗ್ರಾಹಕ ಸಂಬಂಧಗಳನ್ನು ನಿರ್ವಹಿಸುವಲ್ಲಿ ಕಳೆಯುತ್ತೇನೆ' ಎಂದು ಉತ್ತರಿಸಿದೆ. 'ಅವೆಲ್ಲವನ್ನೂ ನಿರ್ವಹಿಸುತ್ತಲೇ, ಇನ್ನೂ ಹೆಚ್ಚಿನ ಶೇ.20 ರಷ್ಟು ಸಮಯವನ್ನು ಕಂಪನಿಗೆ ಹಣ ಸಂದಾಯ ಮಾಡದ ಗ್ರಾಹಕರನ್ನು ನಿಭಾಯಿಸುವಲ್ಲಿ ಕಳೆಯಬಲ್ಲೆಯಾ?' ಎಂದರು ಪ್ರೇಮ್‌ಜಿ. 'ಶೇಕಡಾ ಲೆಕ್ಕಾಚಾರ ಸರಿ ಹೊಂದುವುದಿಲ್ಲವಲ್ಲ' ಎಂದೆ. 'ಹ್ಞಾಂ, ನಾನು ಹೇಳಬೇಕಿದ್ದೂ ಅದನ್ನೇ. ನೀನು ಶೇ.120 ರಷ್ಟು ಕೆಲಸ ಕೈಗೆತ್ತಿಕೊಂಡಾಗ ಮಾತ್ರ ಶೇ.100 ರಷ್ಟು ಪರಿಣಾಮಕಾರಿಯಾಗಬಲ್ಲೆ,' ಅವರ ಉತ್ತರ. ನಾನು ಬಾಕಿ ಹಣ ನಿರ್ವಹಣೆಯ ಭಾರವನ್ನು ವಹಿಸಿಕೊಂಡೆ.

ಆ ಸಮಯದಲ್ಲಿ ವಿಪ್ರೋದ ಹಣ ಸಂದಾಯ ಮಾಡದ ಗ್ರಾಹಕರ ಸಮಸ್ಯೆ ಕೈ ಮೀರಿ ಹೋಗಿತ್ತು. ಬರಬೇಕಾದ ಹಣ ಯೋಜನೆಯಂತೆ ಎಂದೂ ಬರುತ್ತಿರಲಿಲ್ಲ. ಅದಕ್ಕಿಂತ ಹೆಚ್ಚಾಗಿ ಹಣದ ಹರಿವಿನ ಕೊರತೆ ಕಂಪನಿಯನ್ನು ಕಷ್ಟಕ್ಕೆ ಈಡು ಮಾಡಿತ್ತು. ಸಮಸ್ಯೆಯ ಮುಖ್ಯ ಕಾರಣವೆಂದರೆ, ಗ್ರಾಹಕರಿಗೆ ಮಾರಾಟ ಮಾಡಿದ ಮಾರಾಟಗಾರರು ಕಂಪನಿ ಬಿಟ್ಟು ಹೋಗಿದ್ದು, ಆ ಅಕೌಂಟ್‌ಗಳನ್ನು ನೋಡಿಕೊಳ್ಳುವವರಿರಲಿಲ್ಲ. ಗ್ರಾಹಕರು ಹಣ ಕೊಡಲು ಒಪ್ಪದೆ ದೊಡ್ಡ ಮೊತ್ತದ ಹಣವನ್ನು ಬಾಕಿ ಇಟ್ಟುಕೊಳ್ಳುತ್ತಿದ್ದರು. ಆದರೆ, ಇದೆಲ್ಲದರ ಮೂಲದಲ್ಲಿದ್ದ ದೊಡ್ಡ ಸಮಸ್ಯೆಯೆಂದರೆ ನಮ್ಮ ಮಾರಾಟಗಾರರೇ ಎಂಬುದು ನನಗರ್ಥವಾಯಿತು: ಅವರು ಹಣ ಕೇಳಲು ಅತಿಯಾದ ಸಂಕೋಚಪಟ್ಟುಕೊಳ್ಳುತ್ತಿದ್ದರು. ವಿಪ್ರೋನಲ್ಲಿ ಸೇಲ್ಸ್ ಕೆಲಸಕ್ಕೆ ಬರುತ್ತಿದ್ದವರು ಸಾಮಾನ್ಯವಾಗಿ ಎಮ್‌ಬಿಎ ಪದವಿಯುಳ್ಳ ಮೇಲ್ದರ್ಜೆಯ ಸಾಮರ್ಥ್ಯದ ಇಂಜಿನಿಯರ್‌ಗಳಿದ್ದರು. ಅವರಿಗೆ ಉದ್ಯಮದಲ್ಲೇ ಅತ್ಯುತ್ತಮ ತಾಂತ್ರಿಕ ಜ್ಞಾನವಿರುತ್ತಿತ್ತು. ಅದರೊಂದಿಗೇ ಅವರು 'ಶಿಷ್ಟ ವ್ಯಕ್ತಿ'ಗಳೂ ಆಗಿದ್ದರು. ಶಿಷ್ಟ ವ್ಯಕ್ತಿಗಳು ತಮಗೆ ಬಾಕಿ ಇರುವ ಹಣದ ಬಗ್ಗೆ ಗ್ರಾಹಕರಿಗೆ ನೆನಪಿಸುವುದಿಲ್ಲ. ಆ ಮನೋಭಾವವನ್ನು ನಾನು

ತಿದ್ದಬೇಕಿತ್ತು. ಅಲ್ಲದೆ, ಸಂದಾಯವಾಗದ ಎಲ್ಲ ಹಣದ ಮೂಲ ಸರಿಯಿಲ್ಲದ ಕಾಗದಪತ್ರಗಳಲ್ಲಿರುತ್ತದೆ. ಖರೀದಿ ಆದೇಶವನ್ನು (Purchase Order) ನೋಡಿದರೆ, ಅದರ ಹಿಂದಿರುವ ಸೇಲ್ಸ್ ಪ್ರಕ್ರಿಯೆಯ ಗುಣಮಟ್ಟ ಎಂಥದ್ದೆಂದು ತಿಳಿಯುತ್ತದೆ. ಖರೀದಿ ಆದೇಶವನ್ನು ಓದಿ ನಾನು ಸೇಲ್ಸ್ ಪ್ರಕ್ರಿಯೆಯನ್ನಷ್ಟೇ ಅಲ್ಲ, ಮುಂದೆ ಗ್ರಾಹಕರಿಗೆ ಅದರಿಂದಾಗುವ ತೃಪ್ತಿಯೆಷ್ಟು ಮತ್ತು ಬರುವ ಹಣದ ಗತಿಯೇನಾಗುವುದೆಂದು ಮುಂಚಿತವಾಗಿಯೇ ಹೇಳಬಲ್ಲೆ. ಗ್ರಾಹಕನೊಬ್ಬ ಉತ್ಪನ್ನಗಳಿಂದ ಹೊಂದುವ ತೃಪ್ತಿ ಮತ್ತು ಆತ ಸಲ್ಲಿಸುವ ಹಣ ಇವೆರಡಕ್ಕೂ ಬಹಳ ನಿಕಟ ಸಂಬಂಧವಿದೆ. ಸಮಾಧಾನ ಹೊಂದಿದ ಗ್ರಾಹಕ ಬಾಕಿ ಹಣವನ್ನು ಎಂದೂ ಉಳಿಸಿಕೊಳ್ಳುವುದಿಲ್ಲ. ಸೇಲ್ಸ್ ಪ್ರತಿನಿಧಿಗಳು ಮತ್ತವರ ಮೇಲಿನವರು ತಮ್ಮ ತ್ರೈಮಾಸಿಕ ಗುರಿಯ ಸಂಖ್ಯೆಯನ್ನು ತಲುಪುವ ಭರದಲ್ಲಿ ವ್ಯವಹಾರ ಕುದುರಿಸುವಾಗ, ದೊರೆಯುವ ಬಹುಮುಖ್ಯವಾದ ಸುಳಿವುಗಳನ್ನು ನಿರ್ಲಕ್ಷಿಸುತ್ತಾರೆ. ಕಾಲ ಕಳೆದಂತೆ ಸಮಸ್ಯೆಗಳು ತಮ್ಮಷ್ಟಕ್ಕೆ ತಾವೇ ಪರಿಹಾರವಾಗುತ್ತವೆಂಬ ಭಾವನೆ ಅವರಿಗೆ. ಕೆಲವೊಮ್ಮೆ ಹಾಗೆ ಆಗಲೂಬಹುದು; ಆದರೆ ಗಮನ ಕೊಡದ ಸಮಸ್ಯೆಗಳು ಇನ್ನೂ ದೊಡ್ಡವಾಗುವುದೇ ಹೆಚ್ಚು. ನಿರುಪದ್ರವಿಯೆಂದು ತೋರುವ ಕೆಲವು ಷರತ್ತುಗಳಿಗೆ ಬದ್ಧರಾಗುವುದು, ಉದಾ: ಒಟ್ಟು ಖರೀದಿಯ ಶೇ.5 ರಷ್ಟು ಮಾತ್ರ ಹಣ ತರುವ ಸಾಮಾನ್ಯವಲ್ಲದ ಉಪಸಾಧನವನ್ನು(non-standard peripheral) ಪೂರೈಸಲು ಒಪ್ಪಿಕೊಳ್ಳುವುದು, ಪೂರ್ಣ ಹಣ ಪಾವತಿಯನ್ನು ಅದೊಂದೇ ಸಾಧನದ ಪೂರೈಕೆಗೆ ತಳುಕು ಹಾಕುವುದು ಅಥವಾ ಪ್ರಧಾನ ಕಚೇರಿಯಿಂದ ಮೂರು ದಿನಗಳ ಪಯಣದಲ್ಲಿರುವ ಜಾಗಕ್ಕೆ ಉತ್ಪನ್ನ ತಲುಪಿದ ಮೇಲಷ್ಟೇ ಹಣಸಂದಾಯಕ್ಕೆ ಒಪ್ಪಿಕೊಳ್ಳುವುದು – ಇವೆಲ್ಲವೂ ಹಣಪಾವತಿಯನ್ನು ಮುಂದಕ್ಕೆ ಹಾಕಬಲ್ಲವು. ಮಾರಾಟವನ್ನು ಮುಗಿಸಲು ಕಾತುರರಾದ ಸೇಲ್ಸ್‌ನವರು ಇವಕ್ಕೆಲ್ಲಾ ಕುರುಡಾಗಿ ಒಪ್ಪಿಕೊಳ್ಳುತ್ತಾರೆ.

ಇಂಥಾ ಸನ್ನಿವೇಶಗಳಿಂದಾಗಿ, ನಾನು ಸೇಲ್ಸ್‌ನವರೊಡನೆ ಮಾತನಾಡುವುದು ಬಹು ಅವಶ್ಯಕವೆಂದು ಮನಗಂಡೆ. ಹಣದ ಹರಿವಿನ ಕೊರತೆಯಿಂದಾಗಿ ಎಲ್ಲ ಪ್ರಯಾಣಗಳೂ ನಿಷೇಧಿಸಲ್ಪಟ್ಟಂತಹ ಸಮಯದಲ್ಲಿ ನಾನು ಎರಡು ದಿನಗಳ ಸಮ್ಮೇಳನ ನಡೆಸಲು ಮತ್ತು ಅದಕ್ಕೆ ದೇಶದೆಲ್ಲೆಡೆಯ ಏರಿಯಾ ಮ್ಯಾನೇಜರ್‌ಗಳನ್ನೂ ಕರೆಸಲು ನಿರ್ಧರಿಸಿದೆ. ಮಾರಾಟ ನಡೆಸುತ್ತಿದ್ದವರು ಏರಿಯಾ ಮ್ಯಾನೇಜರ್‌ಗಳಾದರೂ, ಪ್ರಧಾನ ಕಚೇರಿಯೊಂದಿಗೆ ಸಂಪರ್ಕವಿರುತ್ತಿದ್ದುದು ಅವರ ಮೇಲಿನವರಾದ ರೀಜನಲ್ ಮ್ಯಾನೇಜರ್‌ಗಳಿಗೆ ಮಾತ್ರ. ಈ ಸಂಪ್ರದಾಯವನ್ನು ಬದಲಿಸಬೇಕಿತ್ತು. ಮೊದಲ ಬಾರಿಗೆ ಈ ಸಮ್ಮೇಳನದಲ್ಲಿ ಪ್ರಧಾನ ಕಚೇರಿಯವರು ಏರಿಯಾ ಮ್ಯಾನೇಜರ್‌ಗಳೊಂದಿಗೆ ಗಂಭೀರ ಸಮಸ್ಯೆಗಳ ಬಗ್ಗೆ ಚರ್ಚಿಸಿದೆವು. ಸಂದಾಯ ಬಾಕಿಯಿಂದಾಗುವ ನಷ್ಟದ ಬಗ್ಗೆ, ಹಣ ಕೊಡುವಲ್ಲಿ ತಪ್ಪುವ ಬಗ್ಗೆ ಗ್ರಾಹಕರಿಂದ ಸಿಗುವ ಮುನ್ಸೂಚನೆಗಳು ಮತ್ತು ಗ್ರಾಹಕರಿಂದ ಹಣ ಪಡೆಯಲು ಒತ್ತಾಯ ಹಾಕದೆ ಇರುವ ಸೇಲ್ಸ್ ಜನಗಳ

ಮನೋಭಾವ, ಇವೆಲ್ಲವುಗಳ ಬಗ್ಗೆ ಚರ್ಚೆಯಾಯಿತು. ಎಲ್ಲರ ಅಭಿಪ್ರಾಯಗಳನ್ನು ಸಂಗ್ರಹಿಸಿದೆವು, ಬಿರುಸಿನ ವಾದಗಳನ್ನು ಪ್ರೋತ್ಸಾಹಿಸಿದೆವು ಮತ್ತು ಅವಶ್ಯವಿದ್ದ ಕಡೆ ನಮ್ಮ ನಿಲುವುಗಳನ್ನು ಸ್ಪಷ್ಟಪಡಿಸಿದೆವು.

ಅಜ್ಞಿಮ್ ಪ್ರೇಮ್‌ಜಿ ಮುನ್ಸೂಚನೆಯಿಲ್ಲದೆ ಅಲ್ಲಿಗೆ ಬಂದು, ನನ್ನ ಪಕ್ಕದಲ್ಲಿ ಕುರ್ಚಿ ಎಳೆದುಕೊಂಡು ಒಂದು ಮಾತನ್ನೂ ಆಡದೆ ಎರಡು ದಿನವೂ ಕುಳಿತಿದ್ದರು. ಅವರ ಮೌನ ಬಹಳಷ್ಟನ್ನು ಹೇಳುತ್ತಿತ್ತು. ಚರ್ಚೆಯಾಗುತ್ತಿದ್ದ ಸಮಸ್ಯೆಗಳನ್ನು ಎಲ್ಲರೂ ಗಂಭೀರವಾಗಿ ಪರಿಗಣಿಸಬೇಕು ಮತ್ತು ಇದರ ಮುಂದಾಳತ್ವ ನನ್ನ ಕೈಯಲ್ಲಿದೆ ಎಂಬ ಸಂದೇಶವನ್ನು ಮೌನವಾಗಿಯೇ ನೀಡಿದ್ದರು. ಸಮ್ಮೇಳನದ ನಂತರ ನಾನು ದೇಶದಲ್ಲೆಲ್ಲಾ ಸುತ್ತಾಡಿ, ಪ್ರತಿಯೊಬ್ಬ ಸೇಲ್ಸ್ ಪ್ರತಿನಿಧಿಯೊಂದಿಗೆ ಮಾತನಾಡಿದೆ, ಅನಾಥವಾಗಿದ್ದ ಖಾತೆಗಳಿಂದ ಹಣ ಸಂಗ್ರಹಿಸಲು ಅವರಿಗೆ ವಿಶೇಷ ಉತ್ತೇಜನ ಭತ್ಯೆಯನ್ನು ಪ್ರಕಟಿಸಿದೆ. ಹಿಂದಿನ ಪಾವತಿ ಬಾಕಿಯಿರುವ ಕಡೆ ಉತ್ಪನ್ನಗಳ ಬಟವಾಡೆಯನ್ನು ತಡೆಹಿಡಿದು, ಚಿಕ್ಕ ಪುಟ್ಟ ಕಾರಣಗಳನ್ನು ನೀಡಿ ಹಣ ಪಾವತಿಗೆ ತಪ್ಪಿದ ಗ್ರಾಹಕರನ್ನು ಸಮಾಲೋಚನೆಗೆ ಬರುವಂತೆ ಒತ್ತಾಯಿಸಿದ್ದೆ. ಇದರೊಂದಿಗೆ, ಎಮ್.ಬಿ.ಎ., ಹೊಂದಿದ ಇಂಜಿನಿಯರ್‌ಗಳಾಗಿದ್ದರೂ ಚಿಕ್ಕ ಪ್ರಮಾಣದ ವರ್ತಕನಂತೆ ಹಣ ಸಂಗ್ರಹಿಸುವುದರಲ್ಲಿ ಏನೂ ತಪ್ಪಿಲ್ಲವೆಂಬ ತರಬೇತಿಯನ್ನು ಎಲ್ಲ ಸೇಲ್ಸ್ ಪ್ರತಿನಿಧಿಗಳಿಗೂ ಕೊಟ್ಟೆ.

ಕೊನೆಯದಾಗಿ, ಸೇಲ್ಸ್ ತಂಡದಲ್ಲಿ ಜಾಗೃತಿ ಮತ್ತು ಹೆಮ್ಮೆಯನ್ನು ಮೂಡಿಸಲು ಭಿತ್ತಿಚಿತ್ರಗಳ ಪ್ರಚಾರ ಸರಣಿಯನ್ನೇ ಹೊರಡಿಸಿದೆ. ಒಂದರಲ್ಲಿ 'ಶುದ್ಧವಾದ ನೀರಿನಂತೆ ಶುದ್ಧವಾದ ಆರ್ಡರ್ ಸಹಾ ಅಸ್ತಿತ್ವದ ಪ್ರಶ್ನೆಯಾಗಿದೆ' ಎಂಬ ಬರಹವಿತ್ತು. ಪದಗಳ ಮೇಲೆ ಕಾವೇರಿ ನೀರಿನ ಸುಂದರ ಚಿತ್ರವಿತ್ತು. ಚಿತ್ರವನ್ನು ತೆಗೆದ ಸ್ಥಳವನ್ನು ನಾನೇ ಖುದ್ದಾಗಿ ಆರಿಸಿದ್ದೆ ಮತ್ತು ಜಾಹೀರಾತು ಸಂಸ್ಥೆಯೊಂದರಲ್ಲಿ ನಡೆದ ಭಿತ್ತಿಚಿತ್ರಗಳ ತಯಾರಿಕೆಯ ಮೇಲ್ವಿಚಾರಣೆಯನ್ನೂ ವಹಿಸಿದ್ದೆ. ಆ ಸಂಸ್ಥೆಗೆ ನಾನು ಕೊಟ್ಟಿದ್ದ ಸೂಚನೆ ಇಷ್ಟೇ: 'ಜನರು ಮನೆಗೆ ತೆಗೆದುಕೊಂಡು ಹೋಗಲು ಬಯಸುವಷ್ಟು ಉತ್ಕೃಷ್ಟವಾದ ಭಿತ್ತಿಚಿತ್ರಗಳನ್ನು ತಯಾರಿಸಿ.' ಕಣ್ಮುಚ್ಚಿ ತೆಗೆಯುವಷ್ಟರಲ್ಲಿ ಭಿತ್ತಿಚಿತ್ರಗಳು ಖರ್ಚಾಗಿದ್ದವು. ಸ್ವಾರಸ್ಯವೆಂದರೆ, ಎಷ್ಟೋ ಜನ ಗ್ರಾಹಕರೂ ಅವು ತಮಗೆ ಬೇಕೆಂದು ಕೇಳಿದ್ದರು. ಮೊದಲ ಬಾರಿಗೆ ನಮ್ಮ ತಿಜೋರಿ ಭರ್ತಿಯಾಗಿತ್ತು.

ನನಗದು ಮನಸ್ಸಿನ ಹೊಯ್ದಾಟವನ್ನು ಗೆಲ್ಲುವ ಸವಾಲಾಗಿತ್ತು. ಜನರಿಗೆ ಸಮಸ್ಯೆಗಳ ಬಗ್ಗೆ ಸರಿಯಾದ ಅರಿವು ಮೂಡಿಸಿದರೆ, ಅವರು ತಾವೇ ಹೊಣೆ ಹೊತ್ತು ಫಲಪ್ರದವಾಗಿ ಕೆಲಸ ಮಾಡುತ್ತಾರೆ.

ಅಧ್ಯಾಯ 12

ಪಯಣವೇ ಪುರಸ್ಕಾರ

ಕಾರ್ಪೊರೇಟ್ ಜಗತ್ತಿನಲ್ಲಿ ಋತುಮಾನಗಳು ಎಷ್ಟು ಹಠಾತ್ತನೆ ಬದಲಾಗುತ್ತವೆಂಬುದು ಸ್ವಾರಸ್ಯಕರ. ನಿನ್ನೆಯ ಆದ್ಯತೆಗಳು ಇಂದು ಇರುವುದಿಲ್ಲ. ನಿಮ್ಮ ಗತವೈಭವವು ವರ್ತಮಾನದ ಯುದ್ಧದಲ್ಲಿ ತನ್ನ ಭವ್ಯತೆಯನ್ನು ಕಳೆದುಕೊಳ್ಳುತ್ತದೆ.

ನನ್ನ ಬಾಸ್ ಬಿ.ವಿ.ವೆಂಕಟೇಶ್ ಕಂಪನಿ ಬಿಡಲು ನಿರ್ಧರಿಸಿದಾಗ ವಿಪ್ರೋದಲ್ಲಿ ನನ್ನ ವೃತ್ತಿಜೀವನ ಇದ್ದಕ್ಕಿದ್ದಂತೆಯೇ ಡೋಲಾಯಮಾನವಾಗಿತ್ತು. ಅವರ ಉತ್ತರಾಧಿಕಾರಿಗೆ ನನಗೇನು ಕೆಲಸ ಕೊಡಬೇಕೆಂಬುದು ತಿಳಿಯದಾಗಿತ್ತು. ಅದೃಷ್ಟವಶಾತ್, ವಿಪ್ರೋ ಮತ್ತು ಜಿಇ ಮೆಡಿಕಲ್ ಸಿಸ್ಟೆಮ್ಸ್‌ಗಳ ಜಂಟಿ ಉದ್ಯಮದಲ್ಲಿ ಕೆಲಸ ಮಾಡಲು ನಾನು ವಿಶೇಷವಾಗಿ ಆರಿಸಲ್ಪಟ್ಟಿದ್ದೆ. 'ವಿಪ್ರೋ ಜಿಇ ಮೆಡಿಕಲ್ ಸಿಸ್ಟೆಮ್ಸ್' ಎಂಬ ಹೆಸರಿನಲ್ಲಿ ಈ ಜಂಟಿ ಸಾಹಸ ಆರಂಭವಾಗಿತ್ತು. ಇದರ ಉಡಾವಣೆಗೆ ಸಹಾಯ ಮಾಡಿದ ಚಿಕ್ಕ ತಂಡದಲ್ಲಿ ಒಬ್ಬನಾದ ನಾನು, ನಂತರ ಅಲ್ಲಿಯೇ ಮಾರ್ಕೆಟಿಂಗ್ ಮ್ಯಾನೇಜರ್ ಆಗಿ ಮುಂದುವರಿದೆ. ಆ ಕೆಲಸ ನನ್ನನ್ನು ಬೇರೆಯೇ ಆದ ಒಂದು ಜಗತ್ತಿಗೆ ಕೊಂಡೊಯ್ಯಿತು. ಅದುವರೆಗೆ ನಾನು ಯಾವುದೇ ಬಹುರಾಷ್ಟ್ರೀಯ ಕಂಪನಿಯೊಂದಿಗೆ ನಿಕಟವಾಗಿ ಕೆಲಸ ಮಾಡಿರಲಿಲ್ಲ. ಅಲ್ಲಿದ್ದ ಇನ್ನೊಂದು ತೊಡಕೆಂದರೆ, ಆಗಲೇ ಭಾರತದಲ್ಲಿದ್ದ ಜಿಇ ಕಂಪನಿಯ ಇನ್ನೊಂದು ಜಂಟಿ ಉದ್ಯಮವನ್ನು ಈ ಜಂಟಿ ಯೋಜನೆಯೊಂದಿಗೆ ಒಂದುಗೂಡಿಸಬೇಕಾದದ್ದು. ಇವುಗಳ ಮಧ್ಯದಲ್ಲಿಯೇ ನಾನು ಆ ಸ್ಥಳ, ಅಲ್ಲಿಯ ಜನರು ಮತ್ತು ನಾನು ಮಾರುಕಟ್ಟೆಗೆ ಪರಿಚಯಿಸಬೇಕಾದ ಉತ್ಪನ್ನಗಳು, ಇವೆಲ್ಲವುಗಳೊಂದಿಗೆ ಒಲವು ಬೆಳೆಸಿಕೊಳ್ಳಲು ಯತ್ನಿಸಿದೆ. ಆದರೆ ನನ್ನಾಳದಲ್ಲೆಲ್ಲೋ ಕಸಿವಿಸಿಯಿದ್ದೇ ಇತ್ತು. ನನ್ನ ಸ್ವಭಾವ ಜಂಟಿ ಉದ್ಯಮಕ್ಕೆ ಒಗ್ಗದೆ ಇರುವುದೇ ಅದಕ್ಕೆ ಕಾರಣವಾಗಿತ್ತು. ಅದರಲ್ಲಿದ್ದ ದ್ವಂದ್ವದ ಹೊಯ್ದಾಟಗಳು ಮತ್ತು ಸ್ವರೂಪ ಸಂಘರ್ಷಗಳು (Conflict of Identity) ಮುಂತಾದವುಗಳೊಂದಿಗೆ ವ್ಯವಹರಿಸುವುದು ನನಗೆ ಹಿತವಾದುದಾಗಿರಲಿಲ್ಲ. ಹೆಚ್ಚಿನ ಜಂಟಿ ಸಾಹಸಗಳು ಅನುಕೂಲದ ಮದುವೆಗಳು, ಒಡನಾಟಕ್ಕೆಂದಷ್ಟೇ ಜೊತೆಯಿರುವ ವ್ಯವಸ್ಥೆಯೆಂಬುದು ಎರಡೂ ಕಡೆಯವರಿಗೂ ಗೊತ್ತಿರುವ ಸತ್ಯ. ಇಂಥಾ ಉದ್ಯಮಗಳಲ್ಲಿನ ಹಿರಿಯ ಮ್ಯಾನೇಜರ್‌ಗಳು ಕೆಲವೊಮ್ಮೆ ಮಿಥ್ಯವೆನಿಸುವ ಮತ್ತು ಕೆಲವೊಮ್ಮೆ ನೇರವಾಗಿ ಬಂದೆರಗುವ ಅಧಿಕಾರದ ದಾಳಗಳನ್ನು ಎದುರಿಸಬೇಕಾಗುವುದು. ನನಗದರಲ್ಲಿ ಹೇಳಿಕೊಳ್ಳುವ ಪರಿಣತಿಯಿಲ್ಲ. ಅಲ್ಲದೆ ವ್ಯವಸ್ಥಿತವಾದ ಕೆಲಸದಲ್ಲಿ ಒಬ್ಬ ಮಧ್ಯಮ ಹಂತದ ಮ್ಯಾನೇಜರನಾಗಿ ನೆಲೆಗೊಳ್ಳಲು ನಾನು ಸಿದ್ಧನೂ ಇರಲಿಲ್ಲ. ವಿಪ್ರೋ–ಜಿಇ

ನನ್ನಿಂದ ಬಯಸುತ್ತಿದ್ದುದು ಅದನ್ನೇ. ಪ್ರಾಜೆಕ್ಟ್.21 ನಂತಹ ಆರಂಭಿಕ ಕಂಪನಿಗಳಲ್ಲಿ ಕೆಲಸ ಮಾಡಿದ ನಾನು ನಿಯತಿಯಾದ ಯೋಜನೆಯನ್ನು ಕಾರ್ಯರೂಪಕ್ಕಿಳಿಸುವಂತಹ ಕೆಲಸಕ್ಕೆ ಸರಿಹೊಂದುತ್ತಿರಲಿಲ್ಲ. ಸುದೈವಕ್ಕೆ, ನನ್ನ ಪಯಣ ಮತ್ತೊಂದು ಆಕಸ್ಮಿಕ ತಿರುವು ಪಡೆಯುವುದರಲ್ಲಿತ್ತು.

ನಾನು 1988 ರಲ್ಲಿ ವಿಪ್ರೋದ ಹಾರ್ಡ್‌ವೇರ್ ವ್ಯವಹಾರವನ್ನು ಸೇರಿದ ಮೊದಲೆರಡು ತಿಂಗಳಲ್ಲೇ ನನಗಿಂತ ಮೂರು ದರ್ಜೆ ಮೇಲಿದ್ದ ರಾಮ್ ಅಗರ್‌ವಾಲ್‌ನೊಂದಿಗೆ ವಾದಕ್ಕಿಳಿದಿದ್ದೆ. ಅದರೊಂದಿಗೇ ಬಹುಶಃ ಈಗ ಬರಲಿದ್ದ ತಿರುವಿನ ಆರಂಭವಾಗಿತ್ತು. ವಿಪ್ರೋದ ಪ್ರಿಂಟರ್ ವ್ಯವಹಾರವನ್ನು ನೋಡಿಕೊಳ್ಳುತ್ತಿದ್ದ ರಾಮ್‌ನನ್ನು ಸರಿಸಾಟಿಯಿಲ್ಲದ Intrapreneur (ವಿಶೇಷ ಯೋಜನೆಯೊಂದನ್ನು ಕೈಗೆತ್ತಿಕೊಂಡು, ಅಭಿವೃದ್ಧಿಪಡಿಸಿ, ಅದನ್ನು ಕಂಪನಿಗೆ ಲಾಭ ತರುವ ವ್ಯವಹಾರವನ್ನಾಗಿ ಪರಿವರ್ತಿಸುವ ಜವಾಬ್ದಾರಿಯುಳ್ಳವನು) ಎಂದು ಎಲ್ಲರೂ ಗೌರವಿಸುತ್ತಿದ್ದರು. ಕಂಪ್ಯೂಟರ್‌ಗಳನ್ನು ಒದಗಿಸುತ್ತಿದ್ದ ಫ್ಯಾಕ್ಟರಿಯೇ ಪ್ರಿಂಟರ್‌ಗಳನ್ನೂ OEM (Original Equipment Manufacturer – ಇನ್ನೊಂದು ಕಂಪನಿಯಿಂದ ಖರೀದಿಸಿದ ಉತ್ಪನ್ನಗಳನ್ನು ತಮ್ಮ ಉತ್ಪನ್ನಗಳೊಂದಿಗೆ ಸೇರಿಸಿ ಅದರ ಮೌಲ್ಯ ವರ್ಧಿಸಿ ಮಾರುವವರು) ಕಂಪನಿಗಳಿಗೆ ಒದಗಿಸುತ್ತಿತ್ತು. ಉತ್ಪಾದನೆಯ ಕೊರತೆಯಿದ್ದಾಗ OEM ನ ಅವಶ್ಯಕತೆಗಳಿಗೂ, ವಿಪ್ರೋದ ನೇರ ಮಾರಾಟಕ್ಕೆ ಇರುತ್ತಿದ್ದ ಅವಶ್ಯಕತೆಗಳಿಗೂ ಘರ್ಷಣೆಯಾಗುತ್ತಿತ್ತು. OEM ಗಳಿಗೆ ಪೂರೈಕೆ ಸರಿಯಾಗಿರುವಂತೆ ನೋಡಿಕೊಳ್ಳುವುದು ರಾಮ್‌ನ ಜವಾಬ್ದಾರಿಯಾಗಿತ್ತು. ನನಗೆ ರಿಪೋರ್ಟ್ ಮಾಡಿಕೊಳ್ಳುತ್ತಿದ್ದ ಮ್ಯಾನೇಜರನೊಬ್ಬ ಹೀಗೆ ರಾಮ್‌ನ ಅವಶ್ಯಕತೆಗಳನ್ನೂ ಪೂರೈಸಬೇಕಿತ್ತು. ಒಮ್ಮೆ ಯಾವುದೋ ಕಾರಣಕ್ಕೆ ಅತಿಯಾಗಿ ಕ್ಷೋಭೆಗೊಂಡಿದ್ದ ರಾಮ್ ಆ ಮ್ಯಾನೇಜರ್‌ಗೆ ಒಂದು ತೀಕ್ಷ್ಣವಾದ ಇ–ಮೇಲ್ ಕಳುಹಿಸಿ, ಅದನ್ನು ನನಗೂ ಮತ್ತು ಫ್ಯಾಕ್ಟರಿಯ ಜನರಲ್ ಮ್ಯಾನೇಜರ್‌ನಿಗೂ ಕಾಪಿ ಮಾಡಿದ್ದ. ಅದೇ ಸಮಯಕ್ಕೆ ಆ ಮ್ಯಾನೇಜರ್‌ನ ಕುಸಿಯುತ್ತಿದ್ದ ಆತ್ಮವಿಶ್ವಾಸವನ್ನು ಮೇಲೆತ್ತಲು ಹರಸಾಹಸ ಮಾಡುತ್ತಿದ್ದ ನನಗೆ, ರಾಮ್‌ನ ಈ ಕಾರ್ಯ ಆ ಪ್ರಯತ್ನಗಳಿಗೆಲ್ಲ ತಣ್ಣೀರೆರಚಿದಂತಿತ್ತು. ನನಗೆ ರಿಪೋರ್ಟ್ ಮಾಡುವವನ ಮೇಲೆ ಆರೋಪ ಹೊರಿಸುವ ಮುನ್ನ, ರಾಮ್ ನನ್ನೊಡನೆ ಒಮ್ಮೆ ಮಾತನಾಡಬೇಕಿತ್ತೆಂಬುದು ನನ್ನ ಅಭಿಪ್ರಾಯ. ರಾಮ್‌ನ ದೃಷ್ಟಿಕೋನ ಬೇರೆಯೇ ಇತ್ತು. ಒಮ್ಮೆ ಶನಿವಾರ, ಒಂದು ಗಂಟೆಗೂ ಹೆಚ್ಚು ಕಾಲ ಆ ವಿಷಯದಲ್ಲಿ ವಾಗ್ವಾದಕ್ಕಿಳಿದ. ನಾವು, ಕೊನೆಗೆ ನನಗೆ ನನ್ನದೇ ಸರಿ, ನಿನಗೆ ನಿನ್ನದೇ ಸರಿ ಎಂಬಂತೆ ಸುಮ್ಮನಾಗಿದ್ದೆವು. ಈ ಮನುಷ್ಯ ತನ್ನ ಜೀವನದಲ್ಲಿ ಇನ್ನೆಂದೂ ನನ್ನೊಡನೆ ಮಾತಾಡುವುದಿಲ್ಲವೆಂದು ನಿಶ್ಚಯಿಸಿ ನಾನು ಆತನ ಕೋಣೆಯಿಂದ ಹೊರಬಿದ್ದಿದ್ದೆ.

ಮುಂದಿನ ದಿನಗಳಲ್ಲಿ ರಾಮ್ ಅಲ್ಲಿಂದ ಹೊರಬಂದು ವಿಪ್ರೋದ ಇಂಟರ್‌ನ್ಯಾಷನಲ್ ಟೆಕ್ನಾಲಜಿ ಡಿವಿಷನ್ನಿನ ಹೊಣೆ ಹೊತ್ತಿದ್ದ. ಆರ್&ಡಿ ಯ ಎಕ್ಸಿಕ್ಯುಟಿವ್

ವೈಸ್ ಪ್ರೆಸಿಡೆಂಟ್ ಆಗಿದ್ದ ಡಾ.ಶ್ರೀಧರ್ ಮಿತ್ತಾ ಮತ್ತು ರಾಮ್ ಸೇರಿ ವಿಪ್ರೋದ ಆರ್&ಡಿ ಸಾಮರ್ಥ್ಯವನ್ನು ಸಿಲಿಕಾನ್ ವ್ಯಾಲಿಯಲ್ಲಿದ್ದ ಕಂಪನಿಗಳಿಗೆ ಮಾರಬಹುದಾದ ಅವಕಾಶವನ್ನು ಗ್ರಹಿಸಿದ್ದರು. ಅಮೆರಿಕೆಯಲ್ಲಿದ್ದು ಈ ಕಾರ್ಯವನ್ನು ನಿರ್ವಹಿಸಬಲ್ಲ ವ್ಯಕ್ತಿಯೊಬ್ಬ ಅವರಿಗೆ ಬೇಕಿದ್ದ. ದೃಢಕಾಯನೂ, ಉಲ್ಲಾಸ ಸ್ವಭಾವದವನೂ ಆಗಿದ್ದ ವಿಪ್ರೋದ ಮಾನವ ಸಂಪನ್ಮೂಲ ಮುಖ್ಯಸ್ಥ ಬ್ರಿಯಾನ್ ಜೋನ್ಸ್ ಅವರಿಗೆ ಬೇಕಾದ ವ್ಯಕ್ತಿಯಾದ ನಾನು ವಿಪ್ರೋ-ಜಿಇಯಲ್ಲಿರುವೆನೆಂದೂ, ಆದರೆ ನನ್ನನ್ನು ಇಲ್ಲಿಯ ಕೆಲಸಕ್ಕೆ ತೆಗೆದುಕೊಳ್ಳುವುದು ಅವರ ಕೈಯಲ್ಲಿಲ್ಲವೆಂದೂ ತಿಳಿಸಿದ್ದ. ಅದಕ್ಕಾಗಿ ಅಶೋಕ್ ಸೂಟಾರವರು ಅಜೀಮ್ ಪ್ರೇಮ್‌ಜಿಯೊಂದಿಗೆ ಮಾತುಕತೆ ನಡೆಸಬೇಕಿತ್ತು ಮತ್ತು ಪ್ರೇಮ್‌ಜಿ ಮಾತ್ರ ಜಿಇಯ ಮ್ಯಾನೇಜ್‌ಮೆಂಟ್‌ನೊಂದಿಗೆ ಈ ವಿಷಯವನ್ನು ಚರ್ಚಿಸಬಹುದಿತ್ತು. ರಾಮ್ ಪ್ರಯತ್ನವಿಲ್ಲದೆ ಯಾವುದನ್ನೂ ಬಿಟ್ಟುಕೊಡುವ ಮನುಷ್ಯನಲ್ಲ. ಆದರೆ ಮೊದಲು ಆತ ನನ್ನೊಡನೆ ಮಾತನಾಡಬೇಕಿತ್ತು.

ಅಮೆರಿಕಕ್ಕೆ ಹೋಗಿ ಅಲ್ಲಿ ಹೊಸದಾಗಿ ಕಚೇರಿಯೊಂದನ್ನು ತೆರೆದು, ವಿಪ್ರೋದ ಆರ್&ಡಿ ಸಾಮರ್ಥ್ಯವನ್ನು ಇಂಟೆಲ್ ಮತ್ತು ಸನ್‌ನಂತಹ ಕಂಪನಿಗಳಿಗೆ ಮಾರುವ ಪ್ರಸ್ತಾಪ ಅದೆಷ್ಟು ಆಕರ್ಷಕವಾಗಿತ್ತೆಂದರೆ, ಆ ಕೆಲಸ ನನ್ನದಾಗಬಹುದೆಂದು ರಾಮ್ ತಿಳಿಸಿದಾಗ, ನಾನು ಸಂತಸದಲ್ಲಿ ಮೈಮರೆತಿದ್ದೆ. ವಿಪ್ರೋ-ಜಿಇಯಲ್ಲಿ ಮಾರ್ಕೆಟಿಂಗ್ ಮ್ಯಾನೇಜರ್ ಆಗಿ ಉಳಿಯುವುದು ಅಥವಾ ಅಮೆರಿಕಕ್ಕೆ ಹೋಗಿ ಅನಿಶ್ಚಿತತೆಯಿಂದ ತುಂಬಿದ ಕಾರ್ಯಾಚರಣೆಯೊಂದನ್ನು ಹೊಸದಾಗಿ ಪ್ರಾರಂಭಿಸುವುದು, ಇವೆರಡರಲ್ಲಿ ಒಂದನ್ನು ಆರಿಸಲು ನನಗೆ ಕ್ಷಣಮಾತ್ರವೂ ಬೇಕಾಗಲಿಲ್ಲ. ಆದರೆ, ಪ್ರೇಮ್‌ಜಿ ಜಿಇಯೊಡನೆ ಮಾತನಾಡಿ ನನ್ನನ್ನು ಅಲ್ಲಿಂದ ಬಿಡುಗಡೆಗೊಳಿಸಲು ಒಪ್ಪಿಸಿದರೆ ಮಾತ್ರ ಈ ಕೆಲಸ ನನ್ನದಾಗಬಹುದಿತ್ತು.

ಕೆಲವು ದಿನ ನೆನೆಗುದಿಯಲ್ಲಿದ್ದ ನಂತರ ಎರಡೂ ಕಡೆಯ ಮ್ಯಾನೇಜ್‌ಮೆಂಟ್‌ಗಳ ಮಧ್ಯೆ ಈ ವಿಷಯ ಇತ್ಯರ್ಥವಾಗಿತ್ತು. ನಾನು ಹೊರಡಲು ಸ್ವತಂತ್ರನಾಗಿದ್ದೆ. ಸಡಗರದಿಂದ ಮನೆಗೆ ಬಂದು ಸುಸ್ಮಿತಾಳಿಗೆ ವಿಷಯ ತಿಳಿಸಿದೆ. ಅವಳೆಂದೂ ದೇಶ ಬಿಟ್ಟು ಹೊರಗೆ ಹೋದವಳಲ್ಲ. ಎಂದಾದರೊಂದು ದಿನ ರಜೆಗೆ ಸಿಂಗಾಪುರಕ್ಕೆ ಪ್ರವಾಸ ಹೋಗುವ ಉದ್ದೇಶದಿಂದ ಪಿಗ್ಗಿ ಬ್ಯಾಂಕ್‌ನಲ್ಲಿ ಹಣ ಕೂಡಿಡುತ್ತಿದ್ದಳು. ಈಗ ಅಮೆರಿಕದಲ್ಲಿರಲು ಹೊರಡುವಂತೆ ನಾನವಳಿಗೆ ಹೇಳುತ್ತಿದ್ದೆ! ಆಕೆ ತನ್ನ ಕಿವಿಯನ್ನೇ ನಂಬಲಿಲ್ಲ. ನೇಹಾ, ನೀತಿ ಎಂಟು ಮತ್ತು ಐದು ವರ್ಷದವರಿದ್ದದ್ದರಿಂದ ಅವರ ವಿದ್ಯಾಭ್ಯಾಸಕ್ಕೇನೂ ತೊಂದರೆ ಇರಲಿಲ್ಲ. ಆದರೆ ಒಂದು ಪ್ರಶ್ನೆಯಿತ್ತು. ನನ್ನ ತಾಯಿಯನ್ನು ಯಾರು ನೋಡಿಕೊಳ್ಳುವುದು? ಆಕೆಯನ್ನು ದಾದಾಮೋನಿ ಅಥವಾ ಅಮಿತಾವನ ಮನೆಗೆ ಕಳಿಸಬೇಕಿತ್ತು. ಮನೆ ಬದಲಿಸುತ್ತಾ ಹೋಗುವುದು ತಾಯಿಗೆ ಇಷ್ಟವಿರಲಿಲ್ಲ. ದೃಷ್ಟಿಹೀನಳಾದ ಆಕೆ ಮನೆ ಬದಲಿಸಿದಾಗೆಲ್ಲ ಹೊಸ ಜಾಗಕ್ಕೆ ಹೊಂದಿಕೊಳ್ಳಬೇಕಿತ್ತು. ಎರಡು ವರ್ಷಗಳ ಹಿಂದಷ್ಟೇ ನಾವು ಕೊಲ್ಕತ್ತದಿಂದ ಬೆಂಗಳೂರಿಗೆ ಬಂದಿದ್ದೆವು. ಇಲ್ಲಿ

ಆಕೆಯ ದಿನಚರಿ ಸ್ಥಿರವಾಗುವಷ್ಟರಲ್ಲಿ, ಮತ್ತೆ ಬದಲಿಸುವ ಮಾತು. ತೆರಬೇಕಿದ್ದ ಬೆಲೆ ದೊಡ್ಡದಿತ್ತು. ಆದರೆ ಇಂಥಾ ಅವಕಾಶಗಳೂ ಮೇಲಿಂದ ಮೇಲೆ ಬರುವವಲ್ಲ. ನಾವು ಅವಳೊಡನೆ ಈ ಬಗ್ಗೆ ಮಾತಾಡಿದಾಗ ಆಕೆ ಮನಃಪೂರ್ವಕವಾಗಿ ಒಪ್ಪಿಗೆ ಕೊಟ್ಟಳು.

ಅಮೆರಿಕದಲ್ಲಿ ಕಾರ್ಯಾಚರಣೆ ಆರಂಭಿಸುವುದು ರಾಮ್ ಮತ್ತು ಡಾ.ಮಿತ್ತಾರ ತಲೆಯಲ್ಲಿದ್ದ ಕಲ್ಪನೆ ಮಾತ್ರ. ಅದಕ್ಕಾವ ಬಾಹ್ಯರೂಪವೂ ಇರಲಿಲ್ಲ. ಕಲ್ಪನೆಯನ್ನು ಸಾಕಾರಗೊಳಿಸಲು ಬೇಕಾದ ಎಲ್ಲವನ್ನೂ ಮಾಡುವ ಹೊಣೆಯನ್ನು ನನಗೆ ವಹಿಸಿದ್ದರು. ಅಮೆರಿಕದಲ್ಲಿ ಕಚೇರಿ ತೆರೆಯಲು ಭಾರತ ಸರ್ಕಾರದ ಪರವಾನಿಗೆ ಪಡೆಯಬೇಕು. ಇಮಿಗ್ರೇಷನ್ ಸಮಸ್ಯೆಗಳು, ತೆರಿಗೆಯ ವಿಷಯಗಳು... ಕಲ್ಪನೆಗೆ ಅಡ್ಡಗಾಲು ಆಗಬಹುದಾದ ಮತ್ತಿತರ ಅನೇಕ ವಿಷಯಗಳಿದ್ದವು. ಪೂರ್ವಭಾವಿ ಸಿದ್ಧತೆಗಳಿಗಾಗಿ ನಾನು ಅಲ್ಲಿಗೆ ಒಮ್ಮೆ ಹೋಗಿ, ಕೆಲವು ವಾರಗಳು ಅಲ್ಲಿದ್ದು, ಅಲ್ಲಿಯ ಬೇಕು-ಬೇಡಗಳನ್ನು ತಿಳಿದು ಬಂದು ಭಾರತದಲ್ಲಿ ಬೇಕಾದ ಸಿದ್ಧತೆಗಳನ್ನು ಮಾಡಿಕೊಳ್ಳುವುದು ಎಂದು ನಿರ್ಧರಿಸಿದೆವು.

O

ಹಾರುತ್ತಿದ್ದ ಎತ್ತರದಿಂದ ಪೆಸಿಫಿಕ್ ಸಾಗರದ ಮೇಲೆ ಕುಸಿಯುತ್ತಾ ಬಂದು, ನ್ಯಾಪಾ ಕಣಿವೆಯ ಮೇಲೆ ಕೆಳಗಿಳಿದ ಸಿಂಗಾಪೂರ್ ಏರ್‌ಲೈನ್ಸ್ ಬೋಯಿಂಗ್ 747, ಕೊನೆಗೊಮ್ಮೆ ಸ್ಯಾನ್ ಫ್ರಾನ್ಸಿಸ್ಕೊ ಕೊಲ್ಲಿಯ ಭೂತಲವನ್ನು ಮುಟ್ಟಿ, ದೈತ್ಯನೊಬ್ಬ ಕೋಮಲವಾದಂತೆ ರನ್‌ವೇನಲ್ಲಿ ಜಾರಿದಾಗ, ಮಧ್ಯಾಹ್ನದ ಸೂರ್ಯ ಧಗಧಗಿಸುತ್ತಿದ್ದ. ಅವಕಾಶಗಳ ನಾಡಿಗೆ ಅದು ನನ್ನ ಮೊತ್ತಮೊದಲ ಪ್ರಯಾಣ. ಅಲ್ಲೇನು ಕಾದಿದ್ದೀತೆಂಬ ಕಲ್ಪನೆಯೂ ಇರಲಿಲ್ಲ. ಪರಿಚಿತರು ಬಹಳ ಇಲ್ಲದ ನಾಡಿನಲ್ಲಿ ಹೇಗೆ ಕೆಲಸ ಪ್ರಾರಂಭಿಸುವುದೆಂಬ ಸುಳಿವೂ ನನಗಿದ್ದಿಲ್ಲ. ಅನಿಶ್ಚಿತತೆಯನ್ನು ನೀವು ತಬ್ಬಿಕೊಂಡಾಗ ಕಂಡರಿಯದ ಹೊಸ ದಾರಿಗಳನ್ನು ಜೀವನ ನಿಮ್ಮೆದುರು ತೆರೆಯುತ್ತದೆ. ಎಂದೋ ಒಮ್ಮೆ ನೆಟ್ಟ ಬೀಜಗಳು ಊಹಿಸಲಾಗದ ರೀತಿಯಲ್ಲಿ ಹೂವಾಗಿ ಅರಳುತ್ತವೆ. 'ಡೇಟಾಕ್ವೆಸ್ಟ್'ಗೆ ಬರೆಯುತ್ತಿದ್ದ ನನಗೆ ಅಲ್ಲಿಯ ಉಪಸಂಪಾದಕರಾಗಿದ್ದ ದೇಬಾಸಿಶ್ ಘೋಷ್‌ರ ಗೆಳೆತನವಿತ್ತು. ಆಗಷ್ಟೇ ಅಮೆರಿಕಕ್ಕೆ ಬಂದು ನೆಲಸಿದ್ದ ಅವರು ನನ್ನನ್ನು ವಿಮಾನ ನಿಲ್ದಾಣದಿಂದ ಕರೆದೊಯ್ಯುವುದಾಗಿ ತಿಳಿಸಿದ್ದರು. ಅದು ಬರೀ ಪೂರ್ವಭಾವೀ ಪ್ರವಾಸವಾದ್ದರಿಂದ ನನ್ನ ಸಂಸಾರ ನನ್ನೊಡನೆ ಬಂದಿರಲಿಲ್ಲ. ಎಲ್ಲವೂ ಸರಿ ಹೋದರೆ ಭಾರತಕ್ಕೆ ಹಿಂದಿರುಗಿ ಅವರನ್ನು ಕರೆತರುವವನಿದ್ದೆ.

ವಿಪ್ರೋದ ಅಧಿಕಾರಿಗಳು ಎಂದಾದರೊಮ್ಮೆ ಸಿಲಿಕಾನ್ ಕಣಿವೆಗೆ ಭೇಟಿಯಿತ್ತಾಗ ಉಳಿಯುತ್ತಿದ್ದ EZ8 ಮೋಟೆಲಿಗೆ (ಚಿಕ್ಕ ಹೋಟೆಲು) ದೇಬಾಸಿಶ್ ನನ್ನನ್ನು ಕರೆದೊಯ್ದರು. ಒಂದು ರಾತ್ರಿಗೆ ಹದಿನೆಂಟು ಡಾಲರ್‌ಗಳಿದ್ದ ಆ ಮೋಟೆಲ್ ಮಾತ್ರ ನಮ್ಮ ಕಂಪನಿಯ ಶಕ್ತಿಗೆ ನಿಲುಕುವಂತಿತ್ತು. ಆದರೆ ಅದು ಅಲ್ಲಿಯ ಅತ್ಯುತ್ತಮ ಸ್ಥಳವಲ್ಲ ಎಂದು ನನಗೆ ತಿಳಿದದ್ದು ಹಲವು ತಿಂಗಳುಗಳ ನಂತರ. ನಾನೆಲ್ಲಿ ಉಳಿದು

ಕೊಂಡಿದ್ದೇನೆಂದು ಯಾರಾದರೂ ಕೇಳಿದಾಗ, ಮೋಟೆಲಿನ ಹೆಸರು ಹೇಳಿದರೆ ಜನರ ಮುಖದಲ್ಲೊಂದು ವಿಚಿತ್ರವಾದ ಭಾವ ಸುಳಿಯುತ್ತಿತ್ತು. ಅದೇಕೆಂದು ನನಗೆ ಅರ್ಥವಾಗುತ್ತಿರಲಿಲ್ಲ. ಕೆಲವೊಮ್ಮೆ ಅಜ್ಞಾನವೇ ಪರಮಸುಖ!! ಮುಂದಿನ ಕೆಲದಿನಗಳಲ್ಲಿ ದೇಬಾಸಿಶ್‌ರೇ ನನ್ನನ್ನು ಎಲ್ಲ ಮೀಟಿಂಗ್‌ಗಳಿಗೂ ಕಾರ್‌ನಲ್ಲಿ ಕರೆದೊಯ್ದರು. ಮನೆಗೆ ಕರೆದೊಯ್ದು, ಊಟ ಹಾಕಿ, ಊರೆಲ್ಲ ತಿರುಗಾಡಿಸಿ ತೋರಿಸಿದ್ದಲ್ಲದೆ, ತಮ್ಮ ಕ್ರೆಡಿಟ್ ಕಾರ್ಡಿಗೆ ನನ್ನ ಹೆಸರನ್ನೂ ಸೇರಿಸಿ ನಾನು ಪೂರ್ಣ ಸ್ವತಂತ್ರನಾಗುವಂತೆ ಮಾಡಿದರು. ಒಟ್ಟಿನಲ್ಲಿ ಅಪರಿಚಿತ ನಾಡಿನಲ್ಲಿ ನೆಮ್ಮದಿಯಿಂದಿರಲು ಏನು ಬೇಕೋ ಎಲ್ಲವನ್ನೂ ಅವರು ನನಗೆ ಮಾಡಿದ್ದರು.

ನಾನು ತುರ್ತಾಗಿ ಮಾಡಬೇಕಿದ್ದ ಎರಡು ಕೆಲಸಗಳಿದ್ದವು. ಒಂದು, ಅಲ್ಲಿನ ಇಂಟೆಲ್ ಕಂಪನಿಯಲ್ಲಿ ಕೆಲಸ ಮಾಡುತ್ತಿದ್ದ ವಿಪ್ರೋದ ಆರ್&ಡಿ ಇಂಜಿನಿಯರುಗಳನ್ನು ಭೇಟಿಯಾಗುವುದು. ಎರಡನೆಯದು, ವಿಪ್ರೋ ಮತ್ತು ಇಂಟೆಲ್‌ನ ಸಂಬಂಧಕ್ಕೆ ಗಾಡ್‌ಫಾದರ್‌ನಂತಿದ್ದ ಇಂಟೆಲ್‌ನ ಅತುಲ್ ವಿಜಯ್‌ಕರ್ ಎಂಬ ವ್ಯಕ್ತಿಯನ್ನು ನೋಡುವುದು. ಐಬಿಎಮ್ ಪಿಸಿಗಳಲ್ಲಿ ಇಂಟೆಲ್‌ನ ಪ್ರೊಸೆಸರ್ ಚಿಪ್‌ಗಳ ಬಳಕೆ ಆಗಲೇ ಸಾಮಾನ್ಯವಾಗಿತ್ತು. ಆದರೆ, ಇಂಟೆಲ್ ಇನ್ನೂ "ಗಾಜಿನ ಮನೆ" ಎಂದು ಕರೆಯಲ್ಪಡುವ ಕಾರ್ಪೊರೇಟ್ ಡೇಟಾ ಸೆಂಟರ್‌ಗಳನ್ನು ಭೇದಿಸಿರಲಿಲ್ಲ. ಗಾಜಿನ ಗೋಡೆಗಳಿಂದ ಸುತ್ತುವರಿದ ಅಲ್ಲಿ, ಹಲವಾರು ಸರ್ವರ್‌ಗಳು ಮತ್ತು ವರ್ಕ್‌ಸ್ಟೇಷನ್‌ಗಳನ್ನು ಬಿಗಿಯಾದ ಸೆಕ್ಯುರಿಟಿಯ ಮಧ್ಯೆ ನಿಯಂತ್ರಿತ ವಾತಾವರಣದಲ್ಲಿ ಇಡಲಾಗಿರುತ್ತದೆ. ಪಿಸಿ ಮಾರುಕಟ್ಟೆಯನ್ನು ನಿಯಂತ್ರಿಸುವುದಷ್ಟೇ ಅಲ್ಲ, ಅದಕ್ಕಿಂತ ಮುಖ್ಯವಾಗಿ ವರ್ಕ್‌ಸ್ಟೇಷನ್ ತಯಾರಕರ ಅವಶ್ಯಕತೆಗಳನ್ನು ಪೂರೈಸಿ, ಸರ್ವರ್ ಮಾರುಕಟ್ಟೆಯನ್ನು ಪ್ರವೇಶಿಸಬೇಕಿತ್ತು. ವಿಪ್ರೋದ ಆರ್&ಡಿ ಸಾಮರ್ಥ್ಯ ಇದಕ್ಕೆ ಸಹಾಯಕವಾಗುವಂತಿತ್ತು. ಆರು ತಿಂಗಳಿಗೊಮ್ಮೆ ಸರದಿಯಲ್ಲಿ ಬಂದು ಹೋಗುತ್ತಿದ್ದ ವಿಪ್ರೋದ ಆರ್&ಡಿ ಇಂಜಿನಿಯರುಗಳು ಆಗಲೇ ಇಂಟೆಲ್‌ನ ಭಾಗವಾಗಿ ಕೆಲಸ ಮಾಡುತ್ತಿದ್ದರು. ತಿಂಗಳಿಗೆ ಹದಿನೆಂಟು ನೂರು ಡಾಲರ್‌ಗಳ ಅಲ್ಪ ಹಣವನ್ನು ಮಾತ್ರ 'ಮೇಂಟೆನೆನ್ಸ್ ಅಲೊಯನ್ಸ್' ಹೆಸರಿನಲ್ಲಿ ನಮ್ಮ ಇಂಜಿನಿಯರುಗಳಿಗೆ ಕೊಡಲು ಆರ್‌ಬಿಐ ಸಮ್ಮತಿಸಿತ್ತು. ಅವರು ಈ ನಿಕೃಷ್ಟ ಆದಾಯದಲ್ಲಿ ಅಲ್ಲಿಯ ವೆಚ್ಚಗಳನ್ನು ಎಲ್ಲರೂ ಹಂಚಿಕೊಂಡು ಜೀವನ ನಡೆಸುತ್ತಿದ್ದರು. ಅವರ ಜೀವನ, ಲೆಟ್ಯೂಸ್ ಗದ್ದೆಗಳಲ್ಲಿ ದುಡಿಯಲು ಅಕ್ರಮ ವಲಸೆ ಬಂದ ಕೃಷಿ ಕಾರ್ಮಿಕರಿಗಿಂತ ಹೆಚ್ಚೇನೂ ಉತ್ತಮವಾಗಿರಲಿಲ್ಲ. ಈ ಇಂಜಿನಿಯರುಗಳು ಹಗಲೂ ರಾತ್ರಿ ಕಷ್ಟಪಟ್ಟು ದುಡಿದು ಇಂಟೆಲ್‌ಗೆ ತಮ್ಮ ಉತ್ಕೃಷ್ಟ ಸೇವೆಯನ್ನು ನೀಡುತ್ತಿದ್ದರು. ಬದಲಾಗಿ ಅವರು ಗಳಿಸುತ್ತಿದ್ದ ಜ್ಞಾನವು ಭಾರತದಲ್ಲಿ ವಿಪ್ರೋ ಕಂಪ್ಯೂಟರ್ ತಯಾರಿಕೆಯ ಮುಂಚೂಣಿಯಲ್ಲಿರಲು ಸಹಾಯಕವಾಗಿತ್ತು. ಅವರ ದೃಷ್ಟಿಯಲ್ಲಿ ನಾನು, ತಮ್ಮ ಇಲ್ಲಿಯ ಕಷ್ಟದ ಬದುಕಿಗೆ ಏನೂ ವ್ಯತ್ಯಾಸ ತರದ ಮತ್ತೊಬ್ಬ 'ಮ್ಯಾನೇಜ್‌ಮೆಂಟ್ ಆಸಾಮಿ' ಅಷ್ಟೇ ಆಗಿದ್ದೆ. ಸಿನಿಕತೆ ಬೆರೆತ ವೈರತ್ವದಿಂದಲೇ ನನ್ನನ್ನು

ಕಾಣುತ್ತಿದ್ದ ಅವರಿಗೆ, ನನ್ನಿಂದ ನಿರೀಕ್ಷೆಗಳೂ ತೀರಾ ಕಡಿಮೆಯಿದ್ದವು. ಮುಂದೆ ನನ್ನೊಂದಿಗೆ ಸೇರಿ ಮೈಂಡ್‌ಟ್ರೀ ಸ್ಥಾಪಿಸಿದ ಕಲ್ಯಾಣ್ ಬ್ಯಾನರ್ಜಿ ಮತ್ತು ನಾಮಕ್ಕಲ್ ಪಾರ್ಥಸಾರಥಿಯೂ ಅವರಲ್ಲಿ ಸೇರಿದ್ದರು!

ಪರಿಸ್ಥಿತಿಯನ್ನು ಸುಧಾರಿಸುವುದು ಅಷ್ಟು ಸುಲಭವಿರಲಿಲ್ಲ, ರಾತ್ರೋರಾತ್ರಿಯಾಗುವ ಕೆಲಸವಂತೂ ಅಲ್ಲವೇ ಅಲ್ಲ. ಒಂದು ರಾತ್ರಿ ಅವರ ಅಪಾರ್ಟ್‌ಮೆಂಟ್‌ನಲ್ಲಿ ಊಟ ಮಾಡುತ್ತಾ ಅವರ ಸಮಸ್ಯೆಗಳನ್ನು ಆಲಿಸಿದೆ. ಓಡಾಟವೇ ಅವರಿಗಿದ್ದ ಅತಿ ದೊಡ್ಡ ಸಮಸ್ಯೆ. ಸಿಗುತ್ತಿದ್ದ ಅಲ್ಪಭತ್ಯೆಯಿಂದಾಗಿ ಎಲ್ಲರೂ ಡ್ರೈವಿಂಗ್ ಕಲಿತಿರಲಿಲ್ಲ. ಮೋಟೆಲಿಗೆ ಬಂದವನೇ ಬೆಂಗಳೂರಿನ ನನ್ನ ಕಚೇರಿಗೆ ಫೋನ್ ಮಾಡಿ, 'ಇಂಜಿನಿಯರುಗಳೆಲ್ಲ ಡ್ರೈವಿಂಗ್ ತರಬೇತಿ ತೆಗೆದುಕೊಳ್ಳಬೇಕು ಮತ್ತು ಅದಕ್ಕಾಗುವ ವೆಚ್ಚವನ್ನು ಕಂಪನಿಯೇ ಭರಿಸುತ್ತದೆಂದು ನಾನವರಿಗೆ ತಿಳಿಸಿದ್ದೇನೆ' ಎಂಬ ಸಂದೇಶ ಮುಟ್ಟಿಸಿದೆ. ನನ್ನ ಅದೊಂದು ನಿರ್ಧಾರ ಅವರಲ್ಲಿ ನನ್ನ ಬಗ್ಗೆ ಸಂಪೂರ್ಣ ನಂಬಿಕೆ ಹುಟ್ಟಿಸಿತು. ಆತ್ಮವಿಶ್ವಾಸವುಳ್ಳ ಆರ್&ಡಿ ಘಟಕವೊಂದು ಮುಂದಿನ ಕೆಲವು ವರ್ಷಗಳಲ್ಲಿ, ವಿಶ್ವದಲ್ಲಿ ಪ್ರಖ್ಯಾತಿ ಗಳಿಸಿ, ಯಶಸ್ವಿ ಕಂಪನಿಯಾಗಿ ನೆಲೆಗೊಳ್ಳಲು ಅದೊಂದು ಪರಿವರ್ತನಾ ಬುನಾದಿಯಾಗಿತ್ತು. ನಂತರ ಅವರ ವಿಶ್ವಾಸವನ್ನು ಗಳಿಸುವ ಇನ್ನೂ ಕೆಲವು ಚಿಕ್ಕ ಪುಟ್ಟ ಸಂಗತಿಗಳು ನಡೆದವು – ನಾನು ಓಡಾಡಿ ಅವರ ಲೈಸೆನ್ಸ್ ಕೊಡಿಸಿದೆ, ಅಪಾರ್ಟ್‌ಮೆಂಟ್ ಹುಡುಕಿಕೊಟ್ಟೆ, ಏರ್‌ಪೋರ್ಟ್‌ನಿಂದ ಅವರನ್ನು ಕರೆತರುವ ಮತ್ತು ಬಿಟ್ಟುಬರುವ ಕೆಲಸ ಮಾಡಿದೆ, ಅವರ ಕುಟುಂಬಗಳು ಬಂದು ಕೂಡಿಕೊಳ್ಳಲು ಸಹಾಯ ಮಾಡಿದೆ, ಮಕ್ಕಳಿಗೆ ಶಾಲೆಗಳನ್ನು ಹುಡುಕಿಕೊಟ್ಟೆ, ಎಂದೋ ಒಮ್ಮೆ ನಡೆದ ಅಪಘಾತ ಮತ್ತು ಆಸ್ಪತ್ರೆ ವಾಸದಲ್ಲಿ ಅವರ ಜೊತೆಯಾದೆ, ಅವರೆಲ್ಲರೂ ಒಟ್ಟುಗೂಡಿಸಿದ ಹಣದ ವ್ಯವಸ್ಥೆ ಮಾಡಲು ಮುಂದಾದೆ. ಸಂಕಷ್ಟದಲ್ಲಿದ್ದ ಸೈನಿಕರಿಗೆ ಇದ್ದಕ್ಕಿದ್ದಂತೆ ತಮ್ಮೆಲ್ಲ ಕೊರಕಲು, ಕಂದಕಗಳಲ್ಲಿ ಜೊತೆಯಾಗಿ ನಿಂತು ಕಷ್ಟ ಹಂಚಿಕೊಂಡ ಜನರಲ್ ಒಬ್ಬ ಗೋಚರಿಸಿದ್ದ. ಅವರ ಕಷ್ಟಗಳಿಗೆ ತೋರಿದ ಪುಟ್ಟದೊಂದು ಸಹಾನುಭೂತಿ, ಅಣು ಮಾತ್ರದ ಸ್ಪಂದನ, ಮುಂದೆ ಘಟಿಸಲಿದ್ದ ಮಹತ್ತರ ಸಂಗತಿಗಳಿಗೆ ನಾಂದಿಯಾದದ್ದು ನಿಜಕ್ಕೂ ವಿಸ್ಮಯ.

ಅತುಲ್ ವಿಜಯಕರ್‌ನನ್ನು ಭೇಟಿಯಾದಾಗ ಆತನ ಸ್ವಾಗತದ ಜೊತೆ ಕೊಂಚ ಆಕ್ಷೇಪವೂ ಬೆರೆತಿತ್ತು. ಕಣಿವೆಯಲ್ಲಿ ತನ್ನ ಕಾರ್ಯಾಚರಣೆಯನ್ನು ಹೆಚ್ಚಿಸಲು ವಿಪ್ರೋ ನಿರ್ಧರಿಸಿದ ಬಗ್ಗೆ ಆತನಿಗೆ ಮೆಚ್ಚುಗೆಯಿತ್ತಾದರೂ ಅದು ನಿರೀಕ್ಷಿತ ಮಟ್ಟದ ಮಹತ್ವಾಕಾಂಕ್ಷೆಯನ್ನು ತೋರುತ್ತಿಲ್ಲವೆಂಬ ಆಕ್ಷೇಪವೂ ಇತ್ತು. ಕನಿಷ್ಠ ನೂರು ಮಿಲಿಯನ್ ಡಾಲರ್‌ಗಳ ಕಂಪನಿಯಾಗಿ ಬೆಳೆಯುವ ಗುರಿ ಹೊಂದಲು ವಿಪ್ರೋ ತನ್ನ ಮಟ್ಟವನ್ನು, ತಾನೇ ಹಾಕಿಕೊಂಡ ಮಾನದಂಡಗಳನ್ನು ಹೆಚ್ಚಿಸಿಕೊಳ್ಳಬೇಕಿತ್ತು. ಆ ಚಿಹ್ನೆಗಳಾವುವೂ ಆತನಿಗೆ ತೋರುತ್ತಿರಲಿಲ್ಲ. ಅದಕ್ಕೆ ಬೇಕಾದ ಸಂಪರ್ಕಗಳನ್ನು ಕಲ್ಪಿಸಿಕೊಡಲು, ಹಾದಿಗಳು ತೆರೆಯುವಂತೆ ಅನುವು ಮಾಡಿಕೊಡಲು ಆತ ತಯಾರಿದ್ದ. ಆದರೆ, ವಿಪ್ರೋ ಇದಕ್ಕೆ ಸಿದ್ಧವಾಗಿತ್ತೇ? ಆತನ ಸಂದೇಶವನ್ನು ಕಂಪನಿಯಲ್ಲಿ ಸರಿಯಾದ ವ್ಯಕ್ತಿಗಳಿಗೆ

ತಲುಪಿಸುವ ಮತ್ತು ಪರಿಸ್ಥಿತಿಯನ್ನು ಬದಲಿಸಲು ನನ್ನ ಕೈಲಾದುದನ್ನು ಅತ್ಯಂತ ಶ್ರದ್ಧೆಯಿಂದ ಮಾಡುವ ಭರವಸೆ ಕೊಟ್ಟೆ. ನನ್ನನ್ನು ಅದೆಷ್ಟರ ಮಟ್ಟಿಗೆ ನಂಬಬೇಕೆಂದು ತಿಳಿಯದಿದ್ದರೂ ನನಗೆ ಸಹಾಯ ಮಾಡಲು ಆತ ಮುಂದಾದ.

ಯಾರ ಪರಿಚಯವೂ ಇಲ್ಲದ ನಾನು ಕನಿಷ್ಠ ಭಾರತದ ಸಂಪರ್ಕವಾದರೂ ಇದ್ದ ಕೆಲವರನ್ನು ಭೇಟಿ ಮಾಡತೊಡಗಿದೆ. ವಿಪ್ರೋ ಇಂಜಿನಿಯರುಗಳ ಒಂದು ತಂಡ ಇಂಟೆಲ್ ಲ್ಯಾಬ್‌ನಲ್ಲಿತ್ತು. ಅದಲ್ಲದೆ, ಡಾ.ಮಿತ್ತಾ ಮತ್ತು ರಾಮ್ ಅಗರ್‌ವಾಲ್‌ರಿಗಿದ್ದ ಒಂದು ಚಿಕ್ಕ ಉದ್ಯಮದ ಕನಸಿನಿಂದಾಗಿ ಇನ್ನೂ ಮೂರು ಜನ ಚಿಪ್ ಡಿಸೈನ್‌ಅನ್ನು ಕಲಿಯುತ್ತಿದ್ದರು. ವಿಪ್ರೋ ಭಾರತದಲ್ಲಿ ಸನ್ ಮೈಕ್ರೋಸಿಸ್ಟಮ್ಸ್‌ನ ವಿತರಕನಾಗಿತ್ತು. ಮೂವರು ಭಾರತೀಯರು ಕಣಿವೆಯಲ್ಲಿ ಪ್ರಾರಂಭಿಸಿದ್ದ ಹೊಸ ಕಂಪನಿಯೊಂದಕ್ಕೆ ಸನ್ ವರ್ಕ್‌ಸ್ಟೇಷನ್‌ಗಳನ್ನು ಸಾಲವಾಗಿ ಕೊಡಲು ಡಾ.ಮಿತ್ತಾ ಮತ್ತು ರಾಮ್ ಒಪ್ಪಿದ್ದರು. ಆ ಕಂಪನಿ ವಿಎಲ್ಎಸ್‌ಐ ತಂತ್ರಜ್ಞಾನದಲ್ಲಿ ಕೆಲಸ ಮಾಡುತ್ತಿತ್ತು. ವರ್ಕ್‌ಸ್ಟೇಷನ್‌ಗಳ ಬಳಕೆಗೆ ಬದಲಾಗಿ ವಿಪ್ರೋದ ಮೂವರು ಹಾರ್ಡ್‌ವೇರ್ ಇಂಜಿನಿಯರುಗಳಿಗೆ ಕ್ಯಾಲಿಫೋರ್ನಿಯದಲ್ಲಿ ವಿಎಲ್ಎಸ್‌ಐನ ಚಿಪ್ ಡಿಸೈನ್ ಟೂಲ್‌ಗಳ ಮೇಲೆ ತರಬೇತಿ ನೀಡುವ ಒಪ್ಪಂದವಿತ್ತು. ಈ ಒಪ್ಪಂದದ ಹಿಂದೆ ಇದ್ದ ವ್ಯಕ್ತಿ ತುಷಾರ್ ದಾವೆಯನ್ನು ಭೇಟಿಯಾದೆ. ಆತ ನಂತರ ಉದ್ಯಮ ಬಂಡವಾಳಿಗನಾದ(Venture Capitalist). ಸಿಲಿಕಾನ್ ವ್ಯಾಲಿ ಇಂಡಿಯನ್ ಪ್ರೊಫೆಷನಲ್ಸ್ (SIPA - Silicon Valley Indian Professionals) ಗುಂಪನ್ನು ಪ್ರಾರಂಭಿಸಿದವರನ್ನೂ ಭೇಟಿಯಾದೆ. ಕಣಿವೆಯಲ್ಲಿ ತಳವೂರಿ ತನ್ನ ಕಾರ್ಯಾಚರಣೆಯನ್ನು ವಿಸ್ತರಿಸಲು ವಿಪ್ರೋಗೆ ಸಹಾಯವಾಗಬಲ್ಲ ಇನ್ನೂ ಹಲವರೊಡನೆ ಮಾತುಕತೆಯಾಡಿದೆ. ಆ ಕ್ಷೇತ್ರದಲ್ಲಿ ಆಗಲೇ ಮುಂದಿದ್ದ ಟಿಸಿಎಸ್ ಮತ್ತು ಎಚ್‌ಸಿಎಲ್ ಅಮೆರಿಕಾದೊಂದಿಗೆ ಅಲ್ಲಿನ ಸಮಸ್ಯೆಗಳ ಬಗ್ಗೆ ಚರ್ಚಿಸಿದೆ. ಕ್ರೆಡಿಟ್ ಕಾರ್ಡ್ ಅಥವಾ ಇನ್‌ಶೂರೆನ್ಸ್ ಬಗ್ಗೆ ಪಟ್ಟು ಹಿಡಿಯದೆ, ಬಾಡಿಗೆ ಕಾರುಗಳನ್ನು ನೀಡುತ್ತಿದ್ದ ತಂದೆ–ಮಗನ ಜೋಡಿಯನ್ನೂ ಸಂಧಿಸಿ, ನಮ್ಮ ವಿಪ್ರೋ ಇಂಜಿನಿಯರುಗಳಿಗೆ ಪರಿಚಯಿಸಿದೆ. ಅವರು ನನ್ನ ಯಶಸ್ಸಿಗೆ ಬೇಕಾದ ಅತ್ಯಂತ ಮುಖ್ಯ ವ್ಯಕ್ತಿಗಳಾಗಿದ್ದರು. ಸುಸ್ಮಿತಾ ಅಮೆರಿಕಕ್ಕೆ ಬಂದ ಮೇಲೆ ಮೊತ್ತ ಮೊದಲು ನಾವು ಮನೆಗೆ ಊಟಕ್ಕೆ ಕರೆದದ್ದು ಇವರನ್ನೇ.

ಅಲ್ಲಿನ ತಳಮಟ್ಟದ ವಾಸ್ತವಗಳು ಮತ್ತು ಮುಂದಿದ್ದ ಅವಕಾಶಗಳು, ಇವೆಲ್ಲದರ ಒಂದು ಅಂದಾಜು ಪಡೆದು ಭಾರತಕ್ಕೆ ಹಿಂದಿರುಗಿದೆ. ಕ್ಯಾಲಿಫೋರ್ನಿಯದಲ್ಲಿ ವಿಪ್ರೋದ ಶಾಖಾ ಕಚೇರಿ ತೆರೆಯಲು ಆರ್‌ಬಿಐಗೆ ಕಾರ್ಯಸಾಧ್ಯತಾ ವರದಿಯೊಂದನ್ನು(Feasibility Report) ನೀಡಬೇಕಿತ್ತು. ಇದೊಂದು ಕಡ್ಡಾಯ ವಿಧಿಯಾಗಿದ್ದು, ವರದಿ ಸಲ್ಲಿಸಿದ ನಂತರವೇ ಆರ್‌ಬಿಐನವರು ವಿದೇಶದಲ್ಲಿ ಖರ್ಚು ಮಾಡಲು ಕಂಪನಿಗೆ ಬೇಕಾದ ವಿದೇಶಿ ವಿನಿಮಯವನ್ನು ಕೊಳ್ಳಲು ಅನುಮತಿ ನೀಡುತ್ತಿದ್ದರು. ಭಾರತದಲ್ಲಿ ಸಾಕಷ್ಟು ಮೀಸಲು ನಿಧಿ ಇಲ್ಲದ ಕಾರಣ, ಆರ್‌ಬಿಐ ವಿದೇಶಿ ವಿನಿಮಯವನ್ನು ತನ್ನ ನಿಯಂತ್ರಣ

ದಲ್ಲಿಟ್ಟುಕೊಂಡು ಪಡಿತರಗೊಳಿಸಿತ್ತು. ಕಚೇರಿ ತೆರೆಯಲು ಒಮ್ಮೆ ಬೇಕಾದ ಖರ್ಚಿನ ಇಪ್ಪತ್ತು ಸಾವಿರ ಡಾಲರ್‌ಗಳು ಮತ್ತು ನಂತರ ಪ್ರತಿ ತಿಂಗಳೂ ವ್ಯವಹಾರ ನಡೆಸಲು ಬೇಕಾಗುವ ಹನ್ನೆರಡು ಸಾವಿರ ಡಾಲರ್‌ಗಳನ್ನು ಪಡೆಯಲು ಬಿಸಿನೆಸ್ ಪ್ಲಾನ್ ಒಂದನ್ನು ಸಿದ್ಧಪಡಿಸಿದೆವು. ಮುಂಬೈನ ಆರ್‌ಬಿಐ ಕಚೇರಿಗೆ ಪ್ಲಾನ್ ಹಿಡಿದು ಹೊರಟ ನಾನು ವಿಪ್ರೋ ಪರವಾಗಿ ಅಹವಾಲು ಸಲ್ಲಿಸಿದೆ. ಅಧಿಕಾರಿಯೊಬ್ಬ ಮೊದಲ ವರ್ಷದಲ್ಲಿ ಹತ್ತು ಸಾವಿರ ಡಾಲರ್‌ಗಳನ್ನು ಮಾತ್ರ ಕೊಡಬಹುದಲ್ಲದೆ, ಅದಕ್ಕಿಂತ ಹೆಚ್ಚಿನದು ಸಾಧ್ಯವೇ ಇಲ್ಲ ಎಂದುಬಿಟ್ಟ. ರಫ್ತಿನ ಮೂಲಕ ಆದಾಯ ಗಳಿಸಿದ ಯಾವುದೇ ಹಿನ್ನೆಲೆಯಿಲ್ಲದ ವಿಪ್ರೋಗೆ, ವಿದೇಶಿ ವಿನಿಮಯ ಕೊಡುವುದು ಹೇಗೆ? ಎಂಬುದು ಆತನ ತಗಾದೆಯಾಗಿತ್ತು. ಕಾನೂನಿನ ಪ್ರಕಾರ ರಫ್ತಿನ ಮೂಲಕ ಗಳಿಸಿದ ಆದಾಯದ ಒಂದಂಶವನ್ನು ಮಾತ್ರ ಶಾಖಾ ಕಚೇರಿಯನ್ನು ತೆರೆಯಲು ಮತ್ತು ಸಂಬಂಧಿಸಿದ ಮಾರ್ಕೆಟಿಂಗ್ ಚಟುವಟಿಕೆಗಳಿಗೆ ಬಳಸಲು ಅನುಮತಿಯಿತ್ತು. ಮೊದಲು ಕಚೇರಿ ತೆರೆಯದೆ ರಫ್ತು ಆದಾಯವನ್ನು ಹೆಚ್ಚಿಸುವುದು ಅಸಾಧ್ಯ- ಎಂಬ ಅಂಶ ದೇಶದ ಆರ್ಥಿಕ ಹೊಣೆ ಹೊತ್ತವರಿಗೆ ಮನವರಿಕೆಯಾಗುವಂತಿರಲಿಲ್ಲ. ಏಕೆಂದರೆ, ದೇಶದ ವಿದೇಶಿ ವಿನಿಮಯ ಸ್ಥಿತಿ ಅಷ್ಟು ದುರ್ಭಿಕ್ಷದಲ್ಲಿತ್ತು. ನಿರಾಶೆಯಿಂದ ಬೆಂಗಳೂರಿಗೆ ಹಿಂತಿರುಗಿದೆ. ಡಾ.ಮಿತ್ರಾ, ರಾಮ್ ಮತ್ತು ನಾನು ಸೇರಿ ಸದ್ಯಕ್ಕೆ ಪೂರ್ಣಪ್ರಮಾಣದ ಕಚೇರಿ ಪ್ರಾರಂಭಿಸುವ ಕಲ್ಪನೆಯನ್ನು ಕೈಬಿಡಲು ನಿರ್ಧರಿಸಿದೆವು. ಬದಲಾಗಿ, ನಾನು ಬಿಸಿನೆಸ್ ಭೇಟಿಗಾಗಿ ಅಮೆರಿಕಕ್ಕೆ ಹಿಂದಿರುಗಿ, ಮನೆಯನ್ನೇ ಕಚೇರಿಯಾಗಿಸಿಕೊಂಡು ಕೆಲಸ ಪ್ರಾರಂಭಿಸುವುದು, ಪ್ರಾಜೆಕ್ಟ್‌ಗಳನ್ನು ಹುಡುಕಿ, ಕೊಂಚ ಹಣ ಗಳಿಸಿ, ರಫ್ತು ಆದಾಯವನ್ನು ಹೆಚ್ಚಿಸಿಕೊಂಡ ನಂತರ ಆರ್‌ಬಿಐಗೆ ಮತ್ತೊಮ್ಮೆ ಅರ್ಜಿ ಹಾಕುವುದೆಂದು ನಿಶ್ಚಯವಾಯಿತು.

○

ಸುಸ್ಮಿತಾ ಮತ್ತು ನನ್ನಿಬ್ಬರು ಹೆಣ್ಣು ಮಕ್ಕಳೊಂದಿಗೆ 1991ರ ಆಗಸ್ಟ್‌ನಲ್ಲಿ ಅಮೆರಿಕಕ್ಕೆ ವಾಪಸ್ಸಾದೆ. ಒಂದು ವಾರದಲ್ಲಿ ಕುಪರ್ಟೀನೋದಲ್ಲಿ ಅಪಾರ್ಟ್‌ಮೆಂಟ್ ಬಾಡಿಗೆಗೆ ಸಿಕ್ಕಿತು. ನೇಹಾ ಮತ್ತು ನೀತಿ ಒಳ್ಳೆಯ ಪಬ್ಲಿಕ್ ಸ್ಕೂಲಿನಲ್ಲಿ ಪ್ರವೇಶ ಪಡೆದರು. ದೇಬಾಸಿಶ್ ಘೋಷ್‌ರ ನೆರವಿನೊಂದಿಗೆ ನೂರಾ ಹತ್ತು ಡಾಲರ್ ಕೊಟ್ಟು ಒಂದು ಬ್ರದರ್ ಎಲೆಕ್ಟ್ರಾನಿಕ್ ಟೈಪ್‌ರೈಟರ್ ಮತ್ತು ಫ್ಯಾಕ್ಸ್ ಯಂತ್ರ ಖರೀದಿಸಿದೆ. ಭಾರತದಲ್ಲಿದ್ದ ವಿಪ್ರೋದ ಕೇಂದ್ರ ಕಚೇರಿಯಲ್ಲಿ ಅಧ್ಯಕ್ಷರ ಬಳಿ ಮಾತ್ರ ಫ್ಯಾಕ್ಸ್ ಯಂತ್ರವಿತ್ತು! ಡೈನಿಂಗ್ ಟೇಬಲ್ಲಿನ ಪಕ್ಕದಲ್ಲಿ ಟೈಪ್‌ರೈಟರ್ ಮತ್ತು ಫ್ಯಾಕ್ಸ್ ಯಂತ್ರವನ್ನು ಜೋಡಿಸಿದೆ; ಅದರೊಂದಿಗೆ ಕಣಿವೆಯಲ್ಲಿ ವಿಪ್ರೋದ ವ್ಯವಹಾರ ಆರಂಭವಾಗಿತ್ತು. ಫೋನ್ ರಿಂಗಣಿಸಿದಾಗೆಲ್ಲ ಅದನ್ನೆತ್ತಿಕೊಂಡು 'ವಿಪ್ರೋ, ಗುಡ್ ಮಾರ್ನಿಂಗ್, ಹೌ ಮೇ ಐ ಹೆಲ್ಪ್ ಯೂ'- ಎಂದು ಹೇಳುವಂತೆ ಸುಸ್ಮಿತಾಳ ಮನವೊಲಿಸಲು ಪ್ರಯತ್ನಿಸಿದೆ. ಆಕೆ ಒಪ್ಪಲೇ ಇಲ್ಲ. ತಾನು ಜಗತ್ತಿನ ಇನ್ನೊಂದು ಮೂಲೆಗೆ ನನ್ನ ಹಿಂದೆ ಬರಲು ಒಪ್ಪಿದಾಗ

ಇದೇನೂ ಒಪ್ಪಂದದ ಭಾಗವಾಗಿರಲಿಲ್ಲ- ಎಂದು ನಿರ್ದಾಕ್ಷಿಣ್ಯವಾಗಿ ಹೇಳಿಬಿಟ್ಟಳು. ಮೊದಲ ಸೋಲನ್ನು ನಿರ್ಲಕ್ಷಿಸಿ ಶ್ರದ್ಧೆಯಿಂದ ಮುಂದುವರಿದೆ.

ಮನೆಯಲ್ಲಿ ಕಚೇರಿ ಇಟ್ಟುಕೊಂಡು ವ್ಯವಹಾರ ನಡೆಸುವುದು ಸುಲಭದ ಮಾತಲ್ಲ. ಇಬ್ಬರೂ ಮಕ್ಕಳು ಶಾಲೆಯಿಂದ ಹಿಂತಿರುಗಿದಾಗ ಕೈಯಲ್ಲಿ ರಿಮೋಟ್ ಹಿಡಿದು ಟಿವಿಗೆ ಅಂಟಿಕೊಂಡು ಕೂತಿರುತ್ತಿದ್ದರು. ಸ್ಕೂಬಿ-ಡೂ ಅಥವಾ ಯೋಗಿ-ಬೇರ್ ನೋಡುತ್ತಾ ಎಷ್ಟು ದೊಡ್ಡದಾಗಿ ವಾಲ್ಯೂಮ್ ಇಡುತ್ತಿದ್ದರೆಂದರೆ ಯಾರೇ ಫೋನ್ ಮಾಡಿದರೂ ಅವರಿಗೆ ಇದು ಸರಿಯಾದ ಕಚೇರಿಯಲ್ಲವೆಂದು ಗೊತ್ತಾಗುತ್ತಿತ್ತು. ಮಕ್ಕಳೊಂದಿಗೆ ಒಂದು ಕರಾರು ಮಾಡಿಕೊಂಡೆ. ಅವರು ಟಿವಿ ನೋಡುವಾಗ ಫೋನ್ ರಿಂಗಾದಲ್ಲಿ ತಕ್ಷಣ ರಿಮೋಟ್ ಕೈಗೆತ್ತಿಕೊಂಡು ಎರಡು ರಿಂಗ್‌ನ ಒಳಗಾಗಿ ಮ್ಯೂಟ್ ಬಟನ್ ಒತ್ತಬೇಕು ಎಂದು. ತಕ್ಷಣ, "ಗುಡ್ ಆಫ್ಟರ್‌ನೂನ್, ದಿಸ್ ಇಸ್ ಸುಬ್ರೊತೊ ಬಾಗ್ಚಿ" ಎಂದು ನಾನು ಸಂಭಾಷಣೆ ಆರಂಭಿಸುತ್ತಿದ್ದೆ. ಒಮ್ಮೊಮ್ಮೆ ರಿಮೋಟ್‌ನ ಮೇಲೆಯೇ ಕೂತು, ಎಲ್ಲಿ ಹುಡುಕುವುದೆಂದು ಗೊತ್ತಾಗದೆ ಇದ್ದಾಗ ಅಥವಾ ಅದು ಎರಡು ಕುಷನ್‌ಗಳ ಮಧ್ಯೆ ಇರುಕಿಕೊಂಡಿದ್ದಾಗಿನ ಕೆಲವು ಪ್ರಸಂಗಗಳನ್ನು ಬಿಟ್ಟರೆ, ಮಕ್ಕಳು ಬಹುಮಟ್ಟಿಗೆ ಸಹಕರಿಸಿದರೆಂದೇ ಹೇಳಬೇಕು. ಒಟ್ಟಿನಲ್ಲಿ ಮನೆ-ಕಚೇರಿ ವ್ಯವಸ್ಥೆ ಗಂಭೀರ ತೊಂದರೆಗಳೇನೂ ಇಲ್ಲದೆ ಚೆನ್ನಾಗಿಯೇ ನಡೆಯುತ್ತಿತ್ತು. ಬಿಸಿನೆಸ್ ಮೀಟಿಂಗ್‌ಗಳನ್ನು ಮಾತ್ರ ಅಲ್ಲಿ ನಡೆಸುವುದು ಸಾಧ್ಯವಿರಲಿಲ್ಲ. ವಿಪ್ರೋಗೆ ಹೇಳಿಕೊಳ್ಳುವಂತಹ ಕಚೇರಿ ಕೂಡಾ ಇಲ್ಲವೆಂದು ಗೊತ್ತಾಗಬಾರದೆಂದು ಸಾಮಾನ್ಯವಾಗಿ ತಿಂಡಿಗೋ, ಊಟಕ್ಕೋ, ರೆಸ್ಟೊರೆಂಟ್‌ಗಳಲ್ಲಿ ನನ್ನ ಗ್ರಾಹಕರನ್ನು ಭೇಟಿಯಾಗುತ್ತಿದ್ದೆ.

ಸುಸೂತ್ರವಾಗಿ ನಡೆಯುತ್ತಿದ್ದ ಈ ನಮ್ಮ ನಾಟಕಕ್ಕೆ ವಿಘ್ನವೊದಗಿದ್ದು ಸ್ಯಾನ್‌ಹೋಸೆಯಲ್ಲಿದ್ದ ವಿಎಲ್‌ಎಸ್‌ಐ ಕಂಪನಿಯ ನಿರ್ದೇಶಕರಾದ ಸೋಮ್‌ದಾಸ್‌ರಿಂದ ಕರೆ ಬಂದಾಗ. SIPA ದ ಸ್ಥಾಪಕ ಸದಸ್ಯರಲ್ಲೊಬ್ಬರಾದ ಅವರು ನಮಗೆ ಹೇಗೆ ಸಹಾಯ ಮಾಡಬಹುದೆಂದು ಕೇಳಲು ಕರೆ ಮಾಡಿದ್ದರು. ನಮ್ಮ ಕಚೇರಿಗೆ ಬಂದು ನನ್ನನ್ನು ಭೇಟಿಯಾಗಲು ಬಯಸಿದ್ದರು. ನಾನು ತಿಂಡಿ ಅಥವಾ ಊಟದೊಂದಿಗೆ ಭೇಟಿಯಾಗೋಣವೆಂದು ಹೇಳಿದರೂ ಕೇಳಲಿಲ್ಲ, ಕೊನೆಗೆ ನಾನೇ ಬಂದು ಅವರ ಕಚೇರಿಯಲ್ಲಿ ಭೇಟಿ ಮಾಡುತ್ತೇನೆಂದೆ. ಅದಕ್ಕೂ ಅವರು ಒಪ್ಪಲಿಲ್ಲ. ರಾತ್ರಿ 9 ಗಂಟೆಯ ನಂತರವಷ್ಟೇ ಅವರು ಬಿಡುವಾಗಿದ್ದದ್ದರಿಂದ ಮನೆಗೆ ಹೋಗುವ ಹಾದಿಯಲ್ಲಿ ಇಲ್ಲಿಗೆ ಬರುತ್ತೇನೆಂದರು. ಅವರಿಗೆ ದಿನದಲ್ಲಿ ಉದ್ಯೋಗವಿತ್ತು. ಈಗಷ್ಟೇ ಕಣ್ಣು ಬಿಡುತ್ತಿದ್ದ ಭಾರತೀಯ ಕಂಪನಿಗಳಿಗೆ ಸಹಾಯ ಮಾಡುವುದು ಪರೋಪಕಾರಕ್ಕಾಗಿ ಮಾಡುವ, ಉದ್ಯೋಗದ ಸಮಯದ ನಂತರದ ಚಟುವಟಿಕೆಯಾಗಿತ್ತು. ಈಗ ಸ್ವಲ್ಪ ಕಳವಳಕ್ಕೀಡಾದ ನಾನು ನನ್ನ ಕಚೇರಿ ಮನೆಯಲ್ಲೇ ಇರುವುದು ಎಂದು ಬಾಯ್ಬಿಟ್ಟೆ. ಆಶ್ಚರ್ಯವೆಂದರೆ, ಅದು ಅವರಿಗೆ ದೊಡ್ಡ ವಿಷಯವೇ ಆಗಿರಲಿಲ್ಲ,

ಒಂದು ರಾತ್ರಿ 9 ಗಂಟೆ ಕಳೆದ ಸ್ವಲ್ಪವೇ ಹೊತ್ತಿನಲ್ಲಿ ಸೋಮ್‌ದಾಸ್ ಬಂದರು.

ಹೆಚ್ಚಿನ ಅಲಂಕಾರವಿರದ ನನ್ನ ಡ್ರಾಯಿಂಗ್ ರೂಮಿನಲ್ಲಿ ಕುಳಿತು ಮಧ್ಯರಾತ್ರಿಯವರೆಗೂ ಅವರು ನಮಗೆ ಹೇಗೆ ನೆರವಾಗಬಹುದೆಂದು ಚರ್ಚಿಸಿದೆವು. ಭೇಟಿಯ ತಕ್ಷಣದ ಪರಿಣಾಮವೆಂದರೆ ಕ್ರಿಸ್ ನಾರಾಯಣ್ ಎಂಬ ವ್ಯಕ್ತಿಗೆ ನನ್ನನ್ನು ಪರಿಚಯಿಸಿದ್ದು. ಆತ ಆಪಲ್ ಕಂಪನಿಗಾಗಿ ಪ್ರಾಜೆಕ್ಟ್ ಮಾಡುತ್ತಿದ್ದ ವಿಎಲ್ಎಸ್ಐ ಚಿಪ್‌ಸೆಟ್ ಡಿಸೈನ್ ಟೀಮಿನ ನಾಯಕನಾಗಿದ್ದ. ಆತನಿಗೆ ಬೋರ್ಡ್ ಡಿಸೈನರ್‌ಗಳು ಬೇಕಿದ್ದರು, ನನಗೆ ಮತ್ತಷ್ಟು ವಿಪ್ರೋದ ಇಂಜಿನಿಯರುಗಳು ವಿಎಲ್ಎಸ್ಐ ಡಿಸೈನ್ ಕಲಿಯುವುದು ಬೇಕಿತ್ತು. ನಾವಿಬ್ಬರೂ ನಿಕಟವಾಗಿ ಕೆಲಸ ಮಾಡಲಾರಂಭಿಸಿದೆವು. ನಮ್ಮ ಸಂಬಂಧ ದಿನದಿನಕ್ಕೆ ವೃದ್ಧಿಸುತ್ತಲೇ ಹೋಯಿತು. ಕ್ರಿಸ್ ಅಲ್ಲಿಂದ ಬೇರೆಯಾದಾಗ ಆತನ ಬಾಸ್ ಆಗಿದ್ದ ಉಮೇಶ್ ಪೌಡ್ವಾಲ್ ಜೊತೆ ನಮ್ಮ ಒಡನಾಟ ಶುರುವಾಯಿತು. ಉಮೇಶ್ ತನ್ನದೇ ಕಂಪನಿಯನ್ನು ಹುಟ್ಟುಹಾಕಿದಾಗ ಆ ಕಂಪನಿಯೊಂದಿಗೆ ವಿಪ್ರೋದ ಸಂಬಂಧ ಬೆಳೆಯಿತು. ಮುಂದೆ ಆ ಕಂಪನಿಯನ್ನು ಖರೀದಿಸಿದ ಸಿಸ್ಕೊ ವಿಪ್ರೋದ ಗ್ರಾಹಕನಾಗಿತ್ತು.

ಹೀಗೆ ದೇಬಾಸಿಶ್ ಘೋಷ್, ಅತುಲ್ ವಿಜಯಕರ್, ಸೋಮ್‌ದಾಸ್ ಮತ್ತು ಅವರಂಥ ಅನೇಕರ ನಿಃಸ್ವಾರ್ಥದ ಸಹಾಯದಿಂದಾಗಿ ಹೆಸರೇ ಇಲ್ಲದ ಕಂಪನಿಯೊಂದು ಅಲ್ಲಿ ನೆಲೆಯೂರಿತು. ಮುಂದೆ ವಿಪ್ರೋ ಸಿಲಿಕಾನ್ ಕಣಿವೆಯಲ್ಲಿ ಮನೆಮಾತಾದ ಹೆಸರಾಗುತ್ತದೆಂದು ನನಗಾಗಲೀ ಅವರಿಗಾಗಲೀ ಗೊತ್ತಿರಲಿಲ್ಲ. ನನಗಂತೂ ಈ ಪಯಣವೇ ನಿಜವಾದ ಪುರಸ್ಕಾರವಾಗಿತ್ತು.

ಈ ಪಯಣದ ಹಾದಿಯಲ್ಲಿ ಅನೇಕ ಆಕಸ್ಮಿಕ ಅದೃಷ್ಟಗಳು ಒದಗಿದ್ದವು. ಟ್ಯಾಂಡೆಮ್‌ನೊಂದಿಗೆ ಕುದುರಿದ ಸಂಬಂಧ ಅದರಲ್ಲೊಂದು. ಟ್ಯಾಂಡೆಮ್‌ನ ಫಾಲ್ಟ್ ಟಾಲರಂಟ್ ಕಂಪ್ಯೂಟರ್‌ಗಳನ್ನು ಮಾರಲು ಭಾರತದಲ್ಲಿ ವಿಪ್ರೋ ಟ್ಯಾಂಡೆಮ್‌ಅನ್ನು ಪ್ರತಿನಿಧಿಸಿತು. ಟ್ಯಾಂಡೆಮ್ ತನ್ನ ಆಪರೇಟಿಂಗ್ ಸಿಸ್ಟಮ್ ಕೆಲಸಕ್ಕಾಗಿ ವಿಪ್ರೋದ ಇಂಜಿನಿಯರುಗಳನ್ನು ತೆಗೆದುಕೊಂಡಿತ್ತು. ಟ್ಯಾಂಡೆಮ್ ತನ್ನದೇ ಆದ, ಗೌಪ್ಯವಾಗಿಟ್ಟ ತಂತ್ರಜ್ಞಾನದ ಗಾರ್ಡಿಯನ್ ಎಂಬ ಆಪರೇಟಿಂಗ್ ಸಿಸ್ಟಮನ್ನು ಬಳಸುತ್ತಿತ್ತು. ಖಖಕಂ ನವರು ಏರ್ಪಡಿಸಿದ್ದ ಭಾಷಣವೊಂದರಲ್ಲಿ ಟ್ಯಾಂಡೆಮ್‌ನಲ್ಲಿದ್ದ ಸತ್ ಸತ್ಯನಾರಾಯಣ್‌ರನ್ನು ಭೇಟಿ ಮಾಡಲು ಸಿಕ್ಕ ಅವಕಾಶ ವಿಪ್ರೋ ಟ್ಯಾಂಡೆಮ್‌ನ ಅಂತರ್‌ರಾಷ್ಟ್ರೀಯ ಆರ್&ಡಿ ಕಾರ್ಯಕ್ರಮಗಳಲ್ಲಿ ಭಾಗವಹಿಸುವಂತೆ ಮಾಡಿತು. ವಿಪ್ರೋದ ಇಂಜಿನಿಯರುಗಳು ಗಾರ್ಡಿಯನ್ ಕಲಿಯಲು ಶುರುಮಾಡಿದರು. ಒಂದೆರಡು ತಿಂಗಳಲ್ಲೇ ವಿಪ್ರೋದ ಬೆಂಗಳೂರಿನ ಕಚೇರಿ ಮಿಲಿಯನ್‌ಗಟ್ಟಲೆ ಬೆಲೆಯ, ಏಶಿಯಾದಲ್ಲೇ ಅತಿ ಹೆಚ್ಚಿನ ಟ್ಯಾಂಡೆಮ್ ಕಂಪ್ಯೂಟರ್‌ಗಳುಳ್ಳ ಸ್ಥಳವಾಗಿತ್ತು. ಟ್ಯಾಂಡೆಮ್ ಕಂಪನಿ ಇವುಗಳನ್ನು ವಿಪ್ರೋಗೆ ಶಾಶ್ವತವಾಗಿ ಸಾಲರೂಪದಲ್ಲಿ ಕೊಟ್ಟಿತ್ತು. ಕೆಲವು ವರ್ಷಗಳಲ್ಲಿ ಬೇರೊಂದು ಕಂಪನಿ ಟ್ಯಾಂಡೆಮ್‌ಅನ್ನು ಕೊಂಡುಕೊಂಡು, ಅಲ್ಲಿಯ ಆರ್&ಡಿ ವಿಭಾಗ ಕ್ರಮೇಣ ಮುಚ್ಚಿಹೋಗಿ, ಜಗತ್ತಿನಲ್ಲೇ ಗಾರ್ಡಿಯನ್ ಪರಿಣತಿಯುಳ್ಳ ಏಕೈಕ ಸ್ಥಳವೆಂದರೆ ಬೆಂಗಳೂರಿನ ವಿಪ್ರೋ ಕಚೇರಿ ಮಾತ್ರವಾಗಿತ್ತು. ಟ್ಯಾಂಡೆಮ್‌ನ

ಫಾಲ್ಟ್ ಟಾಲರೆಂಟ್ ಕಂಪ್ಯೂಟರ್‌ಗಳನ್ನು ಸ್ಟಾಕ್ ಎಕ್ಸ್‌ಚೇಂಜ್ ಅಪ್ಲಿಕೇಷನ್‌ಗಳಲ್ಲಿ, 9–1–1 ತುರ್ತುಕರೆಯಲ್ಲಿ ಮತ್ತು ಮರ್ಸಿಡಿಸ್ ಬೆಂಜ್‌ನ ತಯಾರಿಕೆಯ ಅಸೆಂಬ್ಲಿ ಲೈನ್‌ಗಳಲ್ಲಿ ಬಳಸುತ್ತಿದ್ದರು. ಈ ಕಂಪ್ಯೂಟರ್‌ಗಳಲ್ಲಿ ಏನೇ ತೊಂದರೆಯಿದ್ದರೂ, ಅಲ್ಲಿಗೆ ಹೋಗಿ ಅದನ್ನು ಸರಿಪಡಿಸಲು ವಿಪ್ರೋದ ಇಂಜಿನಿಯರ್‌ಗಳಿಗೆ ಮಾತ್ರ ಸಾಧ್ಯ ಎನ್ನುವ ಕಾಲ ಬಂದಿತ್ತು. ವಿಪ್ರೋದ ವ್ಯವಹಾರ ಸಮೃದ್ಧಿಯಿಂದ ಅತಿ ಸಮೃದ್ಧಿಯೆಡೆಗೆ ಬೆಳೆಯುತ್ತಲೇ ಹೋಯಿತು.

○

ಇಂಟೆಲ್, ವಿಎಲ್ಎಸ್ಐ ಮತ್ತು ಟ್ಯಾಂಡೆಮ್‌ಗಳೊಂದಿಗೆ ಬೆಳೆದ ಸಂಬಂಧದಿಂದಾಗಿ ವಿಪ್ರೋ ಮಾರುಕಟ್ಟೆಯಲ್ಲಿ ಭದ್ರವಾಗಿ ತಳವೂರಿತು. ವಿಪ್ರೋದ ಗುಣಮಟ್ಟದ ಬಗ್ಗೆ ಒಳ್ಳೆಯ ಮಾತುಗಳು ಎಲ್ಲೆಡೆ ಹರಡಿದವು. ಆದರೆ ನಾವ್ಯಾರೂ ಹೊಗಳಿಕೆಯ ಮೇಲೆ ವಿಶ್ರಮಿಸುವವರಾಗಿರಲಿಲ್ಲ. ವಿಶ್ವದೆಲ್ಲೆಡೆ ಮೆಚ್ಚುಗೆ ಪಡೆಯುವಂತಹ Lab-On-Hire(ವಿಶ್ವದ ಯಾವುದೇ ಗ್ರಾಹಕರಿಂದ ಒಂದು ಪ್ರಾಜೆಕ್ಟ್‌ನ ಸಂಪೂರ್ಣ ಜವಾಬ್ದಾರಿಯನ್ನು ಪಡೆದು, ನಮ್ಮ ಸೌಕರ್ಯಗಳನ್ನು ಉಪಯೋಗಿಸಿ, ನಮ್ಮದೇ ಇಂಜಿನಿಯರುಗಳಿಂದ ಪ್ರಾಜೆಕ್ಟನ್ನು ಪೂರ್ಣಗೊಳಿಸಿ ಗ್ರಾಹಕರಿಗೆ ಒಪ್ಪಿಸುವ ಒಂದು ವ್ಯವಸ್ಥೆ) ಅನ್ನು ಕಟ್ಟಲು ಯೋಜಿಸಿದೆವು. ಸನ್ ಮೈಕ್ರೊಸಿಸ್ಟಮ್ಸ್ ನಮ್ಮ ಗ್ರಾಹಕರಾಗುವವರೆಗೂ ವಿಪ್ರೋದ ಪ್ರೆಸಿಡೆಂಟ್‌ರಾದ ಅಶೋಕ್ ಸೂಟಾರಿಗೆ ತೃಪ್ತಿಯಿರಲಿಲ್ಲ. ಹೇಗೂ ವಿಪ್ರೋ ಅವರನ್ನು ಭಾರತದಲ್ಲಿ ಪ್ರತಿನಿಧಿಸುತ್ತಿರುವಾಗ ಅವರೇಕೆ ನಮ್ಮ ಆರ್&ಡಿ ಸೇವೆಯನ್ನು ಬಳಸಬಾರದು?

ಕ್ರೀಡಾಪಟುವಿನ ಮೈಕಟ್ಟಿನ ಹ್ಯಾಮ್ ರೇಡಿಯೋ ಹವ್ಯಾಸಿ, ಸಿಂಗಾಪುರದಲ್ಲಿ ಸನ್ ಮೈಕ್ರೊಸಿಸ್ಟಮ್ಸ್‌ನ ಮುಖ್ಯಸ್ಥನಾಗಿದ್ದ ವಾಲ್ಟ್ ಬ್ರೌನ್ ಎಂಬಾತ ಅಶೋಕ್ ಸೂಟಾರಿಗೆ ಪರಿಚಿತನಿದ್ದ. ಆತ ಕಣಿವೆಯಲ್ಲಿ ಆರಂಭವಾಗಿದ್ದ ಸನ್‌ನ ಸಾಫ್ಟ್‌ವೇರ್ ಘಟಕ 'ಸನ್‌ಸಾಫ್ಟ್'ನ ಸಪೋರ್ಟ್ ಕಾರ್ಯಾಚರಣೆಯನ್ನು ನೋಡಿಕೊಳ್ಳಲು ಕಣಿವೆಗೆ ಹಿಂತಿರುಗಿದ್ದ. ನಮ್ಮಿಂದ ಆತನಿಗೆ ತಕ್ಷಣದ ಉಪಯೋಗವೇನೂ ಇರದಿದ್ದರೂ ಆತ ಬಹುವಾಗಿ ಮೆಚ್ಚುತ್ತಿದ್ದ ಅಶೋಕ್‌ಗೆ ಹಾಗೆ ಹೇಳುವಂತಿರಲಿಲ್ಲ. ಮೊದಲು ಐಬಿಎಮ್‌ನಲ್ಲಿದ್ದ ಆತನ ಸಹಾಯಕ ಟಾಮ್ ಬೆಸ್ಟ್‌ನನ್ನು ಭೇಟಿ ಮಾಡುವಂತೆ ನನಗೆ ಸೂಚಿಸಿದ.

ಕೆಲದಿನ ಕಳೆದು, ನನಗೆ ಈಗಲೂ ನೆನಪಿರುವ ಆ ಬ್ರೀಫ್‌ಕೇಸ್ ಹಿಡಿದು ಟಾಮ್‌ನ ಬಾಗಿಲು ಬಡಿದಿದ್ದೆ. ಐವತ್ತರಲ್ಲಿದ್ದ ಆತನನ್ನು ನೋಡಿದಾಗ, ಅದೇಕೋ ಗೊತ್ತಿಲ್ಲ, ಪೆಸಿಫಿಕ್ ತೀರದ ಸಮುದ್ರದ ಸ್ನೇಹಪರ ಸಸ್ತನಿ ಸೀಲ್‌ನ ನೆನಪಾಗಿತ್ತು. ನನ್ನನ್ನು ಎದುರುಗೊಂಡು ಸ್ವಾಗತಿಸಿದವನೇ ಹೇಳಿದ್ದ, 'ನನಗೆ ಇಂಡಿಯಾ ಎಲ್ಲಿದೆ ಅಂತಲೇ ಗೊತ್ತಿಲ್ಲ'. ವಾಸ್ತವಪ್ರಜ್ಞೆ ಕಳೆದುಕೊಳ್ಳದ ನಾನು ತಕ್ಷಣ ಬ್ರೀಫ್‌ಕೇಸನ್ನು ನೆಲಕ್ಕಿರಿಸಿ, ಮಾರ್ಕರ್ ಪೆನ್ ಕೈಗೆತ್ತಿಕೊಂಡು, ಅಲ್ಲಿದ್ದ ವೈಟ್‌ಬೋರ್ಡಿನ ಮೇಲೆ ಮೌನವಾಗಿ

ಜಗತ್ತಿನ ಭೂಪಟ ಬರೆಯುವುದರಲ್ಲಿ ನಿಮಿಷಗಳ ಕಾಲ ನಿರತನಾದೆ. ಹಿಂದಿನಿಂದ ಬೆರಗಿನ ಕಣ್ಣುಗಳು ನಕ್ಷೆ ಮೂಡಿಸುತ್ತಿದ್ದ ನನ್ನ ಕೈಗಳನ್ನೇ ಗಮನಿಸುತ್ತಿದ್ದುದರ ಅರಿವಿತ್ತು.

ನಾನು ಚಿಕ್ಕವನಿದ್ದಾಗ ನನ್ನ ತಂದೆ ನನ್ನನ್ನು ಭೂಪಟ ಬರೆಯುವುದರಲ್ಲಿ ತೊಡಗಿಸಿ, ನನ್ನಲ್ಲಿ ಭೂಗೋಳದ ಬಗ್ಗೆ ಪ್ರೀತಿ ಹುಟ್ಟಿಸಿದ್ದರು. ಅವರ ತಮ್ಮ ಪ್ರತಿಷ್ಠಿತವಾದ ಕೊಲ್ಕತ್ತ ವಿಶ್ವವಿದ್ಯಾಲಯದಲ್ಲಿ ಭೂಗೋಳದ ಪ್ರಾಧ್ಯಾಪಕರಾಗಿದ್ದರು. ದಂಗೆಪೀಡಿತ ನೌಖಾಲಿಗೆ ಗಡಿನಾಡು ಗಾಂಧಿ ಅಬ್ದುಲ್ ಗಫಾರ್ ಖಾನ್‌ರೊಂದಿಗೆ ಗಾಂಧಿ ಕೈಗೊಂಡ ಚಾರಿತ್ರಿಕ ನಡಿಗೆಯಲ್ಲಿ ಭಾಗವಹಿಸಿದ ದೇಶಾಭಿಮಾನಿಯೂ ಆಗಿದ್ದರು. ಆ ಚಿಕ್ಕಪ್ಪನನ್ನೇ ಮಾನದಂಡವಾಗಿಟ್ಟುಕೊಂಡು ನಾವೆಲ್ಲ ಬೆಳೆದಿದ್ದೆವು. ಇಂದು ಟಾಮ್‌ನ ಆಫೀಸಿನಲ್ಲಿ ಬಾಲ್ಯದ ನಕ್ಷೆ ಬಿಡಿಸುವ ಅನುಭವಗಳಲ್ಲಿ ಮತ್ತೆ ಜೀವಿಸುತ್ತಾ ನಿಂತಿದ್ದೆ. ಚಿಕ್ಕಪ್ಪ ಕಾನನ್ ಗೋಪಾಲ್ ಬಾಗ್ಚಿ ಬಹುಶಃ ಹೆಮ್ಮೆ ಪಟ್ಟಿರಬೇಕು.

ನಾನು ಏಶಿಯಾ ಬಿಡಿಸುತ್ತಿದ್ದಂತೆ ಟಾಮ್ ಮೌನ ಮುರಿದು, 'ನನಗೆ ಸಿಂಗಾಪುರ ಗೊತ್ತು' ಎಂದ. ಅವನೆಡೆಗೆ ತಿರುಗಿ ಮುಗುಳ್ನಕ್ಕು, ಸಿಂಗಾಪುರದಿಂದ ಭಾರತ ಎತ್ತ ಕಡೆ ಬರುತ್ತದೆಂದು ತೋರಿಸಿದೆ. ವೈಟ್‌ಬೋರ್ಡ್ ಕಡೆ ನೋಡಿದ ಟಾಮ್, 'ನೀನು ಜಗತ್ತಿನ ನಕ್ಷೆಯನ್ನು ಚೆನ್ನಾಗಿ ಬಿಡಿಸುತ್ತೀಯ' ಎಂದು ಉದ್ಗರಿಸಿದ. ತಂತ್ರಜ್ಞಾನದ ಬಗ್ಗೆ ಆತ ನನ್ನನ್ನೇನೂ ಕೇಳಲಿಲ್ಲ. ಆತನಿಗದು ಮುಖ್ಯವಾಗಿರಲಿಲ್ಲ. ಏನು ನೋಡಿದ್ದನೋ ಅದನ್ನವನು ಇಷ್ಟಪಟ್ಟಿದ್ದ. ಆತ ತನ್ನ ಸಹೋದ್ಯೋಗಿ ಬಾಬ್ ಬ್ಯೂಲಿಯ ಜೊತೆ ಸೇರಿ ಒಂದು ಆರ್&ಡಿ ಘಟಕ ಸ್ಥಾಪಿಸುವುದರಲ್ಲಿದ್ದ. ಈ ಘಟಕ ಜಗತ್ತಿನಾದ್ಯಂತ ಇರುವ ಸಾಫ್ಟ್‌ವೇರ್ ಡಿಸೈನರ್‌ಗಳಿಗೆ ಯೂನಿಕ್ಸ್‌ನ ಸನ್ ಆವೃತ್ತಿಯಾದ ಸೊಲಾರಿಸ್ ಆಪರೇಟಿಂಗ್ ಸಿಸ್ಟಮ್‌ನಲ್ಲಿ ತಂತ್ರಾಂಶ ರಚಿಸಲು ಸಹಾಯ ಮಾಡಲಿತ್ತು. ವಿಪ್ರೋದ ಆರ್&ಡಿ ಇಂಜಿನಿಯರುಗಳಾದ ಭರತ್ ಸೂರ್ಯ ಮತ್ತು ಸುನಿಲ್ ಕಾಂದ್ ಇವರಿಬ್ಬರೂ ಈ ಕೆಲಸದಲ್ಲಿ ಸಹಾಯಕರಾಗಲು ನಮ್ಮಿಬ್ಬರ ನಡುವೆ ಒಪ್ಪಂದವಾಯಿತು. ಖಚಿತ ವ್ಯಾಖ್ಯೆಗಳಿಲ್ಲದೆ, ಸಣ್ಣ ಪ್ರಮಾಣದಲ್ಲಿ ಅಸ್ಪಷ್ಟವಾಗಿ ಪ್ರಾರಂಭವಾದ ಈ ಸಂಬಂಧ ಬರಬರುತ್ತಾ ಗಟ್ಟಿಯಾಗತೊಡಗಿತು. ಕಾಲಕ್ರಮೇಣ, ಆರ್ಬಿಟ್ 1 ಎಂಬ ಗುಪ್ತನಾಮದಲ್ಲಿ ಆರ್&ಡಿ ಸಪೋರ್ಟ್ ಸೆಂಟರ್ ಒಂದನ್ನು ತೆರೆಯುವ ದೊಡ್ಡಪ್ರಮಾಣದ ಬಹುವಾರ್ಷಿಕ ಒಪ್ಪಂದವೊಂದನ್ನು ಸನ್ ಜೊತೆ ಮಾಡಿಕೊಂಡೆವು.

ಸನ್ ಕಂಪನಿಯಲ್ಲಿ ಪರಿಸ್ಥಿತಿ ಒಂದು ಉತ್ತಮ ರೂಪ ಪಡೆಯುವಷ್ಟರಲ್ಲಿ ಟಾಮ್ ಫೋನ್ ಮಾಡಿ ತಾನು ಸಾಲ್ಟ್-ಲೇಕ್ ಸಿಟಿಗೆ ಸ್ಥಳಾಂತರಿಸುತ್ತಿರುವುದಾಗಿ ತಿಳಿಸಿದ. ಆತನಿಗೆ ಕಣಿವೆಯ ರಭಸದ ಜೀವನ ಬೇಸರ ಹಿಡಿಸಿತ್ತು. ಪರ್ವತಗಳೆಡೆಗೆ ಹೋಗುವ ಮನಸ್ಸು ಮಾಡಿದ್ದ. ಸಪೋರ್ಟ್ ವಿಭಾಗದ ಮುಖ್ಯಸ್ಥನಾಗಿ ಬರುವಂತೆ ನೋವೆಲ್ ಕಂಪನಿ ಆತನನ್ನು ಕರೆದಿತ್ತು. ಸಾಲ್ಟ್-ಲೇಕ್ ಸಿಟಿಯಂಥಾ ಜಾಗದಲ್ಲಿ ಆತ ಸ್ಕೀ (ಹಿಮದ ಮೇಲೆ ಜಾರುವುದು) ಮಾಡಿಕೊಂಡು ನಿವೃತ್ತನಾಗಬಹುದಿತ್ತು. ಅದೃಷ್ಟವಶಾತ್,

ಭರತ್ ಸೂರ್ಯ ಬಾಬ್‌ನೊಂದಿಗೆ ಬೆಳೆಸಿದ್ದ ಉತ್ತಮ ಸಂಬಂಧದಿಂದಾಗಿ ಟಾಮ್ ಇಲ್ಲದಿದ್ದಾಗಲೂ ವ್ಯವಹಾರದಲ್ಲಿ ಭಾರೀ ಏರಿಕೆಯಾಗಿತ್ತು.

ಕಚೇರಿಯನ್ನು ಮನೆಯಿಂದ ಬಿಸಿನೆಸ್ ಏರಿಯಾದಲ್ಲಿ ಎರಡು ಕೋಣೆಯ ಬಾಡಿಗೆ ಕಟ್ಟಡಕ್ಕೆ ಬದಲಾಯಿಸುವಷ್ಟು ಈಗ ಸಂಪಾದನೆಯಿತ್ತು. ಒಂದೇ ಸಮಸ್ಯೆಯೆಂದರೆ, ಕಚೇರಿಯಲ್ಲಿದ್ದದ್ದು ನಾನೊಬ್ಬನೇ. ಆಗೊಮ್ಮೆ ಈಗೊಮ್ಮೆ ಸುಸ್ಮಿತಾ ಫ್ಲಾಸ್ಕಿನಲ್ಲಿ ಮನೆಯ ಚಹಾ ಹಾಕಿಕೊಂಡು ಬಂದು ಕೊಟ್ಟು ಹೋಗುತ್ತಿದ್ದಳು. ಮುಂದಿನ ಬಾಗಿಲಿನ ಬಳಿಯಿದ್ದ ಮೇಜೊಂದರ ಮೇಲೆ ಹಳೆಯ ಟೈಪ್‌ರೈಟರನ್ನು ಇಟ್ಟಿರುತ್ತಿದ್ದೆ. ನೋಡಿದವರು ರಿಸೆಪ್ಷನಿಸ್ಟ್ ಇದ್ದಾಳೇನೋ, ಈಗೆಲ್ಲೋ ಹೊರಗೆ ಹೋಗಿರಬೇಕು ಎಂದು ತಿಳಿಯಲಿ ಎಂಬ ಉದ್ದೇಶದಿಂದ. ನಿಜವಾಗಿ ಅದರಿಂದೇನೂ ವ್ಯತ್ಯಾಸವಾಗುತ್ತಿರಲಿಲ್ಲ, ಏಕೆಂದರೆ ನಾನು ಕಚೇರಿಯಲ್ಲಿ ಯಾವುದೇ ಮೀಟಿಂಗ್‌ಗಳನ್ನೂ ಮಾಡುತ್ತಿರಲಿಲ್ಲ. ಪತ್ರ ಮತ್ತಿತರ ಬಟವಾಡೆಗೆ ಬರುತ್ತಿದ್ದ ಫೆಡೆಕ್ಸ್ ಮತ್ತು ಯುಪಿಎಸ್‌ನ ಹುಡುಗರಿಗೆ ಕಚೇರಿಯಲ್ಲಿರುವುದು ನಾನೊಬ್ಬನೇ ಎಂದು ಗೊತ್ತಿತ್ತು. ಈಗ ಯೋಚಿಸಿದರೆ, ದೊಡ್ಡ ಕಂಪನಿಯೆಂಬ ನಾಟಕ ನನ್ನೊಬ್ಬನ ಹಿತಕ್ಕಾಗಿಯಾಗಿತ್ತು ಎನಿಸುತ್ತದೆ. ಅದು ನನ್ನನ್ನು ಉಲ್ಲಾಸದಿಂದಿಡುತ್ತಿತ್ತು. ಅಶೋಕ್‌ರ ಮುಂದಿನ ಭೇಟಿಯಲ್ಲಿ ಎಲ್ಲ ಇಂಜಿನಿಯರುಗಳು ಮತ್ತವರ ಕುಟುಂಬದವರೊಂದಿಗೆ ಕಚೇರಿಯನ್ನು ವಿದ್ಯುಕ್ತವಾಗಿ ಉದ್ಘಾಟಿಸಿದೆವು.

ಈಗ ನೂರಕ್ಕಿಂತ ಹೆಚ್ಚು ಇಂಜಿನಿಯರುಗಳಿದ್ದರು. ಹಲವಾರು ಗ್ರಾಹಕರೊಂದಿಗೆ ದಿನಗಳು ಬಿಡುವಿಲ್ಲದಂತಿದ್ದವು. ಉದ್ಯೋಗಿಗಳ ಜೀವನ ಸುಸೂತ್ರವಾಗಿತ್ತು, ಅವರ ಕುಟುಂಬದವರು ದೀರ್ಘಕಾಲದ ವಾಸಕ್ಕಾಗಿ ಅವರನ್ನು ಸೇರಿಕೊಳ್ಳುತ್ತಿದ್ದರು. ಸಂಬಳ ವಿತರಿಸುವ ಉತ್ತಮ ವ್ಯವಸ್ಥೆಯಿತ್ತು, ಅಮೆರಿಕದಲ್ಲಿ ತೆರಿಗೆ ನೀಡುತ್ತಿದ್ದೆವು, ನಿಯಮಿತವಾದ ಆರೋಗ್ಯ ವಿಮಾ ಯೋಜನೆಗಳಿದ್ದವು. ಹೊಸದಾಗಿ ಬಂದ ಕುಟುಂಬಗಳು ನೆಲೆಗೊಳ್ಳುವಲ್ಲಿ ಸುಸ್ಮಿತಾಳ ಸಹಾಯ ಬಹಳವಿತ್ತು – ಎಲಿಮೆಂಟರಿ ಶಾಲೆಗಳು, ಭಾರತೀಯ ಕಿರಾಣಿ ಅಂಗಡಿಗಳು, ವ್ಯಾಕ್ಸೀನ್ ಸೆಂಟರ್‌ಗಳು ಮತ್ತು ಗ್ರಂಥಾಲಯಗಳು ಮೊದಲಾದುವನ್ನು ತೋರಿಸುತ್ತಿದ್ದಳು, ಮೋಟಾರ್ ವೆಹಿಕಲ್ಸ್ ಡಿಪಾರ್ಟ್‌ಮೆಂಟಿನಲ್ಲಿ ಡ್ರೈವಿಂಗ್ ಟೆಸ್ಟ್ ತೆಗೆದುಕೊಳ್ಳಲು ನೆರವಾಗುತ್ತಿದ್ದಳು.

ಅಮೆರಿಕದಲ್ಲಿ ಆರ್&ಡಿ ಕಾರ್ಯಾಚರಣೆ ಆರಂಭಿಸುವುದಕ್ಕಿದ್ದ ದೊಡ್ಡ ಸವಾಲೆಂದರೆ, ಇಂಜಿನಿಯರುಗಳಿಗೆ ಅಂತರ್–ಸಾಂಸ್ಕೃತಿಕ ವಿಷಯದಲ್ಲಿ ಕೊಂಚ ಕೂಡಾ ತಿಳುವಳಿಕೆ ಇಲ್ಲದಿದ್ದುದು. ನಮ್ಮ ಮತ್ತು ಅಮೆರಿಕದ ಸಂಸ್ಕೃತಿಗಳು ಬಹಳ ಭಿನ್ನವಾಗಿದ್ದು, ಒಬ್ಬರು ಇನ್ನೊಬ್ಬರ ಹಿನ್ನೆಲೆ, ಸಂಸ್ಕೃತಿಗಳನ್ನು ಅರ್ಥ ಮಾಡಿಕೊಳ್ಳುವುದು ಕೆಲಸದಲ್ಲಿ ಉತ್ತಮ ಸಂಬಂಧ ಹೊಂದಲು ಬಹು ಮುಖ್ಯ. ಕ್ಯಾಲಿಫೋರ್ನಿಯಾ ವಿಶ್ವವಿದ್ಯಾಲಯದ ಸಾಂತಾಕ್ರೂಜ್ ವಿಸ್ತರಣಾ ಕೇಂದ್ರಕ್ಕೆ ಹೋಗಿ ಈ ವಿಷಯದಲ್ಲಿ ನಮಗಾಗಿ ವಿಶೇಷ ತರಬೇತಿಯನ್ನು ಯೋಜಿಸಲು ಸಾಧ್ಯವೇ ಎಂದು ವಿಚಾರಿಸಿದೆ.

ವಿದ್ಯಾಲಯವು ಲು-ಎಲೆನ್ ಶಾಫರ್ ಎಂಬುವವರಿಗೆ ಈ ಕೆಲಸವನ್ನು ವಹಿಸಿತು. ನಂತರ ಆಕೆ ತನ್ನದೇ ಸಂಸ್ಥೆಯೊಂದನ್ನು ಪ್ರಾರಂಭಿಸಿ, ಮುಂದಿನ ಎರಡು ದಶಕಗಳಲ್ಲಿ ಸಾವಿರಾರು ಅಮೆರಿಕನ್ನರು ಮತ್ತು ಭಾರತೀಯರಿಗೆ ಒಟ್ಟಿಗೆ ಕೆಲಸ ಮಾಡುವುದು ಹೇಗೆಂದು ತರಬೇತಿ ಕೊಟ್ಟಳು. ಇಂದು ಆಕೆ ನಮ್ಮ ಒಳ್ಳೆಯ ಸ್ನೇಹಿತೆ ಮತ್ತು ಬಾಗ್ಚಿ ಕುಟುಂಬದ ಸದಸ್ಯಳಂತೆಯೇ ಇದ್ದಾಳೆ.

❍

1992 ರ ಮಾರ್ಚ್ ತಿಂಗಳು. ಲು-ಎಲೆನ್ ನಮ್ಮನ್ನು ಈಸ್ಟರ್ ಹಬ್ಬದ ಎಗ್-ಹಂಟ್ ಮತ್ತು ಫ್ಯಾಮಿಲಿ ಪಿಕ್‌ನಿಕ್‌ಗಾಗಿ ಆಹ್ವಾನಿಸಿದ್ದಳು. ಇಡೀ ದಿನವನ್ನು ಮಕ್ಕಳ ಜತೆ ಪಾರ್ಕಿನಲ್ಲಿ ಕಳೆದಿದ್ದೆವು. ಅದೊಂದು ಪರಿಪೂರ್ಣ ದಿನವಾಗಿತ್ತು. ಮಧ್ಯಾಹ್ನ ತಡವಾಗಿ ಮನೆಗೆ ಬಂದಾಗ ದಣಿವಾಗಿದ್ದರೂ ಉಲ್ಲಾಸವಿತ್ತು. ಮನೆಯೊಳಗೆ ಕಾಲಿಡುತ್ತಿದ್ದಂತೆ ಫೋನ್ ರಿಂಗಣಿಸತೊಡಗಿತ್ತು.

ಭಾರತದಿಂದ ದಾದಾಮೋನಿ ಮಾತಾಡುತ್ತಿದ್ದ. ದಾದಾಮೋನಿಯೊಂದಿಗೆ ನವದೆಹಲಿಯಲ್ಲಿ ವಾಸಿಸುತ್ತಿದ್ದ 81 ವರುಷದ ತಂದೆಯನ್ನು ಆಸ್ಪತ್ರೆಗೆ ಸೇರಿಸಲಾಗಿತ್ತು. ವರುಷಗಳಿಂದ ಅವರಿಗೆ ಕಣ್ಣಿನಲ್ಲಿ ಕ್ಯಾಟರಾಕ್ಟ್ ಬೆಳೆದು ದೃಷ್ಟಿ ಕ್ಷೀಣಿಸಿತ್ತು. ಅವರಿಗೆ ಆಪರೇಷನ್ನಿನ ಬಗ್ಗೆ ಅತಿ ಭಯವಿದ್ದುದರಿಂದ ಅದಕ್ಕಾಗಿ ಒತ್ತಾಯ ಮಾಡದಿರಲು ನಾವೆಲ್ಲ ನಿರ್ಧರಿಸಿದ್ದೆವು. ಅವರ ನಿದ್ರೆ ಅನಿಯಮಿತವಾಗಿದ್ದು, ಮಧ್ಯೆ ಆಗಾಗ್ಗೆ ಏಳುತ್ತಿದ್ದರು. ಮತ್ತೆ ಮಲಗುವ ಪ್ರಯತ್ನದ ಮುನ್ನ ಒಂದು ಸಿಗರೇಟು ಸೇದುತ್ತಿದ್ದರು. ಹಿಂದಿನ ರಾತ್ರಿ 2 ಗಂಟೆಗೆ ಎದ್ದವರು ಸಿಗರೇಟು ಹತ್ತಿಸುವಾಗ ಆಕಸ್ಮಿಕವಾಗಿ ಬಟ್ಟೆಗೆ ಬೆಂಕಿ ಹೊತ್ತಿಕೊಂಡಿತ್ತು. ಮಾನಸಿಕ ಕಾಯಿಲೆಗಾಗಿ ವರ್ಷಗಟ್ಟಲೆ ತೆಗೆದುಕೊಂಡ ಔಷಧಗಳ ಅಡ್ಡಪರಿಣಾಮದಿಂದ ಅವರ ಪ್ರತಿಕ್ರಿಯಾ ಶಕ್ತಿ ಮಂದವಾಗಿತ್ತು. ಆದ್ದರಿಂದ ಬೆಂಕಿ ಹತ್ತಿದಾಗ ಆರಿಸುವುದು ಅವರಿಂದಾಗಲಿಲ್ಲ ಮತ್ತು ಸಹಾಯಕ್ಕಾಗಿ ಯಾರನ್ನೂ ಕರೆಯಲೂ ಇಲ್ಲ. ಬೆಂಕಿ ಸುತ್ತೆಲ್ಲ ಹಬ್ಬಿ, ತಾಯಿಗೆ ಅದರ ಝಳ ತಾಕಿದಾಗ ತಕ್ಷಣ ಆಕೆಗೆ ಪರಿಸ್ಥಿತಿಯ ಅರಿವಾಗಿತ್ತು. ಕೂಗು ಹಾಕಿದ್ದಳು. ಮನೆಯ ಇನ್ನೊಂದು ಮೂಲೆಯಲ್ಲಿದ್ದ ತನ್ನ ಕೋಣೆಯಿಂದ ದಾದಾಮೋನಿ ಓಡಿ ಬರುವಷ್ಟರಲ್ಲಿ ತಂದೆ ತೀವ್ರವಾದ ಸುಟ್ಟಗಾಯಗಳಿಂದ ನೆಲಕ್ಕೆ ಕುಸಿದು, ಈಗ ಸಫ್ದರ್‌ಜಂಗ್ ಆಸ್ಪತ್ರೆಯಲ್ಲಿದ್ದರು. ಪರಿಸ್ಥಿತಿ ಕೈಮೀರುತ್ತಿದ್ದ ಸಮಯದಲ್ಲಿ ಪವಾಡವೊಂದೇ ಅವರನ್ನು ಉಳಿಸಬಹುದಿತ್ತು, ಡಾಕ್ಟರು ಮಕ್ಕಳೆಲ್ಲರನ್ನು ಕರೆಸಲು ದಾದಾಮೋನಿಗೆ ತಿಳಿಸಿದ್ದರು.

ಅಳಬೇಕೆನಿಸಿತ್ತು, ಆದರೆ ನನ್ನ ತಂದೆ ನಮಗೆ ನೀಡಿದ್ದ ತರಬೇತಿ ಹಾಗೆ ಮಾಡಗೊಟ್ಟಿರಲಿಲ್ಲ. ಸಿಕ್ಕ ಮೊದಲ ವಿಮಾನ ಹಿಡಿದುಕೊಂಡು ಹೊರಟೆ. ದೆಹಲಿಯಲ್ಲಿ ಇಳಿದಾಗ ಸೀದಾ ಆಸ್ಪತ್ರೆಗೆ ಕರೆದೊಯ್ದರು. ಅವರ ಪಕ್ಕದಲ್ಲಿ ನಿಂತಾಗ ನನ್ನ ಕಡೆಗೊಮ್ಮೆ ನೋಡಿದರು. ಮುಖದಲ್ಲಿ ಪಶ್ಚಾತ್ತಾಪವಿಲ್ಲ, ಸ್ವಾನುಕಂಪವಿಲ್ಲ, ಕಾಣುತ್ತಿದ್ದುದು ಹಿಡಿದಿಟ್ಟುಕೊಂಡಿದ್ದ ಮೂಕವೇದನೆ ಮಾತ್ರ. ಬಹಳ ಹೊತ್ತು ಅಲ್ಲಿ ಕುಳಿತಿದ್ದ ನಾನು

ಹೊರಬಂದು ಪೋರ್ಟಿಕೋದ ಮೆಟ್ಟಿಲುಗಳ ಮೇಲೆ ನಿಂತಾಗ ತಲೆಯ ಮೇಲೆ ಮುಗಿಲು ಹರಿದು ಬಿದ್ದಿತ್ತು.

ಸುಟ್ಟ ಗಾಯಗಳ ವಾರ್ಡು ಭೀಭತ್ಸವಾದದ್ದು. ಸಫ್ದರ್‌ಜಂಗ್‌ನಂಥಾ ಸರ್ಕಾರೀ ಆಸ್ಪತ್ರೆಗಳಲ್ಲಿ ಸೌಕರ್ಯಗಳ ಕೊರತೆಯ ಜೊತೆಗೆ ಆಸ್ಪತ್ರೆಯ ನೌಕರರಿಗೆ ಮಿತಿಮೀರಿದ ಕೆಲಸ. ಒಂದು ಬೆಳಿಗ್ಗೆ, ತಂದೆಯನ್ನು ನೋಡಿಕೊಳ್ಳುತ್ತಿದ್ದಾಗ ಡ್ರಿಪ್ಸ್‌ನ ಬಾಟಲು ಖಾಲಿಯಾಗಿದ್ದನ್ನು ಗಮನಿಸಿ, ಗಾಳಿ ಒಳಸೇರುವ ಭಯದಲ್ಲಿ ನರ್ಸ್‌ಗೆ ಅದನ್ನು ಬದಲಾಯಿಸಲು ತಿಳಿಸಿದೆ. ಬೇಕಿದ್ದರೆ ನೀವೇ ಮಾಡಿ ಎಂದಾಕೆ ಕಠಿಣವಾಗಿ ನುಡಿದಳು. ಸುಟ್ಟಗಾಯದ ವಾರ್ಡ್‌ನ ಭೀಕರ ಮೃತ್ಯುರಂಗದಲ್ಲಿ ನಿಂತಿದ್ದ ನಾನು ನೋವು, ಕೋಪ ಮತ್ತು ಹತಾಶೆಯಲ್ಲಿ ಮುಳುಗಿದ್ದೆ. ಕೊನೆಗೊಮ್ಮೆ ಆಕೆ ಹಠ ತಗ್ಗಿಸಿ ಬಂದಾಗ ತಂದೆ ಮೆತ್ತಗೆ ಕಣ್ಣು ತೆರೆದು, ತಗ್ಗಿದ ದನಿಯಲ್ಲಿ 'ನೀನಿನ್ನೂ ಯಾಕೆ ಮನೆಗೆ ಹೋಗಿಲ್ಲ?' ಎಂದಾಕೆಯನ್ನು ಕೇಳಿದರು. ಮನುಷ್ಯ ತಾನೇ ಮೃತ್ಯುಶಯ್ಯೆಯಲ್ಲಿದ್ದ, ಆದರೆ ತನ್ನ ನೋವಿಗಿಂತ ಕೆಲಸದಿಂದ ಬಳಲಿದ ನರ್ಸಿನ ಬಗ್ಗೆ ಆತನ ಕಳಕಳಿ ಹೆಚ್ಚಿತ್ತು. ನಾನು ದಿಙ್ಮೂಢನಾಗಿದ್ದೆ. ನೀನು ಇತರರಿಗೆ ತೋರಬಹುದಾದ ಕಾಳಜಿಗೆ ಮಿತಿಯೇ ಇಲ್ಲ ಮತ್ತು ಎಲ್ಲರನ್ನು ಒಳಗೊಳ್ಳುವ 'ನನ್ನವರೆಂಬುವ' ವರ್ತುಲದ ಪರಿಧಿ ಅದೆಷ್ಟು ವಿಸ್ತಾರವಾಗಬಲ್ಲುದು ಎಂಬುದನ್ನು ಅವರಿಂದ ಕಲಿತೆ. ತಂದೆ ಮರುದಿನ ಸಾವನ್ನಪ್ಪಿದರು.

ಈ ಥರದ ಸಾವುಗಳಲ್ಲಿರುವ ವಾಡಿಕೆಯ ಶಿಷ್ಟಾಚಾರಗಳನ್ನು ಪೂರೈಸಿ, ದೇಹವನ್ನು ಮನೆಗೆ ತಂದೆವು. ತಾಯಿ ನಿರ್ಲಿಪ್ತಳಾಗಿದ್ದಳು. ಕೊನೆಯ ಗೌರವವೆಂಬಂತೆ ತಂದೆಯ ಪಾದಗಳನ್ನು ಮುಟ್ಟಿ ಮೌನವಾಗಿ ನಮಸ್ಕರಿಸಿದಳು. 'ನಾವು ಅವರನ್ನು ಈಗ ಕೊಂಡೊಯ್ಯಬಹುದೇ?' ನಾನಾಕೆಯನ್ನು ಕೇಳಿದೆ. ಆಳದಲ್ಲಿ ಹೂತಿದ್ದ ತನ್ನ ಕತ್ತಲಕಂಗಳ ಮೂಲೆಯಿಂದ ಜಿನುಗಿದ ಕಣ್ಣೀರ ಹನಿಯೊಂದನ್ನು ಒರೆಸಿಕೊಂಡ ಆಕೆ, 'ಹೂಂ' ಎಂದು ಮೆತ್ತಗೆ ನುಡಿದಳು. ಚಿತಾಗಾರಕ್ಕೆ ಕರೆದೊಯ್ದೆವು. ಅವರ ಕೊನೆಯ ಪ್ರಯಾಣಕ್ಕೆಂದು ಅತ್ಯುತ್ತಮವಾದ ಡಾರ್ಜಿಲಿಂಗ್ ಚಹಾದ ಪೊಟ್ಟಣ ಮತ್ತು ಅವರಿಗೆ ಇಷ್ಟವಾದ ಬ್ರಾಂಡ್‌ನ ಸಿಗರೇಟನ್ನು ಪಕ್ಕದಲ್ಲಿಟ್ಟೆವು. ಎಲ್ಲವನ್ನು ನುಂಗಿ ನೊಣೆದು ಹಾಕುವ ವಿದ್ಯುತ್ ಚಿತೆಯ ಉರಿಯನ್ನು ಮರ್ತ್ಯಲೋಕದಿಂದ ಬೇರ್ಪಡಿಸುವ ಲೋಹದ ಬಾಗಿಲು ಒಮ್ಮೆ ತೆರೆದು ಮುಚ್ಚಿಕೊಂಡಿತು.

ಮಾರನೆಯ ದಿನ ನಾನು ಸ್ಯಾನ್‌ಫ್ರಾನ್ಸಿಸ್ಕೋಗೆ ಹೊರಟುನಿಂತಿದ್ದೆ.

ಅಧ್ಯಾಯ 13

ಸುಖೀ ಜೀವನಕ್ಕೇನು ಬೇಕು?

ನಾಲ್ಕು ವರ್ಷದವನಿದ್ದಾಗ ನಾನು ತಂದೆಯನ್ನು 'ನೀನೇನು ಕೆಲಸ ಮಾಡುತ್ತೀಯ?' ಎಂದು ಪದೇ ಪದೇ ಕೇಳುತ್ತಿದ್ದೆ. ಪ್ರತೀ ಬಾರಿಯೂ ಅವರು ತಾನೊಬ್ಬ ನ್ಯಾಯಾಲಯದ ಮ್ಯಾಜಿಸ್ಟ್ರೇಟ್ ಎಂದು ನವಿರಾದ ಹೆಮ್ಮೆಯಿಂದ ಹೇಳುತ್ತಿದ್ದರು.

'ನ್ಯಾಯಾಲಯದ ಮ್ಯಾಜಿಸ್ಟ್ರೇಟ್ ಏನು ಮಾಡುತ್ತಾನೆ ಬಾಬಾ?'

'ತಪ್ಪು ಮಾಡಿದವರನ್ನು ವಿಚಾರಣೆಗೊಳಪಡಿಸುತ್ತಾನೆ.'

'ಬುಲ್‌ಡುಲ್ ಇವತ್ತು ತನ್ನ ದಪ್ಪ ಹೆಬ್ಬೆರಳಿನಿಂದ ನನ್ನನ್ನು ಚಿವುಟಿದ. ಅವನನ್ನೂ ವಿಚಾರಣೆ ಮಾಡು.'

'ಸರಿ, ಹಾಗೇ ಆಗಲಿ. ಮೊದಲು ನೀನು ಅವನು ಮಾಡಿದ ತಪ್ಪನ್ನೆಲ್ಲಾ ಒಂದು ಪಟ್ಟಿ ಮಾಡಬೇಕು.'

'ಬಾಬಾ, ಅಮ್ಮನನ್ನೂ ವಿಚಾರಣೆ ಮಾಡು.'

'ಯಾಕೆ, ಅಮ್ಮ ಏನು ಮಾಡಿದಳು?'

ಅಂದು ಮಧ್ಯಾಹ್ನ ರಸ್ತೆಯಲ್ಲಿ ಸುತ್ತಲಿನ ಪರಿವೆಯಿಲ್ಲದಂತೆ, ಮೋಜಿನಲ್ಲಿ ನರ್ತಿಸುತ್ತಾ ಹೋಗುತ್ತಿದ್ದ ಬುಡಕಟ್ಟು ಜನಾಂಗದ ಗುಂಪೊಂದನ್ನು ನೋಡಿದ್ದೆ. ಹೂವಿನಿಂದ ಸಿಂಗಾರವಾಗಿದ್ದ ಹೆಣ್ಣು-ಗಂಡಿನ ಜೋಡಿಯೊಂದು ಸ್ವಲ್ಪ ದೂರದಲ್ಲಿ ಅವರ ಹಿಂದೆ ಹೊರಟಿತ್ತು. ಓಡಿ ಹೋಗಿ ಅದು ಏನೆಂದು ಅಮ್ಮನನ್ನು ಕೇಳಿದೆ. ಆ ಹೆಣ್ಣು ಮತ್ತು ಗಂಡು ಈಗಷ್ಟೇ ಮದುವೆಯಾಗಿದ್ದಾರೆ, ವಧುವನ್ನು ವರನ ಹಳ್ಳಿಗೆ ಕರೆದೊಯ್ಯುತ್ತಿದ್ದಾರೆ- ಎಂದಾಕೆ ಹೇಳಿದಳು. ಮದುವೆ? ಅದೇನದು? ನನಗೇನೂ ಅರ್ಥವಾಗಿರಲಿಲ್ಲ. 'ಎಲ್ಲರೂ ಮದುವೆಯಾಗುತ್ತಾರೆ', ಆಕೆ ಅರ್ಥ ಮಾಡಿಸಲು ಪ್ರಯತ್ನಿಸಿದಳು. ಇನ್ನೂ ಗೊಂದಲದಲ್ಲಿದ್ದ ನಾನು, 'ನೀನೂ ಮದುವೆಯಾಗಿದ್ದೀಯಾ?' ಎಂದು ತಡೆತಡೆದು ಕೇಳಿದೆ. ಆಕೆಗದು ಚೋದ್ಯವೆನಿಸಿತ್ತು.

'ಹೂಂ, ನಿನ್ನ ತಂದೆಯ ಜೊತೆ.'

ಆಗಷ್ಟೇ ರಸ್ತೆಯಲ್ಲಿ ಕುಡಿದ ನಶೆಯಲ್ಲಿ ಕುಣಿದಾಡುತ್ತಿದ್ದ ಜನರನ್ನು ನೋಡಿದ್ದ ನನಗೆ, ಮದುವೆ ಎಂದರೆ ಏನೋ ಒಂದು ಮಾಡಬಾರದ ಸಂಗತಿಯಂತೆ ಅನಿಸಿತ್ತು. ತಾಯಿ ತಾನೂ ಮದುವೆಯಾಗಿದ್ದೇನೆಂದು ಉತ್ತರ ಕೊಟ್ಟಾಗ ನನಗಾಕೆಯ ಮೇಲೆ ಸಿಟ್ಟು ಬಂದಿತ್ತು.

ಆದ್ದರಿಂದ ಈಗ ಆಕೆಯನ್ನೂ ವಿಚಾರಣೆಗೊಳಪಡಿಸಲು ಮ್ಯಾಜಿಸ್ಟ್ರೇಟ್‌ರನ್ನು ಕೇಳುತ್ತಿದ್ದೆ.

ಬಾಲ್ಯದಲ್ಲಿ ತಂದೆ ನನ್ನನ್ನು ಚೋಟೆಲಾಲ್ ಎಂದೇ ಕರೆಯುತ್ತಿದ್ದರು. ನಾನು ಚೆನ್ನಾಗಿ ಹಿಂದೀ ಕಲಿಯಬೇಕೆಂದು ಆಗಾಗ್ಗೆ ನನ್ನೊಡನೆ ಅದರಲ್ಲಿಯೇ ಮಾತಾಡುತ್ತಿದ್ದರು. 'ಜವಹರಲಾಲ್ ನೆಹರೂ ಹಿಂದೀ ನಮ್ಮ ರಾಷ್ಟ್ರಭಾಷೆಯೆಂದು ಹೇಳುತ್ತಾರೆ, ನೀವದನ್ನು ಚೆನ್ನಾಗಿ ಮಾತಾಡಲು ಕಲಿಯಬೇಕು' ಎಂದು ನಮ್ಮನ್ನು ಪ್ರೋತ್ಸಾಹಿಸುತ್ತಿದ್ದರು. ಎಲ್ಲೂ ಸರಿಯಾದ ಸಂಪರ್ಕವೂ ಇಲ್ಲದ ದೂರದ ಹಳ್ಳಿಯಲ್ಲಿ ಚಿಕ್ಕ ಸರ್ಕಾರೀ ಕೆಲಸದಲ್ಲಿದ್ದರೂ, ನೆಹರೂರ ಆದ್ಯತೆಗಳೊಂದಿಗೆ ಮೇಳೈಸಿಕೊಂಡಿದ್ದರು! ದಿನಾಲೂ ಕೆಲಸದಿಂದ ವಾಪಸಾದ ಮೇಲೆ ಸಂಜೆಯ ಚಹಾ ಕುಡಿದು ಜಿಲ್ಲಾ ಆಫೀಸರುಗಳ ಕ್ಲಬ್‌ಗೆ ಹೊರಡುತ್ತಿದ್ದರು. ಹೆಚ್ಚಿನ ಆಫೀಸರುಗಳಿಗೆ ಅದು ಇಸ್ಪೀಟಾಡುವ ಮತ್ತು ಕಾಡುಹರಟೆಯ ಜಾಗವಾಗಿತ್ತು. ತಂದೆ ಮಾತ್ರ ಸೀದಾ ದೊಡ್ಡದೊಂದು ಟ್ರಾನ್ಸಿಸ್ಟರ್ ಇಟ್ಟಿದ್ದ ವಿಶಾಲವಾದ ಟೇಬಲ್ಲಿಗೆ ಹೋಗಿ ಏಳು ಗಂಟೆಯ ಬಿಬಿಸಿ ವಾರ್ತೆ ಕೇಳಲು ಕೂರುತ್ತಿದ್ದರು. ರಾತ್ರಿ ನಾವೆಲ್ಲ ಒಟ್ಟಿಗೆ ನೆಲದ ಮೇಲೆ ಕೂತು ಊಟ ಮಾಡುವಾಗ ಅಲ್ಲಿ ಕೇಳಿದ್ದ ಜಗತ್ತಿನ ಸುದ್ದಿಯನ್ನೆಲ್ಲಾ ನಮಗೆ ಹೇಳುತ್ತಿದ್ದರು. ಹೀಗಾಗಿ ಕೋರಾಪುಟ್ ಮತ್ತು ಕಿಯೊಂಝಾರ್‌ನಂತಹ ಹಳ್ಳಿಗಾಡಿನ ಊರುಗಳಲ್ಲಿದ್ದ ಚಿಕ್ಕ ಹುಡುಗನಾದ ನನಗೂ ಶೀತಲಯುದ್ಧದಲ್ಲಿ ಉಭಯ ದೇಶಗಳ ವೈಮನಸ್ಸು ನಿವಾರಣೆ, ಅವರ ಮಧ್ಯದ ಒಪ್ಪಂದಗಳು, ಕಿಸಿಂಜರನ ಪಿಂಗ್-ಪಾಂಗ್ ರಾಜನೀತಿ ಮತ್ತು ಪ್ರಾಯೋಗಿಕ ರಾಜತಾಂತ್ರಿಕ ದಾಳಗಳು... ಹೀಗೆ ವಿಶ್ವ ರಾಜಕೀಯದ ಎಲ್ಲ ವಿಷಯಗಳೂ ತಿಳಿದಿರುತ್ತಿದ್ದವು. ಲಿಂಡನ್ ಜಾನ್ಸನ್, ಹೆರಾಲ್ಡ್ ವಿಲ್ಸನ್, ಮೋಶೆ ಡಯಾನ್ ಮತ್ತು ಲಿಯೋನಿಡ್ ಬ್ರೆಜ್ನೇವ್ ಮುಂತಾದ ಜಗತ್ಪ್ರಸಿದ್ಧ ರಾಜಕಾರಣಿಗಳೆಲ್ಲ ನಮ್ಮ ಕುಟುಂಬದ ಮಿತ್ರರುಗಳೇನೋ, ತಪ್ಪದೆ ನಮ್ಮ ಮನೆಗೆ ನಿಯಮಿತವಾಗಿ ಭೇಟಿ ನೀಡುವರೇನೋ ಎಂಬಂತಿತ್ತು.

ಬಾಲ್ಯದಲ್ಲಿ ನಾನು ಮಾಡಿದ ಕೆಲವೇ ತಪ್ಪುಗಳಿಗೆ ತಂದೆ ಪ್ರತಿಕ್ರಿಯಿಸಿದ ರೀತಿ ಸೌಮ್ಯವಾಗಿಯೇ ಇತ್ತು. ಕೊರಾಪುಟ್‌ನಲ್ಲಿ ಪ್ರತಿ ಮುಂಜಾನೆ ಮೊದಲ ಕಪ್ ಚಹಾ ಆದನಂತರ ವರಾಂಡಾದಲ್ಲಿ ಚಕ್ಕಂಬಕ್ಕಳ ಹಾಕಿ ಕೂತು, ಎದುರಿಗೊಂದು ಪುಟ್ಟ ಕನ್ನಡಿ ಇಟ್ಟು, ಶೇವಿಂಗ್ ಕಿಟ್‌ಅನ್ನು ಹೊರತೆಗೆದು, ಪಕ್ಕದಲ್ಲಿರುತ್ತಿದ್ದ ನೀರಿನಿಂದ ಶೇವಿಂಗ್ ಕಪ್ಪಿನಲ್ಲಿ ಸಮೃದ್ಧವಾದ ನೊರೆ ಹೊಮ್ಮಿಸಿ, ವಿಧಿವತ್ತಾಗಿ ಬಹಳ ಹೊತ್ತು ನಡೆಯುತ್ತಿದ್ದ ಶೇವಿಂಗ್ ಕಾರ್ಯಕ್ರಮವನ್ನು ಪ್ರಾರಂಭಿಸುತ್ತಿದ್ದರು. ಮುಖಕ್ಕೆಲ್ಲ ನೊರೆ ಹಚ್ಚಿ, ಎಚ್ಚರಿಕೆಯಿಂದ ರೇಜರ್‌ನಿಂದ ಗಡ್ಡವನ್ನೆಲ್ಲ ಕೆರೆದು, ಅದನ್ನು ಮತ್ತೊಮ್ಮೆ ಪುನರಾವರ್ತಿಸುವ ಅಷ್ಟೂ ಹೊತ್ತು, ನಾನು ಮತ್ತು ಅರವಿಂದ ನಮ್ಮ ಪಠ್ಯಪುಸ್ತಕಗಳು ಹಾಗೂ ಕಾಪಿಪುಸ್ತಕವನ್ನು ಇಟ್ಟುಕೊಂಡು, ಅವರ ಮೇಲ್ವಿಚಾರಣೆಯಲ್ಲಿ ಕಲಿಯುತ್ತಿದ್ದೆವು. ನಮ್ಮಿಬ್ಬರ ಮೇಲೂ ಅವರ ಗಮನ ಹರಿಯುತ್ತಿತ್ತು. ಈ ಕಾರ್ಯಕ್ರಮ ಮುಗಿದ ನಂತರ

ಅರವಿಂದ ಶಾಲೆಗೆ ಮತ್ತು ತಂದೆ ಕಚೇರಿಗೆ ಹೊರಡಲು ತಯಾರಾಗುತ್ತಿದ್ದರು. ಅಣ್ಣ ಮಧ್ಯಾಹ್ನ ಮನೆಗೆ ಹಿಂತಿರುಗುವವರೆಗೆ ನಾನೊಬ್ಬನೇ ಮನೆಯಲ್ಲಿ ನನ್ನಷ್ಟಕ್ಕೆ ಕಾಲ ಕಳೆಯುತ್ತಾ ಇರುತ್ತಿದ್ದೆ.

ನಾನೊಬ್ಬನೇ ಮನೆಯಲ್ಲಿರುತ್ತಿದ್ದ ಆ ಸಮಯದಲ್ಲಿ ತಾಯಿಗೆ ಚಿಕ್ಕಪುಟ್ಟ ಕೆಲಸಗಳಲ್ಲಿ ನೆರವಾಗಲು ಒಮ್ಮೊಮ್ಮೆ ಬರುತ್ತಿದ್ದ ರಾಮದಾಸ್ ಎಂಬುವನ ಸ್ನೇಹ ಸಂಪಾದಿಸಿದ್ದೆ. ಆತ ಬೀಡಿ ಸೇದುತ್ತಿದ್ದ. ಒಂದು ಮಧ್ಯಾಹ್ನ, ಕಿಟಕಿ ಚೌಕಟ್ಟಿನ ಮೇಲೆ ಕುಳಿತು ತನ್ನ ಅರ್ಧ ಸೇದಿದ ಬೀಡಿಯೊಂದಿಗೆ ಏನೋ ಮಾಡುತ್ತಾ ಕುಳಿತಿದ್ದ. ನಾನು ಹುಡುಗಾಟದಲ್ಲಿ ಅದನ್ನು ಕಿತ್ತುಕೊಂಡು ಒಂದು ದಮ್ ಎಳೆದೆ. ಆತ ಗಾಬರಿಯಾದ. ಐದು ವರ್ಷದ ನಾನು ಬೀಡಿ ಸೇದಿದೆನೆಂದಲ್ಲ, ಆತ ಬಳಸಿದ ಬೀಡಿ ಸೇದಿದೆನೆಂದು. 'ಬಾಬೂ, ಹಾಗೇಕೆ ಮಾಡಿದಿರಿ? ಬೇಕಿದ್ದರೆ ಹೊಸದನ್ನು ಕೇಳಬೇಕಿತ್ತು'– ಎಂದು ಗದರಿದ. ಅದೊಂದು ಬಂಪರ್ ಕೊಡುಗೆ! ಮುಂದಿನ ಕೆಲವು ದಿನಗಳು ನಿತ್ಯ ಆತನಿಂದ ಬೀಡಿ ತರಿಸಿಕೊಂಡು ಸೇದುತ್ತಿದ್ದೆ. ನಮ್ಮಿಬ್ಬರ ಮಧ್ಯೆ ವಿಷಯ ಗುಟ್ಟಾಗಿತ್ತು. ನನ್ನ ಸಾಧನೆಯ ಬಗ್ಗೆ ಬಹಳ ಹೆಮ್ಮೆಯಿಂದಿದ್ದೆ.

ಆ ಶನಿವಾರ ಅರವಿಂದ ಶಾಲೆಯಿಂದ ಬೇಗ ಮನೆಗೆ ಬಂದ. ಅವನು ಅಡಿಗೆ ಮನೆಯಿಂದ ಒಂದು ಟೊಮೆಟೋ ಹಣ್ಣು ಕದ್ದಿದ್ದ. ಕೊರಾಪುಟ್‌ನಂಥಾ ಊರಿನಲ್ಲಿ ಅದು ಅಮೂಲ್ಯವಾದ ತರಕಾರಿಯೇ. ಮಹತ್ಕಾರ್ಯ ಮಾಡಿದ ಹೆಮ್ಮೆಯಿಂದ ಬೀಗುತ್ತಾ, ಕೆಂಪಗೆ ಹೊಳೆಯುತ್ತಿದ್ದ ಹಣ್ಣನ್ನು ಜೇಬಿನಿಂದ ತೆಗೆದು ತೋರಿಸಿದ. ನಾನೂ ಏನೂ ಕಮ್ಮಿಯಿಲ್ಲವೆಂದು ರಾಮದಾಸ್‌ನಿಂದ ಪಡೆದ ಅಂದಿನ ಕಾಣಿಕೆಯನ್ನು ತೋರಿಸಿ ನನ್ನ ಕೈ ಮೇಲೆಂದು ತೋರಿಸಿಕೊಂಡೆ. ಆತನ ಮುಖ ವಿವರ್ಣವಾಯ್ತು.

ಮರುದಿನ ಏನೋ ಒಂದು ಕಾರಣಕ್ಕೆ ನಮ್ಮಿಬ್ಬರ ಮಧ್ಯೆ ಜಗಳವಾಗಿ, ತತ್‌ಕ್ಷಣ ಅರವಿಂದ ನಾನು ರಾಮದಾಸ್‌ನಿಂದ ಬೀಡಿ ಪಡೆದು ಸೇದುತ್ತಿದ್ದುದನ್ನು ತಂದೆಗೆ ಹೇಳಿಬಿಟ್ಟ. ಇನ್ನು ನನ್ನ ಕಥೆ ಮುಗಿಯಿತು ಎಂದುಕೊಂಡೆ. ತಂದೆ ನಮಗೆಂದೂ ದೈಹಿಕ ಶಿಕ್ಷೆ ಕೊಡುತ್ತಿರಲಿಲ್ಲ. ಒಂದೇ ಒಂದು ಸಾರಿ ಕೆನ್ನೆಗೆ ಹೊಡೆದದ್ದು ನೆನಪಿದೆ, ಆಗ ಅವರಿಗೆ ಸಿಟ್ಟು ಬಂದದ್ದು ಸಕಾರಣವಾಗಿತ್ತು. ಈಗ, ನನ್ನನ್ನು ತಲೆಕೆಳಗು ಮಾಡಿ ನೇತು ಹಾಕುವಂಥಾ ಗಂಭೀರ ಅಪರಾಧ ಮಾಡಿ ಅವರೆದುರು ನಿಂತಿದ್ದೆ. ಅರವಿಂದ ಹೇಳಿದ್ದನ್ನು ಪೂರ್ತಿ ಕೇಳಿಸಿಕೊಂಡ ತಂದೆ ಏನೂ ಹೇಳಲಿಲ್ಲ. ನಾನು ಗೆರೆ ದಾಟಿದ್ದೇನೆಂದು ಅವರಿಗೆ ಚೆನ್ನಾಗಿ ಗೊತ್ತಿತ್ತು. ಒಂದು ಶಬ್ದವನ್ನೂ ನುಡಿಯಲಿಲ್ಲ. ನಾನು ಜೋರಾಗಿ ಪ್ರತಿಭಟಿಸಿದೆ; ನಾನಾಡುತ್ತಿದ್ದ ಮಾತುಗಳಲ್ಲಿ ನನಗೇ ನಂಬಿಕೆಯಿರಲಿಲ್ಲ, ಅವು ನನ್ನ ಕಿವಿಗೇ ಪೊಳ್ಳಾಗಿ ಕೇಳಿಸುತ್ತಿದ್ದವು. ಕೊನೆಗೆ ಸುಮ್ಮನಾದೆ. ಕೆಲವು ಕ್ಷಣಗಳ ಮೌನ ಯುಗಗಳಂತಿತ್ತು. ನಮ್ಮತ್ತ ನೋಡದೆ ತಂದೆ ಹೇಳಿದರು, 'ಅವನಿಗೆ ಅದೇ ಬೇಕಾಗಿದ್ದರೆ ಆಶ್ರಮದ ಶಾಲೆಗೆ ಕಳಿಸಿಬಿಡುತ್ತೇನೆ. ಅಲ್ಲಿ ಎಷ್ಟು ಬೇಕೋ ಅಷ್ಟು ಸೇದಲಿ'.

ಆ ತೀರ್ಪಿನೊಂದಿಗೆ ವಿಚಾರಣೆ ಮುಗಿಯಿತು. ಆಶ್ರಮದ ಶಾಲೆಗಳೆಂದರೆ ಬುಡಕಟ್ಟಿನ ಮಕ್ಕಳಿಗಾಗಿ ಸರಕಾರದವರು ನಡೆಸುತ್ತಿದ್ದ ರೆಸಿಡೆನ್ಷಿಯಲ್ ಶಾಲೆಗಳು.

ತಂದೆ ಮತ್ತೆಂದೂ ನನ್ನೊಡನೆ ಆ ವಿಷಯವನ್ನೆತ್ತಲಿಲ್ಲ. ನನಗೆ ಬಹಳ ದಿನಗಳ ವರೆಗೆ ಅವರ ಮುಖ ನೋಡುವ ಧೈರ್ಯವಾಗಿರಲಿಲ್ಲ. ಶಿಕ್ಷೆ ಸಿಕ್ಕೇ ಸಿಗುತ್ತದೆಂಬ ನಿರೀಕ್ಷೆಯಲ್ಲಿದ್ದಾಗ ಅದನ್ನು ವಿಧಿಸದೇ ಇರುವುದು ಶಾಶ್ವತವಾದ ಪಶ್ಚಾತ್ತಾಪವನ್ನು ತರಲು ಅತ್ಯುತ್ತಮ ಮಾರ್ಗ.

O

ಆಗಿನ ಕಾಲದ ಚಿಕ್ಕ ಪಟ್ಟಣಗಳಲ್ಲಿ ಟ್ರಾನ್ಸಿಸ್ಟರ್ ರೇಡಿಯೋ ಹೊಂದಿರುವುದು ಶ್ರೀಮಂತಿಕೆಯ ಲಕ್ಷಣವಾಗಿತ್ತು. ನನ್ನ ಅನೇಕ ಸ್ನೇಹಿತರು ಅದನ್ನು ಇಟ್ಟುಕೊಂಡಿದ್ದರು. ನಾನು ಪತ್ರಿಕೆಗಳಲ್ಲಿ ಬರುತ್ತಿದ್ದ ಫಿಲಿಪ್ಸ್, ಮರ್ಫಿ ಮತ್ತು ಬುಶ್ ರೇಡಿಯೋಗಳ ಜಾಹೀರಾತುಗಳನ್ನು ತಂದೆಗೆ ತೋರಿಸಿ, ನೀನು ಯಾವಾಗ ಕೊಳ್ಳುತ್ತೀಯ ಎಂದರೆ, 'ಆಗಲೇ ನನ್ನ ಬಳಿ ಐದು ಸೆಟ್‌ಗಳಿವೆ, ಇನ್ನೊಂದು ಏಕೆ' ಎನ್ನುತ್ತಿದ್ದರು.

ನನ್ನ ಸ್ನೇಹಿತರು ಸ್ವಂತ ಮನೆಗಳಲ್ಲಿ ವಾಸಿಸುವುದನ್ನು ನೋಡುತ್ತಿದ್ದೆ.

ನೀನು ಯಾವಾಗ ಮನೆ ಕೊಳ್ಳುತ್ತೀಯ ಎಂದು ಆಗಾಗ್ಗೆ ತಂದೆಯನ್ನು ಕೇಳುತ್ತಿದ್ದೆ. 'ಈಗಾಗಲೇ ನನ್ನ ಬಳಿ ಐದು ಮನೆಗಳಿವೆ, ಮತ್ತೊಂದರ ಅವಶ್ಯಕತೆಯಿಲ್ಲ' ಎಂದು ಉತ್ತರಿಸುತ್ತಿದ್ದರು.

ಅವರ ಐದು ಮಕ್ಕಳೇ ಐದು ಮನೆಗಳು ಮತ್ತು ರೇಡಿಯೋ ಸೆಟ್‌ಗಳಾಗಿದ್ದರು. ಪ್ರಾಪಂಚಿಕ ಯಶಸ್ಸು ಎಂದೂ ನನ್ನ ತಂದೆಗೆ ಮುಖ್ಯವಾಗಲಿಲ್ಲ. ಅವರ ಯಶಸ್ಸಿನ ಪರಿಭಾಷೆ ಅವರಲ್ಲಿದ್ದ ಮೌಲ್ಯಗಳು, ಸರಳತೆ ಮತ್ತು ವಿಶ್ವಪ್ರೇಮದಲ್ಲಿತ್ತು. ಎಲ್ಲಕ್ಕಿಂತ ಹೆಚ್ಚಾಗಿ, ನಿನ್ನ ಸಂಪತ್ತಿನ ಮಟ್ಟವನ್ನು ಲೆಕ್ಕಿಸದೆ ಸೌಖ್ಯದಿಂದಿರುವುದೇ ಯಶಸ್ಸಿನ ಲಕ್ಷಣ ಎಂಬುದನ್ನು ನನಗೆ ಕಲಿಸಿದ್ದರು. ನೀವು ಇಚ್ಛಿಸಿದರೆ ಸುತ್ತಲ ಪರಿಸರವನ್ನು ಮೀರಿ ನಿಮ್ಮ ಅಂತಃಪ್ರಜ್ಞೆಯನ್ನು ಮೇಲಕ್ಕೆ ಎತ್ತಬಲ್ಲಿರಿ. ಯಶಸ್ಸೆಂದರೆ ಐಹಿಕ ಸುಖಗಳನ್ನು ಕಟ್ಟಿಕೊಳ್ಳುವುದಲ್ಲ - ಅವರೆಂದೂ ಕೊಳ್ಳಲಾಗದ ಟ್ರಾನ್ಸಿಸ್ಟರ್ ರೇಡಿಯೋ ಆಗಲೀ ಅಥವಾ ಮನೆಯಾಗಲೀ ಅಲ್ಲ. ಅವರು ಬಿಟ್ಟುಹೋದ ಪರಂಪರೆ ಮತ್ತು ಕಡಿಮೆ ಸಂಬಳದ, ಎಂದೂ ಯಾರೂ ಗುರುತಿಸದ ಸರ್ಕಾರೀ ನೌಕರನೊಬ್ಬನ ಜಗತ್ತನ್ನು ಮೀರಿದ ಅವರ ಆದರ್ಶಗಳ ಶಾಶ್ವತತೆ.

ಅಧ್ಯಾಯ 14

ಮನವಿಟ್ಟು ಕೇಳುವ ಕಲೆ

ಸಿಲಿಕಾನ್ ಕಣಿವೆಯಲ್ಲಿನ ಮೂರು ವರ್ಷಗಳ ಪರಿಶ್ರಮ ಫಲ ಕೊಟ್ಟಿತ್ತು. ವ್ಯವಹಾರ ವೃದ್ಧಿಸುತ್ತಲೇ ಹೋಗುತ್ತಿತ್ತು. ನನ್ನ ತಂದೆ ಮರಣ ಹೊಂದಿದಾಗಿನಿಂದ ನಾನು ಭಾರತಕ್ಕೆ ಹಿಂದಿರುಗಲು ತುಡಿಯುತ್ತಿದ್ದೆ. ತಾಯಿಯನ್ನು ನಮ್ಮೊಡನಿರಲು ಕರೆತರುವ ಆಸೆ ಅದಕ್ಕಿದ್ದ ಕಾರಣಗಳಲ್ಲೊಂದು. ನನ್ನನ್ನು ಭಾರತಕ್ಕೆ ವಾಪಸ್ ಕರೆಸಿಕೊಳ್ಳುವಂತೆ ಡಾ.ಮಿತ್ತಾರವರನ್ನು ಕೇಳಿಕೊಂಡೆ. ನಾನು ಅಮೆರಿಕದಲ್ಲಿ ಮುಂದುವರಿಯುವುದು ಅವರ ಇಚ್ಛೆಯಾಗಿದ್ದರೂ, ನನ್ನ ಭಾವನೆಗಳನ್ನು ಅರ್ಥ ಮಾಡಿಕೊಂಡರು. 1993 ರಲ್ಲಿ ನಾವು ವಾಪಸಾದೆವು.

ಬಹುಪಾಲು ಜನರು ಒಳ್ಳೆಯ ಕೆಲಸ, ದೊಡ್ಡ ಪದವಿ, ತಮ್ಮ ಸುತ್ತಮುತ್ತಲಿನವರಿಗಿಂತ ಅಧಿಕ ಸಂಬಳ ಮತ್ತು ಮರೀಚಿಕೆಯಂತಿರುವ ವೃತ್ತಿ ಸಂತೃಪ್ತಿ, ಇವುಗಳ ಬಗ್ಗೆ ಅತಿಯಾದ ನಿರೀಕ್ಷೆಯನ್ನಿಟ್ಟುಕೊಂಡಿರುತ್ತಾರೆ. ಒಬ್ಬ ವೃತ್ತಿಪರನಿಗೆ ಇವೆಲ್ಲವೂ ಸಹಜವಾದ ಆಸೆಗಳು, ಒಪ್ಪುತ್ತೇನೆ. ಆದರೆ ಒಬ್ಬ ಮಹಾನ್ ಬಾಸ್‌ನ ಬಳಿ ಕೆಲಸ ಮಾಡುವುದು ಇವೆಲ್ಲಕ್ಕಿಂತ ಹೆಚ್ಚಿನದು ಎಂಬುದು ನನ್ನ ನಂಬಿಕೆ. ಇಡೀ ವೃತ್ತಿಜೀವನದಲ್ಲಿ ಒಬ್ಬಿಬ್ಬರು ಅಂಥವರು ಸಿಗುವುದಕ್ಕೂ ಬಹಳವಾದ ಪರಿಶ್ರಮ ಮತ್ತು ಜೊತೆಗೆ ಅದೃಷ್ಟವೂ ಬೇಕು. ನನ್ನನ್ನು ವಿಪ್ರೋದ ಗ್ಲೋಬಲ್ ಆರ್&ಡಿಯ ಚೀಫ್ ಎಕ್ಸಿಕ್ಯುಟಿವ್‌ನನ್ನಾಗಿಸಿದ ಅಂಥಾ ವ್ಯಕ್ತಿಯ ಬಳಿ ಕೆಲಸ ಮಾಡುವ ಭಾಗ್ಯ ನನ್ನದಾಗಿತ್ತು.

ಡಾ.ಶ್ರೀಧರ್ ಮಿತ್ತಾ ಜನಿಸಿದ್ದು 1947 ರಲ್ಲಿ. ಅವರದು ಆಂಧ್ರಪ್ರದೇಶದ ತಿರುಪತಿಯ ಸಮೀಪದ ಚಿತ್ತೂರಿನ ಶ್ರೀಮಂತ ವ್ಯಾಪಾರಿಗಳ ಕುಟುಂಬ. ತಮ್ಮ ಮನೆತನದ ಔಷಧ ವ್ಯಾಪಾರವನ್ನು ಮುಂದುವರೆಸಬೇಕಿದ್ದ ಅವರ ಜೀವನ, ಹೈಸ್ಕೂಲಿನ ಶಿಕ್ಷಕರೊಬ್ಬರಿಂದಾಗಿ ಬದಲಾಗಿತ್ತು. ಕಾಮರ್ಸ್ ಓದುವ ಬದಲು ಹುಡುಗ ವಿಜ್ಞಾನ ಮತ್ತು ಗಣಿತವನ್ನು ಓದಿ ಇಂಜಿನಿಯರನಾಗಲಿ ಎಂದು ಆ ಶಿಕ್ಷಕರು ನಿರ್ಧರಿಸಿದ್ದರು. ಅಲ್ಲಿಂದ ಮುಂದೆ ಹುಡುಗ ಏನು ಮಾಡುತ್ತಿದ್ದಾನೆಂಬುದೇ ಮನೆಯವರಿಗೆ ಅರ್ಥವಾಗಿರಲಿಲ್ಲ. ಐಐಟಿಯಲ್ಲಿ ಸ್ನಾತಕೋತ್ತರ ಪದವಿ ಮುಗಿಸಿದ ಅವರು, ಅಮೆರಿಕಕ್ಕೆ ತೆರಳಿ ಡಾಕ್ಟರೇಟ್ ಪಡೆದು ಭಾರತಕ್ಕೆ ಹಿಂದಿರುಗಿದರು. ಆಗ ಕೆಲಸಕ್ಕೆ ಸೇರಿದ್ದು, ತಮ್ಮ ತಲೆಮಾರಿನ ಮೇಧಾವಿಗಳೆಲ್ಲ ಸಾಮಾನ್ಯವಾಗಿ ಸೇರುತ್ತಿದ್ದ ಭಾಭಾ ಅಟಾಮಿಕ್ ರಿಸರ್ಚ್ ಸೆಂಟರ್‌ನಲ್ಲಿ. ಅಲ್ಲಿಂದ ಮುಂದಕ್ಕೆ ಆರಿಸಿದ್ದು ಸರ್ಕಾರೀ ಸ್ವಾಮ್ಯದ 'ಎಲೆಕ್ಟ್ರಾನಿಕ್ ಕಾರ್ಪೋರೇಷನ್ ಆಫ್ ಇಂಡಿಯಾ ಲಿಮಿಟೆಡ್'(ECIL)ಅನ್ನು. ಆ ಸಂಸ್ಥೆ 16 ಮತ್ತು 32 ಬಿಟ್‌ಗಳ ಕಂಪ್ಯೂಟರ್‌ಗಳು, ಎಲೆಕ್ಟ್ರಾನಿಕ್ ಸ್ಟೋರ್ ಅಂಡ್

ಫಾರ್ವರ್ಡ್ ಮಷಿನ್‌ಗಳು ಮತ್ತು ಭಾರತದ ರಕ್ಷಣಾ ಹಾಗೂ ಬಾಹ್ಯಾಕಾಶ ಇಲಾಖೆಗೆ ಬೇಕಿದ್ದ ಹಲವು ಬಗೆಯ ಕಂಟ್ರೋಲ್ ಸಿಸ್ಟಮ್ಸ್ (ಉಪಕರಣ)ಗಳನ್ನು ತಯಾರಿಸಿತ್ತು. ಅಝೀಮ್ ಪ್ರೇಮ್‌ಜಿ ಮತ್ತು ಅವರ ಮುಖ್ಯ ಹಣಕಾಸು ಅಧಿಕಾರಿಯಾಗಿದ್ದ ಅಶೋಕ್ ನರಸಿಂಹನ್‌ರವರು ಕಂಪ್ಯೂಟರ್ ವ್ಯವಹಾರಕ್ಕೆ ಇಳಿಯಲು 1981 ರಲ್ಲಿ ನಿರ್ಧರಿಸಿದಾಗ ಅದಕ್ಕಾಗಿ ಅವರು ಆರಿಸಿದ ಮೊದಲ ವ್ಯಕ್ತಿ ಡಾ.ಶ್ರೀಧರ್ ಮಿತ್ತಾ. ಡಾ.ಮಿತ್ತಾ ವಿಪ್ರೋದ ಆರ್&ಡಿಯನ್ನು ಆರಂಭಿಸಿ ನೆಲೆಗೊಳಿಸಿದವರು.

1990 ರ ದಶಕದಲ್ಲಿ ವಿಪ್ರೋ ತನ್ನ ದೇಶೀಯವಾಗಿ ಊರ್ಜಿತಗೊಂಡ ಆರ್&ಡಿಗಾಗಿ ಬಹಳಷ್ಟು ಗೌರವ ಪಡೆಯಿತು. ಕಂಪ್ಯೂಟರ್ ಹಾರ್ಡ್‌ವೇರ್‌ನ ವಿನ್ಯಾಸವನ್ನು ತಯಾರಿಸಿತು, ಆಪರೇಟಿಂಗ್ ಸಿಸ್ಟಮ್‌ಗಳನ್ನು ಇತರ ಹಾರ್ಡ್‌ವೇರ್ ಪ್ಲಾಟ್‌ಫಾರ್ಮ್‌ಗಳಿಗೆ ಅಳವಡಿಸಿತು. ಇದಲ್ಲದೆ ಡಿವೈಸ್ ಡ್ರೈವರ್‌ಗಳನ್ನು ಸಿದ್ಧಪಡಿಸಿದ ಮತ್ತು ನೆಟ್‌ವರ್ಕ್ ಪ್ರೋಟೋಕಾಲ್‌ಗಳನ್ನು ಕಾರ್ಯಗತಗೊಳಿಸಿದ ಹೆಗ್ಗಳಿಕೆ ಅದರದಾಗಿತ್ತು. ಅಲ್ಲಿ ಎಂಭತ್ತು ಅತಿ ಸಮರ್ಥ ಇಂಜಿನಿಯರುಗಳಿದ್ದರು. ಅವರೆಲ್ಲರೂ ಡಾ.ಮಿತ್ತಾ ಬೆಳೆಸಿದ ತಂತ್ರಜ್ಞರು. ಆರ್&ಡಿ ಘಟಕದಲ್ಲಿ ಡಾ.ಮಿತ್ತಾರನ್ನು ದೇವರಂತೆ ಕಾಣುತ್ತಿದ್ದರು. ಕಾರಣ ಸರಳವಿತ್ತು – ಚಿಕ್ಕದಿರಲಿ, ದೊಡ್ಡದಿರಲಿ, ಯಾವುದೇ ಹೊಸತನಕ್ಕೂ ಅವರು ಸಮಯ ನೀಡುತ್ತಿದ್ದರು ಮತ್ತು ದೇವರಂತೆ ಎಲ್ಲ ಪ್ರಶ್ನೆಗಳಿಗೂ ಅವರಲ್ಲಿ ಉತ್ತರವಿರುತ್ತಿತ್ತು. ಎಲ್ಲರಿಗೂ ಅವರು ಫ್ರೆಂಡ್, ಫಿಲಾಸಫರ್ ಮತ್ತು ಗೈಡ್ ಆಗಿದ್ದರು. ಇಡೀ ಆರ್&ಡಿಯ ಮೇಲ್ವಿಚಾರಣೆ ಅವರ ಕೈಯಲ್ಲಿದೆ ಎಂಬುದು ಎಲ್ಲರಿಗೂ ತಿಳಿದ ವಿಷಯವಾಗಿತ್ತು. ಅವರ ಪ್ರಭಾವಲಯಕ್ಕೆ ಸಿಲುಕುವವರೆಗೂ ಬರಿಯ ಹೊರನೋಟದಲ್ಲಿ ಅವರ ವೈಶಿಷ್ಟ್ಯತೆ ಅರ್ಥವಾಗುತ್ತಿರಲಿಲ್ಲ.

ಮ್ಯಾನೇಜ್‌ಮೆಂಟ್‌ನ ಮೊದಲ ನಿಯಮವೆಂದರೆ ಚೆನ್ನಾಗಿ ಆಲಿಸುವುದು ಎಂಬುದನ್ನು ನಾನು ಡಾ.ಮಿತ್ತಾರಿಂದ ಕಲಿತೆ. ಬಹಳಷ್ಟು ಬಾಸ್‌ಗಳಿಗೆ ಇದನ್ನು ಪಾಲಿಸುವುದು ಕಷ್ಟ, ಏಕೆಂದರೆ ನಿಜವಾಗಿ ಆಲಿಸುವುದೆಂದರೆ ಇನ್ನೊಬ್ಬರನ್ನು ಅಳೆದು, ತೀರ್ಮಾನಕ್ಕೆ ಬರುವುದನ್ನು ಮೊದಲು ನಿಲ್ಲಿಸಬೇಕೆಂದು ಅವರಿಗೆ ಗೊತ್ತಿರುವುದಿಲ್ಲ. ಸಂಸ್ಥೆಯ ಚೀಫ್ ಟೆಕ್ನಾಲಜಿ ಆಫೀಸರ್ ಆಗಿದ್ದರೂ ಡಾ.ಮಿತ್ತಾ ಎಲ್ಲರಿಗೂ ಸುಲಭದಲ್ಲಿ ನಿಲುಕುವಂತಿದ್ದರು. ತೀರಾ ಕಿರಿಯ ಇಂಜಿನಿಯರನೊಬ್ಬ ಕೂಡಾ ಅವರ ಕೋಣೆಗೆ ಸಲೀಸಾಗಿ ಹೋಗಿ, ಕುರ್ಚಿ ಎಳೆದುಕೊಂಡು ಅವರೆದುರು ಕೂತು ಅತಿ ಅಸಂಬದ್ಧವಾದ ಒಂದು ತಾಂತ್ರಿಕ ಕಲ್ಪನೆಯ ಬಗ್ಗೆಯಾಗಲೀ ಅಥವಾ ಕ್ಷುಲ್ಲಕವಾದ ವೈಯಕ್ತಿಕ ವಿಷಯವನ್ನಾಗಲೀ ಅವರೆದುರು ಮಾತಾಡಬಹುದಿತ್ತು. ತಮ್ಮ ಸಲಹೆ ನೀಡುವ ಮೊದಲು ಡಾ.ಮಿತ್ತಾ ಏಕಾಗ್ರಚಿತ್ತದಿಂದ ಅವರ ಮಾತನ್ನು ಆಲಿಸುತ್ತಿದ್ದರು.

ಅವರು ನನಗೆ ನಮ್ರತೆಯ ಅರ್ಥವನ್ನೂ, ಜ್ಞಾನ ಮತ್ತು ಉದ್ಧಟತೆಗಳು ಒಂದಕ್ಕೊಂದು ವಿರುದ್ಧವಾದವೆಂಬ ಪಾಠವನ್ನೂ ಕಲಿಸಿದರು. ಉತ್ತಮ ನಾಯಕನಾಗ ಬೇಕೆಂಬುವನು ಮೊದಲು ಉತ್ತಮ ಮಾನವನಾಗಬೇಕು.

ಆರ್&ಡಿ ಇಂಜಿನಿಯರುಗಳು ವಿಚಿತ್ರವಾದ ಸಂಗತಿಗಳನ್ನು ಮಾಡಬಲ್ಲರು- ಸರಿಯಿರುವ ಒಂದೇ ಒಂದು ಪ್ರೋಟೋಟೈಪ್ ಬೋರ್ಡ್‌ನ ಸಾಕೆಟ್‌ನಲ್ಲಿ ಕನೆಕ್ಟರ್‌ನ ತಪ್ಪು ಕೊನೆಯನ್ನು ಸಿಕ್ಕಿಸುವರು, ವಿದೇಶದಲ್ಲಿ ನಿರ್ಜನವಾದ ರಸ್ತೆಯ ಮಧ್ಯೆ ನಿಂತಿರುವ ವಸ್ತುವೊಂದಕ್ಕೆ ಬಾಡಿಗೆ ಕಾರನ್ನು ಒಯ್ದು ಗುದ್ದಬಲ್ಲರು, ಟಿಕೆಟ್‌ನಲ್ಲಿರುವ ಗೇಟ್ ಸಂಖ್ಯೆ ಮತ್ತು ವಿಮಾನದ ಸಂಖ್ಯೆಯ ಮಧ್ಯೆ ಗೊಂದಲಪಟ್ಟುಕೊಂಡು ವಿಮಾನವನ್ನೇ ತಪ್ಪಿಸಿಕೊಳ್ಳಬಲ್ಲರು. ಎಂಥದೇ ಪರಿಸ್ಥಿತಿಯಲ್ಲೂ ಆಗಿ ಹೋದದ್ದಕ್ಕೆ ತಕ್ಷಣ ಪ್ರತಿಕ್ರಿಯಿಸದೇ ಇರುವುದು ಬಹುಮುಖ್ಯವೆಂಬುದನ್ನು ಡಾ.ಮಿತ್ತಾರಿಂದ ಕಲಿತೆ. ಪ್ರಸಂಗವೇನೇ ಇರಲಿ, ಎಲ್ಲ ವಿವರಗಳನ್ನೂ ಚೆನ್ನಾಗಿ ಅರಿತುಕೊಂಡು, ಮುಂದಾಗಬಲ್ಲ ಹಾನಿಯನ್ನು ನಿಯಂತ್ರಿಸುವುದನ್ನು ಕಲಿಯಬೇಕಿತ್ತು. ಈ ವಿಷಯದಲ್ಲಿ ಡಾ.ಮಿತ್ತಾ ಒಬ್ಬ ಜೆನ್ ಗುರುವಿನಂತೆ ವರ್ತಿಸುತ್ತಿದ್ದರು.

ಭಾರತಕ್ಕೆ ಹಿಂದಿರುಗಿದಾಗ ನನ್ನ ಮುಂದಿದ್ದ ಸವಾಲೆಂದರೆ ವಿಪ್ರೋದ ಕಚೇರಿಗಳಿಗೆ ಹೊಸ, ಸಮಕಾಲೀನ ರೂಪ ಕೊಡುವುದು. ಆರಂಭದಿಂದಲೂ ವಿಪ್ರೋ ಮಿತವ್ಯಯದ ಸಂಸ್ಥೆಯಾಗಿಯೇ ಇತ್ತು. ಈಗ ನಾನು ರೂಪ ಬದಲಿಸುವ ಕೆಲಸದಲ್ಲಿ ತೊಡಗಿದೊಡನೆ, ಇತರ ವಿಭಾಗದ ಮ್ಯಾನೇಜರ್‌ಗಳಿಗೆ ನಾನು ಖರ್ಚಿನ ಬಗ್ಗೆ ಜಾಗರೂಕತೆಯಿಲ್ಲದವನು ಎನಿಸತೊಡಗಿ, ಅದು ನನ್ನ 360 ಡಿಗ್ರಿ ಫೀಡ್‌ಬ್ಯಾಕ್‌ನಲ್ಲಿ ವ್ಯಕ್ತವಾಯಿತು. ಇದರಿಂದ ತೀವ್ರ ಅಸಮಾಧಾನಗೊಂಡು ಡಾ.ಮಿತ್ತಾರವರ ಬಳಿ ಇದರ ಬಗ್ಗೆ ಮಾತನಾಡಲು ಹೋದೆ. ತಮ್ಮ ಎಂದಿನ ಶೈಲಿಯಲ್ಲಿ ಎಲ್ಲವನ್ನೂ ಆಲಿಸಿದ ಅವರು, 'ಇತರರ ಗ್ರಹಿಕೆಯೇ ವಾಸ್ತವವೆನ್ನುವ ಜಗತ್ತಿನಲ್ಲಿ ನಾವು ಬದುಕುತ್ತಿರುತ್ತೇವೆ, ಮತ್ತೊಂದು ಗ್ರಹಿಕೆ ರೂಪುಗೊಳ್ಳಲು ಒಂದಷ್ಟು ಸಮಯಾವಕಾಶ ಬೇಕು' ಎಂದರು. ಅವರಿತ್ತ ಪರಿಹಾರವೆಂದರೆ, ಮಾಡುತ್ತಿದ್ದ ಕೆಲಸವನ್ನು ಮುಂದುವರಿಸಿಕೊಂಡು ಹೋಗುವುದು, ಆದರೆ ನನ್ನ ಪ್ರತಿಯೊಂದು ಕ್ರಿಯೆ ಮತ್ತು ಆಡುವ ಮಾತಿನ ಬಗ್ಗೆ ಅತ್ಯಂತ ಎಚ್ಚರದಿಂದಿರುವುದು.

ಅವರ ಸಲಹೆಯನ್ನು ಗಂಭೀರವಾಗಿ ಪರಿಗಣಿಸಿ, ಅದರಂತೆಯೇ ಎಚ್ಚರಿಕೆಯಿಂದ ಇರತೊಡಗಿದೆ. ಮುಂದಿನ ವರ್ಷ ಕೆಲವು ಸಹೋದ್ಯೋಗಿಗಳಿಂದ ಮತ್ತದೇ ಅಭಿಪ್ರಾಯ ಹೊರಹೊಮ್ಮಿತ್ತು. ಈ ಸಾರಿ ಅತಿಯಾದ ಕ್ಷೋಭೆಗೊಳಗಾದ ನಾನು ಡಾ.ಮಿತ್ತಾರವರ ಬಳಿ ಹತಾಶೆಯನ್ನು ತೋಡಿಕೊಂಡೆ. ಮತ್ತದೇ ತಾಳ್ಮೆಯಿಂದ ಆಲಿಸಿದ ಅವರು, 'ಗ್ರಹಿಕೆಗಳು ರೂಪುಗೊಳ್ಳಲು ಸಮಯ ಬೇಕಾದರೆ, ಅವುಗಳನ್ನು ಬದಲಿಸಲು ಅದಕ್ಕಿಂತ ಹೆಚ್ಚಿನ ಸಮಯ ಹಿಡಿಯುತ್ತದೆ' ಎಂದರು. ಆ ಹೇಳಿಕೆಯಿಂದ ನನ್ನ ಸೊಲ್ಲಡಗಿ ಹೋಗಿತ್ತು. ಆ ಮಾತಿನಲ್ಲಿದ್ದ ಸತ್ಯತೆಯನ್ನು ಅರ್ಥ ಮಾಡಿಕೊಂಡು, ಸರಿಯಾದ ಸಂಗತಿಗಳನ್ನು ಯುಕ್ತ ರೀತಿಯಲ್ಲಿ ಮಾಡುವತ್ತ ಗಮನ ಹರಿಸಿದೆ. ನಮ್ಮ ಕೆಲಸದಲ್ಲಿ ಇನ್ನೊಬ್ಬರ ಅಭಿಪ್ರಾಯಗಳಿಗೆ ಬೆಲೆ ಕೊಡಬೇಕು, ನಮ್ಮನ್ನು ತಿದ್ದಿಕೊಳ್ಳಬೇಕು, ಆದರೆ ಇತರರ ಅಭಿಪ್ರಾಯಗಳನ್ನು ರಾತ್ರೋರಾತ್ರಿ ಬದಲಿಸುವೆವೆಂಬ ನಿರೀಕ್ಷೆ

ಇರಬಾರದು. ನಮ್ಮ ಚೈತನ್ಯದ ಸೆಲೆಯನ್ನದು ಬತ್ತಿಸಬಾರದು. ಅನೇಕ ಬಾರಿ ಇತರರ ಋಣಾತ್ಮಕ ಅಭಿಪ್ರಾಯಗಳು ಕಾರಣವಿಲ್ಲದೆ ಇರುವುದಿಲ್ಲ, ಅದನ್ನೊಪ್ಪಿಕೊಳ್ಳುವ ಘನತೆ ನಮ್ಮಲ್ಲಿರಬೇಕು.

ಡಾ.ಮಿತ್ತಾರವರ ಸತ್ವಯುತ ಮಾರ್ಗದರ್ಶನದಲ್ಲಿ ನಾನು ಬಹಳಷ್ಟು ಪ್ರಗತಿಯನ್ನು ಸಾಧಿಸಿದೆ; ಐದು ವರ್ಷಗಳಲ್ಲಿ ಆರ್&ಡಿಯಲ್ಲಿ ಭಾರೀ ವಿಸ್ಮಯಕಾರಿ ಬದಲಾವಣೆಯಾಗಿತ್ತು. ಅದುವರೆಗೂ ಬರೀ ಖರ್ಚಿನ ವಿಭಾಗವೆನಿಸಿದ್ದ ಅದು ಘನವಾದ ಲಾಭ ತರುವ 'ಲ್ಯಾಬ್-ಆನ್-ಹೈರ್' ಆಗಿ ಪರಿವರ್ತಿತವಾಗಿತ್ತು. ಅದಕ್ಕೆ ಕಾರಣ, ಮುಖ್ಯವಾಗಿ ಅಲ್ಲಿಯ ಜನರಲ್ಲಿದ್ದ ಅಂತಃಸತ್ವ ಮತ್ತು ಡಾ.ಮಿತ್ತಾರ ನಾಯಕತ್ವ.

ಅಧ್ಯಾಯ 15

ನಾಯಕರೆಂದರೆ ಇಂಥವರು

ಅಮೆರಿಕದಲ್ಲಿ ಕೆಲಸ ಮಾಡಿ 1993 ರಲ್ಲಿ ಹಿಂದಿರುಗಿದಾಗ ಭಾರತ ಬದಲಾಗಿದೆ ಯೆಂಬುದು ಅರಿವಿಗೆ ಬಂದಿತು. ಹೊರಜಗತ್ತಿಗೆ ಕದವನ್ನು ತೆರೆಯತೊಡಗಿದ್ದ ಭಾರತೀಯ ಮಾರುಕಟ್ಟೆಯಲ್ಲಿ ದಿನಕ್ಕೊಂದು ಬಹುರಾಷ್ಟ್ರೀಯ ಕಂಪನಿ ತನ್ನ ಕಚೇರಿಯನ್ನು ಪ್ರಾರಂಭಿಸುತ್ತಿತ್ತು, ಅಚ್ಚರಿಯಾಗುವಷ್ಟು ಕೆಲಸಗಳು ಲಭ್ಯವಿದ್ದವು. ವಿಮಾನ ಇಂಜಿನ್ ಕಂಪನಿಯೊಂದು ನನಗೆ ವಿಪ್ರೋದಲ್ಲಿದ್ದ ಸಂಬಳದ ಒಂಭತ್ತು ಪಟ್ಟು ಸಂಬಳ ಕೊಡುವೆನೆಂದಾಗ ನಾನು ಗಾಳಿಯಲ್ಲಿ ತೇಲಿಹೋಗಿದ್ದೆ. ಹಲವು ತರುಣರು ತಮ್ಮ ಜೀವನದ ಒಂದು ಹಂತದಲ್ಲಿ ವಿಧಿಸಿಕೊಳ್ಳುವ ಮೂರ್ಖ ಗುರಿಯಂತೆ, ನಾನೂ ನಲವತ್ತಕ್ಕೆ ನಿವೃತ್ತನಾಗಬಹುದೆಂದುಕೊಂಡೆ. ವಿಪ್ರೋ ಬಿಡುವ ನನ್ನ ನಿರ್ಧಾರವನ್ನು ಡಾ.ಮಿತ್ತಾರಿಗೆ ತಿಳಿಸಿದಾಗ ವಿಷಾದ ವ್ಯಕ್ತಪಡಿಸಿ ಬಹಳ ಹೊತ್ತು ಮಾತನಾಡಿದ ಅವರು, ಮರುದಿನ ಅಶೋಕ್ ಸೂಟಾರನ್ನು ಕಾಣುವಂತೆ ಸೂಚಿಸಿದರು.

ಮಾರನೆಯ ಬೆಳಿಗ್ಗೆ ಅಶೋಕ್‌ರ ಡ್ರಾಯಿಂಗ್ ರೂಮಿನಲ್ಲಿ ಕುಳಿತು ಅವರು ಕೇಳಬಹುದಾದ ಪ್ರಶ್ನೆಗಳಿಗೆಲ್ಲ ಸಿದ್ಧಪಡಿಸಿಕೊಂಡಿದ್ದ ಉತ್ತರಗಳನ್ನು ಮತ್ತೊಮ್ಮೆ ಮೆಲುಕು ಹಾಕಿದೆ. ಇಲ್ಲಿಯೇ ಉಳಿಯಲು ಮೃದುಮಾತಿನಲ್ಲಿ ನನ್ನ ಮನವೊಲಿಸುತ್ತಾರೆಂದು ಕಲ್ಪಿಸಿಕೊಂಡೆ; ಎಷ್ಟಾದರೂ ನಾನವರ ಪ್ರತಿಭಾನ್ವಿತ ಉದ್ಯೋಗಿಯಲ್ಲವೇ? ಅಶೋಕ್ ಒಳಗೆ ಬಂದು, ಕೈ ಕುಲುಕಿ ಮಾತಿಗೆ ಕುಳಿತವರೇ, ನಿರ್ವಿಕಾರ ಧ್ವನಿಯಲ್ಲಿ, 'ನೀನೊಂದು ಮೂರ್ಖ ಉದ್ಯೋಗಕ್ಕಾಗಿ ಮರುಳಾಗುತ್ತಿದ್ದೀಯ' ಎಂದರು. ನಾನು ಪೆಚ್ಚಾದೆ. ಅವರಿಗಿಂತ ಹೆಚ್ಚಿನ ಸಂಬಳ ನೀಡುವ ಕೆಲಸದ ಆಹ್ವಾನ ಪಡೆದು ನಾನು ನಿಂತಿರುವಾಗ ಅವರು ಅದನ್ನು ಮೂರ್ಖ ಕೆಲಸ ಎನ್ನುತ್ತಿದ್ದರು! ಮೂರ್ಖ ಕೆಲಸವನ್ನು ಒಪ್ಪಿಕೊಳ್ಳುವಂತಹ ಮೂರ್ಖ ನಾನೆಂಬ ಇಂಗಿತವಿತ್ತೇ ಅವರ ಮಾತಿನಲ್ಲಿ? ಅವರು ಹೇಳುವುದೆಲ್ಲ ಮುಗಿದಾಗ, ಆ ಮಾತಿನಲ್ಲಿ ಕೊಂಚ ಸತ್ಯಾಂಶವಿರಬಹುದೆನಿಸಿತು. ನಿಜವಾಗಿಯೂ ನನಗೆ ಒಗ್ಗದ ಕೆಲಸದಲ್ಲಿ ತೊಡಗುವ ಪ್ರಯತ್ನದಲ್ಲಿ ನಾನಿದ್ದೆ. ಸಾಫ್ಟ್‌ವೇರ್ ಸೇವೆಗಳನ್ನು ಮಾರುವ ಐಟಿ ಉದ್ಯಮದಲ್ಲಿದ್ದ ನನಗೆ, ವಿಮಾನ ಇಂಜಿನ್‌ಗಳ ಜಗತ್ತು ತೀರಾ ಅಪರಿಚಿತವಾಗಿತ್ತು. ಮತ್ತಷ್ಟು ಆಲೋಚಿಸಿ, ಕೊನೆಗೆ ವಿಪ್ರೋದಲ್ಲಿಯೇ ಉಳಿಯಲು ನಿರ್ಧರಿಸಿದೆ. ನಾನು ನೋಡಿದ ಅರ್ಧದಷ್ಟು ಮೇಲಧಿಕಾರಿಗಳು ಸಮಸ್ಯೆಯ ಮೂಲಕ್ಕಿಳಿಯದೆ ಸುತ್ತಿ ಬಳಸಿ ಮಾತನಾಡುತ್ತಾ, ಅನವಶ್ಯಕವಾದ ಒಪ್ಪಂದಗಳಿಗೆ ಪ್ರಯತ್ನಿಸುತ್ತಾ, ತಾವೇನು ಹೇಳಬೇಕೋ ಅದನ್ನು

ಹೇಳದೆ ಕಾಲ ಕಳೆಯುತ್ತಾರೆ. ಅಶೋಕ್ ಅಂಥವರಲ್ಲ - ನನ್ನ ಬಗ್ಗೆ ತಣ್ಣನೆಯ ಕಟುಸತ್ಯವನ್ನು ನೇರವಾಗಿ ಹೇಳಿದ್ದರು.

ಹಲವು ದೃಷ್ಟಿಕೋನಗಳಿಂದಲೂ ಅಶೋಕ್ ಸೂಟಾ ಒಬ್ಬ ಗಮನ ಸೆಳೆಯುವ ನಾಯಕ. ರೂರ್ಕಿಯಲ್ಲಿ ಇಂಜಿನಿಯರಿಂಗ್ ಮುಗಿಸಿ 1960 ರಲ್ಲಿ ಬರ್ಮಾ ಶೆಲ್ ಕಂಪನಿಯಲ್ಲಿ ಕೆಲಸ ಪ್ರಾರಂಭಿಸಿ, ಬಹುಬೇಗನೆ ಸೀನಿಯರ್ ಮ್ಯಾನೇಜ್‌ಮೆಂಟ್ ಟ್ರೇನಿಯಾಗಿ ಡಿಸಿಎಮ್ ಸೇರಿದರು. ಉಷಾ ಫ್ಯಾನ್ಸ್‌ನ ಮುಖ್ಯಸ್ಥರಾಗಿದ್ದು, ಮುಂದೆ ಶ್ರೀರಾಮ್ ರೆಫ್ರಿಜರೇಟರ್‌ನ ಚುಕ್ಕಾಣಿ ಹಿಡಿದರು. ಮನಿಲಾದ ಏಶಿಯನ್ ಇನ್‌ಸ್ಟಿಟ್ಯೂಟ್ ಆಫ್ ಮ್ಯಾನೇಜ್‌ಮೆಂಟ್‌ನಲ್ಲಿ ಎಮ್.ಬಿ.ಎ., ಮಾಡಿದ ನಂತರ ವಿಪ್ರೋದ ಐಟಿ ವ್ಯವಹಾರದ ಅಧ್ಯಕ್ಷರಾಗಿ ನೇಮಕಗೊಂಡರು. ವಿಪ್ರೋದ ಅಧಿಕಾರ ವಹಿಸಿಕೊಂಡಾಗ ಅಲ್ಲಿನ ವಹಿವಾಟು ಎರಡು ಮಿಲಿಯನ್ ಡಾಲರ್‌ಗಳಷ್ಟಿದ್ದದ್ದು, ಮುಂದೆ ಮೈಂಡ್‌ಟ್ರೀ ಸಹಸ್ಥಾಪಕರಾಗಲು ಅಶೋಕ್ ವಿಪ್ರೋದಿಂದ ಹೊರಬಂದಾಗ ಐದು ನೂರು ಮಿಲಿಯನ್ ಡಾಲರ್‌ಗಳಷ್ಟಾಗಿತ್ತು.

ತಮ್ಮೊಡನೆ ಕೆಲಸ ಮಾಡುವ ತಂಡವನ್ನು ತಾವೇ ಆಯ್ಕೆ ಮಾಡುವ ಅವಕಾಶ ಅಶೋಕ್‌ಗೆ ಎಂದೂ ಸಿಕ್ಕಿರಲಿಲ್ಲ. ಶ್ರೀರಾಮ್ ಕಂಪನಿಯಲ್ಲಿ ಆಗಲೇ ಅಸ್ತಿತ್ವದಲ್ಲಿದ್ದ ವ್ಯವಹಾರ ಮತ್ತು ತಂಡದ ರಚನೆಗೆ ಉತ್ತರಾಧಿಕಾರಿಯಾದರು. ವಿಪ್ರೋಗೆ ಬಂದಾಗಲೂ ಮೇಲ್ಮಟ್ಟದ ತಂಡವೊಂದು ಆಗಲೇ ರಚಿತವಾಗಿತ್ತು. ಮೈಂಡ್‌ಟ್ರೀ ಸ್ಥಾಪಿಸಿದ ಹತ್ತು ಜನರಲ್ಲಿ ಅವರು ಒಂಭತ್ತನೆಯವರು. ಅವರು ನಮ್ಮನ್ನು ಸೇರಿಕೊಳ್ಳುವಷ್ಟರಲ್ಲಿ ನಾವಾಗಲೇ ಅನೇಕ ಮುಖ್ಯ ಅಂಶಗಳ ವಿಷಯದಲ್ಲಿ ಮುಂದುವರೆದಿದ್ದವು. ಆಗಲೇ ಇದ್ದ ಎಂಟು ಜನ ಸಹಸ್ಥಾಪಕರಲ್ಲಿ ನಾಲ್ವರ ಪರಿಚಯವೂ ಅಶೋಕ್‌ಗಿರಲಿಲ್ಲ.

ಇದೆಲ್ಲವನ್ನು ಮೀರಿಯೂ ಅಶೋಕ್ ಯಾವತ್ತೂ ಉತ್ಕೃಷ್ಟ ಫಲಿತಾಂಶಗಳನ್ನೇ ದೊರಕಿಸಿಕೊಟ್ಟರು. ಅದಕ್ಕೆ ಕಾರಣ, ತಂಡಗಳಲ್ಲಿ 'ಎ' ತಂಡ ಅಥವಾ 'ಬಿ' ತಂಡ ಎಂದಿಲ್ಲ, ವ್ಯತ್ಯಾಸವೇನಿದ್ದರೂ ತಂಡದ ನಾಯಕರುಗಳಲ್ಲಿ, ಅವರಿಂದಾಗಿಯೇ ತಂಡಗಳ ಗುಣಮಟ್ಟ ಬೇರೆಯಾಗಿರುತ್ತದೆ- ಎಂಬ ಅವರ ಗಟ್ಟಿಯಾದ ನಂಬಿಕೆ. ಅದರಿಂದಾಗಿ, ಪ್ರತಿ ಸಂಸ್ಥೆಯಲ್ಲೂ ಸಾಧಾರಣವಾದ ತಂಡವನ್ನಿಟ್ಟುಕೊಂಡು, ಅಸಾಧಾರಣವಾದ ಫಲಿತಾಂಶಗಳನ್ನು ಅವರು ನೀಡಿದ್ದಾರೆ.

ಅಶೋಕ್ ವೈವಿಧ್ಯತೆಯ ಹರಿಕಾರ. ಅವರೊಂದಿಗೆ ಕೆಲಸ ಮಾಡಿ ನಾನು ಜನರನ್ನು ಗೌರವಿಸುವುದನ್ನು ಮತ್ತು ಜನರೇನು ಮಾಡಿದ್ದಾರೆ ಎಂಬುದಲ್ಲದೆ, ಅವರೇನು ಮಾಡಬಲ್ಲರು ಎಂಬ ಅಂಶಕ್ಕೆ ಬೆಲೆ ಕೊಡುವುದನ್ನು ಕಲಿತೆ.

ಅಶೋಕ್‌ಗೆ ಒಣ ಪ್ರತಿಷ್ಠೆಗಳಿಲ್ಲ - ತಮ್ಮ ಬ್ಯಾಗನ್ನು ತಾವೇ ಕೊಂಡೊಯ್ಯುತ್ತಾರೆ, ವಿದೇಶದಲ್ಲಿದ್ದಾಗ ದಿನಕ್ಕೆ ಐವತ್ತು ಡಾಲರ್‌ಗಳ ಹೋಟೆಲಿನಲ್ಲಿ ಉಳಿದುಕೊಳ್ಳುತ್ತಾರೆ, ಎಲ್ಲರೂ ತಮ್ಮನ್ನು ಮೊದಲ ಹೆಸರಿನಿಂದಲೇ ಕರೆಯಬೇಕೆಂದು ಒತ್ತಾಯಿಸುತ್ತಾರೆ,

ಯಾವುದೇ ಮಿಂಚಂಚೆಗೂ ಇಪ್ಪತ್ನಾಲ್ಕು ಗಂಟೆಗಳೊಳಗಾಗಿ ಉತ್ತರಿಸುತ್ತಾರೆ ಮತ್ತು ಆ ಮಿಂಚಂಚೆ ಅತ್ಯಂತ ಕಿರಿಯ ಉದ್ಯೋಗಿಯದಿರಲಿ ಅಥವಾ ಫಾರ್ಚ್ಯೂನ್-500 ಗ್ರಾಹಕನದಿರಲಿ, ಎರಡಕ್ಕೂ ಒಂದೇ ಮಟ್ಟದ ಗಮನ ಹರಿಸುತ್ತಾರೆ.

ನಾಯಕತ್ವವೆಂಬುದು ವೈಯಕ್ತಿಕ ನಡತೆಗೆ ಸಂಬಂಧಿಸಿದ್ದು. ಯಾವುದೇ ನಾಯಕ ತನ್ನ ವೈಯಕ್ತಿಕವಾದ ಅಥವಾ ವೃತ್ತಿಜೀವನದ ವ್ಯವಹಾರಗಳಲ್ಲಿ ಅತ್ಯಂತ ನ್ಯಾಯಯುತವಾಗಿ ವರ್ತಿಸಬೇಕಾಗುತ್ತದೆ. ಅಶೋಕ್‌ರಂತಹವರು ತಮ್ಮ ಬೆಂಬಲಿಗರನ್ನು ಬೆಳೆಸಬೇಕಿಲ್ಲ; ಅವರಲ್ಲಿರುವ ಗುಣ-ಸ್ವಭಾವಗಳಿಗಾಗಿ ಜನರೇ ಅವರೊಡನಿರುತ್ತಾರೆ. ಅಶೋಕ್‌ರೊಡನೆ ಸಂಧಾನಕ್ಕೆಂದು ಕುಳಿತ ಯಾರೇ ಆಗಲಿ ತನ್ನೊಡನೆ ಅನ್ಯಾಯವಾಯಿತೆಂದು ಇದುವರೆಗೂ ಎದ್ದು ಹೋದದ್ದಿಲ್ಲ.

ಕೆಲವೊಮ್ಮೆ ಬಿಕ್ಕಟ್ಟಿನ ಪರಿಸ್ಥಿತಿ ತಲೆದೋರಿದಾಗ, ಮ್ಯಾನೇಜರುಗಳು ಪ್ರಳಯವೇ ಸಮೀಪಿಸಿತು ಎನ್ನುವಂತೆ ವರ್ತಿಸುತ್ತಾರೆ. ನಾಯಕನಾದವನು ತಮ್ಮ ಸಲಹೆಯ ಮೇರೆಗೇ ನಿರ್ಧಾರಗಳನ್ನು ತೆಗೆದುಕೊಳ್ಳುವಂತೆ ಒತ್ತಡ ಹೇರುತ್ತಾರೆ. 'ನಾವು ಈ ಜಾಹೀರಾತನ್ನು **ಇಂದೇ** ಬಿಡುಗಡೆ ಮಾಡದಿದ್ದರೆ ಪ್ರತಿಸ್ಪರ್ಧಿಯಿಂದ ಸೋಲಾಗುತ್ತದೆ', 'ಸಂಬಳಗಳನ್ನು **ಈಗಲೇ** ಹೆಚ್ಚಿಸದಿದ್ದರೆ ಯಾರೂ ನಮ್ಮಲ್ಲಿ ಸೇರಿಕೊಳ್ಳುವುದಿಲ್ಲ', 'ಆತನ ಕರಾರುಗಳಿಗೆ ನಾವು ಒಪ್ಪದಿದ್ದರೆ ನಮ್ಮನ್ನು **ಖಂಡಿತವಾಗಿಯೂ** ಕೋರ್ಟಿಗೆ ಎಳೆಯುತ್ತಾನೆ': ನಾಯಕರೂ ಇಂಥಾ ಹೇಳಿಕೆಗಳಿಂದ ಅವಸರದ ನಿರ್ಧಾರಕ್ಕೆ ಬರುತ್ತಾರೆ.

ನಾಯಕನಾದವನು ಇಂಥಾ ಒತ್ತಡಗಳಲ್ಲಿ ನಿರ್ಧಾರ ಕೈಗೊಳ್ಳಬಾರದೆಂದು ಅಶೋಕ್ ನನಗೆ ಕಲಿಸಿದರು. ಸದ್ಯದ ಉದ್ವಿಗ್ನ ಕ್ಷಣದಿಂದ ದೂರ ನಿಂತು, ಎಲ್ಲವನ್ನೂ ಪರಿಗಣಿಸಿ ನಿಶ್ಚಯಿಸಲು ಇನ್ನಷ್ಟು ಸಮಯ ತೆಗೆದುಕೊಳ್ಳಬೇಕು. ಯಾವುದೇ ನಿರ್ಧಾರದಲ್ಲೂ ಹಾನಿಯಾಗುವ ಸಾಧ್ಯತೆ ಇದ್ದೇ ಇರುತ್ತದೆ, ಆದರೆ ಎಲ್ಲ ವಿಷಯಗಳ ಬಗ್ಗೆ ಆಲೋಚಿಸಿ ನಿರ್ಧಾರಕ್ಕೆ ಬಂದಲ್ಲಿ ಪಶ್ಚಾತ್ತಾಪ ಪಡುವುದು ಕಡಿಮೆಯಾದೀತು.

ನಿರ್ಧಾರ ತೆಗೆದುಕೊಳ್ಳುವಲ್ಲಿ ಅಂಕಿ-ಅಂಶಗಳ ಪ್ರಾಮುಖ್ಯತೆಯನ್ನು ಎಷ್ಟು ಹೇಳಿದರೂ ಕಡಿಮೆಯೇ. ಅಶೋಕ್‌ರಲ್ಲಿ ತರ್ಕಶಕ್ತಿ ಮತ್ತು ಒಳಅರಿವು ಎರಡೂ ಹದವಾಗಿ ಬೆರೆತಿವೆ. ಅವಕಾಶಗಳನ್ನು ಹುಡುಕುವಲ್ಲಿ, ಸ್ನೇಹಸಂಬಂಧಗಳನ್ನು ಬೆಳೆಸುವಲ್ಲಿ ಮತ್ತು ಎದುರಾಳಿಯ ನಡೆಗಳನ್ನು ಅಳೆಯುವಲ್ಲಿ ಅವರು ಒಳ ಅರಿವಿನ ಶಕ್ತಿಯನ್ನು ಬಳಸುತ್ತಾರೆ. ಆದರೆ, ನಿರ್ಣಾಯಕ ಸಮಯದಲ್ಲಿ ತಕ್ಕ ಮಾಹಿತಿಯ ಸಮರ್ಥನೆಯಿಲ್ಲದ ಒಳ ಅರಿವನ್ನು ನಂಬುವುದಿಲ್ಲ; ಹಾಗೆಯೇ, ಅಂಕಿ-ಅಂಶಗಳ ಪ್ರವಾಹದಲ್ಲಿ ಅವರನ್ನು ಮುಳುಗಿಸಲೆತ್ನಿಸಿದರೆ ತಮ್ಮ ಒಳ ಅರಿವಿನಿಂದ ಅದನ್ನು ಪ್ರಶ್ನಿಸುತ್ತಾರೆ.

ನಾನು ಅವರಿಂದ ಕಲಿತ ಅತಿ ದೊಡ್ಡ ಪಾಠವೆಂದರೆ, ಎಲ್ಲ ಯುದ್ಧಗಳನ್ನೂ ತತ್ವದ ಆಧಾರದ ಮೇಲೆಯೇ ಮಾಡಬೇಕೆಂಬುದು. ತತ್ವಾಧಾರಿತ ಯುದ್ಧಗಳಲ್ಲಿ ಎದುರಾಳಿಯ ಶಕ್ತಿ ಮುಖ್ಯವಲ್ಲ, ತತ್ವದ ಬಲ ಮುಖ್ಯ. ಹಲವು ಬಾರಿ ತಮಗೆ

ಮರ್ಮದೇಟು ಕೊಡಬಲ್ಲ ಪ್ರತಿಸ್ಪರ್ಧಿಗಳೊಂದಿಗೆ ಅವರು ಸೆಣಸಿದ್ದನ್ನು ನೋಡಿದ್ದೇನೆ. ಪ್ರತಿಯೊಂದು ನಿದರ್ಶನದಲ್ಲೂ ಅಶೋಕ್ ತತ್ವದ ಬಲದಿಂದಲೇ ಹೋರಾಟವನ್ನು ಮುಂದುವರಿಸಿದರು ಮತ್ತು ಹೆಚ್ಚಿನ ಸಂದರ್ಭಗಳಲ್ಲಿ ಜಯ ಅವರದಾಗಿದೆ.

ಅಧ್ಯಾಯ 16

ಉದ್ಯಮಿಯ ಮುಂದಾಳತ್ವ

ವಿಪ್ರೋದಲ್ಲಿನ ನನ್ನ ವೃತ್ತಿಜೀವನದ ಅಂತಿಮ ಘಟ್ಟದಲ್ಲಿ, ನೇರವಾಗಿ ಅಜೀಮ್ ಪ್ರೇಮ್‌ಜಿಯವರೊಂದಿಗೆ ಕೆಲಸ ಮಾಡುವ ಅವಕಾಶವೊದಗಿತು. ಡಾ.ಮಿತ್ತಾ ಒಬ್ಬ ಒಳ್ಳೆಯ ನಾಯಕನಾಗುವ ಮೊದಲು, ಉತ್ತಮ ಮಾನವನಾಗುವುದನ್ನು ನನಗೆ ಕಲಿಸಿದ್ದರು. ಅಶೋಕ್ ಸೂಟಾರಿಂದ ಒಳ್ಳೆಯ ನಾಯಕನಾಗಲು ಬೇಕಾದುದೇನೆಂದು ಕಲಿತೆ. ಉದ್ಯಮಿಯ ದೃಷ್ಟಿಯಿಂದ ನಾಯಕತ್ವವೆಂದರೇನೆಂದು ಅಜೀಮ್ ಪ್ರೇಮ್‌ಜಿ ಯವರನ್ನು ಸನಿಹದಿಂದ ಗಮನಿಸುತ್ತಾ ಕಲಿತೆ.

ಜಿಇ ಕಂಪನಿ ಮತ್ತು ಅದರ ಸಿಇಓ ಆಗಿದ್ದ ಜ್ಯಾಕ್ ವೆಲ್ಷ್ ಬಗ್ಗೆ ಅಜೀಮ್ ಪ್ರೇಮ್‌ಜಿಗೆ ಅತ್ಯಂತ ಮೆಚ್ಚುಗೆಯಿತ್ತು. ಜಿಇ ಮತ್ತು ವಿಪ್ರೋ ಕಂಪನಿಗಳ ಗಾತ್ರ, ಪ್ರಮಾಣದಲ್ಲಿ ಬಹಳಷ್ಟು ವ್ಯತ್ಯಾಸವಿದ್ದರೂ, ಎರಡಕ್ಕೂ ಮಹತ್ತರವಾದ ಹೋಲಿಕೆಗಳೂ ಇವೆಯೆಂದು ಅವರು ಭಾವಿಸಿದ್ದರು. ಎರಡರಲ್ಲೂ ವೈವಿಧ್ಯಮಯ ವ್ಯವಹಾರಗಳಿದ್ದವು, ಮೂಲಭೂತ ಸಂಗತಿಗಳು ಮತ್ತು ಕ್ಲಿಷ್ಟ ತಂತ್ರಜ್ಞಾನ, ಎರಡನ್ನೂ ಅಷ್ಟೇ ಸುಲಭವಾಗಿ ನಿರ್ವಹಿಸಬಲ್ಲ ಪರಿಣತಿಯಿತ್ತು. ಕಂಪನಿಯ ಮೌಲ್ಯಗಳು, ವ್ಯವಸ್ಥೆ ಮತ್ತು ಕಾರ್ಯವಿಧಾನಗಳು ಹಾಗೂ ಸಮರ್ಥ ನಾಯಕತ್ವವನ್ನು ಬೆಳೆಸುವುದು... ಇವುಗಳೆಡೆಗೆ ಎರಡೂ ಕಂಪನಿಗಳಿಗೂ ಸಮಾನವಾದ ಗೌರವವಿತ್ತು. ಅಜೀಮ್ ಪ್ರೇಮ್‌ಜಿಗೆ ಜ್ಯಾಕ್ ವೆಲ್ಷ್‌ನ ಪರಿಚಯವಾಗುವ ಮೊದಲು, ಲ್ಯಾರಿ ಬಾಸ್ಸಿಡಿಯ ಗುರುತಾಗಿತ್ತು. ಆತ ಮೊದಲು ಜಿಇಯಲ್ಲಿ ಎಕ್ಸಿಕ್ಯುಟಿವ್ ಆಗಿದ್ದು, ನಂತರ ಅಲೈಡ್ ಸಿಗ್ನಲ್ ಕಂಪನಿಯ ಚೇರ್‌ಮನ್ ಆಗಿದ್ದ. ಸಿಕ್ಸ್ ಸಿಗ್ಮಾದ ಭಾರಿ ಅಭಿಮಾನಿಯಾಗಿದ್ದ ಲ್ಯಾರಿ, ಅದರ ಪರಿಕಲ್ಪನೆಯನ್ನು ಜ್ಯಾಕ್ ವೆಲ್ಷ್‌ಗೆ ಪರಿಚಯಿಸಿದ್ದ. ಜಿಇ ಸುತ್ತಲಿನ ಆಗು-ಹೋಗುಗಳ ಮೇಲೆ ಪ್ರಭಾವ ಬೀರಬಲ್ಲ ಮತ್ತು ಭವಿಷ್ಯವನ್ನು ನಿರ್ಣಯಿಸಬಲ್ಲ ಕಂಪನಿಯೆಂದು ಪ್ರೇಮ್‌ಜಿ ಭಾವಿಸಿದ್ದರು. ಪ್ರಗತಿಪರ ಹಾಗೂ ಮುಕ್ತ ಅರ್ಥವ್ಯವಸ್ಥೆಯಲ್ಲಿ ಭಾರತೀಯ ಕಂಪನಿಗಳು ಎದುರಿಸಲಿರುವ ಸವಾಲುಗಳ ಬಗ್ಗೆಯೂ ಅವರಿಗೆ ತೀಕ್ಷ್ಣವಾದ ಅರಿವಿತ್ತು. ಉತ್ಪನ್ನಗಳ ಗುಣಮಟ್ಟ ಮಾತ್ರವಲ್ಲ, ಉತ್ಪನ್ನಗಳ ತಯಾರಿಕೆಗೆ ಬಳಸುವ ಕ್ರಮ, ಕಾರ್ಯವಿಧಾನಗಳ ಗುಣಮಟ್ಟವೂ ಹೆಚ್ಚಬೇಕಿತ್ತು. ಮ್ಯಾನೇಜ್‌ಮೆಂಟ್ ಶೈಲಿಯಲ್ಲೂ ಮಹತ್ತರ ಬದಲಾವಣೆಗಳಾಗಬೇಕಿದ್ದವು. 'ಗುಣಮಟ್ಟ'ವು ಮಹತ್ತರ ಪರಿವರ್ತನೆಯ ಸಾಧನ ಮತ್ತು ತಮ್ಮ ಐದು ವಿಭಿನ್ನ ರೀತಿಯ ವ್ಯವಹಾರಗಳನ್ನು ಒಂದುಗೂಡಿಸಬಲ್ಲ ಸಮಾನ ಭಾಷೆಯೆಂದು ವೆಲ್ಷ್‌ನಂತೆ ಅವರೂ ನಂಬಿದ್ದರು.

1996 ರ ಏಪ್ರಿಲ್‌ನಲ್ಲಿ ನಾನು ಅಝೀಮ್ ಪ್ರೇಮ್‌ಜಿಯವರ ಕಚೇರಿಯಲ್ಲಿ ಕಾರ್ಪೊರೇಟ್ ವೈಸ್ ಪ್ರೆಸಿಡೆಂಟ್, ಮಿಷನ್: ಕ್ವಾಲಿಟಿ ಎಂದು ನೇಮಿಸಲ್ಪಟ್ಟೆ. ಈಗ ಅಝೀಮ್ ಪ್ರೇಮ್‌ಜಿಯವರೊಂದಿಗೆ ನಿಕಟವಾಗಿ ವ್ಯವಹರಿಸಬೇಕಿತ್ತು. ಅವರೆಡೆಗಿದ್ದ ಬೆರಗನ್ನು ಕಳೆದುಕೊಂಡು, ಸಾಮಾನ್ಯ ಸ್ಥಿತಿ ತಲುಪಲು ನನಗೆ ಸ್ವಲ್ಪ ಸಮಯ ಹಿಡಿಯಿತು. ಬಹಳ ಹಿರಿಯ ನಾಯಕರ ಬಳಿ ಕೆಲಸ ಮಾಡುವ ಮ್ಯಾನೇಜರ್‌ಗಳು, ತಮ್ಮ ಮೇಲಧಿಕಾರಿಯನ್ನು ಬೆರಗಿನಿಂದಲೇ ನೋಡುತ್ತಿದ್ದರೆ ಪರಿಣಾಮಕಾರಿಯಾಗಿ ಕೆಲಸ ಮಾಡಲಾರರು ಎಂಬುದು ನನಗೆ ಇಂದು ಅರ್ಥವಾಗಿದೆ. ಆದರೆ ಪ್ರೇಮ್‌ಜಿಯವರನ್ನು ನನ್ನ ಸಮಾನರೆಂದು ನೋಡಲು ಕೆಲ ಸಮಯದವರೆಗೂ ನನಗೆ ಸಾಧ್ಯವಾಗಲಿಲ್ಲ.

ನನಗೆ ಕ್ವಾಲಿಟಿ ಕ್ಷೇತ್ರದಲ್ಲಿ ಅನುಭವವಿಲ್ಲದಿದ್ದರೂ ಆ ಕ್ಷೇತ್ರದ ಪರಿಣತರನ್ನು ಬಿಟ್ಟು ನನ್ನನ್ನೇ ಏಕೆ ಈ ಕೆಲಸಕ್ಕೆ ಆರಿಸಿದರೆಂದು ತಿಳಿಯುವ ಕುತೂಹಲವಿತ್ತು. ಪ್ರೇಮ್‌ಜಿಯವರನ್ನು ಈ ಬಗ್ಗೆ ಪ್ರಶ್ನಿಸಿದಾಗ, ತಮಗೆ 'ಚಾರಿತ್ರಿಕ ಪ್ರಜ್ಞೆ' ಉಳ್ಳವರು ಬೇಕಾಗಿದ್ದರಿಂದಾಗಿ ನನ್ನನ್ನು ಆರಿಸಿದರೆಂಬ ಉತ್ತರ ಸಿಕ್ಕಿತ್ತು. ಅದರರ್ಥ ಏನೆಂದು ನನಗಾಗ ಪೂರ್ತಿಯಾಗಿ ತಿಳಿಯಲಿಲ್ಲ.

ಚಾರಿತ್ರಿಕ ಪ್ರಜ್ಞೆ – ಎಂತಹ ಸುಂದರ, ಶಕ್ತಿಯುತ ಮತ್ತು ಔನ್ನತ್ಯಕ್ಕೇರಿಸುವ ಕಲ್ಪನೆ! ಮೊದಲ ಹಂತದ ಮ್ಯಾನೇಜರ್‌ಗಳಾಗಿ ನಮ್ಮಲ್ಲನೇಕರು ಇತರರನ್ನು ಮೀರಿಸುವ ಉತ್ಕೃಷ್ಟ ಕೆಲಸ ಮಾಡುತ್ತೇವೆ. ಅದರ ನಂತರ ವಹಿಸಲ್ಪಡುವ ಕೆಲಸಗಳಿಗೆ ಬರೀ ವಿಷಯದ ಪರಿಣತಿಯಿದ್ದರೆ ಸಾಲದು; ಯಾವುದೇ ಅಧಿಕಾರವಿಲ್ಲದೆಯೂ ಫಲಿತಾಂಶಗಳನ್ನು ಹೊರತರಬಲ್ಲ ಸಾಮರ್ಥ್ಯ ಬೇಕಾಗುತ್ತದೆ. ಜನರ ಕಾರ್ಯವಿಧಾನವನ್ನೇ ಬದಲಿಸ ಬೇಕಾದಂತಹ ಕೆಲಸಗಳಿವು. ಇದನ್ನು ಸಾಧಿಸಲು 'ಚಾರಿತ್ರಿಕ ಪ್ರಜ್ಞೆ'ಯುಳ್ಳವರು ಬೇಕು. ಇಂಥಾ ವ್ಯಕ್ತಿ ಮಾತ್ರ ಈಗಿನ ಸಮಸ್ಯೆಗಳು, ಸವಾಲುಗಳನ್ನು ಅರ್ಥ ಮಾಡಿಕೊಂಡು ತರಬೇಕಾದ ಬದಲಾವಣೆಗಳ ಹಿಂದಿನ ವಿಶಾಲ ಉದ್ದೇಶದೊಂದಿಗೆ ಸ್ಪಂದಿಸಬಲ್ಲ. ತಮ್ಮ ಜನಗಳಲ್ಲಿ ದೂರದೃಷ್ಟಿಯನ್ನು ಬೆಳೆಸಿ, ಅವರನ್ನು ನೆಮ್ಮದಿಯ ವಲಯದಿಂದ ಹೊರತಂದು, ಹೊಸದನ್ನು ಪ್ರಯತ್ನಿಸಲು ಹುರಿದುಂಬಿಸುವ ವ್ಯಕ್ತಿಗಳಿವರು. ಚಾರಿತ್ರಿಕ ಪ್ರಜ್ಞೆಯುಳ್ಳವರು ಮಾತ್ರ ಭವಿಷ್ಯವನ್ನು ಸೃಷ್ಟಿಸಬಲ್ಲರು. ದೊಡ್ಡ ಪ್ರಮಾಣದ ಪರಿವರ್ತನೆಗಳನ್ನು ನಿಭಾಯಿಸಬೇಕಾದ ಉದ್ಯೋಗಿಗಳನ್ನು ಆರಿಸುವವರಿಗೆ, ಅವರಲ್ಲಿ ತಾವು ಅರಸಬೇಕಾದ ಮುಖ್ಯವಾದ ಲಕ್ಷಣ ಇದೆಂದು ತಿಳಿದಿರುವುದೇ ಇಲ್ಲ.

ನಾನು ಕೆಲಸ ವಹಿಸಿಕೊಂಡ ಕೆಲವೇ ದಿನಗಳಲ್ಲಿ, ತರಬೇಕಿದ್ದ ಬದಲಾವಣೆಯ ಪಥನಕ್ಷೆಯನ್ನು(Road Map) ಸಿದ್ಧಗೊಳಿಸುವಂತೆ ಪ್ರೇಮ್‌ಜಿ ಕೇಳಿದರು. ನನಗಿನ್ನೂ ಚಿತ್ರ ಅಸ್ಪಷ್ಟವಾಗಿತ್ತು, ಗೊಂದಲದ ಸ್ಥಿತಿಯಲ್ಲಿದ್ದೆ, ನಕ್ಷೆ ತಯಾರಿಸುವ ಮುನ್ನ 'ಕ್ವಾಲಿಟಿ' ಎಂಬ ಪರಿಕಲ್ಪನೆಯನ್ನು ಚೆನ್ನಾಗಿ ಅರ್ಥಮಾಡಿಕೊಳ್ಳಬೇಕಿತ್ತು. ವಾರಕ್ಕೊಮ್ಮೆ ಅವರು ಫೋನ್ ಮಾಡಿ ಪಥನಕ್ಷೆ ತಯಾರಿದೆಯೇ ಎಂದು ವಿಚಾರಿಸುತ್ತಿದ್ದರು. ಪ್ರತಿ ಬಾರಿಯೂ ನಾನು ಅದೇ ಕತೆಯನ್ನೇ ಹೇಳುತ್ತಿದ್ದೆ: ನಾನಿನ್ನೂ ಬೇರೆ ಕಂಪನಿಗಳಲ್ಲಿ

ಇದನ್ನು ಹೇಗೆ ಮಾಡಿದ್ದಾರೆಂದು ಅರ್ಥ ಮಾಡಿಕೊಳ್ಳಬೇಕು, ಓದಿ ತಿಳಿಯಬೇಕು, ಕ್ಷೇತ್ರದಲ್ಲಿರುವ ಪರಿಣತರನ್ನು ಭೇಟಿಯಾಗಿ ಚರ್ಚಿಸಬೇಕು, ನನಗೇ ಸ್ವಲ್ಪ ಅದರ ತಿಳಿವು ಮೂಡಬೇಕು, ನಂತರವಷ್ಟೇ ನಕ್ಷೆ ತಯಾರಿಸಬಲ್ಲೆ ಎಂಬುದಾಗಿ. ಇದಕ್ಕೆಲ್ಲ ಎಷ್ಟು ಸಮಯ ಬೇಕೆಂದು ನಾನು ಊಹಿಸದಾಗಿದ್ದೆ, ಆದರೆ ಅವರು ಕಾಯಲು ಸಿದ್ಧರಿರಲಿಲ್ಲ. ಪ್ರೇಮ್‌ಜಿ ಕೊನೆಗೆ ಅತಿ ಬಲವಂತ ಮಾಡಿದಾಗ, ನಾನು ತಾಳ್ಮೆ ಕಳೆದುಕೊಂಡು, 'ನನ್ನ ರೀತಿಯಲ್ಲಿ ನಾನು ನಕ್ಷೆ ತಯಾರಿಸಬೇಕೆಂದಿದ್ದರೆ, ನೀವು ಕಾಯಬೇಕು ಅಥವಾ ನಿಮಗೆ ಈಗಾಗಲೇ ಅದರ ಬಗ್ಗೆ ಗೊತ್ತಿದ್ದರೆ ನಕ್ಷೆಯನ್ನು ನೀವೇ ಕೊಡಿ, ನಾನು ಅದರಂತೆ ಕೆಲಸ ಮಾಡುತ್ತಾ ಹೋಗುತ್ತೇನೆ' ಎಂದೆ. ಅವರು ವಿಚಲಿತರಾಗದೆ ಹೇಳಿದರು, 'ನೀನು ನಿನ್ನ ಮಿತಿಯ ಅಂಚನ್ನು ತಲುಪುವವರೆಗೂ ತಳ್ಳುತ್ತಲೇ ಇರುವುದು ನನ್ನ ಕೆಲಸ. ಅದನ್ನು ಮುಟ್ಟಿದಾಗ ನನ್ನನ್ನು ಹಿಂತಳ್ಳುವುದು ನಿನ್ನ ಕೆಲಸ. ನನ್ನ ಬಳಿ ನಕ್ಷೆಯಿಲ್ಲ. ನಿನ್ನದೇ ಆದ ಒಂದನ್ನು ನೀನು ಸೃಷ್ಟಿಸಬೇಕು.' ಮುಂದುವರಿದು, 'ಅಮೆರಿಕದ ಅಧ್ಯಕ್ಷರಲ್ಲಿ ಯಾರಿಗೆ ಅಧಿಕಾರ ವಹಿಸಿಕೊಂಡ ತೊಂಭತ್ತು ದಿನಗಳಲ್ಲಿ ತಾವು ಮಾಡಬೇಕಾದುದೇನು ಮತ್ತು ಅದನ್ನು ಹೇಗೆ ಮಾಡುವುದು ಎಂದು ತಿಳಿಯುತ್ತದೆಯೋ, ಅವರೇ ಅತ್ಯಂತ ಯಶಸ್ವಿಯಾಗುವುದು' ಎಂದರು. ಇದು ಮೇಲ್ಮಟ್ಟದಲ್ಲಿ ಕೆಲಸ ವಹಿಸಿಕೊಳ್ಳುವ ಎಲ್ಲರಿಗೂ ಅನ್ವಯವಾಗುತ್ತದೆ. ನೀವು ಏನು ಸಾಧಿಸಬೇಕೆನ್ನುವುದನ್ನು ಮೊದಲ ತೊಂಭತ್ತು ದಿನಗಳಲ್ಲಿ ಸ್ಪಷ್ಟಪಡಿಸಿಕೊಳ್ಳಲಾಗದೆ ಇದ್ದರೆ, ಬಹುಶಃ ಎಂದೂ ಏನನ್ನೂ ಸಾಧಿಸಲಾರಿರಿ.

ನನ್ನ ಹುಡುಕಾಟ ಪ್ರಾರಂಭವಾಗಿತ್ತು. ಭಾರತದ ಕಂಪನಿಗಳಿಗೆ ಭೇಟಿ ಕೊಟ್ಟೆ, ಸಾಕಷ್ಟು ಓದಿಕೊಂಡೆ, ಜಪಾನಿಗೆ ಹೋದೆ. ನ್ಯೂಯಾರ್ಕ್‌ನಲ್ಲಿದ್ದ ಜಿಇ ಘಟಕಗಳನ್ನು, ಚಿಕಾಗೋದಲ್ಲಿದ್ದ ಮೊಟೋರಾಲಾ ಕಚೇರಿಯನ್ನು ಮತ್ತು ಡಲ್ಲಾಸ್‌ನಲ್ಲಿ ಟೆಕ್ಸಾಸ್ ಇನ್‌ಸ್ಟ್ರುಮೆಂಟ್ಸ್ ಕಂಪನಿಯನ್ನು ಸಂದರ್ಶಿಸಿದೆ. ಎಲ್ಲ ಬದಲಿ ಸಾಧ್ಯತೆಗಳನ್ನು ಪರಿಶೀಲಿಸಿ, ಕೊನೆಗೆ ಎರಡು ಆಯ್ಕೆಗಳನ್ನು ವಿಪ್ರೋದ ಮುಖ್ಯ ಆಡಳಿತ ಮಂಡಳಿಯ ಮುಂದಿಟ್ಟೆ. ಮಂಡಳಿ ವಿಪ್ರೋದ ಕ್ವಾಲಿಟಿ ಸಂಚಲನೆಗೆ ಸಿಕ್ಸ್ ಸಿಗ್ಮಾವನ್ನು ಹಾದಿಯನ್ನಾಗಿ ಆರಿಸಿತು. ಗುಣಮಟ್ಟವನ್ನು ಗಣನೀಯವಾಗಿ ಹೆಚ್ಚಿಸಬೇಕೆಂಬ ಒಂದು ದೀರ್ಘ ಹೋರಾಟವನ್ನು ಈ ಮೂಲಕ ಆರಂಭಿಸಿದೆವು. ಪ್ರತಿಯೊಂದು ತಂಡದಲ್ಲೂ ನಾಯಕತ್ವವನ್ನು ಅಭಿವೃದ್ಧಿಪಡಿಸುವುದು, ಸಾಮರ್ಥ್ಯಗಳನ್ನು ಹುಟ್ಟುಹಾಕುವುದು ಮತ್ತು ಪೈಲಟ್ ಪ್ರಾಜೆಕ್ಟ್‌ಗಳನ್ನು ಆರಂಭಿಸುವುದು ಮುಂತಾದ ಕಾರ್ಯಗಳನ್ನು ಹಮ್ಮಿಕೊಂಡೆವು. ಆದರೂ ಅದು ಕೆಲವು ವಿಧಗಳಲ್ಲಿ ನನಗೊಂದು ಹತಾಶೆಯ ಅನುಭವವಾಗಿತ್ತು. ಅಜೀಮ್ ಪ್ರೇಮ್‌ಜಿ ನಾಲ್ಕು ಜನ ಅಧ್ಯಕ್ಷರುಗಳ ಮೂಲಕ ತಮ್ಮ ವ್ಯವಹಾರಗಳನ್ನು ನಡೆಸುತ್ತಿದ್ದರು: ಐಟಿಗೆ ಅಶೋಕ್ ಸೂಟಾ, ಗ್ರಾಹಕ ಉತ್ಪನ್ನಗಳನ್ನು ನೋಡಿಕೊಳ್ಳುತ್ತಿದ್ದ ಪಿ.ಎಸ್.ಪೈ, ಫ್ಲೂಯಿಡ್ ಪವರ್ ವ್ಯವಹಾರಕ್ಕೆ ಎಮ್.ಎಸ್. ರಾವ್ ಮತ್ತು ಫೈನಾನ್ಷಿಯಲ್ ಸೇವೆಗಳ ವ್ಯವಹಾರವನ್ನು (ಇದು ಈಗ ಅಸ್ತಿತ್ವದಲ್ಲಿಲ್ಲ) ನೋಡಿಕೊಳ್ಳುತ್ತಿದ್ದ ಎಸ್.ಆರ್.ಗೋಪಾಲನ್. ವಿಪ್ರೋದ ಬಹುಪಾಲು ಒಡೆತನ

ಪ್ರೇಮ್‌ಜಿಯವರೊಂದಿಗಿದ್ದರೂ, ಅಧ್ಯಕ್ಷರುಗಳನ್ನು ಅವರು ತಮ್ಮ ಸಮಾನರಂತೆಯೇ ಕಾಣುತ್ತಿದ್ದರು. ಕಂಪನಿಯಲ್ಲಿ ಹೊಸ ಪ್ರಯತ್ನಗಳಿಗೆ ತುರ್ತನ್ನು ಕಲ್ಪಿಸುತ್ತಿದ್ದರಾದರೂ, ಕಟ್ಟಪ್ಪಣೆಯಿಂದ ಅದನ್ನು ಜಾರಿಗೊಳಿಸಲು ಹೊರಡುತ್ತಿರಲಿಲ್ಲ. ಪರಿಣಾಮವಾಗಿ, ಸಿಕ್ಸ್ ಸಿಗ್ಮಾಗೆ ಬೇಕಿದ್ದ ಬದಲಾವಣೆಯ ಅಳವಡಿಕೆ ಒಂದೊಂದು ವಿಭಾಗದಲ್ಲಿ ಒಂದೊಂದು ಮಟ್ಟದಲ್ಲಿತ್ತು. ಈ ನಿಧಾನ ಮತ್ತು ಅಸಮಾನವಾದ ಗತಿಯ ಬದಲಾವಣೆಗಳಿಂದ ನಾನು ಬೇಸತ್ತಾಗ ಪ್ರೇಮ್‌ಜಿ ತಮ್ಮ ಸಮಚಿತ್ತತೆಯನ್ನು ಎಂದಿಗೂ ಕಳೆದುಕೊಳ್ಳಲಿಲ್ಲ. ಏಕೆಂದರೆ, ಅವರಿಗೆ ಇನ್ನೂ ದೂರದ ದೃಷ್ಟಿಯಿತ್ತು.

ನೇರ ಮತ್ತು ಸರಳವಾದ ನಡೆಯ ಶಕ್ತಿಯೇನೆಂಬುದನ್ನು ನಾನು ಪ್ರೇಮ್‌ಜಿಯವರಿಂದ ಕಲಿತೆ. ಸರಳತೆ ಅವರ ಬರವಣಿಗೆಯಲ್ಲಿ, ಮಾತು ಮತ್ತು ಉಡುಗೆಯಲ್ಲಿ, ಅವರ ಊಟದಲ್ಲಿ ಮತ್ತು ಸಮಸ್ಯೆಗಳನ್ನು ಬಗೆಹರಿಸುವ ರೀತಿಯಲ್ಲಿ ಎದ್ದು ಕಾಣುತ್ತದೆ. ಮಾತು ಮತ್ತು ಮನಸ್ಸುಗಳು ಒಂದೇ ಆಗಿರುವುದರಿಂದ, ಅವರ ಮನಸ್ಸಿನಲ್ಲೇನಿದೆಯೆಂದು ತಿಳಿಯಲು ನೀವು ಕಷ್ಟಪಡುವುದೇ ಬೇಡ. ನಮ್ಮ ವಿಚಾರಗಳಲ್ಲಿ, ಇತರರೊಂದಿಗಿನ ಸಂವಹನದಲ್ಲಿ ಮತ್ತು ಕಾರ್ಯತಂತ್ರದಲ್ಲಿ ಸರಳತೆಯನ್ನು ರೂಢಿಸಿಕೊಳ್ಳುವುದು ಎಲ್ಲಕ್ಕಿಂತ ಕಷ್ಟದ ಕೆಲಸ. ನಮ್ಮ ಬಗ್ಗೆಯೇ ನಮ್ಮೊಳಗೊಂದು ಸಮಾಧಾನವಿದ್ದರೆ ಮಾತ್ರ ಅದು ಸಾಧ್ಯ. ಅತೀ ಸರಳವಾದ ವಿಷಯಗಳು ಪ್ರಭಾವಕಾರಿಯಾಗಿರುವುದಿಲ್ಲ ಎಂಬುದು ಬಹಳಷ್ಟು ಮ್ಯಾನೇಜರುಗಳ ನಂಬಿಕೆ. ಆದರೆ ನಮ್ಮ ಸಂದೇಶಗಳು ಜಟಿಲವಾದಷ್ಟೂ, ಅದನ್ನು ಅರ್ಥ ಮಾಡಿಕೊಳ್ಳುವುದು ಕಠಿಣವಾಗುತ್ತದೆ. ಹೀಗಾಗಿ ತಂಡಗಳು ತಮ್ಮ ನಾಯಕನನ್ನು ಅನುಸರಿಸುವಲ್ಲಿ ವಿಫಲವಾಗುತ್ತವೆ.

ಶ್ರೇಷ್ಠ ನಾಯಕನಾದವನಿಗೆ ತನಗಿಂತ ಹಲವು ವಿಷಯಗಳಲ್ಲಿ ಉತ್ತಮರಾದ ಪ್ರತಿಭೆಗಳನ್ನು ಆಕರ್ಷಿಸಿ ಉಳಿಸಿಕೊಳ್ಳುವ ಸಾಮರ್ಥ್ಯವಿರುತ್ತದೆ. ಮೇಲ್ಮಟ್ಟದ ಕಾರ್ಯಕ್ಷಮತೆಯ ತಂಡಗಳು ತನ್ನ ಸುತ್ತಲಿದ್ದಾಗ ಆತ ಅಭದ್ರತೆಯ ಭಾವವನ್ನು ಅನುಭವಿಸುವುದಿಲ್ಲ. ಒಂದು ತಂಡ ಉತ್ತಮವಾದಷ್ಟೂ, ಅದರ ಸದಸ್ಯರ ವಿಲಕ್ಷಣತೆಗಳೂ ಹೆಚ್ಚಾಗುತ್ತವೆಂಬುದೂ ಅಷ್ಟೇ ಸತ್ಯ.

ಪ್ರೇಮ್‌ಜಿಯವರನ್ನು ಬಹಿರಂಗವಾಗಿ ಮತ್ತು ಕಠಿಣವಾಗಿ ಟೀಕಿಸುತ್ತಿದ್ದ ಬಹಳ ಹಿರಿಯ ಮ್ಯಾನೇಜರನೊಬ್ಬ ವಿಪ್ರೋದಲ್ಲಿದ್ದ. ಪ್ರೇಮ್‌ಜಿಯ ಎದುರಿಗೂ ಹಾಗೆಯೇ ವರ್ತಿಸುತ್ತಿದ್ದ. ಆದರೆ ಅವರು ಅದರಿಂದ ಎಂದಿಗೂ ಕ್ಷೋಭೆಗೊಳಗಾಗುತ್ತಿರಲಿಲ್ಲ. ಒಂದು ದಿನ, ಈ ವರ್ತನೆಯನ್ನು ಅವರೇಕೆ ಸಹಿಸುತ್ತಾರೆಂದು ನಾನು ಪ್ರೇಮ್‌ಜಿಯವರನ್ನು ಕೇಳಿದೆ. ಅವರು ಶಾಂತವಾಗಿ, ಆ ವ್ಯಕ್ತಿ ಪ್ರತೀ ಬಾರಿಯೂ ತನ್ನ ಬದ್ಧತೆಗಳನ್ನು ಪೂರೈಸುತ್ತಾನೆಂದು ಹೇಳಿದರು. ನಾಯಕನಾದವನು ಜನರ ವ್ಯಕ್ತಿ–ವೈಚಿತ್ರ್ಯಗಳೊಂದಿಗೆ ಸಮಾಧಾನದಿಂದಿರಬೇಕು. ಬಹಳಷ್ಟು ಶ್ರೇಷ್ಠ ಕೆಲಸಗಾರರು ತಮ್ಮದೇ ಆದ ವಿಲಕ್ಷಣತೆಯನ್ನು ಹೊಂದಿರುತ್ತಾರೆ. ನಾಯಕನ ಗಮನ ಅವರೇನು ಫಲಿತಾಂಶಗಳನ್ನು ನೀಡುತ್ತಾರೆ ಎಂಬುದರ ಕಡೆ ಇರಬೇಕೇ ಹೊರತು ಅವರ ವಿಲಕ್ಷಣತೆಯ ಕಡೆಗಲ್ಲ.

ಒಂದು ಕೆಲಸವನ್ನು ನಿರ್ವಹಿಸಲು ಜನರಲ್ಲಿರುವ ಸಾಮರ್ಥ್ಯಕ್ಕೆ ಹೆಚ್ಚಿನ ಬೆಲೆ ಇದೆಯೇ ಹೊರತು, ಅವರು ವೈಯಕ್ತಿಕವಾಗಿ ನಾಯಕನಿಗೆ ನೀಡುವ ಗೌರವಾದರಗಳಿಗಲ್ಲ.

ಅಜೀಮ್ ಪ್ರೇಮ್‌ಜಿ ಒಬ್ಬ ಅಸಾಧಾರಣವಾದ ಯೋಜನಾಚತುರ. ಅವರ ಕಾರ್ಯತಂತ್ರದ ಮುಖ್ಯ ಅಂಶವೆಂದರೆ, ಎಲ್ಲವೂ ಚೆನ್ನಾಗಿ ನಡೆಯುತ್ತಿದ್ದಾಗಲೂ ವಸ್ತುಸ್ಥಿತಿಯನ್ನು ಪ್ರಶ್ನಿಸುವುದು. ಯಶಸ್ಸು ನಿಮ್ಮನ್ನು ಯಾವಾಗಲೂ ಒಂದು ಬಲೆಯಲ್ಲಿ ಸಿಕ್ಕಿಸುತ್ತದೆ; ಪರಿಚಿತ ಪರಿಸರದಲ್ಲಿ ಇದ್ದುಬಿಡುವುದು ಬಹಳ ಸುಲಭ.

ಪ್ರಾಮಾಣಿಕತೆಯ ವಿಷಯದಲ್ಲಿ ವಿವಾದವೆದ್ದಾಗ ಪ್ರೇಮ್‌ಜಿಗೆ ಕಾಣುವುದು ಅದರಲ್ಲಿನ ಕಪ್ಪು ಅಥವಾ ಬಿಳುಪು ಮಾತ್ರ. ಮಧ್ಯದ ಬಣ್ಣಗಳಾವುವನ್ನೂ ಅವರು ಒಪ್ಪುವುದಿಲ್ಲ. ವಿಪ್ರೋದ ಯಾವುದೇ ನೌಕರ ಸಂಜೆ ಮನೆಗೆ ಹಿಂತಿರುಗಿ ನೆಮ್ಮದಿಯಾಗಿ ನಿದ್ದೆ ಮಾಡುತ್ತಾನೆ. ಏಕೆಂದರೆ ವ್ಯವಸ್ಥೆ ಅವನಿಂದ ಯಾವುದೇ ಅನೈತಿಕ ವ್ಯವಹಾರವನ್ನೂ ಬಯಸುವುದಿಲ್ಲ. ಇನ್ನೂ ಹೇಳಬೇಕೆಂದರೆ, ಯಾವುದೇ ಸಂಧಾನ ಅಪ್ರಾಮಾಣಿಕತೆಯ ಆಧಾರದಲ್ಲಿ ನಡೆಯುತ್ತಿದ್ದರೆ, ಆತನಿಗೆ ಅಲ್ಲಿಂದ ಎದ್ದು ಹೊರಹೊರಡುವ ಸಂಪೂರ್ಣ ಸ್ವಾತಂತ್ರ್ಯವಿದೆ.

ಆದರೆ ನಾನು ನಾಯಕತ್ವದ ಅಂತಿಮ ಪಾಠವನ್ನು ಪ್ರೇಮ್‌ಜಿಯಿಂದ ಕಲಿತದ್ದು, ವಿಪ್ರೋನಲ್ಲಿ ನನ್ನ ಕೊನೆಯ ದಿನದಂದು. ನಾನು ಅಲ್ಲಿಯೇ ಉಳಿಯಬೇಕೆಂದು ಅವರು ಬಯಸಿದ್ದರು. ನಾನು ಬಿಡುವುದಕ್ಕಿದ್ದ ಕಾರಣಗಳಲ್ಲಿ ಒಂದು, ನಮ್ಮಿಬ್ಬರ ವ್ಯಕ್ತಿತ್ವದಲ್ಲಿರುವ ಭಿನ್ನತೆ ಮತ್ತು ನಮ್ಮ ವಿಚಾರಧಾರೆ ಬಹಳ ಬೇರೆಯಾಗಿರುವುದು ಎಂದು ನಾನವರಿಗೆ ಹೇಳಿದೆ. ಅದಕ್ಕವರು ಉತ್ತರಿಸಿದ್ದು, **'ಅದೇ ಕಾರಣಕ್ಕೇ** ನಾವಿಬ್ಬರೂ ಜೊತೆಯಾಗಿ ಕೆಲಸ ಮಾಡಬೇಕು'.

ಕೆಲಸಕ್ಕೆ ಜನರನ್ನು ತೆಗೆದುಕೊಳ್ಳುವಾಗ ನಾವು ಸದಾ ನಮ್ಮ ಸಮಾನಮನಸ್ಕರನ್ನೇ ಹುಡುಕುತ್ತೇವೆ. ಅದು ಬಹಳ ನೆಮ್ಮದಿಯನ್ನು ಕೊಡುವಂಥದ್ದು. ಆದರೆ ಪ್ರಗತಿಗೆ ಬೇಕಾದದ್ದು ಬೌದ್ಧಿಕ ಘರ್ಷಣೆಗಳು, ಭಿನ್ನಾಭಿಪ್ರಾಯಗಳು ಮತ್ತು ವಾದ-ಪ್ರತಿವಾದಗಳು. ನಮ್ಮಿಂದ ಭಿನ್ನವಾಗಿ ಯೋಚಿಸುವ, ಬದಲಿ ದೃಷ್ಟಿಕೋನಗಳನ್ನು ಹೊಂದಿರುವ ಮತ್ತು ವಸ್ತುಸ್ಥಿತಿಯನ್ನು ಪ್ರಶ್ನಿಸುವ ಅರ್ಹತೆಯುಳ್ಳ ವಿರೋಧಿಗಳೊಂದಿಗೆ ಕೂಡಾ ಸಮಚಿತ್ತತೆಯನ್ನು ಬೆಳೆಸಿಕೊಳ್ಳುವುದೇ ನಾಯಕನಾದವರ ಕೆಲಸ.

ಅಧ್ಯಾಯ 17

ಮಧ್ಯವಯಸ್ಕನ ತೊಳಲಾಟಗಳು

ಹೆಚ್ಚಿನ ವೃತ್ತಿಪರರ ವೃತ್ತಿಜೀವನ ಮೂವತ್ತು ವರ್ಷಗಳದು ಎಂದಿಟ್ಟುಕೊಂಡರೆ, ಅದರಲ್ಲಿ ಇಪ್ಪತ್ತು ಮತ್ತು ಮೂವತ್ತರ ವಯಸ್ಸಿನ ಮಧ್ಯದ ಅವಧಿಯನ್ನು ಆತ್ಮಶೋಧನೆಯ ವರ್ಷಗಳೆನ್ನಬಹುದು. ಮುಂದಿನ ಹತ್ತು ವರ್ಷಗಳು ಆತ್ಮವಿಶ್ವಾಸದ ಕಾಲಾವಧಿಯಾದರೆ, ನಲವತ್ತರಲ್ಲಿ ತನ್ನ ಬಗೆಗೆ ತಾನೇ ಸಂದೇಹ ತಾಳುವ ವಯಸ್ಸು. ಇಪ್ಪತ್ತರಲ್ಲಿ ಜಗವನ್ನೇ ಗೆಲ್ಲುವ ಉತ್ಸಾಹದ ಕುದುರೆಯಂತಿರುತ್ತೀರಿ. ಯಾವುದೇ ಸಂಸ್ಥೆಯ ಆರಂಭಿಕ ಹುದ್ದೆಯಲ್ಲಿ ಸೇರಿ ಮುಂದಿನ ಮೂರು–ನಾಲ್ಕು ಮೆಟ್ಟಿಲುಗಳನ್ನು ಏರುತ್ತಾ ಹೋಗಿ ನಂತರ ನೆಲೆ ನಿಲ್ಲತೊಡಗುತ್ತೀರಿ. ಆ ವರ್ಷಗಳಲ್ಲಿ ನಿಮ್ಮ ಇಚ್ಛೆ-ಅನಿಚ್ಛೆಗಳನ್ನು ಕಂಡುಕೊಳ್ಳುವಿರಿ.

ವೃತ್ತಿಜೀವನಕ್ಕೆ ಒಮ್ಮೆ ಗಟ್ಟಿಯಾದ ಬುನಾದಿ ಹಾಕಿದ ನಂತರ, ಮೂವತ್ತು ಮತ್ತು ನಲವತ್ತರ ವಯಸ್ಸಿನ ಮಧ್ಯದಲ್ಲಿ ನೀವು ಮುಟ್ಟಿದ್ದೆಲ್ಲಾ ಚಿನ್ನವಾಗುವಂತೆ ತೋರುತ್ತದೆ. ವಹಿಸಿದ ಯಾವುದೇ ಕೆಲಸದಲ್ಲೂ ಯಶಸ್ಸು ಪಡೆಯುವ ಆತ್ಮವಿಶ್ವಾಸ ನಿಮ್ಮದು. ಕೊಟ್ಟ ಕೆಲಸಕ್ಕೆ, ನಿಮ್ಮ ತಂಡಕ್ಕೆ ಮತ್ತು ಸಂಸ್ಥೆಗೆ ಮೌಲ್ಯಯುತ ಕೊಡುಗೆ ನೀಡುವಲ್ಲಿ ನಿಮಗೆ ಅನುಮಾನಗಳೇ ಇರುವುದಿಲ್ಲ.

ಮುಂದೊಮ್ಮೆ ನಲವತ್ತನ್ನು ತಲುಪಿದಾಗ ನಿಮ್ಮೊಳಗೊಂದು ಆತ್ಮಸಂಶಯ ನುಸುಳಲಾರಂಭಿಸುತ್ತದೆ. ನಾನು ಸಂಸ್ಥೆಯ ಮೌಲ್ಯವನ್ನು ಯಾವ ರೀತಿಯಲ್ಲಿ ಹೆಚ್ಚಿಸುತ್ತಿದ್ದೇನೆ, ಹೋಗಲಿ ನನ್ನಿಂದ ಸಂಸ್ಥೆಗೆ ಉಪಯೋಗವಾಗುತ್ತಿದೆಯೋ ಇಲ್ಲವೋ? ನನ್ನ ಪ್ರಯತ್ನಕ್ಕೇನಾದರೂ ಫಲವಿದೆಯೇ? ನಾನು ಎತ್ತ ಹೊರಟಿದ್ದೇನೆ? ಮುಂದೇನು? ನನ್ನ ಜೊತೆಗಾರರಿಗೆ ಹೋಲಿಸಿದರೆ ನನ್ನ ವೃತ್ತಿಯ ಸಾಧನೆಗಳು, ಗಳಿಸಿದ ಸಂಪತ್ತು, ಸಂಸ್ಥೆಯಲ್ಲಿ ದೊರೆತ ಸ್ಥಾನ–ಮಾನಗಳು ಮೆಚ್ಚುವಂತಿವೆಯೇ? ನನ್ನ ವೃತ್ತಿ ಮತ್ತು ಖಾಸಗಿ ಜೀವನಗಳ ಮಧ್ಯದ ಸಮತೋಲನ ಎಲ್ಲಿದೆ? ಈ ತೆರನಾದ, ಎಲ್ಲರಿಗೂ ಸಾಮಾನ್ಯವಾದ, ಕೆಲವು ವಾಸ್ತವವಾದರೆ ಇನ್ನು ಹಲವು ಕಾಲ್ಪನಿಕ ಪ್ರಶ್ನೆಗಳು ನಿಮ್ಮನ್ನು ಕಾಡಲಾರಂಭಿಸುತ್ತವೆ. ಅದೃಷ್ಟವಿದ್ದವರು ಇಂಥಾ ಸಂದೇಹಗಳಿಗೆ ತಮ್ಮಲ್ಲಿ ತಾವೇ ಬಹಳ ಸುಲಭವಾಗಿ ಉತ್ತರ ಕಂಡುಕೊಂಡರೆ, ಇನ್ನು ಕೆಲವರು ಈ ಸಂಶಯಗಳ ಸುಳಿಯಲ್ಲಿ ಸಿಕ್ಕು ಒದ್ದಾಡುತ್ತಾರೆ. ನಮ್ಮ ಗೊಂದಲ, ತೊಳಲಾಟಗಳನ್ನು ಕೇಳಿಸಿಕೊಳ್ಳುವ ಸಹಾನುಭೂತಿಯ ಮನಸ್ಸುಗಳು ಮತ್ತು ನಮ್ಮ ಪ್ರಶ್ನೆಗಳಿಗೆ ಉತ್ತರ ಹುಡುಕಲು ನೆರವಾಗಬಲ್ಲ ಒತ್ತಾಸೆ ಇಲ್ಲದಿರುವುದೇ ಇದಕ್ಕೆ ಕಾರಣ. ಹೆಚ್ಚಿನ ಜನ ಮೌನವಾಗಿ ಕೊರಗುತ್ತಾರೆ. ನಿಜವಾಗಿ ಅದು ಬರೀ ವೃತ್ತಿಯ ಸಂಕ್ರಮಣವಲ್ಲ, ಮಧ್ಯ ವಯಸ್ಸಿನ

ಸಂಕ್ರಮಣ ಕಾಲ ಎಂಬುದು ಬಹುಜನರಿಗೆ ಅರಿವಾಗುವುದೇ ಇಲ್ಲ. ಪರಿಸ್ಥಿತಿ ಇನ್ನೂ ಗಂಭೀರವಾದಲ್ಲಿ ಮಧ್ಯವಯಸ್ಸಿನ ಸಂಕ್ರಮಣವು ಸಂಕಟ ಕಾಲಕ್ಕೆ ಎಡೆಮಾಡಿಕೊಟ್ಟೀತು.

1965 ರಲ್ಲಿ ಡಾ.ಈಲಿಯಟ್ ಜ್ಯಾಕ್ಸ್ ನಡೆಸಿದ 'ಸೃಜನಾತ್ಮಕ ಪ್ರತಿಭೆಗಳು' ಎಂಬ ಅಧ್ಯಯನದಲ್ಲಿ ಮೊದಲ ಬಾರಿಗೆ 'ಮಧ್ಯ ವಯಸ್ಸಿನ ಸಂಕಟಗಳು' ಎಂಬ ಪದವನ್ನು ಟಂಕಿಸಿದ. ಈ ಅವಧಿಯಲ್ಲಿ ವ್ಯಕ್ತಿಯ ಜೀವನ ಶೈಲಿಯಲ್ಲಿ ಅಥವಾ ಉತ್ಪಾದಕತೆಯಲ್ಲಿ ದಿಢೀರ್ ಬದಲಾವಣೆಗಳಾಗುತ್ತವೆಂದು ಆತ ಪ್ರತಿಪಾದಿಸಿದ. ಜೊತೆಗೆ ಮುಪ್ಪು ಸಮೀಪಿಸುತ್ತಿರುವ ಭಯ ಮತ್ತು ಆತಂಕಗಳೂ ಬದಲಾವಣೆಯನ್ನು ಪ್ರೇರೇಪಿಸುತ್ತವೆ. ಐಟಿ ಉದ್ಯಮದಲ್ಲಂತೂ ಮಧ್ಯವಯಸ್ಸಿನ ಸಂದಿಗ್ಧತೆ ಇನ್ನೂ ಬೇಗ ಹಣಿಕಿ ಹಾಕುತ್ತದೆ. ಮೇಲ್ಮಟ್ಟದ ಸಾಧಕರಿಗೆ ಇದು ಮೂವತ್ತೈದರಲ್ಲೇ ಕಾಣಿಸಿಕೊಳ್ಳಬಹುದು.

ನಮ್ಮೆಲ್ಲರ ಬದುಕಿನಲ್ಲಿ ಎರಡು ಪ್ರಮುಖ ಸಂಕ್ರಮಣ ಘಟ್ಟಗಳಿವೆಯೆಂದು ಶೋಧನೆಯೊಂದು ತಿಳಿಸುತ್ತದೆ. ಮೊದಲನೆಯದು ಹದಿಹರೆಯದಲ್ಲಿ– ಅದು ಮಗುವೊಂದನ್ನು ಯುವಕನನ್ನಾಗಿಸುವ ಪ್ರಕ್ರಿಯೆ. ಎರಡನೆಯದಾದ, ಯುವಕನನ್ನು ಮಧ್ಯವಯಸ್ಕನನ್ನಾಗಿಸುವ ಸಂಕ್ರಮಣದ ಬಗ್ಗೆ ಅಷ್ಟಾಗಿ ಅಧ್ಯಯನಗಳು ನಡೆದಿಲ್ಲ. ತಜ್ಞರ ಪ್ರಕಾರ ಇದೊಂದು ಸಕಾರಾತ್ಮಕ ಬದಲಾವಣೆ. ಮಾನಸಿಕವಾಗಿ, ಆಧ್ಯಾತ್ಮಿಕವಾಗಿ ನಿಮ್ಮನ್ನು ಪರಿಪಕ್ವತೆಯೆಡೆಗೆ ಕೊಂಡೊಯ್ಯುವಂಥಾದ್ದು. ಆದರೂ ಆರಂಭದಲ್ಲಿ ಕಾಡುವುದು ತೀವ್ರವಾದ ಅಪೂರ್ಣತೆಯ ಭಾವ, ಏನನ್ನೋ ಕಳೆದುಕೊಂಡ ವಿಷಣ್ಣತೆ ಮತ್ತು ಅಭಾವಪ್ರಜ್ಞೆ. ಐಟಿ ಉದ್ಯಮದ ವೃತ್ತಿಪರರಿಗೆ ಕೆಲವೊಮ್ಮೆ ಇದು ಮುಮ್ಮಡಿ ಶಾಪವನ್ನು ಹೊತ್ತು ತರುತ್ತದೆ. ಮಧ್ಯ ವಯಸ್ಸಿನ ಸಂಕ್ರಮಣದೊಂದಿಗೆ ಪ್ರಾರಂಭ. ನಂತರ, ಮಧ್ಯಮ ಮ್ಯಾನೇಜ್‌ಮೆಂಟ್ ಹಂತದಿಂದ ಉನ್ನತ ಮ್ಯಾನೇಜ್‌ಮೆಂಟ್ ಹಂತಕ್ಕಾಗುವ ಬದಲಾವಣೆ. ನಿಮ್ಮ ಕಲಿಕೆ ತೀವ್ರಗತಿಯಲ್ಲಿ ಮಂದವಾಗುತ್ತಾ, ಎಳೆವಯಸ್ಸಿನ ತರುಣರು ನಿಮ್ಮನ್ನು ಮೀರಿದ ಕುಶಲತೆಯನ್ನು ತೋರಿಸಲಾರಂಭಿಸಿದಾಗ ಆಗುವುದು ಮೂರನೆಯ ಆಘಾತ.

ಈ ವಿಷಯದಲ್ಲಿ ನಿಷ್ಣಾತನಾದ ಡಾ.ಆಂಡ್ರ್ಯೂ ಲೈಟರ್ ಎಂಬಾತ ಹೇಳುತ್ತಾನೆ, 'ಇಪ್ಪತ್ತು ಮತ್ತು ಮೂವತ್ತರ ವಯಸ್ಸಿನವರಿಗೆ ವೃತ್ತಿಯಲ್ಲಾಗಲೀ, ವೈಯಕ್ತಿಕ ಜೀವನದಲ್ಲಾಗಲೀ, ಅನೇಕ ಹಾದಿಗಳು ತೆರೆದಿರುತ್ತವೆ. ನಲವತ್ತಕ್ಕೆ ಅಡಿಯಿಟ್ಟಾಗ, ತಾವು ಹಿಂದೆ ಮಾಡಿದ ನಿರ್ಧಾರಗಳನ್ನು ಬದಲಿಸಲು ಸಾಧ್ಯವಿಲ್ಲ ಅಥವಾ ಕಷ್ಟಸಾಧ್ಯ ಎಂಬುದು ಅರಿವಾಗತೊಡಗುತ್ತದೆ. ಅದೇ ಸಮಯಕ್ಕೆ ತಮ್ಮ ದೈಹಿಕ ಪರಿಮಿತಿಗಳೂ ಎದ್ದು ಕಾಣಲಾರಂಭಿಸುತ್ತವೆ.'

ಈ ಸಮಯದಲ್ಲಿ ಸಾಮಾನ್ಯವಾಗಿ ಎಲ್ಲರಲ್ಲೂ ಕಂಡುಬರುವ ಲಕ್ಷಣವೆಂದರೆ, ಜೀವನದೆಡೆಗೆ ಏನೋ ಒಂದು ಅತೃಪ್ತಿ. ಇಷ್ಟು ವರ್ಷಗಳ ಕಾಲ ಮುದ ಕೊಟ್ಟ ಬದುಕಿನ ವೈಖರಿ ಈಗ ರುಚಿಸದೆ ಹೋಗುತ್ತದೆ. ಜೀವನದಲ್ಲಿ ಇದುವರೆಗೆ ನಿಮ್ಮನ್ನು ಆವರಿಸಿ, ನಿಮ್ಮ ಲಕ್ಷ್ಯದ ಕೇಂದ್ರವಾಗಿದ್ದವರು ಈಗ ಬೇಸರ ಹಿಡಿಸತೊಡಗುತ್ತಾರೆ. ಇವರಲ್ಲಿ ಆಪ್ತ

ಸ್ನೇಹಿತರಿರಬಹುದು, ವೃತ್ತಿಸಂಪರ್ಕಗಳಿರಬಹುದು, ನೀವು ಮಾದರಿಯಾಗಿಟ್ಟುಕೊಂಡ ಒಬ್ಬ ವ್ಯಕ್ತಿಯೋ ಅಥವಾ ಕುಟುಂಬದ ಸದಸ್ಯರೋ ಆಗಿರಬಹುದು. ಕೆಲವರಲ್ಲಿ ಸಾಹಸಪ್ರವೃತ್ತಿ ಅಂಕುರಿಸಿ, ಹೊಸದೇನನ್ನೋ ಮಾಡಲು ಹೊರಡುತ್ತಾರೆ. ಜೀವನದುದ್ದಕ್ಕೂ ಆಟಗಳಿಗೆ ಸಮಯವೇ ಇಲ್ಲದ ಎಷ್ಟೋ ಜನ ಇದ್ದಕ್ಕಿದ್ದಂತೆ 'ಬಂಗಿ-ಜಂಪಿಂಗ್' ಅಥವಾ 'ಪ್ಯಾರಾ-ಸೇಲಿಂಗ್' ಎಂದು ಹೊರಡುವುದನ್ನು ನಾನು ನೋಡಿದ್ದೇನೆ. ವಾಲ್ ಸ್ಟ್ರೀಟ್‌ನಲ್ಲಿ ಟ್ರೇಡಿಂಗ್ ಮಾಡುತ್ತಿದ್ದವರು ಕೆಲಸದಿಂದ ಚಿಟ್ಟು ಹಿಡಿಸಿಕೊಂಡು, ದೂರದ ಹುಲ್ಲುಗಾವಲುಗಳಿಗೆ ಹೋಗಿದ್ದು, ಹಣ ಕೊಟ್ಟು ಹಸು-ಕುರಿಗಳನ್ನು ಸಾಕುತ್ತಾರೆ. ಕೆಲವರು ಜೀವನದ ಉದ್ದೇಶವನ್ನೇ ಪ್ರಶ್ನಿಸತೊಡಗುವರು, ಇನ್ನು ಕೆಲವರಿಗೆ ಹಿಂದಿನ ನಿರ್ಧಾರಗಳೆಲ್ಲ ಅರ್ಥಹೀನವಾಗಿ ಕಾಣತೊಡಗುತ್ತವೆ.

ಒಟ್ಟಾರೆ, ಇವೆಲ್ಲದರಲ್ಲಿ ತಾವು ಯಾರು, ತಾವು ತಲುಪಬೇಕಾದ ಗಮ್ಯವಾವುದು ಎಂಬುದರ ಬಗ್ಗೆ ಗೊಂದಲಗಳಿರುತ್ತವೆ. ಈ ಗಂಭೀರ ಪರಿವರ್ತನೆಯ ಕಾಲದಲ್ಲಿ ಸಾಮಾನ್ಯವಾಗಿ ಎಲ್ಲರೂ ಮಾಡುವುದೆಂದರೆ, ಕೆಲಸದ ಬದಲಾವಣೆ. ವೈಯಕ್ತಿಕ ಜೀವನದಲ್ಲಿ ಕೆಲವರಿಗೆ ಈ ಅವಧಿಯಲ್ಲಿ ವಿವಾಹೇತರ ಸಂಬಂಧಗಳು ಅಥವಾ ವಿಚ್ಛೇದನದೆಡೆಗೆ ಸೆಳೆತವಿರುತ್ತದೆ. ಹದಿವಯಸ್ಸಿನಂತೆ, ಮಧ್ಯವಯಸ್ಸಿನ ಪರಿವರ್ತನೆಗಳೂ ಅನಿವಾರ್ಯ. ಆದರೆ, ಇದನ್ನು ಸರಿಯಾಗಿ ನಿರ್ವಹಿಸಲು ಮಾಡಬಹುದಾದ ಕೆಲವು ಸಂಗತಿಗಳಿವೆ. ಹಾಗೆ ಮಾಡಿದಲ್ಲಿ ದುಡುಕಿನ ನಿರ್ಧಾರಗಳನ್ನು ತೆಗೆದುಕೊಂಡು ಕಷ್ಟಕ್ಕೀಡಾಗುವುದು ತಪ್ಪೀತು.

❍

1997 ರ ಮೇ ತಿಂಗಳಿನಲ್ಲಿ ನಾನು ನಲವತ್ತಕ್ಕೆ ಅಡಿಯಿಟ್ಟಾಗ ವಿಪ್ರೋದಲ್ಲಿ ನನ್ನ ವೃತ್ತಿಜೀವನದ ಶಿಖರದಲ್ಲಿದ್ದೆ. ಪ್ರೇಮ್‌ಜಿಯವರೊಂದಿಗೆ ನೇರವಾಗಿ ಕೆಲಸ ಮಾಡುತ್ತಿದ್ದವರಲ್ಲಿ ನಾನೇ ಅತ್ಯಂತ ಕಿರಿಯ. 'ಕ್ವಾಲಿಟಿ' ಧ್ಯೇಯವನ್ನು ಮುನ್ನಡೆಸುತ್ತಿದ್ದೆನಲ್ಲದೆ, ಸಂಸ್ಥೆಯ 'ಸೇಲ್ಸ್ ಅಂಡ್ ಮಾರ್ಕೆಟಿಂಗ್ ಕೌನ್ಸಿಲ್' ಮತ್ತು 'ಇನ್ಫರ್ಮೇಷನ್ ಸಿಸ್ಟಮ್ಸ್ ಕೌನ್ಸಿಲ್'ಗಳ ಚೇರ್‌ಮನ್ ಆಗಿದ್ದೆ. ಇದರೊಡನೆ, ನಾನು ಕೆಲಕಾಲ ಕೆಲಸ ಮಾಡಿದ್ದ ಜಂಟಿ ಯೋಜನೆ ವಿಪ್ರೋ-ಜಿಇ ಮೆಡಿಕಲ್ ಸಿಸ್ಟಮ್ಸ್‌ನ ಆಡಳಿತ ಮಂಡಳಿಯಲ್ಲಿದ್ದೆ. ಸಂಸ್ಥೆಯ ಯೋಜನಾ ತಂತ್ರ ಮತ್ತು ಎಲ್ಲ ವಿಭಾಗಗಳಲ್ಲಿ ನಡೆಸುತ್ತಿದ್ದ ಕೆಲವು ಪ್ರಮುಖ ಹೊಸ-ಪ್ರಯತ್ನಗಳ ಮೇಲ್ವಿಚಾರಣೆ ನಡೆಸುತ್ತಿದ್ದ ಅತ್ಯುನ್ನತ ಅಂಗವಾದ 'ಕಾರ್ಪೊರೇಟ್ ಎಕ್ಸಿಕ್ಯುಟಿವ್ ಕೌನ್ಸಿಲ್'ನ ಸದಸ್ಯನೂ ಆಗಿದ್ದೆ. ನನ್ನಂತಹವನಿಗೆ ಇನ್ನೇನು ಬೇಕಿತ್ತು? ಆದರೂ ನನ್ನಾಳದಲ್ಲೆಲ್ಲೋ ಶೂನ್ಯತೆಯೊಂದು ಹುತ್ತ ಕಟ್ಟಿ, ನನ್ನರಿವಿಲ್ಲದಂತೆ ನನ್ನನ್ನು ಘಾಸಿಗೊಳಿಸತೊಡಗಿತ್ತು. ಬಹುಶಃ ಬದುಕೆಂದರೆ ಅರ್ಧ ತುಂಬಿದ್ದು, ಅರ್ಧ ಖಾಲಿಯೆಂದೆನಿಸುವ ಮಧ್ಯವಯಸ್ಸಿನ ಸಂಕಟಗಳ ಆರಂಭವಿದ್ದಿರಬೇಕು. ಸಂಸ್ಥೆಯೊಳಗಿನ ವ್ಯವಸ್ಥೆ ಅದಕ್ಕೆ ಭಾಗಶಃ ಕಾರಣವಾದರೆ ಇನ್ನು ಕೆಲವು ಮಟ್ಟಿಗೆ ನನ್ನ ವೈಯಕ್ತಿಕ ಸಮಸ್ಯೆಗಳೂ ಇದ್ದಿರಬಹುದು.

ಹಿಂತಿರುಗಿ ನೋಡಿದರೆ, ಆಗ ನನಗೆ ಅನೇಕ ಕಿರಿಕಿರಿಗಳಿದ್ದವೆಂಬುದು ಹೊಳೆಯುತ್ತದೆ. ಮೊದಲನೆಯದು ಮತ್ತು ಎಲ್ಲಕ್ಕಿಂತ ಹೆಚ್ಚಿನದಾಗಿ, ವಿಪ್ರೋದ ವಿವಿಧ ವ್ಯವಹಾರಗಳ ಮುಖ್ಯಸ್ಥರ ಧೋರಣೆ, ನಾಯಕತ್ವದ ಶೈಲಿ ಮತ್ತು ನಾನು ತರಬೇಕೆಂದಿದ್ದ ಬದಲಾವಣೆಗಳಿಗೆ ಅವರು ಭಿನ್ನ ಗತಿಯಲ್ಲಿ ಸ್ಪಂದಿಸುತ್ತಿದ್ದ ರೀತಿ, ಇವೆಲ್ಲವೂ ನನಗೆ ಬೇಸರ ಹಿಡಿಸಿದ್ದವು. ಸಿಕ್ಸ್ ಸಿಗ್ಮಾ ಅಳವಡಿಕೆಯ ಪ್ರಯತ್ನದಲ್ಲಿ ಹಲವು ಅಡಚಣೆಗಳಿದ್ದವು. ಕ್ವಾಲಿಟಿಯ ಉತ್ತಮ ಮಾನದಂಡವಾಗಿದ್ದ ಅದು ವೃತ್ತಿಜೀವನದ ಹಾಸುಹೊಕ್ಕಾಗುವುದು ಕಷ್ಟವಿತ್ತು. ಎಲ್ಲರ ಒಗ್ಗೂಡಿದ ಪ್ರಯತ್ನದ ಕೊರತೆಯಿತ್ತು. ವಿಪ್ರೋವನ್ನು ಜಗತ್ತಿನ ಶ್ರೇಷ್ಠ ದರ್ಜೆಯ ಕಂಪನಿಗಳಲ್ಲೊಂದಾಗಿಸುವಲ್ಲಿ ಉದ್ಯೋಗಿಗಳಿಗಿರುವ ಪ್ರೇರಣೆಯೇನು ಎಂಬುದನ್ನು ವಿವರಿಸಲು ಪ್ರೇಮ್‌ಜಿ ಅಸಮರ್ಥರಾಗಿದ್ದರು. ಆಗ ವಿಪ್ರೋನಲ್ಲಿ 'ಸಹಪಾಲಿನ ಸಂಪತ್ತಿನ ಸೃಷ್ಟಿ' ಎಂಬುದು ಗಮನಾರ್ಹವಾಗಿ ಆಚರಣೆಯಲ್ಲಿರಲಿಲ್ಲ ಎಂಬುದು ನೆನಪಿರಲಿ. 1999 ರವರೆಗೂ ಅದು ಜಾರಿಗೆ ಬರಲಿಲ್ಲ.

ಇದೆಲ್ಲದರೊಂದಿಗೆ, ಪ್ರೇಮ್‌ಜಿ ಎಲ್ಲರಿಗೂ ಏಕಕಾಲಕ್ಕೆ ಭಿನ್ನ ರೀತಿಯ ಜವಾಬ್ದಾರಿಗಳನ್ನು ಹೊರೆಸುವುದರಲ್ಲಿ ನಂಬಿಕೆಯಿಟ್ಟಿದ್ದರು. ಚಿಕ್ಕ-ಪುಟ್ಟ ವಿಷಯಗಳ ಮೇಲೂ ತಮ್ಮ ನಿಯಂತ್ರಣವಿಡುವ (Micro-management) ಪ್ರವೃತ್ತಿ ಅವರಿಗಿತ್ತು. ಅವರೊಡನೆ ಬೇರೆ ಬೇರೆ ವ್ಯವಹಾರ ಘಟಕಗಳ ರಿವ್ಯೂಗಳಲ್ಲಿ ಕೂತು, ಪ್ರತಿ ವ್ಯವಹಾರದ ಮುಖ್ಯಸ್ಥರನ್ನೂ ಗಂಟೆಗಟ್ಟಲೆ ತೀವ್ರ ವಿಚಾರಣೆಗೊಳಪಡಿಸುವುದು ಮತ್ತು ದೈನಂದಿನ ನೀರಸ ಸಮಸ್ಯೆಗಳನ್ನು ಚರ್ಚಿಸುವುದು ನನ್ನ ಕೆಲಸದ ಭಾಗವಾಗಿತ್ತು. ನನಗದು ಇಷ್ಟವಾಗುತ್ತಿರಲಿಲ್ಲ.

ಕೊನೆಯದಾಗಿ, ನನ್ನ ಬಡ್ತಿಯ ವಿಷಯವನ್ನು ನಿರ್ವಹಿಸಿದ ರೀತಿಯ ಬಗೆಗೂ ನನಗೆ ಅಸಮಾಧಾನವಿತ್ತು. ಮೊದಲು ನನಗಿತ್ತ ಹುದ್ದೆ, 'ವೈಸ್ ಪ್ರೆಸಿಡೆಂಟ್ – ಇಂಟರ್‌ನ್ಯಾಷನಲ್ ಟೆಕ್ನಾಲಜಿ ಡಿವಿಷನ್' ಎಂಬುದಾಗಿತ್ತು. ನಂತರದ್ದು, 'ಚೀಫ್ ಎಕ್ಸಿಕ್ಯುಟಿವ್ – ಗ್ಲೋಬಲ್ ಆರ್&ಡಿ' ಅದಾದ ಮೇಲೆ ಸಿಕ್ಕಿದ್ದು 'ಕಾರ್ಪೊರೇಟ್ ವೈಸ್ ಪ್ರೆಸಿಡೆಂಟ್' ಎನ್ನುವ ಬಿರುದು. ಈ ಮೂರೂ ಹುದ್ದೆಗಳನ್ನೂ ನಾನು ಸಮರ್ಥವಾಗಿ ನಿಭಾಯಿಸಿದ್ದೆ. ಹೊರಜಗತ್ತಿನ ಕಣ್ಣಿಗೆ ನಾನು ಏಳಿಗೆ ಹೊಂದುತ್ತಲೇ ಹೋಗುತ್ತಿದ್ದಂತೆ ಕಾಣುತ್ತಿತ್ತು. ಆದರೆ, ಮೂರು ಬಿರುದುಗಳು ಸಿಕ್ಕಿದ್ದವು ಅಷ್ಟೇ, ಬೇರೆ ಯಾವ ರೀತಿಯಲ್ಲೂ ನನ್ನ ದರ್ಜೆಯಲ್ಲಿ ಸುಧಾರಣೆಯಿರಲಿಲ್ಲ. ನನ್ನ ಸಹಾಯದಿಂದ ಬೆಳೆದಿದ್ದ ವ್ಯವಸ್ಥೆ ನನ್ನನ್ನು ಘನತೆಯಿಂದ ನಡೆಸಿಕೊಳ್ಳುತ್ತಿಲ್ಲ ಎಂಬ ಭಾವನೆ ಬರತೊಡಗಿತ್ತು.

ಆದರೂ, ನನ್ನ ವೃತ್ತಿಜೀವನದ ಉತ್ತುಂಗದಲ್ಲಿದ್ದಾಗ ಸಂಸ್ಥೆಯನ್ನು ಬಿಟ್ಟು ಹೋಗುವಷ್ಟು ಅವು ದೊಡ್ಡ ವಿಷಯಗಳಾಗಿದ್ದವೇ ಎಂಬ ಪ್ರಶ್ನೆಯೂ ಎದುರಾಗುತ್ತದೆ. ಆಗಿರಬಹುದು, ಆಗಿಲ್ಲದೆಯೂ ಇರಬಹುದು. ಹಿಂತಿರುಗಿ ನೋಡಿದಾಗ, ನನ್ನ ಆಗಿನ ವಯೋಸಹಜವಾದ ದೌರ್ಬಲ್ಯದಿಂದಾಗಿ ಈ ಎಲ್ಲ ಕಿರಿಕಿರಿಗಳೂ ಉತ್ಪ್ರೇಕ್ಷಿತ ರೂಪ

ಪಡೆದವೇನೋ ಎನಿಸುತ್ತದೆ. ಒಮ್ಮೆ ನೀವು ಅಸಂತೋಷಿಯಾದರೆ, ಚಿಕ್ಕ ಪುಟ್ಟ ಇರುಸು ಮುರುಸುಗಳೂ ಮಹಾನ್ ಕೋಪಕ್ಕೆ ಕಾರಣವಾಗುತ್ತವೆ.

ಆ ವರ್ಷದ ಸೆಪ್ಟೆಂಬರ್‌ನಲ್ಲಿ 'ಲೂಸೆಂಟ್ ಟೆಕ್ನಾಲಜೀಸ್' ಕಂಪನಿ ನನ್ನನ್ನು ಸಂಪರ್ಕಿಸಿ, ಭಾರತದಲ್ಲಿ 'ಬೆಲ್ ಲ್ಯಾಬ್ಸ್' ಅನ್ನು ಸ್ಥಾಪಿಸಲು ಸಹಾಯ ಕೋರಿ 'ಚೀಫ್ ಆಪರೇಟಿಂಗ್ ಆಫೀಸರ್' ಥರದ ಹುದ್ದೆಯನ್ನು ನೀಡುವುದಾಗಿ ನಂಬಿಸಿತು. ನವೆಂಬರ್‌ನಲ್ಲಿ ನನ್ನ ಬದಲಿಯನ್ನು ನೋಡಿಕೊಳ್ಳುವಂತೆ ನಾನು ಪ್ರೇಮ್‌ಜಿಯವರಿಗೆ ತಿಳಿಸಿದೆ. ಐದು ತಿಂಗಳುಗಳ ಕಾಲ ಹಿಂದೆ ಮುಂದೆ ಜಗ್ಗಾಡಿ ಕೊನೆಗೆ 1998ರ ಏಪ್ರಿಲ್ ಒಂದರಂದು ವಿಪ್ರೋ ಬಿಟ್ಟು ಹೊರಬಂದೆ. ನನ್ನ ವೃತ್ತಿಜೀವನವನ್ನು ಹಿಂತೆಗೆದು ಕೊಳ್ಳಲಾರದಷ್ಟು, ಕೈಯಾರೆ ಹಾಳುಗೆಡವಿಕೊಂಡ ಬದುಕಿನ ಏಕೈಕ ಪ್ರಯತ್ನ ಅದಾಗಿತ್ತು.

ಭಾಗ 3

ಅಧ್ಯಾಯ 18

ಮರುಹುಟ್ಟಿನ ಯಾತನೆ

ಲೂಸೆಂಟ್ ಟೆಕ್ನಾಲಜೀಸ್ ಸೇರುವ ನನ್ನ ನಿರ್ಧಾರ ತಪ್ಪಾಗಿತ್ತೆಂದು ನಂತರ ತಿಳಿಯಿತು ಮತ್ತು ಅದಕ್ಕೆ ಹೊಣೆಗಾರ ಮುಖ್ಯವಾಗಿ ನಾನೇ ಆಗಿದ್ದೆ. ಉನ್ನತ ಸಾಧನೆ ಮಾಡುವಂತಹವರು ಹೇಗೆ ತಪ್ಪು ನಿರ್ಧಾರವನ್ನು ತೆಗೆದುಕೊಳ್ಳುವ ಹಟ ಹಿಡಿಯುತ್ತಾರೆ ಮತ್ತು ಅದಕ್ಕೆ ಪೂರಕವಾದ ವಾದಗಳನ್ನು ಸೃಷ್ಟಿಸುತ್ತಾರೆಂಬುದು ಸ್ವಾರಸ್ಯಕರವಾದದ್ದು. ಒಮ್ಮೆ ಹುಟ್ಟಿದ ಈ ವಾದಗಳು ಜೀವ ತಳೆದು ಬೆಳೆಯಲಾರಂಭಿಸುತ್ತವೆ. ವಿಪ್ರೋದಲ್ಲಿ ಕಳೆದ ಹತ್ತು ವರ್ಷಗಳಲ್ಲಿ ನಾನು ಸಾಕಷ್ಟನ್ನು ಕಲಿತಿದ್ದೆ. ಆ ವರ್ಷಗಳಲ್ಲಿನ ಒಂದು ಹೆಗ್ಗಳಿಕೆಯೆಂದರೆ ಕಾರ್ಪೊರೇಟ್ ಆಫೀಸಿನಲ್ಲಿ ನಾನು ಕಳೆದ ಸಮಯ ಮತ್ತು ಅಲ್ಲಿ Total Quality Management ಬಗ್ಗೆ ಕಲಿತದ್ದು. ಈಗ ನನಗೆ ಮುಂದಿನ ಲಕ್ಷ್ಯವಾಗಿದ್ದ ಹೊಸಶೋಧದ (Innovation) ಬಗ್ಗೆ ತಿಳಿಯಬೇಕಿತ್ತು. ಅದನ್ನು ಕಲಿಯಲು ದಿನಕ್ಕೆ 3.5 ಪೇಟೆಂಟ್‌ಗಳನ್ನು ದಾಖಲಿಸುವ ಬೆಲ್ ಲ್ಯಾಬ್ಸ್‌ಗಿಂತ ಉತ್ತಮ ಸ್ಥಳವಿದೆಯೇ ಎಂಬುದು ನನ್ನ ವಾದ. AT&T ಯಿಂದ ಬೇರಾಗಿದ್ದ ಬೆಲ್ ಲ್ಯಾಬ್ಸ್, ಈಗ ಲೂಸೆಂಟ್‌ನ ಒಡೆತನದಲ್ಲಿದ್ದು, ಅದರ ಒಂದು ವಿಭಾಗವು ಬೆಂಗಳೂರಿನಲ್ಲಿ ಸಾಫ್ಟ್‌ವೇರ್ ಡೆವಲಪ್‌ಮೆಂಟ್ ಸೆಂಟರನ್ನು ಆರಂಭಿಸುವುದರಲ್ಲಿತ್ತು. ಲೂಸೆಂಟ್‌ನ ಕೆಲಸದ ಬಗ್ಗೆ ನನ್ನ 'ಮನವೊಲಿಸಿದವರು' ಅದು ಬೆಲ್ ಲ್ಯಾಬ್ಸ್‌ನ ಡೆವಲಪ್‌ಮೆಂಟ್ ಸೆಂಟರ್ ಎಂದೇ ನನ್ನನ್ನು ನಂಬಿಸಿದ್ದರು. ವಾಸ್ತವವಾಗಿ ಇತಿಹಾಸ ಪ್ರಸಿದ್ಧವಾದ ಬೆಲ್ ಲ್ಯಾಬ್ಸ್‌ಗೂ ಅದಕ್ಕೂ ಸಂಬಂಧವಿರಲಿಲ್ಲ. ಕೆಲಸಕ್ಕೆ ಬೇಕಾಗಿದ್ದುದು ಅಮೆರಿಕದಿಂದ ಹಿಂತಿರುಗಿ ಬಂದು, ಇಲ್ಲಿಯ ಸೆಂಟರ್‌ನ ಮುಖ್ಯಸ್ಥನಾಗಲಿದ್ದ ಮ್ಯಾನೇಜರ್ ಒಬ್ಬನಿಗೆ ಸಹಾಯ ಮಾಡಬಲ್ಲ ಮಧ್ಯಮ ಹಂತದ ಮ್ಯಾನೇಜರ್ ಮಾತ್ರ. ಅದೂ ಸಹಾ ಎಲ್ಲ ಬಹು ರಾಷ್ಟ್ರೀಯ ಕಂಪನಿಗಳ ಸಾಫ್ಟ್‌ವೇರ್ ಡೆವಲಪ್‌ಮೆಂಟ್ ಸೆಂಟರ್‌ಗಳಂತೆಯೇ ಮತ್ತೊಂದು ಎಂದು ಅರಿವಾಗಲು ನನಗೆ ಒಂದು ವಾರ ಹಿಡಿಯಿತು. ಸಂಸ್ಥೆಯ ವಿಪರೀತ ರಾಜಕೀಯಪೂರಿತ ವಾತಾವರಣದಲ್ಲಿ ಒಂದೊಂದು ದಿನ ಕಳೆಯುವುದೂ ಕಷ್ಟವಾಗತೊಡಗಿತು. ಆದರೆ ನನಗೆ ಸರಿಯಲ್ಲದ ಕಂಪನಿಯ ಆಯ್ಕೆ, ಕೆಲಸ ಮತ್ತು ವಾತಾವರಣದ ಬದಲಾವಣೆಗೆ ನಾನೇ ಜವಾಬ್ದಾರನಾಗಿದ್ದೆನಲ್ಲವೇ? ಪ್ರಲೋಭನೆಗೊಳಗಾಗುವ ಮೊದಲು ಸರಿಯಾಗಿ ವಿವೇಚಿಸಲಿಲ್ಲವೇಕೆ?

ಪಂಚತಂತ್ರದಲ್ಲಿ ಒಂದು ಕಥೆ ಇದೆ. ಬ್ರಾಹ್ಮಣನೊಬ್ಬ ಒಮ್ಮೆ ಕಾಡಿನಲ್ಲಿ ಮುದಿ ಹುಲಿಯೊಂದನ್ನು ನೋಡುತ್ತಾನೆ. ಅದರ ಪಂಜದಲ್ಲೊಂದು ಚಿನ್ನದ ಬಳೆಯಿದೆ. ಹುಲಿ

ಬ್ರಾಹ್ಮಣನಿಗೆ ಅದನ್ನು ತೆಗೆದುಕೋ ಎನ್ನುತ್ತದೆ. ಅವನಿಗೆ ಹುಲಿಯ ಬಳಿ ಹೋಗಲು ಭಯ. ನಾನು ಮುದಿಯಾಗಿದ್ದೇನೆ, ಇನ್ನು ಕೊಲ್ಲುವುದು ನನ್ನಿಂದಾಗದು, ಬದುಕಿನ ಕೊನೆಗೆ ಬಂದಿದ್ದೇನೆ ಎಂದೆಲ್ಲ ಹುಲಿ ಗೋಳಾಡುತ್ತದೆ. ನನ್ನ ಬಾಯಲ್ಲಿ ಹಲ್ಲುಗಳಿಲ್ಲ, ಪಂಜದ ಉಗುರುಗಳೆಲ್ಲಾ ಬಿದ್ದುಹೋಗಿವೆ, ಜೀವನದುದ್ದಕ್ಕೂ ನಡೆಸಿದ ಹಿಂಸೆಗೆ ಪ್ರಾಯಶ್ಚಿತ್ತವಾಗಿ ತನ್ನಲ್ಲಿದ್ದ ಬಳೆಯನ್ನು ಸತ್ಪುರುಷನೊಬ್ಬನಿಗೆ ಅರ್ಪಿಸಿ ದೇಹ ಬಿಡುತ್ತೇನೆ ಎನ್ನುತ್ತದೆ. ಬಳಿಯಲ್ಲಿದ್ದ ಕೊಳದಲ್ಲಿ ಮುಳುಗಿ ಹಾಕಿ ಬಂದು ಬಳೆ ಸ್ವೀಕರಿಸಿದರೆ ತಾನು ಪ್ರಾಣ ಬಿಡಬಹುದೆಂದು ಆತನನ್ನು ವಿನಂತಿಸುತ್ತದೆ. ಹುಲಿಯ ಮಾತಿನಲ್ಲಿದ್ದ ಪ್ರಾಮಾಣಿಕತೆಯನ್ನು ಕಂಡು ಬಡಬ್ರಾಹ್ಮಣನ ಮನಸ್ಸು ಕರಗುತ್ತದೆ. ಕೊಳದಲ್ಲಿಳಿದ ಆತ ಕೆಸರಿನಲ್ಲಿ ಸಿಕ್ಕಿಹಾಕಿಕೊಳ್ಳುತ್ತಾನೆ. ಹುಲಿ ಒಡನೆಯೇ ಆತನ ಮೇಲೆ ಬಿದ್ದು ಕೊಂದು ಹಾಕುತ್ತದೆ. ಆತನನ್ನು ಕೊಂದವರು ಯಾರು? ಹುಲಿಯೇ ಅಥವಾ ಆತನ ದುರಾಸೆಯೇ?

ಉದ್ಯೋಗ ಬದಲಿಸುವಂತೆ ನನ್ನನ್ನು ಪ್ರೇರೇಪಿಸಿದ ಸತ್ಯಾಂಶಗಳಾವುವು? ಮೊದಲು ತಿಳಿಸಿದ ಪಟ್ಟಿಗೆ ಇನ್ನೂ ಹಲವು ಕಾರಣಗಳನ್ನು ಸೇರಿಸಬಲ್ಲೆ. ವಾಸ್ತವವಾಗಿ ಉನ್ನತ ಮಟ್ಟದ ಸಾಧಕರು ತಮಗೆ ತಾವೇ ಅತಿ ಕೆಟ್ಟ ಶತ್ರುವಾಗಬಲ್ಲರು. ಕೆಲವೊಮ್ಮೆ ವಿನಾಶಕ್ಕೊಯ್ಯುವ ತಪ್ಪುಗಳನ್ನೂ ಮಾಡುತ್ತಾರೆ. ಮಧ್ಯವಯಸ್ಸಿನ ಸಂಕ್ರಮಣ ನನ್ನಲ್ಲುಂಟುಮಾಡುತ್ತಿದ್ದ ಪರಿಣಾಮಗಳನ್ನು ನಾನೂ ಗುರುತಿಸದೆ ಹೋದೆ ಮತ್ತು ನಾನು ದುಡಿಯುತ್ತಿದ್ದ ಸಂಸ್ಥೆಗೂ ಅದರ ಅರಿವಾಗಲಿಲ್ಲ. ನನ್ನ ಅಸಮಾಧಾನಕ್ಕೆ ಕಾರಣವಾದ ಕೆಲವು ಅಂಶಗಳನ್ನು ನಾನು ನೇರವಾಗಿ ಪ್ರಸ್ತಾಪಿಸಬಹುದಿತ್ತು; ಇನ್ನು ಕೆಲವು ಕಾಲಕ್ರಮೇಣ ತಮಗೆ ತಾವೇ ಬಗೆಹರಿಯುತ್ತಿದ್ದವು. ನನ್ನ ಮನೋಭಾವಕ್ಕೆ ಸರಿಹೊಂದದ ಸಂಸ್ಥೆಯಲ್ಲಿ ಕೆಲಸವನ್ನು ಒಪ್ಪಿಕೊಳ್ಳುವುದು ಅದಕ್ಕಿದ್ದ ಪರಿಹಾರವಾಗಿರಲಿಲ್ಲ. ನಲವತ್ತರಲ್ಲಿ ಅದೊಂದು ಅಪಾಯದ ಹೆಜ್ಜೆಯಾಗಿತ್ತು.

ಹೊಸಶೋಧದ ಭೂತ ನನ್ನೊಳಗೆ ಬೆಳೆಯತೊಡಗಿದಂತೆ, ನಾನು ಇನ್ನೂ ಒಂದು ಹೆಜ್ಜೆ ಮುಂದೆಹೋದೆ. ಇನೋವೇಷನ್‌ಅನ್ನು ಮುಖ್ಯವಸ್ತುವನ್ನಾಗಿಟ್ಟುಕೊಂಡು, ಇನ್ನು ಐದು ವರ್ಷ ಮಾತ್ರ ಕೆಲಸ ಮಾಡಿ, ನಂತರ ಉಳಿದ ಜೀವನವನ್ನು ಓದು, ಬರೆಹ, ಪ್ರವಾಸ ಮತ್ತು ಬೋಧನೆ, ಈ ನಾಲ್ಕು ಸಂಗತಿಗಳಲ್ಲಿ ಕಳೆಯುತ್ತೇನೆ ಎಂದು ಎಲ್ಲರೊಡನೆ ಹೇಳತೊಡಗಿದೆ. ಅದೊಂದು ಭ್ರಾಮಕ ಕಲ್ಪನೆಯಲ್ಲಿದ್ದೆ. ಆದರೆ, ಆ ಕಲ್ಪನೆಯಲ್ಲಿ ಅಡಕವಾಗಿದ್ದ ಮೂರ್ಖತನವನ್ನು ಗಮನಿಸಿ: ಈಗಿರುವ ಜೀವಿತಾವಧಿಯಲ್ಲಿ ಜನ ಅರವತ್ತರ ನಂತರವೂ ಕೆಲಸ ಮಾಡುತ್ತಾರೆ! ಇಲ್ಲಿ ನಾನು ನೋಡಿದರೆ ನಲವತ್ತೈದಕ್ಕೆ ನಿವೃತ್ತನಾಗುತ್ತೇನೆ ಎನ್ನುತ್ತಿದ್ದೆ. ಮೇಲಾಗಿ, ಓದು, ಬರೆಹ, ಪ್ರವಾಸ ಮತ್ತು ಬೋಧನೆ ಮಾಡಲು ನಿಜಕ್ಕೂ ಉದ್ಯೋಗ ಬದಲಿಸಬೇಕೆ? ಯಾವುದೇ ಕಾರ್ಪೊರೇಟ್‌ನ ಉನ್ನತ ಮಟ್ಟದ ಹುದ್ದೆಯು ಇವುಗಳನ್ನು ಮಾಡುವಷ್ಟು ಕಾಲಾವಕಾಶವನ್ನು ನಿಮಗೆ ಕೊಡುವುದಿಲ್ಲವೇ? ಅದಕ್ಕಾಗಿ ಕೆಲಸ ಬಿಡಲೇಬೇಕೆ? ಆದರೆ ಸ್ವಯಂ ತನ್ನೊಡನೆ ತಾನು

ವಾದಿಸುವುದು ಬಲುಕಷ್ಟ.

ನಾನು ಮಾರಬಹುದಿದ್ದ ವಿಪ್ರೋದ ಮುನ್ನೂರು ಷೇರುಗಳನ್ನು ಮುನ್ನೂರು ರೂಪಾಯಿಗೊಂದರಂತೆ ಮಾರಿ, ಮಾರಲಾಗದ ಎರಡು ಸಾವಿರ ಷೇರುಗಳನ್ನು ಬಿಟ್ಟುಕೊಟ್ಟು ಹೊರನಡೆದೆ. ಮುಂದಿನ ಮೂರು ವರ್ಷಗಳಲ್ಲಿ ವಿಪ್ರೋದ ಷೇರು ಉತ್ತಮ ಗಳಿಕೆ ಸಾಧಿಸಿ, ಹಲವು ಬಾರಿ ವಿಭಜನೆ ಹೊಂದಿ, ನಾನು ಬಿಟ್ಟುಕೊಟ್ಟ ಷೇರುಗಳ ಬೆಲೆ ಕೆಲವು ಮಿಲಿಯನ್ ಡಾಲರ್‌ಗಳಷ್ಟಾಗುತ್ತಿತ್ತು. ನಾನು ಲೂಸೆಂಟ್ ಸೇರಿದಾಗ ಅದರ ಷೇರಿನ ಬೆಲೆ ನೂರು ಡಾಲರಿಗೊಂದರಂತಿತ್ತು. ನಾನಲ್ಲಿದ್ದ ಅವಧಿಯಲ್ಲಿಯೇ ಅದು ಷೇರಿಗೆ ಒಂದು ಡಾಲರ್‌ನಷ್ಟು ಕೆಳಗಿಳಿಯಿತು. ವಿಪ್ರೋನಲ್ಲಿ ನನಗೆ ಬರುತ್ತಿದ್ದ ಸಂಬಳ ಲೂಸೆಂಟ್‌ನ ಅರ್ಧದಷ್ಟಿದ್ದರೆ, ಷೇರು ಏರಿಕೆಯಲ್ಲಿ ಗಳಿಸಬಹುದಾಗಿದ್ದ ಹಣ ಸಂಬಳದ ವ್ಯತ್ಯಾಸದ ಕೆಲವು ನೂರು ಪಟ್ಟಾಗುತ್ತಿತ್ತು. ಆದರೆ ಇದೆಲ್ಲವೂ ಹಿನ್ನೋಟದಲ್ಲಿ ಆದ ಜ್ಞಾನೋದಯ. ಉದ್ಯೋಗ ಬದಲಿಸಿದ ಆ ಕ್ಷಣದಲ್ಲಿ ನಾನು ಹೊಸಶೋಧದ ಬಗ್ಗೆ ಕಲಿಯಬಯಸಿದ್ದೆ.

ಹಿರಿಯ ಸಹೋದ್ಯೋಗಿಗಳಿಗೆ ವಿದಾಯ ಹೇಳುವುದು ಅಷ್ಟೇನೂ ಕಷ್ಟವಾಗಿರಲಿಲ್ಲ. ಆದರೆ ನನ್ನನ್ನೊಂದು ಮಾದರಿಯೆಂಬಂತೆ ಕಾಣುತ್ತಿದ್ದ ಸಾವಿರಾರು ಕಿರಿಯ ಸಹೋದ್ಯೋಗಿಗಳಿಗೆ ವಿದಾಯ ಹೇಳುವುದು ಕಷ್ಟಕರವಾಗಿತ್ತು. ಆ ಒಂದು ಸಂದಿಗ್ಧ ಘಳಿಗೆಯಲ್ಲಿ ತನಜ್ ಕದ್ವಾ ಎಂಬೊಬ್ಬ ಸಹೋದ್ಯೋಗಿ ಬಾಗಿಲು ದೂಡಿಕೊಂಡು ನನ್ನ ಕೋಣೆಯೊಳಗೆ ಬಂದಳು. ಆಕೆಯಲ್ಲಿ ರೋಷ ಮತ್ತು ನೋವು ಹೆಪ್ಪುಗಟ್ಟಿದ್ದು, ಇನ್ನೇನು ಅಳುವುದರಲ್ಲಿದ್ದಳು. ನಿಷ್ಠುರವಾಗಿ ನನ್ನ ಕಣ್ಣುಗಳನ್ನು ದಿಟ್ಟಿಸಿದ ಆಕೆ, 'ಹಾಗಿದ್ದರೆ ದೇವರಿಗೂ ಮಣ್ಣಿನ ಪಾದಗಳಿರುತ್ತವೆ' (So, even God has feet of clay) ಎಂದವಳೇ, ನನ್ನ ಪ್ರತಿಕ್ರಿಯೆಗೂ ಕಾಯದೆ ಬಾಗಿಲನ್ನು ದಢಾರೆಂದು ಹಾಕಿ ಹೊರಟುಹೋದಳು. ನಾನು ಮೂಕವಿಸ್ಮಿತನಾಗಿ ನಿಂತಿದ್ದೆ; ನನ್ನ ಅಪರಾಧಕ್ಕೆ ತೀರ್ಪು ಘೋಷಿತವಾಗಿತ್ತು.

ನೀವು ಪೂಜಿಸುವ ವ್ಯಕ್ತಿಗಳು ಜಾರುವುದನ್ನು ನೋಡುವುದಕ್ಕಿಂತ ನೋವಿನ ಸಂಗತಿ ಜೀವನದಲ್ಲಿ ಮತ್ತೊಂದಿರಲಾರದು. ನೀವೊಮ್ಮೆ ಪ್ರೀತಿಸಿ, ಗೌರವಿಸಿದ, ನೈತಿಕತೆಯೇ ಮೂರ್ತಿವೆತ್ತ ರೂಪವೆಂದು ಭಾವಿಸಿದ ನಿಮ್ಮ ಗುರುಗಳೊಬ್ಬರು ಸಾಮಾನ್ಯನಂತೆ, ದುರ್ಬಲನಾಗಿ ತನ್ನ ಪ್ರಯೋಜನ ಹುಡುಕಿ ಹೊರಡುತ್ತಾರೆ. ಕುಟುಂಬದಲ್ಲಿ ಅಪ್ಪಟ ಪ್ರಾಮಾಣಿಕತೆಗೆ ಮಾದರಿಯೆನಿಸಿಕೊಂಡಾತನೊಬ್ಬ ಬರೀ ಮುಖವಾಡ ಧರಿಸಿದ್ದ ಸ್ವಾರ್ಥಸಾಧಕನೆಂಬುದು ಬಯಲಾದಾಗ? ಆತನ ನೈತಿಕ ಪ್ರಜ್ಞೆ ಒಂದು ಸ್ಥಳ ಮತ್ತು ಸಮಯಕ್ಕೆ ಮಾತ್ರ ಸೀಮಿತವಾಗಿದ್ದರೆ? ಬಹುಶಃ ಇವು ಪರಿಪೂರ್ಣನಾಗಲು ಹೊರಟ ಮಾನವನ ಬೆಳವಣಿಗೆಯ ಹಾದಿಯಲ್ಲಿನ ಅನಿವಾರ್ಯತೆಗಳೇನೋ. ಆದರೂ ನನ್ನ ದೈವಗಳು ದುರ್ಬಲವಾದಾಗಲೆಲ್ಲಾ ನನ್ನೊಳಗೊಂದು ನೋವಿನ ಸೆಲೆಯೆದ್ದು ಹಿಂಡುತ್ತದೆ. ಅಂದು ತನಜ್ ನನ್ನ ಕೋಣೆಯಿಂದ ಸುಂಟರಗಾಳಿಯಂತೆ ಹೊರಹೋದ

ಅನೇಕ ವರ್ಷಗಳ ನಂತರವೂ ಆಕೆಯ ಕಣ್ಣುಗಳಲ್ಲಿ ನಾನು ಹೇಗೆ ಜಾರಿಬಿದ್ದೆನೆಂಬುದರ ನೆನಪಾಗುತ್ತದೆ.

O

ದೊಡ್ಡ ಬಹುರಾಷ್ಟ್ರೀಯ ಕಂಪನಿಯಲ್ಲಿನ ಒಳರಾಜಕೀಯಗಳನ್ನು ನಿಭಾಯಿಸುವುದು ನನಗೆ ಕಷ್ಟವೆಂದು ಅಜ಼ೀಮ್ ಪ್ರೇಮ್‌ಜಿ ಎಚ್ಚರಿಸಿದ್ದರು. ಅವರ ಆ ನುಡಿ ಪ್ರವಾದಿಯೊಬ್ಬನ ಮಾತಿನಷ್ಟೇ ಸತ್ಯವಾಗಿತ್ತು. ಒಂದೆಡೆ ಭಾರತದಲ್ಲಿ ಹಲವು ಅವಕಾಶಗಳು ತೆರೆದುಕೊಳ್ಳುತ್ತಿದ್ದರೆ, ಇನ್ನೊಂದೆಡೆ ಲೂಸೆಂಟ್‌ನ ಹಲವು ವ್ಯವಹಾರಗಳ ಮಧ್ಯೆ ಇದ್ದ ಅಧಿಕಾರದ ಒಳಘರ್ಷಣೆಗಳು– ಕಂಪನಿ ಭಾರತದಲ್ಲಿ ಪ್ರಗತಿ ಸಾಧಿಸಲು ಅಡ್ಡಿಯಾಗಿದ್ದವು. ನಾನು ವ್ಯರ್ಥವಾಗಿ ಅಲ್ಲಿ ಕಾಲ ಕಳೆಯುತ್ತಿದ್ದೇನೆಂದು ನನಗೆ ಸ್ಪಷ್ಟವಾಗಿತ್ತು. ಲೂಸೆಂಟ್ ಸೇರುವುದು ನನ್ನ ತಪ್ಪು ನಿರ್ಧಾರವಾಗಿದ್ದರೂ, ಅಲ್ಲಿ ಕಳೆದ ಸಮಯ ಎರಡು ವಿಧದಲ್ಲಿ ನನಗೆ ಪ್ರಯೋಜನಕಾರಿಯಾಗಿತ್ತು: ಆಗ ತಾನೇ ದೇಶದಲ್ಲಿ ರೂಪಗೊಳ್ಳುತ್ತಿದ್ದ ಸೇವಾ ಆರ್ಥಿಕತೆ (Service Economy) ಮತ್ತು ಅದರಲ್ಲಿ ಭಾರತೀಯ ಕಂಪನಿಗಳ ಪಾತ್ರದ ಬಗ್ಗೆ ನನ್ನನ್ನು ವಿಚಾರಕ್ಕೆ ಹಚ್ಚಿತು. ಮತ್ತೊಂದು, ನನ್ನ ಸ್ವಂತ ಕಂಪನಿ ಆರಂಭಿಸುವ ಯೋಚನೆ ಪ್ರಬಲವಾಗುವಷ್ಟು ಅದು ನನ್ನನ್ನು ನೋವಿಗೀಡುಮಾಡಿತ್ತು. ಉಜ್ವಲ ಭವಿಷ್ಯದ ಬಗೆಗೆ ಸಿಕ್ಕ ಭರವಸೆ ಮತ್ತು ಕುಸಿಯುತ್ತಿರುವ ಸೇತುವೆಯ ಮೇಲೆ ನಿಂತಿದ್ದೇನೆಂಬ ಭಾವ ಏಕಕಾಲಕ್ಕೆ ಬಂದಾಗ, ಪರ್ಯಾಯದ ಆಲೋಚನೆಯಲ್ಲಿ ಮುಂದುವರಿಯಲು ಅದಕ್ಕಿಂತ ಹೆಚ್ಚಿನ ವೇಗವರ್ಧಕ ಮತ್ತೊಂದಿಲ್ಲ.

1998ರ ಜೂನ್ 17ರಂದು ಹಳೆಯ ಸಹೋದ್ಯೋಗಿ, ವಿಪ್ರೋದಲ್ಲಿ ಹೊಸದಾಗಿ ಪ್ರಾರಂಭವಾಗಿದ್ದ ಇ–ಕಾಮರ್ಸ್ ವಿಭಾಗದ ಚೀಫ್ ಎಕ್ಸಿಕ್ಯುಟಿವ್ ಕೃಷ್ಣಕುಮಾರರನ್ನು(ಕೆಕೆ) ಸಂಪರ್ಕಿಸಿದೆ. ಕೆಕೆಯ ಬಗ್ಗೆ ನನಗೆ ಅಪಾರ ಮೆಚ್ಚುಗೆಯಿತ್ತು. ಅವರ ಕಾರ್ಯವನ್ನು ದೂರದಿಂದಲೇ ಗಮನಿಸಿದ್ದ ನನಗೆ, ನಾವಿಬ್ಬರೂ ಮಹಾನ್ ಜೋಡಿಯಾಗಬಲ್ಲೆವು ಎನಿಸಿತ್ತು. ಫೋನ್ ಸಂಭಾಷಣೆಯ ನಂತರ ಬೆಂಗಳೂರಿನ ಕರಾವಳಿ ರೆಸ್ಟೋರೆಂಟಿನಲ್ಲಿ ಮಧ್ಯಾಹ್ನದ ಊಟಕ್ಕೆ ಭೆಟ್ಟಿಯಾದೆವು. ಮಾತುಕತೆಯ ನಂತರ, ನಾವಿಬ್ಬರೂ ಆಗ ಮಾಡುತ್ತಿದ್ದ ಕೆಲಸಕ್ಕಿಂತ ಇನ್ನೂ ಮಹತ್ತಾದುದನ್ನು ಸಾಧಿಸಲು ನಿಯತಿಗೊಂಡವರೆಂಬುದು ಇಬ್ಬರ ಭಾವನೆಯೂ ಆಗಿತ್ತು. ಮಹತ್ವಾಕಾಂಕ್ಷೆಯ ಮತ್ತು ಮೇಲ್ಮಟ್ಟದ ಮೌಲ್ಯಗಳಿಂದ ಕೂಡಿದ ಸಂಸ್ಥೆಯೊಂದನ್ನು ಹುಟ್ಟುಹಾಕಲು ತೀರ್ಮಾನಿಸಿದೆವು; ಸಂಸ್ಥೆಯು ಮೌಲ್ಯಗಳ ಅಡಿಗಲ್ಲ ಮೇಲೆ ನಿಂತಿರಬೇಕು, ಸಾಮಾಜಿಕ ಬದ್ಧತೆಯುಳ್ಳದ್ದಾಗಿ, ಹಂಚಿ ಅನುಭವಿಸುವ ಸಂಪತ್ತಿನ ಸೃಷ್ಟಿಯ ತತ್ವಗಳನ್ನಪ್ಪಿಕೊಂಡಿರಬೇಕು ಎಂಬುದು ನಮ್ಮ ಆಶಯವಾಗಿತ್ತು. ಮೈಂಡ್‌ಟ್ರೀಯ ಕಲ್ಪನೆ ಜನ್ಮ ತಳೆದಿದ್ದೇ ಅಂದು. ಮೈಂಡ್‌ಟ್ರೀ ಅಸ್ತಿತ್ವ ತಾಳಿ, ಮುಂದಿನ ಒಂದು ದಶಕದಲ್ಲಿ ಬೆಳೆದಿದ್ದನ್ನು ಕಾಣುವಾಗ, ನಿಜವಾಗಿ ಅದೇ ಉದ್ದೇಶಕ್ಕಾಗಿ ಜೀವನ ಒಂದೊಂದೇ ಅನುಭವಗಳನ್ನು ನೀಡುತ್ತಾ ನಮ್ಮನ್ನು ಸಿದ್ಧಗೊಳಿಸುತ್ತಿತ್ತು ಎನಿಸುತ್ತದೆ. ನಾನೇನಾಗಿದ್ದೆ ಮತ್ತು ನಾನು

ಏನಾಗಬೇಕಿತ್ತು ಎಂಬುದರ ಮಧ್ಯದ ಸೇತುವೆಯಾದ ಮೈಂಡ್‌ಟ್ರೀ, ಜೀವನದಲ್ಲಿ ದೊಡ್ಡದನ್ನು ಸಾಧಿಸುವುದರಿಂದ, ಒಳ್ಳೆಯದನ್ನು ಸಾಧಿಸುವುದರ ಕಡೆಗೆ ನನ್ನನ್ನು ನಡೆಸಿತ್ತು.

ಅಧ್ಯಾಯ 19

ವೃತ್ತಿ ಪುನರ್ಜನ್ಮದ ಸಂತಸ

ಮೊದಮೊದಲು ಅದು ಬರಿಯ ಕನಸಾಗಿತ್ತು. 1998ರ ಜೂನ್ ಮತ್ತು ಆಗಸ್ಟ್ ತಿಂಗಳ ಮಧ್ಯೆ ಕೆ.ಕೆ. ಮತ್ತು ನಾನು ಸುಮಾರು ಪ್ರತಿ ರಾತ್ರಿಯೂ ಭೇಟಿಯಾಗುತ್ತಿದ್ದೆವು. ವಾರಾಂತ್ಯಗಳಲ್ಲಿ ಇಬ್ಬರೂ ಸೈಕಲ್ ತೆಗೆದುಕೊಂಡು, ನಮ್ಮ ವಾಸದ ಹಿಂಭಾಗದಲ್ಲಿದ್ದ ಕಾಡಿನ ಕಡೆಗೆ ಸವಾರಿ ಹೊರಡುತ್ತಿದ್ದೆವು. ಶ್ರೇಷ್ಠ ಕಂಪನಿಯೊಂದನ್ನು ಕಟ್ಟುವುದು ಹೇಗೆಂಬ ಚರ್ಚೆ ವಿಶಾಲವಾದ ವೃಕ್ಷಗಳ ಕೆಳಗೆ ನಡೆಯುತಿತ್ತು. ಸ್ಥಾಪಕರಾಗಿ ಇನ್ನಷ್ಟು ಜನರನ್ನು ಸೇರಿಸಿಕೊಳ್ಳಲು ನಿರ್ಧರಿಸಿದೆವು. ನಾನು ವಿಪ್ರೋದ ಗ್ಲೋಬಲ್ ಆರ್&ಡಿಯಲ್ಲಿ ನನ್ನ ಸಹೋದ್ಯೋಗಿಯಾಗಿದ್ದ ನಾಮಕ್ಕಲ್ ಪಾರ್ಥಸಾರಥಿಯೊಂದಿಗೆ ಮಾತನಾಡಿದೆ. ಕೆಲವು ಉದ್ಯಮ ಬಂಡವಾಳಿಗರನ್ನೂ ಸಂಪರ್ಕಿಸಿದಾಗ, ಅವರು ಈ ವಿಚಾರದಲ್ಲಿ ಕೊಂಚ ಆಸಕ್ತಿ ತೋರಿದರು. ಆ ವರ್ಷದ ಆಗಸ್ಟ್ ತಿಂಗಳಲ್ಲಿ ಲೂಸೆಂಟ್‌ನ ಮುಖ್ಯಕಚೇರಿಯಿದ್ದ ನ್ಯೂಜೆರ್ಸಿಗೆ ನಾನು ಕೆಲಸದ ಮೇಲೆ ಹೋಗಬೇಕಾಗಿ ಬಂದಿತು. ಅಮೆರಿಕಕ್ಕೆ ವಲಸೆ ಹೋಗಿದ್ದ ಅಂಜನ್ ಲಹಿರಿ ಎಂಬ ನನ್ನ ಹಳೆಯ ಸಹೋದ್ಯೋಗಿಯೊಂದಿಗೆ ಅಲ್ಲಿ ಆಕಸ್ಮಿಕವಾಗಿ ಭೇಟಿಯಾಯಿತು. ಆತ ತನ್ನ ಸ್ನೇಹಿತರಾದ ಕ್ಯಾಮರನ್ ಓಜೇರ್ ಮತ್ತು ಸ್ಕಾಟ್ ಸ್ಟೇಪಲ್ಸ್ ಅವರೊಂದಿಗೆ ನಮ್ಮ ಸ್ಥಾಪಕ ತಂಡವನ್ನು ಸೇರಿಕೊಂಡ. ಅವರಿಬ್ಬರೂ ಅಂಜನ್‌ನೊಡನೆ 'ಕೇಂಬ್ರಿಡ್ಜ್ ಟೆಕ್ನಾಲಜಿ ಪಾರ್ಟ್‌ನರ್ಸ್'ನಲ್ಲಿ ಕೆಲಸ ಮಾಡುತ್ತಿದ್ದವರು. ಭಾರತಕ್ಕೆ ಹಿಂದಿರುಗಿದ ನಾನು, ನನ್ನ ಲೂಸೆಂಟ್‌ನ ಸಹೋದ್ಯೋಗಿ ರೋಸ್ಟೋವ್ ರಾವನನ್ ಜೊತೆ ಮಾತನಾಡಿದಾಗ, ಆತ ಆರ್ಥಿಕ ತಜ್ಞನಾಗಿ ನಮ್ಮೊಡನೆ ಬರಲು ತಕ್ಷಣವೇ ಒಪ್ಪಿದ್ದ. ಹಿಂದೆ ಕೆಪಿಎಮ್‌ಜಿಯ ಉದ್ಯೋಗಿಯಾಗಿದ್ದ ಆತ, ನಮಗೆ ಅವಶ್ಯವಿದ್ದ ಆರ್ಥಿಕ ಜ್ಞಾನ ಮತ್ತು ಯೋಜನಾತಂತ್ರದ ಪರಿಣತಿಯನ್ನು ಹೊಂದಿದ್ದ.

ಎಲ್ಲರೂ ಸೇರಿ ನಮ್ಮ ಕನಸಿನ ಸಂಸ್ಥೆಯ ದೂರದೃಷ್ಟಿ, ಧ್ಯೇಯೋದ್ದೇಶಗಳು ಮತ್ತು ಮೌಲ್ಯಗಳೇನಿರಬೇಕೆಂದು ಚರ್ಚಿಸಲು ನಿರ್ಧರಿಸಿದೆವು. ನಮ್ಮ ನಮ್ಮ ಕೆಲಸಗಳಿಂದ ಬಿಡುವು ತೆಗೆದುಕೊಂಡು, ಬೆಂಗಳೂರಿನಿಂದ ಸಾವಿರ ಕಿಲೋಮೀಟರು ದೂರದ ಬಂಗಾಳ ಕೊಲ್ಲಿಯ ತೀರದಲ್ಲಿರುವ, ವಿಶಾಖಪಟ್ಟಣಕ್ಕೆ ಬಂದಿಳಿದೆವು. ಒಂದು ದಶಕದಿಂದ ನಾನು ಆ ಸಮುದ್ರತೀರದೆಡೆಗೆ ಆಕರ್ಷಿತನಾಗಿದ್ದೆ. ರೈಲ್ವೆ ಇಲಾಖೆಗೆ ರೈಲುಗಳ ನಿರ್ವಹಣೆಯನ್ನು ಕಂಪ್ಯೂಟರೀಕರಿಸುವ ಯೋಜನೆಯನ್ನು ತೋರಿಸಲು ಪಿಎಸ್‌ಐ ಕಂಪನಿಯ ಪರವಾಗಿ ಅಲ್ಲಿಗೆ ಹೋಗಿದ್ದು ನನ್ನ ಮೊದಲ ಭೇಟಿಯಾಗಿತ್ತು. ಅಲ್ಲಿಯ ಸೌಂದರ್ಯ, ತೀರದುದ್ದಕ್ಕೂ ಒಂಟಿಯಾಗಿ ನಿಂತಿದ್ದ ಬಂಡೆಗಳನ್ನು ಕಂಡು

ಪರವಶನಾಗಿದ್ದೆ. ನನಗೆ ಆ ಸ್ಥಳ ವಿಶೇಷವೆನಿಸಿತ್ತು. ಏಕೋ ಗೊತ್ತಿಲ್ಲ, ಅದೊಂದು ಪವಿತ್ರ ತಾಣದಂತೆ ಕಂಡಿತ್ತು. 1998ರ ಕ್ರಿಸ್‌ಮಸ್‌ನ ಹಿಂದಿನ ದಿನದಂದು ನಾವೆಲ್ಲರೂ ಎರಡು ಕಾರುಗಳಲ್ಲಿ ಬೆಂಗಳೂರಿನಿಂದ ಅಲ್ಲಿಗೆ ಹೊರಟೆವು. ಅಂಜನ್ ಅಮೆರಿಕದಿಂದ ಬಂದಿಳಿದ. ನನ್ನ ಮೊದಲ ಭೇಟಿಯಲ್ಲಿ ಉಳಿದುಕೊಂಡಿದ್ದ ಪಾರ್ಕ್ ಹೋಟೆಲಿನಲ್ಲಿಯೇ ಒಂದು ವಾರ ತಂಗಿದೆವು. ಬಿರುಸಿನ ಚರ್ಚೆಯ ಮಧ್ಯೆ ಊಟ ಮತ್ತು ನಿದ್ದೆಗಾಗಿ ಮಾತ್ರ ಬಿಡುವು. ನಮ್ಮ ಆಲೋಚನೆಗಳು ಮತ್ತು ಕಲ್ಪನೆಗಳಿಂದ ತುಂಬಿಹೋಗಿದ್ದ ಫ್ಲಿಪ್-ಚಾರ್ಟ್‌ಗಳನ್ನು ಕಾನ್ಫರೆನ್ಸ್ ಹಾಲಿನ ಗೋಡೆಗಳ ತುಂಬೆಲ್ಲ ಅಂಟಿಸಿದೆವು. ನಮ್ಮೆಲ್ಲರ ವೈಯಕ್ತಿಕ ಗುರಿಗಳು, ಅವಶ್ಯಕತೆಗಳು, ಸಾಮರ್ಥ್ಯ ಮತ್ತು ಮಿತಿಗಳೆಲ್ಲವನ್ನೂ ಹೊಂದಿಸಿಕೊಂಡು ನಡೆಯುವ ಬಗ್ಗೆ ದೀರ್ಘ ವಿಚಾರ ವಿನಿಮಯಗಳಾದವು. ಎಲ್ಲರೂ ಸರದಿಯಂತೆ ಚರ್ಚೆಯನ್ನು ನಿರ್ವಹಿಸಿದೆವು. ಸುತ್ತಲೂ ತೆರೆದುಕೊಳ್ಳುತ್ತಿದ್ದ ಅವಕಾಶಗಳು, ಅವುಗಳಿಂದ ನಾವು ಸೃಷ್ಟಿಸಬಹುದಾದ ಮೌಲ್ಯವೇನು, ಅದನ್ನು ಸಾಧಿಸಲು ನಮ್ಮೊಳಗೆ ಇರಬೇಕಾದುದೇನು ಎಂಬ ಚರ್ಚೆಯ ಜೊತೆಗೆ ಇನ್ನೂ ಜನ್ಮ ತಾಳದ ಸಂಸ್ಥೆಯ ಧ್ಯೇಯೋದ್ದೇಶಗಳು, ದೂರದೃಷ್ಟಿ, ಅದರ ವಿಶೇಷತೆ ಮತ್ತು ಮೌಲ್ಯಗಳ ಬಗ್ಗೆಯೂ ಮಾತನಾಡಿದೆವು. ಕೊನೆಯಲ್ಲಿ ಪ್ರಾಥಮಿಕವಾದ ವ್ಯವಹಾರ-ಯೋಜನೆಯೊಂದು(Business Plan) ಹೊರಬಂದಿತ್ತು. ಎಲ್ಲವನ್ನೂ ಒಳಗೊಂಡ ಪವರ್‌ಪಾಯಿಂಟ್ ಪ್ರೆಸೆಂಟೇಷನ್ ಒಂದನ್ನು ಹಿಡಿದುಕೊಂಡು, ಹಿಂತಿರುಗಿ ಉದ್ಯಮ ಬಂಡವಾಳಕ್ಕಾಗಿ ಹುಡುಕಾಟ ಆರಂಭಿಸಿದೆವು.

1991 ರ ಫೆಬ್ರುವರಿಯ ಹೊತ್ತಿಗೆ ನಾವು ಮಾತನಾಡುತ್ತಿದ್ದ ಉದ್ಯಮ ಬಂಡವಾಳಿಗರ ಸಂಖ್ಯೆ ಹೆಚ್ಚಾಗಿತ್ತು. ಕಾಕತಾಳೀಯವೆಂಬಂತೆ, ಹಳೆಯ ಸ್ನೇಹಿತರುಗಳಾದ ಸೋಮ್‌ದಾಸ್ ಮತ್ತು ಸುಧೀರ್ ಸೇಠಿ ಅಷ್ಟರಲ್ಲಿ 'ವಾಲ್ಡೆನ್ ಇಂಟರ್‌ನ್ಯಾಷನಲ್' ಎಂಬ ಉದ್ಯಮ ಬಂಡವಾಳ ಸಂಸ್ಥೆಯನ್ನು ಸೇರಿದ್ದರು. ಸೋಮ್ ಮತ್ತು ಸುಧೀರ್ ನಮ್ಮ ವಿಚಾರದಲ್ಲಿ ಆಸಕ್ತಿ ವಹಿಸಿ, ವ್ಯವಹಾರ ಯೋಜನೆಯನ್ನು ಇನ್ನಷ್ಟು ಪರಿಷ್ಕರಿಸುವಂತೆ ಸಲಹೆಯಿತ್ತರು. ಸೋಮ್ ಮತ್ತು ಸುಧೀರ್‌ರನ್ನು ಮತ್ತೊಮ್ಮೆ ಭೇಟಿಯಾಗಿ ಒಪ್ಪಂದ ಮುಗಿಸಿಕೊಂಡು ಬರಲು ಮಾರ್ಚ್‌ನಲ್ಲಿ ನನ್ನನ್ನು ಅಮೆರಿಕಕ್ಕೆ ಕಳಿಸಿದರು. ಆದರೆ ಸೋಮ್ ಹೇಳಿದ ವಿಷಯ ಕೇಳಿ ನಾನು ದಿಗ್ಭ್ರಮೆಗೊಂಡೆ. ಅಶೋಕ್ ವಿಪ್ರೋ ಬಿಡಲು ನಿರ್ಧರಿಸಿ ಸ್ವಂತವಾಗಿ ಏನಾದರೂ ಪ್ರಾರಂಭಿಸುವ ಯೋಚನೆಯಲ್ಲಿದ್ದರು. ಸೋಮ್ ವಿಎಲ್‌ಎಸ್‌ಐನಲ್ಲಿದ್ದಾಗ ಅವರಿಗೆ ಅಶೋಕ್‌ರ ಪರಿಚಯವಿತ್ತು. ವಾಲ್ಡೆನ್ ತಮಗೆ ಬಂಡವಾಳ ಒದಗಿಸಬಹುದೇ ಎಂದು ಅಶೋಕ್ ವಿಚಾರಿಸಿದ್ದರು. ತಾತ್ವಿಕವಾಗಿ ಅದನ್ನು ಒಪ್ಪಿದ್ದ ಸೋಮ್, ನಿಮಗೆ ಚೆನ್ನಾಗಿ ಪರಿಚಯವಿರುವ ಒಬ್ಬರು ಅಂಥದ್ದೇ ಯೋಜನೆಯಲ್ಲಿ ಅದಾಗಲೇ ಬಹಳ ಮುಂದುವರಿದಿದ್ದಾರೆಂದು ಅಶೋಕ್‌ಗೆ ತಿಳಿಸಿದಾಗ, ಚತುರರಾದ ಅಶೋಕ್ ಅದು ನಾನೇ ಇರಬೇಕೆಂದು ಸುಲಭವಾಗಿ ಊಹಿಸಿದ್ದರು. ಅಶೋಕ್ ನಮ್ಮೊಡನೆ ಕೈಜೋಡಿಸಿ, ಜೊತೆಯಾಗಿ ಒಂದು ಸಂಸ್ಥೆ ಪ್ರಾರಂಭಿಸುವಂತೆ ಸೋಮ್

ಅವರಿಗೆ ಸಲಹೆ ಕೊಟ್ಟಿದ್ದರು. ಸೋಮ್ ಈ ವಿಷಯವನ್ನು ನನ್ನೊಂದಿಗೆ ಮೊದಲು ಮಾತನಾಡುವುದು ಸರಿಯೆಂಬುದು ಅಶೋಕ್‌ರ ಅಭಿಪ್ರಾಯವಾಗಿತ್ತು. ಜರುಗಿದ್ದು ಪವಾಡ. ಬುದ್ಧಿ ಸ್ಥಿಮಿತದಲ್ಲಿದ್ದ ಯಾರೂ ಸಹಾ ಅಶೋಕ್ ವಿಪ್ರೋ ಬಿಡುವುದನ್ನು ಕಲ್ಪಿಸಲೂ ಸಾಧ್ಯವಿರಲಿಲ್ಲ! ಉದ್ಯಮದ ಅತಿ ಗೌರವಾನ್ವಿತ ವ್ಯಕ್ತಿಯೊಬ್ಬರು ನಮ್ಮೊಡನೆ ಕೈ ಜೋಡಿಸಲು ಸಿದ್ಧರಿದ್ದರು! ಕೆಕೆ, ರೋಸ್ಟೋವ್, ಪಾರ್ಥ, ಅಂಜನ್ ಮತ್ತು ನಾನು ಈ ಸಾಧ್ಯತೆಯನ್ನು ಕಲ್ಪಿಸಿಕೊಂಡು ತಕ್ಷಣವೇ ಸಂಭ್ರಮಿಸತೊಡಗಿದೆವು. ಕ್ಯಾಮರನ್ ಮತ್ತು ಸ್ಕಾಟ್‌ಗೆ ಅಶೋಕ್‌ರ ಪರಿಚಯವಿರಲಿಲ್ಲವಾದ್ದರಿಂದ, ಅವರು ನಿರ್ಧಾರವನ್ನು ಅಂಜನ್‌ಗೇ ಬಿಟ್ಟಿದ್ದರು. ನಮ್ಮ ನಾಯಕರಾಗಲು ಅಶೋಕ್ ಸೂಕ್ತ ವ್ಯಕ್ತಿ ಎಂದು ನಮಗನ್ನಿಸಿತ್ತು. ನಮ್ಮ ಮತ್ತು ಅಶೋಕ್‌ರ ಉದ್ದಿಶ್ಯಗಳನ್ನು ಒಗ್ಗೂಡಿಸಲು ಸಿದ್ಧರೆಂದೂ, ಎಲ್ಲ ಸರಿಹೋದಲ್ಲಿ ಅವರೇ ನಮ್ಮ ಪ್ರಮುಖ ಬಂಡವಾಳಿಗರಾಗಬೇಕೆಂದು ವಾಲ್ಡೆನ್‌ಗೆ ತಿಳಿಸಿದೆವು. ಅಶೋಕ್ ನಮ್ಮೊಡನೆ ಸೇರಿದಾಗ, ಅವರೊಂದಿಗೆ ಗ್ಲೋಬಲ್ ಟೆಕ್ನಾಲಜಿ ಪಾರ್ಟ್‌ನರ್ಸ್ ಸಂಸ್ಥೆಯ ವಿ.ಜಿ. ಸಿದ್ಧಾರ್ಥ ನಮ್ಮ ಎರಡನೆಯ ಬಂಡವಾಳಿಗರಾಗಿ ಬಂದರು. (ಇವರು ಮುಂದೆ ಕೆಫೆ ಕಾಫೀ ಡೇ ಸರಣಿಯನ್ನು ಆರಂಭಿಸಿದರು). ಕಂಪನಿಯ ಬೆಲೆ ನಿರ್ಣಯ ಮಾಡಿ, ಅದರಲ್ಲಿ ಶೇ.44 ರಷ್ಟನ್ನು ಬಿಟ್ಟುಕೊಟ್ಟು, 9.5 ಮಿಲಿಯನ್ ಡಾಲರ್‌ಗಳನ್ನು ಸಂಗ್ರಹಿಸಿದೆವು. ಶೇ.16.67 ರ ಒಡೆತನವನ್ನು ಭಾವೀ ಉದ್ಯೋಗಿಗಳಿಗಾಗಿ ಮೀಸಲಿಟ್ಟೆವು; ಉಳಿದದ್ದು ಸ್ಥಾಪಕರ ಸ್ವಾಮ್ಯದಲ್ಲಿತ್ತು.

ಜುಲೈನಲ್ಲಿ ಅಶೋಕ್ ವಿಪ್ರೋ ಬಿಡುವ ಮತ್ತು ನಾವೆಲ್ಲ ಸೇರಿ ಹೊಸ ಕಂಪನಿಯೊಂದನ್ನು ಪ್ರಾರಂಭಿಸುವ ವಿಷಯ ಹೊರಬಿದ್ದಾಗ ಅದು ಬಹಳ ದೊಡ್ಡ ಸುದ್ದಿ ಮಾಡಿತು. ಬೆಂಗಳೂರಿನ ಐಟಿ ಉದ್ಯಮ ವಲಯ ಸಂಭ್ರಮಗೊಂಡಿತ್ತು, ವಾರಗಟ್ಟಲೆ ಎಲ್ಲೆಡೆ ಅದೇ ಮಾತು. ಅಶೋಕ್ ನಮ್ಮನ್ನು ಸೇರಿಕೊಳ್ಳುವ ಮೊದಲು ವಿಪ್ರೋದ ಇನ್ನೊಬ್ಬ ಹಳೆಯ ಸಹೋದ್ಯೋಗಿ ಕಲ್ಯಾಣ್ ಬ್ಯಾನರ್ಜಿಯೊಂದಿಗೆ ಈ ವಿಷಯವಾಗಿ ಮಾತನಾಡಿದ್ದೆ. ಅವರೂ ನಮ್ಮ ತಂಡವನ್ನು ಸೇರಲು ತಕ್ಷಣ ಒಪ್ಪಿದ್ದರು. ಅಶೋಕ್ ವಿಪ್ರೋ ಬಿಡಲು ನಿರ್ಧರಿಸಿದಾಗ ಆಗ ವಿಪ್ರೋ ಗ್ಲೋಬಲ್ ಆರ್&ಡಿಯ ಚೀಫ್ ಎಕ್ಸಿಕ್ಯುಟಿವ್‌ರಾದ, ಜಾನಿ ಎಂದೇ ಪರಿಚಿತವಾಗಿದ್ದ ಶ್ರೀನಿವಾಸನ್ ಜಾನಕಿರಾಮನ್ ಏಕಾಂಗಿಯಾಗಿದ್ದರು. ನಾನು ಆರ್&ಡಿಯಿಂದ ಹೊರಬಂದು, ಪ್ರೇಮ್‌ಜಿಯವರ ಕಚೇರಿ ಸೇರಿದಾಗ, ಚೀಫ್ ಎಕ್ಸಿಕ್ಯುಟಿವ್ ಹುದ್ದೆಯನ್ನು ಜಾನಿಗೆ ವಹಿಸಿಕೊಟ್ಟಿದ್ದೆ. ಬಾಗ್ಚಿ ವಿಪ್ರೋ ಬಿಟ್ಟಾಗ ತಮ್ಮ ಒಂದು ರೆಕ್ಕೆ ಕಳೆದಂತಾಗಿತ್ತು, ಈಗ ಅಶೋಕ್ ಬಿಡುವುದರೊಂದಿಗೆ ಇನ್ನೊಂದು ರೆಕ್ಕೆಯೂ ಕತ್ತರಿಸಿ ಬಿತ್ತು ಎಂದವರು ತಮ್ಮ ದುಃಖವನ್ನು ಅಶೋಕ್‌ರ ಎದುರು ತೋಡಿಕೊಂಡಿದ್ದರು. ಅವರಿಗೆ ವಿಪ್ರೋನಲ್ಲಿ ಉಳಿಯುವ ಮನಸ್ಸು ಕೊಂಚವೂ ಇರಲಿಲ್ಲ. ಅವರನ್ನು ಭೇಟಿಯಾಗಿ, ಸಾಧ್ಯವಿದ್ದರೆ ಸಮಾಧಾನಪಡಿಸು ಅಥವಾ ಅವರನ್ನು ಹತ್ತನೆಯ ಸಹ–ಸ್ಥಾಪಕರನ್ನಾಗಿ ತೆಗೆದುಕೊ ಎಂದು ಅಶೋಕ್ ನನಗೆ ಸೂಚಿಸಿದರು. ನಾನು ಮತ್ತು ಜಾನಿ ಕಬ್ಬನ್‌ಪಾರ್ಕಿನಲ್ಲಿ

ಭೇಟಿಯಾಗಿ ಚರ್ಚಿಸಿದ ಸ್ವಲ್ಪ ಹೊತ್ತಿನಲ್ಲೇ ನಮ್ಮಿಬ್ಬರ ಹಾದಿಗಳು ಒಂದೇ ಆಗಿವೆ ಎಂಬುದು ಸ್ಪಷ್ಟವಾಗಿತ್ತು. ಜಾನಿಯೊಂದಿಗೆ ನಮ್ಮ ಹತ್ತು ಜನರ ಸ್ಥಾಪಕರ ತಂಡ ಸಿದ್ಧವಾಗಿತ್ತು.

ಹಲವು ವರ್ಷಗಳ ನಂತರ, ನನಗೀಗ ಒಂದು ವಿಷಯ ಸ್ಪಷ್ಟವಾಗಿದೆ – ನಮಗೆ ಪರಸ್ಪರರಲ್ಲಿ ಇದ್ದ ವೃತ್ತಿಗೌರವ, ನಂಬಿದ್ದ ಸಮಾನ ಮೌಲ್ಯಗಳು ಮತ್ತು ಎಲ್ಲರಿಗೂ ಇದ್ದ ಮಧ್ಯಮ ವರ್ಗದ ಹಿನ್ನೆಲೆ, ಇವು ನಮ್ಮ ತಂಡವನ್ನು ಒಟ್ಟಿಗೆ ಬೆಸೆದ ಅಂಶಗಳು. ನಾವೆಲ್ಲರೂ ಸಾಮಾನ್ಯ ಕುಟುಂಬಗಳಲ್ಲಿ ಬೆಳೆದು ಬಂದವರು ಮತ್ತು ನಮ್ಮ ಮನೆಗಳಲ್ಲಿ ಸ್ವಂತ ಉದ್ಯಮ ಪ್ರಾರಂಭಿಸಿದ ಮೊದಲ ಪೀಳಿಗೆಯವರು.

ಅಶೋಕ್‌ರ ತಂದೆ ಸೈನ್ಯದಲ್ಲಿ ಕರ್ನಲ್ ಆಗಿದ್ದರೆ, ಕೆಕೆಯ ತಂದೆ ರೈಲ್ವೆ ಇಲಾಖೆಯಲ್ಲಿದ್ದ ವೈದ್ಯರು. ಜಾನಿಯ ತಂದೆ ಹಳ್ಳಿಯಲ್ಲಿ ಪೋಸ್ಟ್‌ಮಾಸ್ಟರ್ ಮತ್ತು ಪಾರ್ಥನ ತಂದೆ ರೈಲಿನ ಟಿಕೆಟ್ ಕಲೆಕ್ಟರ್ ಆಗಿದ್ದವರು. ರೋಸ್ಟೋವನ ತಂದೆ ವೈನ್ ತಯಾರಿಕಾ ಸ್ಥಳದಲ್ಲಿ ಅಕೌಂಟೆಂಟ್ ಆಗಿದ್ದರು. ಕಲ್ಯಾಣ್‌ನ ತಂದೆ ಭೂಗರ್ಭ ವಿಜ್ಞಾನಿಯಾಗಿ ಜೀವನವನ್ನೆಲ್ಲಾ ಕಲ್ಲಿದ್ದಲ ಗಣಿಯಲ್ಲಿ ಕಳೆದವರು. ಸ್ಕಾಟ್‌ನ ತಂದೆ ಮೊದಲು ವಾಯುದಳದ ಪೈಲಟ್ ಆಗಿದ್ದು, ನಂತರ ಅಕೌಂಟೆಂಟ್ ಆಗಿ ವೃತ್ತಿ ಬದಲಿಸಿದ್ದರು, ತಾಯಿ ಎಲೆಮೆಂಟರಿ ಶಾಲೆಯಲ್ಲಿ ಟೀಚರ್. ಅಂಜನ್‌ನ ತಂದೆ ಸೈನ್ಯದಲ್ಲಿ ಸೇವೆ ಸಲ್ಲಿಸಿದವರು. ಕ್ಯಾಮರನ್‌ನ ತಂದೆ ಪಾಕಿಸ್ತಾನದಲ್ಲಿ ಸಿವಿಲ್ ಇಂಜಿನಿಯರ್ ಆಗಿದ್ದರು. ಹಿಂತಿರುಗಿ ನೋಡಿದಾಗ, ನಮ್ಮ ಹಿನ್ನೆಲೆ ಎಲ್ಲರಿಗೂ ಅಲಿಖಿತ ನೀತಿನಿಯಮಗಳನ್ನು ಹಾಕಿಕೊಟ್ಟಿತ್ತೇನೋ ಎನಿಸುತ್ತದೆ. ಎಲ್ಲರಲ್ಲೂ ಕಷ್ಟಪಟ್ಟು ದುಡಿಯುವ ಸಾಮರ್ಥ್ಯವಿತ್ತು ಮತ್ತು ನಾವೆಲ್ಲ ಈ ನಿರ್ದಿಷ್ಟ ಕಾರ್ಯದಲ್ಲಿ ಜೊತೆಯಾಗಲು ಇದ್ದ ಉದ್ದೇಶಗಳ ಬಗ್ಗೆ ಸಹಮತಿಯಿತ್ತು.

ಅಶೋಕ್ ಸೇರಿದ ಮೇಲೆ ನಾವು ಹಲವಾರು ಬಾರಿ ನಮ್ಮ ವ್ಯವಹಾರ ಯೋಜನೆಯನ್ನು ಪರಿಷ್ಕರಿಸಿದೆವು. ಈಗ ಕಂಪನಿಗೆ ಹೆಸರಿಡುವ ಸಮಯ ಬಂದಿತ್ತು. ಹೆಸರು ಆರಿಸುವ ಪ್ರಕ್ರಿಯೆ ವೃತ್ತಿಪರವಾಗಿರಬೇಕೆಂದು ನಿರ್ಧರಿಸಿದ ನಾವು ಕ್ಯಾಲಿಫೋರ್ನಿಯಾದ **'Name It'** ಎಂಬ ಸಂಸ್ಥೆಯನ್ನು ಅದಕ್ಕಾಗಿ ಗೊತ್ತುಮಾಡಿದೆವು. ಅವರು ನಮ್ಮ ಧ್ಯೇಯೋದ್ದೇಶಗಳು, ವ್ಯವಹಾರ ಯೋಜನೆ, ದೂರದೃಷ್ಟಿ ಮತ್ತು ಮೌಲ್ಯಗಳನ್ನು ಅಭ್ಯಸಿಸಿ, ಜಗತ್ತಿನಾದ್ಯಂತ ಇರುವ ತಮ್ಮ ಸಂಪರ್ಕಗಳನ್ನು ಈ ಕೆಲಸದಲ್ಲಿ ತೊಡಗಿಸಿದರು. ಒಟ್ಟು 729 ಹೆಸರುಗಳು ಸೂಚಿತವಾಗಿದ್ದವು. ಅದರಲ್ಲಿ ಆರಿಸಿ ಪಟ್ಟಿಯನ್ನು ಹತ್ತಕ್ಕಿಳಿಸಿದ ನಾವು ಕೊನೆಗೆ 'ಮೈಂಡ್‌ಟ್ರೀ' ಎಂಬ ಹೆಸರನ್ನು ಆಯ್ಕೆ ಮಾಡಿದೆವು. ನಂತರ ಅಶೋಕ್‌ರ ಸ್ನೇಹಿತರೊಬ್ಬರು 'ಮೈಂಡ್‌ಟ್ರೀ' ಎಂದರೆ ಉಪನಿಷತ್ತಿನಲ್ಲಿ ಬರುವ 'ಮನೋವೃಕ್ಷ' – ವೈಚಾರಿಕ ಪರಿಹಾರಗಳನ್ನೊದಗಿಸುವ ಚಿರಂತನ ಸೆಲೆ ಎಂದು ಅರ್ಥೈಸಿದ್ದು ನಮಗೆಲ್ಲಾ ಸಂತಸವನ್ನುಂಟುಮಾಡಿತ್ತು. ಸರಿ, ಹೆಸರಾಯ್ತು, ಮುಂದಿನ ಯೋಚನೆ ಲಾಂಛನದ ಬಗ್ಗೆ. ಲಾಂಛನದ ತಯಾರಿಕೆಯನ್ನು

ಕರ್ನಾಟಕ ಸ್ಪಾಸ್ಟಿಕ್ ಸೊಸೈಟಿಯ ಸೆರೆಬ್ರಲ್ ಪಾಲ್ಸಿಯುಳ್ಳ ಮಕ್ಕಳಿಗೆ ವಹಿಸಲು ನಿರ್ಧರಿಸಿದೆವು.

○

1993 ರಲ್ಲಿ ಅಮೆರಿಕೆಯಿಂದ ಹಿಂದಿರುಗಿದಾಗ ನನಗೆ ಸ್ಪಾಸ್ಟಿಕ್ ಸೊಸೈಟಿಯೊಂದಿಗೆ ಸಂಪರ್ಕವೊದಗಿತ್ತು. ಸಿಲಿಕಾನ್ ಕಣಿವೆಯಲ್ಲಿ ಕೆಲಸ ಮಾಡುತ್ತಿದ್ದಾಗ ಅಲ್ಲಿನ ಕಾರ್ಪೊರೇಟ್‌ಗಳು ಸುತ್ತಣ ಸಮುದಾಯದೊಂದಿಗೆ ಬೆರೆತು, ಅವರ ಕಾರ್ಯಗಳಲ್ಲಿ ಭಾಗಿಯಾಗುವುದನ್ನು ಕಂಡು, ಅಚ್ಚರಿ ಪಟ್ಟಿದ್ದೆ. ಅನೇಕ ಸಂಸ್ಥೆಗಳು ಸ್ಥಳೀಯರ ಶಿಕ್ಷಣ, ಆರೋಗ್ಯ ಮತ್ತಾವುದೇ ಸಮಸ್ಯೆಗಳಿಗೆ ಕ್ರಿಯಾಶೀಲವಾಗಿ ಸ್ಪಂದಿಸುತ್ತಿದ್ದವು. ಅದು ಕೇವಲ ದಾನಕ್ಕೆ ಸೀಮಿತವಾದುದಲ್ಲ, ಅದನ್ನು ಮೀರಿದ, ಎಲ್ಲರನ್ನೂ ಒಳಗೊಳ್ಳುವ, ಒಬ್ಬರಿಂದೊಬ್ಬರು ಕಲಿಯುವ ಮತ್ತು ಸ್ವಯಂಸೇವೆಗಾಗಿ ಸಂಸ್ಥೆಯ ಸಂಪನ್ಮೂಲಗಳನ್ನು ಬಳಸಿಕೊಳ್ಳುವ ಪರಿಕಲ್ಪನೆ. ಭಾರತಕ್ಕೆ ವಾಪಸ್ಸಾದಾಗ, ನನ್ನ ವಿಪ್ರೋದ ಉದ್ಯೋಗದ ಜೊತೆಗೆ ಸಮಾಜಕ್ಕಾಗಿ ಏನನ್ನಾದರೂ ಮಾಡಲು ಧ್ಯೇಯವೊಂದನ್ನು ಸೂಚಿಸುವಂತೆ ಡಾ.ಮಿತ್ತಾರವರನ್ನು ಕೇಳಿಕೊಂಡೆ. ಅವರು ನನಗೆ ಕರ್ನಾಟಕ ಸ್ಪಾಸ್ಟಿಕ್ ಸೊಸೈಟಿಯನ್ನು ಪರಿಚಯಿಸಿದರು. ಸೆರೆಬ್ರಲ್ ಪಾಲ್ಸಿ, ಆಟಿಸಮ್ ಅಥವಾ ಯಾವುದೇ ನರ–ಸ್ನಾಯುಗಳಿಗೆ ಸಂಬಂಧಿಸಿದ ತೊಂದರೆಗಳ ಬಗ್ಗೆ ನನಗಾವ ಕಲ್ಪನೆಯೂ ಇರಲಿಲ್ಲ.

ಬೆಂಗಳೂರಿನ ಸ್ಪಾಸ್ಟಿಕ್ ಸೊಸೈಟಿ ಶಾಲೆಗೆ ಮೊದಲ ಬಾರಿ ಭೇಟಿಯಿತ್ತಾಗ, ನನಗೆ ಐರ್ಲೆಂಡ್‌ನಿಂದ ಬಂದಿದ್ದ ಕಲಾ ಶಿಕ್ಷಕಿ ಶೀನಾ ವ್ಯಾಟ್ಸನ್‌ರ ಪರಿಚಯವಾಯಿತು. ಸೆರೆಬ್ರಲ್ ಪಾಲ್ಸಿಯಿದ್ದ ಮಕ್ಕಳಿಗೆ ಪೇಂಟ್ ಬ್ರಷ್ ಹಿಡಿಯುವುದನ್ನು ಆಕೆ ಬಹಳ ಕಷ್ಟದಿಂದ ಕಲಿಸುತ್ತಿದ್ದಳು. ಅದು ಮಕ್ಕಳನ್ನು ಸೃಜನಶೀಲಗೊಳಿಸುವ ಪ್ರಯತ್ನವಾಗಿರಲಿಲ್ಲ; ಇನ್ನೂ ಮೂಲಭೂತ ಸಮಸ್ಯೆಯಾದ ಸ್ನಾಯು ನಿಯಂತ್ರಣಕ್ಕೆ ಮದ್ದಾಗಿತ್ತು. ಆ ಮಕ್ಕಳಿಗೆಲ್ಲ ಬ್ರಷ್ ಹಿಡಿಯುವುದೆಂದರೆ ಕಣ್ಣು, ಕೈಗಳು ಮತ್ತು ಮುಖಕ್ಕೆ ಮಿದುಳಿನ ಆಜ್ಞೆಯನ್ನು ಪಾಲಿಸಲು ಕಲಿಸುವ ಒಂದು ಪ್ರಯತ್ನವಾಗಿತ್ತು. ಪ್ರತಿ ಮಗುವೂ ಕೈಯಲ್ಲಿ ಬ್ರಷ್ ಹಿಡಿದು, ಬಣ್ಣದಲ್ಲಿ ಅದ್ದಿ ಸುಂದರ ಕಲಾಕೃತಿಯನ್ನು ರಚಿಸಲು ಶ್ರಮಪಡುವುದನ್ನೇ ತದೇಕಚಿತ್ತನಾಗಿ ನೋಡಿದೆ. ಬಹುಶಃ ಈ ಮಕ್ಕಳಲ್ಲಿ ಹಲವರು ಮಾತನಾಡಲೂ ಪ್ರಯಾಸ ಪಡಬೇಕು, ಆದ್ದರಿಂದಲೇ ಅವರ ಚಿತ್ರಗಳು ಅಸಾಧಾರಣವಾದ ಜೀವಂತಿಕೆಯಿಂದ ಕೂಡಿರುತ್ತವೆ. ಕಾಣದ ದೇವರ ಸೃಷ್ಟಿಯ ಕುಂದು–ಕೊರತೆಗಳನ್ನು ತುಂಬಿ ಕೊಡಲೇನೋ ಎಂಬಂತೆ ಆ ಬಣ್ಣಗಳು ಸಹಜವಾಗಿ ಹೊರಚಿಮ್ಮಿ ಅದ್ಭುತ ಲೋಕವನ್ನು ಸೃಷ್ಟಿಸುತ್ತವೆ. ನನಗಂತೂ ಆ ಕ್ಷಣ ಆತ್ಮಸಾಕ್ಷಾತ್ಕಾರದ ಘಳಿಗೆಯಂತಿತ್ತು. ಬಣ್ಣ ಬಳಿಯುತ್ತಿದ್ದ ಆ ಮಕ್ಕಳ ಗಮನ ತಮ್ಮ ನ್ಯೂನ್ಯತೆಯ ಕಡೆಗಿರಲಿಲ್ಲ, ತಮ್ಮ ಕನಸುಗಳ ಕಡೆಗಿತ್ತು.

ನಾವು ಕಂಪನಿಯನ್ನು ರೂಪಿಸುವಾಗ ನಮ್ಮ ಧ್ಯೇಯಗಳು, ದೂರದೃಷ್ಟಿ, ಮೌಲ್ಯಗಳು ಇವುಗಳ ಬಗ್ಗೆ ಮಾತ್ರ ಯೋಚಿಸಲಿಲ್ಲ, ನಮ್ಮ ಜೀವತಂತುಗಳಲ್ಲಿ ಕಲ್ಪನಾಸಾಮರ್ಥ್ಯ, ಸಂತೋಷ ಮತ್ತು ಕ್ರಿಯಾಶೀಲತೆಗಳೂ ಮಿಳಿತವಾಗಿರಬೇಕೆಂದು

ನಿಶ್ಚಯಿಸಿದ್ದೆವು. ಮೈಂಡ್‌ಟ್ರೀ ಲೋಕಕ್ಕೆ ತೆರೆದುಕೊಳ್ಳುವ ವಾರಗಳ ಮುನ್ನ, ಸ್ಪಾಸ್ಟಿಕ್ ಸೊಸೈಟಿಯನ್ನು ಸಂಪರ್ಕಿಸಿ, ಒಂದು ವಾರದ ಮಟ್ಟಿಗೆ ಮಕ್ಕಳೊಡನೆ ಬೆರೆತು ಮಾತನಾಡಲು ಅವಕಾಶ ಕೊಡುವಂತೆ ಕೇಳಿದೆವು. ಮಕ್ಕಳಿಗೆ ಮೈಂಡ್‌ಟ್ರೀಯ ಹಿಂದಿದ್ದ ಕಲ್ಪನೆಯನ್ನು ವಿವರಿಸಿ, ಅವರ ಜೊತೆಗೂಡಿ, ನಾವು ಬಯಸಿದ ಕಲ್ಪನೆ, ಸಂತಸ ಮತ್ತು ಕ್ರಿಯಾಶೀಲತೆಯ ಜೀವತಂತುವನ್ನಾಧರಿಸಿದ ಲಾಂಛನವನ್ನು ಸೃಷ್ಟಿಸುವುದು ನಮ್ಮ ಉದ್ದೇಶವಾಗಿತ್ತು.

ಕಂಪನಿಯೆಂದರೇನು, ಕಂಪನಿಗೆ ಲಾಂಛನವೊಂದು ಏಕಿರಬೇಕು ಮತ್ತು ಎಲ್ಲಕ್ಕಿಂತ ಹೆಚ್ಚಾಗಿ ಮೈಂಡ್‌ಟ್ರೀ ಎಂಥ ಕಂಪನಿಯಾಗಬಯಸುತ್ತದೆ ಎಂಬೆಲ್ಲಾ ವಿಷಯಗಳ ಬಗ್ಗೆ ಮಕ್ಕಳಿಗೆ ಕೆಲವು ದಿನಗಳ ವರ್ಕ್‌ಶಾಪ್‌ವೊಂದನ್ನು ನಡೆಸಿದೆವು. ಆ ಬಳಿಕ ಮಕ್ಕಳು ವಿನ್ಯಾಸಕ್ಕೆ ತೊಡಗಿದರು. ಮೊದಮೊದಲು ಹೊರಬಂದ ವಿನ್ಯಾಸಗಳು ನಿರಾಶಾದಾಯಕವಾಗಿದ್ದವು. ಮಕ್ಕಳು 'ಮೈಂಡ್‌ಟ್ರೀ' ಶಬ್ದವನ್ನು ತೀರಾ ಅಕ್ಷರಶಃ ಅರ್ಥ ಮಾಡಿಕೊಂಡಿದ್ದರು. ಆದರೆ ನಾವು ಅಷ್ಟಕ್ಕೇ ಕೈಬಿಡಲಿಲ್ಲ. ಮತ್ತೊಂದು ವರ್ಕ್‌ಶಾಪ್ ನಡೆಸಿ, ಮಕ್ಕಳಿಗೆ ಕೆಲವು ಪ್ರಸಿದ್ಧ ಲಾಂಛನಗಳನ್ನು ತೋರಿಸಿ, ಅವುಗಳ ಒಳಾರ್ಥವನ್ನು ತಿಳಿಯುವಂತೆ, ಬ್ರಾಂಡ್ ಒಂದರ ಲಾಂಛನವು ಪ್ರತಿನಿಧಿಸುತ್ತಿದ್ದ ಮೌಲ್ಯವನ್ನು ಅರ್ಥ ಮಾಡಿಕೊಳ್ಳುವಂತೆ ಪ್ರಚೋದಿಸಿದೆವು. ಆಗ ಜಾದೂ ನಡೆಯಿತು. ಸಂಖ್ಯಾ ಬೀಗವೊಂದು ಇದ್ದಕ್ಕಿದ್ದಂತೆ ತೆರೆದುಕೊಂಡಂತೆ, ಅವರ ಆಲೋಚನೆಯಲ್ಲಿ ದೀಪವೊಂದು ಹೊತ್ತಿಕೊಂಡಿತ್ತು. ಶ್ರಮ ತೋರುತ್ತಿದ್ದ ಮುಖಗಳಲ್ಲೀಗ ಶೋಧ ಸಫಲವಾದ ಸಂತಸ. ನಾವು ಪಡೆದ ಹತ್ತು ವಿನ್ಯಾಸಗಳಲ್ಲಿ ನಿಜಕ್ಕೂ ಅದ್ಭುತವೆನಿಸಿದ್ದ ಒಂದನ್ನು ಆರಿಸುವುದು ಕಷ್ಟವಾಗಲಿಲ್ಲ. ಅದನ್ನು ಬಿಡಿಸಿದವ ಹದಿನೇಳು ವರ್ಷದ ಚೇತನ್. ತನ್ನ ವಿನ್ಯಾಸವನ್ನು ವರ್ಣಿಸಿದ ಚೇತನ್, ಮೇಲ್ಮುಖವಾದ ನೀಲಿ ಎಳೆ ಮೇರೆಗಳಿಲ್ಲದ ಕಲ್ಪನೆಯನ್ನು ಪ್ರತಿನಿಧಿಸಿದರೆ, ಕೆಂಪು ಬಣ್ಣದ ಹಿನ್ನೆಲೆ ಕ್ರಿಯಾಶೀಲತೆಯನ್ನು ತೋರಿಸುತ್ತದೆಂದೂ ಮತ್ತು ಹಳದಿಯಲ್ಲಿರುವುದು 'ಸಂತಸದ ಗುಳ್ಳೆ'ಗಳೆಂದು ಅರ್ಥೈಸಿದ್ದ.

ನಮ್ಮ ಮೆಚ್ಚುಗೆಯ ಪ್ರತೀಕವಾಗಿ ಸ್ಪಾಸ್ಟಿಕ್ ಸೊಸೈಟಿಗೆ ಮೈಂಡ್‌ಟ್ರೀಯ ಐದು ಸಾವಿರ ಷೇರುಗಳನ್ನು ಕೊಟ್ಟೆವು. ತನ್ನ ನಗುವಿನಿಂದ ನಮ್ಮನ್ನು ಮರುಳುಗೊಳಿಸಿದ್ದ ವಿದ್ಯಾರ್ಥಿನಿ ಲತಾ ನಮ್ಮ ಮೊದಲ ಸ್ವಾಗತಕಾರಿಣಿಯಾಗಿದ್ದಳು. ಅಮೆರಿಕದ ಅಧ್ಯಕ್ಷ ಬಿಲ್ ಕ್ಲಿಂಟನ್ ಭಾರತಕ್ಕೆ ಬಂದು ಐಟಿ ಕಂಪನಿಗಳ ಸಿಇಓಗಳನ್ನು ಭೇಟಿ ಮಾಡಿದಾಗ, ನಾವು ಚೇತನ್‌ನನ್ನು ನಮ್ಮೊಡನೆ ಕರೆದೊಯ್ದಿದ್ದೆವು. ಚೇತನ್ ಬಿಡಿಸಿದ್ದ ಲಾಂಛನದ ಮೇಲೆ ಕ್ಲಿಂಟನ್ ತಮ್ಮ ಹಸ್ತಾಕ್ಷರ ನೀಡಿದ್ದರು. ತರುವಾಯದಲ್ಲಿ ವಿನ್ಯಾಸಗೊಳಿಸಿದ ಪ್ರತಿಯೊಂದು ಮೈಂಡ್‌ಟ್ರೀ ಆವರಣವೂ ಸ್ಪಾಸ್ಟಿಕ್ ಸೊಸೈಟಿಯ ಮಕ್ಕಳು ಹೊಮ್ಮಿಸಿದ ಕಲಾಕೃತಿಗಳ ಮ್ಯೂಸಿಯಮ್‌ನಂತಿದೆ.

O

ಸ್ಥಾಪಕರ ತಂಡ ಸಿದ್ಧವಿತ್ತು, ಉದ್ಯಮ ಬಂಡವಾಳವೂ ಸಿಕ್ಕಿತು, ಹೆಸರು ಮತ್ತು ಲಾಂಛನಗಳು ನಿರ್ಧರಿತವಾದವು, 1999ರ ಆಗಸ್ಟ್ 18 ರಂದು ಮೈಂಡ್‌ಟ್ರೀ ವ್ಯವಹಾರವನ್ನು ಆರಂಭಿಸಿತು. ಅಶೋಕ್ ಸೂಟಾ ಚೇರ್‌ಮನ್‌ರಾದರು, ನಾನು ಚೀಫ್ ಆಪರೇಟಿಂಗ್ ಆಫೀಸರ್ ಕೆಲಸ ವಹಿಸಿಕೊಂಡೆ, ಕೆ.ಕೆ. ಐಟಿ ಸರ್ವೀಸಸ್‌ನ ಅಧ್ಯಕ್ಷರಾದರೆ, ಜಾನಿ ಆರ್&ಡಿ ಸರ್ವೀಸಸ್ ವ್ಯವಹಾರದ ಅಧ್ಯಕ್ಷರಾಗಿದ್ದರು. ಎಲ್ಲರೂ ತಕ್ಷಣ ಕಾರ್ಯಪ್ರವೃತ್ತರಾದೆವು. ಕೆ.ಕೆ.ಯ ವ್ಯವಹಾರದ ಸೇವೆಗಳನ್ನು ಗ್ರಾಹಕರಿಗೆ ತಲುಪಿಸುವ ಜವಾಬ್ದಾರಿಯನ್ನು ಪಾರ್ಥ ಹೊತ್ತರೆ, ಕಲ್ಯಾಣ್ ಟ್ರೈನಿಂಗ್, ಡೆವಲಪ್‌ಮೆಂಟ್ ಮತ್ತು ನಾಲೆಡ್ಜ್ ಮ್ಯಾನೇಜ್‌ಮೆಂಟ್ ಕಾರ್ಯಗಳನ್ನು ವಹಿಸಿಕೊಂಡರು. ಸ್ಕಾಟ್, ಅಂಜನ್ ಮತ್ತು ಕ್ಯಾಮರನ್ ಅಮೆರಿಕದ ಕಾರ್ಯಾಚರಣೆಯನ್ನು ಸ್ಥಾಪಿಸುವಲ್ಲಿ ನಿರತರಾದರು. ಐಟಿ ಸರ್ವೀಸಸ್ ವಿಭಾಗ ಇಂಟರ್‌ನೆಟ್ ತಂತ್ರಜ್ಞಾನದತ್ತ ಮತ್ತು ಆರ್&ಡಿ ಸರ್ವೀಸಸ್ ವಿಭಾಗ ಟೆಲಿಕಾಮ್ ಉದ್ಯಮದತ್ತ ಗಮನ ಹರಿಸಲು ನಿರ್ಧರಿಸಿದ್ದವು. ಈ ಎರಡೂ ಕ್ಷೇತ್ರಗಳು ಅಂದು ವಿಪರೀತ ಬೇಡಿಕೆಯಲ್ಲಿದ್ದವು. ಈ ಎರಡು ಕ್ಷೇತ್ರಗಳ ವ್ಯವಹಾರದೊಂದಿಗೆ ನಮ್ಮ ಐಟಿ ಸ್ಟ್ರಾಟೆಜಿ ಕನ್ಸಲ್ಟಿಂಗ್ ಸಾಮರ್ಥ್ಯವೂ ಸೇರಿ, ಬೇರಾವ ಭಾರತೀಯ ಕಂಪನಿಗಳಿಗೂ ಇಲ್ಲದ ವಿಶಿಷ್ಟ ಸ್ಥಾನವನ್ನು ನಮಗೆ ತಂದುಕೊಡಲಿತ್ತು. ಸದ್ಯಕ್ಕಿದ್ದ ಅತಿ ಮುಖ್ಯ ಕೆಲಸವೆಂದರೆ ಸಂಸ್ಥೆ ವೇಗವಾಗಿ ಬೆಳೆಯಲು ಅನುವಾಗುವಂತೆ ತಂಡವೊಂದನ್ನು ಕಟ್ಟುವುದು. ಹಲವು ವರ್ಷಗಳಿಂದ ನಾವೆಲ್ಲ ಬೆಳೆಸಿಕೊಂಡು ಬಂದಿದ್ದ ಒಳ್ಳೆಯ ಹೆಸರು ಮತ್ತು ನಮ್ಮ ವೈಯಕ್ತಿಕ ಸಂಪರ್ಕಗಳಿಂದಾಗಿ ಪ್ರತಿಯೊಬ್ಬರೂ ಬೇರೆ ಕಡೆಯಿಂದ ಅತ್ಯುತ್ತಮ ವ್ಯಕ್ತಿಗಳನ್ನು ಆಕರ್ಷಿಸಲು ಸಾಧ್ಯವಾಯಿತು. ಮೊದಲ ಐದು ನೂರು ಮೈಂಡ್‌ಟ್ರೀ ಮೈಂಡ್(ಮನಸ್ಸು)ಗಳನ್ನೂ ಸಹಸಂಸ್ಥಾಪಕರೆಂದೇ ನೋಡಬೇಕೆಂಬುದು ಅಶೋಕ್‌ರ ಅಭಿಪ್ರಾಯವಾಗಿತ್ತು. ಆದ್ದರಿಂದ ಮೊದಲು ಕಂಪನಿಯನ್ನು ಸೇರಿದ ಎಲ್ಲರನ್ನೂ ಅಷ್ಟೇ ಗೌರವದಿಂದ ಕಾಣಲಾಗಿತ್ತು ಮತ್ತು ಪ್ರತಿಯೊಬ್ಬರೂ ಉತ್ಕೃಷ್ಟ ಕೆಲಸ ಮಾಡಲು ಸಾಧ್ಯವಾಗುವಂತೆ ಸಾಕಷ್ಟು ಗುರುತರ ಜವಾಬ್ದಾರಿಗಳನ್ನು ವಹಿಸಲಾಗಿತ್ತು. ಸಂಸ್ಥೆಯನ್ನು ಕಟ್ಟುವ ಕೆಲಸದಲ್ಲಿ ಅವರನ್ನೂ ಒಳಗೊಳ್ಳಲು ನಾವು ವಿಶಾಖಪಟ್ಟಣದಲ್ಲಿ ಕುಳಿತು ಹೊರತಂದಿದ್ದ ಮೌಲ್ಯಗಳನ್ನು ಮತ್ತೊಮ್ಮೆ ಪರಿಶೀಲಿಸಲು ನಿರ್ಧರಿಸಿದೆವು. ಅಶೋಕ್ ಮತ್ತು ನಾನು ಮೈಂಡ್‌ಟ್ರೀ ಕಚೇರಿಗಳಿದ್ದ ಪ್ರತಿಯೊಂದು ಸ್ಥಳಕ್ಕೂ ಭೇಟಿ ನೀಡಿ, ಪ್ರತಿಯೊಬ್ಬರೊಂದಿಗೂ ವೈಯಕ್ತಿಕವಾಗಿ ಮಾತನಾಡಿ, ಅವರು ಕಟ್ಟಲು ಬಯಸುವ ಕಂಪನಿಯ ಲಕ್ಷಣಗಳನ್ನು ತಿಳಿಸಲು ಕೇಳಿದೆವು. ಹೀಗೆ ಹೊರಬಂದಿದ್ದೇ CLASS – Caring(ಕಾಳಜಿ), Learning(ಕಲಿಕೆ), Achieving(ಸಾಧನೆ), Sharing(ಹಂಚುವಿಕೆ) ಮತ್ತು Social Responsiblity (ಸಾಮಾಜಿಕ ಬದ್ಧತೆ) ಎಂಬ ಮೈಂಡ್‌ಟ್ರೀಯ ಮೌಲ್ಯಗಳು. ಈ ಮೌಲ್ಯಗಳು ನಮ್ಮನ್ನೆಲ್ಲಾ ಒಂದು ಸಮುದಾಯವಾಗಿ ಬಂಧಿಸಿದವಷ್ಟೇ ಅಲ್ಲ, ನಮ್ಮ ಅತಿ ಕಾರ್ಪಣ್ಯದ ದಿನಗಳಲ್ಲಿ ಬಹಳ ಉಪಯುಕ್ತವಾಗಿದ್ದವು.

ಸಹಸಂಸ್ಥಾಪಕರಲ್ಲಿದ್ದ ವೈವಿಧ್ಯತೆ ಮತ್ತು ಅದರ ಜೊತೆಗೇ ಇದ್ದ ಸಮಾನ ಹಿನ್ನೆಲೆಯಿಂದಾಗಿ, ಎರಡನೆಯ ಮಟ್ಟದಲ್ಲಿ ವಿಶಿಷ್ಟ ರೀತಿಯ ನಾಯಕತ್ವವನ್ನು ಆಕರ್ಷಿಸುವುದು ಸಾಧ್ಯವಾಯಿತು. ಎರಿಕ್ ಮಾನ್, ಆರ್.ಕೆ. ವೀರರಾಘವನ್, ಜೋ ಕಿಂಗ್, ರಾಜಾ ಷಣ್ಮುಗಂ, ರಾಜ್ ದತ್ತ, ಅಮಿತ್ ಅಗರ್‌ವಾಲ್, ಅಬ್ರಹಾಮ್ ಮೋಸೆಸ್ ಮತ್ತು ಬಾಬೂಜಿ ಫಿಲಿಪ್ ಅಬ್ರಹಾಂ ಇವರುಗಳೆಲ್ಲ ಮೈಂಡ್‌ಟ್ರೀಯ ಕಲ್ಪನೆಗಳನ್ನು ಫ್ರಾಕ್ಟಲ್‌ಗಳಂತೆ ಅರಳಿಸಿ, ಅದರಲ್ಲಿ ನಂಬಿಕೆಯಿಟ್ಟ ಜನರ ವೃತ್ತವನ್ನು ಹಿಗ್ಗಿಸಿದರು. ಇವರಲ್ಲಿ ಪ್ರತಿಯೊಬ್ಬರೂ ತಮ್ಮದೇ ಆದ ವೈಶಿಷ್ಟ್ಯತೆಯಿಂದ ಮೈಂಡ್‌ಟ್ರೀಯನ್ನು ರೂಪಿಸಿದವರು. ನಮ್ಮ ಕಷ್ಟದ ದಿನಗಳಲ್ಲಿ ಅಗಲದೇ ಗಟ್ಟಿಯಾಗಿ ನಿಂತವರು. ನಮ್ಮಿಂದ ಭರವಸೆಗಳನ್ನು ಬಯಸದೆ ತಾವೇ ಭರವಸೆಯಾದವರು.

ಎರಿಕ್ ಮಾನ್‌ನ ತಾಯಿ 1953ರಲ್ಲಿ ಪೂರ್ವ ಜರ್ಮನಿಯ ಕಮ್ಯುನಿಸ್ಟ್ ಆಡಳಿತದಿಂದ ತಪ್ಪಿಸಿಕೊಂಡು ಅಮೆರಿಕಕ್ಕೆ ಬಂದವಳು. ಬ್ರೂಕ್‌ಲಿನ್‌ನಲ್ಲಿ ಪೀಠೋಪಕರಣಗಳ ರಿಪೇರಿ ಅಂಗಡಿ ಇಟ್ಟಿದ್ದ ಎರಿಕ್‌ನ ತಂದೆಯ ಭೇಟಿಯಾಗಿತ್ತು. ಬ್ರೂಕ್‌ಲಿನ್‌ನಲ್ಲಿ ಬೆಳೆದ ಎರಿಕ್ ಓದಲು ಪ್ರಿನ್ಸ್‌ಟನ್ ಕಾಲೇಜಿಗೆ ಹೋಗಿದ್ದ. ಅಲ್ಲಿ ವೇಟರ್ ಕೆಲಸ ಮಾಡುತ್ತಾ, ವಾರಾಂತ್ಯಗಳಲ್ಲಿ ಟೆನ್ನಿಸ್ ಪಾಠ ಹೇಳಿಕೊಡುತ್ತಾ ತನ್ನ ವಿದ್ಯಾಭ್ಯಾಸದ ಅರ್ಧ ಖರ್ಚನ್ನು ತಾನೇ ಭರಿಸಿದವ. ಏರೋನಾಟಿಕಲ್ ಇಂಜಿನಿಯರಿಂಗ್ ಕಲಿಯಲು ಭರ್ತಿಯಾಗಿ, ಮುಂದೆ ಪ್ರಿನ್ಸ್‌ಟನ್‌ನಲ್ಲಿ ಪ್ರಾಯೋಗಿಕ ವೈಮಾನಿಕ ಸಂಶೋಧನೆ ನಿಂತುಹೋದ ಕಾರಣಕ್ಕೆ ವೈಜ್ಞಾನಿಕ ಇತಿಹಾಸದ ಅಧ್ಯಯನದಲ್ಲಿ ತೊಡಗಿದ್ದ (ಈಗಲೂ ಆತ ಬಹು ಆಸ್ಥೆಯ ಗ್ಲೈಡರ್ ಪೈಲಟ್ ಆಗಿದ್ದಾನೆ). ಐಟಿ ಉದ್ಯಮ ಸೇರಿದ ಆತ ಕೆಲವು ವರ್ಷಗಳಲ್ಲಿ ಕೇಂಬ್ರಿಡ್ಜ್ ಟೆಕ್ನಾಲಜಿ ಪಾರ್ಟ್‌ನರ್ಸ್ ಸೇರಿ ಅಲ್ಲಿಂದ ಮೈಂಡ್‌ಟ್ರೀಗೆ ಬಂದಿದ್ದ. ಮೈಂಡ್‌ಟ್ರೀಯಲ್ಲಿ ಇನ್ಶೂರೆನ್ಸ್ ಉದ್ಯಮದ ತಂಡವನ್ನು ಕಟ್ಟಿ ಬೆಳೆಸಿದಾತ ಎರಿಕ್. 2008 ರಲ್ಲಿ ಕಂಪನಿಯ ಆದಾಯದ ಶೇ.12 ರಷ್ಟನ್ನು ಈ ವ್ಯವಹಾರ ಗಳಿಸಿಕೊಟ್ಟಿತ್ತು.

ಚೆನ್ನೈನ ಕೆಳ ಮಧ್ಯಮ ವರ್ಗದ ಕುಟುಂಬದಲ್ಲಿ ಜನಿಸಿದ ಆರ್.ಕೆ.ವೀರರಾಘವನ್ ಪೋಲಿಯೋ ಪೀಡಿತ. ಸೈಕಲ್ ತುಳಿಯಬೇಕೆಂಬುದೊಂದೇ ಜೀವನದಲ್ಲಿ ಆತನಿಗಿದ್ದ ಮಹದಾಸೆ. ಅದನ್ನು ಮಾಡಲು ಸಾಧ್ಯವಾದ ದಿನ, ತಾನು ಬೇರೆ ಏನನ್ನಾದರೂ ಸಾಧಿಸಬಲ್ಲೆ– ಎಂದುಕೊಂಡಿದ್ದ ವೀರಾ, ಬಿಟ್ಸ್ ಪಿಲಾನಿಯಲ್ಲಿ ಪದವಿ ಪಡೆದು, ವಿಪ್ರೋದಲ್ಲಿ ಕೆಲಸ ಮಾಡುತ್ತಿದ್ದ. ಅಲ್ಲಿಂದ ಮೈಂಡ್‌ಟ್ರೀ ಸೇರಿದವನು ಈಗ ಗ್ಲೋಬಲ್ ಡೆಲಿವರಿ ವಿಭಾಗದ ಮುಖ್ಯಸ್ಥ.

ಜೋ ಕಿಂಗ್ ನ್ಯೂಯಾರ್ಕ್‌ನ ಬ್ರಾಂಕ್ಸ್ ಎಂಬಲ್ಲಿ ಜನಿಸಿ ಐದು ವರ್ಷಗಳಾಗುವ ವರೆಗೂ ಅಲ್ಲಿಯೇ ಬೆಳೆದವನು. ಆತನ ತಂದೆ ಇಪ್ಪತ್ತೂರು ವರ್ಷಗಳ ಕಾಲ ಶಿಕ್ಷಕ ರಾಗಿದ್ದರು. ಕೆಲವು ಕಡೆ ಬರೀ ಕಪ್ಪುಜನರೇ ಇದ್ದ ನೆರೆಹೊರೆಯಲ್ಲಿ ತಾನೊಬ್ಬನೇ ಬಿಳಿಯ ನಾಗಿದ್ದುದನ್ನು ಆತ ನೆನೆಸಿಕೊಳ್ಳುತ್ತಾನೆ. ಜೋ ತನ್ನ ವಿದ್ಯಾಭ್ಯಾಸದ ಖರ್ಚನ್ನು ತಾನೇ

ಸಂಪಾದಿಸಿದವ. ನ್ಯೂಯಾರ್ಕ್‌ನಲ್ಲಿ ಕಂಪ್ಯೂಟರ್ ಸ್ಟೇಷನರಿ ಮಾರುವುದರೊಂದಿಗೆ ಉದ್ಯೋಗ ಆರಂಭಿಸಿ, ನಂತರ ಫೋರ್ಡ್‌ಹ್ಯಾಮ್‌ನಲ್ಲಿ ಎಮ್.ಬಿ.ಎ., ಪದವಿ ಪಡೆದ. ಈಗ ಮೈಂಡ್‌ಟ್ರೀಯ ಗ್ಲೋಬಲ್ ಮಾರ್ಕೆಟಿಂಗ್ ವಿಭಾಗದ ಮುಖ್ಯಸ್ಥನಾಗಿದ್ದಾನೆ.

ಮೈಂಡ್‌ಟ್ರೀಯ ಕ್ಯಾಲಿಫೋರ್ನಿಯಾ ಕಚೇರಿ ಆರಂಭವಾದಾಗ ರಾಜಾ ಷಣ್ಮುಗಂ ತನ್ನ ಕೈಯಿಂದಲೇ ಪೀಠೋಪಕರಣಗಳ ಭಾಗಗಳನ್ನು ಜೋಡಿಸಿ ಸಿದ್ಧಗೊಳಿಸಿದ್ದ. ರಾಜಾ ಹುಟ್ಟುವ ಸಮಯದಲ್ಲಿ ಆತನ ತಾಯಿ ಸೇಲಂನ ಸರಕಾರಿ ಆಸ್ಪತ್ರೆಯೊಂದಕ್ಕೆ ಹೋಗಿದ್ದಳು. ಆಸ್ಪತ್ರೆಯಲ್ಲಿ ಕೆಲಸದ ಸಮಯವಿನ್ನೂ ಶುರುವಾಗಿರಲಿಲ್ಲವಾಗಿ, ಆಕೆಯನ್ನು ಸೇರಿಸಿಕೊಳ್ಳಲು ಅವರು ನಿರಾಕರಿಸಿದ್ದರು. ಆಕೆ ತಿರುಗಿ ಹೊರಟಳು; ಆದರೆ ರಾಜಾ ಕಾಯಲಿಲ್ಲ. ರಸ್ತೆಯ ಬದಿಯಲ್ಲೇ ಹೆರಿಗೆಯಾಗಿತ್ತು. ರಾಜಾ ಜಗತ್ತಿಗೆ ಬಂದ ಈ ವಿಚಿತ್ರ ಘಟನೆಯಿಂದಾಗಿ ಆತನ ಅಜ್ಜಿ ಅವನನ್ನು 'ಮನ್ನಳಂದಾನ್' (ಭೂಮಿಯನ್ನು ಅಳೆಯುವವನು) ಎಂದು ಕರೆದಿದ್ದಳು. ಇಂದು ಆತ ಏಶಿಯಾ ಪೆಸಿಫಿಕ್ ವಲಯದ ಮುಖ್ಯಸ್ಥನಾಗಿದ್ದಾನೆ.

ಭಾರತದಲ್ಲಿ ಜನಿಸಿ, ಆಫ್ರಿಕಾದಲ್ಲಿ ಬೆಳೆದು, ಅಮೆರಿಕಕ್ಕೆ ಹೋಗಿದ್ದ ರಾಜ್ ದತ್ತ ಮುಂಬೈ ಬಳಿಯಿದ್ದ, ಒಬ್ಬ ಗುರುವಿನೊಂದಿಗೆ ಸ್ವಲ್ಪ ಕಾಲ ಕಳೆದಿದ್ದ. ಕಾರ್ನೆಲ್ ವಿಶ್ವವಿದ್ಯಾಲಯಕ್ಕೆ ವ್ಯಾಸಂಗಕ್ಕಾಗಿ ತೆರಳಿದ ಆತನನ್ನು ಓಪನ್ ಸೋರ್ಸ್ ಸಾಫ್ಟ್‌ವೇರ್ ಕ್ಷೇತ್ರ ಆಕರ್ಷಿಸಿದಾಗ ತನ್ನ ಅಂತರಂಗದ ಸೆಳೆತವನ್ನು ಕಂಡುಕೊಂಡಿದ್ದ. ನಾಲೆಡ್ಜ್ ಮ್ಯಾನೇಜ್‌ಮೆಂಟ್ ಕ್ಷೇತ್ರದಲ್ಲಿ ಕೆಲಸ ಮಾಡುವುದು ಆತನ ಜೀವನದ ಗುರಿಯಾಗಿತ್ತು. ಈಗ ಮೈಂಡ್‌ಟ್ರೀಯಲ್ಲಿ ಅದೇ ಕಾರ್ಯದ ಮುಂದಾಳಾಗಿದ್ದಾನೆ. ಆತನ ಪ್ರಯತ್ನದಿಂದಾಗಿ MAKE (Most Admired Knowledge Enterprise) ಕ್ಲಬ್ಬಿಗೆ ಸೇರಿದ ಅತ್ಯಂತ ಚಿಕ್ಕ ವಯಸ್ಸಿನ ಕಂಪನಿಗಳಲ್ಲಿ ಮೈಂಡ್‌ಟ್ರೀಯೂ ಒಂದಾಗಿದೆ.

ರಾಜ್ ತನ್ನ ಎಳೆ ವಯಸ್ಸಿನಲ್ಲೇ ಭಾರತವನ್ನು ಬಿಟ್ಟು ಹೋಗಿದ್ದರೆ, ಅಮಿತ್ ಅಗರ್‌ವಾಲ್ ಭಾರತದಿಂದ ಅಮೆರಿಕಕ್ಕೆ ವಲಸೆ ಹೋಗಿದ್ದ ತಂದೆ-ತಾಯಿಗಳಿಗೆ ಜನಿಸಿ, ಭಾರತದ ಬಗ್ಗೆ ಯಾವ ಕಲ್ಪನೆಯೂ ಇಲ್ಲದೆ ಬೆಳೆದಿದ್ದ. ಭಾರತವೆಂದರೇನೆಂದು ಆತನಿಗೆ ತಿಳಿದದ್ದೇ ಮೈಂಡ್‌ಟ್ರೀಯಿಂದ ಎನ್ನಬಹುದು. ರಟ್‌ಗರ್ಸ್ ವಿಶ್ವವಿದ್ಯಾಲಯದಲ್ಲಿ ಇಂಜಿನಿಯರಿಂಗ್ ಮತ್ತು ಸಂಗೀತ ಎರಡನ್ನೂ ಮುಖ್ಯವಿಷಯಗಳನ್ನಾಗಿ ಆರಿಸಿಕೊಂಡು, ಕೊಂಚ ಕಾಲ ಸಂಗೀತ ಸಂಯೋಜನೆಯಲ್ಲಿ ಕೈಯಾಡಿಸಿ ಕೊನೆಗೆ ಕಂಪ್ಯೂಟರ್ ಸೈನ್ಸ್‌ಅನ್ನು ಅಭ್ಯಸಿಸಿದ್ದ. ಕೆಲಸಕ್ಕೆ ಸೇರಿದ ಕೇಂಬ್ರಿಡ್ಜ್ ಟೆಕ್ನಾಲಜಿ ಪಾರ್ಟ್‌ನರ್ಸ್‌ನಲ್ಲಿ ಅಂಜನ್, ಸ್ಕಾಟ್ ಮತ್ತು ಕ್ಯಾಮರನ್‌ರನ್ನು ಭೇಟಿಯಾದ. ನಮ್ಮ ಮೊದಲ ಕೆಲವು ಪ್ರಾಜೆಕ್ಟ್‌ಗಳಿಗೆ ಟೆಕ್ನಿಕಲ್ ಆರ್ಕಿಟೆಕ್ಟ್ ಆಗಿದ್ದ ಅಮಿತ್ ಅಮೆರಿಕದ ಪೂರ್ವ ಕರಾವಳಿಯಿಂದ ಪಶ್ಚಿಮ ಕರಾವಳಿಗೆ ಸ್ಥಳಾಂತರಿಸಿ, ಮುಂದೆ ಬರ್ಗರ್ ಕಿಂಗ್ ಜೊತೆಗಿನ ನಮ್ಮ ವ್ಯವಹಾರ-ಸಂಬಂಧವನ್ನು ಮುನ್ನಡೆಸಲು ಫ್ಲೋರಿಡಾಕ್ಕೆ ಹೋಗಿ ನೆಲೆಸಿದ.

ಸೈನ್ಯದಲ್ಲಿ ಜೆಸಿಓ ಆಗಿ ನಿವೃತ್ತರಾಗಿದ್ದ ತಂದೆಯ ಎಂಟು ಮಕ್ಕಳಲ್ಲಿ ಅಬ್ರಹಾಮ್ ಮೋಸೆಸ್ ಒಬ್ಬ. ಮನೆಯಲ್ಲಿ ಊಟಕ್ಕೂ ತತ್ವಾರವಿತ್ತು. ತನ್ನ ಜೀವನವನ್ನು ಒಬ್ಬ ಕೂಲಿಯಾಗಿ ಪ್ರಾರಂಭಿಸಿದೆ ಎಂದು ನೆನೆಸಿಕೊಂಡಾಗಲೆಲ್ಲಾ ಹೆಮ್ಮೆ ಪಡುತ್ತಿದ್ದ. ಅಲ್ಲಿಂದ ಹಂತ ಹಂತವಾಗಿ ಜೀವನವನ್ನು ಕಟ್ಟಿಕೊಂಡ ಆತ ವಿಪ್ರೋದ ಗ್ಲೋಬಲ್ ಆರ್&ಡಿ ವಿಭಾಗದಲ್ಲಿ ನನ್ನೊಡನಿದ್ದು, ಆಡಳಿತ ಕಾರ್ಯಗಳನ್ನು ನೋಡಿಕೊಳ್ಳುತ್ತಿದ್ದ. ಆತನಲ್ಲೇನೋ ಒಂದು ವಿಶಿಷ್ಟ ಚೇತನವಿತ್ತು. ಅನಾಥಾಶ್ರಮಗಳು, ನಿರ್ಗತಿಕರು ಹಾಗೂ ಸಾವಿನಂಚಿನಲ್ಲಿರುವವರ ನಿವಾಸಗಳೊಂದಿಗೆ ಇದ್ದ ನಮ್ಮ ಒಡನಾಟದ ಮುಂಚೂಣಿಯಲ್ಲಿ ಸದಾ ಆತ ಇರುತ್ತಿದ್ದ; ಯಾರಿಗೆ ಏನೇ ಅವಶ್ಯಕತೆಯಿರಲಿ, ಮೊದಲ ಸಹಾಯಹಸ್ತ ಆತನದೇ ಆಗಿರುತ್ತಿತ್ತು; ಕಚೇರಿಗೆ ಎಲ್ಲರಿಗಿಂತ ಮುಂಚಿತವಾಗಿ ಬಂದು, ಎಲ್ಲರಿಗಿಂತ ತಡವಾಗಿ ಹೊರಡುತ್ತಿದ್ದ. ನಾನು ವಿಪ್ರೋ ಬಿಡುವಾಗ, ನಮ್ಮಿಬ್ಬರ ಅಗಲುವಿಕೆ ತಾತ್ಕಾಲಿಕವಷ್ಟೇ ಎಂದು ನಾನಾತನಿಗೆ ಹೇಳಿದ್ದೆ.

ಬಾಬೂಜಿ ಫಿಲಿಪ್ ಅಬ್ರಹಾಮ್ ಮೈಂಡ್‌ಟ್ರೀ ಸೇರಿದ್ದು ಮಾತ್ರ ಎಂದಿಗೂ ಅಪೂರ್ವವಾಗಿ ಉಳಿಯುವಂಥದು. ಕಂಪನಿ ಆರಂಭವಾದ ಹೊಸದರಲ್ಲಿ, ಮಾನವ ಸಂಪನ್ಮೂಲ ವಿಭಾಗದ ಮುಖ್ಯಸ್ಥರಾಗಿದ್ದ ಪ್ರಸಾದ್ ಒಮ್ಮೆ ನನ್ನ ಕಚೇರಿಗೆ ಓಡಿಬಂದರು. ನನ್ನನ್ನು ಕಾನ್ಫರೆನ್ಸ್ ರೂಮಿಗೆ ಕರೆದೊಯ್ದು, ಅಲ್ಲಿ ಕುಳಿತಿದ್ದ ಎಂಟು ಜನರನ್ನು ತೋರಿಸಿ 'ಅವರು ಮೈಂಡ್‌ಟ್ರೀ ಸೇರಲು ಬಯಸುತ್ತಾರೆ, ಆದರೆ ಸೇರುವ ಮುನ್ನ ನಿಮ್ಮ ಸಂದರ್ಶನ ತೆಗೆದುಕೊಳ್ಳಬೇಕಂತೆ' ಎಂದರು. ಮೈಂಡ್‌ಟ್ರೀ ಆಗಷ್ಟೇ ಪ್ರಾರಂಭವಾಗಿತ್ತು. ವೆರಿಫೋನ್(ನಂತರ ಎಚ್‌ಪಿ)ನಲ್ಲಿ ಬಾಬೂಜಿಯ ನಾಯಕತ್ವದಲ್ಲಿ ಕೆಲಸ ಮಾಡುತ್ತಿದ್ದ ಕೆಲವು ಇಂಜಿನಿಯರುಗಳಿಗೆ ಆರಂಭಿಕ ಕಂಪನಿಯಲ್ಲಿ ಕೆಲಸ ಮಾಡುವ ಬಯಕೆ ಪ್ರಬಲವಾಗಿತ್ತು. ಮೈಂಡ್‌ಟ್ರೀ ವಿಷಯವಾಗಿ ಕೇಳಿದ್ದ ಅವರು, ಬಾಬೂಜಿಯನ್ನು 'ನಾವು ಅವರಲ್ಲಿಗೆ ಹೋಗಿ ವಿಚಾರಿಸಿಕೊಂಡು ಬರುತ್ತೇವೆ, ನೀವೂ ಬರುತ್ತೀರಾ?' ಎಂದು ಕೇಳಿದ್ದರು. ಎಂಟು ಜನವೂ ಒಟ್ಟಾಗಿ ನಮ್ಮ ಹಂಗಾಮಿ ಕಚೇರಿಗೆ ಬಂದು, ಎಲ್ಲ ವಿಷಯಗಳನ್ನೂ ಚರ್ಚಿಸಿ, ಒಕ್ಕೊರಲಿನಿಂದ ನಾವೆಲ್ಲರೂ ಇಲ್ಲಿ ಸೇರಲು ಸಿದ್ಧ ಎಂದು ಘೋಷಿಸಿದರು! ಎಲ್ಲರಿಗೂ ಅವರವರ ಅನುಭವಕ್ಕೆ ತಕ್ಕಂತೆ ಸಂಬಳ, ಇನ್ನಿತರ ಸವಲತ್ತುಗಳನ್ನು ನೀಡಿ, ಕೆಲಸಕ್ಕೆ ಸೇರಿಸಿಕೊಂಡೆವು. ಇಂದಿಗೂ ಮೈಂಡ್‌ಟ್ರೀಯ ಮನಸ್ಸುಗಳಿಗೆ ಬಾಬೂಜಿ ಬಹು ಮೆಚ್ಚಿನ ನಾಯಕ.

O

ನಮ್ಮ ಮೊದಲ ಆರ್ಥಿಕ ವರ್ಷ ಅಪೂರ್ವ ಯಶಸ್ಸನ್ನು ಕಂಡಿತ್ತು. ನಮ್ಮ ಯೋಜನೆಗಳಿಗೂ ಮೀರಿ 9.5 ಮಿಲಿಯನ್ ಡಾಲರ್‌ಗಳ ಆದಾಯ ಕೈ ಸೇರಿತ್ತು. ಎರಡನೇ ವರ್ಷವೂ ಉತ್ತಮ ಪ್ರಾರಂಭ ಕಂಡಿತ್ತು. ವ್ಯವಹಾರ ಭರ್ಜರಿಯಾಗಿತ್ತು. ದೊಡ್ಡ ಟೆಲಿಕಾಮ್ ಕಂಪನಿಯವರೆಲ್ಲಾ ಆಗಲೇ ಇದ್ದ ಐಟಿ ಸೇವೆಗಳ ಕಂಪನಿಯವರೊಂದಿಗೆ ಬಹುವಾರ್ಷಿಕ ಒಪ್ಪಂದಗಳನ್ನು ಮಾಡಿಕೊಂಡಿದ್ದುದರಿಂದ ಆರ್&ಡಿ ವ್ಯವಹಾರ

ನೆಲೆಗೊಳ್ಳಲು ಹೆಚ್ಚಿನ ಸಮಯ ಬೇಕಿತ್ತು. ಪ್ರಾಜೆಕ್ಟ್‌ಗಳನ್ನು ಪಡೆದುಕೊಳ್ಳುವಲ್ಲಿ ಬಳಕೆಯಲ್ಲಿದ್ದ ಮಾರ್ಗಗಳು ಯಶಸ್ಸು ನೀಡಿರಲಿಲ್ಲ. ಧೃತಿಗೆಡದೆ ನಮ್ಮದೇ ಆದ ಬೌದ್ಧಿಕ ಸ್ವತ್ತನ್ನು ಸೃಷ್ಟಿಸುವ ಕಾರ್ಯಕ್ರಮವನ್ನು ಹಾಕಿಕೊಂಡೆವು. ಶರ್ಮಿಳಾ ಸಹಾ ಅದರ ನೇತೃತ್ವ ವಹಿಸಿದಳು. ಆಕೆ ಯೋಜನೆಯೊಂದನ್ನು ಸಿದ್ಧಪಡಿಸಿದಳು; ಇಂಜಿನಿಯರುಗಳ ತಂಡವೊಂದು ಆಕೆಯ ಮಾರ್ಗದರ್ಶನದಲ್ಲಿ ಶಾರ್ಟ್ ರೇಂಜ್ ವೈರ್‌ಲೆಸ್ ಕ್ಷೇತ್ರದಲ್ಲಿ ಕೆಲಸ ಆರಂಭಿಸಿತು. ಆ ಪ್ರಯತ್ನ ಮುಂದಿನ ವರ್ಷಗಳಲ್ಲಿ ಉತ್ತಮ ಫಲ ಕೊಟ್ಟು, ಮೈಂಡ್‌ಟ್ರೀಯನ್ನು ಬ್ಲೂಟೂತ್ ಪ್ರೋಟೊಕಾಲ್ ಸ್ಟ್ಯಾಕ್ ತಂತ್ರಜ್ಞಾನವನ್ನು ಒದಗಿಸುವ ಜಗತ್ತಿನ ಮೂರು ಶ್ರೇಷ್ಠ ಕಂಪನಿಗಳಲ್ಲಿ ಒಂದನ್ನಾಗಿಸಿತ್ತು. ಈ ತಂತ್ರಜ್ಞಾನದ ಲೈಸೆನ್ಸನ್ನು ಖರೀದಿಸಿದವರಲ್ಲಿ ಜಪಾನಿನ ಸೋನಿ ಮತ್ತು ಎನ್‌ಇಸಿ, ಅಮೆರಿಕದ ಲಾಜಿಟೆಕ್, ಡೆನ್ಮಾರ್ಕಿನ ಜಿಎನ್ ನೆಟ್ ಮತ್ತು ಇನ್ನೂ ಹಲವಾರು ಕಂಪನಿಗಳಿದ್ದವು.

ಇದೆಲ್ಲದರ ಮಧ್ಯೆ ಎರಡು ಸಂಗತಿಗಳು ನಡೆಯುತ್ತಿದ್ದವು: ಒಂದು, ನಾವು ಎರಡನೆಯ ಸುತ್ತಿನ ಬಂಡವಾಳ ಸಂಗ್ರಹಣೆಯಲ್ಲಿ ತೊಡಗಿದ್ದೆವು. ಅದು ದೀರ್ಘಕಾಲೀನ ಪ್ರಯತ್ನವೆಂದು ಗೊತ್ತಿತ್ತು. ಮೊದಲ ಬಾರಿಯಂತೆ ಈಗಲೂ ಹಲವು ಸುತ್ತಿನ ಮಾತುಕತೆಗಳು ಮತ್ತು ಚರ್ಚೆ–ಸಂಧಾನಗಳನ್ನು ನಡೆಸಿ, ಎರಡು ಕಡೆಯವರೂ ಸಾಕಷ್ಟು ಯೋಚಿಸಿ, ತೀರ್ಮಾನಗಳನ್ನು ತೆಗೆದುಕೊಳ್ಳಬೇಕಿತ್ತು. ಈ ಬಾರಿಯ ಪ್ರಕ್ರಿಯೆ ಇನ್ನೂ ಕ್ಲಿಷ್ಟಕರವಾಗಿರುತ್ತದೆಂದು ನಿರೀಕ್ಷಿಸಿದ್ದೆವು. ಏಕೆಂದರೆ, ಮೊದಲ ಬಾರಿ ಪ್ರಶ್ನಿಸಲು ನಮ್ಮ ಬಳಿ ಇದ್ದದ್ದು ವ್ಯವಹಾರ ಯೋಜನೆ ಮಾತ್ರ. ಆದರೆ ಈಗ ಹಲವು ವರ್ಷ ಕಾರ್ಯ ನಿರ್ವಹಿಸಿದ ಸಂಸ್ಥೆಯಿತ್ತು, ಪರಿಶೀಲನೆ ನಡೆಸಲು ಹಲವಾರು ವಿಷಯಗಳಿದ್ದವು. ಕೆಲವು ಬಂಡವಾಳಿಗರು ಸರಿಹೊಂದುವಂತೆ ತೋರುತ್ತಿರುವಾಗಲೇ, ಡಾಟ್–ಕಾಮ್ ಗುಳ್ಳೆ ಒಡೆಯುವ ಲಕ್ಷಣಗಳು ಗೋಚರಿಸಿದ್ದವು, ಟೆಲಿಕಾಮ್ ಉದ್ಯಮ ಕುಸಿಯತೊಡಗಿತ್ತು, ಅಮೆರಿಕದಲ್ಲಿ ಐಟಿ ಉದ್ಯಮ ಇಳಿಮುಖವಾಗುವ ಸಾಧ್ಯತೆಗಳು ದಟ್ಟವಾಗಿದ್ದವು.

ಎರಡು, ಇದೇ ಸಮಯಕ್ಕೆ, ಮೊದಲ ಬಾರಿಗೆ ನಮ್ಮ ಸಂಸ್ಥೆಯಲ್ಲಿ ಎಲ್ಲೋ ಹೊಂದಾಣಿಕೆ ತಪ್ಪುತ್ತಿರುವ ಚಿಹ್ನೆಗಳು ಕಾಣತೊಡಗಿದ್ದವು.

ಅಧ್ಯಾಯ 20

ಸಂಕಷ್ಟದ ಸಮಯದಲ್ಲಿ ನಾಯಕತ್ವ

ಅಶೋಕ್‌ರ ನಾಯಕತ್ವದಲ್ಲಿ ಮೈಂಡ್‌ಟ್ರೀ ಅಮೋಘವಾಗಿ ಪ್ರಾರಂಭವಾಗಿತ್ತಾದರೂ, ವಾಸ್ತವದಲ್ಲಿ ವಿಸ್ತರಿತ ತಂಡವು ಮೊದಲ ದಿನದಿಂದಲೂ ಪರಿಪೂರ್ಣವಾಗಿ ಹೊಂದಿಕೊಂಡಿರಲಿಲ್ಲ. ತಂಡದಲ್ಲಿ ವಿವಿಧ ದೇಶಗಳ ಮೂಲದವರಿದ್ದದ್ದರಿಂದ ವೃತ್ತಿಪರತೆ ಹಾಗೂ ಸಂಸ್ಕೃತಿಗಳಲ್ಲಿ ಭಿನ್ನತೆಗಳಿದ್ದವು. ಹೀಗಾಗಿ, ಒಬ್ಬರನ್ನೊಬ್ಬರು ಅರ್ಥ ಮಾಡಿಕೊಳ್ಳುವುದು ಅಷ್ಟು ಸುಲಭವಿರಲಿಲ್ಲ. ತಂತ್ರಾಂಶ ಅಭಿವೃದ್ಧಿಯೊಂದಿಗೆ ಐಟಿ ಸ್ಟ್ರಾಟೆಜಿಯ ಕನ್ಸಲ್ಟಿಂಗ್ ಸೇವೆಯನ್ನೂ ನೀಡುವ ಕಂಪನಿಯಾಗಿ ಮೈಂಡ್‌ಟ್ರೀಯನ್ನು ಬೆಳೆಸುವ ಯೋಜನೆ ಇತ್ತಾಗಿ, ಎರಡರ ಮಧ್ಯೆ ಸಾಮರಸ್ಯದ ತೊಡಕುಗಳಿದ್ದವು. ಮೊದಲನೆಯದು ಕಾರ್ಯವಿಧಾನವನ್ನವಲಂಬಿಸಿದ, ಸಂಪೂರ್ಣ ವ್ಯಕ್ತಿಗತವಾದ ಚಟುವಟಿಕೆ ಮತ್ತು ಇಲ್ಲಿ ಶೈಲಿಯೇ ಮುಖ್ಯ ಅಂಶ. ಎರಡನೆಯದು, ತಂಡವು ಒಟ್ಟಾಗಿ ಮಾಡಬೇಕಾದ ಕೆಲಸ. ಇದು ತಂಡದಲ್ಲಿನ ಪ್ರೊಸೆಸ್‌ಗಳ ಪಕ್ವತೆಯನ್ನು ಅವಲಂಬಿಸಿದ್ದು, ಸತ್ವ ಪ್ರಧಾನವಾಗಿರುತ್ತದೆ. ಮೈಂಡ್‌ಟ್ರೀ ಕ್ಷಿಪ್ರ ಯಶಸ್ಸನ್ನು ಪಡೆಯುತ್ತಿದ್ದಂತೆ, ಹೊಂದಾಣಿಕೆಯಲ್ಲಿ ಬಿಕ್ಕಟ್ಟು ಕಾಣಿಸಿಕೊಂಡಿತ್ತು. ಅದರ ಚಿಕ್ಕ ಪುಟ್ಟ ಲಕ್ಷಣಗಳು ತೋರಿದೊಡನೆಯೇ ನಾನು ಅಮೆರಿಕಕ್ಕೆ ಹೋಗಬೇಕೆಂಬ ನಿರ್ಧಾರವಾಗಿ, 2001ರ ವಸಂತದಲ್ಲಿ ಅಮೆರಿಕೆಗೆ ತೆರಳಿದೆ. ನಾನಲ್ಲಿ ತಲುಪಿದ ಸಮಯ ಹಲವು ವಿಧದಲ್ಲಿ ಅನುಕೂಲಕರವಾಗಿದ್ದರೆ, ಇನ್ನು ಹಲವು ವಿಧದಲ್ಲಿ ಪ್ರತಿಕೂಲಕರವೂ ಆಗಿತ್ತು.

ಮೈಂಡ್‌ಟ್ರೀಯ ಸಾಮರ್‌ವಿಲ್ ಕಚೇರಿಯಲ್ಲಿದ್ದ ಮೊದಲ ದಿನ, ಲಿಫ್ಟ್‌ನಲ್ಲಿ ಮೇಲೇರುತ್ತಿದ್ದಾಗ ಅಮೆರಿಕನ್ನರ ಗುಂಪೊಂದು ಅತೀವ ಆಸಕ್ತಿಯಿಂದ ನನ್ನನ್ನೇ ನೋಡುತ್ತಿತ್ತು. ಅದರಲ್ಲೊಬ್ಬ ಕೇಳಿದ, 'ನ್ಯೂಜೆರ್ಸಿಗೆ ಸ್ಥಳಾಂತರವಾಗುತ್ತಿರುವುದು ನೀವೇ ಅಲ್ಲವೇ?' ಅಂದಿನ ನ್ಯೂಯಾರ್ಕ್ ಟೈಮ್ಸ್ ಪತ್ರಿಕೆಯು ಮೈಂಡ್‌ಟ್ರೀ ಬಗ್ಗೆ ಪ್ರಕಟಿಸಿದ್ದ ಅರ್ಧಪುಟದ ಲೇಖನದಲ್ಲಿ ಅಶೋಕ್‌ರ ಮತ್ತು ನನ್ನ ಫೋಟೋ ಹಾಕಿದ್ದರು. ಲೇಖನದ ಶೀರ್ಷಿಕೆ 'A Different Kind of Company (ಒಂದು ಭಿನ್ನ ರೀತಿಯ ಕಂಪನಿ)' ಎಂದಿತ್ತು – ಜನರು ನಮ್ಮನ್ನು ಹೇಗೆ ನೋಡಬೇಕೆಂಬುದು ನಮ್ಮ ಬಯಕೆಯಾಗಿತ್ತೋ ಹಾಗೆಯೇ. ಕಂಪನಿಯ ಒಟ್ಟಾರೆ ಕಾರ್ಯತಂತ್ರದ ಭಾಗವಾಗಿ ಸುಬ್ರೊತೊ ಬಾಗ್ಚಿ ಅಮೆರಿಕಕ್ಕೆ ಸ್ಥಳಾಂತರ ಮಾಡಲಿದ್ದಾರೆ ಎಂದು ಆ ಲೇಖನದಲ್ಲಿ ಬರೆಯಲಾಗಿತ್ತು. ರಂಗ ಸಿದ್ಧವಾದದ್ದಕ್ಕೆ ಸಂತಸವಾಗಿತ್ತು ನಿಜ, ಆದರೆ, ತಂಡದಲ್ಲಿ ಹೊಂದಾಣಿಕೆ ತರಲೆಂದು ಇಲ್ಲಿಗೆ ಬಂದ ನಾನು, ಅವರ ಮೂಲ ವಿಶ್ವಾಸವನ್ನು ಉಳಿಸಿಕೊಳ್ಳಲಿಕ್ಕೇ ಶ್ರಮಿಸಬೇಕಿದೆ ಎಂಬ ಕಲ್ಪನೆಯೂ ಆಗ ನನಗಿರಲಿಲ್ಲ.

ಇಲ್ಲಿ ಬಂದಿಳಿದ ಮೇಲೆ ನನಗಿದ್ದ ಮೊದಲ ಕೆಲಸವೆಂದರೆ, ನಮ್ಮ ಕಚೇರಿಯನ್ನು ಕಡಿಮೆ ಬೆಲೆಯ ಸ್ಥಳಕ್ಕೆ ವರ್ಗಾಯಿಸುವುದು. ಕಚೇರಿಗಾಗಿ ಮಾಡಿಕೊಂಡಿದ್ದ ಭೋಗ್ಯದ ಒಪ್ಪಂದ ಸರಿಯಿರಲಿಲ್ಲ. ಎರಡೂವರೆ ಲಕ್ಷ ಡಾಲರುಗಳಷ್ಟು ಹಣ ಭದ್ರತಾ ಠೇವಣಿಗೆಂದೇ ಹೋಗಿತ್ತು ಮತ್ತು ಮಾಲೀಕ ಇನ್ನುಳಿದ ಖರ್ಚಿನ ಹೆಸರಿನಲ್ಲಿ ಭಾರೀ ಮೊತ್ತವನ್ನೇ ವಸೂಲು ಮಾಡುತ್ತಿದ್ದ. ನಮ್ಮ ವ್ಯವಹಾರಕ್ಕೆ ಅಷ್ಟನ್ನು ಭರಿಸುವ ಶಕ್ತಿಯಿರಲಿಲ್ಲ. ಅದು ದುಂದು ವೆಚ್ಚದ ಸಮಯವೂ ಅಲ್ಲ. ಎಲ್ಲರ ಇಚ್ಛೆಗೆ ವಿರುದ್ಧವಾಗಿ, ಠೇವಣಿಯ ಹಣ ನಷ್ಟವಾಗುತ್ತದೆಂದು ತಿಳಿದಿದ್ದರೂ ಭೋಗ್ಯವನ್ನು ರದ್ದು ಮಾಡಿ, ಅಗ್ಗದ ಸ್ಥಳವನ್ನು ಹುಡುಕುವುದು ಅವಶ್ಯವಿತ್ತು. ಕೆಲವೆಡೆ ಹುಡುಕಿದ ನಂತರ ಚಿಕ್ಕದಾಗಿದ್ದ, ನಮ್ಮ ಕೈಗೆಟುಕುವಂಥ ಸ್ಥಳ ನ್ಯೂಜೆರ್ಸಿಯ ಸಾಮರ್‌ಸೆಟ್ ಎಂಬಲ್ಲಿ ಸಿಕ್ಕಿತು. ಹಲವು ಜನ ಬಾಡಿಗೆಗಿದ್ದ ಕಟ್ಟಡದ ಮಹಡಿಯೊಂದರಲ್ಲಿ ನಲವತ್ತು ಸಾವಿರ ಚದರಡಿಯ ಖಾಲಿ ನೆಲವಿತ್ತು. ಒಳ ವಿನ್ಯಾಸ ಮತ್ತು ಪೀಠೋಪಕರಣಗಳಿಗಾಗಿ ಬೇಕಿದ್ದ ಹಣದ ಅಂದಾಜು ಏಳೂವರೆ ಲಕ್ಷ ಡಾಲರುಗಳು! ಆ ವಾರಾಂತ್ಯದಲ್ಲಿ ನ್ಯೂಯಾರ್ಕ್‌ಗೆ ಹೋಗಿ, ಅಲ್ಲಿ ಮುಚ್ಚುತ್ತಿದ್ದ ಫೈನಾನ್ಶಿಯಲ್ ಸರ್ವೀಸಸ್ ಕಂಪನಿಯೊಂದರಿಂದ ಬಳಸಿದ ಪೀಠೋಪಕರಣಗಳನ್ನು ಕೊಂಡು ತಂದೆ. ಐವತ್ತು ಸಾವಿರಕ್ಕಿಂತ ಕಡಿಮೆ ವೆಚ್ಚದಲ್ಲಿ ಕುರ್ಚಿ, ಮೇಜುಗಳು ಮತ್ತು ವಿಭಜನೆಗೆ ಬೇಕಾದ ಅಡ್ಡಹಲಗೆಗಳನ್ನೆಲ್ಲ ಕೊಂಡು ಕಚೇರಿ ಸಿದ್ಧವಾಗಿತ್ತು.

ನನ್ನ ಮುಂದಿನ ಕಾರ್ಯಕ್ರಮ ನಾಯಕತಂಡದಲ್ಲಿದ್ದ ಎಲ್ಲರೂ ಒಬ್ಬರನ್ನೊಬ್ಬರು ಚೆನ್ನಾಗಿ ಅರಿತುಕೊಳ್ಳುವಂತೆ ಮಾಡಿ, ಎಲ್ಲರೂ ಒಪ್ಪುವಂತಹ ದೂರದೃಷ್ಟಿಯನ್ನು ಹೊರತರುವುದಾಗಿತ್ತು. ತಂಡದಲ್ಲಿದ್ದ ಎಲ್ಲರೂ ವೈಯಕ್ತಿಕವಾಗಿ ಅತಿಸಾಧನೆಗೈಯುವವರೇ, ಆದರೆ ಎಲ್ಲರೂ ಒಟ್ಟುಗೂಡಿ ಕೆಲಸ ಮಾಡುವಲ್ಲಿ ಕೆಲವು ತೊಡಕುಗಳಿದ್ದವು. ಪ್ರತಿಯೊಂದು ವ್ಯವಹಾರ ವಿಭಾಗದ ಮಟ್ಟದಲ್ಲೂ ಸಂವಾದವನ್ನು ಆರಂಭಿಸಬೇಕಿತ್ತು; ಎಲ್ಲರೂ ತಮ್ಮ ಇಡೀ ವ್ಯವಹಾರಕ್ಕೆ ತಾನು ಜವಾಬ್ದಾರನೆಂದು ತಿಳಿಯಬೇಕೆ ವಿನಃ ತಾನೊಬ್ಬ ವೈಯಕ್ತಿಕವಾಗಿ ಸಾಧನೆಗೈದರೆ ಸಾಕೆಂದು ತಿಳಿಯುವುದಲ್ಲ– ಎಂಬುದನ್ನು ಎಲ್ಲರಿಗೂ ಮನದಟ್ಟು ಮಾಡಿಸಬೇಕಿತ್ತು. ತಂಡದ ಪ್ರತಿಯೊಬ್ಬರೂ ಇನ್ನೊಬ್ಬರ ಭಾವನೆಗಳಿಗೆ ಸ್ಪಂದಿಸಿ, ಅನುಭೂತಿಯಿಂದ ಕಾಣುವುದನ್ನು ಕಲಿಯಬೇಕಿತ್ತು. ಎರಿಕ್‌ಗೆ ಬೇಸಿಗೆಯಲ್ಲಿ ಸಮುದ್ರತೀರದ ಮನೆಗಳನ್ನು ಬಾಡಿಗೆಗೆ ಕೊಡುವ ಸ್ನೇಹಿತನೊಬ್ಬನಿದ್ದ. ನಾವು ಈ ಮನೆಯೊಂದನ್ನು ಎರಡು ದಿನಗಳ ಮಟ್ಟಿಗೆ ಗೊತ್ತುಮಾಡಿಕೊಂಡು ಅಲ್ಲಿಯೇ ಉಳಿದೆವು. ತಂಡದ ಎಲ್ಲರೂ ಸೇರಿ ಅಡಿಗೆ ಮಾಡಿದೆವು, ನೆಲದ ಮೇಲೆ, ಸೋಫಾದಲ್ಲಿ ಎಲ್ಲೆಂದರಲ್ಲಿ ಮಲಗಿದೆವು, ಸಮಸ್ಯೆಗಳನ್ನು ಬಗೆಹರಿಸಿದೆವು, ಪ್ರತಿಯೊಬ್ಬರೂ ಇನ್ನೊಬ್ಬರಲ್ಲಿ ಮೆಚ್ಚುವ, ಮೆಚ್ಚದ ವಿಷಯಗಳ ಬಗ್ಗೆ ಚರ್ಚಿಸಿದೆವು, ವ್ಯವಹಾರದ ಪ್ರಮುಖ ಆದ್ಯತೆಗಳೇನೆಂದು ಸಂವಾದ ನಡೆಸಿದೆವು. ರಾತ್ರಿ ಊಟವಾದ ನಂತರ, ಪಾತ್ರೆಗಳನ್ನು ತೊಳೆದು, ಸಿಗಾರ್ ಸೇದುತ್ತಾ, ವೈನ್ ಕುಡಿಯುತ್ತಾ

ನಮ್ಮೆಲ್ಲರ ಭವಿಷ್ಯಕ್ಕಾಗಿ ಇರಬೇಕಾದ ದೂರದೃಷ್ಟಿಯನ್ನು ಚರ್ಚಿಸಿದೆವು.

ಹಲವು ವರ್ಷಗಳ ಬಳಿಕ, ಆಟ್ಟೋ ಸ್ಕಾರ್ಮರ್‌ನ 'Theory U' ಎಂಬ ಪುಸ್ತಕವನ್ನು ಓದಿದಾಗ, ನನಗೆ ತೀರದ ಮನೆಯಲ್ಲಿನ ನಮ್ಮ ಕೂಟದ ನೆನಪಾಗಿತ್ತು. ಆ ಎರಡು ದಿನಗಳಲ್ಲಿ ನಾವು ಮಾಡಿದ ಕೆಲಸವು ಸ್ಕಾರ್ಮರ್ ಹೇಳುವ ಇಂಗ್ಲೀಷಿನ U ಅಕ್ಷರದಗುಂಟದ ಪಯಣವನ್ನು ಹಲವು ವಿಧದಲ್ಲಿ ಹೋಲುತ್ತಿತ್ತು – U ಅಕ್ಷರದ ಎಡ ಮೇಲ್ಭಾಗದಿಂದ ಆರಂಭಿಸಿ ಕೆಳಗಿಳಿಯುತ್ತಿದ್ದಂತೆ ಹಲವು ಯೋಚನೆಗಳು ಮನಸ್ಸಿನಲ್ಲಿ. ಕೆಳಭಾಗಕ್ಕೆ ಬಂದು, ಯೋಚನೆಗಳನ್ನು ಕೈ ಬಿಟ್ಟು, ಶಾಂತವಾಗಿ ನೆಲೆಗೊಂಡಾಗ ಬರೀ ಅಸ್ತಿತ್ವದ ಅನುಭವ. ನಂತರ ಬಲಕ್ಕೆ ಮೇಲೇರುತ್ತಾ ಹೋದಂತೆ ಅರಿವಿನ ಮಿಂಚು ತಲೆಯಲ್ಲಿ. ಮೇಲಿಂದ ಕೆಳಗಿಳಿಯುವಾಗ ಯೋಚನೆಗಳನ್ನು ಹೊರದೂಡುತ್ತಾ ಬರುವುದನ್ನು ಮೊದಲು ಕಲಿತು, ಕೊನೆಗೆ ಮನಸ್ಸು ಮೌನವಾದಾಗ ಹೊಸ ಚಿಂತನೆಗಳಿಗಲ್ಲಿ ಪ್ರವೇಶ. ಅದುವರೆಗೂ ಹೊಳೆಯದ ಉತ್ತರಗಳು ಪ್ರಶಾಂತ ಮನದಿಂದ ಹೊರಹೊಮ್ಮುತ್ತವೆ. ಮೈಂಡ್‌ಟ್ರೀಯ ನಾಯಕರು ಆ ಪಯಣಕ್ಕೆ ತಮ್ಮನ್ನೊಡ್ಡಿಕೊಂಡು, ಮುಂದಿನ ಕಾರ್ಯಕ್ಕೆ ಬಹುಪಾಲು ಸಿದ್ಧರಾಗಿದ್ದರು.

ನಾವೆಲ್ಲ ಕೂಡಿ ಕಳೆದ ಈ ಸಮಯ ಒಟ್ಟಾರೆ ತಂಡಕ್ಕೆ ಬಹಳ ಫಲಪ್ರದವಾಗಿತ್ತು. ಒಬ್ಬ ಸದಸ್ಯ ಮಾತ್ರ ತಂಡದಲ್ಲಿ ಹೊಂದಿಕೊಳ್ಳಲೇ ಇಲ್ಲ. ಆತ ನಿರೀಕ್ಷಿತ ಫಲಿತಾಂಶಗಳನ್ನೂ ನೀಡಲಿಲ್ಲ, ನಾಯಕ ತಂಡದ ಭಾಗವಾಗುವ ಪ್ರಯತ್ನವನ್ನೂ ಮಾಡಲಿಲ್ಲ. ಕೊನೆಗೆ ಆತನನ್ನು ತಂಡದಿಂದ ತೆಗೆದು ಹಾಕಬೇಕಾಯಿತು. ಹಾಗೆ ಕಳಿಸುವುದು ನನಗೆ ಹಿತವಾಗೇನೂ ಇರಲಿಲ್ಲ, ಆದರೆ ಭವಿಷ್ಯದ ದೃಷ್ಟಿಯಿಂದ ನಾನು ತೆಗೆದುಕೊಳ್ಳಬಹುದಾದ ಅತ್ಯುತ್ತಮ ಕ್ರಮವಾಗಿತ್ತು. ಒಬ್ಬ ಮನುಷ್ಯ ಒಂದು ಕೆಲಸಕ್ಕೆ ತಕ್ಕವನಲ್ಲ– ಎಂದು ಕೆಲವೊಮ್ಮೆ ನಮ್ಮ ಅಂತಃಪ್ರಜ್ಞೆ ಹೇಳುತ್ತದೆ. ಎಷ್ಟೇ ಹೊಂದಾಣಿಕೆಗೆ ಪ್ರಯತ್ನಿಸಿದರೂ, ಎಲ್ಲೋ ತಪ್ಪಾಗುತ್ತದೆ. ಹೆಚ್ಚಿನ ಬಾರಿ ಈ ವ್ಯಕ್ತಿಗಳ ವರ್ತನೆಯೇ ಅವರನ್ನು ಮನೆಗೆ ಕಳಿಸುವ ನಿರ್ಧಾರವು ಸುಲಭವಾಗುವಂತೆ ಮಾಡುತ್ತದೆ.

ಮುಂದಿನ ಕೆಲವು ತಿಂಗಳುಗಳು ಎಲ್ಲ ರೀತಿಯಲ್ಲೂ ಅಪಾರ ಚಟುವಟಿಕೆಯಿಂದ ಕೂಡಿದ್ದವು. ನಾಯಕರಿಗೆಲ್ಲ ಮಾಸಿಕ ಪರಿಶೀಲನಾ(Review) ಪ್ರಕ್ರಿಯೆಯನ್ನು ಪ್ರಾರಂಭಿಸಿದೆ. ವ್ಯವಹಾರದ ಸ್ಥಿತಿಯ ಬಗ್ಗೆ ನನಗಿದ್ದ ನೋಟವೇ ಈಗ ಎಲ್ಲರಿಗೂ ಸಿಗುತ್ತಿತ್ತು. ನಮ್ಮ ಹಣಕಾಸು ಮತ್ತು ಮಾನವ ಸಂಪನ್ಮೂಲ ಅಧಿಕಾರಿಗಳ ಜೊತೆಗೂಡಿ ಮೈಂಡ್‌ಟ್ರೀಯ ಪ್ರತಿಯೊಬ್ಬ ಉದ್ಯೋಗಿಯನ್ನು ಭೇಟಿಯಾದೆ. ಆಫೀಸಿನ ನಿರೀಕ್ಷಿತ ನಿಯಮಾಚರಣೆಗಳಿಗೆ ಎಲ್ಲರೂ ಬದ್ಧರಾಗಿದ್ದಾರೆಯೇ ಎಂದು ಪ್ರತಿಯೊಂದು ಅಂಶದಲ್ಲೂ ವೀಕ್ಷಿಸಿದೆ. ನಮ್ಮ ಗ್ರಾಹಕರನ್ನು ಭೆಟ್ಟಿಯಾಗಿ ಅವರ ಮಾತನ್ನಾಲಿಸಿದೆ. ಇತ್ತ ಭಾರತದಲ್ಲಿ ಎರಡನೆಯ ಸುತ್ತಿನ ಬಂಡವಾಳ ಸಂಗ್ರಹಿಸುವಲ್ಲಿ ನಿರತರಾಗಿದ್ದೆವು. ಹಣ ಪಡೆಯುವುದು ಯಾರಿಂದ ಮತ್ತು ಅದರ ನಿಯಮ–ನಿಬಂಧನೆಗಳೇನು ಎಂಬುವೆಲ್ಲ ನಿರ್ಧರಿತವಾಗಿದ್ದವು, ನಮ್ಮ ಅಕೌಂಟಿಗೆ ಹಣ ಬರುವುದೊಂದೇ ಬಾಕಿ ಇತ್ತು. ಮೊದಲ

ಸುತ್ತಿನಲ್ಲಿ ಸಂಗ್ರಹವಾಗಿದ್ದ 9.5 ಮಿಲಿಯನ್ ಡಾಲರ್‌ಗಳಲ್ಲಿ 1999 ರ ಆಗಸ್ಟ್‌ನಿಂದ 2000 ದ ಜುಲೈವರೆಗೂ ಸುಲಭವಾಗಿಯೇ ಕಾರ್ಯ ನಿರ್ವಹಿಸಿದ್ದೆವು. ಈ ಸುತ್ತಿನಲ್ಲಿ ಸಂಭಾವ್ಯ ಹೂಡಿಕೆದಾರರೊಂದಿಗೆ ಆರು ತಿಂಗಳುಗಳ ಕಾಲ ಗಂಭೀರವಾದ ಚರ್ಚೆಗಳು ನಡೆದಿದ್ದವು. ಇದ್ದ ಹಣವಿನ್ನೂ ಖರ್ಚಾಗಿರಲಿಲ್ಲ, ಆದರೆ ಮುಂದಿನ ಕೆಲವು ವರ್ಷಗಳಿಗಾಗಿ ಆದಷ್ಟು ಬೇಗ ಹಣವನ್ನು ಹೊಂದಿಸುವುದು ಅವಶ್ಯವಿತ್ತು. ಅವಸರದಲ್ಲಿ ಕಂಪನಿಯನ್ನು ಸಾರ್ವಜನಿಕ ಬಂಡವಾಳ ಕಂಪನಿಯನ್ನಾಗಿಸುವುದು ಬೇಡವೆಂದು ಅಶೋಕ್ ಸ್ಪಷ್ಟವಾಗಿ ತಿಳಿಸಿದ್ದರು. ಆದ್ದರಿಂದ, ಎರಡನೆಯ ಸುತ್ತಿನ ಸಂಗ್ರಹವನ್ನು ಮಾಡಿ ಮುಗಿಸುವುದು ಬಹುಮುಖ್ಯವಾಗಿತ್ತು. ಅದೃಷ್ಟವಶಾತ್, ಕೊನೆಗೂ 2001ರ ಆಗಸ್ಟ್‌ನಲ್ಲಿ ಅಕೌಂಟಿನಲ್ಲಿ ಹಣ ಜಮಾ ಆಗಿತ್ತು. ಉಲ್ಲಾಸಭರಿತರಾಗಿ ಬೋರ್ಡ್ ಮೀಟಿಂಗ್ ನಡೆಸಿದ ನಾವು ನಮ್ಮ ಪಂಚವಾರ್ಷಿಕ ಗುರಿಗಳನ್ನು ಹೆಚ್ಚಿಸಿದೆವು. ಇನ್ನೊಂದು ತಿಂಗಳಲ್ಲಿ ಇಡೀ ವಿಶ್ವವೇ ನಿಲುಗಡೆಯಾಗಲಿದೆ ಎಂಬುದು ನಮಗೇನು ಗೊತ್ತಿತ್ತು?!

O

2001 ರ ಸೆಪ್ಟೆಂಬರ್ 11 ರಂದು ನಾನು ಬೆಂಗಳೂರಿನ ನಮ್ಮ ಕಚೇರಿಗೆ ಭೇಟಿ ಕೊಟ್ಟಿದ್ದೆ. ಅಂದು ಮಧ್ಯಾಹ್ನ ತಡವಾಗಿ, ಸಂಸ್ಥೆಯ ಎಚ್ಚರಿಕೆ ಗಂಟೆಯಂತಿದ್ದ ಬಾಬೂಜಿ ಅಬ್ರಹಾಮ್ ವರ್ಲ್ಡ್ ಟ್ರೇಡ್ ಸೆಂಟರ್‌ನ ಮೇಲೆ ವಿಮಾನವೊಂದು ಅಪ್ಪಳಿಸಿದೆಯೆಂಬ ಸಂದೇಶವನ್ನು ನನಗೆ ಕಳಿಸಿದ್ದ. ಮುಂದೇನು ಎಂಬುದು ಖಚಿತವಿರಲಿಲ್ಲ. ಕೆಲ ಹೊತ್ತಿನಲ್ಲಿ ಮೈಂಡ್‌ಟ್ರೀ ಸೇರಿದ ಮೊದಲ ಎಮ್.ಬಿ.ಎ., ತಂಡದೊಂದಿಗೆ ರಾತ್ರಿ ಊಟಕ್ಕಾಗಿ ತೆರಳಿದೆ. ಇವರು 2000 ನೇ ಇಸವಿಯ ಪದವೀಧರರು. ನನಗೆ ಚೆನ್ನಾಗಿ ಪರಿಚಿತರಿದ್ದ ಅವರು ತಾವು ಹೊಸದಾಗಿ ಕಲಿತಿದ್ದ ಪಾಕಕಲೆಯನ್ನು ನನ್ನ ಮೇಲೆ ಪ್ರಯೋಗಿಸಲು ಬಯಸಿ, ಊಟಕ್ಕೆ ಆಹ್ವಾನಿಸಿದ್ದರು. ಊಟ ಆಯೋಜಿಸಿದ್ದ ಅಪಾರ್ಟ್‌ಮೆಂಟಿಗೆ ಹೋದೆ. ನಾನಲ್ಲಿ ಕಾಲಿಟ್ಟ ಕ್ಷಣವೇ ಟಿವಿಯಲ್ಲಿ ಎರಡನೆಯ ವಿಮಾನವು ಜೋಡಿ ಸ್ತಂಭಗಳಿಗೆ ಅಪ್ಪಳಿಸುವುದನ್ನು ನೋಡಿದೆ.

ಊಟ ರದ್ದಾಯಿತು. ನಾನು ಆಫೀಸಿಗೆ ಹಿಂತಿರುಗಿ ನನ್ನ ಗೈರುಹಾಜರಿಯಲ್ಲಿ ಅಮೆರಿಕದ ಕಚೇರಿ ನಿಭಾಯಿಸುತ್ತಿದ್ದ ಸ್ಕಾಟ್ ಸ್ಟೇಪಲ್ಸ್‌ನೊಂದಿಗೆ ವಿಡಿಯೋ ಕಾನ್ಫರೆನ್ಸ್ ನಡೆಸಿದೆ. ಮೈಂಡ್‌ಟ್ರೀಯ ಇಬ್ಬರು ನಾಪತ್ತೆಯಾಗಿದ್ದರು. ನ್ಯೂಯಾರ್ಕ್ ನಗರದಲ್ಲಿ ಸೆಲ್ ಫೋನ್‌ಗಳು ಕೆಲಸ ಮಾಡದೆ ಪರಿಸ್ಥಿತಿ ಗೊಂದಲಮಯವಾಗಿತ್ತು. ಕೆಲ ಗಂಟೆಗಳಲ್ಲಿ ಅವರಿಬ್ಬರ ಪತ್ತೆಯಾಗಿತ್ತು. ಒಬ್ಬ ಮೆಟ್ಟಿಲುಗಳಲ್ಲಿ ಇಳಿದು ಬಂದಿದ್ದರೆ, ಇನ್ನೊಬ್ಬ ವಿಮಾನ ಅಪ್ಪಳಿಸುವ ಕ್ಷಣಗಳ ಮೊದಲು ಲಿಫ್ಟ್‌ನಲ್ಲಿ ಕೆಳಗೆ ಬಂದಿದ್ದ. ಅವರಿಬ್ಬರೂ ಸುರಕ್ಷಿತವಾಗಿದ್ದರು; ದುರದೃಷ್ಟವೆಂದರೆ, ಆ ಸಮಯದಲ್ಲಿ ಅವರೊಡನಿದ್ದ ನಮ್ಮ ಗ್ರಾಹಕ ಸಾವನ್ನಪ್ಪಿದ್ದ.

ಮಾರನೆಯ ದಿನವೇ ಅಮೆರಿಕಕ್ಕೆ ಹೊರಟೆ. ನೆವಾರ್ಕಿಗೆ ಹೋಗುವ ವಿಮಾನದಲ್ಲಿ ನನ್ನನ್ನೂ ಸೇರಿದಂತೆ ನಾಲ್ಕು ಜನರಿದ್ದರು. ಜಗತ್ತು ನಿಜಕ್ಕೂ ಶಾಶ್ವತವಾಗಿ

ಬದಲಾಗಿತ್ತು. ನಂತರದ ವಾರಗಳಲ್ಲಿನ ಮಾತೆಲ್ಲವೂ ದೇಹದ ಭಾಗಗಳು, ಕಟ್ಟಡದ ಭಗ್ನಾವಶೇಷಗಳು, ಫೈರ್ ಎಂಜಿನ್‌ಗಳು, ಅಂತ್ಯಕ್ರಿಯೆ, ಹತಾಶೆ ಮತ್ತು ಇವುಗಳ ಮಧ್ಯೆಯೂ ತಬ್ಬಿ ಹಿಡಿಯಲೇಬೇಕಿದ್ದ ಆಶಾವಾದ– ಇವುಗಳ ಸುತ್ತಲೇ ಸುತ್ತುತ್ತಿತ್ತು. ತಮ್ಮ ಪ್ರೀತಿಪಾತ್ರರನ್ನು ಕಳೆದುಕೊಂಡ ಒಬ್ಬರಲ್ಲ ಒಬ್ಬರು ಎಲ್ಲರಿಗೂ ಗೊತ್ತಿದ್ದರು. ಇಂಟರ್‌ನೆಟ್ ಮತ್ತು ಟೆಲಿಕಾಮ್ ಉದ್ಯಮ ನೆಲ ಕಚ್ಚಿ, ಆರ್ಥಿಕ ಹಿಂಜರಿತದಿಂದ ಜರ್ಜರಗೊಂಡಿದ್ದ ಕಾರ್ಪೊರೇಟ್ ಅಮೆರಿಕ ಈಗ ದಿಗ್ಭ್ರಾಂತ ಸ್ಥಿತಿಯಲ್ಲಿತ್ತು. ಎಲ್ಲೆಲ್ಲೂ ಭಯ ಅನಿಶ್ಚಿತತೆಗಳು ತಾಂಡವವಾಡಿದ್ದವು. ಮೈಂಡ್‌ಟ್ರೀ ಕಚೇರಿಯಲ್ಲಿ ಅಗೋಚರವಾಗಿ ಕವಿದಿದ್ದ ವಿಷಣ್ಣತೆಯ ಕರಾಳ ಛಾಯೆಯನ್ನು ಚದುರಿಸಬೇಕಿತ್ತು. ಸದ್ಯಕ್ಕೆ ವ್ಯವಹಾರವೇ ಪ್ರಧಾನವಾಗಿರಲಿಲ್ಲ. ಮೊದಲು ನಾಯಕ ತಂಡದಲ್ಲಿದ್ದ ಮಂಕನ್ನು ಕಳೆಯಲು ನನಗೆ ಸಹಾಯದ ಅವಶ್ಯಕತೆಯಿತ್ತು.

ರಘು ಗರೂಡ್ ನ್ಯೂಯಾರ್ಕ್ ಯೂನಿವರ್ಸಿಟಿಯ ಸ್ಟರ್ನ್ ಸ್ಕೂಲಿನಲ್ಲಿ ಕಾರ್ಯತಂತ್ರವನ್ನು ಬೋಧಿಸುತ್ತಿದ್ದ. ನಾವು ಮೈಂಡ್‌ಟ್ರೀ ಪ್ರಾರಂಭಿಸಿದಾಗ ಆತ ಸ್ವಾರಸ್ಯಕರ ವಿಚಾರವೊಂದನ್ನು ಅಶೋಕ್‌ರ ಮುಂದಿಟ್ಟಿದ್ದ. 3ಒ ಕಂಪನಿಯನ್ನು ವರ್ಷಗಳ ಕಾಲ ಅಭ್ಯಸಿಸಿ **'The Innovation Engine'** ಎಂಬ ಪುಸ್ತಕದ ಸಹಲೇಖಕ ನಾಗಿದ್ದ ಆತನೀಗ ಯಶಸ್ಸಿನ ಹಾದಿಯಲ್ಲಿದ್ದ ಆರಂಭಿಕ ಕಂಪನಿಗಳನ್ನು ಅಭ್ಯಸಿಸುವ ಆಸಕ್ತಿ ಹೊಂದಿದ್ದ. ಆತನ ಪ್ರಕಾರ, ಸಾಮಾನ್ಯವಾಗಿ, ಕಂಪನಿಗಳು ಶ್ರೇಷ್ಠವೆನಿಸಿದ ತರುವಾಯ ಅವುಗಳ ಬಗ್ಗೆ ಅನೇಕ ಅಧ್ಯಯನಗಳು ನಡೆಯುತ್ತವೆ. ಆದ್ದರಿಂದ, ಉತ್ಕೃಷ್ಟತೆಯ ಹಾದಿಯಲ್ಲಿರುವ ಕಂಪನಿಗಳ ಒಳಗೆ ಏನು ನಡೆಯುತ್ತಿದೆ ಎಂದು ತಿಳಿಯಲು ಆತ ಮತ್ತು ಅವನ ಸಹೋದ್ಯೋಗಿಗಳು ಬಯಸಿದ್ದರು. ನಾವದಕ್ಕೆ ತಕ್ಷಣ ಸಮ್ಮತಿಸಿದ್ದೆವು. ಅವರ ಈ ಯೋಜನೆಗೆ **'Mindful Mirror'** ಎಂದು ಹೆಸರಿಡಲಾಗಿತ್ತು. ಈ ಪ್ರಯೋಗದ ಅಂಗವಾಗಿ, ನಮ್ಮ ಚಟುವಟಿಕೆಗಳ ಬಗ್ಗೆ ತಿಳಿಯಲು ರಘು ಮತ್ತು ಪ್ರೊ.ರೋಜರ್ ಡನ್‌ಬಾರ್ ನಿಯಮಿತವಾಗಿ ನಮ್ಮೊಂದಿಗೆ ವ್ಯವಹರಿಸುತ್ತಿದ್ದರು.

ರಘು ಮತ್ತು ಪ್ರೊ.ರೋಜರ್ ಬಳಿ ಈಗ ಹೋಗಿ ಅವರ ಸಹಾಯ ಕೋರಿದೆ. ಅವರಿಗೆ ನನ್ನ ಸಂಕಟ ಅರ್ಥವಾಗಿತ್ತು. ಇಬ್ಬರೂ ಮೈಂಡ್‌ಟ್ರೀಯನ್ನು ಬಹಳ ಅನುಭೂತಿಯಿಂದ ಕಾಣುತ್ತಿದ್ದರು. ತಮ್ಮ ಶೈಕ್ಷಣಿಕ ಆಸಕ್ತಿಯಿಂದಾಗಿ ನಮ್ಮ ಬೆಳವಣಿಗೆಯ ಹಾದಿಯನ್ನು ಅಭ್ಯಸಿಸಲು ನಮ್ಮನ್ನು ಆಯ್ಕೆ ಮಾಡಿಕೊಂಡಿದ್ದರು. ಆದರೆ ನಾನೀಗ ಅವರನ್ನು ನಮ್ಮೊಂದಿಗೆ ಭಾಗಿಯಾಗಲು ಕೋರಿದ್ದೆ. ನಮ್ಮ ಸೀಮೆಗಳನ್ನು ಅಂದು ದಾಟಿದ್ದೆವು. ನಾಯಕ ತಂಡವನ್ನು ಕಾಡುತ್ತಿದ್ದ ಹಲವು ಪ್ರಶ್ನೆಗಳಿಗೆ ಅವರಿಂದ ಉತ್ತರ ಪಡೆಯಹೊರಟಿದ್ದೆವು. ಮುಂದೇನಾಗಲಿದೆ? ಅದರಿಂದಾಗುವ ಪರಿಣಾಮಗಳೇನು? ಈ ಆಘಾತದಿಂದ ನಮ್ಮ ಮೇಲಾಗುವ ಪ್ರಭಾವವೇನು? ಇಂಥಾ ಸಮಯದಲ್ಲಿ ತಪ್ಪು ಒಪ್ಪುಗಳ ವ್ಯಾಖ್ಯೆಯೇನು? ಸಂದರ್ಭವನ್ನು ಸರಿಯಾಗಿ ಅರ್ಥ ಮಾಡಿಕೊಳ್ಳಲು ನಾಯಕ ತಂಡಕ್ಕೆ ನಾವು ನೆರವಾದರೆ, ಅವರು ಇತರರನ್ನು ನಿರ್ವಹಿಸಿಯಾರು. ರಘು

ಮತ್ತು ರೋಜರ್ ಮೂರು ಸಂಗತಿಗಳನ್ನು ಮಾಡಲು ನಮಗೆ ಸೂಚಿಸಿದರು: ಒಂದು, ನಾಯಕರುಗಳ ಮನಸ್ಸಿನಲ್ಲೇನಿದೆ ಎಂಬುದನ್ನು ವ್ಯಕ್ತಪಡಿಸಲು ಹೇಳುವುದು; ಎರಡು, ವಿಪತ್ತಿನ ಸಂದರ್ಭಗಳನ್ನೆದುರಿಸುವಲ್ಲಿ ನಾಯಕರ ಪಾತ್ರವೇನು? ಎಂಬುದರ ಬಗ್ಗೆ ಪ್ರಖ್ಯಾತವಾದ ಪ್ರಕರಣ ಅಧ್ಯಯನ (Case Study) ಗಳನ್ನು ಅವರಿಗೆ ತೋರಿಸುವುದು; ಮತ್ತು ಕೊನೆಯದಾಗಿ, ನಾನು ಅವರಿಗೆ ಮಾಗದರ್ಶಕನಾಗುವುದು.

ನಾನು ಪ್ರತಿಯೊಬ್ಬ ನಾಯಕರಿಗೂ ಅವರವರ ಮನಸ್ಸಿನಲ್ಲಿದ್ದ ಸಮಸ್ಯೆಗಳನ್ನು ಪಟ್ಟಿ ಮಾಡಲು ಹೇಳಿದೆ. 2001ರ ಅಕ್ಟೋಬರ್ 20 ರಂದು ರಘು ಮತ್ತು ರೋಜರ್ ಜೊತೆಯಲ್ಲಿ ನಾವೆಲ್ಲ ಮೇಜಿನ ಸುತ್ತ ಕುಳಿತೆವು. ಅಣೆಕಟ್ಟು ಒಡೆದಂತೆ ದುಗುಡ ಮತ್ತು ಆತಂಕಗಳ ಮಹಾಪೂರವೇ ನಾಯಕರಿಂದ ಹರಿದುಬಂದಿತ್ತು :

'ಕುಟುಂಬದ ಆದಾಯ ನನ್ನೊಬ್ಬನ ಮೇಲೆಯೇ ಅವಲಂಬಿಸಿರುವುದರಿಂದ ಉದ್ಯೋಗದ ಬಗೆಗಿನ ಅನಿಶ್ಚಿತತೆ ವಿಪರೀತ ಮಾನಸಿಕ ಒತ್ತಡವನ್ನುಂಟುಮಾಡುತ್ತಿದೆ.'

'ನಮ್ಮ ವರಮಾನ ಮತ್ತು ಲಾಭದ ಗುರಿಗಳನ್ನು ಸಾಧಿಸುವ ಬಗ್ಗೆ ಅತೀವ ಕಳವಳವಾಗುತ್ತಿದೆ. ಒಂದು ವರ್ಷದ ಹಿಂದೆಯೇ ಅವು ಮಹತ್ವಾಕಾಂಕ್ಷೆಯ ಗುರಿಗಳಾಗಿದ್ದವು. ಇನ್ನು ಈ ದಾಳಿಯ ನಂತರ ಉದ್ಯಮ ನೆಲ ಕಚ್ಚಿರುವ ಸಂದರ್ಭದಲ್ಲಿ ಆ ಗುರಿಗಳನ್ನು ತಲುಪುವುದು ಸಾಧ್ಯವೇ ಇಲ್ಲ.'

'ಈಗ ಸಂಘಟಿತವಾಗಿರುವ ರೀತಿಯಲ್ಲಿ ಕಂಪನಿ ಎಷ್ಟು ಕಾಲ ಉಳಿಯಬಲ್ಲದು?'

'ಭವಿಷ್ಯದಲ್ಲಿ ಈ ಕಂಪನಿಯ ಸ್ವರೂಪವೇನು, ನನಗೇನಾದರೂ ಅದರಲ್ಲಿ ಪಾತ್ರವಿರುತ್ತದೆಯೇ, ಇದ್ದರೆ ಯಾವ ರೀತಿಯದು?'

'ಕಂಪನಿಯ ಹಣಕಾಸು ಪರಿಸ್ಥಿತಿಯ ಬಗ್ಗೆ ನನಗೆ ಅಷ್ಟೊಂದು ನಿಖರವಾಗಿ ಗೊತ್ತಿಲ್ಲ, ಆದರೆ ಎಲ್ಲ ದೇಶಗಳಲ್ಲೂ ನಷ್ಟವಾಗುತ್ತಿದೆ ಎಂಬ ಆತಂಕವಿದೆ. ಹೀಗಾದರೆ ನಾವು ಬಹುಕಾಲ ಉಳಿಯದೆ ಹೋಗುವ ಸಾಧ್ಯತೆಗಳು ಭಯ ಹುಟ್ಟಿಸುತ್ತವೆ!!!'

ಪ್ರಶ್ನೆಗಳು ಹರಿದು ಬರುತ್ತಲೇ ಇದ್ದವು; ಆಫ್ಘಾನಿಸ್ತಾನದಲ್ಲಿ ಕೈಗೊಂಡ ಕ್ರಮ ನಮ್ಮ ವ್ಯವಹಾರದ ಮೇಲೆ ಯಾವ ಪರಿಣಾಮ ಬೀರುತ್ತದೆ? ಸರಿಯಾದ ತಿಳುವಳಿಕೆಯಿಲ್ಲದ ಅಮೆರಿಕದ ಗ್ರಾಹಕರು ಭಾರತವನ್ನು 'ಮಧ್ಯ ಪ್ರಾಚ್ಯ' ದೇಶವೆಂದು ನೋಡುತ್ತಾರೆಯೇ? ಆ ದೇಶದೊಂದಿಗೆ ವ್ಯವಹಾರ ನಡೆಸುವ ಬಗ್ಗೆ ಪೂರ್ವಾಗ್ರಹ ಪೀಡಿತರಾದರೆ? ನಮ್ಮ ಕಂಪನಿಯ ಲಕ್ಷ್ಯ ಸರಿಯಾದ ವಿಷಯಗಳ ಕಡೆಗಿಲ್ಲವೇ? ಗ್ರಾಹಕರು ನಮಗೆ ನಿಗದಿಗೊಳಿಸುವ ಬೆಲೆಗಳು ಎಷ್ಟಕ್ಕೆ ಇಳಿಯಬಹುದು, ಪರಿಣಾಮವಾಗಿ, ನಮ್ಮ ಸಂಬಳಗಳ ಗತಿಯೇನು? ನಾವು ಕಷ್ಟಪಟ್ಟು ದುಡಿಯುತ್ತಿರುವ ಬಗ್ಗೆ ಅನುಮಾನವಿಲ್ಲ, ಆದರೆ ಚಾತುರ್ಯದಿಂದ ಕೆಲಸ ಮಾಡುತ್ತಿದ್ದೇವೆಯೇ? ಈ ಸ್ಥಿತಿ ತಾತ್ಕಾಲಿಕವೋ ಅಥವಾ ಉದ್ಯಮ ತನ್ನ ವಾಸ್ತವ ನೆಲೆಗೆ ಬಂದು ನಿಲ್ಲುತ್ತಿದೆಯೇ? ಎಷ್ಟೋ ಕಂಪನಿಗಳು ಬಾಗಿಲು ಮುಚ್ಚುತ್ತಿದ್ದು, ಹೊಸ ಕಂಪನಿಗಳು ಹುಟ್ಟುವುದು ದುಸ್ಸಾಧ್ಯವಾಗಿರುವಾಗ ಈ

ಬಿರುಗಾಳಿಯನ್ನೆದುರಿಸಿ ನಿಲ್ಲುವ ಶಕ್ತಿ ನಮ್ಮಲ್ಲಿದೆಯೇ? ಇದ್ದ ಹಣ ಬರಿದಾಗುವವರೆಗೂ ಇನ್ನೆಷ್ಟು ಕಾಲ ನಮ್ಮ ಅಸ್ತಿತ್ವ?

ಹಲವು ತಾಸುಗಳ ಚರ್ಚೆಯ ನಂತರ ಎಲ್ಲ ಪ್ರಶ್ನೆಗಳಿಗೂ ಯಾರಲ್ಲೂ ಖಚಿತ ಉತ್ತರವಿಲ್ಲವೆಂಬುದು ಸ್ಪಷ್ಟವಾಗಿತ್ತು. ಹೀಗಾಗಿ ತಮ್ಮ ಮುಂದಿನ ಪಾತ್ರವೇನಿರಬಹುದೆಂಬುದು ಯಾರಿಗೂ ತಿಳಿಯುವಂತಿರಲಿಲ್ಲ. ಈ ಹಂತದಲ್ಲಿ ಬಿಡುವು ತೆಗೆದುಕೊಂಡೆವು. ರಘು ಮತ್ತು ರೋಜರ್ ಪ್ರಸಿದ್ಧವಾದ ಉರುಗ್ವೆ ತಂಡದ ವಿಮಾನಾಪಘಾತದ ಅಧ್ಯಯನ ವರದಿಯನ್ನು ನಮಗೆ ನೀಡಿದರು. 1972 ರ ಅಕ್ಟೋಬರ್‌ನಲ್ಲಿ ಉರುಗ್ವೆಯ ರಗ್ಬಿ ತಂಡವೊಂದು ಚಿಲಿಗೆ ಹೋಗಲು Fairchild F–227 ಎಂಬ ವಿಶೇಷ ವಿಮಾನವನ್ನು ಗೊತ್ತುಪಡಿಸಿಕೊಂಡಿತ್ತು. ಅರ್ಜೆಂಟೀನದ ಮೇಲೆ ಹಾರುತ್ತಿದ್ದಾಗ, ಆಂಡಿಸ್ ಪರ್ವತದಲ್ಲಿ ಪ್ರತಿಕೂಲ ಹವೆಗೆ ಸಿಲುಕಿದ ವಿಮಾನ ಅಪಘಾತಕ್ಕೀಡಾಗಿತ್ತು. ಅದರಲ್ಲಿದ್ದ ಹಲವರು ಹಿಮದ ಶಿಖರದ ಮೇಲೆ ಸಾವನ್ನಪ್ಪಿದ್ದರು. ವಿಮಾನದ ಹಿಂಭಾಗ ಹಿಮದಲ್ಲಿ ಜಾರಿ ಹೊರಬಿದ್ದು ಆ ಬದಿಯಲ್ಲಿದ್ದವರೆಲ್ಲ ಪವಾಡಸದೃಶ ರೀತಿಯಲ್ಲಿ ಪಾರಾಗಿದ್ದರು. ಮುಂದಿನ ಎಪ್ಪತ್ತೆರಡು ದಿನಗಳು ಅಲ್ಲಿ ನಡೆದದ್ದು ಆಶೆ–ನಿರಾಶೆಗಳ ಮಧ್ಯೆ ಉಯ್ಯಾಲೆಯಾಡಿದ ಘೋರ ಕಥನ. ಪ್ರಾಣ ಉಳಿಸಿಕೊಳ್ಳಲು ತಮ್ಮ ಮೃತ ಜತೆಗಾರರ ದೇಹದ ಮಾಂಸವನ್ನೇ ಕಿತ್ತು ತಿನ್ನಬೇಕಾದ ದಾರುಣ ಸ್ಥಿತಿ. ಮನೋದೃಢತೆ, ಧೈರ್ಯ–ಸಾಹಸಗಳ ಈ ಸತ್ಯಕತೆಯಲ್ಲಿ ನಾಯಕತ್ವದ ಪ್ರಬಲವಾದ ಪಾಠವೊಂದು ಹೊರಹೊಮ್ಮಿತ್ತು. ಅಪಘಾತದ ಸಮಯದಿಂದ ನಾಗರೀಕತೆಗೆ ಮರಳುವವರೆಗೂ, ಹಿಂತಿರುಗಿ ಬಂದವರು ಸಂದರ್ಭವನ್ನು ಜಯಿಸಿ, ದಿನಗಳು ಕಳೆದಂತೆ ತಂಡದಲ್ಲಿ ಪ್ರಾಬಲ್ಯ ಅತ್ತಿಂದಿತ್ತ ಚಲಿಸುವುದನ್ನು ಕಾಣುತ್ತಾ, ನಾಯಕತ್ವದ ಜೀವಂತ ಪಾಠ ಕಲಿತು ಬಂದಿದ್ದರು.

ಈ ಪ್ರಕರಣದ ಬಗ್ಗೆ ನಮ್ಮಲ್ಲಿ ತೀವ್ರ ಚರ್ಚೆ ನಡೆಯಿತು, ಉದ್ದಕ್ಕೂ ಅದನ್ನು ಮೈಂಡ್‌ಟ್ರೀಯ ಪ್ರಸಕ್ತ ಮತ್ತು ಭವಿಷ್ಯದ ಸ್ಥಿತಿಯ ಬಗ್ಗೆ ನಮ್ಮ ನಾಯಕರುಗಳು ವ್ಯಕ್ತಪಡಿಸಿದ ಕಳವಳಗಳಿಗೆ ಹೋಲಿಸಿ ನೋಡಿದೆವು. ನಾವು ಎದುರಿಸುತ್ತಿದ್ದ ಸನ್ನಿವೇಶವೂ ಪರ್ವತದಲ್ಲಾದ ಅಪಘಾತಕ್ಕೆ ಸಮೀಪವಾದದ್ದು ಎಂಬುದು ಎಲ್ಲರ ಭಾವನೆಯಾಗಿತ್ತು. ಈ ಕ್ಷಣದಲ್ಲಿ ನಮ್ಮೆದುರಿದ್ದ ಅನಿಶ್ಚಿತತೆಗೂ ಹದಿಮೂರು ಸಾವಿರ ಅಡಿಗಳೆತ್ತರದಲ್ಲಿ ಹಿಮದ ಮಧ್ಯೆ ಇದ್ದ ಉಳಿವಿನ ಪ್ರಶ್ನೆಗೂ ಬಹಳ ವ್ಯತ್ಯಾಸವಿರಲಿಲ್ಲ. ನಮ್ಮನ್ನು ಸಹಜಸ್ಥಿತಿಗೆ ಮರಳಿಸುವ ಶಕ್ತಿ ಯಾವುದೇ ಒಬ್ಬ ನಾಯಕನ ಕೈಯಲ್ಲಿಲ್ಲ ಎಂಬ ಸತ್ಯವಂತೂ ಹೊಳೆದಿತ್ತು. ಅದು ಎಪ್ಪತ್ತೆರಡು ದಿನಗಳ ಅಗ್ನಿಪರೀಕ್ಷೆಯಂತೆ ದಿನದಿನಕ್ಕೂ ನಿಭಾಯಿಸಬೇಕಾದ ವಿಷಯ. ಮುಂದಿದ್ದ ಅನಿಶ್ಚಿತ ಪಯಣದಲ್ಲಿ ಪ್ರತಿಯೊಬ್ಬರೂ ಸಂದರ್ಭಕ್ಕೆ ತಕ್ಕನಾಗಿ ತಮ್ಮ ನಾಯಕತ್ವವನ್ನು ಪ್ರದರ್ಶಿಸಬೇಕು ಎಂಬುದು ಅರಿವಿಗೆ ಬರತೊಡಗಿತ್ತು.

ಕೊನೆಯಲ್ಲಿ, ನಾನು 'Leading Continuity' ಎಂಬ ಶೀರ್ಷಿಕೆಯಲ್ಲಿ ಒಂದು ಗಂಟೆಯ ಕಾಲ ವಿಷಯಪ್ರದಾನ ಮಾಡಿದೆ. ನನ್ನ ದೃಷ್ಟಿಯಲ್ಲಿ ಆ ಕ್ಷಣದ ನಮ್ಮ ಸವಾಲುಗಳು ಮತ್ತು ನಾಯಕತಂಡದಿಂದ ನನ್ನ ನಿರೀಕ್ಷೆಗಳೇನು ಎಂಬುದರ ಸಾರಾಂಶ ಅದರಲ್ಲಿತ್ತು. ಅಮೆರಿಕ ಸರ್ಕಾರದ ಕ್ರಮಗಳು ಎಲ್ಲರ ಮೇಲೂ ವ್ಯಾಪಕ ಪರಿಣಾಮ ಬೀರಲಿವೆ ಎಂದು ನಾನು ನಂಬಿದ್ದೆ. ಬರೀ ನಾನಷ್ಟೇ ಅಲ್ಲ, ಈ ಸಂಕಷ್ಟ ಕಾಲದಲ್ಲಿ ಸರಕಾರದ ಕಾರ್ಯವ್ಯಾಪ್ತಿಯನ್ನು ಇಡೀ ದೇಶವೇ ಅನುಮೋದಿಸಿತ್ತು. ಇದು ಸಹಜ ಸ್ಥಿತಿಯ ಭಾವವನ್ನು ಬಲವಂತವಾಗಿಯಾದರೂ ತರುತ್ತಿತ್ತು. ಸದ್ಯದಲ್ಲಿ ಹೀಗಾಗದೆ ಬೇರೆ ಮಾರ್ಗವೇ ಇರಲಿಲ್ಲ. 2002ರ ಉತ್ತರಾರ್ಧದಲ್ಲಿ ಆರ್ಥಿಕ ಹಿಂಜರಿಕೆ ಚೇತರಿಸಿಕೊಂಡು, ಅದುವರೆಗೂ ತಡೆಹಿಡಿದಿದ್ದ ಬೇಡಿಕೆಗಳು ಮತ್ತೆ ಮಾರುಕಟ್ಟೆಯನ್ನು ಬೆಳೆಸುತ್ತವೆ ಎಂದು ನನಗನ್ನಿಸಿತ್ತು. ಬಯೋಟೆಕ್, ಬಯೋಮೆಟ್ರಿಕ್ಸ್ ಮತ್ತು ಬಯೋ-ಡಿಫೆನ್ಸ್‌ನಂತಹ ಹೊಸ ಕ್ಷೇತ್ರಗಳು ಬೆಳಕಿಗೆ ಬರಲಿದ್ದವು. ಇಂಟರ್‌ನೆಟ್ ಮರಳಿ ಜನಪ್ರಿಯವಾಗಲಿದೆ ಎಂದು ನನ್ನ ತಂಡಕ್ಕೆ ಹೇಳಿದೆ, ಅದು ಅನಿವಾರ್ಯವಿತ್ತು. 2003 ರ ನಂತರ ಐಪಿಓ ಮಾರುಕಟ್ಟೆ ಮತ್ತೆ ಜೀವತಳೆಯುತ್ತದೆ ಹಾಗೂ ಹೊರಗುತ್ತಿಗೆಗೊಂದು ನವಚೇತನ ಬರಲಿದೆ- ಎಂದು ನಾನು ಭಾವಿಸಿದ್ದೆ. ಗ್ರಾಹಕರು ಸಂಶೋಧನಾಧರಿತ ಪ್ರಾಜೆಕ್ಟ್‌ಗಳಿಗೆ ಹಣ ಸುರಿಯದೆ, ತಮ್ಮ ವ್ಯವಹಾರಕ್ಕೆ ಅತಿಮುಖ್ಯವೆನಿಸಿದ, ದೈನಂದಿನ ಕಾರ್ಯಕ್ಕೆ ಸಹಾಯಕವಾಗುವ ಪ್ರಾಜೆಕ್ಟ್‌ಗಳಲ್ಲಿ ಮಾತ್ರ ಹಣ ತೊಡಗಿಸಲಿದ್ದರು. ಹೆಚ್ಚಿದ ಸ್ಪರ್ಧೆಯಿಂದಾಗಿ ಬೆಲೆಗಳಲ್ಲಿ ಒತ್ತಡವುಂಟಾಗಿ ಲಾಭ ಇಳಿಮುಖವಾಗಲಿತ್ತು. ವ್ಯವಸ್ಥೆಯಲ್ಲಿನ ಅಪ್ರಯೋಜಕ ವಿಷಯಗಳನ್ನು ತೆಗೆದುಹಾಕಿ ದಕ್ಷತೆಯನ್ನು ಹೆಚ್ಚಿಸಿ ಕೊಳ್ಳಬೇಕಿತ್ತು. ವ್ಯವಹಾರದ ರೀತಿಗಳು ಬದಲಾಗಿ, ಕೃತಕವಾಗಿ ಆಗಸಕ್ಕೇರಿದ್ದ ಸಂಬಳಗಳನ್ನು ಭೂಮಿಗಿಳಿಸಿ, ಯಥಾಸ್ಥಿತಿಗೆ ತರುವುದು ಅನಿವಾರ್ಯವಾಗಿತ್ತು. ಕೆಲ ಕಾಲ ಉದ್ಯಮ ಬಂಡವಾಳ ದೊರಕುವಂತಿರಲಿಲ್ಲ. ಈ ಸಮಯದಲ್ಲಿ ಎಲ್ಲ ಮಟ್ಟದಲ್ಲೂ ನೈಪುಣ್ಯಗಳನ್ನು ಹೆಚ್ಚಿಸಿಕೊಳ್ಳಬೇಕಿತ್ತು. ಜನರನ್ನು ಮತ್ತೆ ಕೆಲಸಕ್ಕೆ ನೇಮಿಸಿಕೊಳ್ಳುವುದು ಆರಂಭವಾಗಲಿದ್ದರೂ ಇನ್ನು ಮುಂದೆ ಕಡಿಮೆ ಜನರಿಂದ ಹೆಚ್ಚಿನ ಕೆಲಸದ ನಿರೀಕ್ಷೆ ಸಹಜವಾಗಿತ್ತು.

ಒಟ್ಟಾರೆ ಆ ಪರಿಸ್ಥಿತಿಯಲ್ಲಿ ನಮ್ಮ ನಾಯಕರು ಈಗಾಗಲೇ ಕಂಪನಿಯಲ್ಲಿ ಸಂಚಿತವಾಗಿದ್ದ ಹಣವನ್ನು ಕಷ್ಟಕಾಲ ಮುಗಿಯುವವರೆಗೂ ಕಾಪಾಡಿಕೊಂಡು, ಗ್ರಾಹಕರ ಬಿಲ್ಲಿಂಗ್ ಮತ್ತು ಹಣ ವಸೂಲಿಯನ್ನು ಸುಗಮಗೊಳಿಸಿ, ಕಂಪನಿಯ ಕಾರ್ಯಗಳಿಗೆ ಹಣದ ತೊಂದರೆಯಾಗದಂತೆ ನೋಡಿಕೊಳ್ಳುವತ್ತ ಗಮನ ಹರಿಸಬೇಕಿತ್ತು. ಬೇಡವಾದ ಖರ್ಚುಗಳನ್ನು ಕಡಿತಗೊಳಿಸಿ, ಲಾಭವನ್ನು ಹೆಚ್ಚಿಸಬೇಕಿತ್ತು. ವ್ಯವಹಾರವನ್ನು ಅಮೆರಿಕ ದಿಂದಾಚೆ ಕಳುಹಿಸುವುದು, ದೊಡ್ಡ ದೊಡ್ಡ ಒಪ್ಪಂದಗಳತ್ತ ಗಮನ ಹರಿಸುವುದು ಮತ್ತು ಇದ್ದ ಗ್ರಾಹಕರಿಂದ ಮತ್ತಷ್ಟು ವ್ಯವಹಾರ ಗಳಿಸುವ ಪ್ರಯತ್ನ ನಡೆಸುವುದು ಮುಂತಾದ ತಕ್ಷಣ ಮಾಡಬೇಕಾದ ಕೆಲಸಗಳಿದ್ದವು. ಹೊಸ ಕ್ಷೇತ್ರಗಳಲ್ಲಿ ಹೊಸ ಗ್ರಾಹಕರನ್ನು

ಹುಡುಕುವುದು, ಎಚ್ಚರಿಕೆಯಿಂದ ಗ್ರಾಹಕರನ್ನು ಆರಿಸುವುದು, ಯಥಾದೃಷ್ಟಿಯನ್ನು ಉಳಿಸಿಕೊಳ್ಳುವುದು ಮತ್ತು ಇದೆಲ್ಲದರೊಂದಿಗೆ ಉಲ್ಲಾಸವನ್ನು ಕಳೆದುಕೊಳ್ಳದೆ ಇರುವುದು, ಇವು ನಮ್ಮ ಈಗಿನ ಆದ್ಯತೆಗಳೆಂದು ಎಲ್ಲರಿಗೂ ತಿಳಿಸಿದೆ.

ವಿಪತ್ತು ಎದುರಾದಾಗ, ಪರಿಸ್ಥಿತಿಯನ್ನು ಹಿಡಿತಕ್ಕೆ ತೆಗೆದುಕೊಂಡು, ತನ್ನ ಉದ್ದಿಶ್ಯಗಳನ್ನು ಎಲ್ಲರಿಗೂ ತಿಳಿಸುವುದು ನಾಯಕನಾದವನ ಕರ್ತವ್ಯ. ಅದು ಸ್ವ-ಮರುಕದ ಅಥವಾ ನನಗೇ ಹೀಗಾಯಿತೇಕೆ ಎಂದು ಕೇಳಿಕೊಳ್ಳುವ ಸಮಯವಲ್ಲ. ಪ್ರತಿಕೂಲಗಳ ಮಧ್ಯದಲ್ಲಿ ಯಾವುದನ್ನು ಉಳಿಸಬಹುದು ಮತ್ತು ಯಾವುದನ್ನು ಬಿಟ್ಟುಕೊಡಬೇಕು ಎಂಬುದನ್ನು ವಿಮರ್ಶಿಸಬೇಕು. ಇಂತಹ ಸಮಯದಲ್ಲಿ ಯಾವುದೇ ರಾಜಿಗೂ ಸಿದ್ಧವಿರಬೇಕು. ಸಮಸ್ಯೆಗಳನ್ನು ವಿಂಗಡಿಸಿ ನೋಡುವುದನ್ನು ಕಲಿಯಬೇಕು. ತನ್ನ ಸಂಕಟವನ್ನು ಸ್ವಲ್ಪ ಮಟ್ಟಿಗೆ ಪ್ರಿಯರೊಂದಿಗೆ ಹಂಚಿಕೊಳ್ಳಬಹುದಾದರೂ, ತಾನೇ ಅನುಭವಿಸಬೇಕಾದ ಕೆಲವನ್ನು ಯಾರ ಮೇಲೂ ಹೇರಬಾರದು. ಸುಲಭಗೋಚರವಾದ ಪರಿಹಾರಗಳು ಈ ಸಮಯದಲ್ಲಿ ಕೆಲಸಕ್ಕೆ ಬರಲಾರವು ಮತ್ತು ಯಾವುದೇ ಪರಿಚಿತ ಪರಿಹಾರಗಳೂ ಇರುವುದಿಲ್ಲ.

ನಮ್ಮಲ್ಲಿ ಪ್ರಯತ್ನ ಮಾಡುವ ಮತ್ತು ಕೆಲವೊಮ್ಮೆ ವಿಫಲರೂ ಆಗುವ ಧೈರ್ಯವಿರಬೇಕು.

ಮದರ್ ತೆರೇಸಾ ಒಮ್ಮೆ ಹೇಳಿದ್ದರು, 'ದೇವರು ಗುರಿ ಸಾಧಿಸಿಯೇ ಸಾಧಿಸು ಎಂದು ಕೇಳುವುದಿಲ್ಲ, ಪ್ರಯತ್ನಪಡು ಎಂದು ಮಾತ್ರ ಕೇಳುತ್ತಾನೆ.'

ಅಂತಿಮವಾಗಿ, ಅತ್ಯಂತ ದುರ್ದೆಸೆಯ ದಿನಗಳಲ್ಲಿ ನಾಯಕನ ಕೆಲಸವೆಂದರೆ, ತನ್ನ ಜನರಿಗೆ ನಾಳೆಯ ಭರವಸೆಯನ್ನು ಮೂಡಿಸುವುದು.

❍

ಕಾಲ ನಿಧಾನವಾಗಿ ಸರಿಯಿತು. 2002 ರ ಫೆಬ್ರವರಿಯಲ್ಲಿ ತಾಯಿಗೆ ಗಂಭೀರವಾದ ಪಾರ್ಶ್ವವಾಯು ತಗುಲಿದೆ ಎಂದು ಭಾರತದಿಂದ ಫೋನ್ ಬಂದಿತ್ತು. ಒಡಿಶಾದ ಮುಖ್ಯ ಕಾರ್ಯದರ್ಶಿಯಾಗಿದ್ದ ದಾದಾಮೋನಿಯ ಬಳಿ ಆಕೆಯನ್ನು ಬಿಟ್ಟುಬಂದಿದ್ದೆ. ಅಲ್ಲಿಯ ಕ್ಯಾಪಿಟಲ್ ಆಸ್ಪತ್ರೆಗೆ ಆಕೆಯನ್ನು ಸೇರಿಸಿದ್ದರು. ಪ್ರಮುಖ ಸರ್ಕಾರಿ ಆಸ್ಪತ್ರೆಯಾಗಿದ್ದ, ಅದು ಸುಸಜ್ಜಿತವಾಗಿಲ್ಲದಿದ್ದರೂ ಉತ್ತಮ ವೈದ್ಯರುಗಳನ್ನು ಹೊಂದಿತ್ತು. ಆಕೆಯನ್ನು ಅತ್ಯಾಧುನಿಕವಾದ ಖಾಸಗಿ ಆಸ್ಪತ್ರೆಗೆ ಸೇರಿಸಬೇಕೆಂದು ಯಾರೋ ಸಲಹೆ ನೀಡಿದಾಗ ದಾದಾಮೋನಿ ಅದನ್ನು ತಿರಸ್ಕರಿಸಿದ್ದ. ಸರ್ಕಾರದ ಮುಖ್ಯ ಕಾರ್ಯದರ್ಶಿಗೇ ತನ್ನ ಆರೋಗ್ಯ ರಕ್ಷಣಾ ವ್ಯವಸ್ಥೆಯಲ್ಲಿ ನಂಬಿಕೆಯಿಡದಿದ್ದರೆ, ಅದನ್ನೇ ನಂಬಿರುವ ಬಡಜನರಿಗೆ ಎಂತಹ ಸಂದೇಶ ನೀಡಿದಂತಾಗುತ್ತದೆ ಎಂದಿದ್ದ.

ತಾಯಿಯನ್ನು ನೋಡಲು ಭುವನೇಶ್ವರಕ್ಕೆ ಬಂದಿಳಿದೆ. ಆಕೆ ಹೋರಾಡುತ್ತಿದ್ದಳು. ಗೌರವರ್ಣದ ಚರ್ಮ ಸುಕ್ಕು ಹಿಡಿದು, ಮುಖದ ಒಂದು ಭಾಗ ನಿಷ್ಕ್ರಿಯವಾಗಿ, ಮಾತು ಅಸ್ಪಷ್ಟವಾಗಿತ್ತು. ತನ್ನ ಪಯಣದ ಅಂತಿಮ ಘಟ್ಟದಲ್ಲಿದ್ದಳು, ಕೊನೆಯನ್ನಿನ್ನೂ

ತಲುಪಿರಲಿಲ್ಲ. ಆಕೆಯ ಪಕ್ಕದಲ್ಲಿ ಎರಡು ವಾರಗಳನ್ನು ಕಳೆದೆ. ಮುಂಜಾನೆ ಆಸ್ಪತ್ರೆಗೆ ಬಂದವನು, ಮಧ್ಯೆ ಊಟಕ್ಕೆಂದು ಮನೆಗೆ ಹೋಗುವುದನ್ನು ಬಿಟ್ಟರೆ, ರಾತ್ರಿಯವರೆಗೂ ಅಲ್ಲಿಯೇ ಇರುತ್ತಿದ್ದೆ. ಪ್ರತಿದಿನ ನರ್ಸುಗಳು ಬಂದು ಮೈ ಒರೆಸಿ, ಊಟ ಮಾಡಿಸಿ, ಔಷಧಿಗಳನ್ನು ಕೊಟ್ಟು ಹೋಗುತ್ತಿದ್ದರು. ನಂತರ ವಾಡಿಕೆಯಂತೆ ಡಾಕ್ಟರುಗಳು ಬರುತ್ತಿದ್ದರು. ಎಲ್ಲರೂ ಹೇಳುತ್ತಿದ್ದುದು ಒಂದೇ ಮಾತು – 'ತೀರಾ ಇಳಿವಯಸ್ಸಿನಲ್ಲಿ ಭಾರೀ ಹೊಡೆತಕ್ಕೆ ಗುರಿಯಾಗಿರುವುದರಿಂದ ಏನಾಗುವುದೆಂದು ಯಾರೂ ಹೇಳಲು ಸಾಧ್ಯವಿಲ್ಲ. ಮಿದುಳು ಒಮ್ಮೊಮ್ಮೆ ಪವಾಡಸದೃಶವಾಗಿ ಇಂತಹುದರಿಂದ ಚೇತರಿಸಿಕೊಳ್ಳುತ್ತದೆ. ವೈದ್ಯನಾದವನು ಔಷಧೋಪಚಾರಗಳಿಂದ ರೋಗಿಯನ್ನು ಬೆಂಬಲಿಸಬಲ್ಲನೇ ಹೊರತು ದೇವನಾಗಲಾರ.' ಕೆಲವು ದಿನಗಳ ನಂತರ ನಮ್ಮ ಆತಂಕವನ್ನು ಹತ್ತಿಕ್ಕಿಕೊಳ್ಳಲು ಕಲಿತೆವು.

ಎರಡು ವಾರ ಕಳೆದ ನಂತರ ಅಮೆರಿಕಕ್ಕೆ ಹಿಂದಿರುಗಲು ನಿಶ್ಚಯಿಸಿದ್ದೆ. ಯಾವ ರೀತಿಯಲ್ಲೂ ನೆರವಾಗುವ ಶಕ್ತಿಯಿಲ್ಲದೆ, ಕೆಲಸವನ್ನೆಲ್ಲಾ ಬಿಟ್ಟು ತನ್ನ ಸುತ್ತಮುತ್ತ ಓಡಾಡಿಕೊಂಡಿರುವುದನ್ನು ಆಕೆಯೇ ಒಪ್ಪುತ್ತಿರಲಿಲ್ಲ. ಭುವನೇಶ್ವರದಲ್ಲಿದ್ದ ಕೊನೆಯ ದಿನ, ದೇವಸ್ಥಾನಕ್ಕೆ ಹೋಗಿ ಆಕೆಯ ಕೊನೆಯ ಪಯಣ ನಿರಾತಂಕವಾಗಿರಲಿ ಎಂದು ದೇವರಲ್ಲಿ ಪ್ರಾರ್ಥಿಸಿದೆ. ವಿಮಾನನಿಲ್ದಾಣಕ್ಕೆ ಹೋಗುವ ಹಾದಿಯಲ್ಲಿ ವಿದಾಯ ಹೇಳಲು ಕಡೆಯ ಬಾರಿ ಆಕೆಯನ್ನು ನೋಡಿದ್ದೆ. ಆಗಲೇ ಆಕೆ ನನಗೆ 'ಹೋಗು, ಜಗವ ಚುಂಬಿಸು' ಎಂದಿದ್ದಳು.

ಮುಂದಿನ ವಾರಗಳಲ್ಲಿ ಆಕೆಯ ಪರಿಸ್ಥಿತಿ ಹದಗೆಡುತ್ತಾ ಹೋಯಿತು. ಆದರೆ ಯಾವ ದೂರೂ ಇಲ್ಲದೆ ಆಕೆ ಮೌನವಾಗಿ ಸಹಿಸಿಕೊಂಡಿದ್ದಳು. ಕೊನೆಗೆ ಬೇಸಿಗೆಯ ಆರಂಭದಲ್ಲಿ ಪಯಣ ಮುಗಿದಿತ್ತು. ತಂದೆಯ ಸಾವಿನ ಸಮಯದಲ್ಲಿ ಬಳಿಯಿದ್ದ ನಾನು ಈಗ ದೂರವಿದ್ದೆ. ಆದರೆ ನನಗೆ ಬೇಸರವಿರಲಿಲ್ಲ, ಏಕೆಂದರೆ ಆಕೆ ನನ್ನೊಳಗೆ ಸಂಪೂರ್ಣವಾಗಿ ತುಂಬಿಕೊಂಡಿದ್ದಳು, ಅಂಚಿನವರೆಗೂ ಬಂದು ಹೊರಚೆಲ್ಲುವಷ್ಟು. ಈಗ ಆಕೆ, ನಾನು ಮತ್ತು ಇಡೀ ವಿಶ್ವ, ಎಲ್ಲವೂ ಒಂದಾಗಿದ್ದೆವು.

ಅಧ್ಯಾಯ 21

ಕತ್ತಲೆ ಕಳೆದು ಬೆಳಕು ಮೂಡಲೇ ಬೇಕು

9/11ನ ಪರಿಣಾಮಗಳನ್ನು ಮರೆಸುವ ಆ ನಾಳೆ ಬಂದಾಗ ಸಿಹಿಸುದ್ದಿಗಿಂತ ಹೆಚ್ಚಾಗಿ ಕಹಿ ಸುದ್ದಿಯೇ ಕಾದಿತ್ತು. ಜೋಡಿಸ್ತಂಭಗಳ ಮೇಲೆ ನಡೆದ ದಾಳಿಗೆ ಪ್ರತಿಯಾಗಿ ಅಮೆರಿಕ ಆಫ್ಘಾನಿಸ್ತಾನದ ಮೇಲೆ ದಾಳಿ ನಡೆಸಿತ್ತು. ಕೆಲವು ತಿಂಗಳುಗಳ ನಂತರ ಏಶಿಯಾದಲ್ಲಿ ಖಂಖಿ ಸಾಂಕ್ರಾಮಿಕ ರೋಗ ಹಬ್ಬಿ, ವ್ಯವಹಾರದ ಪ್ರಯಾಣಗಳೆಲ್ಲವೂ ಸ್ಥಗಿತಗೊಂಡಿದ್ದವು. ಅಮೆರಿಕದ ಆರ್ಥಿಕ ಹಿಂಜರಿಕೆ ಉಲ್ಬಣಗೊಂಡು ಪೂರ್ಣಪ್ರಮಾಣದ ಕುಸಿತಕ್ಕೊಳಗಾಗಿ, ವಿಶ್ವವೇ ತತ್ತರಿಸುವಂತಾಗಿತ್ತು. ಇಲ್ಲದ ಶಸ್ತ್ರಾಸ್ತ್ರಗಳನ್ನು ಹುಡುಕಲು ಜಾರ್ಜ್ ಬುಶ್ ಇರಾಕಿನ ಮೇಲೆ ದಾಳಿ ನಡೆಸಿದ್ದರು. ಕುಚೋದ್ಯಕ್ಕೆ ಇದೇ ಸುಸಮಯವೆಂದು ಭಾರತ ಮತ್ತು ಪಾಕಿಸ್ತಾನಗಳು ಅಣ್ವಸ್ತ್ರದ ಆಟಾಟೋಪ ತೋರಿಸಿ ಯುದ್ಧಭಯ ಹುಟ್ಟಿಸಿದ್ದವು. ನಮ್ಮ ಜೊತೆಗೆ ಇದೇ ಕ್ಷೇತ್ರದಲ್ಲಿ ಹುಟ್ಟಿಕೊಂಡ ನೂರಾರು ಪ್ರಾರಂಭಿಕ ಕಂಪನಿಗಳು ಮುಚ್ಚಿದ ಹಾಗೆ ಮೈಂಡ್‌ಟ್ರೀ ಕೂಡಾ ಮುಚ್ಚಲು ಇದು ಸರಿಯಾದ ಸಮಯವೆಂದು ನಿರೀಕ್ಷಿಸಬಹುದಿತ್ತು. ನಮ್ಮನ್ನು ಆಗ ಉಳಿಸಿದ ಅಂಶಗಳೆಂದರೆ, ಗಾಬರಿ ಎಂಬುದೇ ತಮ್ಮ ನಿಘಂಟಿನಲ್ಲಿಲ್ಲದ ಅಶೋಕ್ ಸೂಟಾರ ದೃಢವಾದ ನಾಯಕತ್ವ, ಮೈಂಡ್‌ಟ್ರೀಯ ಮೌಲ್ಯಗಳ ಬಗ್ಗೆ ಸ್ಥಾಪಕ ತಂಡದಲ್ಲಿದ್ದ ಸಮಾನ ಶ್ರದ್ಧೆ, ನಮ್ಮ ಪ್ರಮುಖ ಮೂರು ಗ್ರಾಹಕರುಗಳಾದ ಏವಿಸ್, ಫ್ರಾಂಕ್‌ಲಿನ್ ಟೆಂಪಲ್‌ಟನ್ ಮತ್ತು ಯೂನಿಲಿವರ್, ಇವರು ನಮ್ಮಲ್ಲಿ ಅಚಲವಾದ ನಂಬಿಕೆಯನ್ನಿಟ್ಟು ನಮ್ಮ ಪ್ರಾಜೆಕ್ಟ್‌ಗಳಲ್ಲಿ ಹಣ ತೊಡಗಿಸುವುದನ್ನು ನಿಲ್ಲಿಸದೆ ಇದ್ದದ್ದು ಮತ್ತು ಕೊನೆಯದಾಗಿ, ಎರಡನೆ ಸುತ್ತಿನಲ್ಲಿ ನಾವು ಸಂಗ್ರಹಿಸಿದ ಹದಿನಾಲ್ಕು ಮಿಲಿಯನ್ ಡಾಲರ್‌ಗಳಷ್ಟು ಹಣ ಬ್ಯಾಂಕಿನಲ್ಲಿ ಭದ್ರವಾಗಿದ್ದದ್ದು. ಮೈಂಡ್‌ಟ್ರೀಯೇ ನಮ್ಮ ಸರ್ವಸ್ವವೆಂದು ಬಗೆದಿದ್ದ ನಾವೆಲ್ಲ ಹತಾಶರಾಗದೆ ಕೆಲಸವನ್ನು ಮುಂದುವರಿಸಿಕೊಂಡು ಹೋಗಿದ್ದೆವು. ಆದರೂ ಭವಿಷ್ಯವೆಂಬುದು ಇಟ್ಟಿಗೆಯ ತಡೆಗೋಡೆಯಂತೆ ಕಾಣುತ್ತಿತ್ತು. ಆದರೆ, ಯಾರೋ ಹೇಳಿದಂತೆ, ತನ್ನನ್ನು ಮೀರಿ ಹೋಗಲಾಗದವರನ್ನು ತಡೆಯಲಿಕ್ಕೆಂದೇ ಗೋಡೆ ಇರುವುದು.

ನಮ್ಮ ವ್ಯವಹಾರ ಹೊಸ ಸಾಫ್ಟ್‌ವೇರ್ ಅಭಿವೃದ್ಧಿಯ ಮೇಲೆ ಬಹುವಾಗಿ ಅವಲಂಬಿತವಾಗಿತ್ತು. ಆದರೆ, ಈ ಅನಿಶ್ಚಿತ ಸಮಯದಲ್ಲಿ ಕಂಪನಿಗಳು ಎಲ್ಲ ಹೊಸ ಅಭಿವೃದ್ಧಿಯನ್ನೂ ಕಡಿತಗೊಳಿಸಿದ್ದವು. ಹಣ ಉಳಿಸಲೋಸುಗ ಎಲ್ಲರೂ ಸಾಫ್ಟ್‌ವೇರ್ ನಿರ್ವಹಣೆಗೆ ಮಾತ್ರ ಖರ್ಚನ್ನು ಮಿತಿಗೊಳಿಸಿದ್ದರು. ಮುಂಚೂಣಿಯಲ್ಲಿದ್ದ ಕಂಪನಿಗಳ ಸಿಐಓ(Chief Information Officer) ಗಳು ಆರಂಭಿಕ ಕಂಪನಿಗಳ ಬದಲು, ದೊಡ್ಡ

ಭಾರತೀಯ ಕಂಪನಿಗಳು ಅಥವಾ ಅಮೆರಿಕದ ಕಂಪನಿಗಳೊಂದಿಗೆ ವ್ಯವಹಾರ ನಡೆಸುವುದು 'ಸುರಕ್ಷಿತ'ವೆಂದು ತಿಳಿಯುತ್ತಿದ್ದರು. ಒಟ್ಟಾರೆ ನಿರಾಶೆಯ ಕತ್ತಲು ಕವಿದ ಈ ಸಮಯದಲ್ಲಿ ನಡೆದ ಎರಡು ಆಸಕ್ತಿಕರ ಘಟನೆಗಳು ನನಗೆ ಸ್ಪಷ್ಟವಾಗಿ ನೆನಪಿವೆ. ಮೊದಲನೆಯದು, ಗ್ಲೋಬಲ್ ರಿಸರ್ಚ್ ಸಂಸ್ಥೆಯೊಂದರ ವಿಶ್ಲೇಷಕನೊಂದಿಗೆ ನಡೆದ ನನ್ನ ಮಾತುಕತೆ. ನಾನಾತನಿಗೆ ಬಹು ಉತ್ಸಾಹದಿಂದ ಕೊಟ್ಟ ಪ್ರೆಸೆಂಟೇಷನ್‌ನ ನಂತರ ಆತ ನೀಡಿದ ಒಂದೇ ವ್ಯಾಖ್ಯೆಯೆಂದರೆ – ಒಂದು ಬಿಲಿಯನ್ ಡಾಲರ್‌ಗಿಂತ ಹೆಚ್ಚಿನ ವ್ಯವಹಾರ ಹೊಂದಿದ ಕಂಪನಿಗಳು ಮಾತ್ರ 2005 ರ ಹೊತ್ತಿಗೆ ತಮ್ಮ ಅಸ್ತಿತ್ವವನ್ನು ಉಳಿಸಿಕೊಳ್ಳಬಲ್ಲವು! ನಮ್ಮ ಚರಮವಾಕ್ಯ ಬರೆದಿದ್ದಕ್ಕಾಗಿ ನಾನು ಆತನಿಗೆ ವಂದಿಸಿ ಹೊರಬಂದೆ. ಮುಂದಿನ ಸುತ್ತಿನ ಉದ್ಯೋಗ ಕಡಿತದಲ್ಲಿ ಆತ ತನ್ನ ಕೆಲಸ ಕಳೆದುಕೊಂಡ.

ಇನ್ನೊಂದು ಸ್ವಾರಸ್ಯಕರ ಘಟನೆ ನಡೆದದ್ದು, ನಮ್ಮ ಅಗ್ರ ಗ್ರಾಹಕರಾದ ಏವಿಸ್‌ನ ಮೇಲ್ಪದರದ ನಾಯಕತ್ವದಲ್ಲಿ ಭಾರೀ ಬದಲಾವಣೆಗಳಾದಾಗ. ಸಂಸ್ಥೆಯನ್ನು ಸರಿಪಡಿಸಲು ಬಂದಿದ್ದ ಹೊಸ ಸಿಇಓ ಎಂಬ ಬಿರುಗಾಳಿ ಐಟಿ ವಿಭಾಗದೊಂದಿಗೆ ಹಾವಳಿಯನ್ನೆಬ್ಬಿಸಿತ್ತು. ಅವರ ಮಹತ್ವದ ಆನ್‌ಲೈನ್ ರೆವಿನ್ಯೂ ಎಂಜಿನ್ ಆದ ಏವಿಸ್. ಕಾಮ್‌ನ ಬಿಡುಗಡೆಯೊಂದಿಗೆ ನಾವು ಕಗ್ಗಂಟಿನಲ್ಲಿ ಸಿಕ್ಕಿಹಾಕಿಕೊಂಡಿದ್ದೆವು. ಅಲ್ಲಿ ಹೊಸದಾಗಿ ನೇಮಕವಾಗಿದ್ದ ಸಿಐಓನನ್ನು ನೋಡಲು ನನಗೆ ತಿಳಿಸಿದ್ದರು. ಏವಿಸ್‌ನ ಹೊಸ ರಿಸರ್ವೇಷನ್ ವೆಬ್‌ಸೈಟ್‌ನೊಂದಿಗೆ ತಳುಕು ಹಾಕಿಕೊಂಡಿದ್ದ ನಮ್ಮ ಬಗೆಗಿನ ಕೆಲವು ನಕಾರಾತ್ಮಕ ವಿಷಯಗಳನ್ನು ಆತ ಕೇಳಿದ್ದ. ನನ್ನನ್ನು ಎದುರುಗೊಂಡ ಆತ ಹೇಳಿದ ಮಾತು, 'ನಿಮ್ಮ ಬಗ್ಗೆ ಕೇಳಿ ತಿಳಿದ ಪ್ರಕಾರ: ನಾನು ನಿನಗೀಗ ಹೊರಹೋಗುವ ದಾರಿಯನ್ನು ತೋರಿಸಬೇಕು ಅಷ್ಟೇ.' ಈ ನೇರನುಡಿಗಾಗಿ ನನಗೆ ತಕ್ಷಣ ಆತನಲ್ಲಿ ಮೆಚ್ಚುಗೆ ಮೂಡಿತು. ಹಳೆಯ ಜಿಇ ಎಕ್ಸಿಕ್ಯುಟಿವ್ ಆಗಿದ್ದ ರಾಜ್ ರಾವಲ್ ತನ್ನದೇ ಆದ ಕನ್ಸಲ್ಟಿಂಗ್ ಸಂಸ್ಥೆಯನ್ನು ನಡೆಸುತ್ತಿದ್ದ. ತೊಂದರೆಯಲ್ಲಿದ್ದ ಐಟಿ ಕಂಪನಿಗಳನ್ನು ತೊಡಕಿನಿಂದ ಪಾರುಮಾಡಲು ಸಿಐಓಗಳನ್ನು ಕರಾರಿನ ಆಧಾರದಲ್ಲಿ ಕಳಿಸುತ್ತಿದ್ದ ಸಂಸ್ಥೆ ಅದು. ಇವರು ಕಂಪನಿಗಳನ್ನು ಸರಿಹಾದಿಗೆ ತಂದು, ಅವರಿಗೆ ಪೂರ್ಣಪ್ರಮಾಣದ ಸಿಐಓಗಳನ್ನು ಹುಡುಕಿಕೊಟ್ಟು, ತಾವು ಹೊರಬರುತ್ತಿದ್ದರು. ಕುರ್ಚಿಯಲ್ಲಿ ಆಸೀನನಾದ ನಾನು ರಾಜ್‌ಗೆ, 'ನಾನೂ ಸಹಾ ಈ ಸಂಬಂಧದ ಬಗ್ಗೆ ಖಚಿತವಾದ ಮಾತುಕತೆಂ ಮಾಡಬಯಸುತ್ತೇನೆ' ಎಂದೆ. ಮುಂದುವರಿದು, 'ರಾಜ್, ದಿನಾ ಸಾಯುವ ಬದಲು, ಒಮ್ಮೆ ಸತ್ತುಹೋಗುವುದು ಲೇಸು' ಎಂದಿದ್ದೆ. ರಾಜ್‌ಗೆ ನನ್ನ ಧೋರಣೆ ಇಷ್ಟವಾಯ್ತು. ಆತ ನಮ್ಮನ್ನು ನಂಬಿದ. ಪರಿಸ್ಥಿತಿ ಉತ್ತಮಗೊಂಡು, ಅವರ ವ್ಯವಹಾರ ವರ್ಧಿಸಿತ್ತು, ನಾವೂ ಉಳಿದುಕೊಂಡೆವು. ರಾಜ್ ಅಲ್ಲಿಂದ ಮುಂದೆ ಬರ್ಗರ್ ಕಿಂಗ್‌ಗೆ ಸಿಐಓ ಆಗಿ ಹೋಗಿದ್ದ. ಅಲ್ಲಿಯೂ ಬಹಳ ಉತ್ತಮವಾದ ತಂತ್ರಾಂಶಗಳನ್ನು ಮಾಡಿಕೊಟ್ಟೆವು. ಏವಿಸ್‌ನಲ್ಲಿ ನಾವು ಮಾಡಿದ ಕೆಲಸದ ಫಲವಾಗಿ ಏವಿಸ್‌ನ ಷೇರುದಾರ ಕಂಪನಿಯಾದ ಸೆಂಡಂಟ್, ಇಂಟರ್‌ನ್ಯಾಷನಲ್ ಏರ್ ಟ್ರಾನ್ಸ್‌ಪೋರ್ಟ್ ಅಸೋಸಿಯೇಷನ್(IATA)

ಮತ್ತು ಟ್ರಾವೆಲ್ ಕ್ಲಿಕ್ ಕಂಪನಿಗಳಿಗಾಗಿ ಬಹಳ ದೊಡ್ಡ ಪ್ರಮಾಣದ ಮತ್ತು ಕ್ಲಿಷ್ಟಕರವಾದ ಅಪ್ಲಿಕೇಶನ್‌ಗಳನ್ನು ತಯಾರಿಸಿಕೊಟ್ಟೆವು. ಆದರೆ 2002 ರಲ್ಲಿ ವೋಲ್ವೋದೊಂದಿಗೆ ನಾವು ಮಾಡಿಕೊಂಡ ಒಪ್ಪಂದ ಸಂಪೂರ್ಣ ಚಿತ್ರವನ್ನೇ ಬದಲಾಯಿಸಿತ್ತು. ವೋಲ್ವೋ ಒಂದು ಮಧ್ಯಮ ಗಾತ್ರದ ಕಂಪನಿಯೊಂದಿಗೆ ಕೆಲಸ ಮಾಡಲು ಬಯಸಿ ನಮ್ಮನ್ನಾರಿಸಿತ್ತು. ನಾವು ಆಗಲೇ ಮಾಡಿದ್ದ ಕೆಲಸದಿಂದಾಗಿಯಲ್ಲ, ನಾವೇನು ಮಾಡಬಲ್ಲೆವು ಎಂಬ ಸಾಮರ್ಥ್ಯದ ಅರಿವಿನಿಂದಾಗಿ.

ಈ ಒಪ್ಪಂದವಾದ ನಂತರ, ಒಂದು ಹೆಜ್ಜೆ ನಿಂತು, ಐಟಿ ಸೇವೆಗಳನ್ನೊದಗಿಸುವ ದೊಡ್ಡ ಕಂಪನಿಗಳಿಂದ ವೋಲ್ವೋಗೆ ಸಿಗದ ಸಂಗತಿ ಏನಿರಬಹುದೆಂದು ನಮ್ಮನ್ನು ನಾವೇ ಪ್ರಶ್ನಿಸಿಕೊಂಡೆವು. ಇದರಿಂದಾಗಿ ನಮ್ಮನ್ನು ನಾವು ವಿಮರ್ಶಾತ್ಮಕವಾಗಿ ಇಟ್ಟು ನೋಡುವುದು ಸಾಧ್ಯವಾಯಿತು. ಸಾಕಷ್ಟು ವಿಚಾರವಿಮರ್ಶೆಯಲ್ಲಿ ನಮಗೆ ಕಂಡ ಕಾರಣಗಳನ್ನು ಕೊನೆಗೆ ಮೂರಕ್ಕಿಳಿಸಿದೆವು : ಸಂಪರ್ಕಾವಕಾಶ (Access), ಲಕ್ಷ್ಯ(Attention) ಮತ್ತು ಶೀಘ್ರಗತಿ (Agility). ಜಾಗತಿಕ ಮಟ್ಟದಲ್ಲಿ ಸಾಫ್ಟ್‌ವೇರ್ ಸೇವೆಗಳನ್ನು ಪಡೆಯುವ ದೊಡ್ಡ ಸಂಸ್ಥೆಗಳಿಗೆ ಸಂಪರ್ಕದ ಅವಶ್ಯಕತೆ ಬಹಳವಿರುತ್ತದೆ (ಸಿಇಓಗಳ ಮಟ್ಟದಲ್ಲಿ ಅಲ್ಲ, ಕೆಳಹಂತದ ಆಪರೇಟರ್‌ಗಳ ಮಟ್ಟದಲ್ಲಿ); ಗ್ರಾಹಕರ ಸಂದಿಗ್ಧ ಪರಿಸ್ಥಿತಿಯಲ್ಲಿ ಅವರ ಕಾಲಸೂಕ್ಷ್ಮತೆಯನ್ನರಿತು, ವ್ಯವಹಾರ ಮಹತ್ವವುಳ್ಳ ವಿಷಯಗಳ ಬಗೆಗೆ ಲಕ್ಷ್ಯ ವಹಿಸುವುದು ಬಹುಮುಖ್ಯ; ಮತ್ತು ಕೊನೆಯದಾಗಿ, ತಮ್ಮ ಪ್ರತಿಸ್ಪರ್ಧಿಗಳಿಗಿಂತ ಮುಂದಿರಲು ಅವರ ಅವಶ್ಯಕತೆಗೆ ತಕ್ಕ ಪರಿಹಾರಗಳನ್ನು ಶೀಘ್ರಗತಿಯಲ್ಲಿ ಒದಗಿಸುವುದು.

ಸಂಪರ್ಕಾವಕಾಶ, ಲಕ್ಷ್ಯ ಮತ್ತು ಶೀಘ್ರಗತಿಯ ಸಂದೇಶವನ್ನು ಅಮೆರಿಕದ ಅತಿ ದೊಡ್ಡ ಇನ್‌ಶ್ಯೂರೆನ್ಸ್ ಸಂಸ್ಥೆಯಾದ ಎಐಜಿ ಸೇರಿದಂತೆ, ಹಲವಾರು ಕಂಪನಿಗಳಿಗೆ ಕೊಂಡೊಯ್ದು ಅವರಿಂದ ವ್ಯವಹಾರವನ್ನು ಪಡೆಯುವಲ್ಲಿ ಸಫಲರಾದೆವು. ದೊಡ್ಡ ಗ್ರಾಹಕರುಗಳು ಅರಸುವ ಈ ಮೂರು ಗುಣಗಳೇ ಮಹತ್ಸಾಧನೆ ಮಾಡಬಯಸುವ ವ್ಯಕ್ತಿಗಳಲ್ಲೂ ಇರಬೇಕು ಎಂಬುದನ್ನು ಕಂಡುಕೊಂಡೆವು; ಬೃಹತ್ ಕಂಪನಿಗಳಲ್ಲಿ ಇಂಥ ವ್ಯಕ್ತಿಗಳಿಗೆ ಬೇಕಾದ ನಿಕಟತೆ ಮತ್ತು ಎಲ್ಲರನ್ನೊಳಗೊಂಡ ಸಮಗ್ರದೃಷ್ಟಿ ಸಿಗುವುದಿಲ್ಲ. ಅಂಥವರಿಗೆ ಮೈಂಡ್‌ಟ್ರೀ ಕೆಲಸಕ್ಕೆ ಸೂಕ್ತ ಸ್ಥಳವೆಂದೆನಿಸಿತ್ತು.

ದೀರ್ಘಕಾಲ ಮುಂದುವರಿದ ಆರ್ಥಿಕ ಹಿಂಜರಿತದಲ್ಲೂ ಮೈಂಡ್‌ಟ್ರೀಯ ಆರ್&ಡಿ ಸೇವೆಗಳ ಘಟಕ ತನ್ನ ನಂಬಿಕೆ ಕಳೆದುಕೊಳ್ಳಲಿಲ್ಲ. ಶಾರ್ಟ್ ರೇಂಜ್ ವೈರ್‌ಲೆಸ್ ತಂತ್ರಜ್ಞಾನದಲ್ಲಿನ ಸಂಶೋಧನಾ ಕಾರ್ಯ ಮುಂದುವರಿದಿತ್ತು. ನಮ್ಮ ಬ್ಲೂ ಟೂತ್ ಪ್ರೋಟೊಕಾಲ್ ಸ್ಟ್ಯಾಕ್ ತಂತ್ರಜ್ಞಾನದ ಲೈಸೆನ್ಸ್‌ಗಳನ್ನು ಜಪಾನಿನ ಸೋನಿ, ಯೂರೋಪಿನ ಚೆರ್ರಿ ಮತ್ತು ಅಮೆರಿಕದ ಸಿಲಿಕಾನ್ ವೇವ್ (ನಂತರ ಕ್ವಾಲ್‌ಕಾಮ್‌ನ ಭಾಗವಾಯಿತು) ಕಂಪನಿಗಳಿಗೆ ಕೊಡಲಾರಂಭಿಸಿದೆವು. ಎರಡು ವರ್ಷಗಳಿಂದ ಮಂದವಾಗಿದ್ದ ಮಾರುಕಟ್ಟೆ ನಿಧಾನವಾಗಿ ಚೇತರಿಸಿಕೊಂಡಿತ್ತು,

ನಾವು ಮತ್ತೆ ಜನಗಳ ನೇಮಕಾತಿಯನ್ನು ಆರಂಭಿಸಿದೆವು. ಕಾರ್ಯವಿಧಾನಗಳನ್ನು ಅಭಿವೃದ್ಧಿಪಡಿಸುವಲ್ಲಿ (Process Development), ಜ್ಞಾನವ್ಯವಸ್ಥಾಪದ್ಧತಿಯಲ್ಲಿ(Knowledge Management) ಮತ್ತು ಉದ್ಯೋಗಿಸ್ನೇಹಿ ಆಚರಣೆಗಳಲ್ಲಿ (People Practice) ನಮ್ಮ ಹೂಡಿಕೆ ಎಲ್ಲರ ಗಮನ ಸೆಳೆಯಲಾರಂಭಿಸಿತು. ಪ್ರಮುಖ ಇಂಜಿನಿಯರಿಂಗ್ ಮತ್ತು ಮ್ಯಾನೇಜ್‌ಮೆಂಟ್ ಕಾಲೇಜುಗಳಲ್ಲಿನ ಹಾಗೂ ನಮ್ಮ ದೊಡ್ಡ ಪ್ರತಿಸ್ಪರ್ಧಿ ಕಂಪನಿಗಳಲ್ಲಿನ ಸಮರ್ಥ ವ್ಯಕ್ತಿಗಳು ಮೈಂಡ್‌ಟ್ರೀಯಿಂದ ಆಕರ್ಷಿತರಾದರು. ಭಾರತದಲ್ಲಿ ಕೆಲಸ ಮಾಡಲು ಅತ್ಯುತ್ತಮ ಕಂಪನಿಯೆಂದು ಔದ್ಯೋಗಿಕ ಸಮೀಕ್ಷೆಗಳಲ್ಲಿ ನಮ್ಮ ಹೆಸರು ಕಾಣಿಸಿಕೊಳ್ಳಲಾರಂಭಿಸಿತು. ನಮ್ಮ ಮಿತವ್ಯಯದ ಶೈಲಿಯಿಂದಾಗಿ 2002ರ ನಂತರ ಸಾಕಷ್ಟು ನಗದು ಶೇಖರವಾಗಿತ್ತು. ಕಷ್ಟಕಾಲವಿದ್ದಾಗ್ಯೂ ನಂತರದ ಪ್ರತಿ ವರ್ಷದಲ್ಲೂ ಲಾಭವನ್ನು ಗಳಿಸತೊಡಗಿದೆವು.

ಕೊನೆಗೂ ಕತ್ತಲು ಕರಗುವಂತೆ ಕಾಣುತ್ತಿತ್ತು.

ಅಧ್ಯಾಯ 22

ಭಾವನಾತ್ಮಕ ಕೋಟೆಯ ಭದ್ರಗೊಳಿಸಿ

2004ರ ವಸಂತದಲ್ಲಿ ಭಾರತಕ್ಕೆ ವಾಪಸ್ಸಾಗುವಂತೆ ಅಶೋಕ್ ನನಗೆ ಹೇಳಿದರು. ಮುಂದಿನ ದಿನಗಳು ಮೊದಲಿನಂತೆ ಇರುವುದಿಲ್ಲ, ಆದರೂ ಜೀವನ ಸಾಗಲೇಬೇಕು ಎಂಬುದನ್ನು ಎಲ್ಲರೂ ಒಪ್ಪಿಕೊಂಡಿದ್ದರು. ಮೈಂಡ್‌ಟ್ರೀಯ ಬೆಳವಣಿಗೆ ಮೊದಲಿನಂತೆ ಕ್ಷಿಪ್ರ ಗತಿಗೆ ಹಿಂದಿರುಗಿತ್ತು. ವೇಗದ ಬೆಳವಣಿಗೆಯನ್ನು ಎಚ್ಚರಿಕೆಯಿಂದ ನಿಭಾಯಿಸಬೇಕು. ಏಕೆಂದರೆ, ಪೀಟರ್ ಡ್ರಕರ್ ಹೇಳಿರುವಂತೆ, ಪ್ರತಿ ಬೆಳವಣಿಗೆಯೂ ಅನುಷಂಗಿಕವಾಗಿ ಕೇಡನ್ನೂ ಹೊತ್ತಿರುತ್ತದೆ. ಯಾವುದೇ ಬೆಳವಣಿಗೆಯು ಎರಡು ಬಲಗಳನ್ನು ಸೃಷ್ಟಿಸಿ, ಅವುಗಳ ಮಧ್ಯೆ ಒಂದು ಸಂಘರ್ಷವನ್ನು ಹುಟ್ಟುಹಾಕುತ್ತದೆ. ತಮ್ಮ ಮಿತಿಯ ಎಲ್ಲೆಯನ್ನು ಶೋಧಿಸಲು ಕೈ ಚಾಚಿ ಕೇಂದ್ರದಿಂದ ದೂರ ಚಿಮ್ಮುವ ಬಲಗಳು ಒಂದೆಡೆಯಾದರೆ, ತನ್ನೊಳಗನ್ನು ಗಟ್ಟಿಯಾಗಿ ಹಿಡಿಯಲೆತ್ನಿಸಿ, ಕೇಂದ್ರದೆಡೆಗೆ ಸೆಳೆಯುವ ಬಲಗಳು ಇನ್ನೊಂದು ಕಡೆ. ಇವೆರಡರ ಮಧ್ಯೆ ಸಾಮರಸ್ಯ ಏರ್ಪಡದಿದ್ದರೆ, ಆ ಸಂಸ್ಥೆ ತನ್ನ ಮಹತ್ವಾಕಾಂಕ್ಷೆಯ ಭಾರಕ್ಕೆ ತಾನೇ ಕುಸಿಯುವುದು ಅನಿವಾರ್ಯ. ಆ ವರ್ಷದ ಬೇಸಿಗೆಯಲ್ಲಿ ಸುಸ್ಮಿತಾ ಮತ್ತು ನಾನು ನಮ್ಮ ಅಮೆರಿಕದ ಕಾರ್ಯಾಚರಣೆಗೆ ಮುಕ್ತಾಯ ಹಾಡಿ, ರಟ್ಗರ್ಸ್ ವಿಶ್ವವಿದ್ಯಾಲಯದಲ್ಲಿ ಓದುತ್ತಿದ್ದ ನಮ್ಮ ಮಕ್ಕಳಿಗೆ ವಿದಾಯ ಹೇಳಿ, ಮತ್ತೊಮ್ಮೆ ಬೆಂಗಳೂರಿನತ್ತ ಪ್ರಯಾಣ ಬೆಳೆಸಿದೆವು.

2006ರ ಮಾರ್ಚ್‌ನಲ್ಲಿ ಮೈಂಡ್‌ಟ್ರೀಯ ವ್ಯವಹಾರ ಮ್ಯಾಜಿಕ್ ಸಂಖ್ಯೆ ನೂರು ಮಿಲಿಯನ್ ಡಾಲರ್‌ಗಳನ್ನು ದಾಟಿತು. ಫಲವಾಗಿ, ಆರು ವರ್ಷಗಳಲ್ಲಿ ಇದನ್ನು ಸಾಧಿಸಿದ ಮೊದಲ ಐಟಿ ಸೇವೆಗಳ ಕಂಪನಿಯಾಗಿತ್ತು. ಅಷ್ಟರಲ್ಲಿ ಬೆಂಗಳೂರು–ಮೈಸೂರು ರಸ್ತೆಯ ಪಕ್ಕದಲ್ಲಿ ನಮ್ಮ ಹೊಸ ಕ್ಯಾಂಪಸ್‌ನ ಮೊದಲ ಹಂತದ ಕಟ್ಟಡವೂ ಮುಗಿದು, ಮುಂದಿನ ಹಂತದ ಕೆಲಸ ಆರಂಭವಾಗಿತ್ತು. ಅದರ ಜೊತೆಗೇ ಚೆನ್ನೈನಲ್ಲಿ ಒಂದು ವಿಶಾಲವಾದ ಕ್ಯಾಂಪಸ್ ಕಟ್ಟಲು ನಿರ್ಧರಿಸಿದ್ದೆವು. ಭುವನೇಶ್ವರ ನಮ್ಮ ಮೂರನೆಯ ಸ್ಥಳವಾಗುವ ಸಾಧ್ಯತೆಗಳಿದ್ದು, ಅಲ್ಲಿಯ ಸರ್ಕಾರದೊಂದಿಗೆ ಮಾತುಕತೆ ನಡೆದಿತ್ತು. ಬಿಸಿನೆಸ್ ಲೀಡರುಗಳಾಗಿದ್ದ ಕೆ.ಕೆ. ಮತ್ತು ಜಾನಿಯವರ ನಾಯಕತ್ವದಲ್ಲಿ ಅನೇಕ ಹೊಸ ಗ್ರಾಹಕರುಗಳ ಸುರಿಮಳೆಯಾಗುತ್ತಿತ್ತು. ಸ್ಕಾಟ್ ಈಗ ಅಮೆರಿಕದ ವ್ಯವಹಾರವನ್ನು ನೋಡಿಕೊಳ್ಳುತ್ತಿದ್ದ, ಯೂರೋಪನ್ನು ನೋಡಿಕೊಳ್ಳಲು ಅಂಜನ್ ಲಂಡನ್ನಿನಲ್ಲಿದ್ದ. ಮಧ್ಯ ಪ್ರಾಚ್ಯ ದೇಶಗಳು, ಏಷಿಯಾ ಮತ್ತು ಜಪಾನ್‌ನಲ್ಲಿ ಆಗಲೇ ಭದ್ರವಾಗಿ ತಳವೂರಿದ್ದೆವು. ಮೈಂಡ್‌ಟ್ರೀಯ ಆದಾಯ ಸಾಕಷ್ಟು ನಿಶ್ಚಿತವಾಗಿತ್ತು. ಐಟಿ ಉದ್ಯಮ ಬೆಳೆಯುತ್ತಿದ್ದ ಹಾದಿಯಲ್ಲಿ ಕಂಪನಿಯನ್ನು ಪುನರ್‌ರಚಿಸುವತ್ತ ನಮ್ಮ

ಗಮನ ಹೊರಳಿತು. ಸೇವೆಗಳನ್ನು ಸಲ್ಲಿಸುವ ಸುಸ್ಥಿರ ಸಾಮರ್ಥ್ಯದೊಂದಿಗೆ ಕೆಲವು ಕ್ಷೇತ್ರಗಳಲ್ಲಿ ವಿಶೇಷ ಪರಿಣತಿಯನ್ನು ಗಳಿಸಿಕೊಳ್ಳುವ ಯೋಜನೆಯನ್ನು ಹಾಕಿದೆವು. ನಮ್ಮ ಕಂಪನಿಯಲ್ಲಿ ಕೆಲವು ಕ್ಷೇತ್ರಗಳಲ್ಲಿ ಪರಿಣತರಿಲ್ಲದ ಕಡೆ ವ್ಯವಹಾರ ಬೆಳೆಸುವ ಸಾಮರ್ಥ್ಯವುಳ್ಳ ನಾಯಕರುಗಳನ್ನು ಹೊರಗಿನಿಂದ ಆರಿಸತೊಡಗಿದೆವು. ಮೈಂಡ್‌ಟ್ರೀಯ ವಿಶಿಷ್ಟವಾದ ಸಂಸ್ಕೃತಿಯಿಂದ, ಉದ್ಯಮದ ಮುಂಚೂಣಿಯಲ್ಲಿದ್ದ ಸಂಸ್ಥೆಗಳ ಅನೇಕ ಹಿರಿಯ ನಾಯಕರುಗಳು ಆಕರ್ಷಿತರಾಗಿದ್ದರು. ಆರಂಭಿಕ ಹಂತದ ಕಂಪನಿಯೊಳಗೆ ಮತ್ತೊಂದು ಆರಂಭಿಕ ಹಂತದ ಕಂಪನಿಯಂತೆ ಕಾರ್ಯ ನಿರ್ವಹಿಸುವ ಅವಕಾಶ ಅವರಿಗೆ ದೊರೆತಿತ್ತು.

ಸಂಸ್ಥೆಯೊಂದನ್ನು ಕಟ್ಟುವುದು ಮೂಲಭೂತ ಸೌಕರ್ಯಗಳನ್ನು ನಿರ್ಮಿಸಿದಂತೆ ಎಂಬುದು ನನ್ನ ನಂಬಿಕೆ. ಈ ಸೌಕರ್ಯಗಳ ನಿಯಮ ಬಹಳ ಸರಳವಾದದ್ದು. ಉಪಯೋಗಿಸಲು ಪ್ರಾರಂಭಿಸುವ ಮುನ್ನ ಅದನ್ನು ಕಟ್ಟಬೇಕು. ಅದರ ಅವಶ್ಯಕತೆ ತೋರುವ ಮುನ್ನವೇ ಕಟ್ಟಬೇಕು. ಅದು ಹೇಗೆಂದರೆ, ಮನೆಯಲ್ಲಿ ವಾಸ ಮಾಡಲು ಸಾಧ್ಯವಾಗುವ ಮೊದಲು ಮನೆಯನ್ನು ಕಟ್ಟಬೇಕು. ಸೇತುವೆ ನಿರ್ಮಿಸದೆ ಅದನ್ನು ದಾಟಲಾರಿರಿ. ಸೌಕರ್ಯಗಳನ್ನು ನಿರ್ಮಿಸುತ್ತಲೇ ಹೋಗುವುದು ಪ್ರತಿಯೊಬ್ಬ ನಾಯಕನ ಕೆಲಸ.

ನಾಯಕರಾದವರು ಭೌತಿಕ, ಬೌದ್ಧಿಕ ಮತ್ತು ಭಾವನಾತ್ಮಕ– ಈ ಮೂರೂ ಮಜಲುಗಳಲ್ಲಿ ಸೌಕರ್ಯಗಳನ್ನು ಗುರುತಿಸಬೇಕು. :

ಮೊದಲನೆಯದನ್ನು ಅರ್ಥ ಮಾಡಿಕೊಳ್ಳುವುದು ಮತ್ತು ನಿರ್ಮಿಸುವುದು ಎಲ್ಲಕ್ಕಿಂತ ಸುಲಭ. ಹಣ ತೊಡಗಿಸಿದರೆ ತಯಾರಾಗುವಂಥದ್ದು. ಆದರೆ ಅದನ್ನು ನಕಲಿ ಮಾಡುವುದೂ ಅಷ್ಟೇ ಸುಲಭ.

ಬೌದ್ಧಿಕ ಸೌಕರ್ಯಗಳು ಜೇಬಿನಲ್ಲಿ ಹಣ ಇದ್ದ ಮಾತ್ರಕ್ಕೆ ತಯಾರಾಗುವಂಥವಲ್ಲ. ಅದಕ್ಕಾಗಿ ವೈಚಾರಿಕ ನಾಯಕತ್ವವುಳ್ಳವರು ಕ್ರಿಯಾಶೀಲವಾಗಿ ಸಂಸ್ಥೆಯಲ್ಲಿ ತೊಡಗಿಕೊಂಡು, ಮುನ್ನಡೆಸಬೇಕಾಗುತ್ತದೆ. ಇದರಲ್ಲಿ ನಿಮ್ಮ ಕಾರ್ಯವಿಧಾನಗಳು, ವ್ಯವಸ್ಥೆಗಳು, ಪ್ರಕ್ರಿಯೆಗಳು ಮತ್ತು ನೀವು ಸೃಷ್ಟಿಸಿದ ಬೌದ್ಧಿಕ ಸ್ವತ್ತು – ಕಾಪಿರೈಟ್‌ಗಳು, ಪೇಟೆಂಟ್‌ಗಳು ಮತ್ತು ಗಳಿಸಿದ ಟ್ರೇಡ್‌ಮಾರ್ಕ್, ಮುಂತಾದುವು ಸೇರುತ್ತವೆ. ಒಂದು ಸಂಸ್ಥೆಯನ್ನು ಇತರರಿಂದ ಬೇರ್ಪಡಿಸುವುದೇ ಅದರಲ್ಲಿರುವ ಬೌದ್ಧಿಕ ಸೌಕರ್ಯಗಳು. ಆದರೆ, ಅದು ಸಹಾ ಶಾಶ್ವತವಲ್ಲ.

ಕಂಪನಿಯೊಂದನ್ನು ನಿಜಕ್ಕೂ ನೆನಪಿನಲ್ಲಿರಿಸುವ ಮತ್ತು ಅದನ್ನು ಭಿನ್ನವಾಗಿಸುವದಲ್ಲದೆ, ಅದಕ್ಕೊಂದು ರಕ್ಷಣೆಯನ್ನೂ ಒದಗಿಸುವ ವಿಷಯವೆಂದರೆ; ಆ ಸಂಸ್ಥೆ ಕಟ್ಟಿಕೊಂಡ ಭಾವನಾತ್ಮಕ ಸೌಕರ್ಯಗಳು. ಸಂಸ್ಥೆಯ ಭಾವನಾತ್ಮಕ ಸೌಕರ್ಯಗಳೆಂದರೆ; ಅದು ಕಟ್ಟಿಕೊಂಡ ಎಲ್ಲ ಭಾವನಾತ್ಮಕ ಸ್ವತ್ತುಗಳ ಮೊತ್ತ, ಎಲ್ಲರೂ

ಒಟ್ಟಾಗಿ ಅನುಭವಿಸುವ ಅಂತಃಪ್ರಜ್ಞೆ, ಅದು ಬರೀ ಅಲ್ಲಿನ ಸಂಸ್ಕೃತಿಗೆ ಸಂಬಂಧಿಸಿದ್ದಲ್ಲ, ಅದನ್ನು ಮೀರಿ ಸಂಸ್ಥೆಯ ಆತ್ಮವೇ ಆಗಿರುವಂಥದ್ದು.

ಭಾವನಾತ್ಮಕ ಸೌಕರ್ಯಗಳನ್ನು ಕಟ್ಟಿ ಬೆಳೆಸುವುದು ಯಾವುದೇ ಸಂಸ್ಥೆಯ ವ್ಯವಸ್ಥಾಪಕರಿಗಿರುವ ಅತಿ ದೊಡ್ಡ ಸವಾಲು. ಅದೇನೂ ಅಲ್ಪ ಕಾಲದಲ್ಲಿ ಆಗುವಂಥದಲ್ಲ. ಆದರೆ, ಸ್ಪರ್ಧಿಗಳೊಂದಿಗೆ ಮೇಲುಗೈ ಸಾಧಿಸುವ ಅಗಾಧ ಸಾಮರ್ಥ್ಯವನ್ನು ತಂದುಕೊಡಬಲ್ಲದು. ಮೈಂಡ್‌ಟ್ರೀಯನ್ನು ಬೆಳೆಸುವಾಗ ಈ ಮೂರೂ ಥರದ ಸೌಕರ್ಯಗಳನ್ನು ಬೆಳೆಸಲು ಏಕಕಾಲದಲ್ಲಿ ಪ್ರಯತ್ನ ನಡೆಸಲು ನಿಶ್ಚಯಿಸಿದ್ದೆವು. ಈ ಪ್ರಕ್ರಿಯೆಯಲ್ಲಿ ನಾವು ಕಂಡುಕೊಂಡದ್ದೆಂದರೆ, ಭಾವನಾತ್ಮಕ ಸೌಕರ್ಯಗಳನ್ನು ಕಟ್ಟಲು ಬೇಕಾದ ಎಂಟು ಮುಖ್ಯ ಅಂಶಗಳಿವೆ. ಅವುಗಳೆಂದರೆ : ನಾಯಕರ ಸಾಮಿಪ್ಯ, ಮಾಹಿತಿಭರಿತವಾದ ಸಂವಹನ, ಸಂಸ್ಥೆಯ ಉದ್ದಿಶ್ಯಗಳನ್ನು ತಂಡದಿಂದ ತಂಡಕ್ಕೆ ತಿಳಿಸುವ ವಿಶಿಷ್ಟವಾದ ಕ್ರಿಯೆಗಳು, ದೂರದೃಷ್ಟಿ, ಉದ್ಯೋಗಿಗಳಿಗೆ ಬೆಂಬಲ ನೀಡುವ ಬದಲಿ ವ್ಯವಸ್ಥೆಗಳು, ಮೌಲ್ಯಗಳು, ಪ್ರತಿಕೂಲ ಪರಿಸ್ಥಿತಿಯಲ್ಲಿ ಜನರನ್ನು ಬೆಸೆಯುವುದು ಮತ್ತು ನಾವು ಅನನ್ಯವೆಂಬ ಭಾವವನ್ನು ಬೆಳೆಸುವುದು. ತರುವಾಯದಲ್ಲಿ ನಾನು ಟಕ್ ಸ್ಕೂಲಿನ ಪ್ರೊ.ವಿಜಯ್ ಗೋವಿಂದರಾಜನ್ ಅವರೊಂದಿಗೆ ಸೇರಿ, ಈ ಎಂಟು ಅಂಶಗಳ ಚೌಕಟ್ಟನ್ನು ಬಹಿರಂಗಗೊಳಿಸಿ, ಇತರ ಯಶಸ್ವಿ ಸಂಸ್ಥೆಗಳಲ್ಲಿ ಪ್ರಯೋಗ ನಡೆಸುವ ಕೆಲಸವನ್ನು ಮಾಡಿದೆ. ಈ ಎಂಟರಲ್ಲಿ ಮೌಲ್ಯಗಳನ್ನು ಬೆಳೆಸುವುದು ಅತ್ಯಂತ ಕಷ್ಟಕರವಾದದ್ದು.

ಮೈಂಡ್‌ಟ್ರೀ ಬೆಳೆದಂತೆಲ್ಲಾ, ನಾವು ಪ್ರತಿನಿಧಿಸುವ ಮೌಲ್ಯಗಳನ್ನು ಎಲ್ಲರಲ್ಲೂ ಸಮಾನವಾಗಿ ಬಿತ್ತುವುದು ಬಹು ದೊಡ್ಡ ಸವಾಲಾಗಿತ್ತು. ಉದಾಹರಣೆಗೆ, ಸಂಸ್ಥೆಗೆ ಸೇರಿದ ಹೊಸಬರು ಪ್ರಾಮಾಣಿಕತೆಯ ವಿಷಯದಲ್ಲಿ ಅಲಕ್ಷ್ಯದ ಧೋರಣೆ ಹೊಂದಿರುತ್ತಿದ್ದರು. ಪ್ರತಿಯೊಬ್ಬರೊಂದಿಗೂ CLASS (Care, Learning, Achieving, Sharing and Social Responsibility) ಬಗ್ಗೆ ಅಶೋಕ್ ವೈಯಕ್ತಿಕವಾಗಿ ಮಾತನಾಡಿದರೂ ನಿರೀಕ್ಷಿತ ಮಟ್ಟದಲ್ಲಿ ಅದು ಅಂತರ್ಗತವಾಗುತ್ತಿರಲಿಲ್ಲ. ಉದ್ಯೋಗಾವಕಾಶಗಳು ತುಂಬಿ ತುಳುಕುತ್ತಿದ್ದ ಉದ್ಯಮದಲ್ಲಿ ಸುಳ್ಳು ರೆಸ್ಯುಮೆಗಳನ್ನು ಸೃಷ್ಟಿಸುವುದು, ಹಿಂದಿನ ಕಂಪನಿಯ ಸಂಬಳವನ್ನು ಹೆಚ್ಚಿಸಿ ಹೇಳಿ ಇನ್ನೂ ಉತ್ತಮ ಸಂಬಳ ಪಡೆಯಲೆತ್ನಿಸುವುದು ಮುಂತಾದವು ತೀರಾ ಸಾಮಾನ್ಯವಾಗಿತ್ತು. ಒಂದು ಹಂತದಲ್ಲಿ, ಹಿಂದಿನ ಕೆಲಸದ ಬಗ್ಗೆ ಸುಳ್ಳು ಮಾಹಿತಿ ನೀಡಿದ್ದಕ್ಕಾಗಿ ಒಂದೇ ವರ್ಷದಲ್ಲಿ ಎಂಭತ್ತು ಜನರನ್ನು ಕೆಲಸದಿಂದ ತೆಗೆದುಹಾಕಬೇಕಾಗಿ ಬಂದಿತ್ತು. ಸಮಸ್ಯೆಯನ್ನು ನೇರವಾಗಿ ಎದುರಿಸಲು ನಿರ್ಧರಿಸಿದೆವು. 'All About Integrity' ಎಂಬ ತಲೆಬರಹದ ಡಾಕ್ಯುಮೆಂಟ್ ಒಂದನ್ನು ಪ್ರಕಟಿಸಿದೆವು. ಅದರಲ್ಲಿ ಮೌಲ್ಯಗಳ ಉಲ್ಲಂಘನೆಯ ಪ್ರಸಂಗಗಳ ಬಗ್ಗೆ ಮುಕ್ತವಾಗಿ ಚರ್ಚಿಸಿ, ಇಂಥದ್ದನ್ನು ಕಂಪನಿ ಸಹಿಸುವುದಿಲ್ಲವೆಂಬ ನೇರ ಸಂದೇಶವನ್ನು ನೀಡಿದೆವು. ಅದನ್ನೊಂದು ಪುಸ್ತಕ ರೂಪದಲ್ಲಿ ಸಾರ್ವಜನಿಕರಿಗೆ ಲಭ್ಯವಾಗುವಂತೆ ಮಾಡಿದೆವು.

ನಮ್ಮ ಆಡಳಿತದ ಮಾನದಂಡದ ವಿಷಯ ಹೊರಜಗತ್ತಿಗೆ ತಿಳಿದು, ಅಪ್ರಾಮಾಣಿಕರು ಸಂಸ್ಥೆಯನ್ನು ಸೇರಲು ಯೋಚಿಸುವಂತಾಯ್ತು.

2004 ಮತ್ತು 2007ರ ಮಧ್ಯದಲ್ಲಿ ನಮ್ಮ ಗ್ರಾಹಕರ ಮತ್ತು ನಿರೀಕ್ಷಿತ ಗ್ರಾಹಕರ ಮನಸ್ಸಿನಲ್ಲಿ ಕಂಪನಿಯ ಬಗ್ಗೆ, ಉನ್ನತ ಭಾವನೆಯನ್ನು ಬೆಳೆಸಿದ್ದೆವು. ಅನೇಕ ದೊಡ್ಡ ಪ್ರಮಾಣದ, ಅದರಲ್ಲೂ ಕೆಲವು ಸಮರ್ಥ ಸ್ಪರ್ಧಿಗಳಿಗಿಂತ ಹೆಚ್ಚು ಯಶಸ್ವಿಯಾಗಿ, ಗ್ರಾಹಕರಿಗೆ ನಿರ್ಣಾಯಕವೆನಿಸಿದ ಅಪ್ಲಿಕೇಷನ್‌ಗಳನ್ನು ನಾವು ಮಾಡಿಕೊಟ್ಟಿದ್ದೆವು. ನಮ್ಮ ವ್ಯವಹಾರದ ಶೇ.1ಕ್ಕಿಂತ ಕಡಿಮೆ ಭಾಗ ಸಿಬ್ಬಂದಿಯ ಹೆಚ್ಚಳದಿಂದ ಪಡೆದದ್ದಾಗಿತ್ತು. ಗ್ರಾಹಕರಿಗಾಗಿ ಮೇಲ್ಮಟ್ಟದ ಅಪ್ಲಿಕೇಷನ್‌ಗಳನ್ನು ತಯಾರು ಮಾಡುವ, ನಮ್ಮ ಮೂಲ ಉದ್ದೇಶಕ್ಕೆ ಬದ್ಧರಾಗಿದ್ದೆವು. ತೀವ್ರ ಚಟುವಟಿಕೆಯುಳ್ಳ ಬಂದರುಗಳಲ್ಲಿ ಹಡಗುಗಳು ಬಂದು ನಿಲ್ಲಲು ಹಿಡಿಯುತ್ತಿದ್ದ ಸಮಯ ಬಹಳಷ್ಟು ಸುಧಾರಿಸುವಂತೆ ಮಾಡಿದ 'ಆಪ್ಟಿಮೈಜೇಷನ್ ಅಲ್ಗಾರಿದಮ್'ಗಳನ್ನು ಸೃಷ್ಟಿಸಿದೆವು. ಜಾಗತಿಕ ಮಟ್ಟದ ಆಟೋಮೊಬೈಲ್ ತಯಾರಕರಿಗಾಗಿ 'ಡೀಲರ್ ಮ್ಯಾನೇಜ್‌ಮೆಂಟ್ ಸಿಸ್ಟಮ್ಸ್' ತಂತ್ರಾಂಶವನ್ನು ಸಿದ್ಧಪಡಿಸಿದೆವು. ಬಿಲಿಯನ್ ಡಾಲರ್‌ನ ವ್ಯವಹಾರಗಳು ನಡೆಯುತ್ತಿದ್ದ ಬಹು ಸಂಕೀರ್ಣತೆಯ ರಿಸರ್ವೇಷನ್ ಸಿಸ್ಟಮ್ಸ್‌ಗಳಿಗೆ ನಮ್ಮ ಅಪ್ಲಿಕೇಷನ್‌ಗಳು ಆಧಾರವಾಗಿದ್ದವು. ಭಾರೀ ಪ್ರಮಾಣದ ಡೇಟಾ ವೇರ್‌ಹೌಸ್‌ಗಳಿಗೆ ಆರ್ಕಿಟೆಕ್ಚರ್ ಮತ್ತು ಡಿಸೈನನ್ನು ಒದಗಿಸಿದೆವು. ಜಾಗತಿಕ ಗ್ರಾಹಕರ ಟೆರ್ರಾಬೈಟ್‌ಗಳಷ್ಟು ಮಾಹಿತಿಯನ್ನು ಪರಿಶೋಧಿಸಿ, ವಿಶ್ಲೇಷಿಸಿ ಕೊಟ್ಟು ಬಹುರಾಷ್ಟ್ರೀಯ ಕಂಪನಿಗಳು ಬುದ್ಧಿವಂತ ನಿರ್ಧಾರಗಳನ್ನು ಕೈಗೊಳ್ಳಲು ನೆರವಾದೆವು. ಆರ್&ಡಿ ಘಟಕದಲ್ಲಿ ಎಂಬೆಡೆಡ್ ಅಪ್ಲಿಕೇಷನ್‌ಗಳನ್ನು ಸಿದ್ಧಗೊಳಿಸಿದೆವು. ಇವು ಇಂಧನ ಉಳಿತಾಯದ, ವಿಚಕ್ಷಣೆ ಮತ್ತು ನಿಯಂತ್ರಣ ವ್ಯವಸ್ಥೆಯ ಮತ್ತು ಇನ್ನಾವುದೇ ಸಾಧ್ಯತೆಯುಳ್ಳ ಉಪಕರಣಗಳ ಭಾಗವಾಗಿದ್ದವು. ನಮ್ಮ ತಂತ್ರಜ್ಞಾನವು ವಿಮಾನ ನಿಲ್ದಾಣದ ರನ್‌ವೇಗಳಿಗೆ ಬೆಳಕನ್ನು ಕೊಟ್ಟಿತ್ತು, ಅಮೆಜಾನ್‌ನ ಮೇಲೆ ನಡೆಸಿದ ವೈಮಾನಿಕ ಭೂಪರಿಶೀಲನೆಗೆ ನೆರವಾಗಿತ್ತು, ವಾಯುಮಾಲಿನ್ಯವನ್ನು ನಿಯಂತ್ರಿಸಲು ಸಹಾಯ ಮಾಡಿತ್ತು ಮತ್ತು ಜಾಲ ವ್ಯವಸ್ಥೆಯನ್ನೇ ದುರ್ಬಲಗೊಳಿಸುವ ಕಂಪ್ಯೂಟರ್ ವೈರಸ್‌ಗಳನ್ನು ತಡೆಹಿಡಿದಿತ್ತು.

ಅನೇಕ ಕಂಪನಿಗಳು ಅತ್ಯುತ್ತಮ ತಾಂತ್ರಿಕ ಉತ್ಪನ್ನಗಳನ್ನು ತಯಾರಿಸುತ್ತವೆ, ಆದರೆ ನಾಲೆಡ್ಜ್ ಮ್ಯಾನೇಜ್‌ಮೆಂಟ್‌ನ ಮಹತ್ವವನ್ನು ಎಲ್ಲರೂ ಅರ್ಥ ಮಾಡಿಕೊಳ್ಳುವುದಿಲ್ಲ. ತಾರುಣ್ಯದ ಹಂತದಲ್ಲಿದ್ದ ನಮ್ಮ ಸಂಸ್ಥೆಯಲ್ಲಿ, ಕಟ್ಟಡ ಮತ್ತಿತರ ವ್ಯವಸ್ಥೆಯ ಹಾಗೂ ಗ್ರಾಹಕ ಸಂಪನ್ಮೂಲಗಳ ಜೊತೆಗೇ ಮಾನವ ಸಂಪನ್ಮೂಲವನ್ನೂ ವೃದ್ಧಿಪಡಿಸುವ ಉದ್ದೇಶವಿಟ್ಟುಕೊಂಡು ನಮ್ಮ ವ್ಯವಸ್ಥೆ ಮತ್ತು ಪ್ರಕ್ರಿಯೆಗಳನ್ನು ರೂಪಿಸಿದ್ದೆವು. ಈ ಪ್ರಯತ್ನಗಳು ನಮ್ಮ ವ್ಯವಹಾರದ ಮೌಲ್ಯವನ್ನು ಭಾರೀ ಪ್ರಮಾಣದಲ್ಲಿ ಹೆಚ್ಚಿಸಿದ್ದವು. MAKE (Most Admired Knowledge Enterprise) ಕ್ಲಬ್‌ನಲ್ಲಿ ಸೇರ್ಪಡೆಯಾಗಿ ಸಮಾನರಿಂದ ಮನ್ನಣೆಯೂ ಸಿಕ್ಕಿತ್ತು.

ಮೈಂಡ್‌ಟ್ರೀ ಬಂಡವಾಳ ಮಾರುಕಟ್ಟೆಯನ್ನು ಪ್ರವೇಶಿಸಿ, ಷೇರುಪೇಟೆಯಲ್ಲಿ ಸಾರ್ವಜನಿಕಗೊಳ್ಳಲು ಇದು ಸರಿಯಾದ ಸಮಯವೆಂದು ನಮಗನ್ನಿಸಿತು. ಆರು ತಿಂಗಳು ಎಚ್ಚರಿಕೆಯಿಂದ ಸಿದ್ಧತೆ ನಡೆಸಿ, ಬಾಂಬೇ ಸ್ಟಾಕ್ ಎಕ್ಸ್‌ಚೇಂಜ್ ಮತ್ತು ನ್ಯಾಷನಲ್ ಸ್ಟಾಕ್ ಎಕ್ಸ್‌ಚೇಂಜ್, ಎರಡರಲ್ಲೂ ಏಕಕಾಲಕ್ಕೆ ದಾಖಲಾಗುವಂತೆ ಅರ್ಜಿ ಸಲ್ಲಿಸಿದೆವು. ನಂತರದ ವಾರಗಳಲ್ಲಿ ಮಾರುಕಟ್ಟೆ ಇಳಿಮುಖವಾಗತೊಡಗಿತು. ಹಣ ಸಂಗ್ರಹಿಸಲು ಇದು ಸರಿಯಾದ ಸಮಯವೇ ಎಂದು ಹಲವರು ಅನುಮಾನಿಸಿದರು! ನಮಗೆ ಅದರಿಂದೇನೂ ತೊಂದರೆಯಿರಲಿಲ್ಲ. ಜಾಗತಿಕ ಮಾರುಕಟ್ಟೆಯ ವಿವಿಧ ಸ್ಥಳಗಳನ್ನು ನಮ್ಮಲ್ಲಿ ಹಂಚಿಕೊಂಡು ರೋಡ್‌ಶೋಗಳನ್ನು ಆರಂಭಿಸಿದೆವು. ಮುಂಬೈನಲ್ಲಿ ಮೊದಲ ಶೋ ಪ್ರಾರಂಭಿಸಿದ ಅಶೋಕ್ ಮತ್ತು ಕೆ.ಕೆ. ಸಿಂಗಾಪುರ ಮತ್ತು ಹಾಂಗ್‌ಕಾಂಗ್‌ಗೆ ಹೊರಟರು. ಜಾನಿ, ರೋಸ್ಟೋ ಮತ್ತು ನಾನು ನ್ಯೂಯಾರ್ಕ್, ಲಂಡನ್, ಬಾಸ್ಟನ್, ಪ್ಯಾರಿಸ್ ಮತ್ತು ಫ್ರಾಂಕ್‌ಫರ್ಟ್‌ಗೆ ಹೋದೆವು. ಪಾರ್ಥಸಾರಥಿ, ಕಲ್ಯಾಣ್ ಬ್ಯಾನರ್ಜಿ ಮತ್ತು ವಿನೋದ್ ದೇಶ್‌ಮುಖ್ ಭಾರತದ ಎಲ್ಲ ಆರ್ಥಿಕ ಕೇಂದ್ರಗಳನ್ನು ನೋಡಿಕೊಂಡರು. ಮೈಂಡ್‌ಟ್ರೀ ಈಗ ಉದ್ಯಮ ಬಂಡವಾಳದ ನೆರವಿನಿಂದ ಮಾಹಿತಿ ತಂತ್ರಜ್ಞಾನ ಆಧರಿತ ಸೇವೆಗಳನ್ನು ನೀಡುವ ಕಂಪನಿಯಾಗಿ ಭಾರತದಲ್ಲಿ ಮುಂಚೂಣಿಗೆ ಬರುತ್ತಿದ್ದು, ಷೇರುಪೇಟೆಯಲ್ಲಿ ನೋಂದಾಯಿತವಾಗಲು ಸಿದ್ಧವಿದೆ– ಎಂಬ ಸಂದೇಶವನ್ನು ಹೂಡಿಕೆದಾರರಿಗೆ ತಲುಪಿಸಿದೆವು. ಮೈಂಡ್‌ಟ್ರೀಯ ಕತೆಗಳು ಆಗಲೇ ಆರ್ಥಿಕ ಜಗತ್ತಿನಲ್ಲಿ ಪರಿಚಿತವಾಗಿದ್ದವು. ನಾವು ಹೋದಕಡೆಯೆಲ್ಲಾ ಎಲ್ಲರೂ ಮೈಂಡ್‌ಟ್ರೀಯ ಸಂಸ್ಕೃತಿ, ಮೌಲ್ಯಗಳು, ಅತ್ಯುತ್ತಮ ಗುಣಮಟ್ಟದ ಕೆಲಸ, ಮ್ಯಾನೇಜ್‌ಮೆಂಟ್‌ನ ಹಿರಿಮೆ ಮತ್ತು ನಮ್ಮ ಉದ್ಯೋಗಿಸ್ನೇಹಿ ನೀತಿಗಳ ಬಗ್ಗೆ ಸಾಕಷ್ಟು ಕೇಳಿ ತಿಳಿದಿದ್ದರು. ಮಾರುಕಟ್ಟೆ ದುರ್ಬಲವಾಗಿದ್ದರೂ 2007ರ ಫೆಬ್ರವರಿ 14ರಂದು IPO ಹೊರಬಂದಾಗ ನೂರಾಮೂರು ಪಟ್ಟು ಹೆಚ್ಚಾಗಿ ಚಂದಾ ಅರ್ಜಿಗಳು ಬಂದಿದ್ದವು. ಷೇರಿನ ಮೂಲಕ ಐವತ್ನಾಲ್ಕು ಮಿಲಿಯನ್ ಡಾಲರ್‌ಗಳನ್ನು ಸಂಗ್ರಹಿಸುವುದಷ್ಟೇ ನಮ್ಮ ಗುರಿಯಾಗಿದ್ದರೆ, ಜಗತ್ತಿನ ಎಲ್ಲೆಡೆಯ ಹೂಡಿಕೆದಾರರಿಂದ 5.6 ಬಿಲಿಯನ್ ಡಾಲರ್‌ಗಳ ಹಣ ಹರಿದುಬಂದಿತ್ತು.

O

IPO ದ ನಂತರ ನಮ್ಮ ಜೀವನದಲ್ಲಿ ಮಹತ್ತರ ಬದಲಾವಣೆಗಳಾಗುತ್ತವೆಂದು ಹಲವರು ತಿಳಿದಿದ್ದರು. ಸ್ಥಾಪಕರು ಕಂಪನಿಯ ಮುಂದಿನ ಪಯಣದಲ್ಲೂ ಅಷ್ಟೇ ಆಸಕ್ತಿ ವಹಿಸಿ ದುಡಿಯುತ್ತಾರೆಯೇ ಎಂಬ ಪ್ರಶ್ನೆಗಳೆದ್ದವು. ಷೇರುಪೇಟೆಯ ಒತ್ತಡಗಳನ್ನು ಕಂಪನಿ ತಡೆದುಕೊಳ್ಳಬಲ್ಲದೇ ಎಂದು ಕೂಡಾ ಜನರಿಗೆ ಅನುಮಾನಗಳಿದ್ದವು. ವಾಸ್ತವವಾಗಿ, ಹೆಚ್ಚಿನ ಬದಲಾವಣೆಗಳೇನೂ ಆಗಲಿಲ್ಲ. ಒಂದಂತೂ ಸತ್ಯ, ಅಶೋಕ್ ತಮ್ಮ ಎಪ್ಪತ್ತನೇ ವಯಸ್ಸಿನವರೆಗೂ ಕಂಪನಿಯಲ್ಲಿ ಪೂರ್ಣಾವಧಿ ಕೆಲಸ ಮಾಡುವುದಾಗಿ ನಿರ್ಧರಿಸಿದ್ದರು ಮತ್ತು ಅದಕ್ಕಿನ್ನೂ ಆರು ವರ್ಷಗಳಿದ್ದವು. ಕೆ.ಕೆ., ಜಾನಿ ಮತ್ತು ನಾನು ಅದೇ ವರ್ಷ ಐವತ್ತನ್ನು ತಲುಪಲಿದ್ದೆವು. ನಮ್ಮ ಮುಂದಿನ ಪೀಳಿಗೆಯ ನಾಯಕರುಗಳ

ಸರಾಸರಿ ವಯಸ್ಸು ನಲವತ್ತೈದರ ಕೆಳಗಿತ್ತು. ಹಲವು ವರ್ಷಗಳಿಂದ ಎರಡು ಮತ್ತು ಮೂರನೆಯ ಸಾಲಿನ ನಾಯಕರನ್ನು ತಯಾರು ಮಾಡಿದ್ದೆವು. ಮಾರುಕಟ್ಟೆಯಲ್ಲಿ ನೋಂದಾಯಿತ ಕಂಪನಿಗಿರಬೇಕಾದ ಶಿಸ್ತು, ಹೊಣೆಗಾರಿಕೆ ಮತ್ತು ಆಡಳಿತ ವ್ಯವಸ್ಥೆ ಮೈಂಡ್‌ಟ್ರೀಯಲ್ಲಿ ಆಗಲೇ ಇತ್ತು.

ನಾಯಕರ ತಂಡವು– ಕನ್ಸಲ್ಟಿಂಗ್ ಸೇವೆಯನ್ನೇ ಪ್ರಮುಖವಾಗಿರಿಸಿಕೊಂಡ, ಬೌದ್ಧಿಕ ಸ್ವತ್ತಿನ ಸೃಷ್ಟಿಯತ್ತ ಗಮನ ಹರಿಸುವ ಮತ್ತು ಉದ್ಯೋಗನೀತಿಗಾಗಿ ಜಾಗತಿಕ ಮೆಚ್ಚುಗೆ ಪಡೆದ ಬಿಲಿಯನ್ ಡಾಲರ್ ಕಂಪನಿಯೊಂದನ್ನು ಕಟ್ಟುವುದಾಗಿ ಕಂಪನಿಯ ಭವಿಷ್ಯಕ್ಕೊಂದು ಸ್ಥೂಲವಾದ ದೂರದೃಷ್ಟಿಯನ್ನು ಹೊರತಂದಿತು. ಅದಕ್ಕಾಗಿ ಮತ್ತೆ ತಳಮಟ್ಟದಿಂದ ಕೆಲಸ ಆರಂಭವಾಗಬೇಕಿತ್ತು.

ಮೈಂಡ್‌ಟ್ರೀಯೊಂದಿಗೆ ಆರಂಭವಾದ ಅನೇಕ ಕಂಪನಿಗಳು ಆಗಲೇ ಅಸ್ತಿತ್ವ ಕಳೆದುಕೊಂಡಿದ್ದವು. ಆರಂಭಿಕ ಹಂತದಿಂದ ಷೇರುಪೇಟೆಯಲ್ಲಿ ನೋಂದಾಯಿತವಾಗುವವರೆಗಿನ ಎಂಟು ವರ್ಷಗಳಲ್ಲಿ ಮೈಂಡ್‌ಟ್ರೀಯ ಎಲ್ಲ ಹತ್ತು ಸಹಸ್ಥಾಪಕರೂ ಜೊತೆಯಾಗಿಯೇ ಇದ್ದರು. ಈ ಹೊಂದಾಣಿಕೆ ಜಾಗತಿಕ ಮಟ್ಟದಲ್ಲಿ ಬಹು ಅಪರೂಪ. ಹತ್ತು ಜನರಲ್ಲಿ ವಿವಿಧ ದೇಶಗಳು, ಎರಡು ಖಂಡಗಳು ಮತ್ತು ಮೂರು ವಿಭಿನ್ನ ರೀತಿಯ ವೃತ್ತಿ ಹಿನ್ನೆಲೆಯಿಂದ ಬಂದವರಿದ್ದರು. ನೆನಪಿನಲ್ಲಿರುವಂಥದನ್ನು ಕಟ್ಟಬೇಕು, ಪ್ರಬಲವಾದ ವೃತ್ತಿ ಮೌಲ್ಯಗಳು ಮತ್ತು ನಿಸ್ಸಂದೇಹವಾದ ವ್ಯಕ್ತಿಗತ ಪ್ರಾಮಾಣಿಕತೆಯಿಂದ ನಾವೆಲ್ಲಾ ಬೆಸೆಯಲ್ಪಡಬೇಕು ಎಂಬ ಆಕಾಂಕ್ಷೆಯೊಂದೇ ನಮ್ಮೆಲ್ಲರನ್ನೂ ಒಂದುಗೂಡಿಸಿತ್ತು. ಕಾಲ ಕಳೆದಂತೆ ಈ ತಂಡ ತನ್ನ ಸಮಾನ ಮನಸ್ಕರು ಮತ್ತು ಎಷ್ಟೋ ಬಾರಿ ತನಗಿಂತ ದಕ್ಷರಾದವರನ್ನು ಕಂಪನಿಯೆಡೆಗೆ ಆಕರ್ಷಿಸಿತ್ತು.

ಅಧ್ಯಾಯ 23

ಅರಸಾದವನು ಆಳಾಗಲೂಬೇಕು

ಕೊರಾಪುಟ್‌ನಲ್ಲಿ ನಾವಿದ್ದದ್ದು ಒಡ್ಡೊಡ್ಡಾಗಿ ಕಟ್ಟಿದ್ದ, ವಿದ್ಯುತ್ ಮತ್ತು ನೀರಿನ ಸಂಪರ್ಕವಿಲ್ಲದ ಒಂಟಿ ಸರಕಾರೀ ಮನೆಯಲ್ಲಿ. ಅದರಲ್ಲಿದ್ದ ಒಂದೇ ಒಂದು ಒಳ್ಳೆಯ ಅಂಶವೆಂದರೆ, ಮನೆಯ ಹೊರಗೆ ಯಾರಿಗೂ ಸಂಬಂಧಿಸಿರದ ವಿಶಾಲವಾದ ಜಾಗವಿದ್ದದ್ದು. ಮಧ್ಯಾಹ್ನ ಊಟವಾದ ನಂತರ, ನಾನು ಮತ್ತು ತಾಯಿ ಸೇರಿಕೊಂಡು ಅಡುಗೆಮನೆಯಲ್ಲಿನ ಉಪಕರಣಗಳನ್ನೇ ಬಳಸಿ ಗಟ್ಟಿಯಾಗಿದ್ದ ನೆಲವನ್ನು ಅಗೆಯುತ್ತಿದ್ದೆವು. ಮೊದಲ ವರ್ಷ ನಾವು ನೆಟ್ಟಿದ್ದ ಕೆಲವು ಸಸಿಗಳನ್ನು ಬಿಳಿ ಇರುವೆಗಳು ತಿಂದುಹಾಕಿದ್ದವು. ಆಗ ಕೆಂಡದ ಬೂದಿಯನ್ನು ಮಣ್ಣಿನೊಂದಿಗೆ ಸೇರಿಸಿ ಮತ್ತೆ ಗಿಡಗಳನ್ನು ನೆಟ್ಟೆವು. ಯಾರಾದರೂ ಬಂದು ತಾನು ಕಂಗೊಳಿಸುವಂತೆ ಮಾಡಲು ಯುಗಗಳಿಂದ ಕಾದಿತ್ತೇನೋ ಎಂಬಂತೆ ಪರ್ವತ ಪ್ರದೇಶದ ಆ ಭೂಮಿ ಬಗೆಬಗೆಯ ಬಣ್ಣಗಳಲ್ಲಿ ಅರಳಿ ನಿಂತಿತು. ತಾಯಿಯ ಮರಿ ಸಹಾಯಕನಾದ ನಾನು ಆಕೆ ಗುಲಾಬಿ, ಡೇಲಿಯ, ಜಿನ್ನಿಯಾ ಮತ್ತು ಪೆಟೂನಿಯ ಗಿಡಗಳನ್ನು ಬೆಳೆಸುವುದನ್ನೇ ಗಮನಿಸುತ್ತಿದ್ದೆ. ಆ ಋತು ಕಳೆದ ನಂತರ ಬೀಜಗಳನ್ನು ಮುಂದಿನ ವರ್ಷಕ್ಕಾಗಿ ಎಚ್ಚರಿಕೆಯಿಂದ ಎತ್ತಿಡುತ್ತಿದ್ದೆವು. ಮನೆಯ ಹಿಂದಿದ್ದ ವಿಶಾಲವಾದ ಹಿತ್ತಲಿನಲ್ಲಿ ಹುರುಳಿ, ಹೀರೆ, ಕುಂಬಳ, ಮೆಣಸಿನಕಾಯಿ ಮತ್ತಿತರ ತರಕಾರಿಗಳನ್ನು ಬೆಳೆಯುತ್ತಿದ್ದೆವು. ನನ್ನ ಕೈಗಳಲ್ಲಿ ಹಸಿರು ಹೊಮ್ಮಿಸುವ ಶಕ್ತಿ ಇದೆಯೆಂದು ತಾಯಿ ಯಾವಾಗಲೂ ಹೇಳುತ್ತಿದ್ದಳು.

ವರಾಂಡದ ಪಕ್ಕದಲ್ಲಿದ್ದ ದೊಡ್ಡ ಖಾಲಿ ಕೋಣೆಯಲ್ಲಿ ನನ್ನ ಅಣ್ಣ ಮತ್ತು ನನ್ನೊಂದಿಗೆ ತಾಯಿ ನೆಲದ ಮೇಲೆ ಮಲಗುತ್ತಿದ್ದಳು. ಕೋಣೆಯ ಕೊನೆಬದಿಯಲ್ಲಿ ತಾಯಿಯ ಬೀಗವಿಲ್ಲದ ಟ್ರಂಕೊಂದು ಇರುತ್ತಿತ್ತು. ನನಗೆ ಬೇಕಾದದ್ದೇನಾದರೂ ಸಿಗಬಹುದೆಂದು ಆಗಾಗ್ಗೆ ಅದನ್ನು ತೆರೆದು ನೋಡುತ್ತಿದ್ದೆ, ಆದರೆ ಅಂಥದ್ದೇನೂ ಸಿಗುತ್ತಿರಲಿಲ್ಲ. ಆಕೆ ಮದುವೆಯಲ್ಲಿ ಉಟ್ಟ ಒಂದು ಸೀರೆ, ಒಂದೆರಡು ಕೆಂಪಂಚಿನ ಸಾದಾ ಹತ್ತಿಯ ಸೀರೆಗಳು ಮತ್ತು ಜಾಕೆಟ್‌ಗಳನ್ನು ನ್ಯಾಫ್ತಲೀನ್ ಗುಳಿಗೆಗಳನ್ನು ಹಾಕಿ ಒಪ್ಪವಾಗಿ ಜೋಡಿಸಿಟ್ಟಿರುತ್ತಿದ್ದಳು. ನನಗೆ ಉಪಯೋಗಿಯಾದದ್ದು ಏನೂ ಸಿಗದಿದ್ದರೂ ಅದನ್ನು ತೆರೆದಾಗಲೆಲ್ಲಾ ಆ ವಾಸನೆ ಬಹಳ ಇಷ್ಟವಾಗುತ್ತಿತ್ತು.

ನಮ್ಮ ಕೋಣೆಯ ಪಕ್ಕದಲ್ಲಿದ್ದ ಇನ್ನೊಂದು ಖಾಲಿ ಕೋಣೆಯಲ್ಲಿ ತಂದೆ ಮಲಗುತ್ತಿದ್ದರು. ಅಲ್ಲಿ ಮರದ ಗೂಟಕ್ಕೆ ನೇತು ಹಾಕಿದ ಎರಡು ಜೊತೆ ಶರ್ಟ್ ಮತ್ತು ಪ್ಯಾಂಟುಗಳಿರುತ್ತಿದ್ದವು. ಗೋಡೆಯ ಮೇಲೆ ಕೊಳಲೂದುವ ಕೃಷ್ಣನ ಪಟವಿತ್ತು. ತಂದೆ ದಿನಾಲೂ ಕೆಲಸದಿಂದ ಮನೆಗೆ ಹಿಂತಿರುಗಿದಾಗ ಆ ಪಟದ ಎದುರು ಕಣ್ಣು

ಮುಚ್ಚಿ ಮೌನವಾಗಿ ಕೆಲವು ಸೆಕೆಂಡುಗಳ ಕಾಲ ನಿಲ್ಲುತ್ತಿದ್ದರು. ಆ ಪಟವೊಂದನ್ನು ಬಿಟ್ಟರೆ ಮತ್ತಾವ ಸಾಂಪ್ರದಾಯಿಕ ನಂಬಿಕೆಗಳೂ ಅವರಿಗಿರಲಿಲ್ಲ. ಅವರೆಂದೂ ದೇವಸ್ಥಾನಕ್ಕೆ ಹೋಗಿದ್ದಾಗಲೀ ಅಥವಾ ತಾಯಿಯ ಧಾರ್ಮಿಕ ಆಚರಣೆಗಳಲ್ಲಿ ಪಾಲ್ಗೊಂಡಿದ್ದನ್ನಾಗಲೀ ನಾನು ನೋಡಲಿಲ್ಲ. ಆದರೆ ಭಗವದ್ಗೀತೆಯ ಕೃಷ್ಣನ ಉಪದೇಶದಲ್ಲಿ ಅವರಿಗೆ ನಂಬಿಕೆಯಿತ್ತು. ಅವರು ತೀರಿಕೊಂಡಾಗ ಉಳಿಸಿ ಹೋದದ್ದು ಆ ಮಹಾನ್‌ಗ್ರಂಥದ ಎರಡು ಚಿಕ್ಕ ಪ್ರತಿಗಳನ್ನಷ್ಟೇ. ಅದನ್ನು ನಾನು ತೆಗೆದುಕೊಂಡೆ. ಪ್ರತಿದಿನ ಬೆಳಿಗ್ಗೆ, ರಾತ್ರಿಯ ಆಗಸದಲ್ಲಿ ಇನ್ನೂ ಬೆಳಕು ಮೂಡುವ ಮುನ್ನ, ತಂದೆಯ ಕೋಣೆಯಿಂದ ಕೇಳಿಬರುತ್ತಿದ್ದ ಸುಮಧುರ ಗಾನ ಕೇಳಿ, ಇನ್ನೇನು ಬೆಳಕು ಹರಿಯಲಿದೆ ಎಂಬ ಅರಿವು ಮೂಡಿ ಕಣ್ಣು ಬಿಡುತ್ತಿದ್ದೆ. ಅವರಿಗೇನೂ ಇಂಪಾದ ಧ್ವನಿಯಿರಲಿಲ್ಲ. ಆದರೆ ಆಗ ನನಗದು ಗೊತ್ತಿರಲಿಲ್ಲ. ಅವರ ಕೊರಳಿನಿಂದ ಹೊರಟ ಗಾನ, ಪೂರ್ತಿ ಎಚ್ಚರವಿರದ ನನ್ನ ಪ್ರಜ್ಞೆಯನ್ನು ತುಂಬುತ್ತಿತ್ತು.

ಮನೆ ಚಾಕರ್ ರಾಖೊ ಜಿ......
ಚಾಕರ್ ರಹಸೂ, ಬಾಗ್ ಲಗಾಸೂ
ನಿತ್ ತೇರಿ ದರ್ಶನ್ ಪಾಸೂ
ವೃಂದಾವನ್ ಕೀ ಕುಂಜ್ ಗಲಿನ್ ಮೇ
ತೇರೆ ಲೀಲಾ ಗಾಸೂ
ಮನೆ ಚಾಕರ್ ರಖೊ ಜಿ

ಓ ಪ್ರಭೂ, ನನ್ನನ್ನು ನಿನ್ನ ಸೇವಕನನ್ನಾಗಿರಿಸಿಕೋ
ಸೇವಕನಾಗಿದ್ದು ನಿನ್ನ ಬೃಂದಾವನದ ಮೋಹಕ ಗಲ್ಲಿಗಳಲ್ಲಿ
ಸುಂದರ ಪುಷ್ಪಗಳನ್ನರಳಿಸುವೆ
ದಿನವೂ ನಿನ್ನ ದರುಶನ ಭಾಗ್ಯವ ಪಡೆವೆ
ನಿನ್ನ ಲೀಲೆಯ ಗುಣಗಾನ ಮಾಡುವೆ
ನನ್ನನ್ನು ನಿನ್ನ ಸೇವಕನನ್ನಾಗಿಸಿಕೋ

ತಂದೆಯ ಗಾನ ಮನೆಮಂದಿಗೆಲ್ಲಾ ಏಳುವ ಸೂಚನೆಯಾಗಿರುತ್ತಿತ್ತು. ತಾಯಿ ಹಿತ್ತಲಿಗೆ ಹೋಗಿ, ನಕ್ಷತ್ರ ತುಂಬಿದ ಆಗಸದ ಕೆಳಗೆ ರಾತ್ರಿಯೆಲ್ಲಾ ಇಟ್ಟಿರುತ್ತಿದ್ದ ಬಕೆಟ್ಟಿನಲ್ಲಿಯ ನೀರಿನಿಂದ ಮುಖ ತೊಳೆದು ಮನೆಯವರಿಗೆಲ್ಲ ಚಹಾ ಮಾಡಲು ಒಲೆ ಹೊತ್ತಿಸುತ್ತಿದ್ದಳು.

○

2007ರ ಮೇ 31ಕ್ಕೆ ನನಗೆ ಐವತ್ತು ತುಂಬಿತು. ಆ ದಿನ ರಜೆ ಹಾಕಿ ಸುಸ್ಮಿತಾಳೊಂದಿಗೆ ಶಾಂತವಾಗಿ, ಚಿಂತನೆಯಲ್ಲಿ ಸಮಯ ಕಳೆದೆ. ಮನದಲ್ಲಿ ತೃಪ್ತಿಯ ಭಾವ ತುಂಬಿತ್ತು. ನಮ್ಮಿಬ್ಬರ ಮೌನ ಸಾಂಗತ್ಯದಲ್ಲಿ ನನ್ನೊಳಗೊಂದು ತಮಟೆಯ ಬಡಿತ ಕೇಳಲಾರಂಭಿಸಿತು. ಶಿಶಿರದ ಕಾಳರಾತ್ರಿಯಲ್ಲಿ ಹಿಮದ ಮಧ್ಯೆ ತೂರಿ ಬಂದ ಪಿಸುನುಡಿಯಂತೆ ಮೊದಮೊದಲು ಕ್ಷೀಣವಾಗಿದ್ದ ದನಿ ಬರಬರುತ್ತಾ ಸಮೀಪವಾಗಿ, ಜೋರಾಗಿ ಕೇಳತೊಡಗಿತು. ಫಕ್ಕನೇ ಆ ಧ್ವನಿಯನ್ನು ಗುರುತಿಸಿದೆ : ನನ್ನ ಜೀವನದಲ್ಲಿ ಈ ಮೊದಲೂ ಅನೇಕ ಬಾರಿ ಅದನ್ನು ಕೇಳಿದ್ದೆ. ಬದುಕಿನ ಹಾದಿ ಕವಲೊಡೆದಾಗಲೆಲ್ಲಾ ಕೇಳಿಬಂದಿದ್ದ ಅದು, ಪ್ರತೀ ಬಾರಿಯೂ ಹೊಸ ಬರವಿಗೆ ನಾಂದಿ ಹಾಡಿತ್ತು.

ಮರುದಿನ ಅಶೋಕ್‌ರ ಬಳಿ ಮಾತನಾಡಿ ನಾನು ಮೈಂಡ್‌ಟ್ರೀಯ ಅಧಿಕಾರ ಸ್ಥಾನದಿಂದ ಕೆಳಗಿಳಿದು ಸೇವಾಕಾರ್ಯದ ಸ್ಥಾನವನ್ನು ತೆಗೆದುಕೊಳ್ಳುವುದಾಗಿ ತಿಳಿಸಿದೆ.

'ನಿನ್ನನ್ನು ನೀನು ಏನೆಂದು ಕರೆದುಕೊಳ್ಳುವೆ?' ಅವರು ಕೇಳಿದರು.

'ಮಾಲಿ' ಎಂದೆ.

'ಅದು ಒಳ್ಳೆಯ ವಿಚಾರ. ಕೆಲಸವೇನೆಂಬುದರ ವಿವರಣೆ ಬರಿ' ಎಂದರು.

ಮೈಂಡ್‌ಟ್ರೀಯನ್ನು ಇನ್ನೂ ಎತ್ತರಕ್ಕೆ ಕೊಂಡೊಯ್ಯುವ ಸವಾಲುಗಳನ್ನು ಸ್ವೀಕರಿಸಿದಾಗಲೇ, ಎರಡು ಥರದ ಮ್ಯಾನೇಜ್‌ಮೆಂಟ್ ರೋಲ್‌ಗಳ ಅವಶ್ಯಕತೆಯನ್ನು ನಾನು ಮನಗಂಡೆ. ಕೆಲವರು ಸಾಂಪ್ರದಾಯಿಕ ಕಟ್ಟಿನಲ್ಲಿ ಪಾತ್ರ ನಿರ್ವಹಿಸಿದರೆ, ಇನ್ನು ಕೆಲವರು ಎಂದಿನ ಅಚ್ಚಿನಿಂದ ಹೊರಬಂದು, ಯಾವುದೇ ಚೌಕಟ್ಟುಗಳಿಲ್ಲದೆ ಕೆಲಸ ಮಾಡಬೇಕಿತ್ತು. ನನ್ನ ಮುಂದಿನ ಕೆಲಸ ಎರಡನೆಯ ಪಾತ್ರಕ್ಕೆ ಹೊಂದುವಂತಿತ್ತು. ಮೈಂಡ್‌ಟ್ರೀಯಲ್ಲಿ ಮೇಲಿದ್ದ ನೂರು ಜನರಲ್ಲಿ ನಾಯಕತ್ವದ ಸಾಮರ್ಥ್ಯವನ್ನು ಬೆಳೆಸುವತ್ತ ಗಮನಹರಿಸಬಯಸಿದ್ದೆ. ಮೈಂಡ್‌ಟ್ರೀಯಲ್ಲಿ ಹೊಸಶೋಧವನ್ನು ಪೋಷಿಸುವ 'ಕಮ್ಯೂನಿಟಿಸ್ ಆಫ್ ಪ್ರ್ಯಾಕ್ಟೀಸ್' ಹೆಸರಿನ ನಲವತ್ತೈದು ಸ್ವಯಂಪ್ರೇರಿತ ತಂಡಗಳಿವೆ. ಇವು ನಮ್ಮ ಉದ್ಯೋಗಿಗಳಿಗೆ ಪ್ರಬಲವಾದ ಬೆಂಬಲ ವ್ಯವಸ್ಥೆಯಂತೆ ಕೆಲಸ ಮಾಡುತ್ತವೆ. ಈ ತಂಡಗಳೊಂದಿಗೂ ತಳಮಟ್ಟದಲ್ಲಿ ಕೆಲಸ ಮಾಡಬಯಸಿದ್ದೆ. ಹಿರಿಯ ನಾಯಕರೊಂದಿಗೆ ವೈಯಕ್ತಿಕ ಮಟ್ಟದಲ್ಲಿ ಕೆಲಸ ಮಾಡಲು ಮತ್ತು ಈ ಸ್ವಯಂ ಇಚ್ಛಾ ತಂಡಗಳೊಂದಿಗೆ ಕಾರ್ಯನಿರ್ವಹಿಸಲು ನನ್ನ ಸಾಂಪ್ರದಾಯಿಕ ಕಾರ್ಪೊರೇಟ್ ಪಾತ್ರದಿಂದ ಬಿಡುಗಡೆ ಹೊಂದುವುದು ಅವಶ್ಯವಿತ್ತು. ಈಗ ನಾನು ಸೇವಾನಾಯಕತ್ವದ ಬದುಕಿಗೆ ಸಿದ್ಧನಿದ್ದೆ. 2008ರ ಏಪ್ರಿಲ್ 1 ರಿಂದ ಮೈಂಡ್‌ಟ್ರೀಯ ಮೊದಲ ತೋಟಗಾರನ ಕೆಲಸ ಆರಂಭವೆಂದು ಅಶೋಕ್ ಮತ್ತು ನಾನು ತೀರ್ಮಾನಿಸಿದೆವು. ಟಿ.ಎಸ್. ಈಲಿಯಟ್ ತನ್ನ 'ದ ಫೋರ್ ಕ್ವಾರ್ಟೆಟ್ಸ್'(The Four Quartets) ನಲ್ಲಿ ಹೇಳಿದಂತೆ:

We shall not cease from exploration
And the end of all our exploring
Will be to arrive where we started
And know the place for the first time...

ನಾವು ಅನ್ವೇಷಣೆಯಿಂದ ವಿರಮಿಸುವುದಿಲ್ಲ
ಎಲ್ಲ ಅನ್ವೇಷಣೆಗಳ ಮುಕ್ತಾಯವೆಂದರೆ
ಪ್ರಾರಂಭಕ್ಕೇ ಮತ್ತೆ ಬಂದು ಸೇರುವುದು
ಮತ್ತು ಆ ತಾಣವನ್ನು ಮೊದಲ ಬಾರಿಗೆ ತಿಳಿಯುವುದು...

ಅಧ್ಯಾಯ 24

ಬದುಕಿನ ಆಪ್ತ ದೇವತೆಗಳು

ಪಟ್ನಾಗರ್‌ನಿಂದ ಆರಂಭಿಸಿ ಷೇರುಪೇಟೆಯಲ್ಲಿ ದಾಖಲಾದ ಮೈಂಡ್‌ಟ್ರೀಯವರೆಗೂ ಸಾಗಿದ ನನ್ನ ಜೀವನ ನಿರಂತರ ಕಲಿಕೆಯಿಂದ ಕೂಡಿದೆ. ಸುತ್ತಣ ಜಗತ್ತನ್ನು ಗಮನಿಸುತ್ತಾ, ಕೆಲಸಗಳನ್ನು ಮಾಡುತ್ತಾ ಕಲಿತಿದ್ದೇನೆ ಮತ್ತು ಉದ್ದಕ್ಕೂ ಕಲಿಯುವುದು ಹೇಗೆ ಎಂಬುದನ್ನೂ ಕಲಿಯುತ್ತಾ ನಡೆದಿದ್ದೇನೆ. ಇದೆಲ್ಲದರ ಮಧ್ಯೆ ಕೆಲವು ಮುಖ್ಯ ಪಾಠಗಳು ನಿಗೂಢ ರೀತಿಯಲ್ಲಿ ತಾವಾಗಿ ಒದಗಿ ಬಂದಿವೆ. ಅಪರೂಪದ ವ್ಯಕ್ತಿಗಳು ನನಗಾಗಿ ಇಳಿದ ದೇವತೆಯಂತೆ ಬಂದು ಕೆಲವು ವಿವೇಕದ ಆಣಿಮುತ್ತುಗಳನ್ನೋ, ಸಾಂಕೇತಿಕವಾದ ಕಥೆಯೊಂದನ್ನೋ ಅಥವಾ ತಮ್ಮ ಜೀವನದ ಘಟನೆಗಳನ್ನೋ ಕ್ಷಣಮಾತ್ರದಲ್ಲಿ ಮೆಲ್ಲನುಸುರಿ ಹೋಗಿದ್ದಾರೆ. 'ದಿ ಆಲ್ಕೆಮಿಸ್ಟ್' ನಲ್ಲಿ ಪೌಲೊ ಕೊಯೆಲೊ ಹೇಳುವಂತೆ ಸಂದೇಶವೊಂದು ನಿಮ್ಮೆಡೆಗೆ ತೇಲಿ ಬಂದಾಗ, ಅದರ ಗೂಢಾರ್ಥದ ಮಾತು ಹಾಗಿರಲಿ, ಅದು ಬಂದ ಸಂದರ್ಭವನ್ನೂ ಗ್ರಹಿಸುವುದು ಕಷ್ಟ. ನಮ್ಮ ಸ್ವೀಕಾರದ ಅಳವು ಹೆಚ್ಚಿದಂತೆಲ್ಲ ಸಂದೇಶಗಳು ಅರ್ಥಪೂರ್ಣವಾಗುತ್ತಾ ಹೋಗುತ್ತವೆ.

1975ರ ಜನವರಿಯಲ್ಲಿ ದೆಹಲಿಯ ಗಣರಾಜ್ಯೋತ್ಸವದ ಪರೇಡ್ ಮುಗಿಸಿಕೊಂಡು ಹಿಂತಿರುಗುತ್ತಿದ್ದ ದಿನ ನನಗಿನ್ನೂ ನಿಚ್ಚಳವಾಗಿ ನೆನಪಿದೆ. ಬಿಡುವಿಲ್ಲದ ಕಾರ್ಯಕ್ರಮಗಳೆಲ್ಲ ಮುಗಿದಿದ್ದವು. ಪ್ರಕಟಣೆಗಳು, ಪ್ರಧಾನಿಯ ಭೇಟಿಗೆ ಮುನ್ನ ಶಿಷ್ಟಾಚಾರಗಳನ್ನು ತಿಳಿಯುವುದು, ಭಾರತದ ರಾಷ್ಟ್ರಪತಿಯೊಂದಿಗಿನ ಪರಿಚಯ, ಪತ್ರಿಕಾ ಸಂದರ್ಶನಗಳು... ಎಲ್ಲವೂ ಕನಸಿನಂತೆ ಜರುಗಿದ್ದವು. ಕೊನೆಗೆ ಊರಿಗೆ ಹಿಂತಿರುಗುವ ಸಮಯ ಬಂದಿತ್ತು. ರೈಲಿನಲ್ಲಿ ಕುಳಿತಿದ್ದೆ. ಇನ್ನೇನು ರೈಲು ಹಳೆದೆಹಲಿಯ ಸ್ಟೇಷನ್ ಬಿಟ್ಟು ಹೊರಡಬೇಕು, ಅಷ್ಟರಲ್ಲಿ ಪರಿಚಿತ ಮುಖವೊಂದು ಜನರ ಗುಂಪಿನ ನಡುವೆ ಅವಸರದಿಂದ ನುಗ್ಗಿಕೊಂಡು ಬಂದದ್ದು ಕಾಣಿಸಿತು. ಆತ ಭಾರತದ ಅತ್ಯುತ್ತಮ ಎನ್‌ಸಿಸಿ ಕೆಡೆಟ್‌ನ ಆಯ್ಕೆಸಮಿತಿಯ ಚೇರ್‌ಮನ್ ಆಗಿದ್ದ ಅಧಿಕಾರಿ, ನನ್ನನ್ನು ಡೀಗೋ ಗಾರ್ಸಿಯಾ ಬಗೆಗೆ ಪ್ರಶ್ನಿಸಿದಾತ. ಇಳಿಯಬೇಕೆನಿಸಿತು, ಆದರೆ ರೈಲು ಹೊರಡುವುದರಲ್ಲಿತ್ತು. ಆತ ಕಿಟಕಿಯೊಳಗಿಂದ ನನ್ನ ಕೈ ಹಿಡಿದು, 'ಮಗೂ, ಸೈನ್ಯವನ್ನಾಗಲೀ, ನೌಕಾಪಡೆಯನ್ನಾಗಲೀ ಅಥವಾ ವಾಯುದಳವನ್ನಾಗಲೀ ಎಂದೂ ಸೇರಬೇಡ' ಎಂದ. ರೈಲು ಹೊರಟಿತ್ತು, ನಮ್ಮ ಕೈಗಳು ಹಿಡಿತದಿಂದ ಜಾರಿದ್ದವು. ಅಂದೇ ಕೊನೆ, ನಾನು ಮತ್ತೆಂದೂ ಆತನನ್ನು ನೋಡಲಿಲ್ಲ ಅಥವಾ ಆತನಿಂದ ಯಾವ ಕರೆಯೂ ಬರಲಿಲ್ಲ. ಆತನಿಗೆ ದೇಶಾಭಿಮಾನವಿರಲಿಲ್ಲವೆಂದಲ್ಲ; ನಾನು ಸುಲಭವಾಗಿ

ವಾಲಬಹುದಾಗಿದ್ದ ಆ ಆಯ್ಕೆ ನನ್ನ ಸ್ವಭಾವಕ್ಕೆ ಹೊಂದುವುದಿಲ್ಲ ಎಂದಷ್ಟೇ ಆತ ಹೇಳುತ್ತಿದ್ದ. ಅತ್ಯುತ್ತಮ ಎನ್‌ಸಿಸಿ ಕೆಡೆಟ್ ಮತ್ತು ಪ್ಯಾರಾಟ್ರೂಪರ್ ಆಗಿದ್ದ ನನಗೆ ಇಂಡಿಯನ್ ಮಿಲಿಟರಿ ಅಕಾಡೆಮಿಯಲ್ಲಿ ಸ್ಥಾನ ಕಾದಿರುತ್ತಿತ್ತು. ಆ ಆಯ್ಕೆಯನ್ನು ತಳ್ಳಿಹಾಕದೆ ಹೋಗಿದ್ದಲ್ಲಿ, ನನ್ನ ಜೀವನ ಬೇರೇನೋ ಆಗಿರುತ್ತಿತ್ತು.

❍

1996ರಲ್ಲಿ ಚಿಕಾಗೋದ ಮೊಟೊರೊರಾಲಾ ಯೂನಿವರ್ಸಿಟಿಯಲ್ಲಿ ಸಿಕ್ಸ್ ಸಿಗ್ಮಾ ಕ್ವಾಲಿಟಿಯ ಬಗೆಗಿನ ತರಬೇತಿ ಕಾರ್ಯಕ್ರಮವೊಂದರಲ್ಲಿ ಭಾಗವಹಿಸಿದೆ. ತರಬೇತಿ ಮುಗಿಸಿ ವಿಮಾನ ನಿಲ್ದಾಣಕ್ಕೆ ಹಿಂದಿರುಗುವಾಗ ಅಮೆರಿಕನ್ ಸೈನ್ಯದ ಕರ್ನಲ್ ಒಬ್ಬರು ಟ್ಯಾಕ್ಸಿಯಲ್ಲಿ ನನ್ನೊಡನಿದ್ದರು. ನಮ್ಮ ಕುಟುಂಬಗಳ ಬಗ್ಗೆ ಮಾತುಕತೆಯಾಡಿದೆವು. ನನ್ನಂತೆ ಆಕೆಗೂ ಇಬ್ಬರು ಚಿಕ್ಕ ಮಕ್ಕಳಿದ್ದುದರಿಂದ ಮಾತು ಸಹಜವಾಗಿ ಮಕ್ಕಳನ್ನು ಬೆಳೆಸುವಲ್ಲಿನ ಸವಾಲುಗಳತ್ತ ಹೊರಳಿತು. ಅಂದು ಆಕೆಯಾಡಿದ ಒಂದು ಮಾತು ಇನ್ನೂ ನನ್ನ ನೆನಪಿನಲ್ಲುಳಿದಿದೆ. ಒಳ್ಳೆಯ ತಂದೆ–ತಾಯಂದಿರು ಮಾಡಬಹುದಾದ ಕೆಲಸ ಒಂದೇ – ನೀವೊಂದು ಆಯ್ಕೆಯನ್ನು ಮಾಡಿದಾಗ, ಅದರಿಂದಾಗುವ ಪರಿಣಾಮಗಳೂ ನಿಮ್ಮವೇ ಆಯ್ಕೆ ಎಂಬ ಅರಿವನ್ನು ಮಕ್ಕಳಲ್ಲಿ ಮೂಡಿಸುವುದು.

ನಮ್ಮ ಜೀವನವೆಂದರೆ ಬೇರೇನೂ ಅಲ್ಲ, ನಾವು ಮಾಡುವ ಆಯ್ಕೆಗಳು ಮತ್ತು ಅದರಿಂದ ಸಿಗುವ ಫಲಗಳು. ಈ ಜಗತ್ತಿಗೆ ಬರುವುದರಲ್ಲಿ ನಮ್ಮ ಆಯ್ಕೆ ಏನೂ ಇಲ್ಲ ಎನ್ನುವುದನ್ನು ಬಿಟ್ಟರೆ, ಮುಂದೆ ಜೀವನದಲ್ಲಿ ಎದುರಾಗುವ ಬಹುಪಾಲು ತಿರುವುಗಳೆಲ್ಲ ನಮ್ಮ ಆಯ್ಕೆಯ ಫಲಗಳೇ. ಪ್ರತಿಯೊಂದು ಆಯ್ಕೆಗೂ ತನ್ನದೇ ಆದ ಪರಿಣಾಮ ಗಳಿರುತ್ತವೆ ಮತ್ತು ಆ ಫಲದ ಜವಾಬ್ದಾರಿಯನ್ನೂ ನಾವೇ ಹೊರಬೇಕು ಎಂಬ ಎಚ್ಚರ ಆಯ್ಕೆಯ ಸಮಯದಲ್ಲಿ ನಮಗಿರಬೇಕು. ನಮ್ಮೆಲ್ಲರಿಗೂ ಅನ್ವಯವಾಗುವ ಸಿದ್ಧಾಂತವಿದು. ದಿನನಿತ್ಯವೂ ಕಾಣುವಂಥದ್ದು. ನಮ್ಮ ವೈಯಕ್ತಿಕ ಮತ್ತು ವೃತ್ತಿಜೀವನದಲ್ಲಿ ಎದುರಾಗುವ ಅನೇಕ ಘರ್ಷಣೆಗಳಿಗೆ ನಮ್ಮ ಆಯ್ಕೆಯ ಫಲದ ಜವಾಬ್ದಾರಿಯನ್ನು ನಾವು ಒಪ್ಪಿಕೊಳ್ಳದೆ ಇರುವುದೇ ಕಾರಣ.

ಅನೇಕರು ಮನಬಂದಂತೆ ಉದ್ಯೋಗಗಳನ್ನು ಬದಲಿಸುತ್ತಾ, ಸೂಕ್ತವಲ್ಲದ ಕಂಪನಿಗಳಿಗೆ ಸೇರಿ, ತಮಗೆ ಹೊಂದದ ಕೆಲಸವನ್ನು ಸರಿಯಿಲ್ಲದ ಬಾಸ್‌ನ ಬಳಿ ಮಾಡುತ್ತಿರುತ್ತಾರೆ. ಜನರು ಯಾವುದೇ ಹಿಂಜರಿಕೆಯಿಲ್ಲದೆ, ನ್ಯಾಯಸಮ್ಮತವಲ್ಲದ ಉಪಕಾರವನ್ನು ಕೆಲವರಿಂದ ಬಯಸುತ್ತಾರೆ. ಹಾಗೆ ಉಪಕಾರ ಮಾಡುವ ಮನುಷ್ಯ ಪ್ರತಿಬಯಕೆಗಳಿಲ್ಲದೆ ಸುಮ್ಮನೆ ಮಾಡುವುದಿಲ್ಲ ಎಂಬ ಸಂಗತಿ ಅವರಿಗೆ ಗೊತ್ತಾಗುವುದು ನಂತರವಷ್ಟೇ. ಜನರು ತಮ್ಮ ವೃತ್ತಿಜೀವನದ ಆರಂಭದಲ್ಲಿ ಮೋಜಿಗೆಂದು ಆಯ್ದುಕೊಳ್ಳುವ ಸ್ನೇಹಿತರು ಕಡೆಯವರೆಗೂ ಉಳಿಯುವ ದುಶ್ಚಟಗಳನ್ನು ಅಂಟಿಸಿ ಹೋಗುತ್ತಾರೆ. ಕಚೇರಿಗಳಲ್ಲಿ ಜನರು ಮಾಡಿಕೊಳ್ಳುವ ಅವಿವೇಕಗಳಿಗೇನೂ ಕಡಿಮೆಯಿಲ್ಲ, ಅದರಿಂದಾಗಿ ಎಷ್ಟೋ ಸಂಸಾರಗಳು ಮುರಿದುಬಿದ್ದಿವೆ ಮತ್ತು ವೃತ್ತಿಜೀವನಗಳೂ ಹಾಳಾಗಿವೆ.

ನನ್ನ ಆಯ್ಕೆಯ ದೇವತೆ ಸುಸ್ಮಿತಾಳನ್ನು ಭೇಟಿಯಾದ ಬಹುವರ್ಷಗಳ ನಂತರ ನಾವಿಬ್ಬರೂ ಹವಾಯಿ ದ್ವೀಪಕ್ಕೆ ಹೋಗಿದ್ದೆವು. ಅಲ್ಲಿ ಮಾಡಿದ ಸ್ನಾರ್ಕೆಲಿಂಗ್(Snorkelling – ನೀರಿನಾಳದ ತೇಲುವಿಕೆ) ನನಗೆ ಬಹಳ ಇಷ್ಟವಾಗಿತ್ತು. ಅಲ್ಲಿದ್ದ ಎಲ್ಲ ದಿನಗಳೂ ಅದನ್ನು ಮಾಡಲು ನಿರ್ಧರಿಸಿದ್ದೆ. ಸ್ನಾರ್ಕೆಲಿಂಗ್ ಸಾಮಗ್ರಿಗಳನ್ನು ಬಾಡಿಗೆಗೆ ಕೊಡುವ ಅಂಗಡಿಯಲ್ಲಿ ಸ್ನಾರ್ಕೆಲ್ ಮತ್ತು ಫ್ಲಿಪ್ಪರ್‌ಗಳನ್ನು ನೋಡುತ್ತಿದ್ದ ನಾನು, ಅಂಗಡಿಯ ಮಾಲೀಕನ ಕಡೆಗೆ ಗಮನವನ್ನೂ ಹರಿಸಿರಲಿಲ್ಲ. ನನಗೆ ಬೇಕಾದುದನ್ನೆಲ್ಲ ಆರಿಸಿಕೊಂಡು, ಹಣ ಕೊಟ್ಟು ಹೊರಡುವಾಗ ಆತ ನನ್ನ ಬೆನ್ನು ತಟ್ಟಿದ. ಅಲ್ಲಿಯವರೆಗೂ ಆತನ ಮುಖವನ್ನು ಸರಿಯಾಗಿ ನೋಡಿರಲಿಲ್ಲ ಕೂಡಾ. ಅವನತ್ತ ತಿರುಗಿದಾಗ, 'ನಿವೃತ್ತಿಯ ಬಗ್ಗೆ ಎಂದಿಗೂ ಯೋಚಿಸಬೇಡ.' ಎಂದ. ತುಂಬು ಜೀವನವನ್ನು ನಡೆಸುವುದು ಬಹುಮುಖ್ಯ ಎಂದೆಲ್ಲ ವಿವರಿಸಿ, ಮತ್ತೆ ಹೇಳಿದ್ದ, 'ನಿವೃತ್ತಿಯ ಬಗ್ಗೆ ಎಂದಿಗೂ ಯೋಚಿಸಬೇಡ, ವಯಸ್ಸಾದಂತೆ ಕೆಲಸವನ್ನು ಕಡಿಮೆ ಮಾಡಿಕೊ. ಆದರೆ ಕೆಲಸ ಮಾಡುವುದನ್ನೇ ಬಿಟ್ಟು ಬಿಡಬೇಡ.'

ಆತನೇಕೆ ನನಗೆ ಆ ಸಂದೇಶವನ್ನು ಕೊಟ್ಟಿದ್ದ? ಆ ಸಮಯಕ್ಕೆ ನಾನು ನಲವತ್ತರ ನಡುವಿನಲ್ಲಿದ್ದೆ, ಸದ್ಯಕ್ಕೆ ಕೆಲಸ ಬಿಡುವ ಸಾಧ್ಯತೆಯನ್ನೂ ಯೋಚಿಸಿರಲಿಲ್ಲ. ಆದರೂ ನನಗೆ ಈ ಸಂದೇಶವನ್ನು ನೀಡಬೇಕೆಂದು ಆತನಿಗನಿಸಿತ್ತು, ನಾನದನ್ನು ಪಡೆದೆ. ಆತನಿಗೆ ಧನ್ಯವಾದಗಳನ್ನು ತಿಳಿಸಿ ಸಮುದ್ರದೊಳಕ್ಕೆ ನಡೆದೆ. ನೀಲಿ ಸಮುದ್ರದೊಳಗೆ ಕಂಡ ದೇವರ ಸೃಷ್ಟಿ ಅದ್ಭುತವಾಗಿತ್ತು. ಈ ಮೀನು, ಆಮೆ ಮತ್ತಿತರ ಸಮುದ್ರ ಜೀವಿಗಳು, ಅಲೆಗಳು, ಸೂರ್ಯ, ಭೂಮಿ ಮತ್ತು ಚಂದ್ರ – ಇವ್ಯಾವುವೂ ನಿವೃತ್ತಿ ಹೊಂದುವುದಿಲ್ಲ ಎಂದು ಮನಸ್ಸಿಗೆ ಹೊಳೆಯಿತು. ಪ್ರಕೃತಿಯಲ್ಲಿ ಜೀವಿಯೊಂದು ತನ್ನ ನಿರ್ಗಮನದವರೆಗೂ ಕೆಲಸ ಮಾಡುತ್ತಲೇ ಇರುತ್ತದೆ. ನಮ್ಮಲ್ಲನೇಕರು ಕೆಲಸವೊಂದು ಹೊರೆಯೆಂದು ಭಾವಿಸುತ್ತಾರೆ, ಕೆಲವರಿಗಂತೂ ಅದೊಂದು ಶಾಪವಿದ್ದಂತೆ. ಸದೃಢ ದೇಹ ಮತ್ತು ಮನಸ್ಸುಗಳು ಕೆಲಸ ಮಾಡದಿದ್ದರೆ ಬೇರೇನು ಮಾಡಬೇಕು? ಐಟಿ ಉದ್ಯಮದಲ್ಲಿ ನಿವೃತ್ತಿಯ ಬಗ್ಗೆ ಮಾತನಾಡುವುದೊಂದು ಜನಪ್ರಿಯವಾದ ಮಿಥ್ಯೆ: ಎಲ್ಲರೂ ಲಕ್ಷಗಟ್ಟಲೆ ಹಣ ಗಳಿಸಿ, ಮನೆ ಕಟ್ಟಿ, ಮಕ್ಕಳನ್ನು ಒಳ್ಳೆಯ ಶಾಲೆಗೆ ಸೇರಿಸಿ ನಿವೃತ್ತರಾಗಬಯಸುತ್ತಾರೆ. ಎಂಥಾ ನಿಷ್ಪ್ರಯೋಜಕವಾದ ವಿಚಾರ. ಒಂದು ದಿನ ಬೆಳಗಿನಲ್ಲಿ ಗಜಿಬಿಜಿಗುಟ್ಟುವ ಮಾರುಕಟ್ಟೆಗಳಲ್ಲಿ ಒಂದು ಸುತ್ತು ಹಾಕಿ ಬನ್ನಿ. ಕೆಲಸದ ಅವಕಾಶಗಳನ್ನು ಹುಡುಕುತ್ತಿರುವ ಅದೆಷ್ಟು ಜನ ದಿನಗೂಲಿಗಳು ಕಣ್ಣಿಗೆ ಬೀಳುತ್ತಾರೆ. ಆದರೂ, ಈ ತೆರದ ಅನಿಶ್ಚಿತ ಬೆಳಗುಗಳಿಲ್ಲದ ನಮ್ಮಂತಹ ಸಾವಿರಾರು ಜನರಿಗೆ ಕೆಲಸ ಮಾಡುವುದನ್ನು ಇದ್ದಕ್ಕಿದ್ದಂತೆ ನಿಲ್ಲಿಸಿಬಿಡುವ ಆಸೆ. ಬೆಳಿಗ್ಗೆ ಎದ್ದು ಕಚೇರಿಗೆ ಹೋದರೆ, ಕೆಲಸವೊಂದು ನಮಗಾಗಿ ಕಾದಿರುತ್ತದೆಂಬುದೇ ಒಂದು ಅದೃಷ್ಟ ಎಂಬುದನ್ನು ನಾವು ಮನಗಾಣುವುದೇ ಇಲ್ಲ.

ನನ್ನ ಇತ್ತೀಚಿನ ದೇವತೆ ಕಾಣಿಸಿಕೊಂಡದ್ದು 2007ರಲ್ಲಿ. ಆತ ನ್ಯೂಜೆರ್ಸಿಯ ಬ್ರಿಡ್ಜ್‌ವಾಟರ್ ಎಂಬಲ್ಲಿ ನಾವು ಬಾಡಿಗೆಗಿದ್ದ ಮನೆಯ ಮಾಲೀಕ. ಕೃಶಕಾಯದ, ಹುಮ್ಮಸ್ಸಿನಿಂದ ಕೂಡಿದ, ಪಿಕ್‌ಅಪ್ ಟ್ರಕ್ ಓಡಿಸುತ್ತಿದ್ದ ಅರವತ್ತರ ಮನುಷ್ಯ. ಜೀವನಪೂರ್ತಿ ನಲವತ್ತು ಜನರಿದ್ದ ಕನ್‌ಸಲ್ಟಿಂಗ್ ಇಂಜಿನಿಯರಿಂಗ್ ಕಂಪನಿಯೊಂದನ್ನು ನಡೆಸುತ್ತಿದ್ದ. ಬಹಳ ವರ್ಷಗಳ ಹಿಂದೆಯೇ ವ್ಯವಹಾರ ಆರಂಭಿಸಿ, ಅಲ್ಲಿಯೇ ತನ್ನ ಪ್ರೀತಿಯ ಹುಡುಗಿಯನ್ನು ಹುಡುಕಿಕೊಂಡಿದ್ದ. ಇಪ್ಪತ್ತೈದು ವರ್ಷಗಳು ಒಟ್ಟಿಗೆ ನಡೆಸಿದ ಬಾಳುವೆ. ಕೊನೆಯಲ್ಲಿ ಖಾಯಿಲೆ ಬಿದ್ದ ಆಕೆ ಸಾಯುವ ವಾರಗಳ ಮೊದಲು ಇಬ್ಬರೂ ಮದುವೆಯಾಗಿದ್ದರು. ಜೊತೆಯಲ್ಲಿ ಬದುಕುತ್ತಿರುವಾಗ ಒಬ್ಬರಿಗೊಬ್ಬರು ಬಹಳ ನಿಷ್ಠರಾಗಿದ್ದರು. ಆಕೆ ತೀರಿಕೊಂಡಾಗ, ಎಲ್ಲದಕ್ಕೂ ಆಕೆಯನ್ನು ಅವಲಂಬಿಸುತ್ತಿದ್ದ ಆತನಿಗೆ ದಿಕ್ಕೇ ತೋಚದಂತಾಗಿ ಶೋಕದಲ್ಲಿ ಮುಳುಗಿ ಹೋಗಿದ್ದ. ಎಲ್ಲ ಪ್ರಾಪಂಚಿಕ ಆಸಕ್ತಿಯನ್ನೂ ಕಳೆದುಕೊಂಡವ ವ್ಯವಹಾರವನ್ನಂತೂ ಗಮನಿಸುತ್ತಲೇ ಇರಲಿಲ್ಲ. ಮುಂಜಾನೆ ಎದ್ದು, ತಿಂಡಿ ತಿಂದವನೇ ಮತ್ತೆ ಮಲಗಿಬಿಡುತ್ತಿದ್ದ. ಹಲವು ವರ್ಷಗಳ ಕಾಲ ಕೊರಗಿನಲ್ಲಿ ಕಳೆದು ಹೋಗಿದ್ದ ಅವನಿಗೆ ತನ್ನ ಮೇಲಾಗಲೀ ಜೀವನದ ಮೇಲಾಗಲೀ ನಿಯಂತ್ರಣವೇ ಇರಲಿಲ್ಲ. ಹೀಗಿದ್ದಾಗ, ಒಂದು ದಿನ ಎಚ್ಚೆತ್ತು, ಜೀವನವನ್ನು ಮರಳಿ ಪಡೆಯಲು ನಿರ್ಧರಿಸಿದ್ದ. ಕೆಲಸಕ್ಕೆ ಹಿಂತಿರುಗಿದ, ಕಂಪನಿ ಒಂದು ವರ್ಷದಲ್ಲಿ ಮೊದಲಿನ ಸ್ಥಿತಿಗೆ ಬಂದಿತ್ತು. ಆಕೆಯಿಲ್ಲದೆ ಈಗಲೂ ಒಂಟಿಯೇ ಆಗಿದ್ದರೂ ಕೆಲಸದ ಮೂಲಕ ದುಃಖವನ್ನು ನಿವಾರಿಸಿಕೊಳ್ಳುತ್ತಾ ಮುನ್ನಡೆದಿದ್ದಾನೆ.

ಈ ಸಂಕಟದ ಕಥೆಯನ್ನು ನಮ್ಮೆದುರು ಬಿಚ್ಚಿಟ್ಟ ಆತ, ತನ್ನ ದೇವತೆಯಿಂದ ಪಡೆದ ಸಂದೇಶವೊಂದನ್ನು ನಮ್ಮೊಡನೆ ಹಂಚಿಕೊಂಡ. ಆತ ಇಂಜಿನಿಯರಿಂಗ್ ಕಲಿಯುತ್ತಿದ್ದಾಗ ಸಂಬಂಧಗಳ ಬಗೆಗಿನ ವಿಷಯವೊಂದು ಕಡ್ಡಾಯವಾಗಿತ್ತು. ಚೀನೀ ಪ್ರೊಫೆಸರೊಬ್ಬರು ಅದನ್ನು ಕಲಿಸುತ್ತಿದ್ದರು. ಪ್ರೊಫೆಸರ್ ಆತನಿಗೆ ಹೇಳಿದ್ದರು, 'ನಿನ್ನ ಬಾಯನ್ನು ತೆಗೆಯುವ ಮುನ್ನ ನಿನ್ನ ಮನಸ್ಸನ್ನು ತೆರೆದುಕೊ.' ಈ ಕಲ್ಪನೆಯಲ್ಲಿದ್ದ ಸರಳತೆ ನನ್ನ ಮನಸ್ಸಿಗೆ ಥಟ್ಟನೆ ನಾಟಿತ್ತು. ನಮ್ಮ ದೈನಂದಿನ ಸಂಬಂಧಗಳಲ್ಲಿ, ಮನೆ ಮತ್ತು ಕಚೇರಿಗಳಲ್ಲಿ, ಸ್ನೇಹಿತರು ಮತ್ತು ಸಹೋದ್ಯೋಗಿಗಳೊಡನೆ, ಮನಸ್ಸಿನ್ನೂ ತೆರೆಯುವ ಮೊದಲೇ ಅದೆಷ್ಟು ಬೇಗ ಬಾಯಿ ತೆರೆಯುತ್ತೇವೆ? ಈ ಸರಳ ಸುಂದರ ವಿಚಾರವೊಂದು ನೆನಪಿನಲ್ಲಿದ್ದರೆ ಪ್ರತಿಯೊಂದು ಸಂಭಾಷಣೆಯೂ, ಸಂಬಂಧವೂ ಮತ್ತು ಸಮಸ್ಯೆಗಳನ್ನು ಬಗೆಹರಿಸುವ ಪ್ರತಿಯೊಂದು ಪ್ರಯತ್ನವೂ ಅದೆಷ್ಟು ಭಿನ್ನವಾಗಿರುತ್ತದೆ.

ಜೀವನ ಎನ್ನುವ ಈ ಪಯಣದಲ್ಲಿ ದಿನದಿನದ ಹೋರಾಟ ನಮ್ಮನ್ನು ನುಂಗಿಹಾಕುತ್ತಿದೆ. ಸದಾ ಯಶಸ್ಸಿನ ಹಿಂದೆ ಓಡುವ, ಸೋಲುಗಳಿಂದ ಪಾರಾಗುವ ಪ್ರಯತ್ನದಲ್ಲಿ ಸುವರ್ಣ ಸೂತ್ರವೊಂದು ಸಿಕ್ಕೀತೇ ಎಂದು ಹಂಬಲಿಸುತ್ತೇವೆ. ವಾಸ್ತವವಾಗಿ, ಸುವರ್ಣ ಸೂತ್ರವೆಂಬುದಿಲ್ಲ, ಆದರೆ ಜೀವನ ಕಲಿಸುವ ಪಾಠಗಳ

ಗುಚ್ಛ ಲಭ್ಯವಿದೆ. ಪಾಠಗಳನ್ನು ನಮಗೆ ತಲುಪಿಸುವವರು ಆಕಸ್ಮಿಕವಾಗಿ ಸಂಪರ್ಕಕ್ಕೆ ಬಂದ ನಮ್ಮ ನಡುವಿನ ಜನರೇ ಆಗಿರುತ್ತಾರೆ. ಇವರೇ ನಮ್ಮೆಲ್ಲರಿಗೂ ಇರುವ ಆಪ್ತದೇವತೆಗಳು.

ಅಧ್ಯಾಯ 25

ಜಗವ ಚುಂಬಿಸ ಹೊರಡು

ವೃತ್ತಿಜೀವನದ ಹಾದಿಯಲ್ಲಿ ನಾನು ಅನೇಕ ರಾಜ್ಯನಾಯಕರುಗಳು, ಫಾರ್ಚೂನ್-500 ಕಂಪನಿಗಳ ಸಿಇಓಗಳು, ಶ್ರೇಷ್ಠ ಧಾರ್ಮಿಕ ಮುಖಂಡರು ಮತ್ತು ಹತ್ತು ಹಲವು ಕ್ಷೇತ್ರದ ಗಣ್ಯರನ್ನು ಭೇಟಿಯಾಗಿದ್ದೇನೆ. ಪ್ರತಿಯೊಬ್ಬರೂ ನನ್ನ ವಿಚಾರಶಕ್ತಿಯನ್ನು ಪ್ರಚೋದಿಸಿದ್ದಾರೆ ಮತ್ತು ಕೆಲವರು ನನ್ನಲ್ಲಿ ಮರೆಯಲಾಗದ ಛಾಪನ್ನೊತ್ತಿದ್ದಾರೆ. ಅಂದಂದಿನ ಬದುಕನ್ನು ಸಾಗಿಸುವಂಥ ಲೆಕ್ಕವಿಲ್ಲದಷ್ಟು ಸಾಮಾನ್ಯರು ಸಹಾ ನನ್ನ ಮೇಲೆ ಆಳವಾದ ಪ್ರಭಾವ ಬೀರಿದ್ದಾರೆ. ಚೆನ್ನೈನ ರಸ್ತೆಯಲ್ಲಿ ಸೌತೆಕಾಯಿ ಮಾರುತ್ತಿದ್ದವನೊಬ್ಬ ನನ್ನ ವಿದ್ಯೆ ಮತ್ತು ಸುತ್ತಲಿನ ವಿದ್ಯಮಾನಗಳಿಗೆ ನಾನು ಸ್ಪಂದಿಸುವ ಮಟ್ಟ ಇಷ್ಟೆಯೇ ಎಂಬ ಭಾವ ತರಿಸಿದ್ದ. ಬೆಂಗಳೂರಿನ ಜನನಿಬಿಡ ಕೂಡುಹಾದಿಯಲ್ಲಿ ತರಕಾರಿ ವ್ಯಾಪಾರಿಯೊಬ್ಬ ತನ್ನ ಟೊಮೆಟೋ ತಳ್ಳುಗಾಡಿ ಬೋರಲಾಗಿ, ದಿನದ ಆದಾಯವನ್ನೆಲ್ಲ ಕ್ಷಣದಲ್ಲಿ ಕಳೆದುಕೊಂಡಾಗ, ನನ್ನ ಜೀವನಮೌಲ್ಯಗಳನ್ನೇ ಪ್ರಶ್ನಿಸಿಕೊಳ್ಳುವಂತಾಗಿತ್ತು. ಬದುಕಿನ ಪಾಠಗಳನ್ನು ಹುಡುಕುತ್ತಾ ಹೊರಟ ನಾನು ಹೃದಯತಜ್ಞರೊಬ್ಬರು ಆಗಷ್ಟೇ ಹುಟ್ಟಿದ ಕಂದಮ್ಮನಿಗೆ ಹೃದಯದ ಶಸ್ತ್ರಚಿಕಿತ್ಸೆ ಮಾಡುವುದನ್ನು ಕಣ್ಣು ಬಿಟ್ಟುಕೊಂಡು ನೋಡಿದ್ದೇನೆ. ಮಿದುಳುತಜ್ಞರ ತಂಡವೊಂದು ಮನುಷ್ಯನ ಮಿದುಳಿಗೆ ಕೈಹಾಕಿ, ಸರಿಪಡಿಸುವುದನ್ನು ಕಂಡಿದ್ದೇನೆ. ನಾನು ಚಿತ್ತವಿಟ್ಟು ಆಲಿಸಿದ ಸಾಫ್ಟ್‌ವೇರ್ ಆರ್ಕಿಟೆಕ್ಟ್‌ಗಳು, ಸೇತುವೆಗಳನ್ನು ಕಟ್ಟುವವರು, ಗಗನಯಾತ್ರಿಗಳು, ನಟನಟಿಯರು ಮತ್ತು ನೃತ್ಯಗಾರರು ತಮ್ಮ ಮಾತುಗಳಿಂದ ನನ್ನನ್ನು ಮರುಳುಗೊಳಿಸಿದ್ದಾರೆ. ಜೀವನದುದ್ದಕ್ಕೂ ಒಂದೆಡೆಯಿಂದ ಇನ್ನೊಂದೆಡೆಗೆ ಚೇತೋಹಾರಿಯಾದ ಪ್ರಯಾಣಗಳನ್ನು ಕೈಗೊಂಡಿದ್ದೇನೆ - ಅಪರಿಚಿತ ನಾಡಿನಲ್ಲಿ ವಿಮಾನ, ಬಸ್ಸು, ರೈಲುಗಳಲ್ಲಿ ಆಗಂತುಕರ ಪಕ್ಕದಲ್ಲಿ ಕೂತು, ಮತ್ತೆಂದೂ ಕಾಣಸಿಗದ ಟ್ಯಾಕ್ಸಿ ಚಾಲಕರೊಂದಿಗೆ ಸ್ನೇಹ ಬೆಳೆಸಿ, ಗಮ್ಯ ತಲುಪುವ ನಲವತ್ತೈದು ನಿಮಿಷಗಳಲ್ಲಿ ಅವರ ಜೀವನಕಥೆಯನ್ನೆಲ್ಲ ಕೇಳಿ, ನನ್ನ ಬದುಕಿನ ಸಾಮ್ಯತೆಗಳನ್ನು ಅಲ್ಲಿ ಕಂಡು, ಅವರಿಂದ ಪಾಠ ಕಲಿತಿದ್ದೇನೆ. ನನಗೆ ಜೀವನ ಕಲಿಸಿದ ಕೆಲವು ಮುಖ್ಯ ಪಾಠಗಳನ್ನು ಇಲ್ಲಿ ನಿಮ್ಮೊಡನೆ ಹಂಚಿಕೊಳ್ಳುವೆ.

ಮನಸ್ಸಿದ್ದಲ್ಲಿ ಮಾರ್ಗ

ನನ್ನ ಪಾಠಗಳಲ್ಲಿ ಅತ್ಯಂತ ಪ್ರಮುಖವಾದುದೆಂದರೆ: ನಮ್ಮ ಎಲ್ಲ ಸಾಧನೆಗಳಿಗೂ ಮೂಲ ನಮ್ಮ ಮನಸ್ಸೇ ಎಂಬ ಅರಿವು. ಮೋಸೆಸ್ ತನ್ನ ಅನುಯಾಯಿಗಳಿಗೆ ಮೋಕ್ಷ

ನೀಡಲು ಮರುಭೂಮಿಯಲ್ಲಿ ನಡೆಸಿದ ದೀರ್ಘ ಯಾತ್ರೆ, ಒಂದಲ್ಲ ಒಂದು ದಿನ ಭಾರತ ಸ್ವತಂತ್ರವಾಗಲೇಬೇಕೆಂಬ ಮಹಾತ್ಮಾ ಗಾಂಧಿಯವರ ದೃಢ ಘೋಷಣೆ, ಬಾಂಗ್ಲಾದೇಶದ ಹಳ್ಳಿಯ ಬಡ ಹೆಣ್ಣು ಮಕ್ಕಳು ಯಾವುದೇ ಆಧಾರ ನೀಡದೆ ಸಾಲ ಪಡೆಯುವಂತಾಗಬೇಕೆಂಬ ಮಹಮ್ಮದ್ ಯೂನುಸ್‌ರ ಕನಸು, ಅಥವಾ ಜಿಇಯನ್ನು ವಿಶ್ವದ ಅತ್ಯುತ್ತಮ ಕಂಪನಿಗಳಲ್ಲೊಂದಾಗಿಸುವ ಜ್ಯಾಕ್ ವೆಲ್ಷ್‌ರ ದೂರದೃಷ್ಟಿ – ಇವೆಲ್ಲದರ ಬೀಜ ಮೊಳೆತಿದ್ದೇ ಮನಸ್ಸಿನಲ್ಲಿ, ಒಂದು ಕನಸಾಗಿ, ಕಲ್ಪನೆಯಾಗಿ. ಮನದಲ್ಲಿ ಹೊಳೆದ ಆ ಕಲ್ಪನೆಗಳಲ್ಲಿ ಅಚಲವಾದ ನಂಬಿಕೆಯನ್ನಿಟ್ಟು, ಪರಮಪ್ರಯತ್ನದಿಂದ ಮುಂದುವರೆದರೆ ಏನು ತಾನೇ ಸಾಧಿಸಲಸಾಧ್ಯ? ನಮ್ಮ ಗಾಢನಂಬಿಕೆಯೇ ಕಲ್ಪನೆಗಳಿಗೆ ಜೀವತುಂಬಿ ಮುನ್ನಡೆಸುತ್ತದೆ. ಕಠೋಪನಿಷತ್ತು ಹೇಳುತ್ತದೆ:

ನಿನ್ನೊಡಲಾಳದಲ್ಲಿಹ ಅದಮ್ಯ ಬಯಕೆಯೇ ನೀನು
ಬಯಕೆಯಂತಹುದು ನಿನ್ನ ಮನ
ಮನದಿಚ್ಛೆಯಂತಪ್ಪುದು ನಿನ್ನಯ ಕಾರ್ಯ
ಆ ಕಾರ್ಯದೋಲ್ ನಿನ್ನ ವಿಧಿನಿಯಮ

ಪಡೆದು ದೊಡ್ಡವನಾಗು

ಬದುಕು ನನಗೆ ಕಲಿಸಿದ ಎರಡನೆಯ ಪಾಠವೆಂದರೆ, ಕೊಡುವ ಸಾಮರ್ಥ್ಯಕ್ಕಿಂತ ಪಡೆಯುವ ಸಾಮರ್ಥ್ಯ ಬಹುಮುಖ್ಯವಾದದ್ದು. ವಿಶ್ವದ ಸಮಗ್ರ ಯೋಜನೆಯಲ್ಲಿ ಪಡೆಯುವ ಕ್ರಿಯೆಯು ಕೊಡುವ ಕ್ರಿಯೆಗಿಂತ ಬಹಳ ಹೆಚ್ಚಿನ ಮಹತ್ವವುಳ್ಳದ್ದು. ನಾನು ಕೊಟ್ಟದ್ದು ಏನೂ ಪ್ರಯೋಜನವಾಗಲಿಲ್ಲ ಎನ್ನುವವರಿಗೆ ಇದೊಂದು ಮುಖ್ಯವಾದ ಪಾಠ. ಏನನ್ನಾದರೂ ಪಡೆಯುವುದಕ್ಕೂ ಒಂದು ಕೃಪೆ ಬೇಕು. ಇದಕ್ಕೆ ಉತ್ತಮ ಉದಾಹರಣೆಯೆಂದರೆ, ಒಂದು ಕುಟುಂಬ. ನಾಲ್ಕು ಮಕ್ಕಳನ್ನು ಸಮನಾಗಿ ಪಾಲಿಸಿ, ಪೋಷಿಸುವ ತಂದೆ ತಾಯಿಯರಿದ್ದರೂ, ಆ ನಾಲ್ಕು ಮಕ್ಕಳೂ ತಮ್ಮ ಜೀವನದಲ್ಲಿ ಸಂಪೂರ್ಣ ಭಿನ್ನ ವ್ಯಕ್ತಿಗಳಾಗಿ ಬೆಳೆಯಬಹುದು. ಒಬ್ಬ ಲೌಕಿಕ ಯಶಸ್ಸನ್ನು ಪಡೆದು, ಸಿರಿವಂತನಾಗಿ, ಸಂಕುಚಿತ ಮನದವನಾಗಿರಬಹುದು. ಇನ್ನೊಬ್ಬ ಬಡವನಿದ್ದರೂ ಪರೋಪಕಾರಿಯಿದ್ದಾನು, ಮತ್ತೊಬ್ಬ ನೀತಿವಂತನಾಗಿ ಜೀವನ ನಡೆಸುತ್ತಿದ್ದರೆ, ಕೊನೆಯವನು ನೈತಿಕತೆಯ ಹಾದಿ ಬಿಟ್ಟು ಅದಕ್ಕೆ ತನ್ನ ವಾತಾವರಣವನ್ನು ದೂಷಿಸುತ್ತಿರಬಹುದು. ತಂದೆ–ತಾಯಿಯರು ಎಲ್ಲರನ್ನೂ ಸಮನಾಗಿಯೇ ಬೆಳೆಸಿದ್ದರೂ ಫಲಿತಾಂಶದಲ್ಲಿ ಮಾತ್ರ ಅಜಗಜಾಂತರವಿರುವ ಸಾಧ್ಯತೆಗಳಿವೆ. ಹಾಗಿದ್ದರೆ ಸತ್ವವಿರುವುದು ಕೊಡುವ ಕೈಗಳಲ್ಲಲ್ಲ; ಪಡೆಯಲು ಚಾಚಿದ ಕೈಗಳಲ್ಲಿ. ಪಡೆದದ್ದನ್ನು ಮತ್ತಷ್ಟು ಸಮೃದ್ಧಗೊಳಿಸಬಲ್ಲ ಶಕ್ತಿ ಮುಖ್ಯವಾಗಿ ನಮ್ಮಲ್ಲಿರಬೇಕು.

ಕೊಡಬಲ್ಲವನೇ ಪಡೆಯಬಲ್ಲವನು

ನೆಟ್‌ಸ್ಕೇಪ್ ನ್ಯಾವಿಗೇಟರ್‌ನ ಜನಕ ಮಾರ್ಕ್ ಆಂಡ್ರೆಸ್ಸೆನ್ ಇನ್ನೂ ಅಭಿವೃದ್ಧಿಯ ಹಂತದಲ್ಲಿರುವಾಗಲೇ ತನ್ನ ಸಾಫ್ಟ್‌ವೇರ್‌ನ ಕಾಪಿಗಳನ್ನು ಜಗತ್ತಿಗೆ ಪುಕ್ಕಟೆಯಾಗಿ ಹಂಚಿದ. ಕಾಪಿರೈಟ್‌ಗಳಿಂದ ತುಂಬಿರುವ ಈ ಜಗತ್ತಿನಲ್ಲಿ ಇದು ಅಸಹಜವಾಗಿತ್ತು. ಜಗತ್ತನ್ನೇ ಬದಲಿಸಬಲ್ಲ ಪರಿಕಲ್ಪನೆಯೊಂದನ್ನು ಆತ ಉಚಿತವಾಗಿ ಕೊಡಹೊರಟಿದ್ದ. ಆ ದಿನಗಳಲ್ಲಿ, ಬ್ರೌಸರ್ ಒತ್ತಟ್ಟಿಗಿರಲಿ, ಇಂಟರ್‌ನೆಟ್ ನಡೆಸಲಿದ್ದ ವ್ಯಾವಹಾರಿಕ ಕ್ರಾಂತಿಯನ್ನು ಕೂಡಾ ಮೈಕ್ರೊಸಾಫ್ಟ್ ಸೇರಿದಂತೆ ಯಾರೂ ಊಹಿಸಿರಲಿಲ್ಲ. ನೆಟ್‌ಸ್ಕೇಪ್‌ಅನ್ನು ಹೀಗೆ ಕೊಟ್ಟ ಪರಿಣಾಮದಿಂದಾಗಿ, ಸಾವಿರಾರು ಜನ ಬಹು ಬೇಗನೆ ಅದನ್ನು ಅಳವಡಿಸಿಕೊಂಡು ಉಪಯೋಗಿಸತೊಡಗಿದರು. ಅದರಲ್ಲಿದ್ದ ದೋಷಗಳನ್ನು ಮತ್ತು ಇನ್ನೂ ಉತ್ತಮಗೊಳಿಸಬಲ್ಲ ಅಂಶಗಳನ್ನು ಕಂಡುಹಿಡಿದು, ಆಂಡ್ರೆಸ್ಸೆನ್‌ಗೆ ವರದಿ ಮಾಡಿದರು. ಇದರಿಂದಾದ ಲಾಭವೆಂದರೆ, ಜಗತ್ತಿನಾದ್ಯಂತ ಸಾಫ್ಟ್‌ವೇರ್ ತಜ್ಞರ ಪಡೆಯೇ ಆತನಿಗಾಗಿ ಉಚಿತವಾಗಿ ಕೆಲಸ ಮಾಡುತ್ತಿತ್ತು! ಕೊಡುವವರೇ ಏನನ್ನಾದರೂ ಪಡೆಯುವುದು. ಜೀವನದಲ್ಲಿ ವಿಶಾಲವಾದ ದೃಷ್ಟಿಕೋನವನ್ನು ಬೆಳೆಸಿಕೊಳ್ಳಬೇಕು; ಎಲ್ಲರೂ ಒಟ್ಟಿಗೆ ಸೇರಿ ಲಾಭವನ್ನು ಪಡೆದಾಗ ಮಾತ್ರ ಎಲ್ಲರಿಗೂ ಹೆಚ್ಚಿನ ಲಾಭ ದೊರೆತೀತು ಎಂಬುದರಲ್ಲಿ ನಂಬಿಕೆಯಿರಬೇಕು. ತಮ್ಮ ಸಂಸ್ಥೆಯ ದೂರದೃಷ್ಟಿಯ ಬಗ್ಗೆ ಚಿಂತಿಸುವಾಗ ನಾಯಕರಾದವರು ಸಮೃದ್ಧಿಯ ಭಾವವನ್ನು ಬೆಳೆಸಬೇಕೇ ಹೊರತು ದುರ್ಭಿಕ್ಷದ ಭಾವವನ್ನಲ್ಲ.

ಎಲ್ಲರೊಳಗೊಂದಾಗು

ಇಂಜಿನಿಯರಿಂಗ್ ಮತ್ತು ಮ್ಯಾನೇಜ್‌ಮೆಂಟ್‌ನಲ್ಲಿ ಅತಿ ಹೆಚ್ಚಿನ ಅಂಕಗಳನ್ನು ಗಳಿಸಿದ ಹಲವಾರು ಬುದ್ಧಿವಂತರನ್ನು ನಾನು ಕಾರ್ಪೊರೇಟ್ ಕ್ಷೇತ್ರದಲ್ಲಿ ಭೇಟಿಯಾಗಿದ್ದೇನೆ. ತಮ್ಮ ವೃತ್ತಿಜೀವನದಲ್ಲಿ ಬೆಳೆಯುತ್ತಾ ಹೋಗುವ ಇವರಲ್ಲಿ ಹಲವರು ಮೇಲ್ಪದರವನ್ನು ತಲುಪುವುದೇ ಇಲ್ಲ. ಬಹುಮುಖ್ಯವೆನಿಸುವ ಯಾವುದೋ ಒಂದು ಅಂಶದ ಕೊರತೆ ಇವರಲ್ಲಿರುತ್ತದೆ. ಸುತ್ತಲಿನ ಜನರೊಂದಿಗಿನ ಸಂಪರ್ಕ ಅವರಿಗೆ ಸಾಧ್ಯವಾಗುವುದೇ ಇಲ್ಲ. ಪರಿಸ್ಥಿತಿಯ ಗಂಭೀರತೆಯನ್ನು ಅರ್ಥ ಮಾಡಿಕೊಳ್ಳುವುದು ಅಥವಾ ಮುಳುಗುತ್ತಿರುವ ಹಡಗನ್ನು ವಶಕ್ಕೆ ತೆಗೆದುಕೊಳ್ಳುವುದು ಇವರಿಂದಾಗದ ಮಾತು. ಕೆಲವೊಮ್ಮೆ ಸಾಮಾನ್ಯಜ್ಞಾನವೂ ಇವರಿಗಿರುವುದಿಲ್ಲ. ಇಂತಹವರು ಅತಿ ಹೆಚ್ಚಿನ ಬೌದ್ಧಿಕ ಕೋಷಂಟ್ (IQ) ಹೊಂದಿದ್ದರೂ ಭಾವನಾತ್ಮಕ ವಿಷಯಗಳಲ್ಲಿ

ವಿಫಲರಾಗುತ್ತಾರೆ ಎಂಬುದನ್ನು ಅರ್ಥ ಮಾಡಿಕೊಂಡೆ. ಸುತ್ತಲಿನ ಜನಗಳೊಂದಿಗೆ ಸಹಾನುಭೂತಿಯನ್ನು ಬೆಳೆಸಿಕೊಳ್ಳುವುದಿಲ್ಲ. ಡೇನಿಯೆಲ್ ಗೋಲ್‌ಮನ್ ಹೇಳುವಂತೆ, ಬೌದ್ಧಿಕ ಕೋಷಂಟ್ ಎಂಬುದು ಫ್ಯಾಕ್ಟರಿಯಲ್ಲಿ ತಯಾರಿಸಿ ಕಳಿಸಿದಂತೆ, ನಮಗೆಲ್ಲಾ ಜನ್ಮದತ್ತವಾಗಿ ಬಂದಿರುವುದು; ಆದರೆ ನಮ್ಮ ಭಾವನಾತ್ಮಕ ಕೋಷಂಟ್‌ನ್ನು ನಾವೇ ಬೆಳೆಸಿಕೊಳ್ಳಬಹುದು. ಇದು ಜನರೊಂದಿಗಿನ ನಮ್ಮ ದೈನಂದಿನ ವ್ಯವಹಾರಗಳನ್ನು ಬಹಳ ಮಟ್ಟಿಗೆ ಸುಧಾರಿಸುತ್ತದೆ. ಮನುಷ್ಯರಾದ ನಮಗೆ ವಿಷಯಗಳು ಬುದ್ಧಿಗೆ ಹೊಳೆಯುವ ಮೊದಲು ಭಾವಕ್ಕೆ ವೇದ್ಯವಾಗುತ್ತವೆ. ನಮ್ಮ ಭಾವನೆಗಳೊಂದಿಗೆ ಬೆಸೆಯುವ ಜನರನ್ನು ನಾವು ಸದಾ ಕಾಲ ನೆನಪಿನಲ್ಲಿಟ್ಟುಕೊಳ್ಳುತ್ತೇವೆ. ಹೃದಯದ ಮಿಡಿತವಿದ್ದಲ್ಲಿ ಜಗತ್ತಿನೊಂದಿಗೆ ಬೆರೆಯಬಲ್ಲೆವು. ನಾಯಕನೊಬ್ಬ ತನ್ನ ಜನರ ಭಾವನೆಗಳೊಂದಿಗೆ ಬೆಸೆದಾಗ ಮಾತ್ರ ಉನ್ನತವಾದ ಗುರಿಗಳನ್ನು ಹೊಂದಲು ಅವರನ್ನು ಪ್ರೇರೇಪಿಸಬಲ್ಲ ಮತ್ತು ಗುರಿಗಳನ್ನು ತಲುಪುವ ಅಂತಃಶಕ್ತಿ ಮತ್ತು ಸಾಮರ್ಥ್ಯವನ್ನು ಸೃಷ್ಟಿಸಬಲ್ಲ.

ಜೀವನವೊಂದು ನಿರಂತರ ಹೊಂದಾಣಿಕೆ

ಜೀವನದಲ್ಲಿ ಏನನ್ನು ತಾನೇ ಮಾಡಲು ಸಾಧ್ಯವಿಲ್ಲ? ಸುತ್ತಲಿನ ಜಗತ್ತನ್ನು ನೋಡುತ್ತಿದ್ದರೆ ಎಲ್ಲವನ್ನೂ ಸಾಧಿಸಬಹುದೆಂಬುದಕ್ಕೆ ಹಲವು ಪುರಾವೆಗಳು ದೊರೆಯುತ್ತವೆ. ಈ ಸತ್ಯದ ಜೊತೆಗೇ ವೈಯಕ್ತಿಕ ಮಟ್ಟದಲ್ಲಿ ನನಗೆ ಹೃದ್ಗತವಾದ ಸತ್ಯವೆಂದರೆ, ಜೀವನದ ಪ್ರತೀ ಹೆಜ್ಜೆಯಲ್ಲೂ ಹೊಂದಾಣಿಕೆ ಅನಿವಾರ್ಯ ಎಂಬುದು. ಬದುಕು ನಮ್ಮೆಡೆಗೆ ಅನಿರೀಕ್ಷಿತ ಬಾಣಗಳನ್ನು ಎಸೆಯುತ್ತಲೇ ಇರುತ್ತದೆ, ಇಲ್ಲಿ ಯಾವ ವಿಷಯಕ್ಕೂ ಆಶ್ವಾಸನಾಪತ್ರಗಳಿಲ್ಲ, ಈಗಿದ್ದ ಬಾಳು ಇನ್ನೊಂದು ಕ್ಷಣದಲ್ಲಿ ಹಾಗೆಯೇ ಇದ್ದೀತೆಂಬ ಭರವಸೆಯಿಲ್ಲ. ಈ ಮಾತು ನಮ್ಮ ಹಾಗೂ ಇತರರ ನಡುವಿನ ಒಪ್ಪಂದಗಳು ಮತ್ತು ತಿಳುವಳಿಕೆಗಳ ವಿಷಯದಲ್ಲೂ ಅಷ್ಟೇ ಸತ್ಯ. ಗ್ರಾಹಕರು, ಪಾಲುದಾರರು, ಪೂರೈಕೆದಾರರ ಜೊತೆಗಷ್ಟೇ ಅಲ್ಲ, ತಂದೆ–ತಾಯಂದಿರು, ಪತಿ–ಪತ್ನಿಯರು, ಸ್ವಂತ ಮಕ್ಕಳೊಡನೆ ಕೂಡಾ ಹಾಗೆಯೇ. ಪರಿಸ್ಥಿತಿ ರಾತ್ರೋರಾತ್ರಿ ಬದಲಾಗಬಹುದು. ಇಂತಹ ಚಲನಶೀಲ ಜಗತ್ತಿನಲ್ಲಿ ಉದ್ಭವಿಸುವ ಪ್ರತಿ ಸನ್ನಿವೇಶವನ್ನೂ ಸಮಚಿತ್ತದಿಂದ ಎದುರಿಸಬೇಕು. ಬದಲಾದ ಸಂದರ್ಭದಲ್ಲಿ, ಸಂಬಂಧಿಸಿದ ಎಲ್ಲರಿಗೂ ಒಳಿತಾಗುವಂಥ ಪರಿಹಾರಗಳನ್ನು ಹುಡುಕಬೇಕು. ನಾಯಕ ಸ್ಥಾನದಲ್ಲಿದ್ದವರು ಪರಿಸ್ಥಿತಿ ಹೇಗಿದೆಯೋ ಹಾಗೆ ಅದನ್ನು ನೋಡಬೇಕೇ ಹೊರತು ತಮಗೆ ಬೇಕಿದ್ದಂತೆ, ಅದು ಇರಬೇಕೆನ್ನುವುದಲ್ಲ. ವಸ್ತುಸ್ಥಿತಿಯನ್ನು ಬದಲಿಸಬೇಕಾದದ್ದು ಅವರ ಕೆಲಸವೇ ಹೊರತು ಬದಲಿ ವಾಸ್ತವದ ದೃಷ್ಟಿಯಿಂದ ಜೀವನವನ್ನು ನೋಡಹೊರಡುವುದಲ್ಲ.

ಅತಿಸಾಧನೆಯ ಜಾರ್ಗಲ್ಲು

ನನ್ನ ಜೀವನದಲ್ಲಿ ಬಹುಜನ ಅತಿಸಾಧಕರೊಂದಿಗೆ ವ್ಯವಹರಿಸಿದ್ದೇನೆ. ನಾನು ಕೂಡಾ ಅತಿಸಾಧನೆಯ ಲಕ್ಷಣಗಳನ್ನು ಹೊಂದಿದವನೇ ಎಂದು ನನ್ನ ಭಾವನೆ. ಈ 'ಅತಿಸಾಧನೆ'ಯೆಂಬುದು ನನ್ನಲ್ಲಿ ಭಾರೀ ಆಸಕ್ತಿ ಹುಟ್ಟಿಸುವ ವಿಷಯ. ಆದ್ದರಿಂದ ನನ್ನನ್ನೇ ನೆರಳಿನಂತೆ ಗಮನಿಸುತ್ತಾ ಬಂದಿರುವ ನನಗೆ, ಅದಕ್ಕಾಗಿ ತೆರಬೇಕಾದ ಬೆಲೆ ಅಪಾರ ಎಂಬುದು ಮನವರಿಕೆಯಾಗಿದೆ. ಅದನ್ನು ಸರಿಯಾಗಿ ನಿಭಾಯಿಸದಿದ್ದಲ್ಲಿ, ವೃತ್ತಿಜೀವನದ ಶಿಖರದಲ್ಲಿರುವಾಗಲೇ ಪರಿಸ್ಥಿತಿ ನಮ್ಮ ಕೈಮೀರಿ ಹೋಗಬಹುದು. ಅದಕ್ಕಿರುವ ಕಾರಣಗಳಾದರೋ ನಮ್ಮ ಸಾಮಾನ್ಯ ಪ್ರಜ್ಞೆಗೆ ನಿಲುಕದಂತಹವು. ಉದಾಹರಣೆಗಳು ಬೇಕಾದಷ್ಟಿವೆ. ಎಲ್ಲೆಲ್ಲೂ ಮನೆಮಾತಾದ ಬಿಲ್ ಕ್ಲಿಂಟನ್‌ನ ಅವಿವೇಕದಿಂದ ಹಿಡಿದು, ತಮ್ಮ ಅನೇಕ ವರ್ಷಗಳ ಉತ್ತಮ ಕೆಲಸ ಮತ್ತು ಖ್ಯಾತಿಯನ್ನು ಒಂದೇ ಒಂದು ಮೂರ್ಖ ನಡೆಯಿಂದಾಗಿ ಹಾಳುಮಾಡಿಕೊಳ್ಳುವ ವೃತ್ತಿಪರರವರೆಗೂ. ಬಹಳ ಜನ ಅತಿಸಾಧಕರು ತಮ್ಮದೇ ಆದ ವಾಸ್ತವದ ಗ್ರಹಿಕೆಯಲ್ಲಿದ್ದು, ಇತರರೊಡನೆ ವ್ಯವಹರಿಸುವಲ್ಲಿ ಸೋಲುತ್ತಾರೆ. ಹೀಗೆ ಸಂದರ್ಭಗಳನ್ನು ನಿಭಾಯಿಸಲಾಗದೆ, ಹೆಣಗಾಡುವ ಜನರನ್ನು ನೋಡಿದಾಗೆಲ್ಲ, ಸಾಮಾನ್ಯರಾಗಿರುವುದಕ್ಕೂ ಅದೃಷ್ಟವಿರಬೇಕು ಎಂದುಕೊಳ್ಳುತ್ತೇನೆ. ಮಹತ್ಸಾಧನೆ ಮಾಡುವ ಸಾಮರ್ಥ್ಯ ದೈವದ ಕೊಡುಗೆ. ಸರ್ವಕಲ್ಯಾಣವನ್ನು ಸೃಜಿಸುವುದಕ್ಕಾಗಿ ನಮಗೆ ನೀಡಲ್ಪಟ್ಟ ಧಾರಣಶಕ್ತಿ. ನಾವದರ ಟ್ರಸ್ಟಿಗಳು ಮಾತ್ರ. ನೀಡಿದ ದೈವ ಕ್ಷಣಮಾತ್ರದಲ್ಲಿ ಅದನ್ನು ಕಿತ್ತುಕೊಂಡೀತು. ಈ ದೃಷ್ಟಿಕೋನವಿದ್ದರೆ ಮಾತ್ರ ವಿನಯ ಅಳವಡುತ್ತದೆ. ಈ ವಿನಯವೇ ಹೆಚ್ಚಿನ ಮಹತ್ಸಾಧಕರು ಸೃಷ್ಟಿಸಿಕೊಳ್ಳುವ ಬದಲಿ ವಾಸ್ತವದ ಭ್ರಮೆಯಿಂದ ಅವರನ್ನು ಉಳಿಸಬಲ್ಲದು.

ಮಹತ್ಸಾಧಕರು ಪದೇ ಪದೇ ಒಂದು ಬಗೆಯ ಹತಾಶೆಗೊಳಗಾಗುತ್ತಾರೆ. ಅವರ ಮಾನದಂಡಗಳು ಬಹಳ ಉನ್ನತ ಮಟ್ಟದವಾಗಿದ್ದು, ಇತರರೂ ಅದನ್ನೇ ಪಾಲಿಸಬೇಕೆಂಬ ನಿರೀಕ್ಷೆ ಅವರದು. ಇದು ತರ್ಕಸಮ್ಮತವಾದರೂ ಎಲ್ಲರಿಗೂ ಒಪ್ಪಿಗೆಯಾಗುವಂಥದಲ್ಲ. ಹೀಗಾಗಿ ಬಹುಬೇಗನೆ ಹತಾಶೆ ಅವರನ್ನು ಮುತ್ತುತ್ತದೆ. ವ್ಯವಸ್ಥೆಯನ್ನು ಬದಲಿಸುವ ಸಾಮರ್ಥ್ಯವಿಲ್ಲದ ಹತಾಶೆಯೆಂದರೆ ಒಳಗಿನಿಂದ ಸುಡುವ ವಿಕಿರಣ ವಸ್ತುವಿದ್ದಂತೆ. ನಿಮ್ಮ ಮಹತ್ವಾಕಾಂಕ್ಷೆ ಮತ್ತು ನಿಮಗಿರುವ ಸಾಮರ್ಥ್ಯದ ಮಧ್ಯದ ಅಂತರವೇ ಹತಾಶೆ. ಒಂದೋ ಸಾಮರ್ಥ್ಯವನ್ನು ಹೆಚ್ಚಿಸಿಕೊಳ್ಳಿ, ಇಲ್ಲವೇ ಆಕಾಂಕ್ಷೆಯ ಮಟ್ಟವನ್ನು ಇಳಿಸಿಕೊಳ್ಳಿ. ವಿಕಿರಣ ಕ್ರಿಯೆಯನ್ನು ಒಳಗೆ ಹುದುಗಿಸಿಕೊಂಡು ಸುಮ್ಮನೇ ಕುಳಿತಿರಬೇಡಿ.

ನಿಮ್ಮ ಸುತ್ತಲಿರುವ ಎಲ್ಲವನ್ನೂ ಬದಲಿಸುವುದು ನಿಮ್ಮಿಂದ ಸಾಧ್ಯವಿಲ್ಲ. ಇತರರಿಗಿಂತ ಮುಂಚಿತವಾಗಿ ನೀವು ಏನನ್ನೋ ಕಂಡುಕೊಂಡಿರೆಂದ ಮಾತ್ರಕ್ಕೆ ಜಗತ್ತು

ನಿಮ್ಮನ್ನು ಹಿಂಬಾಲಿಸುವುದಿಲ್ಲ. ನೀವು ನಿಯಂತ್ರಿಸಬಲ್ಲ ವಿಷಯಗಳ ಬಗೆಗಷ್ಟೇ ಚಿಂತಿಸಿ ಮತ್ತು ಅವುಗಳಲ್ಲೊಂದು ದೀರ್ಘಕಾಲೀನ ಬದಲಾವಣೆಯನ್ನು ತನ್ನಿರಿ. ಸ್ಟೀವೆನ್ ಕೋವೆಯ 'ಝೋನ್ ಆಫ್ ಕನ್ಸರ್ನ್' ಮತ್ತು 'ಝೋನ್ ಆಫ್ ಇನ್‌ಫ್ಲುಯೆನ್ಸ್' ಇದೇ ವಿಷಯಕ್ಕೆ ಸಂಬಂಧಿಸಿದೆ. ಪ್ರಭಾವ ಬೀರಲಾಗದ ಕಳಕಳಿ ಅಪ್ರಯೋಜಕ.

ಸಾಮಾನ್ಯನೇ ನಿಜಕ್ಕೂ ಅಸಾಮಾನ್ಯನು

ಬಾಸ್‌ಗಳನ್ನು ಮೆಚ್ಚಿಸುವ ಪ್ರಯತ್ನ ದೀರ್ಘಕಾಲದಲ್ಲಿ ಪ್ರಯೋಜನಕಾರಿಯಲ್ಲ ಎಂಬುದು ಜೀವನದಲ್ಲಿ ನನಗೆ ಅರ್ಥವಾಗಿದೆ. ನಿಮ್ಮಿಂದ ಸದಾ ಉಪಕಾರವನ್ನೇ ನಿರೀಕ್ಷಿಸುವ ಬಾಸ್‌ನನ್ನು ಯಾವ ಉಡುಗೊರೆಯೂ ತೃಪ್ತಿಪಡಿಸಲಾರದು; ಅದು ತನ್ನ ಹಕ್ಕೆಂದೇ ಆತ ಭಾವಿಸಿರುತ್ತಾನೆ. ಅದರ ಬದಲಾಗಿ ನಿಮ್ಮ ಕೆಳಗಿನವರಿಗೆ ನೀವು ತೋರುವ ಔದಾರ್ಯ, ಅವರೆಡೆಗಿನ ಒಂದು ಮುಗುಳ್ನಗೆ, ಒಂದು ಹಿತನುಡಿ ಮತ್ತು ಬೆನ್ನು ತಟ್ಟಿ ವ್ಯಕ್ತಪಡಿಸುವ ವಿಶ್ವಾಸ, ಇವುಗಳು ನಿಮ್ಮನ್ನು ಅವರೆಂದೂ ಮರೆಯದಂತೆ ಮಾಡುತ್ತವೆ. ಪ್ರತಿಯಾಗಿ, ನಿಮ್ಮೊಂದಿಗೆ ಯಾವುದೇ ಧ್ರುವಕ್ಕೂ ಅವರು ಹೆಜ್ಜೆ ಹಾಕುತ್ತಾರೆ. ಮೇಲಧಿಕಾರಿಗಳನ್ನು ಮೆಚ್ಚಿಸುತ್ತಾ ನಿಮ್ಮ ಸಮಯ ವ್ಯರ್ಥ ಮಾಡದಿರಿ. ಸಾಮಾನ್ಯರ ಕಡೆಗೆ ಗಮನ ಹರಿಸಿ. ಈ ಸ್ಪರ್ಧಾತ್ಮಕವಾದ ಕ್ರೂರ ಪ್ರಪಂಚದಲ್ಲಿ ನಿಮಗಿದು ಪ್ರಜ್ಞಾವಿರೋಧಿಯಾಗಿ ಭಾಸವಾಗಬಹುದು. ಆದರೆ, ನನ್ನ ಮಾತು ನಂಬಿ, ಚಿಕ್ಕವರೆಡೆಗೆ ಗಮನ ಹರಿಸಿದಾಗ ತಯಾರಾಗುವ ನಿಮ್ಮ ಬೆಂಬಲಿಗರ ಪಡೆಯನ್ನು ಯಾವ ಮೇಲಧಿಕಾರಿಯೂ ಎಂದಿಗೂ ಉಪೇಕ್ಷಿಸಲಾರ.

ಕಾರ್ಯರೂಪಕ್ಕಿಳಿದದ್ದು ಮಾತ್ರ ಉತ್ಕಟ ಆಸಕ್ತಿ

ನನ್ನ ಮುಂದಿನ ಪಾಠ ಅತಿ ಉತ್ಕಟ ಆಸಕ್ತಿಯುಳ್ಳ ಕೆಲವು ವ್ಯಕ್ತಿಗಳ ವಿಷಯದಲ್ಲಿದೆ. ಅಮೆರಿಕದಲ್ಲಿ ಪ್ರಸಿದ್ಧವಾದ ಬಹುರಾಷ್ಟ್ರೀಯ ಕಂಪನಿಯೊಂದರಿಂದ ಬಂದ ಒಬ್ಬ ತರುಣಿ ನಮ್ಮ ಬೆಂಗಳೂರಿನ ಮೈಂಡ್‌ಟ್ರೀ ಕಚೇರಿಯನ್ನು ಸೇರಿದಳು. ತನ್ನ ಸುತ್ತಲಿನ ಎಲ್ಲ ವಿಷಯಗಳ ಬಗ್ಗೆ ಆಕೆಗೆ ತೀವ್ರ ಆಸಕ್ತಿಯಿತ್ತು – ನಾಯಕತ್ವದ ಸಮಸ್ಯೆಗಳು, ಹೊಸಶೋಧನೆ ಮತ್ತು ಹೆಂಗಸರ ಸಬಲೀಕರಣದಿಂದ ಹಿಡಿದು, ಆಡಳಿತದಲ್ಲಿನ ಚಿಕ್ಕ ತೊಡಕುಗಳನ್ನು ಬಗೆಹರಿಸುವವರೆಗೂ ಆಕೆ ಅತಿ ಉತ್ಸುಕಳಾಗಿದ್ದಳು. ಖಚಿತ ಅಭಿಪ್ರಾಯಗಳಿದ್ದ ಆಕೆಗೆ ಎಲ್ಲ ವಿಷಯದಲ್ಲೂ, ಎಲ್ಲಿ ತಪ್ಪಿದೆ, ಅದನ್ನು ಹೇಗೆ ಸರಿಪಡಿಸಬೇಕು ಎಂಬ ಅಪಾರ ತಿಳುವಳಿಕೆಯಿತ್ತು. ನಮ್ಮ ಸಂಸ್ಥೆಯಲ್ಲಿ ಒಮ್ಮೆ ಲೈಂಗಿಕ ಕಿರುಕುಳದ ಘಟನೆ ನಡೆದಾಗ, ಆ ವಿಷಯದಲ್ಲಿ ಅಂತರ್‌ರಾಷ್ಟ್ರೀಯ ಪ್ರಸಿದ್ಧಿ

ಪಡೆದ ಲಿಂಡಾ ಹೋವಾರ್ಡ್‌ರನ್ನು ನಮ್ಮ ಉದ್ಯೋಗಿಗಳೊಂದಿಗೆ ಮಾತನಾಡಲು ಆಹ್ವಾನಿಸಿದ್ದೆ. ಲಿಂಡಾ ನಮ್ಮೊಂದಿಗೆ ಮಾತನಾಡಿ, ಸಂಬಂಧಿಸಿದ ಕೆಲವು ಅಂಶಗಳನ್ನು ಎತ್ತಿ ತೋರಿಸಿದರು. ಸಂಸ್ಥೆಯಲ್ಲಿ ಮಹಿಳಾ ಸಮಿತಿಯೊಂದನ್ನು ರಚಿಸುವ ಅವಶ್ಯಕತೆ ಯಿದೆಯೆಂದು ನಮಗೆ ಮನದಟ್ಟಾಯಿತು. ಆದರೆ ಅದು ತಳಮಟ್ಟದಿಂದ ಕೆಲಸ ಮಾಡುವ ಸ್ವಯಂಸೇವಕರಿಂದ ಕೂಡಿದ ಸಮಿತಿಯಾಗಬೇಕಿತ್ತು. ಉತ್ಸುಕತೆಯ ಪ್ರತಿರೂಪವಾಗಿದ್ದ ಆ ತರುಣಿ ಈ ವಿಷಯದಲ್ಲಿ ನಮ್ಮ ದೂರದೃಷ್ಟಿ ಮತ್ತು ಅದರಿಂದಾಗುವ ಪ್ರಯೋಜನಗಳ ಡಾಕ್ಯುಮೆಂಟ್ ಒಂದನ್ನು ತಯಾರಿಸಿ, ನನ್ನೊಡನೆ ಭೇಟಿಗೆ ಸಮಯ ಕೇಳಿದಳು. ಇಬ್ಬರೂ ಕೂತು ಸಮಿತಿಯಿಂದ ಸಾಧಿಸಬಹುದಾದ ವಿಷಯಗಳ ಬಗ್ಗೆ ವಿವರವಾಗಿ ಚರ್ಚಿಸಿದೆವು. ಆಕೆ ತಯಾರಿಸಿದ ಡಾಕ್ಯುಮೆಂಟ್ ಅತ್ಯುತ್ತಮವಾಗಿತ್ತು, ನಾನದನ್ನು ಬಹುವಾಗಿ ಮೆಚ್ಚಿದೆ. ಅದೊಂದು ಕಷ್ಟಸಾಧ್ಯವಾದ, ಉನ್ನತ ಮಟ್ಟದ ಯೋಜನೆಯಾದರೂ, ಜಾರಿಗೆ ತರಲು ಯೋಗ್ಯವಾಗಿತ್ತು. ಯೋಜನೆಯನ್ನು ಕೈಗೆತ್ತಿಕೊಳ್ಳಲು ದೂರದೃಷ್ಟಿ ಮತ್ತು ಸೇವಾನಾಯಕತ್ವದ (Servant Leadership) ಅವಶ್ಯಕತೆಯಿತ್ತು. ಚರ್ಚೆಯ ಕೊನೆಯಲ್ಲಿ, ಆಕೆ ಈ ಧ್ಯೇಯಕ್ಕೆ ಕನಿಷ್ಠ ತನ್ನ ಮೂರು ವರ್ಷಗಳನ್ನು ಮೀಸಲಿಡಲು ಸಿದ್ಧವಿದ್ದರೆ ಮಾತ್ರ ಅದನ್ನು ಕೈಗೆತ್ತಿಕೊಳ್ಳಬೇಕೆಂದು ತಿಳಿಸಿದೆ. ಇದನ್ನು ಕೇಳಿದ ಆಕೆಗೆ ಮಾತೇ ಹೊರಡಲಿಲ್ಲ. ನಂತರ ನಿಧಾನವಾಗಿ ತಡವರಿಸುತ್ತಾ ತಾನಾಗಲೇ ರಾಜೀನಾಮೆ ಸಲ್ಲಿಸಿರುವುದಾಗಿಯೂ, ತನ್ನ ಹಳೆಯ ಸಂಸ್ಥೆ ನಿರಾಕರಿಸಲಾಗದಂತಹ ವೇತನವೊಂದನ್ನು ಮುಂದಿಟ್ಟಿದ್ದರಿಂದ ಅಲ್ಲಿಗೆ ಮರಳುತ್ತಿದ್ದೇನೆಂದೂ ತಿಳಿಸಿದಳು. ಸಂಸ್ಥೆ ತೊರೆಯುವ ಆಕೆಯ ನಿರ್ಧಾರದಿಂದ ನನಗೆ ನಿರಾಶೆಯಾಗಲಿಲ್ಲ; ಆದರೆ ಆಕೆಯ ತೀವ್ರ ಆಸಕ್ತಿ ಎಲ್ಲಿ ಹೋಯಿತು? ಅದರ ಬಗ್ಗೆ ನನಗೆ ಪಿಚ್ಚೆನಿಸಿತು. ಉತ್ಕಟ ಆಸಕ್ತಿ ಇದ್ದರೆ ಅದು ಕಾರ್ಯದಲ್ಲಿ ವ್ಯಕ್ತವಾಗಬೇಕು. ಪ್ರಪಂಚದಲ್ಲಿ ಏನು ತಪ್ಪಿದೆ ಎಂದು ಬಹಳ ಜನರಿಗೆ ಗೊತ್ತಿದೆ. ಬರಿಯ ಜ್ಞಾನ ಮತ್ತು ಭಾವತೀವ್ರತೆಯಿಂದ ಯಾವ ಪ್ರಯೋಜನವೂ ಇಲ್ಲ. ಬೇಕಾಗಿರುವುದು, ಎಳ್ಳಷ್ಟೇ ಆದರೂ ನಿಜವಾದ ಬದಲಾವಣೆಯನ್ನು ತರುವುದು. ಅದಕ್ಕೇ ಮಹಾತ್ಮಾ ಗಾಂಧಿ ಹೇಳಿದ್ದು, 'ನೀನೇನು ಬದಲಾವಣೆಯನ್ನು ಬಯಸುತ್ತೀಯೋ ಅದೇ ನೀನಾಗು.'

ಛಲ ಬಿಡದ ಸಾಧನೆಯ ಬಲ

ಬದುಕು ನನಗೆ ಕಲಿಸಿದ ಮತ್ತೊಂದು ಮಹತ್ವದ ಪಾಠ ನಿರಂತರ ಪ್ರಯತ್ನದ ಕುರಿತಾದ್ದು. ಸುತ್ತಲೂ ಕಣ್ಣು ಹರಿಸಿ, ಸಂಸ್ಥೆಗಳ ಅತ್ಯುನ್ನತ ಪದವಿಯಲ್ಲಿರುವ ಶ್ರೇಷ್ಠ ನಾಯಕರುಗಳನ್ನು ಅವರ ಕೆಳಗಿರುವವರೊಂದಿಗೆ ಹೋಲಿಸಿ ನೋಡಿ. ಎಷ್ಟೋ ಬಾರಿ ಕಿರಿಯರೇ ಪ್ರತಿಭಾನ್ವಿತರು, ಸಮರ್ಥರು ಮತ್ತು ಚತುರರಾಗಿರುವುದನ್ನು ಕಾಣುತ್ತೀರಿ. ಆದರೆ ಪಟ್ಟು ಹಿಡಿದು ಸಾಧಿಸುವ ವಿಷಯದಲ್ಲಿ ನಾಯಕನು ಕಿರಿಯರನ್ನು

ಮೀರಿಸುವನು. ಕೆಲವೊಮ್ಮೆ, ಅದೂ ದೀರ್ಘ ಕಾಲದ ಜಯಕ್ಕೆ ಕಾರಣವಾಗುವುದು ನಿಮ್ಮೊಳಗಿನ ಪ್ರತಿಭೆಯಲ್ಲ, ಛಲ ಬಿಡದ ಸಾಧನೆ. ನೋವನ್ನು ಬಹುಕಾಲ ತಾಳಿಕೊಳ್ಳಬಲ್ಲ ಶಕ್ತಿಯಿಂದಲೇ ಯಶಸ್ಸು ಸಿಗುವುದು ಎಂಬುದು ಒಬ್ಬ ಮ್ಯಾರಥಾನ್ ಓಟಗಾರನಿಗೆ ಗೊತ್ತು. ವ್ಯವಹಾರದಲ್ಲಿ ಅಥವಾ ಜೀವನದಲ್ಲಿ ಎಲ್ಲವೂ ನಿಮಗೆ ಪ್ರತಿಕೂಲವಾಗಿಯೇ ಇವೆಯೆನಿಸುವ ಸಂದರ್ಭಗಳು ಅನೇಕವಿರುತ್ತವೆ. ಜೀವನ ಮುಗಿದೇ ಹೋಯಿತು ಎನ್ನುವ ಹಂತಕ್ಕೆ ಒಮ್ಮೊಮ್ಮೆ ಬಂದು ನಿಲ್ಲುತ್ತೇವೆ. ನಿರಾಶೆಯ ಕತ್ತಲು ಕವಿದು, 'ಅಂಕವನ್ನು ಬಿಟ್ಟು ಹೊರಡಿನ್ನು, ಎಂದೂ ತಿರುಗಿ ಬಾರದ ಹಾಗೆ' ಎನ್ನತೊಡಗುತ್ತದೆ. ಇಂಥಾ ಸಮಯದಲ್ಲಿ ಅಲ್ಲಿಯೇ ಗಟ್ಟಿಯಾಗಿ ನಿಲ್ಲಿ.

ಸಂತೋಷದ ಕೀಲಿಕೈ ಹಣದಲ್ಲಿಲ್ಲ

ಹತ್ತು ಸಾವಿರ ಡಾಲರ್‌ಗಳಿಗಿಂತ ಹೆಚ್ಚಾಗಿ ಎಷ್ಟೇ ಹಣವಿದ್ದರೂ ಅದು 'ಸಂತೋಷ'ವನ್ನು ಕೊಡಲಾರದು ಎಂದು ಪ್ರಪಂಚದ ಅತಿ ಶ್ರೀಮಂತ ವ್ಯಕ್ತಿಗಳಲ್ಲೊಬ್ಬನಾದ ಕೋಟ್ಯಾಧಿಪತಿ ವಾರೆನ್ ಬಫೆಟ್ ಹೇಳಿದ್ದಾನೆ. ಸಂದೇಶ ಸ್ಪಷ್ಟವಾಗಿದೆ – ಎಷ್ಟು ಬೇಕಾದರೂ ಭೌತಿಕ ಸಂಪತ್ತನ್ನು ಗಳಿಸಿ, ಆದರೆ, ಅದು ನಿಮ್ಮ ಆನಂದದ ಸೆಲೆಯಾಗುವುದೆಂದು ಭಾವಿಸಬೇಡಿ. ಸಂಪಾದಿಸುವ ಆಸೆಯನ್ನೇ ಕೈ ಬಿಡಬೇಕೆಂಬುದು ಇದರರ್ಥವಲ್ಲ, ಹಾಗೆ ಮಾಡುತ್ತಲೇ, ಹಣ ತರುವ ಸಂತೋಷದ ಬಗ್ಗೆ ನಿಮ್ಮ ನಿರೀಕ್ಷೆಗಳನ್ನು ಮೊಟಕುಗೊಳಿಸಿ. ನಿಮಗೆ ಅನಿರೀಕ್ಷಿತವಾಗಿ ಸಂಬಳದಲ್ಲಿ ಭಾರೀ ಹೆಚ್ಚಳವಾದಾಗಿನ ದಿನ ನೆನಪಿದೆಯೇ? ಆ ಸುಖದ ಅನುಭೂತಿ ಎಷ್ಟು ಕಾಲ ಹಾಗೇ ಇತ್ತು? ಅದರ ನಂತರ ಏನಾಯಿತು? ಜೀವನದಲ್ಲಿ ಹಣ ಮುಖ್ಯ ನಿಜ, ಆದರೆ ಅದೆಂದೂ ದೀರ್ಘಕಾಲೀನ ಆನಂದವನ್ನು ತರಲಾರದು.

'ನಿಮ್ಮ' ಆಚೆಗೆ ನೋಟ ಹರಿಸಿ

ಆಸ್ಪತ್ರೆಯಲ್ಲಿನ ಮಕ್ಕಳ ವಾರ್ಡು ಜೀವನದ ಮಹತ್ವದ ಪಾಠಗಳನ್ನು ಕಲಿಸುತ್ತದೆ. ನಮ್ಮ ಮೊದಲ ಮಗಳು ನೇಹಾ ಜನಿಸಿದಾಗ ನಾನು ಮತ್ತು ಸುಸ್ಮಿತಾ ಇಬ್ಬರಿಗೂ ಬಹಳ ಚಿಕ್ಕ ವಯಸ್ಸು. ಆರು ತಿಂಗಳ ಮಗಳು ತೀವ್ರ ಸ್ವರೂಪದ ಬ್ರಾಂಕೊಲೈಟಿಸ್‌ನಿಂದ ನರಳುತ್ತಿದ್ದಳು. ಉಸಿರಾಟ ಬಹಳ ಕಷ್ಟವಾಗಿತ್ತು. ಆಸ್ಪತ್ರೆ ಸೇರಿದ ನೇಹಾ ಆಕ್ಸಿಜನ್ ಟೆಂಟ್‌ನ ಕೆಳಗೆ ಮಲಗಿದ್ದಳು. ನನ್ನ ಪುಟ್ಟ ಮಗುವನ್ನು ಆ ಸ್ಥಿತಿಯಲ್ಲಿ ನೋಡಲಾಗದೆ, ನನ್ನ ಹೃದಯ ಚೂರುಚೂರಾಗಿ ಅವಳಿಗೆ ನನ್ನ ಉಸಿರನ್ನು ತುಂಬಲೇ ಎನಿಸಿತ್ತು. ಚಿಕ್ಕವನಿದ್ದಾಗ ಅಸ್ತಮಾದಿಂದ ನರಳಿದ್ದರಿಂದ ಆಕೆಯ ಬಾಧೆ ನನಗರ್ಥವಾಗುತ್ತಿತ್ತು. ಇಡೀ ಜಗತ್ತೇ ಅವಳ ಆರೈಕೆಗೆ ಧಾವಿಸಲಿ, ಆಸ್ಪತ್ರೆಯ ಸಿಬ್ಬಂದಿ ಅವಳ ಸುತ್ತಲೇ

ಅಡ್ಡಾಡುತ್ತಿರಲಿ ಎಂಬ ಭಾವ ಮನದಲ್ಲಿ. ತೀವ್ರ ವ್ಯಾಕುಲತೆ, ಒಂಟಿತನಗಳಿಂದ ಕೂಡಿದ ವಿಷಮ ಪರಿಸ್ಥಿತಿಯಲ್ಲಿ ನಾನಿದ್ದೆ. ಆಗ, ಅದೇ ಕೋಣೆಯಲ್ಲಿ ಡಯಾಲಿಸಿಸ್ ಮಾಡಿಸಿಕೊಳ್ಳುತ್ತಿದ್ದ ಹತ್ತು ವರ್ಷದ ಹುಡುಗನೊಬ್ಬ ಕಣ್ಣಿಗೆ ಬಿದ್ದ. ಅವನನ್ನು ನೋಡಿಕೊಳ್ಳುವವರು ಯಾರೂ ಇರಲಿಲ್ಲ. ಆತನ ಮನೆಯವರು ಹುಡುಗನ ಕಾಯಿಲೆ, ಸಂಕಟಗಳಿಂದ ಸೋತು ಸುಣ್ಣವಾಗಿ ಅವನನ್ನು ಆಸ್ಪತ್ರೆ ಮತ್ತು ದೇವರ ಕೈಗೊಪ್ಪಿಸಿ ಒಬ್ಬನನ್ನೇ ಬಿಟ್ಟು ಹೋಗಿದ್ದರು– ಎಂಬುದು ನಂತರ ತಿಳಿದ ವಿಷಯ. ನೇಹಾ ಆಸ್ಪತ್ರೆಯಲ್ಲಿದ್ದ ಎರಡು ದಿನಗಳಲ್ಲಿ ತಮ್ಮದೇ ಆದ ಸೆಣಸಾಟದಲ್ಲಿದ್ದ ಅನೇಕ ಮಕ್ಕಳನ್ನು ನೋಡಿದೆ. ಕೆಲವರಂತೂ ಸಾಕಷ್ಟು ಉಲ್ಲಾಸದಿಂದಲೇ ಹೋರಾಡುತ್ತಿದ್ದರು. ನನ್ನ ನೋವು ಎಷ್ಟು ದೊಡ್ಡದು? ಇನ್ನೊಬ್ಬರ ನೋವನ್ನು ಕಾಣಲು, ಸ್ಪಂದಿಸಲು ನಾನು ಎಷ್ಟು ಅಸಮರ್ಥನೋ ಅಷ್ಟು ದೊಡ್ಡದು ಎಂಬ ಪಾಠ ಕಲಿತಿದ್ದೆ.

ಶ್ರೇಷ್ಠ ವ್ಯಕ್ತಿಗಳು ತಪ್ಪೊಪ್ಪಿಕೊಳ್ಳುತ್ತಾರೆ

ಬದುಕಿನ ಪಯಣದಲ್ಲಿ ಸಾಗುವಾಗ ನಮ್ಮಿಂದ ತಪ್ಪುಗಳಾಗುತ್ತವೆ. ಕೆಲವೊಮ್ಮೆ ಜನರ ಮನಸ್ಸನ್ನು ನೋಯಿಸುತ್ತೇವೆ. ಅನೇಕ ಪ್ರಸಂಗಗಳಲ್ಲಿ, ಕೊಟ್ಟ ನೋವು ಉದ್ದೇಶಪೂರ್ವಕವಾಗಿರುವುದಿಲ್ಲ. ಆದರೆ ನೋವನುಭವಿಸಿದವನಿಗೆ ಅದು ಸತ್ಯವೇ. ಒಬ್ಬರನ್ನು ನೋಯಿಸಿದ್ದೇವೆ ಎಂಬುದು ತಿಳಿದ ಮೇಲೂ, ನೋವನುಭವಿಸಿದ ವ್ಯಕ್ತಿ ತಪ್ಪು ಕಲ್ಪನೆಯಲ್ಲಿದ್ದಾನೆ, ಹಾಗೆ ತಿಳಿದುಕೊಳ್ಳುವ ಅವಶ್ಯಕತೆಯೇ ಇರಲಿಲ್ಲ ಎಂಬೆಲ್ಲಾ ಬೌದ್ಧಿಕ ವಿವರಣೆಗಳನ್ನು ಕೊಡುವಲ್ಲಿ ನಾವು ಅಪಾರ ಸಮಯ ಕಳೆಯುತ್ತೇವೆ. ಇದು ಅನವಶ್ಯಕ; ವಿವರಣೆಗಳಿಗಿಳಿಯಲು ಕಾರಣವೊಂದೇ – ನಮ್ಮ ಅಹಂಕಾರ. ಆ ಕ್ಷಣದಲ್ಲಿ ಬೇಕಾದದ್ದು, 'ನನ್ನಿಂದ ತಪ್ಪಾಯಿತು' ಎಂಬ ಒಂದೇ ಒಂದು ಹೃದಯಪೂರ್ವಕವಾದ ಮಾತು. ತಪ್ಪಾದ ಒಡನೆಯೇ, ಪ್ರಾಮಾಣಿಕವಾಗಿ ತಪ್ಪೊಪ್ಪಿಕೊಳ್ಳುವವನೇ ಶ್ರೇಷ್ಠ ನಾಯಕ. ಕ್ಷಮೆ ಯಾಚನೆಯಿಂದ ನೀವು ದುರ್ಬಲರಾಗುವುದಿಲ್ಲ, ಬುದ್ಧಿ ಮತ್ತು ಭಾವದ ನಡುವಿನ ಅಂತರವನ್ನು ಮೊಟಕುಗೊಳಿಸುತ್ತೀರಿ.

ನಿಮ್ಮನ್ನು ನೀವು ಕ್ಷಮಿಸಿಕೊಳ್ಳಿ

ಆಗಾಗ್ಗೆ ನಾನು ಭೇಟಿಯಾಗುವ ಅಸಾಧಾರಣ ಮಟ್ಟದ ನಾಯಕರುಗಳಲ್ಲಿ ಒಂದು ಸ್ವಭಾವ ನನಗೆ ಗೋಚರವಾಗಿದೆ. ಹಲವು ವರ್ಷಗಳ ಹಿಂದೆ ದಾರಿ ತಪ್ಪಿದ ತಮ್ಮ ಪ್ರೀತಿಪಾತ್ರರೋ, ಮಾರ್ಗದರ್ಶಕನೋ ಅಥವಾ ಇನ್ನ್ಯಾರದೋ ಬಗ್ಗೆ ಹಳೆಯದೊಂದು ಅಸಮಾಧಾನ, ವಿರೋಧಗಳು ಅವರ ಮನದ ಮೂಲೆಯಲ್ಲಿ ಗೂಡು ಕಟ್ಟಿರುತ್ತವೆ.

ಅವರ ಒಳಗನ್ನು ತೀವ್ರವಾಗಿ ಘಾಸಿಗೊಳಿಸಿರುವ ಅದು ಆಗಾಗ ಹೊರಬರುತ್ತದೆ. ಜೀವನದಲ್ಲಿ ಇತರರನ್ನು ಕ್ಷಮಿಸುವುದನ್ನು ಕಲಿಯಬೇಕು ಮತ್ತು ಕೆಲವೊಮ್ಮೆ ನಿಮ್ಮನ್ನು ನೀವೂ ಕ್ಷಮಿಸಿಕೊಳ್ಳಬೇಕು.

ಆತ್ಮಸಂದೇಹವೂ ಪ್ರಯೋಜನಕಾರಿ

ನಿಮಗೆ ನನ್ನ ಕೊನೆಯ ಪಾಠ ನಮ್ಮೊಳಗೆ ಏಳುವ ಸಂಶಯ, ಅನುಮಾನಗಳ ಕುರಿತಾಗಿದೆ. ಆಗಾಗ್ಗೆ ತಲೆದೋರುವ ಸಂದೇಹ, ಜಿಜ್ಞಾಸೆಗಳಲ್ಲಿ ತಪ್ಪೇನೂ ಇಲ್ಲ. ಜೀವನದ ಕವಲುದಾರಿಯಲ್ಲಿ ಬಂದು ನಿಂತಿದ್ದೇನೆಂಬ ಭಾವ ಆವರಿಸಿದ ಕ್ಷಣಗಳಲ್ಲಿ ಈ ಬದುಕಿಗೆ ಅರ್ಥವೇನು? ದೇವರು ನಿಜಕ್ಕೂ ಇದ್ದಾನೆಯೇ ಎಂಬ ಪ್ರಶ್ನೆಗಳು ಮೂಡುವುದು ಸಹಜ. ಹೀಗನಿಸುವುದು ನಿಮ್ಮೊಬ್ಬರಿಗೇ ಅಲ್ಲ. ಇದು ಅನಾದಿ ಕಾಲದಿಂದಲೂ ನಡೆದುಕೊಂಡು ಬಂದದ್ದೇ. ಸಮಾಜವನ್ನು ಬದಲಿಸುವಂತಹ ಕೆಲಸ ಮಾಡುವವರು ಮೇಲಿಂದ ಮೇಲೆ ತೀವ್ರ ಆತ್ಮಶೋಧನೆಗೆ ತೊಡಗುತ್ತಾರೆ. ಅದು ಉತ್ತಮ ಲಕ್ಷಣ. ಏಕೆಂದರೆ ಆಳವಾದ ಜಿಜ್ಞಾಸೆಯು ನಮ್ಮ ಬಂಧನಗಳನ್ನು ಸಡಲಿಸುತ್ತದೆ; ಅದರಿಂದ ಒಂದು ದೃಢನಿರ್ಧಾರ ಹೊರಹೊಮ್ಮಿ ಜಗವನ್ನೇ ಚುಂಬಿಸುವ ಸಾಮರ್ಥ್ಯ ಮೈಗೂಡುತ್ತದೆ.

ಉಪಸಂಹಾರ

ನನ್ನ ಮೊದಲ ಪುಸ್ತಕ 'High Performance Entrepreneur' ಗೆ ಓದುಗರಿಂದ ಅಪಾರ ಪ್ರಸಂಸೆ ಬಂದ ನಂತರ ಅವರಿಗೆ ಕೊಡಲು ನನ್ನಲ್ಲಿ ಮತ್ತೇನು ಉಳಿದಿದೆ ಎಂದುಕೊಂಡಿದ್ದೆ. 2004ರಲ್ಲಿ, ಬೆಂಗಳೂರಿನಲ್ಲಿರುವ ಇಂಡಿಯನ್ ಇನ್‌ಸ್ಟಿಟ್ಯೂಟ್ ಆಫ್ ಮ್ಯಾನೇಜ್‌ಮೆಂಟ್‌ನಲ್ಲಿ ಆ ವರ್ಷ ಹೊರಬರುತ್ತಿದ್ದ ವಿದ್ಯಾರ್ಥಿಗಳನ್ನುದ್ದೇಶಿಸಿ ಉದ್ಘಾಟನಾ ಭಾಷಣ ಮಾಡಿದೆ. ಅದರ ಶೀರ್ಷಿಕೆ, 'ಗೋ, ಕಿಸ್ ದ ವರ್ಲ್ಡ್' ಎಂದಾಗಿತ್ತು. ಭಾರತದ ಚಿಕ್ಕ ಊರುಗಳಲ್ಲಿ ನಾನು ಕಳೆದ ಬಾಲ್ಯ, ತಂದೆ ತಾಯಿಗಳು ನನ್ನನ್ನು ಬೆಳೆಸಿದ ರೀತಿ ಮತ್ತು ಅವರು ಕಲಿಸಿದ ಪಾಠಗಳು, ಮುಂತಾದವುಗಳ ಬಗ್ಗೆ ಮಾತನಾಡಿ, ಹಲವಾರು ವಿಷಯಗಳನ್ನು ಹಂಚಿಕೊಂಡೆ. ತದನಂತರ ಆ ಭಾಷಣ ಇಂಟರ್‌ನೆಟ್‌ನಲ್ಲಿ ಜೀವ ತಳೆದು ಹರಿದಾಡುತ್ತದೆಂಬ ಕಲ್ಪನೆಯೂ ಆಗ ನನಗಿರಲಿಲ್ಲ. ಅದಕ್ಕೆ ದೊರಕಿದ ಪ್ರತಿಕ್ರಿಯೆಯ ಮಹಾಪೂರ ನನ್ನನ್ನು ಮೂಕನನ್ನಾಗಿಸಿತ್ತು. ಆಗ, ನನ್ನ ಪೂರ್ತಿ ಜೀವನವನ್ನು ಓದುಗರೊಡನೆ ಹಂಚಿಕೊಳ್ಳಬಹುದೆಂಬ ಯೋಚನೆ ಹೊಳೆದು, ಅದರೊಂದಿಗೆ ನನ್ನ ಈ ಭರವಸೆಯ ಪಯಣದಲ್ಲಿ ಕಲಿತ ಪಾಠಗಳನ್ನೂ ಸೇರಿಸಿ ಕಟ್ಟಿಕೊಟ್ಟೆ.

ನನ್ನ ಬಾಲ್ಯ, ತಂದೆ–ತಾಯಿಗಳು ಕಳೆದ ಬದುಕು, ಮುಂತಾದವನ್ನು ಓದಿದ ನಿಮಗೆ ನನ್ನ ಜೀವನದ ಆರಂಭ ಹೋರಾಟದ್ದಾಗಿತ್ತೆಂಬ ಭಾವನೆ ಬಂದಿರಬಹುದು. ಆದರೆ ನನಗೆಂದೂ ಹಾಗೆ ಅನ್ನಿಸಲಿಲ್ಲ. ನನ್ನ ಬಾಲ್ಯಜೀವನ ಕಷ್ಟಮಯವಾಗಿರಲಿಲ್ಲ ಎಂದು ಸ್ಪಷ್ಟಪಡಿಸಬಯಸುತ್ತೇನೆ. ಅದೊಂದು ಸರಳ ಬದುಕಾಗಿತ್ತೇ ಹೊರತು ಪ್ರಯಾಸದ್ದಲ್ಲ. ಕೊರತೆ, ಬಡತನಗಳನ್ನು ಮೀರಿ ನಿಂತ ಕಥೆಯಲ್ಲ ನನ್ನದು. ಅದು ನನ್ನೊಳಗಿನ ತೃಪ್ತಿಯನ್ನು ಸಾರುವ, ಸಾಮಾನ್ಯರಾದವರು ಅಸಾಮಾನ್ಯವನ್ನು ಸಾಧಿಸುವ ಸಾಧ್ಯತೆಗಳನ್ನು ತೋರಪಡಿಸುವ ಕಥೆ. ನನ್ನ ತಂದೆ–ತಾಯಿಯರ ಸರಳ ಐಹಿಕ ಬದುಕಿನ ಬಗ್ಗೆ ನನಗೆ ಹೆಮ್ಮೆಯಿದೆ ಮತ್ತು ಕೊರತೆಯ ಭಾವವೆಂದೂ ನನ್ನನ್ನು ಕಾಡಿಲ್ಲ. ಸದಾ ಬೆರಗು ಹುಟ್ಟಿಸುವ, ಪ್ರೀತಿ ಮತ್ತು ಹೊಸ ಕಲಿಕೆಯಿಂದ ತುಂಬಿದ ವಾತಾವರಣದಲ್ಲಿ ನನ್ನ ಬಾಲ್ಯ ಶ್ರೀಮಂತವಾಗಿತ್ತೆಂದೇ ಹೇಳಬೇಕು. ನನ್ನ ಶಬ್ದಗಳು ಈ ಸಂದೇಶವನ್ನು ನಿಮಗೆ ತಲುಪಿಸಿವೆಯೆಂದು ಆಶಿಸುತ್ತೇನೆ.

ಲಕ್ಷಾಂತರ ತರುಣ ವೃತ್ತಿಪರರಿಗೆ, ಅದರಲ್ಲೂ ವಿಶೇಷವಾಗಿ ಭಾರತದ ಚಿಕ್ಕಪುಟ್ಟ ಪಟ್ಟಣಗಳಲ್ಲಿದ್ದವರಿಗೆ, ನೀವೂ ಬಾಳಿನಲ್ಲಿ ನನ್ನಂತೆ ಮುಂದೆ ಬರಬಹುದೆಂದು ತಿಳಿಸುವುದೇ ಈ ಪುಸ್ತಕದ ಉದ್ದೇಶ. ಆದರೆ ಮುಂದೆ ಬರುವುದೆಂದರೆ, ಸಾಕಷ್ಟು ಭೌತಿಕ ಸಂಪತ್ತನ್ನು ಒಟ್ಟುಗೂಡಿಸುವುದಾಗಲೀ ಅಥವಾ ವೈಯಕ್ತಿಕ ಯಶಸ್ಸಿಗಾಗಿ ಹಾತೊರೆಯುವುದಾಗಲೀ ಅಲ್ಲ. ಅದು ಇತರರನ್ನೂ ತನ್ನೊಡನೆ ಮುಂದೆ

ಕರೆದೊಯ್ಯುವ, ಬೆಳಕಿನಿಂದ ಮಹಾಬೆಳಕಿನೆಡೆಗೆ ಹೆಜ್ಜೆಯಿಡುವ ಪಯಣ. ಸಾಧಿಸಿದ್ದು 'ದೊಡ್ಡದು' ಎಂದು ಅನ್ನಿಸಿಕೊಳ್ಳುವುದಕ್ಕಿಂತ, 'ಒಳ್ಳೆಯದು' ಅನ್ನಿಸಿಕೊಂಡರೆ, ಅದೇ ಸಾರ್ಥಕ.

ಮುಂದಿನ ಓದಿಗಾಗಿ

ನಿಮಗೆ ನನ್ನ ಪುಸ್ತಕ ಇಷ್ಟವಾಗಿದ್ದರೆ, ಈ ಕೆಳಗಿನ ಪುಸ್ತಕಗಳನ್ನೂ ನೀವು ಓದಬಹುದು:

1. *Jonathan Livingston Seagull* by Richard Bach
2. *Future Shock* by Alvin Toffler
3. *What They Do Not Teach You at Harward Business School* by Mark McCormack
4. *Emotional Intelligence* by Daniel Goleman
5. *Working with Emotional Intelligence* by Daniel Goleman
6. *Social Intelligence* by Daniel Goleman
7. *The Road Less Travelled* by Scott Peck
8. *The soul of a New Machine* by Tracy Kidder
9. *Long Walk to Freedom* by Nelson Mandela
10. *Freedom At Midnight* by Larry Collins and Dominique Lapierre
11. *Gandhi* by Louis Fischer
12. *The Attention Economy* by Thomas Davenport
13. *Paraja* by Gopinath Mohanty, translated into English by Bikram K. Das
14. *The Alchemist* by Paulo Coelho
15. *The Meme Machine* by Susan Blackmore
16. *The Fifth Discipline* by Peter Senge
17. *It's Not About the Bike: My journey Back to Life* by Lance Armstrong
18. *India: A Wounded Civilization* by V.S.Naipaul
19. *Management Challenges for the 21st Century* by Peter Drucker
20. *The Four Quartets* by T.S. Eliot
21. *Theory U* by Otto Scharmer
22. *Presence* by Peter Senge, Otto Scharmer, Joseph Jarowski and Betty SueFlowers
23. *Five Minds for the Future* by Howard Gardner

ಓದಿ ಓದಿ ಮರುಳಾಗಿ!

ಛಂದ ಪುಸ್ತಕ ಬಹುಮಾನ

ಹೊಸ ಕತೆಗಾರರನ್ನು ಗುರುತಿಸುವ ಸಲುವಾಗಿ ನಮ್ಮ ಪ್ರಕಾಶನ ಸಂಸ್ಥೆಯು ಕಳೆದ ಹದಿಮೂರು ವರ್ಷಗಳಿಂದ ಕತೆಗಳ ಹಸ್ತಪ್ರತಿ ಸ್ಪರ್ಧೆಯನ್ನು ನಡೆಸುತ್ತಾ ಬಂದಿದೆ. ಈವರೆಗೆ ಒಂದೂ ಕಥಾಸಂಕಲನವನ್ನು ಪ್ರಕಟಿಸದವರು ಈ ಸ್ಪರ್ಧೆಯಲ್ಲಿ ಭಾಗವಹಿಸಬಹುದು. ಇತರ ಪ್ರಕಾರಗಳಲ್ಲಿ ಒಂದೆರಡು ಪುಸ್ತಕಗಳನ್ನು ಪ್ರಕಟ ಮಾಡಿದವರೂ ಇದರಲ್ಲಿ ಭಾಗವಹಿಸುವ ಅವಕಾಶವಿರುತ್ತದೆ. ಮೊದಲ ಸುತ್ತಿನ ಆಯ್ಕೆಯನ್ನು ಪ್ರಕಾಶನದ ಸದಸ್ಯರು ಮಾಡಿ, ಕೊನೆಯ ಆಯ್ಕೆಗಾಗಿ ಸುಮಾರು ಹತ್ತು ಹಸ್ತಪ್ರತಿಗಳನ್ನು ನಾಡಿನ ಹಿರಿಯ ಸಾಹಿತಿಗಳಿಗೆ ಒಪ್ಪಿಸುತ್ತಾರೆ. ಆಯ್ಕೆಯಾದ ಹಸ್ತಪ್ರತಿಯನ್ನು ಪುಸ್ತಕ ರೂಪದಲ್ಲಿ ಪ್ರಕಟಿಸಿ, ಪ್ರಶಸ್ತಿ ಪತ್ರ, ಫಲಕ ಹಾಗೂ ಮೂವತ್ತು ಸಾವಿರ ರೂಪಾಯಿ ಬಹುಮಾನವನ್ನು ನೀಡಲಾಗುತ್ತದೆ. ಈವರೆಗೂ ಈ ಪ್ರಶಸ್ತಿಯಲ್ಲಿ ಬಹುಮಾನ ಪಡೆದವರ ವಿವರಗಳ ಪಟ್ಟಿಯನ್ನು ಮುಂದಿನ ಪುಟದಲ್ಲಿ ನೀಡಿದ್ದೇವೆ.

ಇವರಲ್ಲಿ ಮೌನೇಶ ಬಡಿಗೇರ, ಶಾಂತಿ ಕೆ ಅಪ್ಪಣ್ಣ, ಪದ್ಮನಾಭ ಭಟ್ ಶೇವ್ಕಾರ ಮತ್ತು ಸ್ವಾಮಿ ಪೊನ್ನಾಚಿ ಅವರಿಗೆ ಕೇಂದ್ರ ಸಾಹಿತ್ಯ ಅಕಾಡೆಮಿಯ ಯುವ ಪುರಸ್ಕಾರ ದೊರೆತಿದೆ. ವಿನಯಾ, ಶಾಂತಿ ಕೆ ಅಪ್ಪಣ್ಣ ಮತ್ತು ಪದ್ಮನಾಭ ಭಟ್ ಶೇವ್ಕಾರರ ಪುಸ್ತಕಗಳಿಗೆ ಕರ್ನಾಟಕ ಸಾಹಿತ್ಯ ಅಕಾಡೆಮಿಯ ಪುಸ್ತಕ ಬಹುಮಾನ ಅಥವಾ ದತ್ತಿ ಬಹುಮಾನಗಳು ಸಂದಿವೆ. ಇನ್ನೂ ಹಲವಾರು ನಾಡಿನ ಪ್ರಮುಖ ಪ್ರಶಸ್ತಿ ಮತ್ತು ಬಹುಮಾನಗಳೂ ಈ ಕೃತಿಗಳಿಗೆ ಲಭ್ಯವಾಗಿವೆ.

ನೀವು ಈ ಸ್ಪರ್ಧೆಯಲ್ಲಿ ಭಾಗವಹಿಸಬೇಕೆ? ಹಾಗಿದ್ದರೆ ನಮ್ಮ ಮುಂದಿನ ವರ್ಷದ ಸ್ಪರ್ಧೆಯ ಆಹ್ವಾನವನ್ನು ಖ್ಯಾತ ಕನ್ನಡ ನಿಯತಕಾಲಿಕಗಳಲ್ಲಿ ಅಥವಾ ಸಾಮಾಜಿಕ ಜಾಲತಾಣಗಳಲ್ಲಿ ನಿರೀಕ್ಷಿಸಿರಿ. ಹೆಚ್ಚಿನ ವಿವರಗಳಿಗೆ 98444 22782 ಗೆ ಸಂದೇಶ ಕಳುಹಿಸಿರಿ.

ಓದಿ ಓದಿ ಮರುಳಾಗಿ!

ಛಂದ ಪುಸ್ತಕ ಬಹುಮಾನ ಪಡೆದ ಕೃತಿಗಳು

ಕತೆಗಾರರು	ಕಥಾಸಂಕಲನ	ತೀರ್ಪುಗಾರರು
ಸುನಂದಾ ಪ್ರಕಾಶ ಕಡಮೆ	ಪುಟ್ಟ ಪಾದದ ಗುರುತು	ಅಶೋಕ ಹೆಗಡೆ/ ಸುಮಂಗಲಾ
ಅಲಕ ತೀರ್ಥಹಳ್ಳಿ	ಈ ಕತೆಗಳ ಸಹವಾಸವೇ ಸಾಕು	ಕೇಶವ ಮಳಗಿ/ ಸುಮಂಗಲಾ
ಲೋಕೇಶ ಅಗಸನಕಟ್ಟೆ	ಹಟ್ಟಿಯೆಂಬ ಭೂಮಿಯ ತುಣುಕು	ಬೊಳುವಾರು ಮಹಮದ್ ಕುಂಞಿ
ವಿನಯಾ	ಊರ ಒಳಗಣ ಬಯಲು	ನೇಮಿಚಂದ್ರ
ಸಂದೀಪ ನಾಯಕ	ಗೋಡೆಗೆ ಬರೆದ ನವಿಲು	ಅಮರೇಶ ನುಗಡೋಣಿ
ಕಣಾದ ರಾಘವ	ಮೊದಲ ಮಳೆಯ ಮಣ್ಣು	ಕೆ. ಸತ್ಯನಾರಾಯಣ
ಬಸವಣ್ಣೆಪ್ಪಾ ಕಂಬಾರ	ಆಟಿಕೆ	ಕುಂ. ವೀರಭದ್ರಪ್ಪ
ಮೌನೇಶ ಬಡಿಗೇರ	ಮಾಯಾಕೋಲಾಹಲ	ಓ.ಎಲ್. ನಾಗಭೂಷಣಸ್ವಾಮಿ
ಪದ್ಮನಾಭ ಭಟ್ ಶೇವ್ಕಾರ	ಕೇಪಿನ ಡಬ್ಬಿ	ಎಂ. ಎಸ್. ಆಶಾದೇವಿ
ಶಾಂತಿ ಕೆ ಅಪ್ಪಣ್ಣ	ಮನಸು ಅಭಿಸಾರಿಕೆ	ಎಚ್.ಎಸ್. ರಾಘವೇಂದ್ರ ರಾವ್
ದಯಾನಂದ	ದೇವರು ಕಚ್ಚಿದ ಸೇಬು	ನಾ. ಡಿಸೋಜಾ
ಸ್ವಾಮಿ ಪೊನ್ನಾಚಿ	ಧೂಪದ ಮಕ್ಕಳು	ಎಂ. ಎಸ್. ಶ್ರೀರಾಮ್
ಶಶಿ ತರೀಕೆರೆ	ಡುಮಿಂಗ	ಲಲಿತಾ ಸಿದ್ಧಬಸವಯ್ಯ
ಛಾಯಾ ಭಟ್	ಬಯಲರಸಿ ಹೊರಟವಳು	ತಾರಿಣಿ ಶುಭದಾಯಿನಿ
ಕಾವ್ಯಾ ಕಡಮೆ	ಮಾಕೋನ ಏಕಾಂತ	ಟಿ.ಪಿ. ಅಶೋಕ

ಛಂದ ಪುಸ್ತಕ ಬಹುಮಾನ

ಪುಟ್ಟ ಪಾದದ ಗುರುತು – ಸುನಂದಾ ಪ್ರಕಾಶ ಕಡಮೆ – ₹ 120
ಈ ಕತೆಗಳ ಸಹವಾಸವೇ ಸಾಕು – ಅಲಕ ತೀರ್ಥಹಳ್ಳಿ – ₹ 60
ಹಟ್ಟಿಯೆಂಬ ಭೂಮಿಯ ತುಣುಕು – ಲೋಕೇಶ ಅಗಸನಕಟ್ಟೆ – ₹ 180
ಗೋಡೆಗೆ ಬರೆದ ನವಿಲು – ಸಂದೀಪ ನಾಯಕ – ₹ 60
ಮೊದಲ ಮಳೆಯ ಮಣ್ಣು – ಕಣಾದ ರಾಘವ – ₹ 140
ಆಟಿಕೆ – ಬಸವಣ್ಣೆಪ್ಪಾ ಕಂಬಾರ – ₹ 100
ಮಾಯಾಕೋಲಾಹಲ – ಮೌನೇಶ ಬಡಿಗೇರ – ₹ 140
ಕೇಪಿನ ಡಬ್ಬಿ – ಪದ್ಮನಾಭ ಭಟ್, ಶೇವ್ಕಾರ – ₹ 150
ಮನಸು ಅಭಿಸಾರಿಕೆ – ಶಾಂತಿ ಕೆ ಅಪ್ಪಣ್ಣ – ₹ 230
ದೇವರು ಕಚ್ಚಿದ ಸೇಬು – ದಯಾನಂದ – ₹ 140
ಧೂಪದ ಮಕ್ಕಳು – ಸ್ವಾಮಿ ಪೊನ್ನಾಚಿ – ₹ 130
ಡುಮಿಂಗ – ಶಶಿ ತರೀಕೆರೆ – ₹ 130
ಬಯಲರಸಿ ಹೊರಟವಳು – ಛಾಯಾ ಭಟ್ – ₹ 120
ಮಾಕೋನ ಏಕಾಂತ – ಕಾವ್ಯಾ ಕಡಮೆ – ₹ 130

ಕಥಾಸಂಕಲನ

ಶಕುಂತಲಾ – ಗುರುಪ್ರಸಾದ್ ಕಾಗಿನೆಲೆ – ₹ 80
ಜುಮುರು ಮಳೆ – ಸುಮಂಗಲಾ – ₹ 160
ಶಾಲಭಂಜಿಕೆ – ಡಾ. ಕೆ. ಎನ್. ಗಣೇಶಯ್ಯ – ₹ 130 (6ನೆಯ ಮುದ್ರಣ)
ಕಾರಂತಜ್ಜನಿಗೊಂದು ಪತ್ರ – ಸಚ್ಚಿದಾನಂದ ಹೆಗಡೆ – ₹ 150
ಹಕೂನ ಮಟಾಟ – ನಾಗರಾಜ ವಸ್ತಾರೆ – ₹ 80
ಕಾಲಿಟ್ಟಲ್ಲಿ ಕಾಲುದಾರಿ – ಸುಮಂಗಲಾ – ₹ 80
ಹುಲಿರಾಯ – ಕೀರ್ತಿರಾಜ್ – ₹ 80
ನಿರವಯವ – ನಾಗರಾಜ ವಸ್ತಾರೆ – ₹ 125
ಹನ್ನೊಂದನೇ ಅಡ್ಡರಸ್ತೆ – ಸುಮಂಗಲಾ – ₹ 170
ಗಾಳಿಗೆ ಮೆತ್ತಿದ ಬಣ್ಣ – ಕರ್ಕಿ ಕೃಷ್ಣಮೂರ್ತಿ – ₹ 120
ಕನ್ನಡಿ ಹರಳು – ಪದ್ಮನಾಭ ಭಟ್, ಶೇವ್ಕಾರ – ₹ 130
ಒಂದು ಚಿಟಿಕೆ ಮಣ್ಣು – ಲಕ್ಷ್ಮಣ ಬಾದಾಮಿ – ₹ 130
ಬಂಡಲ್ ಕತೆಗಳು – ಎಸ್ ಸುರೇಂದ್ರನಾಥ್ – ₹ 160
ದೇವರ ರಜಾ – ಗುರುಪ್ರಸಾದ್ ಕಾಗಿನೆಲೆ – ₹ 150
ಕಟ್ಟು ಕತೆಗಳು – ಎಸ್ ಸುರೇಂದ್ರನಾಥ್ – ₹ 210

ಮಡಿಲು (ನೀಳ್ಗತೆ) – ನಾಗರಾಜ ವಸ್ತಾರೆ – ₹ 15
ತಿರಾಮಿಸು – ಶಶಿ ತರೀಕೆರೆ – ₹ 210

ಪ್ರಬಂಧ

ಪೂರ್ವ ಪಶ್ಚಿಮ – ಎಂ. ಆರ್. ದತ್ತಾತ್ರಿ – ₹ 80
ರಾಗಿಮುದ್ದೆ – ರಘುನಾಥ ಚ. ಹ. – ₹ 120
ಕುಟ್ಟವಲಕ್ಕಿ / ಗೊಜ್ಜವಲಕ್ಕಿ – ಪ್ರಶಾಂತ ಆಡೂರ – ₹ 140 / ₹ 140
ಕಿಲಿಮಂಜಾರೋ – ಪ್ರಶಾಂತ್ ಬೀಚಿ – ₹ 80
ಮಿಸಳ್ ಭಾಜಿ – ಭಾರತಿ ಬಿ ವಿ – ₹ 190
ನೀ ಮಾಯೆಯೊಳಗೋ... – ವಿಕ್ರಮ ಹತ್ವಾರ – ₹ 120
ಸಾವೆಂಬ ಲಹರಿ – ಗುರುಪ್ರಸಾದ ಕಾಗಿನೆಲೆ – ₹ 140
ವೈದ್ಯ, ಮತ್ತೊಬ್ಬ – ಗುರುಪ್ರಸಾದ ಕಾಗಿನೆಲೆ – ₹ 120
ಅಪ್ಪನ ರ್‍ಯಾಲೀಸ್ ಸೈಕಲ್ – ದರ್ಶನ್ ಜಯಣ್ಣ – ₹ 110

ಅನುವಾದ

ದಿ ಚಾಯ್ಸ್ – ಈಡಿತ್ ಎವಾ ಎಗರ್ (ಜಯಶ್ರೀ ಭಟ್) – ₹ 280
ದೇಹವೇ ದೇಶ – ಗರಿಮಾ ಶ್ರೀವಾಸ್ತವ (ವಿಕ್ರಮ ವಿಸಾಜಿ) – ₹ 250
ಪರ್ಸೆಪೊಲಿಸ್– ಮಾರ್ಜಾನ್ ಸತ್ರಪಿ (ಪ್ರೀತಿ ನಾಗರಾಜ) – ₹ 395
ಗಾಳಿ ಪಳಗಿಸಿದ ಬಾಲಕ – ವಿಲಿಯಂ ಕಾಂಕ್ವಾಂಬಾ (ಕರುಣಾ ಬಿ ಎಸ್) – ₹ 180
ಅಮೋಸ್ ಫಾರ್ಚೂನ್ – ಎಲಿಝಬೆತ್ ಯೇಟ್ಸ್ (ಜಯಶ್ರೀ ಭಟ್) – ₹ 100
ನವ ಜೀವಗಳು – ವಿಲಿಯಂ ಡಾಲ್ರಿಂಪಲ್ (ನವೀನ ಗಂಗೋತ್ರಿ) – ₹ 250
ಮೈಕೆಲ್ ಕೆ – ಜೆ.ಎಂ. ಕುಟ್‌ಸೀ (ಸುನಿಲ್ ರಾವ್) – ₹ 170
ಲೇರಿಯೊಂಕ – ಹೆನ್ರಿ ಆರ್. ಓಲೆ ಕುಲೆಟ್ (ಪ್ರಶಾಂತ ಬೀಚಿ) – ₹ 140
ಅರೆಶತಮಾನದ ಮೌನ – ಯಾನ್ ರಫ್–ಓ'ಹರ್ನ್ (ಅರುಣ್) – ₹ 310
ಪರ್ವತದಲ್ಲಿ ಪವಾಡ – ನ್ಯಾಂಡೊ ಪರಾಡೊ (ಸಂಯುಕ್ತಾ ಪುಲಿಗಲ್) – ₹ 340
ಚಂದಿರ ಬೇಕೆಂದವನು – ಮಿಮಿ ಬೇರ್ಡ್ (ಪ್ರಜ್ಞಾ ಶಾಸ್ತ್ರಿ) – ₹ 180
ಬಂಡೂಲ – ವಿಕಿ ಕಾನ್‌ಸ್ಟಂಟೇನ್ ಕ್ರುಕ್ (ರಾಜ್ಯಶ್ರೀ ಕುಳಮರ್ವ) – ₹ 425
ರೆಬೆಲ್ ಸುಲ್ತಾನರು – ಮನು ಎಸ್ ಪಿಳ್ಳೈ (ಸಂಯುಕ್ತಾ ಪುಲಿಗಲ್) – ₹ 420
ಫಾಲೋಯಿಂಗ್ ಫಿಶ್ – ಸಮಂತ್ ಸುಬ್ರಮಣಿಯನ್ (ಸಹನಾ ಹೆಗಡೆ) – ₹ 280
ಜಗವ ಚುಂಬಿಸು – ಸುಬ್ರೊತೋ ಬಾಗ್ಚಿ (ವಂದನಾ ಪಿ ಸಿ) – ₹ 240
ಪರ್ದಾ ಅಂಡ್ ಪಾಲಿಗಮಿ – ಇಕ್ಬಾಲುನ್ನೀಸಾ ಹುಸೇನ್ (ದಾದಾಪೀರ್) – ₹ 380
ವಾಡಿವಾಸಲ್ – ಚಿ. ಸು. ಚೆಲ್ಲಪ್ಪ (ಸತ್ಯಕಿ) – ₹ 70
ನಾಲ್ಕನೇ ಎಕರೆ – ಶ್ರೀರಮಣ (ಅಜಯ್ ವರ್ಮಾ ಅಲ್ಲೂರಿ) – ₹ 100
ಮಾವೋನ ಕೊನೆಯ ನರ್ತಕ – ಲೀ ಶ್ವಿನ್‌ಶಿಂಗ್ (ಜಯಶ್ರೀ ಭಟ್) – ₹ 340
ಕೋಬಾಲ್ಟ್ ಬ್ಲೂ – ಸಚಿನ್ ಕುಂಡಲ್‌ಕರ್ (ಸಪ್ನಾ ಕಟ್ಟಿ) – ₹ 150

ವಸುಧೇಂದ್ರ

ಮನೀಷೆ – ಕತೆಗಳು – ₹ 120 (8ನೆಯ ಮುದ್ರಣ)
ಯುಗಾದಿ – ಕತೆಗಳು – ₹ 190 (9ನೆಯ ಮುದ್ರಣ)
ಚೇಳು – ಕತೆಗಳು – ₹ 120 (8ನೆಯ ಮುದ್ರಣ)
ಹಂಪಿ ಎಕ್ಸ್‌ಪ್ರೆಸ್ – ಕತೆಗಳು – ₹ 195 (9ನೆಯ ಮುದ್ರಣ)
ಮೋಹನಸ್ವಾಮಿ – ಕತೆಗಳು – ₹ 270 (7ನೆಯ ಮುದ್ರಣ)
ವಿಷಮ ಭಿನ್ನರಾಶಿ – ಕತೆಗಳು – ₹ 280 (4ನೆಯ ಮುದ್ರಣ)
ಕೋತಿಗಳು – ಪ್ರಬಂಧ – ₹ 120 (8ನೆಯ ಮುದ್ರಣ)
ನಮ್ಮಮ್ಮ ಅಂದ್ರೆ ನಂಗಿಷ್ಟ – ಪ್ರಬಂಧ – ₹ 75 (25ನೆಯ ಮುದ್ರಣ)
ರಕ್ಷಕ ಅನಾಥ – ಪ್ರಬಂಧ – ₹ 110 (5ನೆಯ ಮುದ್ರಣ)
ವರ್ಣಮಯ – ಪ್ರಬಂಧ – ₹ 200 (5ನೆಯ ಮುದ್ರಣ)
ಐದು ಪೈಸೆ ವರದಕ್ಷಿಣೆ – ಪ್ರಬಂಧ – ₹ 280 (5ನೆಯ ಮುದ್ರಣ)
ಹರಿಚಿತ್ತ ಸತ್ಯ – ಕಾದಂಬರಿ – ₹ 200 (6ನೆಯ ಮುದ್ರಣ)
ತೇಜೋ–ತುಂಗಭದ್ರಾ – ಕಾದಂಬರಿ – ₹ 450 (13ನೆಯ ಮುದ್ರಣ)
ಮಿಥುನ – ಶ್ರೀರಮಣರ ಕತೆಗಳು – ₹ 120 (8ನೆಯ ಮುದ್ರಣ)
ಎವರೆಸ್ಟ್ – ಜಾನ್ ಕ್ರಾಕೌರ್ – ₹ 420 (4ನೆಯ ಮುದ್ರಣ)

ಕಾದಂಬರಿ

ಎನ್ನ ಭವದ ಕೇಡು – ಎಸ್ ಸುರೇಂದ್ರನಾಥ್ – ₹ 75
ನ್ಯಾಸ – ಹರೀಶ ಹಾಗಲವಾಡಿ – ₹ 250
ಗುಣ – ಗುರುಪ್ರಸಾದ್ ಕಾಗಿನೆಲೆ – ₹ 150
ದ್ವೀಪವ ಬಯಸಿ – ಎಂ. ಆರ್. ದತ್ತಾತ್ರಿ – ₹ 320
ತಾರಾಬಾಯಿಯ ಪತ್ರ – ದತ್ತಾತ್ರಿ ಎಂ ಆರ್ – ₹ 160
ಅಗೆದಷ್ಟೂ ನಕ್ಷತ್ರ – ಸುಮಂಗಲಾ – ₹ 230
ಪ್ರಿಯೇ ಚಾರುಶೀಲೆ – ನಾಗರಾಜ ವಸ್ತಾರೆ – ₹ 380
ಋಷ್ಯಶೃಂಗ – ಹರೀಶ ಹಾಗಲವಾಡಿ – ₹ 125
ಅಂತು – ಪ್ರಕಾಶ ನಾಯಕ್ – ₹ 200
ಚುಕ್ಕಿ ಬೆಳಕಿನ ಜಾಡು – ಕರ್ಕಿ ಕೃಷ್ಣಮೂರ್ತಿ – ₹ 200
ಬರೀ ಎರಡು ರೆಕ್ಕೆ – ಸುನಂದಾ ಪ್ರಕಾಶ ಕಡಮೆ – ₹ 220
ದೀಪವಿರದ ದಾರಿಯಲ್ಲಿ – ಸುಶಾಂತ್ ಕೋಟ್ಯಾನ್ – ₹ 160
ದಾರಿ – ಕುಸುಮಾ ಆಯರಹಳ್ಳಿ – ₹ 395
ಬರೀ ಎರಡು ರೆಕ್ಕೆ – ಸುನಂದಾ ಪ್ರಕಾಶ ಕಡಮೆ – ₹ 260

ಕವಿತೆ

ಮದ್ಯಸಾರ – ಅಪಾರ – ₹ 60
ಪೂರ್ಣನ ಗರಿಗಳು – ಪೂರ್ಣಪ್ರಜ್ಞ – ₹ 30
ಹಲೋ ಹಲೋ ಚಂದಮಾಮ – ರಾಧೇಶ ತೋಳ್ಪಾಡಿ – ₹ 50

FCW - #0065 - 061026 - C0 - 216/140/11 - PB - 9788196464103 - Gloss Lamination